AF705467

ಡಾ. ಪಾರ್ವತಿ ಜಿ. ಐತಾಳ್

ಕುಂದಾಪುರದ ಭಂಡಾರ್ ಕಾರ್ಸ್ ಕಾಲೇಜಿನಲ್ಲಿ ಇಂಗ್ಲಿಷ್ ಪ್ರಾಧ್ಯಾಪಕರಾಗಿ 36 ವರ್ಷಗಳ ಸುದೀರ್ಘ ಸೇವೆ ಸಲ್ಲಿಸಿ 2017 ಜುಲೈ ತಿಂಗಳಲ್ಲಿ ಸೇವಾ ನಿವೃತ್ತಿ ಹೊಂದಿರುವ ಡಾ.ಪಾರ್ವತಿ ಜಿ. ಐತಾಳ್ ಕಾಲೇಜಿನಲ್ಲಿ ಅಧ್ಯಾಪನದ ಜತೆಗೆ ಸಾಹಿತ್ಯ ರಚನೆಯಲ್ಲಿ ತಮ್ಮನ್ನು ಸಕ್ರಿಯವಾಗಿ ಅನೇಕ ವರ್ಷಗಳಿಂದ ತೊಡಗಿಸಿಕೊಂಡಿದ್ದಾರೆ. ಕಾಸರಗೋಡು ಜಿಲ್ಲೆಗೆ ಸೇರಿದ ಧರ್ಮತ್ತಡ್ಕ ಎಂಬ ಗ್ರಾಮೀಣ ಪ್ರದೇಶದ 'ಬಾಳಿಕೆ' ಮನೆತನದಲ್ಲಿ ಜನಿಸಿದ ಇವರು ಧರ್ಮತ್ತಡ್ಕ ಎ.ಯು.ಪಿ.ಶಾಲೆ, ವಿಠಲ ಬಾಲಿಕಾ ಪ್ರೌಢ ಶಾಲೆ, ಸರಕಾರಿ ಕಾಲೇಜು ಕಾಸರಗೋಡು. ಮಾನಸಗಂಗೋತ್ರಿ, ಮೈಸೂರುಗಳಲ್ಲಿ ತಮ್ಮ ಶಿಕ್ಷಣ ಮುಗಿಸಿ ಮೂಲ್ಕಿಯ ವಿಜಯಾ ಕಾಲೇಜಿನಲ್ಲಿ ಈಂಗಲಿಷ್ ಉಪನ್ಯಾಸಕಿಯಾಗಿ ಆರು ವರ್ಷಗಳ ಕಾಲ ಸೇವೆ ಸಲ್ಲಿಸಿದರು. ನಂತರ ಕುಂದಾಪುರದ ಶ್ರೀ ಗಂಗಾಧರ ಐತಾಳರನ್ನು ವಿವಾಹವಾಗಿ ಭಂಡಾರ್ ಕಾರ್ಸ್ ಕಾಲೇಜಿಗೆ ವರ್ಗವಾಗಿ ಬಂದರು.ಅದಾಗಲೇ ಅನೇಕ ಲೇಖನಗಳನ್ನೂ ಹಿಂದಿ. ಇಂಗ್ಲಿಷ್ ಮತ್ತು ಮಲಯಾಳಗಳಿಂದ ಅನೇಕ ಕಥೆಗಳನ್ನೂ ಅನುವಾದಿಸಿ ಪತ್ರಿಕೆಗಳಲ್ಲಿ ಪ್ರಕಟಿಸುತ್ತ ಬಂದಿದ್ದ ಇವರು ತಮ್ಮ ಕೌಟುಂಬಿಕ ಬದುಕಿನಲ್ಲಿ ನೆಲೆಯೂರಿದ ನಂತರ ಪುಸ್ತಕ ರಚನೆಯಲ್ಲಿ ತೊಡಗಿಕೊಂಡು ಅನೇಕ ಕೃತಿಗಳನ್ನು ರಚಿಸಿದರು. ಇವರ ಕೃತಿಗಳ ನಿರೂಪಣಾಶೈಲಿ ಮತ್ತು ಗುಣಮಟ್ಟಗಳನ್ನು ನೋಡಿ ಕನಾಟಕದ ಮುಂಚೂಣಿಯ ಪ್ರಕಾಶಕರಾದ ನವಕರ್ನಾಟಕ, ಅಂಕಿತ, ಮನೋಹರ ಗ್ರಂಥಮಾಲಾ, ವಸಂತ ಪ್ರಕಾಶನ, ಶ್ರೀನಿವಾಸ ಪುಸ್ತಕ, ದೇಸಿ ಪುಸ್ತಕ, ಅಲ್ಲದೆ ಕೇಂದ್ರ ಸಾಹಿತ್ಯ ಅಕಾಡೆಮಿ, ಕರ್ನಾಟಕ ಸಾಹಿತ್ಯ ಅಕಾಡೆಮಿ, ಕುವೆಂಪು ಭಾಷಾ ಭಾರತಿ ಮೊದಲಾದ ಸಂಸ್ಥೆಗಳು ಅವುಗಳನ್ನು ಪ್ರಕಟಿಸಿದ್ದಾರೆ. ಅನುವಾದಿತ ಕೃತಿಗಳು ಮಾತ್ರವಲ್ಲದೆ ಇವರು ಸ್ವತಂತ್ರವಾಗಿ ಬರೆದ ಕಥೆ–ಕಾದಂಬರಿ, ನಾಟಕಗಳು, ವ್ಯಕ್ತಿಚಿತ್ರ, ವೈಚಾರಿಕ ಲೇಖನಗಳು, ಪುಸ್ತಕ ವಿಮರ್ಶೆ, ರಂಗ ವಿಮರ್ಶೆಗಳೂ ಪ್ರಕಟವಾದವು. ಇದುವರೆಗೆ ಪಾರ್ವತಿ ಐತಾಳರ 38 ಅನುವಾದಿತ ಕೃತಿಗಳೂ 26 ಸ್ವತಂತ್ರ ಕೃತಿಗಳೂ ಪ್ರಕಟವಾಗಿವೆ.

ಐದು ಭಾಷೆಗಳನ್ನು ಬಲ್ಲ ಪಾರ್ವತಿ ಐತಾಳರು ಇಂಗ್ಲಿಷ್, ಹಿಂದಿ, ತುಳು ಮತ್ತು ಮಲಯಾಳಗಳಿಂದ ಕನ್ನಡಕ್ಕೂ ಕನ್ನಡದಿಂದ ಆ ಭಾಷೆಗಳಿಗೂ ಅನುವಾದ ಮಾಡಿ ಅನುವಾದ ಕ್ಷೇತ್ರದಲ್ಲಿ ಒಳ್ಳೆಯ ಹೆಸರು ಗಳಿಸಿ ಕರ್ನಾಟಕ ಅನುವಾದ ಅಕಾಡೆಮಿಯಿಂದ(ಇವತ್ತು ಅದು ಕುವೆಂಪು ಭಾಷಾ ಭಾರತಿ) 2011ರಲ್ಲಿ ಶ್ರೇಷ್ಠ ಅನುವಾದಕಿ ಎಂಬ ನೆಲೆಯಲ್ಲಿ ಗೌರವ ಪ್ರಶಸ್ತಿ ಪಡೆದಿದ್ದಾರೆ. ಕೇರಳದಿಂದ ಕಾಳಿಯತ್ತ್ ದಾಮೋದರನ್ ಸ್ಮಾರಕ ಪ್ರಶಸ್ತಿಯನ್ನೂ ಪಡೆದಿದ್ದಾರೆ. ಅಲ್ಲದೆ ಅನುವಾದಿತ ಕೃತಿಗಳಿಗಾಗಿ ಡಾ.ಶಿವರಾಮ ಕಾರಂತ ಸಾಹಿತ್ಯ ಪಶಸ್ತಿ, ಕರ್ನಾಟಕ ಲೇಖಕಿಯರ ಸಂಘದಿಂದ ಹೆಚ್.ವಿ.ಸಾವಿತ್ರಮ್ಮ ಪ್ರಶಸ್ತಿ, ಕನ್ನಡ ಸಾಹಿತ್ಯ ಪರಿಷತ್ತಿನಿಂದ, ಮಲ್ಲಿಕಾ ಪ್ರಶಸ್ತಿ, ವಸುದೇವ ಭೂಪಾಲಂ ಪ್ರಶಸ್ತಿ ಮತ್ತು ಸ್ವತಂತ್ರ ಕೃತಿಗಳಾದ ಒಡಲ ಬೆಂಕಿ ಕಾದಂಬರಿಗಾಗಿ ವಿಶ್ವೇಶ್ವರಯ್ಯ ರಾಷ್ಟ್ರೀಯ ಪ್ರಶಸ್ತಿ, ಮಹಿಳಾ ಚಿಂತನೆಯ ವಿಭಿನ್ನ ನೆಲೆಗಳು ಎಂಬ ವೈಚಾರಿಕ ಕೃತಿಗೆ ಕರ್ನಾಟಕ ಲೇಖಕಿಯರ ಸಂಘದ ಗೀತಾದೇಸಾಯಿ ಪ್ರಶಸ್ತಿ, ತಂತ್ರಗಾರ್ತಿ ಮಕ್ಕಳ ನಾಟಕಕ್ಕೆ ಉಡುಪಿಯ ರಥಬೀದಿ ಗೆಳೆಯರ ಮುರಾರಿ–ಕೆದ್ಲಾಯ ಪ್ರಶಸ್ತಿಗಳನ್ನು ಪಡೆದಿದ್ದಾರೆಅನೇಕ ಸಂಘ–ಸಂಸ್ಥೆಗಳಿಂದ ಪುರಸ್ಕಾರಗಳನ್ನು ಪಡೆದಿದ್ದಾರೆ. ಶಿವರಾಮ ಕಾರಂತ ಮತ್ತು ತಕಳಿ ಶಿವಶಂಕರ ಪಿಳ್ಳೆಯವರ ಕಾದಂಬರಿಗಳ ತೌಲನಿಕ ಅಧ್ಯಯನಕ್ಕಾಗಿ ಕಣ್ಣೂರು ವಿ.ವಿ.ಯಿಂದ ಡಾಕ್ಟ್ರೇಟ್ ಪಡೆದಿದ್ದಾರೆ.ರಾಜ್ಯ ಮತ್ತು ರಾಷ್ಟ್ರ ಮಟ್ಟದ ಅನೇಕ ವಿಚಾರ ಸಂಕಿರಣಗಳಲ್ಲಿ ಸಂಪನ್ಮೂಲ ವ್ಯಕ್ತಿಯಾಗಿ ಉಪನ್ಯಾಸ ನೀಡಿ ಮತ್ತು ಸಾಹಿತ್ಯ ಅಕಾಡೆಮಿಗಳ ಪುಸ್ತಕ ಬಹುಮಾನ ಯೋಜನೆಯಲ್ಲಿ ತೀರ್ಪುಗಾರರಾಗಿ ಕೆಲಸ ಮಾಡಿ ತಮ್ಮ ವಿದ್ವತ್ತನ್ನು ಮೆರೆದಿದ್ದಾರೆ. ಬಹುಮುಖ ಪ್ರತಿಭಾವಂತರಾದ ಇವರು ಸಾಹಿತ್ಯ ಮಾತ್ರವಲ್ಲದೆ ಕಲೆಯಲ್ಲೂ ಆಸಕ್ತಿ ಹೊಂದಿದ ಇವರು ಆಕಾಶವಾಣಿ ನಾಟಕಗಳಲ್ಲಿ ಧ್ವನಿ ನೀಡುವ ಕಲಾವಿದೆಯೂ ಹೌದು. ಕಾಲೇಜಿನಲ್ಲಿ ಲಲಿತಕಲಾ ಸಂಘದ ಸಂಚಾಲಕಿಯಾಗಿ ತಮ್ಮ ವಿದ್ಯಾರ್ಥಿಗಳಿಗೆ ರೂಪಕ ಮತ್ತು ಲಘುಸಂಗೀತ ತರಬೇತಿಗಳನ್ನೂ ನೀಡಿದ್ದಾರೆ.

MALEYALADA MAHILA KATHANA

ಮಲೆಯಾಳದ ಮಹಿಳಾ ಕಥನ

ಹತ್ತು ಕಥೆಗಾರ್ತಿಯರ ಹದಿನಾಲ್ಕು ಕಥೆಗಳು

(ಪರಿಚಯ - ಪ್ರಾಸ್ತಾವಿಕ - ಕಥೆ - ಸಂದರ್ಶನ)

ಕನ್ನಡಕ್ಕೆ :

ಪಾರ್ವತಿ ಜಿ. ಐತಾಳ್

ಪುಸ್ತಕ

ವಿಜಯನಗರ, ಬೆಂಗಳೂರು 560 040

ಮಲೆಯಾಳದ ಮಹಿಳಾ ಕಥನ

MALEYALADA MAHILA KATHANA

Translated by : Dr. Parvathi G Aithal
'Suraganga' Basruru Cross Road
Kundapura-376201, Udupi District
Ph : 9242253642 / 886799216

Published by :
Asha Nagesh
DESI PUSTAKA
121, 13th Main Road, M.C. Layout
Vijayanagara, Bengaluru - 560 040.
Ph : 080 - 23153558; Mob: 9448439998
E-mail: Desipustaka@gmail.com

First Impression: 2018
Page: xxiv + 232 = 256
Book Size : 1/4 Crown (23 x 15.5)
(International Standarad Book Size)

© : **Dr. Parvathi G Aithal**
Paper used: 70 Gsm Ns Book Print
ISBN: 978-93-81577-76-9
Dtp : Srushti
Cover Page : **G . Arunkumar**

This book is protected by copyright laws. No part of this book is to be reproduced, transmitted, utilized or stored in any form or by any means now known or hereinafter invented, electronic, digital or mechanical, including photocopying, scanning, recording or by any information storage or retrieval system, without prior written permission from the author or publisher.

ಮುನ್ನುಡಿ

ಮಲಯಾಳ ಸಾಹಿತ್ಯಾಂತರಿಕ್ಷದ ಒಂದು ನಕ್ಷತ್ರ ಪುಂಜವನ್ನು ಹತ್ತಿರದಿಂದ ಅಧ್ಯಯನ ಮಾಡಿ ನಾನು ಕಂಡ ಸತ್ಯಗಳನ್ನು ಈ ಕೃತಿಯಲ್ಲಿ ದಾಖಲಿಸಿದ್ದೇನೆ. ಈ ಅಧ್ಯಯನದ ಹಾದಿಯಲ್ಲಿ ಅಲ್ಲಲ್ಲಿ ಆಶ್ಚರ್ಯಚಕಿತಳಾಗಿ ಮತ್ತು ಆಲೋಚನಾ ಮಗ್ನಳಾಗಿ ನಾನು ನೆಟ್ಟಗೆ ನಿಂತು ಬಿಟ್ಟಿದ್ದಿದೆ. ಕಥೆಗಾರ್ತಿಯರೆಂಬ ಸಾಮಾನ್ಯ ನಾಮಧೇಯದಿಂದ ನಾವು ಗುರುತಿಸುವ ಈ ಒಂದೊಂದು ನಕ್ಷತ್ರಗಳಿಗೂ ಎಂತಹ ಘನವಾದ ವ್ಯಕ್ತಿತ್ವವಿದೆ; ಅದು ಎಷ್ಟೊಂದು ಬಹುಮುಖಿಯಾಗಿದೆ ! ಯೋಗಿನಿಯಂತೆ ಶಾಂತವಾಗಿ, ಸೌಮ್ಯತೆಯಿಂದ ಆಧ್ಯಾತ್ಮಿಕತೆಯ ಉನ್ನತ ಶಿಖರಗಳಲ್ಲಿ ಪಾದಗಳನ್ನು ಊರಿ ನಿಂತಿರುವ ಅಷಿತಾ, ಭಾವನೆಗಳ ಸ್ನಿಗ್ಧತೆಯಲ್ಲಿ ಮುಳುಗಿ ವಾಸ್ತವದಿಂದ ಕಲ್ಪನಾಜಗತ್ತಿಗೂ, ಕಲ್ಪನೆಯಿಂದ ವಾಸ್ತವಜಗತ್ತಿಗೂ ಮನಬಂದಂತೆ ಬದಲಾಯಿಸಿಕೊಳ್ಳುವ ಮಾಧವಿಕುಟ್ಟಿ, ತಮ್ಮ ನಿಷ್ಠೆ - ನಂಬಿಕೆಗಳಿಗೆ ದೃಢವಾಗಿ, ಬದ್ಧರಾಗಿ ನಿಂತು ತಮ್ಮ ಸುತ್ತಲೂ ವಿದ್ಯುತ್ ವಲಯವನ್ನು ನಿರ್ಮಿಸಿಕೊಂಡು ನಿಂತಿರುವ ಸಾರಾ ಜೋಸೆಫ್, ಜಗತ್ತಿನ ಕಪ್ಪು ಬಿಳುಪುಗಳನ್ನು ಸಮಾನವಾಗಿ ಸ್ವೀಕರಿಸುತ್ತ , ಅವುಗಳನ್ನು ತಮ್ಮ ನಿರ್ಮಲವಾದ ವ್ಯಕ್ತಿತ್ವದ ಪ್ರಭೆಯೊಂದಿಗೆ ಪ್ರಸ್ತುತಪಡಿಸುವ ಗ್ರೇಸಿ, ಗಂಭೀರ ಚಿಂತನೆಗೆ ಮತ್ತು ವಿಚಾರಶಕ್ತಿಗೆ ಎಳವೆಯಲ್ಲೇ ಅನಿವಾರ್ಯವಾಗುವ ಮದುವೆ-ಮಕ್ಕಳು ಅಡ್ಡಿಯಾಗಬೇಕೆಂದೇನೂ ಇಲ್ಲವೆಂದು ನೆನಪಿಸುವ ಸುಹರಾ, ಓದುಗರನ್ನು ಸಮಾನವಾಗಿ ನಗಿಸುವ ಮತ್ತು ಚಿಂತನೆಗೆ ಹಚ್ಚುವ ವೈವಿಧ್ಯತೆಯಿಂದ ಕೂಡಿದ ಕಥೆಗಳನ್ನು ಮಲಯಾಳಕ್ಕೆ ನೀಡಿದ, 'ಮಹಿಳಾ ಸಾಹಿತ್ಯ'ವೆಂಬ ಮೀಸಲಾತಿ ತನಗೆ ಬೇಡವೆಂದು ದೃಢವಾಗಿ ಹೇಳುವ ಚಂದ್ರಮತಿ, ಬಾಲ್ಯದ ಅಸೌಖ್ಯತೆಯನ್ನು ಸ್ವಪ್ನವಾಗಿ ಹೆಣೆದು, ಅವುಗಳನ್ನು ನಕ್ಷತ್ರಗಳ ಹೊಳಪಿರುವ ಕಥೆಗಳಾಗಿ

ಪ್ರಸ್ತುತಪಡಿಸಿದ ಪ್ರಿಯಾ; ಅರಣ್ಯರೋದನವಾಗಿಬಿಟ್ಟ ದಲಿತರ ನೋವು–ಸಂಕಷ್ಟಗಳನ್ನು ಕೈಗೆತ್ತಿಕೊಂಡು ಸ್ವತಂತ್ರವಾದ ಕಥೆಗಳ ಮೂಲಕ ಅವುಗಳಿಗೆ ಹೊಸ ಆಯಾಮ ಮತ್ತು ಜೀವಂತಿಕೆ ನೀಡುವ ಸಿ. ಎಸ್. ಚಂದ್ರಿಕಾ ಚಪಲರೂ, ಚಕಿತರೂ, ಭಾವಜೀವಿಗಳೂ ಆದ ಪರಂಪರಾಗತ ಕಥಾಪಾತ್ರಗಳಿಗೆ ಬದಲಾಗಿ, ಹುರುಪು–ಉತ್ಸಾಹಗಳಿಂದ ತುಂಬಿದ ಹೆಣ್ಣು ಮಕ್ಕಳ ಚಿತ್ರಗಳನ್ನು ತಮ್ಮ ಕಥೆಗಳುದ್ದಕ್ಕೂ ತೋರಿಸುವ ಸಿತಾರಾ, ಕಾತರದಿಂದ ತುಂಬಿದ ತಮ್ಮ ಮನಸ್ಸನ್ನೂ, ಸುತ್ತಮುತ್ತಲಿನ ಪ್ರಪಂಚವನ್ನು ತಿಳಿಹಾಸ್ಯದ ಮಾಧುರ್ಯದಿಂದ ತುಂಬಿ ಮನೋಜ್ಞವಾಗಿ ಪ್ರಸ್ತುತಪಡಿಸುವ ಗೀತಾ ಹಿರಣ್ಯನ್ ಇವರೆಲ್ಲರೂ ಸ್ವಭಾವದಲ್ಲೂ, ಜೀವನದಲ್ಲೂ ಬರವಣಿಗೆಯಲ್ಲೂ ತುಂಬು ವೈವಿಧ್ಯವನ್ನು ಕಾಪಾಡಿಕೊಂಡು ಬಂದವರು. ಇವರ ಜತೆಗೆ ನಾನು ಹಂಚಿಕೊಂಡ ಕ್ಷಣಗಳು ನನಗೆ ನೀಡಿದ ಜ್ಞಾನ ಮತ್ತು ಅನುಭವಗಳು ಅಪಾರ–ಮನುಷ್ಯನ ಮನಸ್ಸಿನ ಎಣಿಕೆಗೆ ನಿಲುಕದ ಭಾವನೆಗಳು ಮತ್ತು ಸೃಜನಶೀಲತೆಯ ಸೌಂದರ್ಯ, ಬರವಣಿಗೆಯ ಸಾಮರ್ಥ್ಯ ಮತ್ತು ಮಾತುಗಳನ್ನು ತಡೆಹಿಡಿಯುವ ಸಮಾಜದ ನಿಷೇಧಗಳು ಈ ಎಲ್ಲವನ್ನೂ ನಾನು ತಿಳಿದುಕೊಂಡೆ. ಇವರ ಮೂಲಕ ಪಯಣಿಸಿದ ನಾನು ಇದುವರೆಗೆ ಕಂಡಿರದ ಹಲವಾರು ವಿಚಾರಗಳನ್ನು ಕಂಡಿದ್ದೇನೆ. ಕಂಡ ಹಲವು ವಿಚಾರಗಳನ್ನು ಅರ್ಥಮಾಡಿಕೊಳ್ಳಲಾಗದೆ ನಿಂತುಬಿಟ್ಟಿದ್ದೇನೆ.

ಈ ಸಂದರ್ಶನಗಳ ಹಿಂದಿನ ಸಿದ್ಧತೆಯಾಗಿ ನಾನು ಅನೇಕ ಕಥೆಗಳನ್ನು ಓದಿ ಮುಗಿಸಿದ್ದೇನೆ. ಅವುಗಳಲ್ಲಿ ಅನೇಕವು ಅಮೂಲ್ಯವಾದ ಮುತ್ತುಗಳು. ಆ ಮುತ್ತುಗಳನ್ನು ಮನಸ್ಸಿನಲ್ಲೇ ಬಾಚಿತುಂಬಿಕೊಂಡು ಆಸ್ವಾದಿಸುತ್ತಿದ್ದಂತೆ ಒಂದು ಅರಿವು ನನ್ನನ್ನು ವೇದನೆಯಾಗಿ ಕಾಡಿತು ಕಡಲೊಳಗಿನ ಮುತ್ತುಗಳು ಜನ್ಮತಾಳುವಂತೆಯೇ ಈ ಕಥೆಗಳೂ ಹುಟ್ಟಿಕೊಂಡಿವೆ ಎಂಬ ಸತ್ಯ. ದೇಹದೊಳಗೆ ಸೇರಿಕೊಳ್ಳುವ ಹೊರಜಗತ್ತಿನ ಮಾಲಿನ್ಯವನ್ನಲ್ಲವೇ ಕಡಲ ಚಿಪ್ಪು ಮುತ್ತಾಗಿ ಪರಿವರ್ತಿಸುವುದು? ಅದೇರೀತಿ ಬದುಕು ಮತ್ತು ಸಮಾಜಗಳು ಕೊಟ್ಟ ನೋವು–ಆಘಾತಗಳನ್ನು ಅನೇಕ ಲೇಖಿಕಿಯರು ಬೆಳಕು ಸೂಸುವ ಕತೆಗಳಾಗಿ ಪರಿವರ್ತಿಸಿದ್ದಾರೆ.

ಬರವಣಿಗೆಯೆನ್ನುವುದು ಇವರಲ್ಲಿ ಹಲವರಿಗೆ ಪ್ರತಿಕೂಲ ಪರಿಸ್ಥಿತಿಗಳನ್ನು ಅಧ್ಯಯನ ಮಾಡುವ ಬಗೆ(ಗೀತಾ ಹಿರಣ್ಯನ್‌ರ ಪ್ರಯೋಗ)ಯಾಗಿದೆ. ಆದರೂ ಬರೆಯುವುದು ಯಾಕೆಂದರೆ ಬರೆಯದಿರಲು ಸಾಧ್ಯವಾಗದ್ದರಿಂದ, ಸಮಾಜದಿಂದ ಮಾತ್ರವಲ್ಲ, ಮನೆಯೊಳಗಿಂದ ಕೂಡಾ ಕೆಲವರು ಬಲವಾದ ವಿರೋಧಗಳನ್ನು ಎದುರಿಸಬೇಕಾಗಿ ಬಂದಿತ್ತು. ಮಲಯಾಳಿಗಳ ಮನಸ್ಸನ್ನು ಹೊಡೆದೆಬ್ಬಿಸುವ ಕಥೆಗಳನ್ನು ಓರ್ವ ಅಸಾಮಾನ್ಯ ಶಿಲ್ಪಿಯ ಕಲ್ಪನಾ ಶಕ್ತಿಯಿಂದ ಕೆತ್ತುವ ಅಷಿತಾರಿಗೆ ಸಾಹಿತ್ಯ ರಚನೆಯೆನ್ನುವುದು ಒಂದು ಅಮೂಲ್ಯವಾದ ಗನಿಯಾಗಿತ್ತು. ಬರಹಗಾರರು ಮೂರು ಕಾಸಿನ ಪ್ರಯೋಜನಕ್ಕೆ ಬಾರದವರು ಎಂದು ಹೇಳುತ್ತಿದ್ದ ತಂದೆಯ ಭ್ರಮೆಯನ್ನು ತೊಡೆದು ಹಾಕಿ ಕಥಾ ಪ್ರಪಂಚದೊಳಕ್ಕೆ ಕಾಲಿಟ್ಟದ್ದು ಪೂರ್ವಜನ್ಮದ ವಾಸನೆಯಿಂದಾಗಿರಬಹುದು. ಅಷಿತಾ ಹೇಳುತ್ತಾರೆ : "ಮೂರು ಕಾಸಿನಷ್ಟಾದರೂ ಬೆಲೆಯುಳ್ಳವಳಾಗಬೇಕೆಂದು ಕಥೆ ಬರೆಯದೆ ಕಳೆದ ಅನೇಕ ವರ್ಷಗಳ ಸಂಗ್ರಹ ನನ್ನ ಬಳಿ ಒಂದು ದೊಡ್ಡ ಮೂಟೆಯಾಗಿಬಿಟ್ಟಿದೆ." ('ನಾನು ಕಥೆಗಾರ್ತಿಯಾದ ಕಥೆ' ಕರೆಂಟ್ ಬುಕ್ಸ್ ಬುಲ್ಲಟಿನ್, ಆಗಸ್ಟ್ 2001) ಆದರೂ ಅಷಿತಾ ಬರೆದರು ಚೈತನ್ಯ ಪುಟಿಯುವ ಒಂದಷ್ಟು ಕಥೆಗಳನ್ನು !

ಬಾಲ್ಯ ಮತ್ತು ಯೌವನ ಕಾಲಗಳಲ್ಲಿ ಬರವಣಿಗೆಗೆ ವಿರೋಧಗಳಿದ್ದರೂ ಬೆಳೆದು ದೊಡ್ಡವರಾದ ನಂತರ ಹಲವರು ಅವುಗಳಿಂದ ಮುಕ್ತರಾದರು. ಆದರೂ ಸಮಾಜದ ಕಟುಟೀಕೆಯ ಬಾಣಗಳು ತಾಗಿ ತಾತ್ಕಾಲಿಕವಾದರೂ ದಣಿದುಹೋಗದ ರೆಕ್ಕೆಗಳು ಹೆಚ್ಚು ಮಂದಿಗಿಲ್ಲ. 'ಕವಿತೆಯ ಕಥೆ' ಎಂಬ ಚಂದ್ರಮತಿಯವರ ಕಥೆ ಹೇಳುವ ಹಾಗೆ ಓದುಗರ ಸಮೂಹಕ್ಕಿರುವ ಸಾಮಾನ್ಯವಾದ ಒಂದು ದೋಷವೆಂದರೆ ಸ್ತ್ರೀಯರ ಕಥೆಗಳಲ್ಲಿ ಆತ್ಮ ಕಥಾಂಶವಿದೆಯೇ ಎಂಬುದನ್ನು ಹುಡುಕುವುದು. ಸ್ತ್ರೀಯರ ಖಾಸಗಿ ಬದುಕನ್ನು ಕೆದಕಿ ನೋಡುವುದು, ಅವರ ಕಥಾಪಾತ್ರಗಳ ಆಶಯ ಅಭಿಪ್ರಾಯಗಳು ಕಥೆಗಾರ್ತಿಯದ್ದೇ ಎಂಬುದಾಗಿ ವಾದಿಸಲು ಮತ್ತು ಕಥೆಗಳಲ್ಲಿ ಪ್ರೇಮಸಂಬಂಧಗಳು ಮತ್ತು ವಿವಾಹೇತರ ಬಂದಗಳನ್ನು ಅವರ ಮೇಲೆ ಆರೋಪಿಸಲು ಸಮಾಜ ಹಿಂದೆಮುಂದೆ ನೋಡುವುದಿಲ್ಲ. ಚಂದ್ರಮತಿಯ ಸಾಹಿತ್ಯ ಜೀವನದಲ್ಲಿ ದೀರ್ಘವಾದ ಒಂದು ಕಂದಕವನ್ನು ತೋಡಿದ್ದು ಇಂತಹ ಒಂದು ಆಕ್ರಮಣವೇ ಆಗಿತ್ತು. ಮದುವೆಯಾದ ನಂತರ ಅವರು ಬರೆದ ಒಂದು ಕತೆಯಲ್ಲಿ ಮಲಗುವ ಕೋಣೆಯಲ್ಲಿ 'ಅಸಮಯ'ದಲ್ಲಿ ಅತ್ತ ಮಗುವನ್ನು ಹೊರಗೆಸೆದ ಒಬ್ಬ ಗಂಡನ ಚಿತ್ರಣವಿತ್ತು. ಆ ಕಥೆ 'ಗೃಹಲಕ್ಷ್ಮಿ'ಯಲ್ಲಿ ಪ್ರಕಟವಾಗಿ ಬಂತು. "ಆಗ ನಾನು ಹೆತ್ತಿರಲಿಲ್ಲ, ಗರ್ಭಿಣಿಯೂ ಆಗಿರಲಿಲ್ಲ. ಆದರೂ ಅದು ನನ್ನ ವೈವಾಹಿಕ ಜೀವನದ ಪ್ರತಿಫಲನವೆಂದು ವಿಮರ್ಶೆಗಳು ಬಂದವು. ಸ್ವಲ್ಪಕಾಲ ಬರೆಯದೇ ಕಳೆದ ನಂತರ ಪುನಃ ಸಾಹಿತ್ಯಲೋಕವನ್ನು ಪ್ರವೇಶಿಸುವ ಒಂದು ಪ್ರಯತ್ನವಾಗಿತ್ತು. ಆ ಕಥೆ ಅದು ಅಲ್ಲೇ ಮುರಿದು ಬಿದ್ದದ್ದರಿಂದ ಆ ನಂತರ ತುಂಬಾ ಕಾಲ ಬರೆಯಲಿಲ್ಲ." ಚಂದ್ರಮತಿ ತಮ್ಮ ಮೌನದ ದಿನಗಳ ಬಗ್ಗೆ ಹೀಗೆ ವಿವರಣೆ ನೀಡುತ್ತಾರೆ.

ಕಥೆ ಬರೆದದ್ದಕ್ಕೆ ಸಮಾಜವು ಕ್ರೂರವಾಗಿ ಶಿಕ್ಷಿಸಿದ ಇನ್ನೊಬ್ಬ ಲೇಖಕಿ ಮಾಧವಿಕುಟ್ಟಿ ಕಥೆಗಳಲ್ಲಿ ಕಾಣಿಸುವ 'ನಾನು' ಯಾವಾಗಲೂ ಕಥೆಗಾರ್ತಿ ಎಂದು ನಿರ್ಧರಿಸುವ ಸಮಾಜವು ಅವರತ್ತ ಗುರಿಯಿಟ್ಟು ಕಲ್ಲು ಎಸೆದದ್ದಕ್ಕೆ ಲೆಕ್ಕವಿಲ್ಲ. ಭಾವನೆಗಳು ಮತ್ತು ವಾಸ್ತವಗಳು ಬೆರೆತುಕೊಂಡಿರುವ ಅವರ ಬರಹಗಳ ಕೃಷ್ಣನಲ್ಲಿ ಜೀವಂತವಿರುವ ಹಲವರ ಛಾಯೆಯನ್ನು ಆರೋಪಿಸಲಾಗಿತ್ತು. ಸ್ತ್ರೀಯ ಕನಸುಗಳಿಗೂ ಶೀಲವೆನ್ನುವುದು ಅತ್ಯಗತ್ಯವೆಂದು ಕಟ್ಟುನಿಟ್ಟು ಮಾಡಿದ ಸಮಾಜವು ಕಥೆಗಳ ಅಶ್ಲೀಲತೆಗಾಗಿ ಮಾಧವಿಕುಟ್ಟಿಯವರನ್ನು ಶಿಕ್ಷಿಸಿತು. ಆದರೆ ಹಾಲಾಗಿದ್ದು ತನ್ನ ಪೆನ್ನೋ ಅಥವಾ ತನ್ನ ಭಾವನೆಗಳೋ ಎಂಬ ಸಂದೇಹ ಇಂದು ಕೂಡಾ ಅವರನ್ನು ಕಾಡುತ್ತಿದೆ : ನಾನು ಹಲವರನ್ನು ಪ್ರೀತಿಸಿದ್ದೇನೆ ಎಂದು ಹೇಳಿದರೆ ಅದು ಸತ್ಯವೇ. ಅದು ಅವರನ್ನು ಅಪ್ಪಿಕೊಂಡಿರಬಹುದು, ಅಥವಾ ಚುಂಬಿಸಿರಬಹುದು. ಆದರೆ ಅದಕ್ಕಿಂತ ಹೆಚ್ಚು ಮುಂದುವರಿದೆಯೆಂದು ನಾನೆಲ್ಲೂ ಬರೆದಿಲ್ಲ. ಅವೆಲ್ಲ ಓದುಗರು ಎಣಿಸಿಕೊಳ್ಳುವ ಅರ್ಥಗಳು ಅಷ್ಟೆ." ಬದುಕಿನ ಮಧ್ಯಾಹ್ನವನ್ನೂ ಹಿಂದೆ ಹಾಕಿರುವ ಈ ಸಾಹಿತಿಯ ಮಾತುಗಳು ಹೊರಬಂದಿರುವುದು ಸಮಾಜವು ಅವರ ಮನಸ್ಸಿನ ಮೇಲೆ ಉಂಟುಮಾಡಿದ ಆಳವಾದ ಗಾಯದ ನೋವಿನ ಪರಿಣಾಮದಿಂದ ಮಾಡಾದೇ ಇರುವ ತಪ್ಪಿಗೆ ಶಿಕ್ಷೆ ನೀಡಿದ ಸಮಾಜದ ಮುಂದೆ ಸೋಲೊಪ್ಪಿಕೊಳ್ಳದ ಮನಸ್ಸಿನ ರೋಷವು ಕಣ್ಣೀರಾಗಿ ಮಾತ್ರವಲ್ಲ, ದಾರ್ಷ್ಟ್ಯವಾಗಿಯೂ ಕಾಣಿಸಿಕೊಳ್ಳಬಹುದೆಂದು ನೆನಪಿಸುತ್ತವೆ ಮಾಧವಿಕುಟ್ಟಿಯ ಮಾತುಗಳು. ಅಷಿತಾ, ಚಂದ್ರಮತಿ, ಮಾಧವಿಕುಟ್ಟಿಯರು ಸೇಡು ತೀರಿಸಲು ಆಯ್ದುಕೊಳ್ಳುವ ರೀತಿಗಳು

ಒಂದೇ ಅಲ್ಲ. ಆದರೂ ಜೀವನವೂ ಸಮಾಜವೂ ಕೊಡುವ ಅರಿವೂ–ಅನುಭವಗಳೂ, ನೋವುಗಳೂ ಆಗಿವೆ ಇವರಲ್ಲೂ ಉಳಿದವರಲ್ಲೂ ಕಥೆಗಳ ಕಾರಂಜಿಯನ್ನು ಚಿಮ್ಮಿಸುವುದು.

ಮಾಧವಿಕುಟ್ಟಿಗಿಂತ ಪೂರ್ತಿಯಾಗಿ ಭಿನ್ನವಾಗಿ ಕಲ್ಪನೆಯ ವರ್ಣಗಳನ್ನು ಕಡಿಮೆಗೊಳಿಸಿ ಮತ್ತು ವಾಸ್ತವದ ಪ್ರಮಾಣವನ್ನು ಹೆಚ್ಚಿಸಿ ಕಥೆಗಳ್ನು ಹೆಣೆದರೆ ವಿಮರ್ಶೆಗಳಿಂದ ಬಿಡುಗಡೆ ಪಡೆಯಲು ಸಾಧ್ಯವೆ ? ಅದೂ ಇಲ್ಲ ವರ್ಣನೆಗಳು ಸ್ತ್ರೀಯರಿದ್ದಾದಾಗ ಅವು ವಾಸ್ತವ ವಾದರೂ ಕಲ್ಪನೆಯಾದರೂ ಬರೆದವರು ಶಿಕ್ಷಿಸಲ್ಪಡುವ ಸಾಧ್ಯತೆ ಹೆಚ್ಚು. ಆಸ್ಪತ್ರೆಯ ಹಿನ್ನೆಲೆಯು ತನ್ನ ಬಾಲ್ಯ–ಕೌಮಾರ್ಯಗಳನ್ನೆಲ್ಲ ಕಬಳಿಸಿದ್ದನ್ನು ಮರೆಯಲು ಅಥವಾ ಅಡಗಿಸಿಡಲು ಪ್ರಿಯಾಗೆ ಸಾಧ್ಯವಿಲ್ಲ. ಸುಂದರ ಹಾಗೂ ಸುಲಲಿತ ಶೈಲಿಯ ಪ್ರಿಯಾರ ಕಥೆಗಳಲ್ಲಿ ವ್ಯಾಪಿಸಿರುವ ಆಸ್ಪತ್ರೆಯ ವಾಸನೆ ಹಲವರಲ್ಲಿ ಧಾರ್ಮಿಕ ರೋಷವನ್ನು ಉರಿಸುತ್ತದೆ : "ನನ್ನನ್ನು ಸರಿಯಾಗಿ ನೋಡಿ, ನಾನೊಬ್ಬಳು ಆಸ್ಪತ್ರೆ ಹುಡುಗಿ" ಎಂದು ಹೇಳುತ್ತಾ ಒಬ್ಬ ಯುವ ಕಥೆಗಾರ್ತಿ ಅಳುತ್ತಲೇ ಇರುತ್ತಾಳೆಂದು ಅವರು ಗೇಲಿಮಾಡಿದರು. ಆದರೆ ಸರಿಯಾಗಿ ಓದಿ ನೋಡಿದರೆ ಸಹಾನುಭೂತಿಗಳಿಸುವ ಉದ್ದೇಶ ಪ್ರಿಯಾರ ಕಥೆಗಳಲ್ಲಿ ಇಲ್ಲವೆನ್ನುವುದು ನಿಚ್ಚಳ ಸತ್ಯ. ವಾಕ್ಯಗಳ ಸಂಗೀತಾತ್ಮಕತೆ ಮತ್ತು ಭಾವ ಲೋಲುಪತೆಯ ಮಾಂತ್ರಿಕತೆ ಮತ್ತು ನಿವರಣೆಗಳ ಸೌಂದರ್ಯ, ಸ್ವಪ್ನಗಳ ವರ್ಣವೈವಿಧ್ಯತೆ ತುಂಬಿ ತುಳುಕುವ ಕಥೆಗಳನ್ನು ಗಮನಿಸದಿರಲು ಹೇಗೆ ಸಾಧ್ಯ ? ನೋವಿನಿಂದ ಪ್ರಿಯಾ ಹೇಳುತ್ತಾರೆ. "ನಮಗೆ ಯಾರಿಗೂ ಬೇರೆಯವರಿಗೆ ಏನನ್ನಿಸಬಹುದು ಎಂಬುದನ್ನು ಅವಲಂಬಿಸಿ ನಮ್ಮ ಪೃಷ್ಠಭೂಮಿಯನ್ನು ಬದಲಾಯಿಸಲು ಅಥವಾ ಬೇರೆ ಮಾಡಲು ಸಾಧ್ಯವಿಲ್ಲ. ನನ್ನ ಬಾಲ್ಯದ ಕುರಿತು ಹೇಳುವಾಗ ನನಗೆ ಆಸ್ಪತ್ರೆಗಳ ಬಗ್ಗೆ ಹೇಳದಿರಲು ಆಗುವುದಿಲ್ಲ. ನನಗೆ ಹೇಳಲು ಬೇರೇನೂ ಇಲ್ಲದಿರುವುದರಿಂದ ಹಾಗೆ. ಇನ್ನು ನಾನು ಅಂತಹ ಕೆಲವು ಕ್ಷಣಗಳನ್ನು ಕಷ್ಟಪಟ್ಟು ಹುಡುಕಿ ಹಿಡಿದು ಅವುಗಳ ಕುರಿತು ಹೇಳಿದರೂ ಅದು ನನ್ನ ಬಾಲ್ಯವಾಗಲಾರದು. ಯಾಕೆಂದರೆ ಅವುಗಳಲ್ಲಿ ನಾನಿರುವುದಿಲ್ಲವಲ್ಲ?" ಪ್ರಿಯಾರ ಲೇಖನಿಯಿಂದ ಇವತ್ತು ಕೂಡಾ ಹೃದಯಸ್ಪರ್ಶಿಯಾದ ಕಥೆಗಳು ಜನ್ಮ ತಾಳುತ್ತಿವೆ ಆಸ್ಪತ್ರೆ ವಾಸನೆಯಿರುವ ಮತ್ತು ಇಲ್ಲದಿರುವ ಕಥೆಗಳು. ರಾಜಲಕ್ಷ್ಮಿ ಮತ್ತು

ಕೆ. ಸರಸ್ವತಿಯಮ್ಮರ ಹಾಗೆ ಅಪವಾದಗಳಿಂದ ಬಳಲಿದ ಲೇಖಕಿಯರು ನಮ್ಮಲ್ಲಿದ್ದರೂ, ಇವತ್ತಿನ ಲೇಖಕಿಯರು ತಲೆಯೆತ್ತಿ ನಿಲ್ಲುತ್ತಿದ್ದಾರೆ. ಅಪವಾದಗಳು ತರುವ ನೋವುಗಳನ್ನು ಉಂಡು ಅರಗಿಸಿಕೊಂಡು ಅವರು ಕಥೆಗಳ ಮೂಲಕ ಮಾಧುರ್ಯವನ್ನು ಉಣಬಡಿಸುತ್ತಿದ್ದಾರೆ.

ಸ್ತ್ರೀಯರು ಬರೆಯುವುದರಲ್ಲಿ ಆತ್ಮಕಥಾಂಶ ಇರಬಹುದೆ? ಆತ್ಮ ಕಥಾಂಶವೆನ್ನುವುದು ಸ್ವಲ್ಪಮಟ್ಟಿಗೆ ಯಾರ ಬರವಣಿಗೆಯಲ್ಲೂ ಕೂಡಾ ಸೇರಿಕೊಳ್ಳಬಹುದು. ಕಳ್ಳನ ಬಗ್ಗೆ ಕಥೆ ಬರೆಯುವ ಲೇಖಕ, ಕಥಾಸಂದರ್ಭದಲ್ಲಿ ಕಳ್ಳ ಹೇಳುತ್ತಾನೆಂದೋ ಅಥವಾ ಮಾಡುತ್ತಾ ನೆಂದೋ ತಾನು ನಂಬುವ ಕುರಿತಲ್ಲವೇ ನಿಜವಾಗಿಯೂ ಬರೆಯುವುದು? ಹಾಗಿದ್ದಮೇಲೆ ಬರಹವೆನ್ನುವುದು ನೂರಕ್ಕೆ ನೂರು ನಿಷ್ಪಕ್ಷಪಾತವಾಗಿರಲು ಸಾಧ್ಯವಿಲ್ಲ. ಈ ಸತ್ಯವನ್ನು ಹೆಚ್ಚಿನ ಲೇಖಕಿಯರೂ ಅರ್ಥಮಾಡಿಕೊಳ್ಳುತ್ತಾರೆ. 'ನನ್ನ ಕಥೆ' ಬರೆದ ಮಾಧವಿಕುಟ್ಟಿಯವರೂ ನಾನು ಬರೆಯುವುದೆಲ್ಲವೂ 'ನನ್ನ ಕಥೆಗಳೇ' ಆಗಿವೆ, ಆತ್ಮಕಥೆಗಳು ಎಂದು ಹೇಳುವ ಗೀತಾ ಹಿರಣ್ಯನ್, ತನ್ನ ಬಾಲ್ಯವನ್ನು ಹಾಳುಗೈದ ಆಸ್ಪತ್ರೆಗಳನ್ನು ನೆನಪಿನಿಂದ ಹೊಡೆದೋಡಿಸಲು

ಇಂದಿಗೂ ಪ್ರಯತ್ನಿಸುತ್ತಿರುವ ಪ್ರಿಯಾ, 'ದೇವೀಗ್ರಾಮ'ದ ಕಥೆಗಳಲ್ಲಿ ಐವತ್ತು ಪ್ರತಿಶತದಷ್ಟು ಆತ್ಮಕಥಾಂಶವಿದೆಯೆಂದು ಒಪ್ಪಿಕೊಳ್ಳುವ ಚಂದ್ರಮತಿ, ಹಳೆಯ ಮುಸಲ್ಮಾನ ಜಮೀನ್ದಾರಿ ಕುಟುಂಬಗಳನ್ನು ತಾನು ನೆನಪಿನ ಸಹಾಯದಿಂದಲೇ ಪ್ರಸ್ತುತಪಡಿಸುತ್ತಿದ್ದೇನೆಂದು ಹೇಳುವ ಸುಹರಾ ಎಲ್ಲರೂ ಭಾಗಶಃ ಆದರೂ ತಮ್ಮನ್ನೇ ತಾವು ಬರೆದುಕೊಳ್ಳುವವರು. ಮನಸ್ಸಿನಲ್ಲಿ ಅನೇಕಾನೇಕ ಸಮಸ್ಯೆಗಳ ಮತ್ತು ಹೊರಗೆ ಹೇಳಿಕೊಳ್ಳಲಾಗದ ವಿಚಾರಗಳ ಮಂಥನವಾದಾಗ ಅವುಗಳಿಂದ ನನ್ನನ್ನು ರಕ್ಷಿಸಿಕೊಳ್ಳಲು ನಾನು ಬರವಣಿಗೆಯ ಆಶ್ರಯ ಹುಡುಕಿ ಹೋಗುತ್ತೇನೆ. "ಚಂದ್ರಮತಿ ಹೇಳುತ್ತಾರೆ. "ಕೆಲವೊಮ್ಮೆ ಉಸಿರುಕಟ್ಟಿ ಕಷ್ಟಪಡುವಾಗ ಒಂದಷ್ಟು ಪ್ರಾಣ ವಾಯುವಿಗಾಗಿ ಒಂದು ಒದ್ದಾಟ ಅದುವೇ ನನ್ನ ಬರವಣಿಗೆ." ಆದರೆ ಬರವಣಿಗೆಯಲ್ಲಿ ಸ್ವತಃ ಕಾಣಿಸಿಕೊಳ್ಳುವುದು ತನ್ನದೇ ಪರಿಸ್ಥಿತಿಯಲ್ಲಿರುವ ಯಾವುದೋ ಪಾತ್ರವನ್ನು ಸೃಷ್ಟಿಸುವುದು ಬದುಕಿನಲ್ಲಿ ಅಸ್ವಸ್ಥತೆಯುಂಟುಮಾಡುವುದೆಂಬ ಅರಿವು ಚಂದ್ರಮತಿಯವರಿಗೆ ಚೆನ್ನಾಗಿ ಇದೆ. ಆದ್ದರಿಂದಲೇ ಮದುವೆಯಾಗುವುದಕ್ಕೆ ಮೊದಲು ಸೆಕ್ಸ್‌ನ ಬಗ್ಗೆ ಮತ್ತು ದಾಂಪತ್ಯದ ಕುರಿತು ಬರೆದ ಅವರು ಮದುವೆಯಾದ ನಂತರ ಅವಿವಾಹಿತ ಹೆಣ್ಣುಮಕ್ಕಳ ಬಗ್ಗೆ ಬರೆದರು, ಬರವಣಿಗೆಯೆನ್ನುವುದು ಯಾವಾಗಲೂ ಮನೆಯಲ್ಲೊಂದು ಸಮಸ್ಯೆಯಾಗಿದ್ದ ಕಾಲದಲ್ಲಿ ಅಷಿತಾ ಇಂತಹ ಒಂದು ಕಣ್ಣುಮುಚ್ಚಾಲೆಯಾಟವನ್ನು ತಾನು ಆಡಿದ್ದು ಹೌದು ಎಂಬುದಾಗಿ ಒಪ್ಪುತ್ತಾರೆ. ಓದುತ್ತಿದ್ದ ಕಾಲದಲ್ಲಿ ನಾನು ಬರೆದಿದ್ದ ಕಥೆಗಳು ಮದುವೆಯಾದ ಸ್ತ್ರೀಯರ ಬಗ್ಗೆ ಆಗಿತ್ತು ... ನನ್ನ ಬರಹಗಳನ್ನು ಯಾರಾದರೂ ವಿಮರ್ಶಿಸಿದರೆ ನಾನು ಕೂಡಲೇ ಹೇಳುತ್ತಿದ್ದೆ , ಮದುವೆಯಾದ ಸ್ತ್ರೀಯರ ವಿಚಾರವಲ್ಲವೇ ನಾನು ಬರೆದದ್ದು ಅಂತ ಮದುವೆಯಾದ ನಂತರವಾಗಿತ್ತು. ನಾನು ಅದಕ್ಕೆ ಮೊದಲಿನ ಬದುಕಿನ ಬಗ್ಗೆ ಬರೆದದ್ದು." ಬರವಣಿಗೆಯಲ್ಲಿ ಮನಸ್ಸು ಬಿಚ್ಚಿ ಮಾತನಾಡುವ ಸ್ವಾತಂತ್ರ್ಯವನ್ನು ಬರಹಗಾರ್ತಿಯರಲ್ಲಿ ಯಾರಿಗೂ ಮಲಯಾಳ ಸಮಾಜ ನೀಡಿಲ್ಲ, ತೀಕ್ಷ್ಣವಾದ ಟೀಕೆಗಳಿಂದ ರಕ್ಷಿಸಿಕೊಳ್ಳುವ ಆತಂಕವು ಬರಹದಲ್ಲಿಯೂ ಕಣ್ಣು ಮುಚ್ಚಾಲೆ ಆಡದೆ ಬೇರೆ ದಾರಿಯಿಲ್ಲವೆಂಬ ಅರಿವನ್ನು ಅವರಲ್ಲಿ ತುಂಬಿತು. ಈ ಅರಿವು ಮನಸ್ಸಲ್ಲಿ ತುಂಬುವ ನೋವು ಮತ್ತು ರೋಷಗಳನ್ನು ಅಡಗಿಸಲು ಸಾದ್ಯವಾಗದೆ ಮಾಧವಿಕುಟ್ಟಿ ಕೇಳುತ್ತಾರೆ. "ಕೇರಳದಲ್ಲಿ ಒಳ್ಳೆ ಸಾಹಿತ್ಯ ಬರಲು ಸಾಧ್ಯವಿಲ್ಲ. ಹೇಗೆ ತಾನೇ ಸಾಧ್ಯ ? ಒಳ್ಳೆಯ ಸಾಹಿತ್ಯ ಬರಬೇಕಿದ್ದರೆ ಬರಹಗಾರ್ತಿಯರಿಗೆ ಏನನ್ನು ಬೇಕಾದರೂ ತೆರೆದ ಮನಸ್ಸಿನಿಂದ ಬರೆಯುವ ಸ್ವಾತಂತ್ರ್ಯಬೇಕು. ಅದು ಇಲ್ಲಿ ಎಂದಾದರೂ ಸಿಕ್ಕೀತೇ ?"

ಬರವಣಿಗೆಯ ಮೊದಲ ಹಂತಗಳಲ್ಲಿ ಲೇಖಕರಿಗೆ ತಮ್ಮೊಳಗನ್ನು ಬರೆಯದೇ ಇರಲು ಸಾಧ್ಯವಿಲ್ಲ. ಲೇಖಕಿಯರ ವಿಚಾರದಲ್ಲಿ ಇದು ಇನ್ನಷ್ಟು ನಿಜ. ಯಾಕೆಂದರೆ ಸ್ವಯಂ ಪ್ರಕಟಿಸಿ ಕೊಳ್ಳಲು ಬಾಗಿಲುಗಳು ಅತ್ಯಂತ ಬಲವಾದ ಶಬ್ದದಿಂದೊಡಗೂಡಿ ಮುಚ್ಚಿಕೊಳ್ಳುವುದು ಅವರ ಮುಂದೆ ತಾನೆ? ತಮ್ಮ ಮನಸ್ಸಿನೊಳಗಣ ಭಾವನೆಗಳನ್ನು ಬರೆದು ಬರೆದು ಒಳಗಿಂದ ಹೊರಗೆ ದೂಡುವ ಸಂದರ್ಭದಲ್ಲಿ ಬರಹಗಾರರಿಗೆ ಸಮಾಜದ ಮತ್ತು ಜಗತ್ತಿನ ನೆನಪಾಗುತ್ತದೆ. ಅವರ ಬರಹಗಳಿಗೆ ಹೊಸ ಅರ್ಥಸಾಧ್ಯತೆಗಳು ಕಂಡುಬರುತ್ತವೆ. ಈ ಸ್ವಾಭಾವಿಕ ಬೆಳವಣಿಗೆಯನ್ನು ಅನೇಕರು ಗಮನಿಸುವುದಿಲ್ಲ. ಆಸ್ಪತ್ರೆಗಳ ಬಗ್ಗೆ ಇನ್ನು ಬರೆಯುವುದಿಲ್ಲವೆಂದು ಹೇಳುವ ಪ್ರಿಯಾ, 'ದೇವೀಗ್ರಾಮ'ದ ಕಥೆಗಳಲ್ಲಿ ಐವತ್ತು ಪ್ರತಿಶತ ಆತ್ಮಕಥಾಂಶವಿದ್ದರೂ ಈಗ ಬರೆಯುವ

ಕತೆಗಳಲ್ಲಿ ಅದು ಹತ್ತೋ, ಅಥವಾ ಹೆಚ್ಚೆಂದರೆ ಇಪ್ಪತ್ತೋ ಪ್ರತಿಶತವಾಗಿ ಕಡಿಮೆಯಾಗಿಬಿಟ್ಟಿದೆಯೆಂದು ಹೇಳುವ ಚಂದ್ರಮತಿ ಪೂರ್ಣತೆಯತ್ತ ಪಯಣಿಸುವ ವಿವಿಧ ಹಂತಗಳಲ್ಲಿರುವವರು. ಮತ್ತೆ ಹಲವರು ತಾವು ಬರೆಯುವುದೆಲ್ಲವೂ ತಮ್ಮ ಬಗ್ಗೆಯೇ ಎಂದು ಖಚಿತವಾಗಿ ಹೇಳಿದರೂ ಬರೆಯುವುದು ಮಾತ್ರ ಬೇರೆಯವರಲ್ಲಿರುವ ತಮ್ಮ ಬಗ್ಗೆಯೇ ಆಗಿರುತ್ತದೆ. ಸ್ವಯಂ ಪ್ರಕಟಿಸಿಕೊಳ್ಳುವುದೇ ತನ್ನ ಬರವಣಿಗೆಯ ಉದ್ದೇಶವೆಂದು ಹೇಳುವ ಗೀತಾ ಹಿರಣ್ಯನ್ ತಾನು ತಿಳಿದುಕೊಂಡಿರುವ ತನ್ನನ್ನಲ್ಲ , ಬದಲಾಗಿ ತಾನು ತಿಳಿಯದೇ ಇರುವಂತಹ ತನ್ನ ಬಗ್ಗೆ ಬರೆಯಲು ಬಯಸುತ್ತಾರೆ. ನಾವು ತಿಳಿದಿರುವ ಗೀತಾರಿಗೆ ತಮ್ಮದೇ ಛಾಯೆ ಹೆಚ್ಚು ಇರುವುದಾದರೂ ಗೀತಾರ ಒಳಗಿನ ನಾವು ತಿಳಿಯದಿರುವ ಗೀತಾರಿಗೆ ಇನ್ನು ಯಾರದೋ ಛಾಯೆ ಇರಲು ಸಾಧ್ಯವಿಲ್ಲವೆ ? ಆಳಕ್ಕಿಳಿಯುತ್ತ ಹೋದರೆ ಒಳಗೆ ಹಲವರ ನಡುವೆ ಸಾಮ್ಯವಿರಲಾರದೆ ? ತನ್ನೊಳಗಿನ ತಾನಲ್ಲದ ತನ್ನನ್ನು ಬರೆಯುವಾತ ತನ್ನ ಬಗ್ಗೆ ಮಾತ್ರವಲ್ಲ, ನಮ್ಮೆಲ್ಲರ ಬಗೆಗೂ ಬರೆಯುತ್ತಾನೆ. "ನನ್ನ ಪಾಲಿಗೆ ಬರವಣಿಗೆ ಯೆಂದರೆ ನನ್ನನ್ನೇ ನಾನು ಓದಿಕೊಳ್ಳುವ ಒಂದು ಪ್ರಕ್ರಿಯೆ" ಎಂದು ಘೋಷಿಸುವ ಗೀತಾ ತನ್ನ ಮೂಲಕ ತನ್ನನ್ನೂ ಇತರ ಸ್ತ್ರೀಯರನ್ನೂ, ಅವರ ಮೂಲಕ ಮನುಷ್ಯ ಕುಲವನ್ನೇ ಓದಿ ತಿಳಿದುಕೊಳ್ಳುವ ಪ್ರಯತ್ನ ನಡೆಸುತ್ತಾರೆ. ತಮ್ಮ ಸಾಹಿತ್ಯ ಜೀವನದ ವಿವಿಧ ಘಟ್ಟಗಳ ಕುರಿತು ಸಂಪೂರ್ಣ ಅರಿವುಳ್ಳ ಅಷಿತಾ ನಿರಂತರವಾಗಿ ಹರಿಯುವ ತಮ್ಮ ಭಾವನೆಗಳನ್ನು ಬರಹಕ್ಕೆ ವರ್ಗಾಯಿಸುತ್ತಿದ್ದವರು ನಂತರದ ಬೆಳವಣಿಗೆಯ ಯಾವುದೋ ಒಂದು ಮುಹೂರ್ತದಲ್ಲಿ 'ಅಹಂ'ನಿಂದ ಹೊರಬಂದು ಅನ್ಯರತ್ತ ನೋಡತೊಡಗಿದ್ದು ಸತ್ಯ ಎನ್ನುತ್ತಾರೆ ಪಕ್ವ ಅನುಭವವುಳ್ಳ ಕಥೆಗಾರ್ತಿಯಾದ ಅವರು ಹೇಳುತ್ತಾರೆ : ನನ್ನ ಬರವಣಿಗೆ ಬಹುಮಟ್ಟಿಗೆ autobiographical ಆಗಿತ್ತು, ಒಮ್ಮೆಯೂ ಸಹ ನನಗೆ ನನ್ನೊಳಗಿಂದ ಹೊರಗೆ ಬರಲು ಸಾಧ್ಯವಾಗಲಿಲ್ಲ. 'ನನ್ನಿಂದ' ಹೊರಬರಲು ಪ್ರಯತ್ನಿಸುವಾಗೆಲ್ಲ ನಾನು ವಿಫಲಳಾಗುತ್ತಿದ್ದೆ. ಮತ್ತೆ ಮತ್ತೆ ನಾನು ಸಾಮಾಜಿಕ ಸಮಸ್ಯೆಗಳತ್ತ ಗಮನ ಹರಿಸಿದೆ. 'ಅನ್ನಮ್ಮಳ ಕಥೆ' 'ಅಪೂರ್ಣ ವಿರಾಮಗಳು' ಇತ್ಯಾದಿ ಒಂದು ಹಂತದಲ್ಲಿ ಬರೆದ ಕಥೆಗಳು. ಹಾಗೆ ಬರಬರುತ್ತ ಬದಲಾಗಿ ಈಗ ನನ್ನ ಕಥೆಗಳಲ್ಲಿ ನಾನಿಲ್ಲ. ನನ್ನ ಬಗ್ಗೆ ಬರೆಯಬೇಕೆಂದು ಅನ್ನಿಸಿದ್ದನ್ನೆಲ್ಲ ನೇರವಾಗಿ ಬರೆಯಲು ಸ್ವಾತಂತ್ರ್ಯ ಸಿಕ್ಕಿದರೆ ನನ್ನೊಳಗಿಂದ ಕೂಡಾ ಬಿಡುಗಡೆ ಬೇಗ ಸಿಗಬಹುದು. ಆದರೆ ಆ ಸ್ವಾತಂತ್ರ್ಯವು ನಮ್ಮ ಬರಹಗಾರ್ತಿಯರ ಪಾಲಿಗೆ ಇವತ್ತು ಕೂಡಾ ಮರೀಚಿಕೆಯಲ್ಲವೆ ?

ಕಥೆಗಾರ್ತಿಯರನ್ನು ಮಾತ್ರ ಒಳಗೊಂಡ ಪುಸ್ತಕವಾದ್ದರಿಂದಲೆ ಎರಡು ವಿಷಯಗಳನ್ನು ಕುರಿತು ಸ್ತ್ರೀವಾದ ಮತ್ತು ಮಹಿಳಾ ಸಾಹಿತ್ಯಗಳ ಕುರಿತು ಎಲ್ಲರ ಹತ್ತಿರವೂ ಅಭಿಪ್ರಾಯ ಸಂಗ್ರಹಿಸಿದೆ. ಸ್ತ್ರೀಯ ಜಗತ್ತು ವಿಶಿಷ್ಟವೆಂದೂ ಅವಳ ಮೇಲೆ ವಿಧಿಸಿದ ಕಟ್ಟುಪಾಡುಗಳು ಅನೇಕವೆಂದೂ ಇವರಲ್ಲಿ ಯಾರೂ ತಿಳಿಯದವರಿಲ್ಲ. ಆದರೂ ಹಲವರು ಸ್ತ್ರೀವಾದಕ್ಕೆ ಪ್ರತಿಕ್ರಿಯಿಸುವುದು ಹಲವು ರೀತಿಯಲ್ಲಿ. ಗಂಡನ ಸ್ನೇಹಪೂರ್ಣ ಒತ್ತಾಯವೂ ಪ್ರೋತ್ಸಾಹವೂ ತನ್ನನ್ನು ಬರಹಗಾರ್ತಿಯಾಗಲು ಪ್ರೇರೇಪಿಸಿತು ಎಂದು ಚೆನ್ನಾಗಿ ಅರ್ಥಮಾಡಿಕೊಳ್ಳುವ ಸುಹರಾಗೆ ತಮ್ಮ ಸಮುದಾಯದ ಹೆಣ್ಣು ಮಕ್ಕಳನ್ನು ಕೇವಲ ಮದುವೆಯ ದೃಷ್ಟಿಯಿಂದ ಬೆಳೆಸುವ ಸಂಪ್ರದಾಯದ ಬಗ್ಗೆ ವಿರೋಧವಿದೆ. ಆದರೂ ಸ್ತ್ರೀವಾದಿ ಚಳುವಳಿಗೆ ಇಂತಹ

ವಿಚಾರಗಳಲ್ಲಿ ಬದಲಾವಣೆ ತರುವ ಶಕ್ತಿಯಿದೆ ಎಂದು ಅವರಿಗೆ ಬರವಸೆಯಿಲ್ಲ. ಹೆಣ್ಣು ಮಕ್ಕಳೆಂಬ ಪರಿಮಿತಿಯನ್ನು ತಮ್ಮ ಕುಟುಂಬದೊಳಗೆ ಒಮ್ಮೆಯೂ ಅನುಭವಿಸುವ ಅನಿವಾರ್ಯತೆ ಬಾರದಿದ್ದುದರಿಂದ ಸ್ತ್ರೀವಾದಿ ಚಳುವಳಿಯಲ್ಲಿ ಆವೇಶದಿಂದ ಭಾಗವಹಿಸಲು ಮತ್ತು ಪ್ರತಿಭಟನೆ ನಡೆಸಲು ಮನಸ್ಸಾಗದವರು ಗ್ರೇಸಿ ಮತ್ತು ಪ್ರಿಯಾ. ಗ್ರೇಸಿ ಹೇಳುತ್ತಾರೆ : "ನನ್ನ ಬಾಲ್ಯದಲ್ಲಿ ಓದಲು ಏನೂ ಇಲ್ಲದಿದ್ದುದರಿಂದ ಮರಹತ್ತುತ್ತ ದೋಣಿ ನಡೆಸುತ್ತ, ಸಿಳ್ಳೆಹಾಕುತ್ತ ನಾನು ತಿರುಗಾಡುತ್ತಿದ್ದೆ. ಗಂಡು–ಹೆಣ್ಣೆಂಬ ಭೇದಭಾವವನ್ನು ನಾನು ಒಮ್ಮೆಯೂ ಸಹಿಸಿಕೊಳ್ಳಬೇಕಾಗಿ ಬರಲಿಲ್ಲ. ದೋಣಿ ನಡೆಸಲಿಕ್ಕೆ ಮತ್ತು ಸಿಳ್ಳೆ ಹಾಕಲಿಕ್ಕೆಲ್ಲ ನನಗೆ ಗಂಡು ಮಕ್ಕಳೇ ಜೊತೆಗಾರರಾಗಿದ್ದರು. ಅವರು ನನ್ನನ್ನು ಬೇರೆಯಾಗಿ ಕಾಣಲಿಲ್ಲ." ಈ ಒಳ್ಳೆಯ ದಿನಗಳ ಸವಿಯು ಜಗತ್ತಿನ ಒಳ್ಳೆಯತನದ ಬಗೆಗಿನ ವಿಶ್ವಾಸವನ್ನು ಗ್ರೇಸಿಯ ಮನಸ್ಸಿನಲ್ಲಿ ಇವತ್ತು ಕೂಡಾ ಕೆಡದಂತೆ ಕಾಪಾಡಿಕೊಂಡು ಬಂದಿರುವುದು. ಆದರೆ ತಮ್ಮ ಚಿಕ್ಕ ಹಳ್ಳಿಯನ್ನು ಬಿಟ್ಟು ಹೊರಜಗತ್ತಿಗೆ ಬಂದಾಗ ಸ್ತ್ರೀಯರ ಬಗ್ಗೆ ಸಮಾಜವು ತೋರಿಸುವ ತಾರತಮ್ಯ ಭಾವವನ್ನು ಗ್ರೇಸಿ ಸ್ವತಃ ಅನುಭವಿಸಿ ತಿಳಿದುಕೊಂಡರು. ಗ್ರೇಸಿ ಹೇಳುತ್ತಾರೆ. "ಆಗ ನನಗೆ ಅಂತಹ ಒಂದು ಸ್ಥಿತಿಯ ವಿರುದ್ಧ ಎಡೆಬಿಡದೆ ಹೋರಾಟ ನಡೆಸಬೇಕೆಂದು ತೋರಿತು. ಅದುವೇ ನನ್ನ ಕಥೆಗಳಲ್ಲಿ ಕೆಲವರು ಕಾಣುವ ಸ್ತ್ರೀವಾದದ ಮೂಲ ಕಾರಣ. ನನ್ನ ಸ್ತ್ರೀವಾದ ನನ್ನ ಬದುಕಿನಲ್ಲಿ ನನ್ನ ಕೆಲವು ಅನುಭವಗಳಿಂದ ರೂಪುಗೊಂಡಂಥದ್ದು. ಬೇರೆ ಕೆಲವು ಅನುಭವಗಳೂ ಇದ್ದದ್ದರಿಂದ ಓರ್ವ ಉಗ್ರ ಸ್ತ್ರೀವಾದಿಯೆಂದು ಅಥವಾ ಓರ್ವ ಸ್ತ್ರೀವಾದಿ ಮಾತ್ರವೆಂದು ಹೇಳಲಿಕ್ಕಾಗುವುದೂ ಇಲ್ಲ. ಇಂಥದೇ ಪ್ರತಿಕ್ರಿಯೆ ಸ್ತ್ರೀವಾದದ ಕುರಿತು ಕೇಳಿದಾಗ ಪ್ರಿಯಾರಿಂದಲೂ ಸಿಕ್ಕಿತು. ಪ್ರಿಯಾ ಹೇಳಿದರು. "ನಾನು ಅನುಭವಿಸಿದುದು ಕೇವಲ ಒಬ್ಬ ರೋಗಿಷ್ಠೆಯ ಕಷ್ಟಗಳನ್ನು ಮಾತ್ರ. ಆದರೂ ಸ್ತ್ರೀಯ ಸಮಸ್ಯೆಗಳಿಗೆ ನಾನು ಕಣ್ಣು ಮುಚ್ಚಲಾರೆ... ಪುರುಷನು ಸ್ಥಾಪಿಸಲು ಪ್ರಯತ್ನಿಸುವ ತಾನು ಮೇಲು ಎಂಬ ಅಹಮಿಕೆಗೆ ತಲೆಬಾಗುವ ಸ್ತ್ರೀಗೆ ಅದು ಸರಿಯಲ್ಲ ಎಂದು ಹೇಳಿ ಜಾಗೃತಿ ಮೂಡಿಸಿ ತನ್ನ ಕಾಲುಗಳ ಮೇಲೆ ತಾನು ನಿಂತು ಜೀವಿಸಲು ಆಕೆಯನ್ನು ಹುರಿದುಂಬಿಸುವುದು ನನ್ನ ದೃಷ್ಟಿಯಲ್ಲಿ ಅತ್ಯಂತ ಮುಖ್ಯವಾಗಿ ಆಗಬೇಕಾದ ಕೆಲಸ. ಸ್ತ್ರೀವಾದದ ಹೆಸರಿನಲ್ಲಿ ಹೊಡೆದಾಡಿಕೊಳ್ಳಲು ಮತ್ತು ಬಾವುಟ ಹಿಡಿಯಲು ಮಾನಸಿಕವಾಗಿಯೂ ದೈಹಿಕವಾಗಿಯೂ ನಾನು ಬರಲಾರೆ." ಉತ್ಸಾಹ, ಧೈರ್ಯಗಳುಳ್ಳ ಇಂದಿನ ಹೆಣ್ಣು ಮಕ್ಕಳನ್ನು ತಮ್ಮ ಕಥೆಗಳಲ್ಲಿ ತುಂಬಿಸುವ ಸಿತಾರಾಗೆ ಸ್ತ್ರೀವಾದ ಎಂಬುದು ಒಂದು ಚಿಂತನಾವಿಧಾನ. ಪ್ರತಿಯೊಬ್ಬ ಸ್ತ್ರೀಯ ಒಳಗಿರುವ ಸ್ವಾತಂತ್ರ್ಯ ಪ್ರಜ್ಞೆ ಮತ್ತು ವ್ಯಕ್ತಿತ್ವದ ಬಗೆಗಿನ ಅರಿವುಗಳು ಬೆರೆತುಕೊಂಡ ಒಂದು ಚಿಂತನೆ ಆದರೆ ತಾನು ಏರುವ ವೇದಿಕೆಗಳಲ್ಲೆಲ್ಲ "ನಾನೊಬ್ಬ ಸ್ತ್ರೀವಾದಿ" ಎಂದು ತನ್ನನ್ನು ಪರಿಚಯಿಸಿಕೊಳ್ಳುವ ಸಿ. ಎಸ್. ಚಂದ್ರಿಕ ಈ ಚಳುವಳಿಯ ಅನಿವಾರ್ಯತೆಯ ಬಗ್ಗೆ ಸಂಪೂರ್ಣ ಅರಿವಿದ್ದವರು. ಸ್ತ್ರೀವಾದದ್ದು ಅರಿವಿನ ಹಾದಿಯೆಂದೂ ಅದನ್ನು ಆಯ್ದುಕೊಳ್ಳಲು ವಿವೇಕ ಮತ್ತು ಮನೋಬಲ ಇದ್ದರೆ ಮಾತ್ರ ಸಾಧ್ಯವಾಗುವುದು ಎಂದು ಚಂದ್ರಿಕಾ ಹೇಳುತ್ತಾರೆ. ಅಷಿತಾ ಮತ್ತು ಚಂದ್ರಮತಿ ಕೇರಳದ ಸ್ತ್ರೀವಾದಿ ಚಳುವಳಿಯ ರಾಜಕೀಯ ಪ್ರಭಾವದ ಬಗ್ಗೆ ಅಸಂತೃಪ್ತರು. ಸ್ತ್ರೀವಾದದ ಪ್ರಸ್ತುತತೆಯನ್ನು ಒಪ್ಪಿಕೊಳ್ಳುವ ಅವರು ಒಂದು ನಿರ್ದಿಷ್ಟ ರಾಜಕೀಯ ಪಕ್ಷದೊಂದಿಗೆ

ಅದಕ್ಕಿರುವ ವಿಧೇಯತೆಯ ಬಲವಾಗಿ ವಿರೋಧಿಸುತ್ತಾರೆ. ಚಂದ್ರಮತಿ ಹೇಳುತ್ತಾರೆ "ಕೇರಳದ ಸ್ತ್ರೀವಾದ ಒಂದು ರಾಜಕೀಯ ಪಕ್ಷಕ್ಕೆ ಸಂಬಂಧಪಟ್ಟದ್ದು. ಆ ಕಾರಣದಿಂದಾಗಿ ನಾನು ಅದನ್ನು ವಿರೋಧಿಸುತ್ತೇನೆ. ಅಂತಹ ಚಳುವಳಿಗಳು ಸ್ತ್ರೀಯರ ಮೇಲೆ ಹೇರಿದ ಪರಿಮಿತಿಗಳನ್ನು ಹೆಚ್ಚು ಮಾಡುತ್ತವಷ್ಟೆ." ಕೇರಳದ ಸ್ತ್ರೀವಾದಿ ಚಳುವಳಿಯ ಅತ್ಯಂತ ಬಲಶಾಲಿ ನಾಯಕಿಯಾದ ಸಾರಾ ಜೋಸ್ ತಮ್ಮ ಸ್ತ್ರೀವಾದದ ರಾಜಕೀಯ ಹಿನ್ನೆಲೆಯನ್ನು ಅಡಗಿಸಿಡಲು ಇಷ್ಟ ಪಡುವುದಿಲ್ಲ. "ಸಾರಾ ಜೋಸ್ ಮುಂತಾದವರು ಸಾಕಷ್ಟು ಧ್ವನಿಯೇರಿಸುವುದರಿಂದ ಸ್ತ್ರೀಯರ ಸಮಸ್ಯೆಗಳ ಇವತ್ತು ಇನ್ನಷ್ಟು ಗಮನ ಸೆಳೆದಿವೆ. ಪರಿಸರ ಸಂರಕ್ಷಣೆಗೆಂದು ಒಂದು ಸಮೂಹ ಸಿದ್ಧವಿರುವುದರಿಂದ ವೃಕ್ಷಗಳ ಕುರಿತು ನಾನು ಸ್ವಲ್ಪಮಟ್ಟಿಗೆ ಪ್ರಜ್ಞೆಯನ್ನು ಬೆಳೆಸಿ ಕೊಂಡಿದ್ದೇವೆ. ಸ್ತ್ರೀಯರ ವಿಚಾರದಲ್ಲೂ ಅದೇ ಪ್ರಜ್ಞೆ ಬೆಳೆದಿದೆ," ಅಷಿತಾ ಒಪ್ಪಿಕೊಳ್ಳುತ್ತಾರೆ. ಆದರೂ ನಮ್ಮ ಲೇಖಕಿಯರಲ್ಲಿ ಹೆಚ್ಚಿನವರೂ ಸ್ತ್ರೀವಾದವನ್ನು ಇಷ್ಟಪಡದವರೇ ಆಗಿದ್ದಾರೆ. ಸ್ತ್ರೀಯರ ಅನಂತ ಸಮಸ್ಯೆಗಳ ಅರಿವಿದ್ದರೂ, ಅವುಗಳ ಬಗ್ಗೆ ಸಿಟ್ಟಿದ್ದರೂ, ಅವರು ಆತ್ಯಂತಿಕವಾಗಿ ಎಲ್ಲೋ ಮನುಷ್ಯನ ಒಳ್ಳೆಯತನದಲ್ಲಿ ವಿಶ್ವಾಸವಿಟ್ಟು ಕೊಂಡವರಾಗಿದ್ದಾರೆ. ಸ್ತ್ರೀವಾದಿಯೆ?" ಎಂಬ ಪ್ರಶ್ನೆಗೆ ಗೀತಾ ಹಿರಣ್ಯನ್ ನೀಡಿದ ಉತ್ತರ ಇನ್ನೂ ಅನೇಕರ ಮನಸ್ಸಿನಲ್ಲಿ ಕಾಣಿಸಿಕೊಳ್ಳುವ ಛಾಯೆಯೇ ಆಗಿದೆ. "ನಾನು ಮನುಷ್ಯನೆಂಬ ಪ್ರಾಣಿಯ ಹೆಣ್ಣು ಜಾತಿಗೆ ಸೇರಿದವಳು. ನನ್ನನ್ನು ಸ್ತ್ರೀ ಎಂದು ಕರೆಯುತ್ತಾರೆ. ಆತ ಪುರುಷನೆಂದು ಕರೆಯಲ್ಪಡುವ ಹಾಗೆಯೇ. ಪುರುಷನಲ್ಲಿ ಕಾಣಿಸುವ ಎಲ್ಲಾ ಗುಣ –ಸ್ವಭಾವಗಳೂ ನನ್ನಲ್ಲಿವೆ ಸಿಟ್ಟು, ನೋವು, ಇಷ್ಟ –ಅನಿಷ್ಟ , ಹಗೆ, ನಿಂದೆ, ಪರಿಹಾಸ್ಯ ಎಲ್ಲವೂ. ಒಂದೇ ಭಾವನೆ ಅಥವಾ ಸ್ವಭಾವ ಯಾವಾಗಲೂ ಇರುವುದಿಲ್ಲ. ಹಲವು ರೀತಿ, ಹಲವು ವಿಧಗಳು.

ನಮ್ಮ ಹತ್ತಿರ ಅವರು ಹೇಗೆ ವರ್ತಿಸುತ್ತಾರೆಂಬುದನ್ನನುಸರಿಸಿ ನಮ್ಮ ಪ್ರತಿಕ್ರಿಯೆ ಇರುತ್ತದೆ. ನನ್ನನ್ನು ಬಸ್ಸಿನಲ್ಲಿ , ಪ್ರಯಾಣದಲ್ಲಿ , ಅಥವಾ ದಾರಿಯಲ್ಲಿ ಯಾವುದೇ ರೀತಿಯ ವ್ಯಕ್ತಿ ಗೌರವ ತೋರಿಸದೆ ಬರೇ ಹೆಣ್ಣು, ಕಾಮದಾಹವನ್ನು ಹಿಂಗಿಸಲಿಕ್ಕಾಗಿ ಉಪಯೋಗಿಸುವ ಒಂದು ವಸ್ತು ಎಂಬ ರೀತಿಯಲ್ಲಿ ಪುರುಷ ಜಗತ್ತು ನೋಡುತ್ತದೆ ಎಂದಾದರೆ ನಾನು ಖಂಡಿತವಾಗಿಯೂ ಸ್ವಾತಂತ್ರ್ಯ ಬೇಕೆಂದು ವಾದಿಸುತ್ತೇನೆ. ಗಂಡ ಹಿಂದಿನ ದಿನ ಪಾನಮತ್ತನಾಗಿ ಬಂದು ನನ್ನ ಗೆಳತಿ ಬರುವುದನ್ನು ಕೆಟ್ಟ ನೋಟದಿಂದ ನೋಡಿದರೆ ಆಗಲೂ ನಾನು ಸ್ತ್ರೀವಾದಿ.

ಆದರೆ ಉಡಲು ಬಟ್ಟೆಯಿಲ್ಲದೆ ಅಸ್ಥಿಪಂಜರವಾಗಿ ಆಸ್ಪತ್ರೆಯ ಹೊರಜಗಲಿಯಲ್ಲಿ ಮಲಗಿರುವ ಮುದುಕನ ಫೋಟೋ ನೋಡುವಾಗ, ಬೆಟ್ಟ ಕುಸಿದುಬಿದ್ದು ನನಗೆ ಪರಿಚಯ ವಿಲ್ಲದ ವಿಕ್ಟರ್ ಜಾರ್ಜ್ ಎನ್ನುವ ಫೋಟೋಗ್ರಾರ್ ಸತ್ತುಹೋದನೆಂದು ಕೇಳುವಾಗ, ಇಡಿಯ, ಜಗತ್ತಿನಲ್ಲಿ ಸ್ತ್ರೀ–ಪುರುಷರಿಬ್ಬರಿಗೂ ವಿಪತ್ತು ಬಂದೊದಗಿದಾಗ ನಾನು ಮಾನವತಾ ವಾದಿ. "ಸುಂದರವಾಗಿ, ಸರಳ–ಸುಸ್ಪಷ್ಟ ಭಾಷೆಯಲ್ಲಿ, ಗೀತಾ ಹಿರಣ್ಯನ್ ತಮ್ಮ ನಿಲುವಿನ ಕುರಿತು ಹೇಳಿದರು." ಸಂದರ್ಭಕ್ಕೆ ಸರಿಯಾಗಿ ಚಂಚಲ ಸ್ವಭಾವದವರಾದ ಅವರಲ್ಲಿ ಹಲವರಿಗೆ ಸ್ತ್ರೀವಾದ ಮಾನವತಾವಾದದ ಅನಿವಾರ್ಯವಾದ ಒಂದು ಮುಖಮಾತ್ರ !

ಸ್ತ್ರೀವಾದದ ಬಗ್ಗೆ ತಿರಸ್ಕಾರ ತೋರಿಸುವ ಲೇಖಕಿಯರಿಗೂ ಅದನ್ನು ಬೆಂಬಲಿಸುವ ಮತ್ತು ವಿರೋಧಿಸುವವರಿಗೂ ಸಾಮಾನ್ಯವಾದ ಕೆಲವು ಧೋರಣೆಗಳಿವೆ. ಕುಟುಂಬವೆನ್ನುವುದು

ಅತ್ಯಂತ ದೊಡ್ಡದಾದ ಒಂದು ತಡೆ ಗೋಡೆಯೆಂದು ಹೇಳುವ ಸಾರಾ ಜೋಸ್‌ಗೂ ಅದನ್ನು ಬುಡಕಿತ್ತು ತೆಗೆಯಬೇಕೆಂಬ ಉದ್ದೇಶವಿಲ್ಲ. ಒಂದು ವ್ಯವಸ್ಥೆಯನ್ನು ಕಿತ್ತು ಹಾಕುವುದು ಸುಲಭ. ಸಾಧ್ಯವೂ ಆಗಬಹುದು. ಆದರೆ ಅದಕ್ಕಿಂತ ಉತ್ತಮವಾದ ಒಂದು ಬದಲಿ ವ್ಯವಸ್ಥೆಯನ್ನು ತರಲು ಸಾಧ್ಯವಾಗುವತನಕ ಇರುವ ವ್ಯವಸ್ಥೆಯನ್ನು ತಾವು ನಾಶಮಾಡುವುದು ತಪ್ಪು." ಅವರೆನ್ನುತ್ತಾರೆ. ಸ್ತ್ರೀಗೆ ಮಾತ್ರವಲ್ಲ, ಕುಟುಂಬವೆನ್ನುವುದು ಪುರುಷನಿಗೂ ಒಂದು ಹೊರೆಯೆಂದು ನೆನಪಿಸುವ ಸಿತಾರಾರೆ ಕನಸು ಆದರೆ ಪರಸ್ಪರ ಪ್ರೀತಿಸಿ, ಸಹಕರಿಸಿ ಅರ್ಥಕೂಡಾ ಮಾಡಿಕೊಳ್ಳುವ ಸಂಸಾರವೆನ್ನುವುದು ರಹಸ್ಯಗಳಿಲ್ಲದ ಒಂದು ಸ್ತ್ರೀ ಪುರುಷ ಸಂಬಂಧ. ಅನಾದಿಕಾಲದಿಂದ ಸಂಸಾರದ ಹೆಸರಿನಲ್ಲಿ ಸ್ತ್ರೀಯರನ್ನು ಶೋಷಿಸಲಾಗುತ್ತಿದೆ ಎಂಬ ಅರಿವು ಎಲ್ಲಾ ಕಥೆಗಾರ್ತಿಯರಲ್ಲೂ ಇದೆ. ಅಡಿಗೆಮನೆ ಜವಾಬ್ದಾರಿ, ಮಕ್ಕಳನ್ನು ನೋಡಿಕೊಳ್ಳುವುದು ಮಾತ್ರವಲ್ಲದೆ ಮನೆಗೆಲಸಗಳೆಲ್ಲಾ ಸ್ತ್ರೀಯರ ಜವಾಬ್ದಾರಿಯೆಂದು ಹೇಳುವ ಪುರುಷರ ಧೋರಣೆಯನ್ನು ಪ್ರತಿಯೊಬ್ಬ ಸ್ತ್ರೀಯೂ ಬಲವಾಗಿ ವಿರೋಧಿಸುತ್ತಾಳೆ. ತಮ್ಮ ವಿಶಿಷ್ಟವಾದ ತಿಳಿಹಾಸ್ಯಭರಿತ ಶೈಲಿಯಲ್ಲಿ ಗೀತಾ ಹಿರಣ್ಯನ್ ಹೇಳುತ್ತಾರೆ: "ನನಗೆ ಅಡಿಗೆಮನೆ ಅಂದರೆ ಸ್ವಲ್ಪವೂ ಇಷ್ಟವಿಲ್ಲದ ಜಾಗ. ಸ್ವಲ್ಪ ಹೊತ್ತು ಬೇಕಾದರೆ ಅಲ್ಲಿ ಸುಳಿದಾಡುತ್ತ ಕಳೆಯಬಹುದು. ಆದರೆ ಯಾವಾಗಲೂ ಅಲ್ಲಿಯೇ ಇರುವುದು ನನ್ನಿಂದ ಸಾಧ್ಯವಿಲ್ಲ. ಮತ್ತೆ, ಅದು ಕೇವಲ ಸ್ತ್ರೀಯರದ್ದು ಮಾತ್ರ ಜವಾಬ್ದಾರಿಯೆಂಬಂತೆ ಗಮಡಸರು ವತಿರಸಿದರೆ ನನಗೆ ಸಿಟ್ಟು ಬರುತ್ತದೆ. ಹಿಂದೆಲ್ಲ ಗಂಡಸರು ಹೊರಗಡೆ ಹೋಗಿ ದುಡಿದು ಮನೆಯಲ್ಲಿರುವವರಿಗೂ ತಿನ್ನಲೆಂದು ಏನಾದರೂ ತಂದುಕೊಟ್ಟರೆ ನಾವು ಅದನ್ನು ಬೇಯಿಸಿ ಹಾಕುವ ಕೆಲಸವನ್ನಾದರೂ ಮಾಡಬೇಡವೆ? ಅದು ಧರ್ಮವೂ ಹೌದು. ನ್ಯಾಯವೂ ಹೌದು. ಮನಸ್ಸಾಕ್ಷಿಯಿದ್ದವರು ಮಾಡುವ ಕೆಲಸವದು. ಆದರೆ, ಇವತ್ತು ಪರಿಸ್ಥಿತಿ ಬದಲಾಗಿದೆಯಲ್ಲವೆ ? ಸ್ತ್ರೀಯರು ಕೂಡಾ ಅವರ ಹಾಗೆಯೇ ಕೆಲಸಮಾಡುತ್ತಾರೆ. ಕುಟುಂಬದ ಏಳಿಗೆಗಾಗಿ ಸ್ತ್ರೀಯರು ಕೂಡಾ ಆರ್ಥಿಕ ಬೆಂಬಲ ನೀಡುತ್ತಾರೆ. ಸಂಜೆ ಮನೆಗೆ ಬಂದ ನಂತರವೂ ಸ್ತ್ರೀಯರು ಮನೆಗೆಲಸ ಮಾಡಬೇಕಾಗಿ ಬರುತ್ತದೆ. ಹಾಗಿರುವಾಗ ಅವರ ಕೆಲಸಗಳಲ್ಲಿ ಸಹಾಯ ಮಾಡುವುದು ಇವತ್ತಿನ ಪುರುಷರ ಕರ್ತವ್ಯವಲ್ಲವೆ ?" All are equal, but men are more equal ಎಂಬ ಸಮಾಜದ ನಯವಂಚಕ ಬುದ್ಧಿಯನ್ನು ಗ್ರಹಿಸುವ ಶಕ್ತಿಯಿರುವ ಸ್ತ್ರೀಯರ ಮನಸ್ಸಿನೊಳಗೆ ಪ್ರತಿಭಟನೆಯ ಬೆಂಕಿಯ ಜ್ವಾಲೆಗಳು ಹತ್ತಿ ಉರಿಯುತ್ತಿದ್ದರೂ, ಮನೆಗೆಲಸಗಳು ತಮ್ಮ ಜವಾಬ್ದಾರಿ ಅಲ್ಲವೇ ಅಲ್ಲವೆಂದು ತಪ್ಪಿಸಿಕೊಳ್ಳುವವರಿಗೆ ಏನು ಮಾಡಬೇಕೆಂದು ಇವರಿಗೆ ಗೊತ್ತಿಲ್ಲ. ಇವರೊಂದಿಗೆ ಹೋರಾಡಬೇಕಲ್ಲ ಎಂಬ ನಿಲುವು ಹಲವರನ್ನು ಕಾರ್ಯಪ್ರವೃತ್ತರನ್ನಾಗಿಸುತ್ತದೆ. ಶತಮಾನಗಳಿಂದ ನಡೆದುಕೊಂಡು ಬಂದಿರುವ ಸಂಪ್ರದಾಯದಲ್ಲಿ ಬದುಕಿನ ರೀತಿನೀತಿಗಳ್ಳಾಗಲಿ, ಭಾಷೆಯಲ್ಲಾಗಲಿ, ಫಕ್ಕನೆ ಬದಲಾವಣೆ ತರುವುದು ಅಸಾಧ್ಯವಾದರೂ, ಅಪರೂಪಕ್ಕೆ ಕೆಲವು ಕ್ಷಣಗಳಲ್ಲಿ ಈ ಬಗ್ಗೆ ಹೇಳಿಕೊಂಡು ತೀವ್ರವಾದ ದುಃಖ, ನಿರಾಶೆ, ಅಸಹಾಯಕತೆಗಳನ್ನೆಲ್ಲ ಬರಹಗಳಲ್ಲಿ ವ್ಯಕ್ತಿಪಡಿಸುತ್ತಿದ್ದಾರೆ. ತನ್ನ ದುರ್ಬಲವಾದ ಕೈಗಳಿಂದ ತಿಳಿಯದೆ ಹೇಗೋ ಸ್ವೀಕರಿಸಿದ ಕಲ್ಲಿನ ಭಾರವನ್ನು ಹೊರಲಾಗುವುದಿಲ್ಲವೆಂದು ಅನ್ನಿಸಿದಾಗ ಒಂದು ಕ್ಷಣದ ಮಟ್ಟಿಗೆ ಕಳಚಿಕೊಂಡು, ರೆಕ್ಕೆ ಬಿಚ್ಚಿ ಹಾರಲೆತ್ನಿಸುವ ಕ್ಷೀಣವಾದ ಬಣ್ಣದ ಚಿಟ್ಟೆಯ ಹಾಗೆ, ತಲೆಯಮೇಲೆ ಮೆಟ್ಟಿಸಿಕೊಂಡು ತುಳಿತಕ್ಕೊಳಗಾಗಿ, ತನಗರಿವಿಲ್ಲದಂತೆ

ಹೆಡೆಯೆತ್ತಿಬಿಡುವ ಮೂರ್ಖನಂತೆ, ಒಮ್ಮೆ ಹೆಗಲಿ ಗೇರಿಸಿದ ನೊಗವು ದೇಹದ ಒಂದು ಭಾಗವಾಗಿ ಪರಿವರ್ತಿಸುವುದನ್ನು ತಿಳಿದು ಅದನ್ನು ಕೊಡಕಿ ಎಸೆಯಲು ಒದ್ದಾಡುವ ಎತ್ತಿನಂತೆ ಕ್ಷಣಿಕವಾದ ಪ್ರತಿಭಟನೆ ವ್ಯಕ್ತಪಡಿಸುತ್ತಿದ್ದಾರೆ ಹೆಚ್ಚಿನ ಲೇಖಕಿಯರು. ಆದರೂ ಅವರಲ್ಲಿ ಸ್ಪಷ್ಟವಾಗಿ ಬಡಿಯುತ್ತಿರುವುದು ನಿರೀಕ್ಷೆಯ ಅಲೆಗಳು. ಸ್ತ್ರೀಯನ್ನು ಅರ್ಥಮಾಡಿಕೊಂಡು ಒಪ್ಪಿಕೊಂಡು ಕೊಡಬೇಕಾದ ಬೆಲೆಯನ್ನು ಕೊಡುವ ನಾಳೆಯ ಕುರಿತಾದ ಕನಸುಗಳು ಆ ಕಾರಣದಿಂದಲೇ, ನಮ್ಮ ಸಮಾಜದಲ್ಲಿ ಕಾಣಿಸಿಕೊಳ್ಳುವ ಚಿಕ್ಕ ಚಿಕ್ಕ ಬದಲಾವಣೆಗಳನ್ನು ಆತುರದಿಂದ ಸ್ವಾಗತಿಸುತ್ತಾರೆ ಅವರು. ಸ್ತ್ರೀಯರ ಪರಿಸ್ಥಿತಿ ಉತ್ತಮಗೊಳ್ಳಬೇಕಿದ್ದರೆ ಸಮಾಜ ಬೆಳೆಯಬೇಕೆಂದೂ, ನಮ್ಮ ಸಮಾಜದಲ್ಲಿ ಅಂತಹ ಕೆಲವು ಬದಲಾವಣೆಗಳು ಆಗುತ್ತಿವೆಯೆಂದೂ ಹಲವರು ಆವೇಶದಿಂದೊಡಗೂಡಿ ಬೆರಳು ತೋರಿಸಿ ಹೇಳುತ್ತಾರೆ. ಚಂದ್ರಮತಿ ಹೇಳುತ್ತಾರೆ. ಸಮಾಜ ಬದಲಾಗುವುದಿಲ್ಲ ಎಂದು ಹೇಳಲು ಸಾಧ್ಯವಿಲ್ಲ. "ಭಾಷೆಯ ಬೆಳವಣಿಗೆಯನ್ನು ಅವರು ಉದಾಹರಣೆಯಾಗಿ ಎತ್ತಿ ಹೇಳುತ್ತಾರೆ." ಇವತ್ತಿನ ಮಕ್ಕಳಲ್ಲಿ ಭಾಷೆಯ ಸ್ತ್ರೀ–ಪುರುಷ ಲಿಂಗ ವ್ಯತ್ಯಾಸ ಅಷ್ಟೇನೂ ಗಮನಾರ್ಹವಾಗಿ ಕಾಣುವುದಿಲ್ಲ. ಅವರು "ಲೋ, ಹೋಗೋ, ಬಾರೋ ಎಂದೆಲ್ಲ ಗಂಡು–ಹೆಣ್ಣೆಂಬ ವ್ಯತ್ಯಾಸವಿಲ್ಲದೆ ಉಪಯೋಗಿಸುತ್ತಾರೆ. ಸ್ವಲ್ಪಮಟ್ಟಿಗೆ ಸಮಾನತೆಯನ್ನು ಅವರು ಈ ವಿಚಾರದಲ್ಲಿ ಸ್ಥಾಪಿಸಿಬಿಟ್ಟಿದ್ದಾರೆಂದೇ ಹೇಳಬೇಕು. ಜಾರನ ಸ್ತ್ರೀಲಿಂಗ ಮತ್ತು ವೇಶ್ಯೆಯ ಪುಲ್ಲಿಂಗಗಳನ್ನೆಲ್ಲ ಹುಡುಕುತ್ತ ನಾವು ತಲೆಕೆರೆದುಕೊಳ್ಳುತ್ತಿರುವಾಗ ನಮ್ಮ ಮಕ್ಕಲು ಯಾವುದೇ ಕಷ್ಟವಿಲ್ಲದೆ ನಮಗಿಂತ ಮುಂದೆ ತಲುಪಿಬಿಟ್ಟಿದ್ದಾರೆ. ಹಾಗಿದ್ದಮೇಲೆ, ಹೊಸದೊಂದು ಭಾಷೆಯನ್ನು ಸೃಷ್ಟಿಸುವುದರ ಬಗ್ಗೆ ಚಿಂತೆ ಮಾಡಬೇಕಾದ ಅಗತ್ಯವಿಲ್ಲವಲ್ಲ?" ಭಾಷೆ ಮಾತ್ರವಲ್ಲ, ಅದನ್ನುಪಯೋಗಿಸುವ ನಾಲಿಗೆಗಳೂ, ಅವುಗಳನ್ನು ಕೇಳುವ ಮನಸ್ಸುಗಳೂ ಅತ್ಯಂತ ಅಗತ್ಯವಾಗಿ ಬದಲಾಗಬೇಕಾದದ್ದು ಎಂಬ ತಿಳುವಳಿಕೆಯಲ್ಲವೇ ಈ ಪ್ರಸ್ತಾಪದ ಹಿಂದೆ ಇರುವುದು? ಆದರೂ ಎದ್ದು ಕಾಣುವ ಸತ್ಯವನ್ನು, ಅದರ ಕಣಕಣಗಳನ್ನು ಅರ್ಥ ಮಾಡಿಕೊಂಡು ಸ್ವೀಕರಿಸಿ ಅಪ್ಪಿಕೊಳ್ಳಲು ನಮ್ಮ ಕಥೆಗಾರ್ತಿಯರು ತೋರಿಸುವ ಉತ್ಸಾಹವು ನಿಜವಾಗಿಯೂ ಸ್ತುತ್ಯರ್ಹವಾದುದು. ಕುಟುಂಬ ವ್ಯವಸ್ಥೆಯೊಳಗೆ ಕೆಲಸಗಳ ಹೊರೆಯ ಹುತ್ತಗಳೆಡೆಯಲ್ಲೆಲ್ಲೋ ಅಡಗಿ ಒಮ್ಮೊಮ್ಮೆ ಮಿಂಚುವ ಪ್ರೀತಿ–ಸುರಕ್ಷತೆ ಮಾತ್ರವಲ್ಲದೆ ವಾಸ್ತವದ ಬೆವರಿಳಿಸುವ ಆವರಣದೊಳಗಿಂದ ಯಾವಾಗಲಾದರೂ ತಲೆಯೆತ್ತುವ ಸಾಮಾಜಿಕ ಪರಿವರ್ತನೆಯನ್ನೂ ಅವರು ಸಂತೋಷಪೂರ್ವಕ ಸ್ವಾಗತಿಸುತ್ತಾರೆ; ಕಳ್ಳನನ್ನೂ, ನಟನನ್ನೂ , ಕುಡುಕನನ್ನೂ, ಕಲ್ಲುಹೃದಯದವನನ್ನೂ, ಶೀಲವತಿಯನ್ನೂ , ಅನೈತಿಕ ದಾರಿಯಲ್ಲಿ ನಡೆಯು ವವರನ್ನೂ, ಪಂಡಿತನನ್ನೂ, ಪಾಮರನನ್ನೂ, ಹಣವಂತನನ್ನೂ ಎಲ್ಲರನ್ನು ಅವರು ಪ್ರೀತಿಯಿಂದ ಆವರಿಸುತ್ತಾರೆ. ಅವರ ಒಳ್ಳೆಯತನವನ್ನೂ, ಹೃದಯವಂತಿಕೆಯನ್ನು ಕೊಂಡಾಡುತ್ತಾರೆ. ಎಲ್ಲದರಲ್ಲೂ ಪ್ರತಿಯನ್ನು ಪ್ರತಿಷ್ಠಾಪಿಸುವುದು ಇವರ ದೃಷ್ಟಿಯಲ್ಲಿ ಅತ್ಯಂತ ಅಗತ್ಯವಾಗಿ ಆಗಬೇಕಾದ ಕಾರ್ಯ. ಆ ಕಾರಣದಿಂದಲೇ ಸ್ತ್ರೀವಾದದ ಪ್ರಸ್ತುತತೆ ಮತ್ತು ಆವಶ್ಯಕತೆಗಳನ್ನು ಅರ್ಥಮಾಡಿಕೊಳ್ಳುವುದು ಮತ್ತು ಅದರ ಸತ್ಯತೆಯನ್ನು ಒಳಗೊಳ್ಳಲು ಪ್ರಯತ್ನಿಸುವ ಇವರು ತಮ್ಮ ಸ್ವಭಾವ ಸಹಜವಾಗಿ ಅದರ ತೀವ್ರವಾದವನ್ನು ಮತ್ತು

ಸ್ನೇಹಶೂನ್ಯತೆಯನ್ನು ನಿರಾಕರಿಸುತ್ತಾರೆ. ಸ್ತ್ರೀವಾದದೊಂದಿಗಿರುವ ನಮ್ಮ ಲೇಖಕಿಯರ ಪ್ರತಿಕ್ರಿಯೆಗಳಲ್ಲಿ ವೈರುಧ್ಯವಿದೆಯೆಂಬುದು ಮೊದಲ ನೋಟಕ್ಕೆ ಅನ್ನಿಸುವುದಾದರೂ ಹಾಗೇನೂ ಇಲ್ಲವೆಂಬುದು ಖಂಡಿತ.

ಮತ್ತೆ ಮತ್ತೆ ಕೇಳಲಾದ ಇನ್ನೊಂದು ಪ್ರಶ್ನೆ 'ಮಹಿಳಾ ಸಾಹಿತ್ಯ' ಎಂಬ ಪ್ರಯೋಗದ ಕುರಿತು. ಹೆಚ್ಚಿನವರೂ ಅದನ್ನು ಬಲವಾಗಿ ವಿರೋಧಿಸಿದರು. ಮಾಧವಿಕುಟ್ಟಿ ಸಿಡಿದೆದ್ದು ಬಿಟ್ಟರು. "ನನಗೆ ಆ ಶಬ್ದಗಳನ್ನು ಕೇಳಿದರಾಗುವುದಿಲ್ಲ. ಮಹಿಳಾ ಸಾಹಿತಿಗಳೆಲ್ಲರನ್ನೂ ಅಪಮಾನಿಸುವುದಕ್ಕಾಗಿಯೇ ಹುಟ್ಟಿದ ಒಂದು ಪ್ರಯೋಗವದು. ಸಾಹಿತ್ಯಕ್ಕೆ ಲಿಂಗ ವ್ಯತ್ಯಾಸವೇಕೆ? ಹೆಣ್ಣು ಎಂದು ನಿರ್ಧರಿಸುವ ಅಂಗಗಳಿವೆಯಲ್ಲ, ಅವುಗಳ ಸಹಾಯದಿಂದ ಬರೆಯುತ್ತಾರೇನು ಸ್ತ್ರೀಯರು?" ತುಸು ಶಾಂತ ಧ್ವನಿಯಲ್ಲಿ ಸುಹರಾ ಅವರೂ ಪುನರಾವರ್ತಿಸುತ್ತಾರೆ; 'ಆ ಹೆಸರು ಬೇಡ" ಅಂತ. ಬರೆದದ್ದು ಹೆಣ್ಣಾದ ಮಾತ್ರಕ್ಕೆ ಆ ಬರಹಕ್ಕೆ ಯಾವುದೇ ರೀತಿಯ ಹೆಚ್ಚಿನ ಗಮನ ಕೊಡುವ ಅಗತ್ಯವಿಲ್ಲವೆಂದು ನಂಬುವ ಗ್ರೇಸಿಯ ಅಭಿಪ್ರಾಯದಲ್ಲಿ "ಇದು ಏನೂ ಸೌಂದರ್ಯವಿಲ್ಲದಂದು ಪದ." "ಮಹಿಳಾ ಸಾಹಿತ್ಯ ವೆಂಬುದು ಒಂದು ರಿಸರ್ವೇಶನ್ ಎಂದು ಕಾಣುವ ಚಂದ್ರಮತಿ, ಪರಿಹಾಸ್ಯದ ಧ್ವನಿಯಲ್ಲಿ ಹೇಳುತ್ತಾರೆ : ಸ್ತ್ರೀಯರಿಗಾಗಿ ಒಂದು ಪದವನ್ನು ಸೃಷ್ಟಿಸುವ ಕೆಲಸವನ್ನು ಪುರುಷನೇ ಮಾಡಬೇಕೆಂಬುದರೊಂದಿಗೆ ಪ್ರಾರಂಭವಾಗುತ್ತದೆ 'ಮಹಿಳಾ ಸಾಹಿತ್ಯ' ಅನ್ನುವುದು. ಅಷಿತಾ ಈ ಪದವನ್ನು ವಿರೋಧಿಸುವುದು ಬರಿಯ ಭೌತಿಕನೆಲೆಯಿಂದಲ್ಲ, ಬರವಣಿಗೆಯನ್ನು ಅಂತರಂಗದಾಳದ ಆಧ್ಯಾತ್ಮಿಕ ಅನುಭವವಾಗಿ ಕಾಣುವ ಅಷಿತಾಗೆ, "ಬರಹವೆಂದರೆ ಆತ್ಮವು ಆತ್ಮದೊಂದಿಗೆ ಮಾಡುವ ಒಂದು ಸಂವಾದ ಆತ್ಮದ ಕ್ರಿಯೆಯನ್ನು ಕೇವಲ ಭೌತಿಕ ನೆಲೆಯಿಂದ ವಿವರಿಸುವ ಅಗತ್ಯವೇ ಇಲ್ಲ." 'ಮಹಿಳಾ ಸಾಹಿತ್ಯ'ದ ಪರವಾಗಿ ಬಹಳ ಸಸಕ್ತವಾಗಿ ವಾದ ಹೂಡುವವರು ಸಾರಾ ಜೋಸ್ ಮತ್ತು ಸಿ.ಎಸ್. ಚಂದ್ರಿಕಾ. ಒಂದು ಮಗು ಹುಟ್ಟಿದ ಕೂಡಲೇ ಹೆಣ್ಣೋ ಗಂಡೋ ಎಂಬ ಪ್ರಶ್ನೆಯೊಂದಿಗೆ ಅದನ್ನು ಸ್ವಾಗತಿಸುವ ಸಮಾಜವು ಒಮ್ಮೆಯೂ ಹೆಣ್ಣಿಗೆ ತನ್ನ ಸ್ತ್ರೀತ್ವವನ್ನು ಮರೆಯಲು ಬಿಡುವುದಿಲ್ಲ. "ಅಂತಹ ಸ್ಥಿತಿಯಲ್ಲಿ ಬರವಣಿಗೆಯಲ್ಲಿ ನಿಷ್ಪಕ್ಷಪಾತ ತೋರಿಸಲು ಸ್ತ್ರೀಗೆ ಸಾಧ್ಯವೆ?" ಚಂದ್ರಿಕಾರ ಅಭಿಪ್ರಾಯದಲ್ಲಿ ಮಲಯಾಳದ ಅತ್ಯಂತ ಸುಂದರ ಪದಗಳಲ್ಲಿ ಒಂದು ಮಹಿಳೆ ಮತ್ತು ಸಾಹಿತ್ಯವೆಂಬ ಎರಡು ಪದಗಳು ಒಟ್ಟು ಸೇರುವಾಗ 'ಮಹಿಳಾ ಸಾಹಿತ್ಯ' ಎಂದಾಗುತ್ತದೆ. ಮಹಿಳೆ ಎಂಬ ಶಬ್ದಕ್ಕೆ ಕೀಳು ಎಂಬ ಧ್ವನಿಯಿದೆಯೆಂದು ಚಂದ್ರಿಕ ಎಣಿಸುವುದಿಲ್ಲ. ಮೊದಲೆಲ್ಲ ನಮ್ಮ ಜನರು 'ನನ್ನ ಹೆಂಗಸು ಹೆತ್ತಳು' ಎಂದಲ್ಲವೇ ಹೇಳುತ್ತಿದ್ದದ್ದು? ಆ ನಂತರ 'ನನ್ನ ಹೆಂಡತಿ ಪ್ರಸವಿಸಿದಳು' ಎಂದಾಯಿತು. ಈಗ ಎಲ್ಲರೂ ಹೆಮ್ಮೆಯಿಂದ ಹೇಳುವುದು 'ನನ್ನ ವೈಫಿನ ಡೆಲಿವರಿ ಆಗಿದೆ' ಎಂದು. ಆದರೆ 'ನನ್ನ ಹೆಂಗಸು' ಎಂದು ಹೇಳುವಲ್ಲಿನ ಪ್ರೀತಿಯ ಸೆಲೆ ಇದರಲ್ಲಿದೆಯೆ? ಸಾರಾ ಜೋಸೆಫ್ ಕೂಡಾ ಇದನ್ನೇ ಹೆಳುತ್ತಾರೆ. ಹೆಣ್ಣಿನ ಬರಹವು ಹೊನ್ನಿನ ಬರಹ. ಇದು ಎಲ್ಲರೂ ಸಂಪೂರ್ಣ ತಪ್ಪಾಗಿ ತಿಳಿದುಕೊಂಡಿರುವಂಥ ಒಂದು ಪ್ರಯೋಗವೆಂದು ಹೇಳುವ ಸಿತಾರಾಗೂ ಇದನ್ನು ಉಳಿಸಿಕೊಳ್ಳಬೇಕೆಂಬ ಉದ್ದೇಶವಿಲ್ಲ "ಯಾರೂ ಬರೆದರೂ ಏನು ಬರೆದರೂ ಬರಹ ಬರಹವೇ ಅಲ್ಲವೆ ?" ಅವರು ಕೇಳುತ್ತಾರೆ.

ಪುರುಷರ ಪರವಾಗಿ ವಾದಿಸುವವರು, ಹಾಗೂ ಪುರುಷ ಮತ್ತು ಸ್ತ್ರೀಯರ ಪರವಾಗಿ ವಾದಿಸುವವರ ಉದಾತ್ತವಾದ 'ಹ್ಯೂಮನಿಸ್ಟ್' ಅಥವಾ 'ಮಾನವತಾವಾದಿಗಳೆಂಬ ಹೆಸರಿಗೆ ಅರ್ಹರಾಗಿರುವಾಗ ಕೇವಲ ಸ್ತ್ರೀಯರ ಪಕ್ಷವನ್ನು ಹಿಡಿದು ಮಾತನಾಡುವವರನ್ನು 'ಮಿನಿಸ್ಟ್' ಅಥವಾ 'ಸ್ತ್ರೀವಾದಿ'ಗಳೆಂದು ಕರೆದು ಸಮಾಜ ಗೇಲಿ ಮಾಡುತ್ತದೆ. 'ಮಹಿಳಾ ಸಾಹಿತ್ಯ'ವೆಂಬ ಪದಗಳನ್ನು ಸೃಷ್ಟಿಸಿದ್ದು ಸ್ತ್ರೀಯರ ರಚನೆಗಳನ್ನು ಪ್ರೋತ್ಸಾಹಿಸುವ ಮತ್ತು ಅವುಗಳಿಗೆ ಪ್ರಾಮುಖ್ಯ ನೀಡಬೇಕೆಂಬ ಸದುದ್ದೇಶದಿಂದಲಾದರೂ 'ಬರಹ' ಎಂಬ ಸಾಮಾನ್ಯ ಪದದ ಒಳಗೆ 'ಹೆಣ್ಣಿನ ಬರಹ'ವೆಂಬ ಪ್ರತ್ಯೇಕ ವಿಭಾಗದೊಳಗೆ ತಮ್ಮನ್ನು ಕೂಡಿಹಾಕಿ, ತಾವು ಬರೆಯುತ್ತಿರುವುದನ್ನು ಕೀಳಾಗಿ ಪರಿಗಣಿಸುವುದಾಗಿದೆ ಎಂದು ಸ್ತ್ರೀಯರು ಸಂದೇಹ ಪಡುವುದರಲ್ಲಿ ತಪ್ಪೇನಿಲ್ಲ. ಯಾಕೆಂದರೆ, ಕುದಿಯುವ ನೀರೊಳಗೆ ಬಿದ್ದ (ಬೀಳುತ್ತಲೇ ಇರುವ) ಬೆಕ್ಕುಗಳು ತಣ್ಣೀರನ್ನು ಕಂಡರೂ ಭಯಪಡುತ್ತಾವಲ್ಲ? ಅಲ್ಲದೆ, ಮಾನವತಾ ವಾದಿಯನ್ನು ವೈಭವೀಕರಿಸುವುದು ಮತ್ತು ಸ್ತ್ರೀವಾದಿಯನ್ನು ಪರಿಹಾಸ್ಯ ಮಾಡಿ ತೇಜೋವಧೆಗೈಯುವ ಭಾಷಾ ರಾಜಕೀಯದ ಕುರಿತು ಅವರು ಹೇಗೋ ಪ್ರಜ್ಞಾವಂತರಾಗಿಬಿಟ್ಟಿದ್ದಾರಲ್ಲ ?

ಮೂರಿಂಚು ಹಲ್ಲುಗಳಾಗಿವೆಯೇ ನಮ್ಮ ಲೇಖಕಿಯರ ರಚನೆಗಳು? ಅವರ ಕಥಾ ಪ್ರಪಂಚದ ಆಳ–ವಿಸ್ತಾರಗಳು ಕಡಿಮೆಯೆ? ಸ್ತ್ರೀಯರಿಗೆ ಲೋಕಾನುಭವ ಕಡಿಮೆಯೆಂದೂ, ಅವರ ಅನುಭವಗಳಲ್ಲಿ ವೈವಿಧ್ಯ ಮತ್ತು ಆಶಯಗಳು ಸೌಂದರ್ಯವನ್ನು ನಿರೀಕ್ಷಿಸುವುದು ಅರ್ಥಹೀನವೆಂಬುದಾಗಿ ಸಾಧಾರಣವಾದ ಒಂದು ಅಭೀಪ್ರಾಯವಿದೆ. ಹಿಂದಿನ ಕಾಲದ ಸ್ತ್ರೀಯರ ಕುರಿತಾಗಿದ್ದರೆ ಹಾಗೆ ಹೇಳುವುದರಲ್ಲಿ ಹುರುಳಿಲ್ಲವೆಂದು ಹೇಳಲಾಗದು. ತನ್ನ ಮನೆಯ ನಾಲ್ಕು ಗೋಡೆಗಳ ನಡುವಿನ ಜಾಗಕ್ಕೆ ಸ್ತ್ರೀಮಿತವಾಗಿತ್ತು ಅವರ ಬದುಕು. ಹಾಗಿದ್ದೂ ಒಳ್ಳೆಯ ಬರಹಗಾರ್ತಿಯರು ನಮ್ಮಲ್ಲಿ ಇದ್ದರು ಎಂಬುದೂ ಇನ್ನೊಂದು ಸತ್ಯ. ಬದುಕಿನ ಪ್ರತಿಯೊಂದು ಭಾವವನ್ನು ನಾವು ತಿಳಿದುಕೊಳ್ಳುವುದು ಎಲ್ಲವನ್ನೂ ಸ್ವತಃ ಅನುಭವಿಸಿ ಅಲ್ಲ. ಚಂದ್ರಮತಿ ಹೇಳುವ ಹಾಗೆ, "ಅತ್ಯಾಚಾರದ ಬಗ್ಗೆ ಬರೆಯಬೇಕಿದ್ದರೆ ಅದನ್ನು ಅನುಭವಿಸಿಯೇ ಆಗಬೇಕೆಂದಿಲ್ಲ. ಸಾವಿನ ಕುರಿತು ಬರೆಯುವವರು ಸತ್ತು ನೋಡಿ ಬರೆಯುತ್ತಾರೇನು?" ಹಾಗಾದರೆ ? ಅನುಭವಿಸಿಯೇ ಇಲ್ಲದ ಸತ್ಯಗಳನ್ನು ಮತ್ತು ಅರ್ಥಮಾಡಿಕೊಳ್ಳದ ಭಾವಗಳನ್ನು ಮತ್ತು ಕಾಣದ ದೃಶ್ಯಗಳನ್ನು, ಕೇಳದ ಶ್ರುತಿಗಳನ್ನು, ಎಲ್ಲವನ್ನೂ ಅನುಭವ ವೇದ್ಯವಾಗಿಸುವ ಶಕ್ತಿಯಿದೆ ಕಲ್ಪನೆಯ ಇಂದ್ರಜಾಲಕ್ಕೆ ಅಲೆಗಳಿಗೆ ಅಂತ್ಯವಿಲ್ಲದ ಕಡಲಿನ ಮಾಣಿಕ್ಯದರಮನೆ, ಕೃಷ್ಣನ ವೇಣುಗಾನ, ಹಾಲು ಬೆಳದಿಂಗಳಲ್ಲಿ ನರ್ತಿಸುವ ಗೋಪಿಕಾ ಸ್ತ್ರೀಯರು, ಕಂಸನ ಕರುಳಿನ ಕಪ್ಪು, ಅರಣ್ಯದ ನಡುವಿನ ಅರಗಿನ ಮನೆ ಇವು ಯಾವುದನ್ನೂ ಕಂಡವರೂ ಕೇಳಿದವರೂ ಅಲ್ಲವಲ್ಲ ಅವನ್ನು ವರ್ಣಿಸಿರುವುದು? ಭಾವನೆಗಳ ಶಿಖರದಲ್ಲಿ ನಿಂತು ಕಲಾನೈಪುಣ್ಯದಿಂದಲ್ಲವೇ ನಮ್ಮ ಬರೆಹಗಾರರು ಮನಸ್ಸಿನಲಿ ಮಂಥನ ನಡೆಸಿ ಆ ಘಟನೆಗಳನ್ನು ಚಿತ್ರಿಸಿದ್ದು? ಆದರೂ ಅವು ಎಷ್ಟು ಪರಿಣಾಮಕಾರಿಯಾಗಿವೆಯೆಂದರೆ ನಾವು, ಎಷ್ಟು ಅಳಿಸಲೆತ್ನಿಸಿದರೂ ಅಳಿಯದ ಮಾಂತ್ರಿಕ ವರಗಳಾಗಿ ಅವು ನಮ್ಮೆಲ್ಲರ ಮನಸ್ಸಿನಲ್ಲಿ ಇಂದೂ ಸಹ ಉಳಿದಿವೆ. ಬರಹಗಾರರ ಶಕ್ತಿಯೆಂದರೆ ಇದುವೇ; ಬರೆಹಗಾರ್ತಿಯರದ್ದೂ ಕೂಡಾ! ಆದರೂ ಆಶಯಗಳ ಆರೋಗ್ಯಕರವಾದ ಬೆಳವಣಿಗೆಗೂ ವಿಕಾಸಕ್ಕೂ ಓದು, ಚರ್ಚೆ, ಸಂವಾದ, ಸಂಚಾರ ಇವೆಲ್ಲವೂ

ಅಗತ್ಯ. ಬರಹಗಾರ್ತಿಯರ ಎಷ್ಟು ಮಂದಿಗೆ ಇವೆಲ್ಲದಕ್ಕೂ, ತಮ್ಮ ಬರವಣಿಗೆಯನ್ನು ಉತ್ತಮಪಡಿಸಿಕೊಳ್ಳಲೂ ಮತ್ತೆ ಬದಲಾಯಿಸಿ ಕೊಳ್ಳಲೂ ಸಮಯವಿದೆ ? ಹಲವು ವರ್ಷಗಳ ಹಿಂದೆ ಎಡಗೈಯಿಂದ ತೊಟ್ಟಿಲು ತೂಗುವುದ ರೆಡೆಯಲ್ಲಿ ಬಲ ಕೈಯಿಂದ ಕಥೆಗಳನ್ನು ಬರೆದ ಲಲಿತಾಂಬಿಕಾ ಅಂತರ್ಜನಂ ಹೇಳಿದರು. ಹಲವಾರು ವಿಚಾರಗಳನ್ನು ಮನಸ್ಸಿನಲ್ಲಿ ಬರೆದಿಟ್ಟ ನಂತರವೇ ಕಾಗದಕ್ಕೆ ವರ್ಗಾಯಿಸುವುದು. ಇದಕ್ಕೆ ಕಾರಣವನ್ನೂ ಅವರು ಹೇಳುತ್ತಾರೆ "ಸಂಸಾರದ ಜವಾಬ್ದಾರಿ. ಅಡುಗೆಮನೆ... ಇದರೆಡೆಯಲ್ಲಿ ತಾನೇ ಓದಲು –ಬರೆಯಲು ಸಮಯ ಸಿಕ್ಕುವುದು?" (ಅಂತರ್ಜನಂ ಅವರಿಂದ ಮಾಧವಿಕುಟ್ಟಿಯವರ ವರೆಗೆ ಪಿ. ಭಾಸಕರ ನುಣ್ಣಿ , 1987, ಸಾಹಿತ್ಯ ಪ್ರವರ್ತಕ ಸಹಕಾರಿ ಸಂಘ, ಪು. 17). ಇವತ್ತಿನವರೆಗೂ ಪರಿಸ್ಥಿತಿಯಲ್ಲಿ ಹೇಳುವಂಥ ಬದಲಾವಣೆ ಗಳೇನೂ ಆಗಿಲ್ಲ. ಸಂಸಾರದ ಭಾರ ಮತ್ತು ಅಡುಗೆ ಮನೆ ಮಾತ್ರವಲ್ಲದೆ ಉದ್ಯೋಗ ರಂಗವೂ ಸೇರಿ, ಪ್ರತಿಭೆಯನ್ನು ಪ್ರಕಟಪಡಿಸಲು ಸ್ತ್ರೀಯರಿಗೆ ಒಪ್ಪಿಗೆ ಸಿಕ್ಕಿದೆಯೆಂಬುದು ಬಿಟ್ಟರೆ ಬೇರೇನೂ ವ್ಯತ್ಯಾಸವಿಲ್ಲ.

ಎಷ್ಟೋ ಮಂದಿ ಬರಹಗಾರ್ತಿಯರ ಸಾಹಿತ್ಯ ಜೀವನದಲ್ಲಿ ದೀರ್ಘವಾದ ಒಂದು ಮಧ್ಯಾಂತರ ಕಾಣಿಸಿಕೊಳ್ಳುವುದಿದೆ. ಕೆಲವರಿಗಾದರೂ ಒಂದು ಪುನರ್‌ಪ್ರವೇಶ ಮಾಡುವ ಅವಕಾಶ ಸಿಕ್ಕಿದೆ. ಏನು ಇವರ ದೀರ್ಘಮೌನದ ರಹಸ್ಯ ? ಅತ್ಯಂತ ಕ್ರಿಯಾಶೀಲ ಅವಧಿಯಲ್ಲಿ ಅವರೇಕೆ ಮೌನಧರಿಸುತ್ತಾರೆ ? ಮಕ್ಕಳನ್ನು ಬೆಳೆಸಿ, ಮನೆಕೆಲಸ ಮಾಡಿ, ತಾನು ಎಂಬ ಒಂದು ವ್ಯಕ್ತಿಯ ಕುರಿತು ಮತ್ತು ತನ್ನ ಅಗತ್ಯಗಳೂ, ಸಾಮರ್ಥ್ಯಗಳ ಕುರಿತು ಪೂರ್ತಿಯಾಗಿ ಮರೆತು ಅವರು ಕಳೆದ ದಿನಗಳವು. ಸಾರಾ ಜೋಸೆಫ್, ಗ್ರೇಸಿ, ಲಲಿತ ಲೆನಿನ್, ಚಂದ್ರಮತಿ ಮೊದಲಾದವರ ಬರವಣಿಗೆಗೆ ಮೌನದ ಒಂದು ಮಧ್ಯಾಂತರವಿತ್ತು. 'ಲವತ್ತಾಗಿರುವ ಅವರ ಮನಸ್ಸಿನ ಮಣ್ಣಿನಲ್ಲಿ ಅಂದು ಬಿದ್ದ ಬೀಜಗಳು, ಹುಟ್ಟಿಬುರುವ ಪುಣ್ಯವೆಂದರೇನೆಂದು ಅರಿಯಲಿಲ್ಲ. ಆಮೇಲೆ ಯಾವಾಗಲೋ ಇವರ ಮನಸ್ಸಿನ ಸೃಜನಶೀಲ ಪ್ರತಿಭೆ, ಜವಾಬ್ದಾರಿಗಳ ಬಂಡೆಗಲ್ಲುಗಳ ಮಧ್ಯೆ ಅಡಗಿಕುಳಿತ ಬಿರುಕುಗಳನ್ನು ಕಂಡು ಅವುಗಲ ಮೂಲಕ ಬೇರುಗಳನ್ನಿಳಿಸಿ ಹಬ್ಬಿ ಜೀವಚೈತನ್ಯ ಪಡೆಯಿತು. ಪುನಃ ಚಿಗುರಿಕೊಂಡ ಸೃಜನಶೀಲತೆಯ ಬಳ್ಳಿಯನ್ನು ಅವರು ಆಮೇಲೆ ಕೈಬಿಡಲಿಲ್ಲ. ವೈಯಕ್ತಿಕ ಬದುಕಿನ ಮತ್ತು ಔದ್ಯೋಗಿಕ ಬದುಕಿನ ಕರ್ತವ್ಯ ಮತ್ತು ಋಣಭಾರಗಳ ಮಧ್ಯೆ ಸಿಲುಕಿ ಅಸಹಾಯಕರಾದರೂ ಬರೆವಣಿಗೆಯ ಬತ್ತಿಯನ್ನು ನಂದದಂತೆ ಎಚ್ಚರಿಕೆಯಿಂದ ರಕ್ಷಿಸುತ್ತ ಆ ಪುಟ್ಟ ಜ್ಯೋತಿಯನ್ನು ವಾಕ್ಯಗಳಾಗಿ, ಕತೆಗಳಾಗಿ, ಕವಿತೆಗಳಾಗಿ ಓದುಗರ ತನಕ ಅವರು ಮುಟ್ಟಿಸುತ್ತಿದ್ದಾರೆ. ಇಷ್ಟೆಲ್ಲ ಟೊಂಕಕಟ್ಟಿ ಯಾಕೆ ಬರೆಯುತ್ತಿದ್ದಾರೆ ಇವರು? ಬಿಟ್ಟುಬಿಡಬಾರದೇ? ಅವರಿಂದ ಸಾಧ್ಯವಿಲ್ಲ ಅದು. ಯಾಕೆಂದರೆ ಅವರ ಪಾಲಿಗೆ ಬರವಣಿಗೆಯೆನ್ನುವುದು ಒಂದು ಸೇವೆಯಲ್ಲ. ಅದು ಅವರ ಅಸ್ತಿತ್ವ ಅವರ ಜೀವನ ಬರೆವಣಿಗೆಯಿಲ್ಲದಿದ್ದರೆ ಅವರಿಲ್ಲ. ಕಥೆ ಬರೆದು ಬರೆದು ಒಂದು ದಿನ ಕಥಾವಶೇಷರಾಗಬೇಕೆನ್ನುವುದು ಅವರ ಆಸೆಯಾಗಿರುತ್ತದೆ. ಹಲವರ ಬದುಕು, ಬರಹ, ಸಾಹಿತ್ಯ, ವ್ಯಕ್ತಿತ್ವಗಳ ನಡುವಿನ ವ್ಯತ್ಯಾಸ ಹುಡುಕಿ ತೆಗೆಯುವುದೇ ಕಷ್ಟ. ಬದುಕಿನ ಸಾಯುಜ್ಯಕ್ಷಣಗಳು ಇವರ ಕಥಾಸೃಷ್ಟಿಯ ಕ್ಷಣಗಳು. "... ಒಂದೊಂದು ಕಥೆ ಬರೆದು ಮುಗಿಸುವಾಗಲೂ ಈ ಪ್ರಪಂಚದಲ್ಲಿ ನಾನು ಅತ್ಯಂತ ಎತ್ತರದಲ್ಲಿರುವಳೆಂಬ ಭಾವನೆ

ಬರುತ್ತದೆ. ನಿಜ ಹೇಳಬೇಕೆಂದರೆ 'ಖಾಮೋಶಿ'ಯಲ್ಲಿನ ಹಾಡಿನಂತೆ 'ಆಸ್‌ಮಾನ್ ಕೆ ನೀಚೇ' ಎಂದನ್ನಿಸುತ್ತದೆ ಸ್ವಲ್ಪ ಹೊತ್ತಿನ ಮಟ್ಟಿಗೆ ನನ್ನ ಆ ರಸಭರಿತ ಕ್ಷಣಗಳ ಸಂತೋಷ ಕ್ರಮೇಣ ಕಡಿಮೆಯಾಗುತ್ತ ನಾನು ಹಿಂದಿನಂತೆ ಒಬ್ಬ ಸಾಮಾನ್ಯಳು ಎಂಬ ಬಾವನೆ ಮತ್ತೆ ಬಂದು ಬಿಡುತ್ತದೆ." ಪ್ರಿಯಾರ ಹಾಗೆ ಇತರ ಬರಹಗಾರ್ತಿಯರಿಗೂ ಬರೆವಣಿಗೆಯು ಬದುಕಿನ ಅರ್ಥವೂ, ಪೂರ್ಣತೆಯೂ ಆನಂದವೂ ಆಗಿದೆ. ಸುತ್ತಲಿನ ಕತ್ತಲನ್ನು ಅಳಿಸುವ ಬಗ್ಗೆ ಚಿಂತಿಸದೆ ತಮ್ಮ ಸಾಹಿತ್ಯದ ಆರಂಭದ ಅಸ್ಪಷ್ಟ ಕರಣಗಳನ್ನು ತಮ್ಮ ಮನಸ್ಸು ಮತ್ತು ಸುತ್ತಮುತ್ತ ಹಬ್ಬಿಸಿ ಬೆಳಕಿಗೆ ತರುವವರು ನಮ್ಮ ಕಥೆಗಾರ್ತಿಯರು. ಆದರೂ ಅವರಲ್ಲಿ ಈ ಪ್ರಜ್ಞೆಯಿದೆ ಒಬ್ಬ ಬರೆಹಗಾರ ಹುಟ್ಟುವ ಜಾಗದಲ್ಲಲ್ಲ ಓರ್ವ ಬರಹಗಾರ್ತಿಯ ಹುಟ್ಟು . ಅದು ಇನ್ಯಾವುದೋ ಆಯಾಮದಲ್ಲಾಗಿರುತ್ತದೆಯೆಂದು ನನ್ನ ಅಭಿಪ್ರಾಯ. ಪ್ರತಿಯೊಂದು ಶಬ್ದವನ್ನೂ ಅರೆದು ನಯಗೊಳಿಸಿ, ಎಲ್ಲಾ ಸಂತೋಷಗಳನ್ನು ಬದಿಗೊತ್ತಿ ಬತ್ತಿಹಾಕಿ ಉರಿಸಿ, ಮುಂದಕ್ಕೆ ನಡೆಯುವಾಗ ತನ್ನ ಕಣ್ಣೀರು ಹೊಯ್ದು ಬತ್ತಿ ಮುಂದೆ ಮಾಡಿ, ತನ್ನ ಬರೆವಣಿಗೆಯನ್ನು ಉಳಿಸಿಕೊಳ್ಳಲು ಅವಳು ಪಾಡುಪಡುತ್ತಾಳೆ. ಕೆಲವೊಮ್ಮೆ ಅದು ಅವಳ ಶಕ್ತಿಗೆ ಮೀರಿದ್ದೂ ಆಗಿರಬಹುದು. ಮೌನದತ್ತ ನಡೆದು ಮರೆಯಾದ ರಾಜಲಕ್ಷ್ಮಿಗೆ ಅದು ಗೊತ್ತಿತ್ತು. ಅದಕ್ಕಿಂತಲೂ ಹೆಚ್ಚು ಗೊತ್ತಿರಬಹುದು ಮೌನದಿಂದ ಹಿಂತಿರುಗಿ ಬಂದ ಚಂದ್ರಮತಿ ಮತ್ತು ಗ್ರೇಸಿಯವರಿಗೆ ಇನ್ನ್ಯಾರಿಗೂ ಅದು ಗೊತ್ತಿಲ್ಲ. ಓದುಗರಿಗೂ ಕೂಡಾ." (ನಾನು ಕಥೆಗಾರ್ತಿಯಾದ ಕಥೆ)

ಸೂರ್ಯನ ಪ್ರಜ್ವಲಿಸುವ ಕೋಪವಿಲ್ಲದೆ, ಬೆಳದಿಂಗಳಿನ ಪರಾವಲಂಬನವಿಲ್ಲದೆ, ಸುತ್ತಲೂ ಶಾಂತವಾದ ಬೆಳಕನ್ನು ಹರಿಸಿ, ಪ್ರಕಾಶಸೂಸುವ ಕಣ್ಣುಗಳಲ್ಲಿ ಕಾಂತಿ ಚಿಮ್ಮಿಸಿ, ತಮ್ಮ ನೋವು–ಅರಿವುಗಳನ್ನು ಕಥೆಗಳಾಗಿ ಪ್ರಸ್ತುತಪಡಿಸಲು ಪ್ರಯತ್ನಿಸುವ ಬೆರಳೆಣಿಕೆಯ ನಕ್ಷತ್ರಗಳು ನಮ್ಮ ಕಥೆಗಾರ್ತಿಯರು. ಇವರ ನಿರ್ಮಲವಾದ ತೇಜಸ್ಸಿಲ್ಲದಿದ್ದರೆ ನಕ್ಷತ್ರಗಳಿಲ್ಲದ ಆಕಾಶದ ಹಾಗೆ ನೀರಸ ಹಾಗೂ ತೇಜೋಹೀನವಾಗಿ ಕಾಣಿಸಬಹುದು ಮಲಯಾಳದ ಕಥಾ ಅಂತರಿಕ್ಷ !

ಈ ಕೃತಿಯಲ್ಲಿ ನನಗೆ ಸೇರಿಸಲಾಗದ ಉತ್ತಮ ಕಥೆಗಾರ್ತಿಯರಾದ ಪಿ. ವತ್ಸಲಾ ಮತ್ತು ಕೆ. ಬಿ. ಶ್ರೀದೇವಿ, ಸಾರಾ ಥೋಮಸ್ ಮತ್ತು ನಳಿನಿ ಬೇಕಲ್ ಹಾಗೂ ಇತರರಲ್ಲಿ ಕ್ಷಮೆ ಯಾಚಿಸುತ್ತ ಅವರಿಗೆ ನಾನು ಈ ಕೃತಿಯನ್ನು ಸಮರ್ಪಿಸುತ್ತೇನೆ.

ಶ್ರೀದೇವಿ ಕೆ. ನಾಯರ್

ಅನುವಾದಕಿಯ ಎರಡು ಮಾತುಗಳು

ಆಧುನಿಕ ಮಲಯಾಳ ಸಾಹಿತ್ಯದಲ್ಲಿ ತಮ್ಮದೇ ಆದ ಛಾಪನ್ನೊತ್ತಿ ಪ್ರಸಿದ್ಧರಾಗಿರುವ ಕೆಲವು ಕಥೆಗಾರ್ತಿಯರನ್ನು ಕನ್ನಡದ ಓದುಗರಿಗೆ ಪರಿಚಯಿಸ ಬೇಕೆಂದು ಬಹಳ ಕಾಲದಿಂದ ಯೋಚಿಸುತ್ತಿದ್ದೆ. ಪ್ರಾಯಶಃ ಮಾಧವಿಕುಟ್ಟಿಯವರ ಕೆಲವು ಕಥೆಗಳನ್ನು ಬಿಟ್ಟರೆ ಇನ್ನು ಯಾರ ಕತೆಗಳನ್ನೂ ಯಾರೂ ಕನ್ನಡಕ್ಕೆ ತಂದಿಲ್ಲ. ಬಿ. ಎಂ. ಸುಹರಾ ಅವರ ಒಂದು ಕಾದಂಬರಿಯನ್ನು ಸಾರಾ ಅಬೂಬಕರ್‌ರವರು ಅನುವಾದಿಸಿದ್ದಾರೆ. ಹಾಗೆಯೇ ಮಲಯಾಳದ ಮೊದಲ ಕಥೆಗಾರ್ತಿಯರ ಸಾಲಿಗೆ ಸೇರಿದ ಲಲಿತಾಂಬಿಕಾ ಅಂತರ್ಜನಂರವರ 'ಅಗ್ನಿಸಾಕ್ಷಿ' ಎಂಬ ಕಾದಂಬರಿಯನ್ನು ಶ್ರೀ ಕೆ. ಕೆ. ನಾಯರ್‌ರವರು ಸುಮಾರು 20 ವರ್ಷಗಳ ಹಿಂದೆ ಅನುವಾದಿಸಿ ಪ್ರಕಟಿಸಿದ್ದಾರೆ. ಆದರೆ ತಮ್ಮ ವೈಶಿಷ್ಟ್ಯಪೂರ್ವವಾದ ಕಥೆಗಳಿಂದ ಎಲ್ಲರ ಗಮನ ಸೆಳೆಯುತ್ತಿರುವ ದಿಟ್ಟ ಕಥೆಗಾರ್ತಿಯರಾದ ಅಷಿತಾ, ಗ್ರೇಸಿ, ಚಂದ್ರಮತಿ, ಸಿ. ಎಸ್. ಚಂದ್ರಿಕಾ, ಪ್ರಿಯಾ, ಸಿತಾರಾ ಮುಂತಾದವರ ಹೆಸರುಗಳನ್ನು ಕೂಡಾ ಕನ್ನಡ ಸಾಹಿತ್ಯದ ಓದುಗರು ಕೇಳಿರಲಾರರು. ಎಡಪಂಥೀಯ ತತ್ವಗಳಿಗೆ ಬದ್ಧರಾಗಿ ಅತ್ಯಂತ ಸಂಕೀರ್ಣವಾದ ವಿಚಾರಗಳನ್ನು ನಿಗೂಢ ಹಾಗೂ ಕಾವ್ಯಾತ್ಮಕ ಶೈಲಿಯಲ್ಲಿ ಪ್ರಸ್ತುತಪಡಿಸುವ ಸಾರಾ ಜೋಸೆಫ್ ಪ್ರಸಿದ್ಧಿ –ಪ್ರಶಸ್ತಿಗಳ ಬಗ್ಗೆ ತಲೆಕೆಡಿಸಿಕೊಳ್ಳದ ಬಹಳ ಒಳ್ಳೆಯ ಕಥೆಗಾರ್ತಿ. ಅವರ ಕಾದಂಬರಿ 'ಆಲಾಹಯುಡೆ ಪೆಣ್ ಮಕ್ಕಳ್'ಗೆ 2003ರ ಕೇಂದ್ರ ಸಾಹಿತ್ಯ ಅಕಾಡೆಮಿ ಪ್ರಶಸ್ತಿ ಬಂದಿದೆ.

ಈ ಎಲ್ಲ ಕಥೆಗಾರ್ತಿಯರ ಕಥೆಗಳಿಗಾಗಿ ನಾನು ಹುಡುಕುತ್ತಿದ್ದಂತೆ ತಿರುವನಂತಪುರದ ಡಾ. ಶ್ರೀದೇವಿ ಕೆ. ನಾಯರ್ ಸಂಪಾದಿಸಿದ ಮಲಯಾಳತ್ತಿಂದೆ ಪತ್ತ್ ಕಥಾಕಾರಿಗಳ್ ಅನ್ನುವ ಒಂದು ಕೃತಿ ಸಿಕ್ಕಿತು. ಅದರಲ್ಲಿ ಅವರು ಮಲೆಯಾಳದ ಹತ್ತು ಮಂದಿ ಪ್ರಸಿದ್ಧ ಕಥೆಗಾರ್ತಿಯರ ಒಂದೊಂದು ಕಥೆಗಳನ್ನು ಅವರ ಪರಿಚಯ ಲೇಖನ ಮತ್ತು ಸ್ತ್ರೀವಾದಿ ನೆಲೆಯಿಂದ ಮಾಡಿದ ಸುದೀರ್ಘವಾದ ಸಂದರ್ಶನಗಳೊಂದಿಗೆ ಪ್ರಕಟಿಸಿದ್ದರು. ಅದನ್ನ ಓದಿ ನನಗೆ ? ತುಂಬಾ ಸಂತೋಷವಾಖಿತು. ತಕ್ಷಣ ಅವರನ್ನು ಸಂಪರ್ಕಿಸಿ ಅವರ ಅನುಮತಿ ಪಡೆದು ಯಥಾವತ್ತಾಗಿ ಅನುವಾದಿಸಿದೆ. ಆ ಕೃತಿಯನ್ನು ನವಕರ್ನಾಟಕ ಪ್ರಕಾಶನದವರು 2004ರಲ್ಲಿ ಪ್ರಕಟಿಸಿದರು. ಮುಂದೆ ನಾನು ಅದೇ ಕೃತಿಯಲ್ಲಿರುವ ಕಥೆಗಾರ್ತಿಯರ ಇನ್ನೂ ಕೆಲವು ಕಥೆಗಳನ್ನು ಅನುವಾದಿಸುವ ಸಂದರ್ಭ ಒದಗಿ ಬಂತು. ಈ ಎಲ್ಲಾ ಕಥೆಗಳನ್ನು ಒಟ್ಟು ಸೇರಿಸಿ ಇನ್ನೊಂದು ಸಂಕಲನ

ಪ್ರಕಟಿಸಿದರೆ ಹೇಗೆಂಬ ಆಲೋಚನೆ ಬಂತು. ಮಿತ್ರರಾದ ದೇಸಿ ಪುಸ್ತಕದ ನಾಗೇಶ್ ಆಶಾ ನಾಗೇಶ್ ಅವರು ಪ್ರಕಟಿಸಲು ಮುಂದಾದರು.

ನಾನು ಈ ಕೃತಿಯ ಅನುವಾದ ಮಾಡಲು ಹೊರಟಂದಿನಿಂದ ಪ್ರಕಟಣೆಯ ತನಕ ಮೇಲೆ ಹೇಳಿದ ಯಾವುದೇ ರೀತಿಯ ಅಡ್ಡಿ –ಆತಂಕಗಳು ಅಡ್ಡ ಬರದೇ ಇದ್ದರೆ ಅದಕ್ಕೆ ಕಾರಣರು ಹಲವರು. ಗೆಳತಿ ಡಾ॥ ಶ್ರೀದೇವಿ ಕೆ. ನಾಯರ್ ಬೇಕು ಬೇಕಾದ ಸಹಕಾರ–ಸಲಹೆಗಳನ್ನು ಪತ್ರ–ದೂರವಾಣಿಗಳ ಮೂಲಕ ನೀಡುತ್ತಲೇ ಬಂದಿದಾದ್ದರೆ. ಎಲ್ಲ ಹತ್ತು ಮಂದಿ ಕಥೆಗಾರ್ತಿಯರು ಮತ್ತು ಮೂಲ ಕೃತಿಯ ಪ್ರಕಾಶಕರಾದ ಡಿ. ಸಿ. ಬುಕ್ಸ್, ಕೊಟ್ಟಾಯಂನವರು ನಾನು ಕೇಳಿದ ಕೂಡಲೇ ಅನುವಾದದ ಪ್ರಕಟಣೆಗೆ ತಮ್ಮ ಒಪ್ಪಿಗೆಯನ್ನು ನೀಡಿದ್ದಾರೆ. ಮೊದಲ ಹತ್ತು ಕಥೆಗಳನ್ನು ನವಕರ್ನಾಟಕ ಪ್ರಕಾಶನದ ಮಾನ್ಯ ಶ್ರೀ ಆರ್. ಎಸ್. ರಾಜಾರಾಮ್ ಮತ್ತು ಆಯ್ಕೆ ಸಮಿತಿಯ ಇತರ ಸ್ನೇಹಿತರು ಹಸ್ತಪ್ರತಿಯನ್ನು ಓದಿ ಇದನ್ನು ಪ್ರಕಟಣೆಗೆ ಆಯ್ಕೆ ಮಾಡಿ ಬಹಳ ದೊಡ್ಡ ಉಪಕಾರ ಮಾಡಿದ್ದಾರೆ. ಇವರೆಲ್ಲರಿಗೂ ನಾನು ನನ್ನ ಹೃತ್ಪೂರ್ವಕ ನಮನಗಳನ್ನು ಸಲ್ಲಿಸುತ್ತೇನೆ.

ನನ್ನ ಈ ಕೃತಿಯ ಹಿಂದಿನ ಪ್ರೇರಕಶಕ್ತಿಯಾಗಿ ಹಿರಿಯರೂ ಆತ್ಮೀಯರೂ ಆದ ಶ್ರೀ ಎಂ. ಟಿ. ವಾಸುದೇವನ್ ನಾಯರ್, ಶ್ರೀ ಸದಾನಂದ ಸುವರ್ಣ, ಶ್ರೀ ಜಿ. ಜೆ. ಹರಿಜಿತ್, ಸ್ನೇಹಿತರಾದ ಡಾ॥ ಎಲ್. ಸಿ. ಸುಮಿತ್ರಾ, ಡಾ॥ ಪಿ. ಲಕ್ಷ್ಮೀನಾರಾಯಣ ಭಟ್, ಡಾ॥ ಯು. ಶಾಂತಮೂರ್ತಿ ಐತಾಳ್, ಶ್ರೀಮತಿ ರೇಖಾ ಬನ್ನಾಡಿ ಇದ್ದಾರೆ. ಇವರೆಲ್ಲರಿಗೂ ನಾನು ಋಣಿಯಾಗಿದ್ದೇನೆ. ಮನೆಯಲ್ಲಿ ತುಂಬು ಸಹಕಾರ ನೀಡುತ್ತಿರುವ ಪತಿ ಶ್ರೀ ಗಂಗಾಧರ ಐತಾಳ್ ಮತ್ತು ಮಕ್ಕಳಾದ ರಮ್ಯತಾ – ಸುಶ್ಮಿತಾರನ್ನು ಈ ಸಂದರ್ಭದಲ್ಲಿ ನಾನು ಸಂತೋಷದಿಂದ ಸ್ಮರಿಸಿಕೊಳ್ಳುತ್ತೇನೆ.

ಈ ಹದಿನಾಲ್ಕು ಕಥೆಗಳ ಸಂಕಲನವನ್ನು ಪ್ರಕಟ ಮಾಡಲು ಪುಸ್ತಕಗಳ ಸ್ವರೂಪ ಮತ್ತು ಸೌಂದರ್ಯಗಳ ಬಗ್ಗೆ ಅಪಾರ ಕಾಳಜಿ ವಹಿಸಿ ಅಂದವಾಗಿ ಮುದ್ರಿಸುತ್ತಿರುವ ಸೃಷ್ಟಿ ನಾಗೇಶ್ ಮತ್ತು ಅವರಿಗೆ ಸದಾ ಬೆಂಬಲವಾಗಿ ನಿಂತಿರುವ ಆಶಾ ನಾಗೇಶ್ ಅವರಿಗೆ ನಾನು ಆಭಾರಿಯಾಗಿದ್ದೇನೆ. ಮುಖಪುಟ ವಿನ್ಯಾಸ ಮಾಡಿದ ಜಿ.ಅರುಣ್ ಕುಮಾರ್ ಅವರಿಗೆ ನನ್ನ ವಂದನೆಗಳು. ಅಂದವಾಗಿ ಮುದ್ರಣ ಕಾರ್ಯ ನೆರವೇರಿಸಿದ ಪೂರ್ಣಿಮ ಪ್ರಿಂಟರ್ಸ್‌ನ ಸಮಸ್ತರಿಗೆ ನನ್ನ ವಂದನೆಗಳು.

ಕನ್ನಡದ ಓದುಗರಿಗೆ ಈ ಕೃತಿಯ ಓದು ಒಂದು ಹೊಸ ಅನುಭವದ ಓದಿನ ಖುತ್ತಿಯನ್ನು ನೀಡಬಹುದೆಂದು ಆಶಿಸುತ್ತೇನೆ.

ಪಾರ್ವತಿ ಜಿ. ಐತಾಳ್

ಕುಂದಾಪುರ

11.11.2018

ಪರಿವಿಡಿ

ಮಾಧವಿ ಕುಟ್ಟಿ (ಕಮಲಾದಾಸ್)

ಮಲಯಾಳದ ಸಾಹಿತ್ಯಾಂತರಿಕ್ಷದಲ್ಲಿ ಮಿನುಗು ತಾರೆಯಾಗಿ ಮೆರೆದ ಮಾಧವಿ ಕುಟ್ಟಿ ಗುರುವಾಯೂರು ಸಮೀಪದ ಪುನ್ನಯೂರ್ಕುಳದ, ಪ್ರಸಿದ್ಧ ನಾಲಪ್ಪಾಟ್ಟ್ ಮನೆಯಲ್ಲಿ ಬಾಲಾಮಣಿಯಮ್ಮ ಮತ್ತು ವಿ.ಎಂ. ನಾಯರ್ ಇವರುಗಳ ಮಗಳಾಗಿ ಹುಟ್ಟಿದರು. ಎಳೆಯ ವಯಸ್ಸಿನಲ್ಲೇ ಬರವಣಿಗೆಯನ್ನು ಆರಂಭಿಸಿ ಮಲಯಾಳದಲ್ಲಿ ಕಥೆ–ಕಾದಂಬರಿಗಳನ್ನೂ, ಇಂಗ್ಲಿಷಿನಲ್ಲಿ ಕವಿತೆಗಳನ್ನೂ ರಚಿಸಿ ಲೋಕ ಪ್ರಸಿದ್ಧರಾದರು. ಮನುಷ್ಯ ಪ್ರೀತಿಯ ಬಗೆಗಿನ ಹುಡುಕಾಟವೇ ಅವರ ರಚನೆಗಳ ಒಳಲೋಕವನ್ನು ತುಂಬಿಕೊಂಡಿದೆ. ಗಂಡು–ಹೆಣ್ಣುಗಳ ನಡುವಣ ಸಂಬಂಧದ ಬಗೆಗೆ ಸಮಾಜವು ಇಟ್ಟುಕೊಂಡ ತಪ್ಪು ಕಲ್ಪನೆಗಳ ಕೃತಕ ವೇಷಗಳನ್ನು ಬಯಲಿಗೆಳೆದು ನಿಜವಾದ ಸಂಬಂಧಗಳು ಹೇಗಿರಬೇಕೆಂಬ ಆದರ್ಶಗಳನ್ನು ಮುಂದಿಡುವ ಮಾಧವಿ ಕುಟ್ಟಿಯವರ ಕಥೆಗಳು ಓದುಗವಲಯದಲ್ಲಿ ಸಾಕಷ್ಟು ವಿವಾದಗಳ ಬಿರುಗಾಳಿಯನ್ನೆಬ್ಬಿಸಿರುವುದು ನಿಜವಾದರೂ, ಸತ್ಯದ ಸತ್ವವನ್ನು ನೇರವಾಗಿ ಸಾರುವ ಅವರ ದಿಟ್ಟತನವನ್ನು ಮೆಚ್ಚಿ ಅವರನ್ನು ತಮ್ಮ ನೆಚ್ಚಿನ ಲೇಖಕಿಯನ್ನಾಗಿ ಸ್ವೀಕರಿಸಿದ ಸಮಾನ ಸಂಖ್ಯೆಯ ಪ್ರಜ್ಞಾವಂತ ಓದುಗರೂ ಇದ್ದಾರೆ.

ಪ್ರಾಸ್ತಾವಿಕ

ಕಮಲಾದಾಸ್ ಅಥವಾ ಮಾಧವಿ ಕುಟ್ಟಿ ಎಂಬ ಸುರೈಯ ಮಲಯಾಳ ಸಾಹಿತ್ಯದ ಅಪೂರ್ವ ಪ್ರತಿಭೆ ಮಾತ್ರವಲ್ಲ, ಜೀವಂತ ದಂತಕಥೆಯೂ ಹೌದು.

ಮಲಯಾಳ ಸಾಹಿತ್ಯಕ್ಕೆ ಅಮೂಲ್ಯವಾದ ಕೊಡುಗೆಗಳನ್ನು ನೀಡಿದ ಅವರಿಗೆ ವಾಸ್ತವದಲ್ಲಿ ಮಲಯಾಳಿಗಳು ಕಿರುಕುಳ ನೀಡಿ ಹಿಂಸಿಸಿದ್ದು ಸ್ವಲ್ಪವಲ್ಲ. ತನ್ನ ಕಲ್ಪನಾ ಜಗತ್ತಿನಲ್ಲಿ ಪ್ರೇಮಕ್ಕೆ ಪ್ರಾಧಾನ್ಯ ನೀಡಿದ್ದಕ್ಕೆ ಅವರು ಬಹಳ ಗಂಭೀರವಾದ ಬೆಲೆ ತೆರಬೇಕಾಗಿ ಬಂತು. ವಿವಾಹಿತೆಗೆ ಪ್ರೇಮವು ಅನಗತ್ಯವಾದುದೆಂದು ನಂಬಿದ ಕೇರಳದ ಜನತೆ ಮಾಧವಿಕುಟ್ಟಿಯವರ ಪರಪುರುಷ ಪ್ರೇಮದ ಕಥೆಗಳನ್ನೋದಿ ಬೆಚ್ಚಿಬಿದ್ದಿತು. 'ವೇಶ್ಯೆ', 'ಹಾದರಗಿತ್ತಿ' ಎಂಬ ನಾಮಧೇಯಗಳಿಂದ ಮಲಯಾಳಿಗಳು ಅವಳನ್ನು ಜರೆದೂ ಕಾಲ್ಪನಿಕ ಸ್ವರ್ಗವು ನೀಡಿದ ಸಾಂತ್ವನಗಳ ಸಹಾಯದಿಂದ ಮಾಧವಿಕುಟ್ಟಿಯವರ ಪೆನ್ನು ಮುಂದೋಡಿತು. ಕಾಲ್ಪನಿಕ ಜಗತ್ತಿನಲ್ಲಿ ಸಾಮಾಜಿಕ ಭ್ರಷ್ಟತೆಗೆ ಸ್ಥಾನವಿಲ್ಲವೆಂದು ತಿಳಿದುಕೊಂಡ ಮಾಧವಿಕುಟ್ಟಿಯವರ ಪೆನ್ನು ಕನಸುಗಳನ್ನು ವಾಸ್ತವಗಳಾಗಿಯೂ, ಆ ವಾಸ್ತವಗಳನ್ನು ಕಥೆಗಳಾಗಿಯೂ ಪರಿವರ್ತಿಸಿ ಮಾತುಗಳಿಂದ ಮಾಯಾಜಾಲ ಸೃಷ್ಟಿಸಿ ಖುಷಿ ಪಟ್ಟುಕೊಂಡಿತು. ಮಾಧವಿಕುಟ್ಟಿ ಎಂಬ ಪ್ರತಿಭಾಸಂಪನ್ನಳಾದ ಲೇಖಕಿ ಸಾಮಾಜಿಕ ಸಭ್ಯತೆಯ ಕಾಪಟ್ಯದ ಬಾಣದೇಟು ತಾಗಿ ವಿಲವಿಲನೆ ಒದ್ದಾಡಿ ಸತ್ತುಹೋಗುವಳೆಂದು ನಂಬಿದವರು, ಅವರು ಕಮಲಾದಾಸ್ ಎಂಬ ಹೆಸರಿನಲ್ಲಿ ಇಂಗ್ಲಿಷ್‌ನಲ್ಲಿ ವಿಶ್ವಸಾಹಿತಿಯಾಗಿ ಗುರುತಿಸಲ್ಪಟ್ಟದ್ದನ್ನು ನೋಡಿ ಗಾಬರಿಯಾದರು. ಆದರೂ ಅವರನ್ನು ಒಪ್ಪಿಕೊಳ್ಳಲು ತಾವು ಮಲಯಾಳದ 'ಮಹಾನ್' ಸಂಸ್ಕೃತಿಯ ದ್ರಷ್ಟಾರರೆಂದು ತಿಳಿದುಕೊಂಡವರು ಮುಂದೆ ಬರಲಿಲ್ಲ. ಸಂಕುಚಿತತೆಯನ್ನು ಮಹತ್ವದ ಭಾಗವಾಗಿ ತಪ್ಪು ತಿಳಿದುಕೊಂಡವರು ಅವರನ್ನು ಒಪ್ಪಿಕೊಳ್ಳುವ ಔದಾರ್ಯ ತೋರಿಸಿದ್ದು ಮುಂದಿನ ಕಾಲಘಟ್ಟದಲ್ಲಿ. ಆದರೆ ಮಾಧವಿ ಕುಟ್ಟಿಯವರ ಆತ್ಮವಿಶ್ವಾಸಕ್ಕೆ ಮಲಯಾಳದ ಔದಾರ್ಯದ ಅಗತ್ಯವಿರಲಿಲ್ಲ. 'ನನಗೆ ಪದ್ಮಭೂಷಣ ಸಿಕ್ಕಿದರೆ ನಾನು ಅದನ್ನು ತಿರಸ್ಕರಿಸುತ್ತೇನೆ. ನನಗೆ ಅದಕ್ಕಿಂತ ಹೆಚ್ಚಿನ ಅರ್ಹತೆಯಿದೆ' ಎಂದು ಅವರು ಅಬ್ಬರಿಸಿದಾಗ ಅದರಲ್ಲಿ ಹುರುಳಿದೆಯೇ ಇಲ್ಲವೇ ಎಂದು ಪರೀಕ್ಷಿಸಲು ಮಲಯಾಳಿಗಳು ಕಷ್ಟಪಡಬೇಕಾಯಿತು.

ಮನುಷ್ಯನ ಬದುಕಿನ ಅಮೂಲ್ಯವಾದ ಅನುಭವವೆಂದು ಪ್ರೇಮವನ್ನು ನೋಡುವ ಮಾಧವಿಕುಟ್ಟಿಯವರ ಕಥಾಪಾತ್ರಗಳು 'ನಾನು' ಎಂದು ಮಾತನಾಡುವ ಕಾರಣ ಇರಬಹುದು. ಹಲವರು ಆ ಕಥಾಪಾತ್ರದಲ್ಲಿ ಕಥೆಗಾರ್ತಿಯನ್ನೇ ಕಂಡದ್ದು. ಮಲಯಾಳಿಗಳ ಈ ಕಾಯಿಲೆಯ ಬಗ್ಗೆ ತಿಳಿದಿರುವ ಕಥೆಗಾರ್ತಿ ತನ್ನ ಕಥೆಗಳನ್ನು ಸ್ವಂತ ಅವತಾರಗಳನ್ನೇ ವೇಷಕಟ್ಟಿ ನಿಲ್ಲಿಸುತ್ತಾಳೆ ಇಷ್ಟವಾದದ್ದನ್ನು ಆಯ್ದುಕೋ ಎಂದು ಓದುಗರ ಬಳಿ ಹೇಳುವ ಹಾಗೆ. ಕಮಲ, ಕಮಲಾದಾಸ್ ಮತ್ತು ಮಾಧವಿಕುಟ್ಟಿ ಮಾತ್ರವಲ್ಲದೆ ಕೊನೆಗೆ ಸುರ್ಯೈಯಾಳೊ ಈ ಸಾಲಿನಲ್ಲಿ ನಿಂತು ನಗುತ್ತಾಳೆ. ಕಥೆಗಾರ್ತಿ 'ನಾನು' ಎಂದು ಹೇಳುವಾಗಲೂ ಕಥೆಯ 'ನಾನು' ಕಥೆಗಾರ್ತಿಯ ಕೆಲವು ಉದ್ಗಾರಗಳನ್ನು ಮಾತ್ರ ಪಡೆದ 'ಅಪರ'ಳಾದರೂ ಆಗಿರಬೇಕೆಂದು ತಿಳಿದುಕೊಳ್ಳದೆ ಕಥೆಯ ರಾಕ್ಷಸನಿಗೆ ಯಾರ ಛಾಯೆಯಿದೆ ಎಂದು ಹುಡುಕಿನೋಡಿದ ಮಲಯಾಳಿ ಚಿತ್ತ ಸ್ವಾಸ್ಥ್ಯ ಕಳೆದುಕೊಂಡಾಗ ಅದನ್ನು ತನ್ನ ಕಲ್ಪನೆಯ ಸಪ್ತ ವರ್ಣಗಳನ್ನು ಒರೆಸಿ ನಾಶ ಮಾಡುವ ಪ್ರಯತ್ನವಾಗಿ ಕಾಣುವ ಮಾಧವಿಕುಟ್ಟಿ ಸಿಟ್ಟಿನಿಂದ ಕುದಿಯುತ್ತಾರೆ. ಇಲ್ಲಿ ಹೇಗೆ ಒಳ್ಳೆಯ ಸಾಹಿತ್ಯ ಹುಟ್ಟಿಕೊಳ್ಳಲು ಸಾಧ್ಯ ? ಒಳ್ಳೆಯ ಸಾಹಿತ್ಯ ಸೃಷ್ಟಿಯಾಗ ಬೇಕಾದರೆ ಬರಹಗಾರರಿಗೆ ಏನುಬೇಕಾದರೂ ಮನಸ್ಸು ಬಿಚ್ಚಿ ಹೇಳುವ ಸ್ವಾತಂತ್ರ್ಯವಿರಬೇಕು. ಅಂತಹ ಒಂದು ಸಹಕಾರ ಇಲ್ಲಿ ಯಾವಾಗಲಾದರೂ ಉಂಟಾದೀತೆ ? ಮಂಜು ಹನಿಯನ್ನು ಮಣಿ ಮುತ್ತಾಗಿಯೂ ಕರಿಯನನ್ನು ಬಿಳಿಯನನ್ನಾಗಿಯೂ ಪರಿವರ್ತಿಸಬಲ್ಲ ಕಲ್ಪನೆಯ ಮಾಂತ್ರಿಕತೆಯೇ ಸಾಹಿತ್ಯದ ಜೀವಾಳವೆಂದು ಅರ್ಥ ಮಾಡಿಕೊಂಡರಲ್ಲವೇ ವೈಯಕ್ತಿಕವಾದ ಟೀಕೆಗಳಿಂದ ನಾವು ಬರಹಗಾರರನ್ನು ಮುಕ್ತರಾಗಿಸಲು ಸಾಧ್ಯ ?

ಮಾಧವಿಕುಟ್ಟಿ ಯಾವಾಗಲೂ ಸಮಾಜವನ್ನು ಬೆಚ್ಚಿಬೀಳಿಸಿದ್ದಾರೆ ಎಂಬುದೂ ಮಾತ್ರ ಸತ್ಯ. ಇವತ್ತು ಕೂಡಾ ಅವರು ಆ ಆಟವನ್ನು ಮುಂದುವರಿಸುತ್ತಿದ್ದಾರೆ. ಪತಿಯನ್ನು ಪ್ರಾಣದಂತೆಯೋ, ಅಥವಾ ಅದಕ್ಕೂ ಮಿಗಿಲಾಗಿಯೋ ಪ್ರೀತಿಸುತ್ತೇನೆ ಎಂದ ಮಾಧವಿಕುಟ್ಟಿ, ಪ್ರೇಮವು ಮಧುರವೆಂದೂ ವಿವಾಹಿತರಾದ ಪುರುಷರನ್ನು ಪ್ರೇಮಿಸುವುದರಲ್ಲಿ ಒಂದು ಥ್ರಿಲ್ ಇಲ್ಲವೇ ಎಂದೂ ಮುಗ್ಧರಾಗಿ ಪ್ರಶ್ನಿಸುತ್ತಾರೆ. ಈ ರೀತಿಯ ಪ್ರಶ್ನೆಗಳನ್ನು ಕೇಳಿಯೇ ಹಿಂದೆ ಸಮಾಜ ಮೂರ್ಛೆ ತಪ್ಪಿ ಹೋಗಿದ್ದರೆ ಇವತ್ತು ವಿಷಯ ಬೇರೆ. ಮತಧರ್ಮವೆನ್ನುವುದು ಅನಗತ್ಯವೆಂದೂ ಅದು ಮನುಷ್ಯರು ಪರಸ್ಪರ ಹೊಡೆದಾಡಲಿಕ್ಕೋಸ್ಕರ ಮಾತ್ರ ಪ್ರಯೋಜನಕ್ಕೆ ಬರುವುದು ಎಂದು ಹಲವು ಬಾರಿ ಹೇಳಿರುವ ಅವರು ಸ್ವಾತಂತ್ರ್ಯ ಮತ್ತು ಸುರಕ್ಷೆಗೆ ಬೇಕಾಗಿ ನಾನು ಮುಸ್ಲಿಂ ಆಗುತ್ತಿದ್ದೇನೆ ಎಂದು ಹೇಳುವಾಗ ಮಲಯಾಳಿಗಳು ದಿಗ್ಭ್ರಮೆಗೊಂಡರು. ಪತ್ರಿಕೆಗಳಲ್ಲಿ, ವಾರ್ತೆಗಳಲ್ಲಿ ಮತ್ತು ಟಿ.ವಿ.ಗಳಲ್ಲಿ ಸುರ್ಯೈಯ ತುಂಬಿಕೊಂಡಾಗ ಮಾಧವಿಕುಟ್ಟಿಯೂ, ಆಮಿಮತ್ತು,

ಕಮಲಾರು ಗಹಗಹಿಸಿ ನಗುತ್ತಿದ್ದಾರೆಯೆ? ವಾರ್ಧಕ್ಯದಲ್ಲೂ ಚೆಲುವೆಯಾಗಿ ಕಾಣುವ ತನ್ನನ್ನು ತೋಳಲ್ಲಿ ಬಳಸಿಕೊಂಡು ಹೋಗಲು ಒಂದು ವಾರ ಕಳೆದು ಕೂಡಲೇ ಮತವನ್ನು ಬದಲಾಯಿಸಿದಾಗ 'ನನ್ನ' ಕೃಷ್ಣನನ್ನು ನಾನು ನಬಿಯಾಗಿ ಮಾಡಿದೆ' ಎಂದು ಹೇಳಿ ಮರೆಯಾದರು. ಅದನ್ನು ಕೇಳಿ ಹಿಂದುತ್ವವೆಂಬುದು ನಾಶವಾಗಿ ಹೋಯಿತು ಎಂದು ಮಲಯಾಳಿಯಾದವನು ದುಃಖಿಸಬೇಕಾದ ಅವಶ್ಯಕತೆಯಿದೆಯೆ ? ಇಡೀ ಸಮಾಜಕ್ಕೆ ಸಮಾಜವೇ ಆಕೆಯನ್ನು ಆಕ್ಷೇಪಿಸಿದಾಗಲೂ ತನ್ನ ಕೃತಿಗಳು ವಿಶ್ವಸಾಹಿತ್ಯಕ್ಕೆ ಮಹತ್ವದ ಕೊಡುಗೆಗಳಾಗಿವೆ ಎಂದು ದೃಢವಾಗಿ ನಂಬಿ ಅದನ್ನು ಸಾಬೀತುಪಡಿಸಿದ ಮಾಧವಿಕುಟ್ಟಿ ಎಂಬ ವ್ಯಕ್ತಿಯ ದೃಢಮನೋಭಾವವೂ ಇಲ್ಲವೇ ಸಮಾಜಕ್ಕೆ? ಹಿಂದುತ್ವವು ಒಬ್ಬ ಮಾಧವಿಕುಟ್ಟಿಯನ್ನು ಅವಲಂಬಿಸಿಲ್ಲವೆಂಬುದನ್ನು ಅರ್ಥಮಾಡಿಕೊಂಡು, ಸತ್ಯ–ಮಿಥ್ಯೆ, ವಾಸ್ತವ–ಕಲ್ಪನೆಗಳು ಬೆರೆತುಕೊಂಡಿರುವ ಅವರ ಚೇತನದಿಂದ ವಾಸ್ತವ ಮತ್ತು ಕಲ್ಪನೆಗಳನ್ನು ಸರಿಯಾಗಿ ಬೇರ್ಪಡಿಸಿ ತೆಗೆಯಲು ಅವರಿಗೂ ಸಾಧ್ಯವಿಲ್ಲವೆಂಬ ವಿಚಾರವನ್ನು ಬುದ್ಧಿ ಒಪ್ಪಿಕೊಳ್ಳಬೇಕಾಗುತ್ತದೆ. ಕಮಲಾ ಅನ್ನುವ, ಈಗ ಸುರೈಯ ಆಗಿರುವ ವ್ಯಕ್ತಿಯನ್ನು ನಾವು ಸುಮ್ಮನೆ ಬಿಟ್ಟುಬಿಡಬಹುದು. ಮಾಧವಿಕುಟ್ಟಿಯನ್ನು, ಕಮಲಾದಾಸ್‌ಳನ್ನು ಅಧ್ಯಯನ ಮಾಡೋಣ.

ಸುರೈಯ ನಗುತ್ತಿದ್ದಾರೆ? ಮದುರೆಂಗಿ ಹಚ್ಚಿಕೊಂಡು, ಮುಖಕ್ಕೆ ಬುರ್ಖಾ ಹಾಕಿಕೊಂಡು, ಮಾಧವಿಕುಟ್ಟಿಯ ತಿರುಗಿ ನಿಂತಿರುವ ಪರಿಭ್ರಮಣ ಚಕ್ರದಲ್ಲಿ ಇದು ಒಂದು ನಿಮಿಷ ಮಾತ್ರದ ಚಿತ್ರವಾಗಿರಬಹುದು.

(ಮಾಧವಿಕುಟ್ಟಿಯವರು ಮತಾಂತರ ಮಾಡಿಕೊಳ್ಳುವುದಕ್ಕೆ ಒಂದು ವಾರ ಮೊದಲು ಮಾಡಿದ್ದಾಗಿದೆ ಈ ಸಂದರ್ಭ).

ಕಥೆ

ಮುಖವಿಲ್ಲದ ನಾವಿಕ

ಇದು ನಿನ್ನ ಕಥೆಯೂ ನನ್ನ ಕಥೆಯೂ ಎಲ್ಲರ ಕಥೆಯೂ ಆಗಿದೆಯೆಂದು ನನಗನ್ನಿಸುತ್ತದೆ. ಮೃತ್ಯುವು ಮುಖವಿಲ್ಲದ ಓರ್ವ ನಾವಿಕ.

ಅದು ಭರತಕಾಲದ ಸಮುದ್ರದಂತೆ ಘರ್ಜಿಸುತ್ತ ಮುನ್ನುಗ್ಗುವುದು. ನನ್ನ ಅತೃಪ್ತ ಶರೀರವನ್ನು ತನ್ನ ಅಗಾಧತೆಯೊಳಕ್ಕೆ ಎಳೆದೊಯ್ಯುವುದು. ಮುಳುಗಿ ಸತ್ತವರ ದೇಹಗಳು ಕವುಚುತ್ತ-ಮಗುಚುತ್ತ ಆ ನೀಲಿಮೆಯಲ್ಲಿ ದೂರ ದೂರದ ತನಕ ತೇಲಿ ಹೋಗುವುವು. ಮೈಲಿಗಟ್ಟಲೇ ತೇಲಿ ಕೊನೆಗೆ ಸುಳಿಯಿಲ್ಲದ, ಚಲನೆಯಿಲ್ಲದ ಒಂದೆಡೆ ನಿಶ್ಚಲವಾಗುವವು. ಪಾಳುಗಿಡಗಳು ಅವರ ಕೂದಲೆಳೆಗಳೊಳಗೆ ಸಿಕ್ಕಿ ಬೆಳೆಯುವವು. ಜಲಚರಗಳು ಅವರ ಬಿಳಿಚಿಕೊಂಡ ಕೈಕಾಲುಗಳನ್ನು ಕಚ್ಚಿಹಿಡಿದುಕೊಳ್ಳುವವು.

ಶಂಖಗಳ ಮೂಲಕ ಒಮ್ಮೆ ನಾನು ನಿಟ್ಟುಸಿರು ಬಿಡುತ್ತಿರುವ ಸಮುದ್ರಗಳ ಪರಿಚಯ ಮಾಡಿಕೊಂಡೆ. ಹಿಂದಕ್ಕೆ ಬಾಗುತ್ತಿರುವ ಏಡಿಗಳು ಮತ್ತು ಮುಳ್ಳುಗಿಡಗಳು ನನ್ನ ಪಾದಗಳಿಗೆ ತಾಗದಂತೆ ಎಚ್ಚರಿಕೆ ವಹಿಸಿ ಬಹಳ ಹಿಂದೆ ನಾನು ಚಿಕ್ಕ ಹುಡುಗಿಯಾಗಿದ್ದಾಗ ಕಡಲತೀರದುದ್ದಕ್ಕೆ ನಡೆಯುತ್ತಿದ್ದೆ. ನನ್ನ ಬದುಕಿನ ಅಂತಿಮಘಟ್ಟದಲ್ಲಿ ನಾನು ಆ ಕಡಲ ತೀರವನ್ನು ನೆನಪಿಸಿಕೊಳ್ಳುವೆನೆ? ವರ್ಷಗಟ್ಟಲೆ ಕಾದರೂ ಕಾಣಲಾಗದ ಗೆಳೆಯನನ್ನು ನಾನು ನೆನಪಿಸಿಕೊಳ್ಳುವೆನೆ? ರಾಧೆಯ ಬಾಹುಬಂಧನದಲ್ಲಿ ಸಿಲುಕಿದ ಹದಿನಾಲ್ಕರ ಹರೆಯದವನನ್ನಾಗಿತ್ತು ನಾನಂದು ಕನಸಿನಲ್ಲಿ ನೋಡಿದ್ದು. ಮೈಯೆಲ್ಲ ಒಂದು ದಿನವಿಡೀ ಉರಿದ ಸೂರ್ಯನ, ಮತ್ಸ್ಯಗಂಧಿಯಾದ

ನದಿಯ, ಹಸುಗಳ, ಕಾಡು ಹೂಗಳ ಪರಿಮಳಗಳನ್ನು ಹೊತ್ತವನು. ಕನಸು ಕಾಣುವ ಶಕ್ತಿ ನನ್ನ ಕಣ್ಣುಗಳಿಗಿತ್ತು. ಇಂದು ನನ್ನ ಕಣ್ಣುಗಳು ಕನಸುಗಳ ತೋಡುಗಳು ಮಾತ್ರ. ಅವಕ್ಕೆ ಮೀನುಗಳ ಆಕಾರ.

ಮೃತ್ಯು ಕರ್ಮವನ್ನು ಅಪೂರ್ಣವಾಗಿಸುತ್ತದೆ. ಆದರೆ ಕರ್ಮಿಯನ್ನು ಪೂರ್ಣತೆಯತ್ತ ಕೊಂಡೊಯ್ಯುತ್ತದೆ. ಬರೆಯುವ ಕೈಗಳನ್ನು ನಿಶ್ಚಲವಾಗಿಸಿ ಅದು ಕಥೆಯನ್ನು ಅಪೂರ್ಣವಾಗಿಸುತ್ತದೆ. ವೀಣೆ ಮೀಟುವ ಬೆರಳುಗಳನ್ನು ನಿಶ್ಚಲಗೊಳಿಸಿ ಅದು ಸಂಗೀತವನ್ನು ಅರೆಪ್ರಜ್ಞಾವಸ್ಥೆಗೆ ದೂಡಿಬಿಡುತ್ತದೆ. ಕೋವಿಯ ಮೇಲಿಟ್ಟ ಕೈ ಬೆರಳುಗಳನ್ನು ಮರಗಟ್ಟಿಸಿ ಮೃತ್ಯು ಯೋಧನನ್ನು ಯುದ್ಧದಲ್ಲಿ ಸೋಲಿಸುತ್ತದೆ. ಸಯನೈಡ್ ನಿಕ್ಷೇಪಿಸಿದ ಪಟ್ಟಿಗಳನ್ನು ಕತ್ತಲ್ಲಿ ಧರಿಸಿಕೊಂಡ ಮಕ್ಕಳನ್ನು ನಾನು ಕಾಣುತ್ತಿದ್ದೇನೆ. ಗಡ್ಡ–ಮುಂಡಾಸುಗಳುಳ್ಳ ಭೀಕರರೂಪಿಗಳನ್ನು ಕಾಣುತ್ತಿದ್ದೇನೆ. ಅವರ ಮುಖಗಳು ಕಿಟಕಿ ಗಾಜುಗಳಲ್ಲಿ ಪ್ರತಿಫಲಿಸುವಾಗ ಹೆಂಗಸರು ಚೀರಿ ಬೊಬ್ಬಿಡುತ್ತಾರೆ. ಭೀಕರರೂಪಿಗಳ ಮುಖಗಳು ಅಕ್ಕಿಹಿಟ್ಟಿನಂತೆ ಬಿಳಚಿಕೊಂಡಿವೆ. ಅವರ ನಿಟ್ಟುಸಿರುಗಳು ಗಾಜು ಬಿಳುಪೇರುವಂತೆ ಮಾಡುತ್ತದೆ. ನನ್ನ ಮಲಗುವ ಕೋಣೆಯ ಕಿಟಕಿ ಗಾಜುಗಳನ್ನು ಬಿಳುಪೇರಿಸುವುದು ಭೀಕರರೂಪಿಗಳ ನಿಶ್ವಾಸವೇ ಅಥವಾ ಪ್ರಭಾತ ಮಾತ್ರವೇ? ನನ್ನ ಕಿಟಕಿಗಳಿಗೆ ಪರದೆಗಳಿಲ್ಲ. ನಾನು ನಿದ್ದೆ ಮಾಡುವುದನ್ನು, ನಿದ್ದೆ ಬಾರದೆ ಹೊರಳಾಡುವುದನ್ನು, ರಾತ್ರಿಯ ಹಾಡುಗಳನ್ನು ಕೇಳಲೆಂದು ರೇಡಿಯೋ ತಿರುಗಿಸುವುದನ್ನು ಹೊರಗೆ ನಿಂತವರು ನೋಡಬಹುದಾಗಿತ್ತು. ನನ್ನ ಕಿಟಕಿ ಗಾಜುಗಳು ಬಿಳುಪೇರುವಾಗಲೂ ನನ್ನ ಕೋಣೆಯಲ್ಲಿ ಕತ್ತಲು ಕರಾಳವಾಗಿ ಹೆಪ್ಪುಗಟ್ಟಿದ ರಕ್ತದಂತೆ ಮಡುಗಟ್ಟುತ್ತದೆ. ನನ್ನ ಮಂಚದಡಿಯಲ್ಲಿ ವಿಶ್ರಾಂತಿ ತೆಗೆದುಕೊಳ್ಳುವ ಕಪ್ಪು ಬೆಕ್ಕಿನ ಹಳದಿ ಕಣ್ಣುಗಳು ಪುಷ್ಯರಾಗಗಳಂತೆ ಹೊಳೆಯುತ್ತಲೂ ಇವೆ.

ತಾಯಂದಿರ ಕರ್ತವ್ಯ ಮಕ್ಕಳನ್ನು ಬೆಳೆಸುವುದು. ಅವರಿಗೆ ಕಾಯಿಲೆ ಬಂದಾಗ ಶುಶ್ರೂಷೆ ಮಾಡುವುದು. ಅವರಿಗೆ ಹದಿನೆಂಟು ವಯಸ್ಸಾದಾಗ ಸತ್ತು ಮಧುರ ಸ್ಮೃತಿಯಾಗಿ ಮಾತ್ರ ಉಳಿಯುವುದು. ವಾರ್ಧಕ್ಯದ ಅಂಗವಿಕಲತೆ ಮತ್ತು ಪರಾಧೀನತೆಗಳಿಂದ ಮಕ್ಕಳನ್ನು ಅಸ್ವಸ್ಥರನ್ನಾಗಿಸುವುದು ತಾಯಂದಿರ ಕೆಲಸವಲ್ಲ.

ವಾನಪ್ರಸ್ಥ! ಅದಕ್ಕೀಗ ನಮಗೆ ಕಾಡುಗಳೆಲ್ಲಿವೆ? ಶುದ್ಧವಾಗಿ ಹಾಡುತ್ತ ಹರಿಯುವ ತೊರೆಗಳೆಲ್ಲಿ? ಕಿಟಕಿಗಳನ್ನು ರಪ್ಪೆಂದು ಮುಚ್ಚಿ ಧೂಳು ಹಿಡಿದ ಪರದೆಗಳನ್ನು ಎಳೆದು, ಮಲಗುವ ಕೋಣೆಗಳನ್ನು ಕತ್ತಲೆ ಕೋಣೆಗಳನ್ನಾಗಿಸಿ ನಾವು ವಾನಪ್ರಸ್ಥವನ್ನು ಆಸ್ವಾದಿಸಬಹುದು. ರೆಫ್ರಿಜರೇಟರ್‌ನಲ್ಲಿಟ್ಟು ಹೆಪ್ಪುಗಟ್ಟಿಸಿದ ಸವಿಫಲಗಳನ್ನು ತಿನ್ನಬಹುದು. ಪ್ಲಾಸ್ಟಿಕ್ ಬಾಟಲಿಗಳಲ್ಲಿ ಎಂದೋ ತುಂಬಿಸಿಟ್ಟ ನೀರನ್ನು ಹೀರಿ ಕುಡಿಯಬಹುದು. ನಾಗರಿಕರಾದ ಮಕ್ಕಳ ಮತ್ತು ಅವರ ಸಮಕಾಲೀನರ ಜೀವನ ಶೈಲಿಗಳನ್ನು ನಾವು ಟೆಲಿವಿಷನ್‌ಗಳಲ್ಲಿ ನೋಡಿ ತಿಳಿಯಬಹುದು. ಅವರ ನೇತಾರರುಗಳ ಕೆಲಸಗಳ ಬಗ್ಗೆ ಸಾಕೆನ್ನಿಸುವಷ್ಟು ಕೇಳಬಹುದು. ವೃದ್ಧಾಶ್ರಮಕ್ಕೆ ಸಂದರ್ಶಕಿಯಾಗಿ ನಾನು ಕಳೆದ ತಿಂಗಳು ಹೋಗಿದ್ದಾಗ ಹಸುಗಳ ಪ್ರಶಾಂತನೇತ್ರಗಳಿರುವ ಅನಾಥ ವೃದ್ಧರನ್ನು ನಾನು ನೋಡಿದೆ.

ಅವರ ನರೆತ ಕೂದಲುಗಳನ್ನು ಸುಕ್ಕುಗಟ್ಟಿದ ಕೈಕಾಲುಗಳನ್ನು ನೋಡಿದೆ. ಅವರ ಕಣ್ಣುಗಳು ನನ್ನ ಮುಖದ ಮೇಲೆ ಏನನ್ನೋ ಅರಸುತ್ತಿರುವಂತೆ ನೆಟ್ಟಾಗ ಕಟ್ಟಿರುವೆಗಳು ನನ್ನ ಮೈತುಂಬ ಹರೆದಾಡುತ್ತಿರುವ ಅನುಭವ ನನಗಾಯಿತು. ಆ ಮುಗ್ಧ ಜೀವಗಳನ್ನು ಸ್ತ್ರೀ–ಪುರುಷ–ನಪುಂಸಕರೆಂಬ ಭೇದವಿಲ್ಲದೆ ಆಲಿಂಗಿಸಿಕೊಳ್ಳಬೇಕೆಂದು ನನಗನ್ನಿಸಿತು. ಅವರಿಗೆ ಬೇಕಾದವಳಾಗಿ ಮಗಳಾಗಿಯೋ ಮಗನಾಗಿಯೋ ನಾನಿದ್ದೇನೆಂದು ಭರವಸೆ ನೀಡಬೇಕೆನ್ನಿಸಿತು. ಆದರೆ ಆ ಸಂಸ್ಥೆಯ ಕಾರ್ಯದರ್ಶಿಯ ಮುಂದೆ ನನ್ನ ಯಾವುದೇ ಭಾವನೆಗಳನ್ನು ಪ್ರಕಟಪಡಿಸುವುದು ಅಸಾಧ್ಯವೆಂದು ನನಗೆ ತೋರಿತು. ಆತನ ಬಳಿ ಒಂದು ಭಾರವಾದ ಬೀಗದ ಕೈಗೊಂಚಲಿತ್ತು. ನನ್ನ ಜತೆ ಮೆಟ್ಟಲುಗಳನ್ನು ಹತ್ತಿ ಇಳಿಯುವಾಗಲೂ ದಾರಿಯಲ್ಲಿ ನಡೆದಾಡುವಾಗಲೂ ಆ ಗೊಂಚಲು ಗಟ್ಟಿಯಾಗಿ ಶಬ್ದ ಮಾಡುತ್ತಿತ್ತು.

"ಹದಿನೈದು ಸಾವಿರ ರೂಪಾಯಿ ಸಂಭಾವನೆ. ಆ ಮೇಲೆ ಪ್ರತಿ ತಿಂಗಳೂ ಏಳು ನೂರು ರೂಪಾಯಿ ಬೆಳಿಗ್ಗೆ ಕಪ್ಪು ಕಾಫಿ. ಎಂಟು ಗಂಟೆಗೆ ಚಹ, ದೋಸೆ, ಇಡ್ಲಿ, ಪುಟ್ಟು, ಕಡಲೆ, ಅಪ್ಪ..... ಮಧ್ಯಾಹ್ನ ಭರ್ಜರಿ ಊಟ, ಸಂಜೆ ಹೊತ್ತು ಚಹ–ತಿಂಡಿ ರಾತ್ರಿ ಚಪಾತಿ–ಗಸಿ ಅಲ್ಲದಿದ್ದರೆ ಗಂಜಿ–ಪಲ್ಯ" ಆತ ಹೇಳಿದ. ಎರಡನೇ ಮಾಳಿಗೆಯಲ್ಲಿ ಖಾಲಿಯಾಗಿದ್ದ ಒಂದು ಕೋಣೆಗೆ ಸೇರಿದ್ದ ಬಚ್ಚಲು ಮನೆಯ ಹೊರಭಾಗದಲ್ಲಿ ಒಂದು ಅಡುಗೆ ಮನೆಯಿತ್ತು. ಕೋಣೆಯ ಹಿಂದೆ ಆರಾಮವಾಗಿ ನಡೆದಾಡಲು ಮತ್ತು ಒಗೆದ ಬಟ್ಟೆಗಳನ್ನ ಒಣಗಿಸಲು ಒಂದು ವೆರಾಂಡವೂ ಇತ್ತು. ಆ ವೆರಾಂಡಕ್ಕೆ ಹೋಗಿ ನಿಂತರೆ ಇಡೀ ತಿರುವನಂತರಪುರ ನಗರವನ್ನು ಒಂದೇ ನೋಟದಲ್ಲಿ ಕಾಣಬಹುದಾಗಿತ್ತು. ಆದರೆ ವೃದ್ಧರಿಗೆ ದೃಷ್ಟಿ ಶಕ್ತಿ ಕುಗ್ಗಿ ಹೋಗಿರುತ್ತದೆ ಎಂಬುದನ್ನೆಣಿಸಿದಾಗ ನನಗೆ ಕಸಿವಿಸಿಯಾಯಿತು. ಇಡ್ಲಿ, ದೋಸೆ, ಗಂಜಿ, ಅನ್ನ, ಕಾಫಿ ಮೊದಲಾದವುಗಳ ಜತೆಗೆ ತಲೆಯೊರಗಿಸಲು ಒಂದು ಸ್ಥಳ. ಪ್ರೀತಿಯೆಂಬ ವಸ್ತುವನ್ನು ಮರೆಯಲು ಸಾಧ್ಯವಾದರೆ ಅಲ್ಲಿ ಆರಾಮವಾಗಿ ಜೀವಿಸಬಹುದು, ಸಾಯಬಹುದು. ನಾನು ಬೆಳಗಾಗುವುದಕ್ಕೆ ಮೊದಲಿನ ಜಾವ ಸಾಯಬೇಕೆಂದು ಆಶಿಸುವುದಿದೆ. ಕೈಕಾಲುಗಳನ್ನು ಬಿಡಿಸಿ ಮಲಗಿ ಸಾವನ್ನು ನನ್ನತ್ತ ಆಕರ್ಷಿಸಲು ನಾನು ಪ್ರಯತ್ನಿಸಿದ್ದಿದೆ. ಗಂಟುಗಳು ಹೆಚ್ಚಾಗುತ್ತ ಬರುತ್ತಿರುವ ಈ ಜೀವನದಿಂದ ರಕ್ಷೆಪಡಲು ಬೇರೆನಿದೆ ದಾರಿ? ಸಾವಿಗಾಗಿ ಆಗ್ರಹಿಸುತ್ತಿರುವಾಗ ಬಾಲ್ಯ ಕಾಲದಿಂದಲೇ ಕಾಣಬೇಕೆಂದು ಆಸೆ ಪಡುತ್ತಿದ್ದ ಆ ಗೆಳೆಯನ ನೆನಪು ಬಂತು. ನನ್ನ ಕಲ್ಪನೆಯಲ್ಲಿ ಮಾತ್ರವೇ ಅವನಿರುವುದು ಎಂದು ನನಗೆ ನಿಧಾನವಾಗಿ ಅರ್ಥವಾಗ ತೊಡಗಿತು. ಅವನ ಅಮರತ್ವದ ಮೇಲೆ ಹಕ್ಕು ಸ್ಥಾಪಿಸಲಾಗದ ಸ್ಮರಣಶಕ್ತಿಯ ಮೇಲೆ ಅವಲಂಬಿತಳಾಗಿದ್ದೇನೆಂದು ನಾನು ಅರ್ಥಮಾಡಿಕೊಂಡೆ. ಅವನ ನೀಲಿ ಕಣ್ಣುಗಳಲ್ಲಿ ಕಣ್ಣಿಟ್ಟು ನೋಡಿದಾಗ ಅಲ್ಲಿ ನನ್ನ ಮುಖದ ಪ್ರತಿಬಿಂಬವನ್ನು ಕಂಡೆ. ನನ್ನ ದೇಹದ ಸೀಮೆಗಳಾಚೆ ಅವನಿಗೆ ದೇಹವಿಲ್ಲ, ಚಲನೆಗಳು ಇಲ್ಲ. ನನ್ನ ಶರೀರದ ಸೀಮೆಗಳಾಚೆಗೆ ನನಗೆ ದೈವಗಳಿಲ್ಲ, ಧರ್ಮವೂ ಇಲ್ಲ. ಮೃತ್ಯು ಕಾರ್ಗತ್ತಲ ರಾತ್ರಿಯ ಜಡಿ ಮಳೆಯಂತೆ. ಅದು ಓಡೋಡಿ ಬಂದು ನನ್ನ ಆವರಣವಾಗಿ ಬದಲಾಗಬಹುದು. ಕಡಲಿನಿಂದ ಜೋರಾಗಿ ಬೀಸುವ ಬಿರುಗಾಳಿಯಂತೆ ಅದು ಬಂದು

ನನ್ನನ್ನು ಆಕ್ರಮಿಸಿಕೊಳ್ಳುವುದು. ನನ್ನ ಶರೀರದ ಎಲ್ಲ ಶಕ್ತಿಗಳೂ ಅದರ ಕೆಲಸದಲ್ಲಿ ವಿಲೀನವಾಗುವುವು. ನನ್ನ ತುಟಿಗಳ ಮೇಲೆ ತನ್ನ ತೋರು ಬೆರಳಿಟ್ಟು ಅದು ತನ್ನ ರಹಸ್ಯವನ್ನು ಗೂಢವಾಗಿ ಹೇಳುವುದು. ರಾತ್ರಿಗಳಲ್ಲಿ ಬಿದಿರಕಾಡುಗಳು, ಕೀಟಗಳು ಮತ್ತು ಮಂದಮಾರುತನಿಂದ ಶಬ್ದಾಯಮಾನವಾಗುವವು. ಪ್ರೇಮಿಗಳು ತಮ್ಮ ಮುಸುಕುಗಳೊಳಗೆ ಮಲಗಿ ಪರಸ್ಪರ ಗಾಢವಾಗಿ ಆಲಿಂಗಿಸಿಕೊಳ್ಳುವರು. ಶಿಶುಗಳು ಎಚ್ಚರಗೊಂಡು ಮೊಲೆತೊಟ್ಟುಗಳಿಗಾಗಿ ಪರದಾಡುವವು. ಬ್ರಾಹ್ಮಿ ಮುಹೂರ್ತವೆಂದು ಗೊಣಗಿಕೊಳ್ಳುತ್ತ ವೃದ್ಧ ಜನರು ಎದ್ದು ಲಗುಬಗನೆ ಹೆಜ್ಜೆ ಹಾಕಿ ಮಲಮೂತ್ರ ವಿಸರ್ಜನೆಗಾಗಿ ಹಿತ್ತಲ ಬದಿಗೂ ಬಚ್ಚಲು ಮನೆಗೂ ಓಡುವರು. ಧ್ರುವನು ಆಕಾಶದಲ್ಲಿ ಹಳದಿ ಬೆಳಕಿನಿಂದ ಹೊಳೆಯತೊಡಗುವನು. ತಾಳೆ ಮರಗಳ ಮೇಲೆ ಗಿಡುಗಗಳು ರೆಕ್ಕೆ ಬಡಿಯುವವು. ತೆಂಗಿನಮರದ ಮೇಲೆ ಕಾಗೆಗಳೂ ಐಂದ್ರಜಾಲಿಕರ ಜಮಖಾನದ ಮೇಲೆಯೋ ತೊಳಲಾಡುವ ಮೃತ್ಯುವೆಂಬ ರಾವಣನು ಎತ್ತಿಕೊಂಡು ಹೋಗುವ ಸೀತೆ ನಾನು. ಆದರೆ ನನಗಾಗಿ ವಾನರರು ಕಡಲಿಗೆ ಸೇತುವೆ ಕಟ್ಟಲಾರರು. ನನಗಾಗಿ ಯಾರೂ ಯುದ್ಧ ಮಾಡಲಾರರು. ನನ್ನನ್ನು ಮರೆತು ಬಿಡಲು ಯಾರಿಗಾದರೂ ಒಂದು ವಾರ ಕಾಲ ಸಾಕಾಗಬಹುದು. ಎಂದೂ ಮುಗಿಯದ ಒಂದು ಸಣ್ಣ ಕಥೆ ಬರೆಯಬೇಕೆಂದು ಆಶಿಸಿದವಳು ನಾನು. ಆದರೆ ನನ್ನ ಸಾವಿನೊಂದಿಗೆ ಆ ಕಥೆ ಪೂರ್ತಿಯಾಗಿ ಮುಗಿಯಬಹುದೆಂದು ಇಂದು ನನಗೆ ಅನ್ನಿಸುತ್ತಿದೆ. ಮೃತ್ಯು ಓರ್ವ ಮುಖವಿಲ್ಲದ ನಾವಿಕ.

❖

ಕಥೆ

ಸೋನಾಗಚ್ಚಿ

ಆತನಿಗೆ ಪರಿಶುದ್ಧಳಾದ, ಶ್ರೀಮಂತ ಹೆಂಡತಿ ಇದ್ದಳು, ಮತ್ತು ಏಳು ವರ್ಷದ ಒಬ್ಬ ಮಗನಿದ್ದ. ಜಗಳ-ಗಲಾಟೆಗಳಿಲ್ಲದ ಶಾಂತ ವಾತಾವರಣ ತುಂಬಿದ ಮನೆ. ಆದರೂ ಆ ಭಾನುವಾರ ಮಧ್ಯಾಹ್ನದ ನಿದ್ದೆಯಿಂದ ಎಚ್ಚರವಾಗುತ್ತಲೇ ಆತನಿಗೆ, ಗೊತ್ತಿದ್ದ ಏಕೈಕ ವೇಶ್ಯೆಯ ನೆನಪಾಯಿತು. ಅವಳ ಹೆಸರು ಅಮಲಾ. ತಕ್ಷಣ ಕಲ್ಕತ್ತಕ್ಕೆ ಪ್ರಯಾಣ ಮಾಡಿ ಕನಿಷ್ಠ ಎರಡು ದಿನವಾದರೂ ಅವಳ ಜತೆಗೆ ಕಳೆಯಬೇಕೆಂದು ಅವನಿಗೆ ಆಸೆಯಾಯಿತು. ಆತ ನಿದ್ದೆ ಮಾಡುತ್ತಿದ್ದ ತನ್ನ ಹೆಂಡತಿಯ ತುಂಬು ಅಂಗಾಂಗಳಿಂದ ಅವಸರವಸರವಾಗಿ ಕಣ್ಣು ತೆಗೆದು, ಅಮಲಾಳ ಕೃಶಕಾಯದ ಅಪೂರ್ವ ಆಕರ್ಷಣೆಯ ಬಗ್ಗೆ ನೋವಿನಿಂದ ನೆನಪಿಸಿಕೊಂಡ. ಬಿಸಿಲಿಗೆ ಬಾಡಿ ಹೋದ ಹೂವಿನ ತೊಟ್ಟಿನಂತೆ ಬಡಕಲಾಗಿದ್ದ ಆಕೆಯ ತೋಳುಗಳಲ್ಲಿ ಬಂಧಿತನಾಗುವುದನ್ನು ಕಲ್ಪಿಸಿಕೊಳ್ಳುತ್ತಿದ್ದಂತೆ ಆತನ ಮನಸ್ಸು ಮೃದುವಾಗಿ ನರಳಿತು. 'ಓಹ್ ಅಮಲಾ! ನನ್ನ ಅಮಲಾ!' ಆತ ತನ್ನಲ್ಲೇ ಹೇಳಿಕೊಂಡ.

ಆತನ ಹೆಂಡತಿ ಕಣ್ಣು ತೆರೆದಳು. ನಿರ್ಭಯ ನೇತ್ರಗಳು. ಸಂದೇಹ ರಹಿತವಾದ ಕಣ್ಣುಗಳು. "ಏನು ಹೇಳಿದಿರಿ?" ಆಕೆ ಕೇಳಿದಳು. ಗಲಿಬಿಲಿಗೊಂಡು ತನ್ನ ಲಂಗವನ್ನು ಕೆಳಗೆ ಸರಿಸಿಕೊಂಡು ಆಕೆ ಗಂಡನತ್ತ ನೋಡಿ ಮುಗುಳು ನಕ್ಕಳು. ಆಕೆ ಸವಿಯಾದ ಹಣ್ಣುಗಳಿಂದ ತುಂಬಿದ ತೋಟದಂತಿದ್ದಳು. ಬಿಸಿಲು-ಗಾಳಿಗಳನ್ನು ಹೀರಿ ಬೆಳೆದ ಮರದ ಮಾವಿನಹಣ್ಣು. "ನಾನು ಕಲ್ಕತ್ತಕ್ಕೆ ಹೋಗಬೇಕು. ಒಂದು ವಾರ ಕಳೆದು ಬರ್ತೇನೆ" ಆತ ದೃಢವಾದ ಧ್ವನಿಯಲ್ಲಿ ಹೇಳಿದ.

"ಊಂ.. ಊಂ... ನನಗೂ ನಮ್ಮ ಮಗನಿಗೂ ರಸಗುಲ್ಲಾ ಮತ್ತು ಸಂದೇಶ್ ತರಬೇಕು, ಊಂ?" ಆಕೆ ಅರೆನಿದ್ದೆಯ ಮಂಪರಿನಲ್ಲಿ ಮಣಮಣಿಸಿದಳು.

ಆತ ಅಮಲಾಳ ಬಗ್ಗೆ ಯೋಚಿಸಿದ.

ಕಲ್ಕತ್ತದಿಂದ ವರ್ಗವಾದ ದಿನವಾಗಿತ್ತು ಆತ ಮೊತ್ತ ಮೊದಲ ಬಾರಿಗೆ ಒಂದು ವೇಶ್ಯಾಗೃಹಕ್ಕೆ ಭೇಟಿ ನೀಡುವ ಯೋಚನೆ ಮಾಡಿದ್ದು. ಗೆಳೆಯರೊಂದಿಗೆ ಕುಡಿದಾಗಲೆಲ್ಲ ಅವರು ಬಂಗಾಳಿ ಹುಡುಗಿಯರ ಆಕರ್ಷಣೆಯ ಬಗ್ಗೆ ಪ್ರಶಂಸೆಯ ಮಾತುಗಳನ್ನಾಡುವುದನ್ನು ಕೇಳಿದ್ದ. ಅವರನ್ನು ತಾನು ಅನುಕರಿಸಬೇಕೆಂದು ಆಶಿಸಿದ್ದ. ಪರಿಶುದ್ಧನಾದ ಪುರುಷನೊಬ್ಬನಿಗೆ ತಾನು ಸಾಲದು ಎಂದನ್ನಿಸುವುದರಲ್ಲಿ ಆಶ್ಚರ್ಯವೇನಿಲ್ಲ. ಆತ ಸೋನಾಗಚ್ಚಿಯ ಬಳಿಗೆ ತಾನೊಬ್ಬನೇ ಹೋದ. ಆತನ ಬಳಿ ಒಂದು ಸಾವಿರದ ಮೂನ್ನೂರ ರೂಪಾಯಿಗಳಿದ್ದವು. ಅಲ್ಲಿದ್ದ ಮುದುಕಿ ಅಮಲಾಳನ್ನು ತೋರಿಸಿ "ಮುನ್ನೂರು ಸಾಕು" ಅಂದಿದ್ದಳು.

ಆತ ಅಮಲಾಳ ಕೂದಲಿನ ಸುಗಂಧದ ಬಗ್ಗೆ ಮಾತನಾಡಿದಾಗ ಆಕೆ ನಕ್ಕಳು. "ನಾನು ಕೇಶರಂಜನ ತೈಲ ಉಪಯೋಗಿಸುತ್ತೇನೆ. ಅದರದ್ದೇ ಪರಿಮಳ" ಆಕೆ ಎಂದಳು. "ನೀನು ನನ್ನ ಜತೆಗೆ ಬೆಳಗಿನ ತನಕ ಇರಬಯಸಿದರೆ ಮುದುಕಿ ಸಾವಿರದ ಇನ್ನೂರ ರೂಪಾಯಿ ಕೇಳುತ್ತಾಳೆ"

ದುಡ್ಡನ್ನೆಣಿಸಿ ಆತ ಆಕೆಗೆ ಕೊಟ್ಟ. ಅಮಲಾ ದುಡ್ಡನ್ನು ತೆಗೆದುಕೊಂಡು ಮುದುಕಿಯನ್ನು ಹುಡುಕುತ್ತ ಹೊರಟಾಗ ಆತ ಹಾಸಿಗೆಯ ಮೇಲೆಯೇ ಕುಳಿತುಕೊಂಡು ಸುತ್ತಮುತ್ತ ಕಣ್ಣಾಡಿಸಿದ. ಗೋಡೆಯ ಮೇಲೆ ನಿಲುವುಗನ್ನಡಿ. ಕೃತಕ ರೋಜಾ ಹೂಗಳು. ಸೊಳ್ಳೆಯ ರಕ್ತದ ಕಲೆಗಳಿದ್ದ ಹಾಸಿಗೆ ಬಟ್ಟೆಗಳು. ಆತನಿಗೆ ತನ್ನ ಬಗ್ಗೆಯೇ ಅಯ್ಯೋ ಅನ್ನಿಸಿತು.

"ತಿಗಣೆ, ಸೊಳ್ಳೆಗಳಲ್ಲ ನೋಡಿ. ನನ್ನ ಮೈಯೆಲ್ಲ ತಿಗಣೆ ಕಡಿತದಿಂದಾಗಿ ಅಲ್ಲಲ್ಲಿ ಬಾಸುಂಡೆಯೆದ್ದಿದೆ" ಅಮಲಾ ಹೇಳಿದಳು. ತಾನೇನೋ ಮಹಾ ದೊಡ್ಡ ಜೋಕ್ ಹೇಳಿದವಳಂತೆ ಪಕಪಕನೆ ನಕ್ಕಳು. ಅವನಿಗೆ ಆ ಕ್ಷಣ ತನ್ನ ತಲೆ ತುಂಬ, ಮೈತುಂಬ ಸಾವಿರ-ಸಾವಿರ ತಿಗಣೆಗಳು ಮತ್ತು ಹೇನುಗಳು ಹರಿದಾಡುತ್ತಿರುವಂತೆ ಭಾಸವಾಯಿತು. ಆದರೂ ಆ ರಾತ್ರಿಯನ್ನು ಆತ ಅಲ್ಲಿ ಕಳೆದ. ಬೆಳಕು ಹರಿಯುವ ತನಕ ಅವಳ ತೋಳುಗಳಲ್ಲಿ ಅವಳ ಕೂದಲನ್ನು ಆಘ್ರಾಣಿಸುತ್ತ ಮಲಗಿದ.

"ಇಲ್ಲಿಗೆ ಬರುವ ಗಿರಾಕಿಗಳಲ್ಲಿ ಹೆಚ್ಚಿನವರೂ ತೋಳಗಳು. ನನ್ನನ್ನು ಹರಿದು ಮುಕ್ಕುತ್ತಾರೆ. ಈ ರೀತಿ ನಿನ್ನ ಜತೆ ಮಲಗಿದಾಗ ನಾನು ನನ್ನ ಬಾಲ್ಯದ ಗೆಳತಿ ಮೀರಾಳ ಜತೆಗೆ ಇದ್ದೇನೇನೋ ಅನ್ನಿಸುತ್ತದೆ" ಅಮಲಾ ಹೇಳಿದಳು.

ತಾನು ಅಮಲಾಳ ಬಳಿಗೆ ಒಬ್ಬ ಪುರುಷನಾಗಿ ಹೋಗಿಲ್ಲವೆ? ಬರೇ ಒಬ್ಬ ಬಾಲ್ಯದ ಗೆಳೆಯನಾಗಿ ಹೋದೆನೆ? ತಾನು ಬಹಳ ಹಿಂದೆ ತೀರಿಕೊಂಡಿದ್ದ ತನ್ನ ತಾಯಿಯ ಕೂದಲ ಸುಗಂಧವನ್ನು ಅವಳ ಮೂಲಕ ಅರಿತೆನೆ?

"ನೀನು ಒಂದು ದೊಡ್ಡ ಮೊತ್ತವನ್ನು ಕಳೆದುಕೊಂಡಿದ್ದೀ. ಸುಮ್ಮನೆ ಮಲಗಿ ಏನು ಯೋಚನೆ ಮಾಡುತ್ತಿದ್ದೀಯಾ?" ಅಮಲಾ ಕೇಳಿದಳು. ಪ್ರಾಯಶಃ ಕವಳ ಜಗಿದಿದ್ದರಿಂದಲೋ

ಏನೋ, ಆಕೆಯ ಹಲ್ಲುಗಳು ಕೆಂಪಾಗಿದ್ದವು. ಆಕೆಯ ಹಣೆಯ ಮೇಲೆ ಬಿದ್ದಿದ್ದ ಕುರುಳುಗಳು ಬೆವರಿನಿಂದ ಒದ್ದೆಯಾಗಿದ್ದವು ಆಕೆ ಆಗಾಗ ಕೆಮ್ಮುತ್ತಿದ್ದಳು.

"ನಾನು ಕ್ಷಯ ರೋಗಿಯೇನೂ ಅಲ್ಲ" ಆಕೆಯೆಂದಳು. "ಹೆದರಬೇಡ ಕಳೆದ ವಾರ ಎರಡು ದಿನಗಳ ಕಾಲ ತುಂಬಾ ಜ್ವರವಿತ್ತು. ಕೆಮ್ಮು ಇನ್ನೂ ಗುಣವಾಗಿಲ್ಲ"

ಬೆಳಗ್ಗೆ ಅವಳನ್ನು ಬಿಟ್ಟು ಹೊರಟಾಗ ಕಿಟಕಿಯ ಬಳಿ ನಿಂತಿದ್ದ ಅಮಲಾಳ ಲಿಲ್ಲಿ ಹೂವಿನಂತೆ ಅರಳಿದ ಮುಖದತ್ತ ದಿಟ್ಟಿಸಿ ನೋಡಿದ. ಆಕೆಯ ಕಣ್ಣುಗಳು ರಸ್ತೆಯ ತಿರುವಿನ ತನಕ ಅವನನ್ನೇ ಹಿಂಬಾಲಿಸಿದವು. ಆಕೆ ಆತನನ್ನು ಮತ್ತೆ ಬರುತ್ತೀಯಾ ಎಂದು ಕೇಳಿರಲಿಲ್ಲ, ಕೇಳಿದ್ದರೆ 'ಇಲ್ಲ'ವೆನ್ನುವ ಧೈರ್ಯವೂ ಆತನಿಗಿರಲಿಲ್ಲ.

ಆ ನಂತರ ಆತನ ಸ್ಥಾನಮಾನಗಳ ಕಾರಣದಿಂದಾಗಿ ವೇಶ್ಯಾಗೃಹ-ಬಾರುಗಳಿಗೆ ಹೋಗಲು ಸಾಧ್ಯವಾಗಿರಲಿಲ್ಲ. ಆತ ಪ್ರಸಿದ್ಧ ವ್ಯಕ್ತಿಯಾಗಿ ದಿನಪತ್ರಿಕೆ-ವಾರಪತ್ರಿಕೆಗಳಲ್ಲಿ ಕಾಣಿಸಿಕೊಳ್ಳುತ್ತಿದ್ದ. ಉದ್ಯಮಿಗಳ ಕುಟುಂಬದ ಹೆಣ್ಣು ಆತನ ಪತ್ನಿಯಾದಳು. ಆತ ತೀರಾ ಭಿನ್ನವಾದ ಹಿನ್ನೆಲೆಯಿಂದ ಬಂದವನಾಗಿದ್ದರಿಂದ ಇಷ್ಟು ಕುಲೀನ ಮನೆತನದ ಉತ್ತಮ ಚಾರಿತ್ರ್ಯದ ಹೆಣ್ಣೊಬ್ಬಳು ತನ್ನ ಮಡದಿಯಾಗುವಳೆಂದು ಆತ ಎಂದೂ ಎಣಿಸಿರಲಿಲ್ಲ. ಆತ ತನ್ನ ದಾಂಪತ್ಯದ ಬದುಕಿನಲ್ಲಿ ಜಗಳವಿಲ್ಲದೆ ಬದುಕಲು ನಿರಂತರವಾಗಿ ಪ್ರಯತ್ನಿಸಿದ ಮತ್ತು ಅದರಲ್ಲಿ ಯಶಸ್ವಿಯೂ ಆದ.

ಆದರೂ ಆ ಭಾನುವಾರ ಸುಖನಿದ್ರೆಯಿಂದ ಎಚ್ಚರಗೊಳ್ಳುತ್ತಿದ್ದಂತೆ ಆತನಿಗೆ ಇದ್ದಕ್ಕಿದ್ದಂತೆ ತಾನು ಅಮಲಾಳನ್ನು ತನ್ನ ತೋಳುಗಳಲ್ಲಿ ತುಂಬಿಕೊಳ್ಳದಿದ್ದರೆ ಬದುಕೇ ವ್ಯರ್ಥವೇನೋ ಎಂಬಂತೆ ಭಯವಾಯಿತು. ಅವಳ ನೀಳವಾದ ಕತ್ತಿನ ಮೇಲೆ ಬೆರಳುಗಳನ್ನೋಡಿಸಲು, ಅವಳ ಕೂದಲಿನಲ್ಲಿ ಮುಖವನ್ನು ಹುದುಗಿಸಲು, ಅವಳು ಕೆಮ್ಮುವುದನ್ನು ಕೇಳಲು, ಅವಳ ಸಾಮೀಪ್ಯ ಸುಖವನ್ನು ಸವಿಯುತ್ತ ಹಾಗೆಯೇ ಯೋಚಿಸುತ್ತ ನಿಲ್ಲಬೇಕೆಂಬ ಆಸೆಯಾಯಿತು.

ಕಲ್ಕತ್ತ ಪೂರ್ತಿಯಾಗಿ ಬದಲಾಗಿದೆಯೆಂದು ಆತನಿಗನ್ನಿಸಿತು. ಪರಿಚಿತ ಸೌಧಗಳು ಮಾಯವಾಗಿ ಎಲ್ಲೆಲ್ಲೂ ಫ್ಲಾಟ್‌ಗಳು ತಲೆಎತ್ತಿದ್ದವು. ವೇಶ್ಯಾಗೃಹದ ಏಜೆಂಟ್‌ಗಳು ಕೊಟ್ಟಿದ್ದ ವಿಳಾಸವನ್ನು ಹುಡುಕುತ್ತ ಸಂಜೆ ಹೊತ್ತು ಆತ ಅಲೆದ. ಅಮಲಾ ತನ್ನದೇ ಆದ ಮನೆಯೊಂದನ್ನು ಕೊಂಡುಕೊಂಡಿರಬೇಕೆಂದು ಆತ ಆಲೋಚಿಸಿದ. ಆಕೆಯೀಗ ಶ್ರೀಮಂತಳಾಗಿ ವೇಶ್ಯಾವೃತ್ತಿಯನ್ನು ಬಿಟ್ಟು ಒಂದೆಡೆ ನೆಲೆಸಿರಬಹುದು.

ಅಮಲಾ ಈಗ ಹಿಂದೆ ಧೋಬಿಗಳ ಕಾಲನಿಯಾಗಿದ್ದ ಸ್ಥಳದಲ್ಲಿ ಒಂದು ಹುಲ್ಲು ಮಾಡಿನ ಗುಡಿಸಲಲ್ಲಿ ವಾಸವಾಗಿದ್ದಳು. ಹೊರಗಡೆ ಚರಂಡಿ-ಕೋಳಿಗರಿಗಳಿಂದ ಮತ್ತು ಮೀನಿನ ರೆಕ್ಕೆಗಳಿಂದ ಮನೆಯ ಮುಂದಿನ ಅಂಗಳ ತುಂಬಿಕೊಂಡಿತ್ತು. ಏದುಸಿರು ಬಿಡುತ್ತ ಮಲಗಿದ್ದ ಒಂದು ಬೀದಿನಾಯಿ.

"ಅಮಲಾ" ಆತ ಕರೆದ

"ಯಾರು?" ಒಳಗಿಂದ ಒಬ್ಬ ಹೆಂಗಸಿನ ಧ್ವನಿ.

ಅಮಲಾ ಆತನತ್ತ ಇಣಿಕಿ ಕಣ್ಣಿರುಕಿಸಿ ನೋಡಿದಳು.

"ನನ್ನನ್ನು ಮರೆತೆಯಾ? ನಾನು, ರಾಜೇಂದ್ರ. ನೀನು ಹೇಳಿದ್ದೆಯಲ್ಲ ನನ್ನ ಜತೆಗೆ ನಿದ್ದೆ ಮಾಡುವಾಗ ಬಾಲ್ಯದ ಗೆಳೆತಿಯ ನೆನಪಾಯಿತು ಅಂತ. ನೆನಪಿದೆಯಾ?"

"ನಾನು ನನ್ನ ವ್ಯಾಪಾರ ನಿಲ್ಲಿಸಿ ತುಂಬಾ ಕಾಲ ಆಯ್ತು" ಅವಳೆಂದಳು.

"ಹಳೇ ಕಥೆಕಳ್ಯಾವುವೂ ನನಗೆ ನೆನಪಿಲ್ಲ".

"ವ್ಯಾಪಾರವೇ? ನಾನು ಇಲ್ಲಿಗೆ ಯಾವುದೇ ವ್ಯಾಪಾರಕ್ಕಾಗಿ ಬಂದಿಲ್ಲ" ಆತ ಉಸಿರಾಡಲು ಕಷ್ಟಪಡುತ್ತಿರುವವನಂತೆ ಹೇಳಿದ. "ನಿನ್ನ ಬಳಿ ಸುಮ್ಮನೆ ಮಲಗಲು ಮಾತ್ರ. ನಾನು ಇಲ್ಲಿ ನಿನ್ನ ಪಕ್ಕ, ನಿನ್ನನ್ನು ಸ್ಪರ್ಶಿಸದೆ ಸುಮ್ಮನೆ ನಿನ್ನ ಕೂದಲಿನ ಕೇಶರಂಜನ ತೈಲದ ಪರಿಮಳವನ್ನು ಆಘ್ರಾಣಿಸಲು ಮಾತ್ರ ಬಯಸುತ್ತೇನೆ"

ಅಮಲಾ ಬಾಡಿ ಹೋಗಿದ್ದಳು. ಆಕೆಯ ತೊಗಲಿನಡಿಯಲ್ಲಿ ಬಲ್ಬುಗಳು ಉರಿಯುತ್ತಿವೆ ಎಂದು ಆತನಿಗನ್ನಿಸಿತು. ಆಕೆಯ ಕೈಗಳ ರಕ್ತನಾಳಗಳು ಉಬ್ಬಿಕೊಂಡಿದ್ದವು.

"ನಾನು ಒಳಗೆ ಬರಬಹುದೆ?" ಆತ ಕೇಳಿದ.

ಅಮಲಾ ಬಾಗಿಲನ್ನು ಅಗಲವಾಗಿ ತೆರೆದಳು. ಅವಳು ಕೊಳೆಯಾದ, ಒಂದು ಕೈಮಗ್ಗದ ಸೀರೆಯನ್ನುಟ್ಟುಕೊಂಡಿದ್ದಳು. ರವಿಕೆ ಹಾಕಿರಲಿಲ್ಲ.

"ಅಯ್ಯೋ ಪಾಪ! ನನ್ನಿಂದ ನಿನಗೇನು ತಾನೇ ಪ್ರಯೋಜನ?" ಆಕೆ ನಕ್ಕಳು.

"ಪ್ರಯೋಜನವೆ?" ಆತ ಕೇಳಿದ.

"ನಾನು ನನ್ನ ವ್ಯಾಪಾರ ನಿಲ್ಲಿಸಿ ಎಷ್ಟೋ ಕಾಲವಾಯಿತು. ನನಗೆ ಕ್ಷಯ ರೋಗ ತಗುಲಿತ್ತು. ನನ್ನ ಎರಡೂ ಪಕ್ಕೆಗಳನ್ನು ಅಪರೇಷನ್ ಮಾಡಿ ತೆಗೆದರು. ಆದರೆ ನಾನು ಈಗಲೂ ಎಡೆಬಿಡದೆ ಕೆಮ್ಮುತ್ತೇನೆ" ಆಕೆ ಎಂದಳು.

"ಹತ್ತಿರ ಬಾ" ಆತನೆಂದ. ರೇಸಿನ ಕುದುರೆಯಂತೆ ಜೋರಾಗಿ ಉಸಿರಾಡುತ್ತ ಆತ ಆಕೆಯ ಬಳಿ ಸಾರಿದ.

"ನನಗೀಗ ಏನೂ ಕೂಡ್ತಾ ಇಲ್ಲ," ಆಕೆ ಎಂದಳು. "ಈ ಟಿಬಿ ಅನ್ನೋದು ನನ್ನನ್ನು ಹೊಡೆದು ಉರುಳಿಸಿ ಬಿಟ್ಟಿದೆ".

ಆತ ಆಕೆಯನ್ನು ತೋಳುಗಳಲ್ಲಿ ಬಿಗಿದಪ್ಪಿಕೊಂಡು ಬೆಳಗಿನ ತನಕ ಹಾಗೆಯೇ ಮಲಗಿದ. ಆದರೆ ಅವಳಿಗೆ ಮಾತ್ರ ಅಪರಿಚಿತನಾಗಿಯೇ ಉಳಿದ.

"ನಿನ್ನ ಮುಖ ನನಗೆ ನೆನಪಾಗ್ತಾನೇ ಇಲ್ಲ" ಆಕೆ ಕಸಿವಿಸಿಗೊಂಡವಳಂತೆ ಹೇಳಿದಳು.

"ನಿನಗೆ ಯಾರ ಮುಖವಾದರೂ ನೆನಪಾಗುತ್ತಿದೆಯೇ?" ಆತ ಕೇಳಿದ.

"ಇಲ್ಲ ನನಗೆ ಯಾರ ಮುಖವೂ ನೆನಪಾಗುತ್ತಿಲ್ಲ" ಹಾಗೆನ್ನುತ್ತ ಬಡಪಾಯಿ ಹೆಂಗಸು ತನ್ನ ಕಪ್ಪುಗಟ್ಟಿದ ಹಲ್ಲುಗಳನ್ನು ಪ್ರದರ್ಶಿಸಿದಳು. ❖

ಕಥೆ

ಕೊನೆಯ ಅತಿಥಿ

ಬೆಳಗ್ಗೆ ಬಹಳ ಬೇಗನೆ ಎದ್ದು ರೂಢಿಯಾಗಿದ್ದರಿಂದ ಅಂದು ಕೂಡಾ ಐದೂವರೆಯಾಗುವಷ್ಟರಲ್ಲಿ ಮಿಸ್ಟರ್ ಮಿತ್ರ ಅವರಿಗೆ ಎಚ್ಚರವಾಯಿತು. ಹೊರಗೆ ರಸ್ತೆಗೆ ಜೀವ ಕೂಡುತ್ತಿತ್ತು. ಮೊದಲ ಬಸ್ಸು ಭಾರವೇರಿಸಿಕೊಂಡು ಬಸ್ ನಿಲ್ದಾಣದಿಂದ ಹೊರಟಿತ್ತು. ಹುಚ್ಚನೂ ಎದ್ದಿದ್ದ. ರಾತ್ರಿ ಬಂದು ನನ್ನ ಹಣವೆಲ್ಲವನ್ನೂ ಕದ್ದುಕೊಂಡದ್ದು ಯಾರು? ಅವರು ಗಟ್ಟಿಯಾಗಿ ಗುಡುಗಿದರು. ಮಿಸ್ಟರ್ ಮಿತ್ರ ಬೇಗಬೇಗನೆ ಕಿಟಕಿ ಮುಚ್ಚಿದರು. ಕೂಡಲೇ ಏರ್‌ಕಂಡಿಷನರ್‌ನ ಸ್ವಿಚ್ ಒತ್ತಿದರು. ಅದು ಅವರಿಗೆ ರೂಢಿಯಾಗಿತ್ತು. ತನ್ನ ಹೆಂಡತಿಗೆ ತಂಪಿರುವ ಕೋಣೆಯಲ್ಲಿ ಮಲಗಬೇಕೆಂಬ ಆಸೆ. ತನಗೋ ತಂಪೆಂದರೆ ಅಸಹನೀಯ. ಆದ್ದರಿಂದ ಅವಳು ನಿದ್ದೆಗೆ ಜಾರುತ್ತಲೇ ತಾನು ಏರ್‌ಕಂಡೀಷನರ್ ನಿಲ್ಲಿಸಿ ಒಂದು ಕಿಟಕಿ ತೆರೆದಿಡುತ್ತಿದ್ದರು. ನಂತರ ಆ ಸ್ವಿಚ್ ಆನ್ ಮಾಡುತ್ತಿದ್ದುದು ಬೆಳಗ್ಗೆ ತಾನು ಎದ್ದಕೂಡಲೇ. ಆ ಮೋಸದ ಬಗ್ಗೆ ಅವಳಿಗೆ ಯಾವ ಸಂದೇಹವೂ ಬರುತ್ತಿರಲಿಲ್ಲ. ಸಂದೇಹ ಬಂದರೂ ಅವಳದನ್ನು ಒಮ್ಮೆಯೂ ಪ್ರಕಟಪಡಿಸಿದ್ದಿಲ್ಲ. ಅವಳು ಯಾವಾಗಲೂ ಓರ್ವ ಸದ್ಗೃಹಿಣಿಗೆ ಹೇಳಿಸಿದಂಥ ಕೆಲಸಗಳನ್ನು ಮಾತ್ರವೇ ಮಾಡುತ್ತಿದ್ದುದು. ತನಗೆ ಎಷ್ಟೋ ಬಾರಿ ಅವಳ ನಿಷ್ಕಪಟ ವರ್ತನೆಯ ಮುಂದೆ ಒಂಥರಾ ಅಪರಾಧಿ ಭಾವನೆಯ ಅನುಭವವಾಗುವುದಿದೆ.

ಅವರು ಮಂಚದತ್ತ ನೋಡಿದರು. ಮುದ್ದೆಯಾಗಿ ಬಿದ್ದ ಹೊದಿಕೆಯೊಳಗೆ ಅವಳಿರಬಹುದೆಂದು ಅವರು ಎಣಿಸಿದ್ದರು. ಅವಳು ಅಲ್ಲೆಲ್ಲೂ ಇರಲಿಲ್ಲ. ಹಾಗಾದರೆ ಹಿಂದಿನ ರಾತ್ರಿಯ

ಸತ್ಕಾರಕೂಟ ಮುಗಿದ ನಂತರ ಸ್ವಾಗತ ಕೋಣೆಯಲ್ಲೋ ವೆರಾಂಡದಲ್ಲೋ ಹೋಗಿ ಮಲಗಿರಬಹುದು. ತಲೆ ನೋವಿದ್ದಾಗ ಸಾಮಾನ್ಯವಾಗಿ ಅವಳು ವೆರಾಂಡದಲ್ಲಿ ಮಲಗುವುದಿದೆ. ಬೆಳದಿಂಗಳಲ್ಲಿ ಮಲಗುವುದೆಂದರೆ ಅವಳಿಗೆ ಬಹಳ ಪ್ರಿಯವಾಗಿತ್ತು. 'ನೀನು ಕವಯಿತ್ರಿ ಯಾದುದರಿಂದ ಬೆಳದಿಂಗಳಲ್ಲಿ ಮಲಗಲು ಆಸೆ ಪಡುತ್ತೀ' ನಾನು ಹಲವು ಬಾರಿ ಹೇಳಿದ್ದಿದೆ. ಬೇರೆಯವರಿಗೆ ಬೆಳದಿಂಗಳೆಂದರೆ ಭಯ. ಅದು ಹುಚ್ಚು ಹಿಡಿಸುತ್ತದೆಂದು ತಾನು ಕೇಳಿದ್ದೇನೆ.

ಹೆಂಡತಿಯನ್ನು ಹುಡುಕುತ್ತ ಅವರು ಸ್ವಾಗತಕೋಣೆಗೆ ಹೋದರು. ಅಲ್ಲೆಲ್ಲ ಗಲೀಜು ತುಂಬಿದೆಯೆಂದು ಅವರಿಗನ್ನಿಸಿತು. ಹಿಂದಿನ ದಿನ ಕುಡಿದಿಟ್ಟ ಗ್ಲಾಸುಗಳು ಮೇಜಿನ ಮೇಲೆ ಹಾಗೇ ಬಿದ್ದಿದ್ದವು. ಅವುಗಳೊಳಗೆ ಮದ್ಯ ಕುಡಿಯಲೆಂದು ಇಳಿದ ಹಾತೆಗಳು ಸತ್ತು ಹೋಗಿದ್ದವು. ನೆಲದ ಮೇಲೆ ಸಿಗರೇಟು ಮೊಂಡುಗಳು ಚೆಲ್ಲಿಕೊಂಡಿದ್ದವು. ಆ್ಯಷ್ ಟ್ರೇ ಇದ್ದರೂ ಇವರು ಯಾಕೆ ಹೀಗೆ ನೆಲ ಹಾಳು ಮಾಡುತ್ತಾರೆ? ಅವರು ತನ್ನಲ್ಲೇ ಹೇಳಿಕೊಂಡರು. ಕವಿಗಳು, ಪತ್ರಿಕೆಯವರು ಶುದ್ಧ ಕಾಡು ಜನರು! ಇವರನ್ನೆಲ್ಲ ಮನೆಗೆ ಆಮಂತ್ರಿಸಿ ಊಟವನ್ನೂ ಮದ್ಯವನ್ನೂ ಕೊಟ್ಟು ಪೂಜೆ ಮಾಡುವ ತನ್ನ ಹೆಂಡತಿಯನ್ನು ಶಿಕ್ಷಿಸಬೇಕು. ಎಷ್ಟೊಂದು ಹಣವನ್ನು ಅವಳು ಹೀಗೆ ಔತಣಕೂಟಗಳಿಗಾಗಿ ಖರ್ಚು ಮಾಡುತ್ತಾಳೆ! ವಿರೋಧಿಸಿದರೆ ಪ್ರಯೋಜನವಿಲ್ಲವಲ್ಲ? ಅವಳು ಸಂಪಾದಿಸುವ ಹಣ ತಾನೆ? ಅವಳ ಔದಾರ್ಯದಿಂದ ತಾನೇ ತಾನೂ ತನ್ನ ಏಕಮಾತ್ರ ಪುತ್ರ ರಮೇಶನೂ ಇಲ್ಲಿ ಧನಿಕರಂತೆ ಬದುಕುತ್ತಿರುವುದು? ನಡುನಡುವೆ ಇದೆಲ್ಲವನ್ನು ಬಿಟ್ಟು ಪುನಃ ಢಾಕ್ಕಾಕ್ಕೆ ಹೋದರೆ ಹೇಗೆಂದು ಅನ್ನಿಸುವುದಿದೆ. ಅಲ್ಲಿ ತಾನು ಹಿಂದೆ ಜೀವಿಸಿದ್ದ ಹಳ್ಳಿಯಿದೆಯಲ್ಲ? ತನ್ನ ಮನೆಯಲ್ಲೂ ಕೂಡಾ ಪ್ರಾಯಶಃ ಅಲ್ಲಿ ಈಗ ಯಾವುದಾದರೂ ಮುಸಲ್ಮಾನ ಕುಟುಂಬ ವಾಸಿಸುತ್ತಿರಬಹುದು.

ಸಿಗರೇಟು ಮೊಂಡುಗಳನ್ನು ಹೆಕ್ಕಿ ಆ್ಯಷ್ ಟ್ರೇಯಲ್ಲಿ ಹಾಕಿ ಅವರು ಅಡುಗೆ ಮನೆಯತ್ತ ನೋಡಿ ಕೂಗಿ ಹೇಳಿದರು: 'ಇಗೋ, ಇಲ್ಲಿ ನೋಡು, ಒಂದು ಚಹ ಬೇಕು'

ಅಡುಗೆಮನೆಯಿಂದ ಹೊರಬಂದು ನೋಡಿದ ಕೆಲಸದಾಕೆ ಅವರನ್ನು ನೋಡಿ ಮುಗುಳು ನಕ್ಕಳು. ನೀಪಾ ಅವಳ ಹೆಸರು. ಮಧುಪೂರ್ ಎಂಬ ಹಳ್ಳಿಯಲ್ಲಿ ಹುಟ್ಟಿ ಬೆಳೆದವಳು ಸುಂದರಿ. ಮೂವತ್ತೈದಾಗಿರಬಹುದು. ತನ್ನನ್ನು ಆಗಾಗ ಕಾಮಾತುರನನ್ನಾಗಿಸುತ್ತಾಳೆ. ಒಮ್ಮೆ ಅವಳನ್ನು ತನ್ನವಳನ್ನಾಗಿಸುವ ಅವಕಾಶ ಸಿಗದಿರಲಾರದು. ಹೆಂಡತಿ ಎಲ್ಲಿಗಾದರೂ ಭಾಷಣ ಮಾಡಲು ಹೋಗಿದ್ದಾಗ, ಮಗ ಸಿನಿಮಾ ನೋಡುತ್ತಿರುವಾಗ, ಅಡುಗೆಯವನು ಹೆಂಡತಿ ಮನೆಗೆ ಹೋದಾಗ, ತಾನು ಎಲ್ಲ ಕಿಟಕಿ ಬಾಗಿಲುಗಳನ್ನು ಮುಚ್ಚಿ ಈ ಕಪ್ಪು ಹೆಣ್ಣನ್ನು ಬಿಗಿಯಾಗಿ ತಬ್ಬಿಕೊಂಡು ಬಿಡುತ್ತೇನೆ. ತನ್ನನ್ನು ನೋಡಿ ಯಾವಾಗಲೂ ಮುಗುಳ್ನಕ್ಕ ತಪ್ಪಿಗಾಗಿ ಮಧುರವಾದ ಶಿಕ್ಷೆಯನು ಅವಳು ಅಂದು ಅನುಭವಿಸುತ್ತಾಳೆ.

ಅವರು ಸುತ್ತಲೂ ನೋಡಿದರು. ತನ್ನ ಹೆಂಡತಿ ಎಲ್ಲಿ? ವೆರಾಂಡದಲ್ಲಿರುವ ಮಂಚ ಕೂಡಾ ಖಾಲಿಯಾಗಿದೆ.

"ನೀಪಾ, ಒಡತಿ ಎಲ್ಲಿ?" ಅವರು ಕೇಳಿದರು. "ನಿದ್ದೆ ಮಾಡ್ತಾ ಇಲ್ಲವೆ?" ಅವಳು ಕೇಳಿದಳು. "ನಾನು ಇವತ್ತು ಬೆಳಿಗ್ಗೆ ನೋಡಿಲ್ಲವಲ್ಲ. ನೀವೂ ನೋಡಿಲ್ವ ಒಡೇರಾ?" ಅವರು

ಸುಮ್ಮನೆ ತಲೆಯಾಡಿಸಿದರು. ಇದ್ದಕ್ಕಿದ್ದಂತೆ ಕೆಲಸದಾಕೆ ಗಟ್ಟಿಯಾಗಿ ಚೀರುತ್ತ ನೆಲದ ಮೇಲೆ ಧೊಪ್ಪೆಂದು ಜ್ಞಾನ ತಪ್ಪಿ ಬಿದ್ದಳು. ಅವಳು ನೋಡಿದ ದೃಶ್ಯವನ್ನು ಅವರೂ ನೋಡಿದರು. ದೊಡ್ಡ ಸೋಫಾದ ಹಿಂದೆ ಮಲಗಿದ್ದಳು. ಆ ಮನೆಯ ಒಡತಿ. ಬಿಳೀ ಸೀರೆಯ ಮಧ್ಯೆ ರಕ್ತದ ಕಲೆಗಳು. ಎದೆಯಲ್ಲಿ ಕಠಾರಿ. ಆಕೆಯ ಮುಖವನ್ನು ನೋಡಲು ಅವರಿಗೆ ಧೈರ್ಯವಾಗಲಿಲ್ಲ. ಆದರೆ ಅವರು ಆಕೆಯ ಎಡಗೈ ಎತ್ತಿ ಹಿಡಿದು ನಾಡಿ ಪರೀಕ್ಷಿಸಿ ನೋಡಿದರು. ತಣ್ಣಗಾದ ಆ ಕೈಯಲ್ಲಿ ನಾಡಿ ಮಿಡಿತವಿರಲಿಲ್ಲ.

ಕೆಲಸದಾಕೆಗೆ ಬೋಧವಿಲ್ಲ. ಈಗ ತಾನೇನು ಮಾಡುವುದು? ಅವರು ತಮಲ್ಲೇ ಕೇಳಿಕೊಂಡರು. ಪೊಲೀಸಿಗೆ ತಿಳಿಸಬೇಕೆ? ಅಥವಾ ಮಗನನ್ನು ಎಬ್ಬಿಸಬೇಕೆ? ರಮೇಶನಿಗೆ ಈ ಸಾವಿನಿಂದ ದುಃಖವಾಗಲಾರದು. ಯಾಕೆಂದರೆ ಅವನು ಮತ್ತು ಅವಳ ಮಧ್ಯೆ ಯಾವುದೇ ಪ್ರೀತಿ ಇಲ್ಲವಾಗಿ ವರ್ಷಗಳೆರಡು ಸಂದಿವೆ. ರಮೇಶ ರೋಡೆರಿಕ್ಸ್‌ನ ಮಗಳೂ, ನಗರದ ಒಂದು ಬ್ಯೂಟಿಪಾರ್ಲರಿನಲ್ಲಿ ಕೂದಲು ಕತ್ತರಿಸುವವಳೂ ಆದ ಲೀಸಾಳನ್ನು ಪ್ರೇಮಿಸ ತೊಡಗುವುದರೊಂದಿಗೆ ಅವರಿಬ್ಬರ ನಡುವೆ ಶೀತಲ ಸಮರ ಆರಂಭವಾಗಿತ್ತು. ಲೀಸಾಳನ್ನು ಮದುವೆ ಮಾಡಿಕೊಳ್ಳುವುದಾದರೆ ಮೊದಲು ತನ್ನ ಮನೆಯಿಂದ ಗಂಟು ಮೂಟೆ ಕಟ್ಟಿ ಹೊರಗಿಳಿಯಬೇಕೆಂದು ರಮೇಶನ ಹತ್ತಿರ ಚಿಕ್ಕಮ್ಮ ಹೇಳಿದ್ದಳು. ಲೋ ಕ್ಲಾಸ್ ಹೆಣ್ಣುಗಳು ಬಂದು ವಾಸಿಸಲಿಕ್ಕಲ್ಲ ತಾನು ಕಷ್ಟಪಟ್ಟು ಕಟ್ಟಿಸಿದ ಈ ಬಂಗಲೆ ಇರುವುದೆಂದು ಆಕೆ ಹೇಳಿದ್ದಳು.

"ನೀವು ನನ್ನ ನಿಜವಾದ ಅಮ್ಮನಾಗಿದ್ದರೆ ಹೀಗೆ ಹೇಳುತ್ತಿರಲಿಲ್ಲ" ರಮೇಶ ಹೇಳಿದ.

ರಮೇಶನ ಅಮ್ಮ ಅವನಿಗೆ ಹತ್ತು ವರ್ಷ ವಯಸ್ಸಾಗಿದ್ದಾಗ ಸತ್ತು ಹೋಗಿದ್ದಳು. ಆ ನಂತರ ಮಗನನ್ನೂ ಕರೆದುಕೊಂಡು ತಾನು ಕವಯಿತ್ರಿ ಅನಸೂಯಾದೇವಿಯ ಮನೆಯ ಪಕ್ಕ ಬಾಡಿಗೆ ಮನೆ ತೆಗೆದುಕೊಂಡು ವಾಸಿಸತೊಡಗಿದೆ. ಮೊದಮೊದಲು ಆಕೆಗೆ ಆಕರ್ಷಣೆ ಕಂಡಿದ್ದು ಹುಡುಗನ ಬಗ್ಗೆ ಮಾತ್ರವಾಗಿತ್ತು. ಅವನಿಗೆ ಸಿಹಿ ತಿಂಡಿ ಕೊಡುವುದು, ಅವನನ್ನು ಸಿನಿಮಾ ಸರ್ಕಸ್ಸುಗಳಿಗೆ ಕರೆದೊಯ್ಯುವುದು... ಹೀಗೆ ಆ ಬಂಧ ಬೆಳೆಯಿತು. ಅದು ಈ ಮದುವೆಯಲ್ಲಿ ಪರ್ಯವಸಾನಗೊಂಡಿತು. ತನ್ನ ಅದೃಷ್ಟವೆಂದೇ ಹೇಳಬೇಕು. ಇಲ್ಲದಿದ್ದರೆ ತಾನು ಇನ್ನೂ ಕಷ್ಟ ಪಟ್ಟು ಜೀವನ ಸಾಗಿಸುವ ಒಬ್ಬ ಮೆಡಿಕಲ್ ರೆಪ್ರೆಸೆಂಟೇಟಿವ್ ಮಾತ್ರವಾಗಿರುತ್ತಿದ್ದೆ. ಈಗ ತಾನು ಧನಿಕ. ಜೀವನಯಾಪನೆಗಾಗಿ ಕೆಲಸ ಮಾಡಬೇಕಾಗಿಯೂ ಇಲ್ಲ.

"ಅಯ್ಯೋ.. ಅಯ್ಯೋ.." ಕೆಲಸದಾಕೆ ಬೊಬ್ಬಿರಿದಳು. ಅವಳೀಗ ಜ್ಞಾನತಪ್ಪಿದ ಸ್ಥಿತಿಯಿಂದ ಎಚ್ಚರಗೊಂಡಿದ್ದಳು. ಯಾರು ಈ ಕ್ರೂರ ಕೃತ್ಯಗೈದದ್ದು? ಅವನು ಸಿಡಿಲು ಬಡಿದು ಸಾಯಲಿ.

ಯೋಚನೆಗಳಿಂದ ಎಚ್ಚರಗೊಂಡು ಮಿತ್ರ ಬಾಗಿ ನಿಂತು ತನ್ನ ಪತ್ನಿಯ ಶವವನ್ನು ಪರೀಕ್ಷಿಸಿದರು. ಕಣ್ಣುಗಳು ತೆರೆದುಕೊಂಡಿದ್ದವು. ಆದರೆ ಆ ಮುಖದಲ್ಲಿ ಗಾಬರಿಯ ಭಾವವೇನೂ ಇರಲಿಲ್ಲ. ಒಂದು ಕೈ ಆಗಲೂ ನೆಲದ ಮೇಲಿತ್ತು. ಔರಂಗಜೇಬನ ನಾಣ್ಯವಿಟ್ಟು ಬೆಳ್ಳಿಯಲ್ಲಿ ಕಟ್ಟಿದ ಆ ದೊಡ್ಡ ಉಂಗುರ ಆ ಕೈಯಲ್ಲಿ ಹೊಳೆಯುತ್ತಿತ್ತು.

“ನಾನು ರಮೇಶನನ್ನು ಕರೆಯುತ್ತೇನೆ” ಅವರು ಹೇಳಿದರು. ಮಗನ ಕೋಣೆಯನ್ನು ಹೊಕ್ಕ ಕೂಡಲೇ ಅವರಿಗೆ ತಾನು ಮೊದಲು ಪೋಲಿಸಿಗೆ ತಿಳಿಸಬೇಕಾಗಿತ್ತೆನ್ನಿಸಿತು. ತಾನು ಕಾನೂನು ನಿಯಮಗಳನ್ನು ಪೂರ್ತಿಯಾಗಿ ಮರೆಯುತ್ತಿದ್ದೇನೆ.

“ರಮೇಶ, ಏಳು, ಒಂದು ಅನಾಹುತ ಸಂಭವಿಸಿದೆ” ಅವರೆಂದರು.

ರಮೇಶ ಯಾವುದೇ ಕುತೂಹಲ ಪ್ರಕಟಿಸಲಿಲ್ಲ: “ನಾನು ಡ್ರೆಸ್ ಮಾಡಿಕೊಂಡು ಬರುತ್ತೇನೆ. ಐದೇ ನಿಮಿಷದಲ್ಲಿ ಬಂದೆ” ರಮೇಶ ಹೇಳಿದ.

ಮಿತ್ರ ಪುನಃ ತನ್ನ ಹೆಂಡತಿಯ ಶವದ ಬಳಿ ಸಾರಿದರು. ಕೆಲಸದಾಕೆ ಆಗಲೂ ಎದೆಬಡಿದು ರೋದಿಸುತ್ತಿದ್ದಳು: “ಸ್ವಲ್ಪ ಹೊತ್ತಿನ ಮಟ್ಟಿಗೆ ನಿನ್ನ ಅಳು ನಿಲ್ಲಿಸು” ಅವರು ಗುಣುಗುಣಿಸಿದರು: “ಇನ್ನು ಪೋಲಿಸಿನವರು ಬಂದಾಗ ಅಳಬಹುದು”

ಅರ್ಧ ರಾತ್ರಿಯ ನಂತರ ತಾನೊಮ್ಮೆ ಎದ್ದಾಗ ಸ್ವಾಗತ ಕೋಣೆಯಿಂದ ಅವಳು ಮಾತನಾಡುತ್ತಿರುವುದನ್ನು ಕೇಳಿದಂತೆ ಅವರಿಗೆ ನೆನಪಾಯಿತು. ನಂತರ ಎಷ್ಟು ಹೊತ್ತಿಗೆ ಆ ಮಾತು ನಿಂತು ಹೋಯಿತು? ಎಷ್ಟು ಹೊತ್ತಿಗಾಗಿತ್ತು ಕೊನೆಯ ಅತಿಥಿಯೂ ಬೀಳ್ಕೊಂಡು ಹೋಗಿದ್ದು? ಕೊನೆಯ ಅತಿಥಿಯೇ ಕೊಲೆಪಾತಕಿಯಾಗಿರಬಹುದೆ? ಹೀಗೆ ಹಲವು ಪ್ರಶ್ನೆಗಳು ಅವರನ್ನು ಕಾಡುತ್ತಲೇ ಇದ್ದವು. ಆಕೆಯ ಕಿವಿಗಳಲ್ಲಿರುವ ವಜ್ರದ ಬೆಂಡೋಲೆಗಳನ್ನಾಗಲಿ ಕುತ್ತಿಗೆಯಲ್ಲಿರುವ ಸರಪಳಿ ಸರವನ್ನಾಗಲಿ ಕೊಲೆಪಾತಕಿ ಕೊಂಡು ಹೋಗಿರಲಿಲ್ಲ. ಹಾಗಿರುವಾಗ ಆತ ಕಳ್ಳನಲ್ಲ ಖಂಡಿತ. ಮತ್ತೆ ಆಕೆಯನ್ನು ಕೊಂದು ಅವನಿಗೇನು ಸಿಕ್ಕಿತು? ಅವಳಿಗೆ ವೈರಿಗಳಿದ್ದರೆ? ಅವಳ ಹೆಸರಿನಲ್ಲಿ ಒಂದು ಸುಳ್ಳು ಕೇಸು ಕೊಟ್ಟು ಒಂದು ವರ್ಷಕ್ಕಿಂತಲೂ ಹೆಚ್ಚು ಕಾಲ ಕಾಟ ಕೊಟ್ಟಿದ್ದ ಆ ಪತ್ರಿಕಾ ಸಂಪಾದಕನಾಗಿರಬಹುದೇ ಕೊಲೆಗಾರ? ಕೇಸು ಹಿಂತೆಗೆದುಕೊಳ್ಳಲು ಮಂತ್ರಿಗಳು ಕೂಡಾ ಅವನಿಗೆ ಉಪದೇಶ ಮಾಡಿದ್ದರು. ಕೇಸು ಹಿಂತೆಗೆದುಕೊಂಡರೆ ತನ್ನ ಮಾನಹಾನಿಯಾಗುವುದೆಂದೆಣಿಸಿ ಅವಳನ್ನು ಕೊಂದದ್ದಾಗಿರಬಹುದೆ? ಅಥವಾ ರಮೇಶನ ಹುಡುಗಿಯ ಅಣ್ಣಂದಿರ ಕೈವಾಡವಾಗಿರಬಹುದೆ? ಅವರು ನಿರುದ್ಯೋಗಿಗಳು. ನಡುವೆ ಏನಾದರೂ ಮಸಲತ್ತು ಮಾಡಿಯೋ ಯಾವುದಾದರೂ ಕಳ್ಳ ವ್ಯಾಪಾರದಲ್ಲಿ ಭಾಗಿಗಳಾಗಿಯೋ ನಾಲ್ಕು ಕಾಸು ಸಂಪಾದನೆ ಮಾಡುತ್ತಾರೆ. ಆಗ ಒಳ್ಳೆ ರೇಶಿಮೆ ಷರಟುಗಳನ್ನು ಧರಿಸಿಕೊಂಡು ಬೀದಿಯಲ್ಲಿ ಹಾಡು ಗುನುಗುತ್ತ ಹೋಗುತ್ತಾರೆ. ಅದು ಇಲ್ಲದಾಗ ಮಾತ್ರ ಕೊಳೆಯಾದ ಬಟ್ಟೆಗಳನ್ನು ಧರಿಸಿ ತಮ್ಮ ಮನೆಯ ಮುಂದೆ ಕುಳಿತು ದಾರಿಯಲ್ಲಿ ಹೋಗಿ ಬರುವವರನ್ನೆಲ್ಲ ಟೀಕಿಸುತ್ತಾರೆ. ಒಮ್ಮೆ ಅವರಲ್ಲೊಬ್ಬ ಅನಸೂಯಳಿಗೆ ಫೋನ್ ಮಾಡಿ ಹೇಳಿದ್ದ: “ನನ್ನ ತಂಗಿಯ ಚಾರಿತ್ರ್ಯ ಹಾಳು ಮಾಡಿದ್ದು ರಮೇಶನೇ. ಅವನು ಈ ಕೂಡಲೇ ಅವಳನ್ನು ಮದುವೆಯಾಗಬೇಕು. ಅಡ್ಡಿ ಹೇಳುತ್ತಿರುವುದು ನೀವೇ ಎಂದು ನಮಗೆ ಗೊತ್ತಿದೆ. ಎಚ್ಚರಿಕೆ! ನಾನು ನಿಮ್ಮನ್ನು ಇರಿದು ಕೊಂದಾದರೂ ನನ್ನ ತಂಗಿಯ ಭವಿಷ್ಯವನ್ನು ಭದ್ರವಾಗಿಸುವೆ..”

ಅವನಾಗಿರಬಹುದೇ ನಿಜವಾದ ಕೊಲೆಗಾರ?

“ಇದನ್ಯಾರು ಮಾಡಿದರು?” ರಮೇಶ ಕೇಳಿದ. ಅವನ ಮುಖದಲ್ಲಿ ಯಾವುದೇ ದುಃಖವಿರಲಿಲ್ಲ. ತುಟಿಯಲ್ಲೊಂದು ಮುಗುಳ್ನಗೆಯೂ ಅರಳುತ್ತಿದೆಯೇನೋ ಅನ್ನಿಸಿತು ಮಿತ್ರರಿಗೆ.

“ನನ್ನ ಹತ್ರ ಕೇಳಿ ಏನು ಪ್ರಯೋಜನ?” ಮಿತ್ರ ಕೇಳಿದರು. “ನಾನು ನಿದ್ರೆ ಮಾಡುತ್ತಿದ್ದೆ. ಏನೂ ಗೊತ್ತಾಗಲಿಲ್ಲ”

“ಅದನ್ನೆಲ್ಲ ನೀವು ಪೋಲಿಸರ ಹತ್ರ ಹೇಳಿಕೊಳ್ಳಿ” ರಮೇಶ ಹೇಳಿದ. ಆ ನಂತರ ಫೋನಿನಲ್ಲಿ ಪೋಲಿಸರಿಗೆ ಸುದ್ದಿ ತಿಳಿಸಿದ.

ಮಿತ್ರ ಗಾಬರಿಗೊಂಡು ಕಂಪಿಸಿದರು.

“ನಿನಗೆ ನನ್ನ ಮೇಲೆ ಸಂದೇಹವೇ?” ಆತ ಮಗನನ್ನು ಕೇಳಿದರು. “ನಾನಷ್ಟು ಕಲ್ಲು ಹೃದಯದವನೆಂದು ತಿಳಿದಿದ್ದೀಯಾ ನೀನು? ಅಲ್ಲದೆ ನಾನು ಅವಳನ್ನು ಯಾವಾಗಲೂ ಅತ್ಯಂತ ಹೆಚ್ಚು ಪ್ರೀತಿಸಿದವನೆಂದು ನಿನಗೆ ಗೊತ್ತಿಲ್ಲವೆ?”

“ಅಪ್ಪಾ, ನೀವು ದುಡ್ಡನ್ನೂ ಪ್ರೀತಿಸಿದವರು ತಾನೆ?” ರಮೇಶ ಹೇಳಿದ.

“ಛಿ! ಪಾಪಿ!” ಮಿತ್ರ ಅಟ್ಟಹಾಸಗೈದರು. “ನಿನಗೆ ಧೈರ್ಯವಾದರೂ ಹೇಗೆ ಬಂತು! ನನ್ನ ಮೇಲೆ ಇಂಥ ಒಂದು ಆರೋಪ ಹೊರಿಸಲು? ನೀನು ಆ ಹೆಣ್ಣಿನ ಸಹವಾಸದಿಂದ ಸಿಕ್ಕಾಪಟ್ಟೆ ಬದಲಾಗಿದ್ದೀ ಎಂದು ಅನಸೂಯ ಹೇಳಿದಾಗ ನಾನು ನಂಬಿರಲಿಲ್ಲ. ಆ ಸತ್ಯದ ಅರಿವಾದದ್ದು ನನಗೆ ಈಗಲೇ”

“ಸತ್ಯ ಗೊತ್ತಾಗಿ ಏನು ಪ್ರಯೋಜನವಿಲ್ಲವಲ್ಲ?” ರಮೇಶ ಹೇಳಿದ.

“ನೀನು ಹೇಳುತ್ತಿರುವುದರ ಅರ್ಥವೇನು?” ಮಿತ್ರ ಕೇಳಿದರು.

“ಅದು ಈ ಕೂಡಲೇ ನಿಮಗೆ ಅರ್ಥವಾಗುತ್ತದೆ” ರಮೇಶ ಮುಗುಳು ನಗುತ್ತ ಹೇಳಿದ.

“ಪೋಲಿಸರು ಬರಲಿ..”

ಕೆಲಸದಾಕೆ ಗಟ್ಟಿಯಾಗಿ ಬಿಕ್ಕಿದಳು.

T T T

ಎಂಟೂವರೆ ಗಂಟೆ. ನಾಲ್ಕು ಗಂಟೆಗೆ ಮೊದಲೇ ಎಚ್ಚರವಾಗಿ ಎದ್ದು ಹಜಾರಕ್ಕೆ ಬಂದು ಕುಳಿತಿದ್ದಾನೆ ರೋಡೆರಿಕ್ಸ್ ಅನ್ನುವ ಮುದುಕ. ಒಂದು ಕಪ್ ಚಹವಾಗಲಿ ಕಾಫಿಯಾಗಲಿ ಕೊಡಲು ಯಾರೂ ಬಳಿ ಬಂದಿಲ್ಲ. ಮನೆಯಲ್ಲಿದ್ದವರಿಗೆಲ್ಲ ಕೈತುಂಬ ಕೆಲಸ. ಲೀಸಾ ಸ್ನಾನ ಮಾಡಿ, ಡ್ರೆಸ್ ಮಾಡಿ ಪಟ್ಟಣಕ್ಕೆ ಹೋಗುವ ಒಂಭತ್ತು ಗಂಟೆಯ ಇಲೆಕ್ಟ್ರಿಕ್ ಟ್ರೈನು ಹಿಡಿಯಬೇಕಾಗಿದೆ. ಸ್ನಾನಕ್ಕೆ ಮುಂಚೆ ನಿನ್ನೆ ಧರಿಸಿದ ಬಟ್ಟೆಗಳನ್ನು ಸೋಪ್‌ಪೌಡರ್ ಹಾಕಿದ

ನೀರಿನಲ್ಲಿ ಮುಳುಗಿಸಿ ಒಗೆಯಬೇಕು. ಹತ್ತು ಗಂಟೆ ಕಳೆದರೆ ಒಂದೇ ಒಂದು ಪೈಪಿನಲ್ಲಿ ನೀರು ಬರುವುದಿಲ್ಲ. ಬಟ್ಟೆಗಳನ್ನು ಒಣಗ ಹಾಕಿ ಲೀಸಾ ಎಂಟು ಗಂಟೆಗೆ ಸರಿಯಾಗಿ ಬಾತ್‌ರೂಮಿಗೆ ಹೋಗುತ್ತಾಳೆ. ಆ ಮೇಲೆ ಹೊರಗೆ ಬರುವುದು ಎಂಟೂವರೆಗೆ. ನಂತರ ಮುಖಕ್ಕೆ ಪೌಡರು ಹಾಕಿಕೊಳ್ಳುವುದಕ್ಕೆ, ಬಣ್ಣ ಹಚ್ಚಿಕೊಳ್ಳುವುದಕ್ಕೆಂದು ಕಾಲು ಗಂಟೆ. ಮಧ್ಯಾಹ್ನ ತಿನ್ನಲು ಬೇಕಾಗುವ ಸ್ಯಾಂಡ್‌ವಿಚ್ ಮತ್ತು ಮೀನು ಹುರಿದದ್ದನ್ನು ಒಂದು ಪ್ಲಾಸ್ಟಿಕ್ ಬಾಕ್ಸ್‌ನಲ್ಲಿ ಹಾಕಿ ಅವಳು ತನ್ನ ಕಪ್ಪು ಬ್ಯಾಗಿಗೆ ಸೇರಿಸಿಕೊಳ್ಳುತ್ತಾಳೆ. ಇಷ್ಟೆಲ್ಲಾ ಮುಗಿಯುವಾಗ ಸ್ಟೇಷನ್ನಿಗೆ ಹೋಗುವ ಸಮಯವಾಗಿರುತ್ತದೆ. ಸ್ಟೇಷನ್ ಮನೆಯಿಂದ ಒಂದು ಫರ್ಲಾಂಗ್ ದೂರ. ಆದರೆ ಲೀಸಾ ಹೈ ಹೀಲ್ಡ್ ಷೂಸ್ ಧರಿಸುವುದರಿಂದ ಬೇಗ ಬೇಗನೆ ಓಡಲು ಅವಳಿಂದಾಗುವುದಿಲ್ಲ.

"ನನಗೆ ತುಂಬ ಬಾಯಾರಿಕೆ" ರೋಡರಿಕ್ಸ್ ಹೇಳಿದ. ಅದನ್ನು ಕೇಳಿಯೂ ಕೇಳಿಸದಂತೆ ಯಾರೂ ಆ ಕಡೆ ಗಮನವೇ ಕೊಡಲಿಲ್ಲ.

ದೊಡ್ಡ ಮಗ ಆಗಲೂ ಮಂಚದ ಮೇಲೆ ಮಲಗಿ ಗೊರಕೆ ಹೊಡೆಯುತ್ತಿದ್ದ. ಆತನ ನೆಟ್‌ಬನಿಯನ್ ಅಲ್ಲಲ್ಲಿ ಹರಿದು ಹೋಗಿತ್ತು. ಅವನ ರೋಮ ಭರಿತ ಹೊಟ್ಟೆಯನ್ನು ನೋಡುತ್ತ ರೋಡರಿಕ್ಸ್ ಗೊಣಗಿದ: "ಹಂದಿ!"

ಎರಡನೇ ಮಗ ಸಿರಿಲ್ ಅಡುಗೆಮನೆಯಿಂದ ಒಂದು ಮಗ್‌ನಲ್ಲಿ ಚಹ ತೆಗೆದುಕೊಂಡು ಹೊರಬಂದ. ಹಬೆಯಾಡುತ್ತಿರುವ ಚಹ. ಮುದುಕನ ಬಾಯಲ್ಲಿ ನೀರೂರಿತು.

"ಆ ಚಹ ನನಗೆ ಕೊಡು ಮಗಾ" ಆತ ಗೋಗರೆದ.

ಸಿರಿಲ್ ಗಹಗಹಿಸಿ ನಕ್ಕ. ಅಲ್ಲೇ ಚಿಟ್ಟೆಯ ಮೇಲೆ ಕುಳಿತು ಚಹ ಹೀರತೊಡಗಿದ "ನಾನು ಅತ್ತಿಗೆಮ್ಮನ ಚಾಕರಿ ಮಾಡಿದ್ದಕ್ಕೆ ಸಿಕ್ಕಿದ ಬಿಸಿ ಚಹ ಇದು" ಆತ ಮುದುಕನಿಗೆ ಹೇಳಿದ: "ಇದನ್ನು ನಾನು ನಿನಗಲ್ಲ, ದೇವರೇ ಬಂದು ಕೇಳಿದರೂ ಕೊಡಲಾರೆ"

"ನನಗೆ ಚಹ ಕೊಡುವುದು ಯಾವಾಗ ಅಂತ ಮರಿಯಾ ಹತ್ತಿರ ಕೇಳಿ ಬಾ ಮಗಾ" ರೋಡರಿಕ್ಸ್ ಹೇಳಿದ. "ಚಹ ಕುಡಿದರೆ ನನ್ನ ಕೆಮ್ಮು ಸ್ವಲ್ಪ ಶಮನವಾಗಬಹುದು"

"ನಿನ್ನ ಕೆಮ್ಮು ಶಮನವಾದರೆ ಅತ್ತಿಗೆಮ್ಮನಿಗೆ ಏನು ಲಾಭ?" ಸಿರಿಲ್ ಕೇಳಿದ. ಮತ್ತೆ ಆ ಪ್ರಶ್ನೆಯ ಗೂಢಾರ್ಥವನ್ನು ಸವಿಯುತ್ತ ಆತ ಗಹಗಹಿಸಿ ನಕ್ಕ.

ಮುದುಕ ಗೋಡೆಯನ್ನು ಆಧರಿಸಿ ಹಿಡಿದುಕೊಂಡು ಮೆಲ್ಲನೆ ಅಡುಗೆಮನೆಗೆ ಹೋದ. ಅಲ್ಲಿ ಛಾವಣಿಯಿಂದ ತೂಗುತ್ತಿದ್ದ ಒಂದು ಬಲ್ಬು ಉರಿಯುತ್ತಿತ್ತು. ಮರಿಯ ಎರಡು ತಟ್ಟೆಗಳಲ್ಲಿ ಚಪಾತಿ ಮಾಡಿಟ್ಟಿದ್ದಳು. ಒಂದರಲ್ಲಿ ಬೆಣ್ಣೆ ಹಚ್ಚಿ ತೆಗೆದದ್ದು. ಇನ್ನೊಂದರಲ್ಲಿ ಒಣ ಚಪಾತಿಗಳು ಮುದುಕನನ್ನು ಕಂಡ ಕೂಡಲೇ ಮರಿಯ ತನ್ನ ಟವೆಲ್ ತೆಗೆದು ಒಳ್ಳೆಯ ಚಪಾತಿ ತಟ್ಟೆಯನ್ನು ಪೂರ್ತಿಯಾಗಿ ಮುಚ್ಚಿದಳು.

"ನೀವ್ಯಾಕೆ ಮಾವ ಅಡುಗೆಮನೆಗೆ ಬರುವುದು?" ಅವಳು ಕೇಳಿದಳು. "ನಾನು ಅಲ್ಲಿಗೆ ತಂದು ಕೊಡುವುದಿಲ್ಲವೇ ನಿಮಗೆ, ಏನು ಬೇಕಿದ್ದರೂ?"

ಮುದುಕ ನೆಲದ ಮೇಲೆ ನೆಟ್ಟಗೆ ಕುಳಿತು ಮೆಲ್ಲನೆ ನಕ್ಕ: "ಏನಿದ್ದರೂ ನಾನು ಬಂದಿದ್ದಕ್ಕೆ ನನಗೆ ಸ್ವಲ್ಪ ಚಹ ಮತ್ತು ನಾಲ್ಕು ಬೆಣ್ಣೆ ಹಚ್ಚಿದ ಚಪಾತಿ ಕೊಡು. ಒಳ್ಳೆಯ ತಿಂಡಿ ತಿನ್ನಬೇಕು ಅಂತ ನಿನ್ನ ಗಂಡನಿಗೆ ಮಾತ್ರವಲ್ಲ, ನಮಗೂ ಆಸೆಯಿದೆ"

"ಅಯ್ಯೋ! ನೀವು ಮನಸ್ಸಿನಲ್ಲಿ ಏನೇನೋ ಇಟ್ಟುಕೊಂಡು ಮಾತನಾಡುತ್ತಿದ್ದೀರಿ!" ಮರಿಯ ಹೇಳಿದಳು. "ನಾನು ಯಾವ ಭೇದಭಾವವನ್ನೂ ಮಾಡುವುದಿಲ್ಲವಲ್ಲ?"

"ಲೇ ಮರಿಯಾ, ನೀನು ಒಂದು ವಿಚಾರ ಮರೆಯಕೂಡದು" ಮುದುಕ ಬೆರಳು ತೋರಿಸುತ್ತ ಹೇಳಿದ. "ಇಲ್ಲಿ ಒಟ್ಟು ಒಬ್ಬರು ಮಾತ್ರ ಹಣ ಸಂಪಾದಿಸುತ್ತಿದ್ದಾರೆ–ನನ್ನ ಮಗಳು ಲಿಸ್ಸಿ. ಅವಳು ಪ್ರತಿ ತಿಂಗಳು ಈ ಮನೆಗೆ ನಾನೂರು ರೂಪ್ಯಾ ತರುತ್ತಿದ್ದಾಳೆ. ಅದರಲ್ಲಿ ಮುನ್ನೂರು ರೂಪ್ಯಾ ನಿನಗೆ ಒಪ್ಪಿಸುತ್ತಿದ್ದಾಳೆ–ನಮ್ಮೆಲ್ಲರ ಊಟ–ತಿಂಡಿಗಾಗಿ"

"ಸಾಕು, ಸಾಕು ನನಗೆಲ್ಲ ಗೊತ್ತು" ಮರಿಯಾ ಹೇಳಿದಳು. "ಇದನ್ನೆಲ್ಲ ನನಗೆ ನೆನಪಿಸುವುದು ಬೇಡ. ನಾನು ಏನನ್ನೂ ಕದ್ದು ತಿನ್ನುವವಳಲ್ಲ. ತೆಗೆದುಕೊಳ್ಳಿ. ನೀವೇ ಎಲ್ಲಾ ತಿಂದುಕೊಳ್ಳಿ"

ಅವಳು ಎರಡೂ ತಟ್ಟೆಗಳನ್ನು ತಂದು ಮುದುಕನ ಬಳಿ ಇಟ್ಟಳು. ನಂತರ ಒಂದು ಗ್ಲಾಸಿನಲ್ಲಿ ಚಹವನ್ನು ಬಗ್ಗಿಸಿಕೊಟ್ಟಳು. ಮುದುಕ ಎಡ–ಬಲ ನೋಡದೆ ಎಲ್ಲವನ್ನೂ ನುಂಗಿ ಮುಗಿಸಿದ. ತಟ್ಟೆಗಳು ಖಾಲಿಯಾದ ಕೂಡಲೇ ಎದ್ದು ಪುನಃ ಹಜಾರಕ್ಕೆ ಬಂದ.

ಮರಿಯ ಗೋಳೋ ಎಂದು ಅಳುತ್ತ ತನ್ನ ಗಂಡನ ಮಂಚದತ್ತ ನಡೆದಳು.

"ನನ್ನನ್ನು ಕೊಂದು ಬಿಡಿ" ಅವಳೆಂದಳು. "ನನ್ನಿಂದಾಗದು ಹೀಗೆ ಬೈಗಳು ತಿನ್ನುತ್ತ ಇಲ್ಲಿ ಒಬ್ಬ ಗುಲಾಮಳಂತೆ ಕಳೆಯಲು"

ಅವಳ ಗಂಡ ಕಣ್ಣು ಪಿಳುಕಿಸಿ ನೋಡಿದನಷ್ಟೆ. ಮಾತನಾಡಲಿಲ್ಲ. ಒಟ್ಟಾರೆ ಬದುಕು ಸಾಕಾಗಿದೆಯೆಂಬ ಮುಖಭಾವ ಅವನದಾಗಿತ್ತು.

ಮರಿಯಾ ಗಟ್ಟಿಯಾಗಿ ಬಿಕ್ಕಿದಳು.

"ಯಾಕೆ ಅಳುತ್ತಿದ್ದೀರಿ ಅತ್ತಿಗೆ?" ಲೀಸಾ ಕೇಳಿದಳು. ಅವಳು ಸ್ನಾನ ಮುಗಿಸಿ ಕೂದಲೊರಸಿ ಕೊಳ್ಳುತ್ತ ಕೋಣೆಯೊಳಗೆ ಬಂದಿದ್ದಳು. ಕಪ್ಪಾಗಿದ್ದರೂ ಸುಂದರ ಅಂಗಸೌಷ್ಠವ ಅವಳದಾಗಿತ್ತು.

"ಅಪ್ಪ ಅಡುಗೆಮನೆಯಲ್ಲಿ ಮಾಡಿಟ್ಟಿದ್ದ ಎಲ್ಲ ತಿಂಡಿಯನ್ನು ತಿಂದು ಮುಗಿಸಿದರು" ಮರಿಯಾ ಹೇಳಿದಳು. "ಇನ್ನು ನಾನು ನಿನಗೇನು ಕೊಡಲಿ, ಲೀಸಾ? ಈ ಉಂಡಾಡಿ ಗುಂಡನಿಗೇನು ಕೊಡಲಿ?"

ಅವಳ ಮಾತು ಕೇಳಿ ಸಿರಿಲ್ ಕೋಣೆಯೊಳಗೆ ಬಂದ "ಅಪ್ಪ ನಮ್ಮೆಲ್ಲರನ್ನೂ ಉಪವಾಸ ಕೆಡವಿದನೆ?" ಆತ ಕೇಳಿದ.

"ನೋಡಲಿಕ್ಕೆ ಅಸ್ಥಿಪಂಜರದ ಹಾಗಿದ್ದಾನೆ. ಆದರೆ ಈ ಇಡೀ ಲೋಕವನ್ನೇ ತಟ್ಟೆಯಲ್ಲಿಟ್ಟು ಕೊಟ್ಟರೂ ತಿಂದು ಹಾಕುತ್ತಾನೆ ಈ ಮುದುಕ" ಸಿರಿಲ್ ಹೇಳಿದ.

ಮುದುಕನಿಗೆ ಅದು ಕೇಳಿಸಿತು. ಅವನಿಗೆ ಅಸಾಧ್ಯ ಸಿಟ್ಟು ಬಂತು.

"ನನಗೆ ಅಂತ ಅವಳು ಕೊಟ್ಟದ್ದನ್ನು ಮಾತ್ರ ನಾನು ತಿಂದದ್ದು. ಕದ್ದು ತಿಂದು ನನಗೆ ರೂಢಿ ಇಲ್ಲ" ಆತ ಹೇಳಿದ.

"ಈ ದಾರಿದ್ರ್ಯದಿಂದ ನಮಗೆ ಬಿಡುಗಡೆ ಇಲ್ಲವೇ ಲೀಸಾ?" ಸಿರಿಲ್ ಕೇಳಿದ. "ನಿನ್ನ ಮದುವೆ ಯಾವಾಗ? ಅಗತ್ಯ ಬಂದರೆ ನಿನಗಾಗಿ ಒಂದು ಕೊಲೆ ಮಾಡಲಿಕ್ಕೂ ನಾನು ಸಿದ್ಧ"

ಸಿರಿಲ್ ನಕ್ಕ.

"ನಗುತ್ತೀಯಾ" ಲೀಸ ಹೇಳಿದಳು. "ನಿನ್ನ ಈ ರೀತಿಯ ಮಾತುಗಳೇ ನನ್ನ ಸ್ಥಿತಿಯನ್ನು ಇನ್ನಷ್ಟು ಹಾಳು ಮಾಡಿರುವುದು. ಈಗ ರಮೇಶನ ಚಿಕ್ಕಮ್ಮ ಹೇಳುತ್ತಿದ್ದಾರೆ ಈ ಮದುವೆ ನಡೆಯುವುದು ಸಾಧ್ಯವೇ ಇಲ್ಲಾಂತ. ಅವರು ಸುಸಂಸ್ಕೃತರು, ಶ್ರೀಮಂತರು. ಅವರ ಹತ್ತಿರ ಸ್ವಲ್ಪ ಸಭ್ಯತೆಯಿಂದ ವರ್ತಿಸಿದರಾಗುವುದಿಲ್ಲವೇ ನೀನು?"

"ಹೋಗೇ, ನಿನ್ನ ಸಂಸ್ಕೃತಿ-ಸಭ್ಯತೆ ನೀನೇ ಇಟ್ಟುಕೋ" ಸಿರಿಲ್ ಹೇಳಿದ. "ನಿನ್ನನ್ನು ಮದುವೆಯಾಗಲು ಯಾವ ಕ್ಯಾಥೊಲಿಕನೂ ಮುಂದೆ ಬರುವುದಿಲ್ಲ, ನೋಡ್ತಾ ಇರು. ಅಷ್ಟರ ಮಟ್ಟಿಗೆ ನಿನ್ನ ಹೆಸರು ಹಾಳಾಗಿ ಹೋಗಿದೆ. ಆದರೆ ನೀನು ನಿನ್ನದೆಲ್ಲವನ್ನೂ ಅರ್ಪಿಸಿದ ಆ ಹಿಂದೂ ಏನು ಮಾಡಿದ? ಅವನಿಗೆ ನಿನ್ನನ್ನು ಮದುವೆ ಮಾಡಿಕೊಳ್ಳುವ ಉದ್ದೇಶವೂ ಇಲ್ಲ. ನೀನು ನಿನ್ನ ಬಾಳು ಹಾಳು ಮಾಡಿಕೊಂಡೆ ಲೀಸಾ"

"ಈ ವಿಚಾರದ ಬಗ್ಗೆ ಇನ್ನು ನನ್ನ ಹತ್ತಿರ ಮಾತನಾಡುವುದು ಬೇಡ" ಲೀಸಾ ಹೇಳಿದಳು. "ನನ್ನ ಬದುಕು ನನ್ನದು. ಮದುವೆಯಾಗದಿದ್ದರೆ ಬೇಡ. ಹೀಗೇ ಆಗಾಗ ಭೇಟಿಯಾಗುತ್ತಿದ್ದರೆ ನನಗೆ ಸಾಕು"

ಪೋಲೀಸು ವ್ಯಾನ್ ಬಂದಾಗ ಜಗಲಿ ಮೇಲೆ ಕುಳಿತಿದ್ದ ಮುದುಕ ದಿಗ್ಭ್ರಮೆಗೊಂಡು ಎದ್ದು ನಿಂತ. ಉಳಿದವರೂ ಗಾಬರಿಯಾದರು.

"ಪೋಲಿಸರೇ?" ಸಿರಿಲ್ ಕೇಳಿದ. "ನಾವು ಕಳ್ಳಭಟ್ಟಿ ನಿಲ್ಲಿಸಿ ವರ್ಷ ಐದಾಯಿತಲ್ಲ?" "ಕಳ್ಳಭಟ್ಟಿಯ ವಿಚಾರಣೆಗಲ್ಲ ನಾವು ಬಂದಿದ್ದು" ಇನ್‌ಸ್ಪೆಕ್ಟರ್ ರಾಮಚಂದ್ರ ಹೇಳಿದರು. "ನಗರದಲ್ಲಿ ನಿಮಗೆ ಗೊತ್ತಿರುವ ಒಂದು ಮನೆಯಲ್ಲಿ ಕೊಲೆಯಾಗಿದೆ ಆ ಬಗ್ಗೆ ಮಾಹಿತಿ ಸಂಗ್ರಹಕ್ಕಾಗಿ ಹೊರಟಿದ್ದೇವೆ"

"ಯಾರು ಕೊಲೆಯಾದವರು?" ಸಿರಿಲ್ ಕೇಳಿದ.

"ಅನಸೂಯಾದೇವಿ ಎಂಬ ಕವಯಿತ್ರಿ" ಇನ್ಸ್‌ಪೆಕ್ಟರ್ ಹೇಳಿದರು.

ಇನ್ಸ್‌ಪೆಕ್ಟರ್ ರಾಮಚಂದ್ರ ಅವರಿಗೆ ಅವತ್ತು ರಾತ್ರಿ ನಿದ್ರೆ ಬರಲಿಲ್ಲ. ಅವರು ತಮ್ಮ ಮೇಜಿನ ಮೇಲೆ ಅನಸೂಯಾದೇವಿಯ ಫೋಟೋವನ್ನು ಪುಸ್ತಕಕ್ಕೊರಗಿಸಿಟ್ಟಿದ್ದರು. ಮುಗುಳ್ನಗುವ ತುಟಿಗಳು. ಆದರೆ ಅಳುವ ಕಣ್ಣುಗಳು ಬಿಸಿಲೂ ಮಳೆಯೂ ಒಂದಾದ ಒಂದು

ದಿವಸದಂತಿದ್ದಳು ಆ ಕವಯಿತ್ರಿ. ತಾನೊಬ್ಬ ಶಾಲಾ ವಿದ್ಯಾರ್ಥಿಯಾಗಿದ್ದಾಗಲೇ ಆಕೆಯನ್ನು ಆರಾಧಿಸಿದ್ದೆ. ಆಕೆಯ ಪ್ರೀತಿಯ ಭಾರವನ್ನು ಹೊತ್ತ ದ್ವಿಪದಿಗಳನ್ನು ತಾನು ಏಕಾಂತದಲ್ಲಿ ಹಾಡುತ್ತಿದ್ದೆ. ಆಕೆಯನ್ನು ಕೊಲ್ಲಲು, ಮೃದುವಾದ ಆ ಶರೀರವನ್ನು ಕಠಾರಿಯಿಂದ ಇರಿಯಲು ಮನಸ್ಸಾದರೂ ಬಂದಿದ್ದು ಯಾರಿಗೆ? ಆಕೆಗೆ ವೈರಿಗಳೇ ಇರಲಿಲ್ಲವೆಂದು ತನ್ನಲ್ಲಿ ಹೇಳಿದ ಆಕೆಯ ಗಂಡನೂ ಕೂಡಾ ವಾಸ್ತವದಲ್ಲಿ ಆಕೆಯ ವೈರಿಯಾಗಿದ್ದ. ವಿಚಾರಣೆಯ ಮೂಲಕ ತಾನು ಹಲವಾರು ವಿಷಯಗಳನ್ನು ಅರ್ಥಮಾಡಿಕೊಂಡಿದ್ದೆ. ಅನಸೂಯಾದೇವಿ ಮದುವೆಯಾಗಿ ತನ್ನ ಮನೆಯ ರಾಜನನ್ನಾಗಿ ಮಾಡಿದ ಮಿಸ್ಟರ್ ಮಿತ್ರ ಸ್ತ್ರೀಲೋಲನಾಗಿದ್ದ. ಕೆಲಸದ ಹೆಂಗಸರೂ, ತರಕಾರಿ ಮೊದಲಾದ ವ್ಯಾಪಾರಕ್ಕಾಗಿ ಬರುವ ಹೆಂಗಸರೂ ಆತನ ಕಾಮಕ್ಕೆ ಬಲಿಯಾಗಿದ್ದರು. ಅನಸೂಯಾದೇವಿ ಸತ್ತರೆ ಆಕೆಯ ಎಲ್ಲ ಸಂಪತ್ತಿಗೆ ಮಿತ್ರ ಹಕ್ಕುದಾರರಾಗುತ್ತಾರೆ. ಆಕೆಯ ಮರಣದಿಂದ ಆತನಿಗೆ ಖಂಡಿತವಾಗಿಯೂ ಲಾಭವಿದೆ. ಆದರೆ ಕೊಲೆಯ ಕೆಲಸ ಆತನಿಂದಾಗಬಹುದೆಂದು ತನಗನ್ನಿಸುವುದಿಲ್ಲ. ಕಠಿಣವಾದ ಯಾವ ಭಾವನೆಗೂ ಆ ಸಣ್ಣ ತಲೆಯೊಳಗೆ ಸ್ಥಾನವಿರಲಾರದು.

ಹಾಗಾದರೆ ವೈರಿ ಯಾರು? ರೋಡೆರಿಕ್ಸ್‌ನ ಗಂಡು ಮಕ್ಕಳೇ? ಮದ್ಯ ಕುಡಿದು ಬೋಧ ಕಳೆದುಕೊಂಡು ರಸ್ತೆಬದಿಯಲ್ಲೋ ಪಾರ್ಕಿನಲ್ಲೋ ಬಿದ್ದು ಮಲಗುವ ಆ ಸೋಮಾರಿಗಳೆ? ಕೊಲೆ ಮಾಡುವ ಜಾಣತನ ಅವರಲ್ಲಿರಲು ಸಾಧ್ಯವೇ ಇಲ್ಲ. ಕೊಲ್ಲುವ ಒಂದು ಪ್ಲಾನ್ ಮನಸ್ಸಿನಲ್ಲಿ ಹಾಕಿಕೊಳ್ಳುವ ತಾಳ್ಮೆಯೂ ಅವರಿಗಿಲ್ಲ.

ಅನಸೂಯಾದೇವಿಯ ಹೆಸರಿನಲ್ಲಿ ಒಂದು ಸುಳ್ಳು ಕಾಪಿರೈಟ್ ಕೇಸು ಕೊಟ್ಟು ಆಕೆಗೆ ಸುಮ್ಮನೆ ತೊಂದರೆ ಕೊಟ್ಟ ಸಂಪಾದಕ. ಕೇಸು ಹಿಂತೆಗೆದುಕೊಳ್ಳಲು ಆತ ಭಯಪಟ್ಟನೆಂಬುದನ್ನು ಕೇಳಿದೆ. ಆತನಿಗದು ಅಪಮಾನಕರವಾಗದೆ? ಎಲ್ಲ ಸಾಹಿತಿಗಳೂ ರಾಜಕಾರಣಿಗಳೂ ಅನಸೂಯಾದೇವಿಯ ಪಕ್ಷದಲ್ಲಿದ್ದರು. ಹಲವೆಡೆ ಸಭೆಗಳೂ ಚರ್ಚೆಗಳೂ ನಡೆದವು. ಅನಸೂಯಾದೇವಿಯನ್ನು ಈ ಲೋಕದಿಂದ ಒದ್ದೋಡಿಸಿದರೆ ಮಾತ್ರ ತಾನು ನಾಲ್ಕು ಮಂದಿಯ ಮುಂದೆ ತಲೆಯೆತ್ತಿ ಓಡಾಡಬಹುದೆಂದು ಆತಗನ್ನಿಸಿರಬೇಕು. ಆದ್ದರಿಂದ ಆತ ಹಣ ಕೊಟ್ಟು ಕೊಲ್ಲಿಸಿರಬಹುದು.

ಅಲ್ಲದಿದ್ದರೆ ಅನಸೂಯಾದೇವಿಯ ಕಸದ ಬುಟ್ಟಿಯಲ್ಲಿದ್ದ ಪತ್ರ ಬರೆದ ಮಾಧವ ಪಿಳ್ಳೆಯಾಗಿರಬಹುದೇ ಕೊಲೆಗಾರ? ‘ಭೇಟಿಯಾಗಲು ಒಪ್ಪದಿದ್ದರೆ ನಾನು ಹಿಂದಿನ ರಹಸ್ಯವನ್ನು ಪ್ರಕಟಿಸಿ ಬಿಡುವೆ. ಆ ಪತ್ರ ನನ್ನ ಹತ್ತಿರ ಇದೆಯೆಂಬುದನ್ನು ಜ್ಞಾಪಕದಲ್ಲಿಟ್ಟುಕೋ’ ಇವು ಪತ್ರದ ಸಾಲುಗಳು. ಆ ವಿಳಾಸವನ್ನು ಹುಡುಕುತ್ತ ಇನ್ಸ್‌ಪೆಕ್ಟರ್ ಕಾಂಡಿವಿಲ್ಲಿಯ ಒಂದು ಹಳದಿ ಬಣ್ಣದ ಕಟ್ಟಡಕ್ಕೆ ತಲುಪಿದರು. ಸಾಲು ಸಾಲಾಗಿದ್ದ ಕೋಣೆಗಳಲ್ಲಿ ಹಲವು ಸಂಸಾರಗಳು ವಾಸ ಮಾಡುತ್ತಿವೆ.

“ಮಾಧವನ್‌ಪಿಳ್ಳೆ ಅಂದರೆ ನೀವೇ ತಾನೆ?” ಇನ್ಸ್‌ಪೆಕ್ಟರ್ ಕೇಳಿದರು.

ಮೂರನೇ ನಂಬರಿನ ಕೋಣೆಯಲ್ಲಿ ಮಂಚದಲ್ಲಿ ಮಲಗಿ ಓದುತ್ತಿದ್ದ ಮುದುಕ ತಿರುಗಿ ನೋಡಿದ. ಜೋರು ಮಾಡಿ ಕೇಳಿದಾಗ ಪಿಳ್ಳೆ ಗುಟ್ಟು ಬಿಟ್ಟು ಕೊಟ್ಟ. ತಾನು ಇಪ್ಪತ್ತೈದು

ವರ್ಷಗಳ ಹಿಂದೆ ಬಾಂಬೆಯಲ್ಲಿ ಕೆಲಸ ಮಾಡುತ್ತಿದ್ದೆ. ರೇಷನ್‌ಕಾರ್ಡ್ ಬಗ್ಗೆ ವಿಚಾರಿಸುತ್ತ ಹಲವಾರು ಮನೆಗಳನ್ನು ಹೊಕ್ಕು ಹೊರಡುತ್ತಿದ್ದ ಕಾಲವದು. ತಾನು ಅದರ ಇನ್ಸ್‌ಪೆಕ್ಟರಾಗಿದ್ದೆ. ಒಂದು ಮಧ್ಯಾಹ್ನ ತಾನು ಚರ್ಚ್‌ಗೇಟಿನ ಒಂದು ಶ್ರೀಮಂತ ಕುಟುಂಬದ ಮನೆಯನ್ನು ಪ್ರವೇಶಿಸಿದೆ. ಅಲ್ಲಿ ಹದಿನೈದು ವಯಸ್ಸಿನ ಒಬ್ಬಳು ತರುಣಿ ಮಾತ್ರ ಇದ್ದಳು. “ಈಗ ಇಲ್ಲಿ ಬೇರಾರೂ ಇಲ್ಲ. ಇನ್ಯಾವಾಗಲಾದರೂ ಬಂದರೆ ಕಾರ್ಡ್ ತೋರಿಸಬಹುದು” ಅವಳು ಹೇಳಿದಳು. ಯಾವುದೋ ಆವೇಶಕ್ಕೆ ಒಳಗಾಗಿ ತಾನು ಹಿಂದೆ ಮುಂದೆ ನೋಡದೆ ಬಾಗಿಲು ಹಾಕಿ ಆ ಹುಡುಗಿಯನ್ನು ಗಾಢವಾಗಿ ತಬ್ಬಿಕೊಂಡೆ. ಅವಳಿಗೆ ಚೀರಿಕೊಳ್ಳಲೂ ಧೈರ್ಯವಾಗಲಿಲ್ಲ. ಕೊನೆಗೆ ತಾನು ಅವಳನ್ನು ಬಿಟ್ಟು ಹೊರಡುವಾಗ ಅವಳು ಜಮಖಾನದ ಮೇಲೆ ಅಂಗಾತ ಮಲಗಿ ಬಿಕ್ಕಿ ಬಿಕ್ಕಿ ಅಳುತ್ತಿದ್ದಳು. ಬಾಗಿಲು ಹಾಕುವಾಗ ಅವಳು ಕೇಳಿದಳು ‘ನೀವು ಯಾರು?’ ‘ನನ್ನ ಹೆಸರು ಮಾಧವನ್ ಪಿಳ್ಳೆ ಅಂತ. ಯಾಕೆ, ಪೋಲೀಸಿವರಿಗೆ ತಿಳಿಸಲಿಕ್ಕೋ?’ ತಾನು ಕೇಳಿದೆ. ಏನನ್ನೂ ಎದುರಿಸುವ ಶಕ್ತಿ ಆಗ ತನ್ನಲ್ಲಿತ್ತು. ಆ ಹುಡುಗಿ ಎದ್ದು ಬಂದು ತನ್ನನ್ನು ಚುಂಬಿಸಿದಳು. “ಇಲ್ಲ, ನಾನು ಯಾರಿಗೂ ಹೇಳುವುದಿಲ್ಲ” ಅವಳೆಂದಳು. ಸುಮಾರು ನಾಲ್ಕು ತಿಂಗಳು ಕಳೆಯುವಷ್ಟರಲ್ಲಿ ತನಗೊಂದು ಪತ್ರ ಬಂತು. ಅವಳದ್ದೇ. ಅವಳ ಹೆಸರು ಅನಸೂಯಾದೇವಿಯೆಂದು ತನಗೆ ಗೊತ್ತಾಗಿದ್ದು ಆಗಲೇ. ಅವಳು ಬಂಗಾಳಿಯೆಂದೂ ಅಪ್ಪ–ಅಮ್ಮರ ಏಕ ಮಾತ್ರ ಪುತ್ರಿಯೆಂದೂ ತಾನು ಎಣಿಸಿರಲಿಲ್ಲ.

“ನನ್ನನ್ನು ನೀವು ಮದುವೆಯಾಗಬೇಕು. ನಾನೀಗ ಗರ್ಭಿಣಿ. ನೀವು ತಾನೇ ಇದಕ್ಕೆ ಜವಾಬ್ದಾರರು? ಕೂಡಲೇ ನನ್ನನ್ನು ಕಾಣಲು ಬನ್ನಿ. ಅನಸೂಯ”

ಪತ್ರ ಸಿಕ್ಕಿದ ಕೂಡಲೇ ಅಲ್ಲಿಗೆ ಹೋಗಬಹುದಿತ್ತು. ಅವಳನ್ನು ಮದುವೆಯಾಗಬಹುದಿತ್ತು. ಆದರೆ ಅವಳ ತಂದೆ ತಾಯಿಗಳಿಗೆ ಹೆದರಿ ತಾನು ಕೂಡಲೇ ನಗರವನ್ನು ಬಿಟ್ಟು ತನ್ನ ಹುಟ್ಟೂರಿಗೆ ಹೋದೆ. ಅಲೆದಾಡಿದೆ. ಉಪವಾಸ ಮಲಗಿದೆ. ರೋಗಿಯಾದೆ. ಮುದುಕನಾದೆ. ಅನಾಥನಾದೆ. ಅಂಥ ಸ್ಥಿತಿಯಲ್ಲಿದ್ದಾಗ ತನ್ನ ನಾಲಿಗೆಯಲ್ಲಿ ಒಂದು ಹುಣ್ಣು ಕಾಣಿಸಿಕೊಂಡದ್ದು ಅದು ಕ್ಯಾನ್ಸರ್ ಆಗಿರುವ ಸಾಧ್ಯತೆಯಿದೆಯೆಂದು ತಿಳಿದ ಡಾಕ್ಟರ್ ಹೇಳಿದರು ಕೂಡಲೇ ಬಾಂಬೆಗೆ ಹೋಗಿ ಅಂತ. ಟಾಟಾ ಮೆಮೋರಿಯಲ್ ಆಸ್ಪತ್ರೆಗೆ ಹೋದರೆ ಬಹುಶಃ ತಾನು ಗುಣ ಹೊಂದಲೂಬಹುದು. ತನ್ನ ತಂಗಿಯ ಮಗ ಶಶಿ ಬಾಂಬೆಯಲ್ಲಿ ಒಂದು ಪ್ರೈವೇಟ್ ಕಂಪೆನಿಯಲ್ಲಿ ಕೆಲಸದಲ್ಲಿದ್ದಾನೆ. ಅವನಿಗೆ ಪತ್ರ ಬರೆದು ಹಣ ತರಿಸಿದೆ. ಹಾಗೆ ಇಲ್ಲಿಗೆ ಬಂದೆ.

ಮಾಧವನ್ ಪಿಳ್ಳೆ ಹೇಳಿದ ‘ಆಗ ಇಲ್ಲಿ ಅನಸೂಯಾದೇವಿ ಮೇಲ್ಮಟ್ಟದ ಜೀವನ ನಡೆಸುವ ಓರ್ವ ದೊಡ್ಡ ವ್ಯಕ್ತಿಯಾಗಿದ್ದಾಳೆ ಎಂದು ತಿಳಿಯಿತು. ಒಮ್ಮೆ ಆಕೆಯನ್ನು ಭೇಟಿಯಾಗ ಬೇಕೆಂದೆನ್ನಿಸಿತು. ಅದರಿಂದ ನನಗೇನೂ ನಷ್ಟವಿಲ್ಲವಲ್ಲ? ಏನಾದರೂ ಸಿಕ್ಕಿದರೆ ಲಾಭವೂ..’

“ಆಕೆಯ ಪತ್ರ ನಿಮ್ಮ ಬಳಿ ಇದೆಯೇ?” ಇನ್ಸ್‌ಪೆಕ್ಟರ್ ಕೇಳಿದರು.

ಮಾಧವನ್ ಪಿಳ್ಳೆ ತಲೆಯಾಡಿಸಿದ “ನನ್ನ ಜೀವನದಲ್ಲಿ ನಾನು ಮಾಡಿದ ಸಂಪಾದನೆ ಎಂದರೆ ಅದೊಂದೇ” ಆತ ನಗುತ್ತ ಹೇಳಿದ “ನಾನು ಆಕೆಗೆ ಪತ್ರ ಬರೆದದ್ದು ಒಂದು

ಅಪರಾಧವಾದರೆ ನೀವು ನನ್ನನ್ನು ಶಿಕ್ಷಿಸಿ. ನಾನು ಜೈಲಲ್ಲಿರಬಹುದಲ್ಲ? ಸ್ವಲ್ಪ ಕಾಲ ಸರಕಾರದ ಖರ್ಚಿನಲ್ಲಿ! ಆಕೆ ನಿಮ್ಮನ್ನು ಕಳಿಸಿದರೇ ನನ್ನನ್ನು ಅರೆಸ್ಟ್ ಮಾಡಲು? ಕ್ಯಾನ್ಸರ್ ಹಿಡಿದ ಈ ಮುದುಕನನ್ನು?"

"ಅನಸೂಯಾದೇವಿ ನನ್ನನ್ನು ಕಳಿಸಿದ್ದಲ್ಲ. ಕಳಿಸುವುದೂ ಇಲ್ಲ" ಇನ್ಸ್‌ಪೆಕ್ಟರ್ ಹೇಳಿದರು. "ಆಕೆ ಸತ್ತು ಹೋಗಿದ್ದಾರೆ. ನಿನ್ನೆ ರಾತ್ರಿ ಅವರನ್ನು ಯಾರೋ ಇರಿದು ಕೊಂದಿದ್ದಾರೆ. ಅವರು ಯಾರೆಂದು ಪತ್ತೆ ಹಚ್ಚಲು ನಾನು ಹೊರಟ್ಟಿದ್ದೇನೆ"

"ನಾನಲ್ಲ" ಮಾಧವನ್ ಪಿಳ್ಳೆ ಹೇಳಿದ. "ನಾನೆಂದೂ ಆಕೆಯನ್ನು ಕೊಲ್ಲಲಾರೆ. ನಾನು ಅಪ್ರಯೋಜಕನಾಗಿರಬಹುದು. ಆದರೆ ಕೊಲೆಪಾತಕಿಯಲ್ಲ"

"ಅದು ನನಗೂ ಗೊತ್ತಿದೆ" ಇನ್ಸ್‌ಪೆಕ್ಟರ್ ಹೇಳಿದರು "ನಿಮ್ಮ ಅಳಿಯ ನಿನ್ನೆ ರಾತ್ರಿ ಎಲ್ಲಿದ್ದ?"

"ಅವನಿಲ್ಲಿ ಮಲಗಿ ನಿದ್ರೆ ಮಾಡುತ್ತಿದ್ದ" ಪಿಳ್ಳೆ ಹೇಳಿದ "ಅವನಿಗೆ ಆಕೆಯ ವಿಳಾಸವೇ ಗೊತ್ತಿಲ್ಲ. ಅವನ ಮೇಲೆ ಸಂದೇಹ ಪಡಬೇಡಿ. ಅವನು ನಿರಪರಾಧಿ. ಅವನ ಜತೆಗಿರಲು ನಾನು ಬಂದುದರಿಂದ ಅವನಿಗೆ ತೊಂದರೆಯಾಯಿತು. ನಾನು ಕೇರಳದಲ್ಲೇ ಇದ್ದು ಸಾಯಬಹುದಿತ್ತು"

ಇನ್ಸ್‌ಪೆಕ್ಟರ್ ಎದ್ದರು "ನಾನು ಹೋಗಿ ಬರುತ್ತೇನೆ" ಅವರೆಂದರು "ಇನ್ನೊಮ್ಮೆ ಭೇಟಿಯಾಗೋಣ"

T T T

ಗರ್ಲ್ಸ್ ಕಾಲೇಜಿನಲ್ಲಿ ಇಂಗ್ಲಿಷ್ ಲೆಕ್ಚರ್‌ರಾಗಿದ್ದ ಸುರೇಂದ್ರ ಮೇತ್ತರಿಗಾಗಿ ಕಾಯುತ್ತ ಅವರ ಕೋಣೆಯ ಹೊರಗಿನ ವೆರಾಂಡದಲ್ಲಿ ಇನ್ಸ್‌ಪೆಕ್ಟರ್ ರಾಮಚಂದ್ರನ್ ಕುಳಿತಿದ್ದರು. ಒಬ್ಬಾಕೆ ಹೆಣ್ಣುಮಗಳು ಅವರ ಹತ್ತಿರ ಬಂದು ನಿಂತು ಹೇಳಿದಳು: "ನನಗೆ ಆ ಕೊಲೆ ಕೇಸಿನ ಬಗ್ಗೆ ಹಲವು ಮಾಹಿತಿಗಳು ಸಿಕ್ಕಿವೆ"

ಇನ್ಸ್‌ಪೆಕ್ಟರ್ ಏನೂ ಹೇಳಲಿಲ್ಲ. ಅವಳನ್ನು ನೋಡಿದ ತಕ್ಷಣವೇ ಅವಳೊಬ್ಬ ಹಿಸ್ಟೀರಿಯಾ ಪೀಡಿತೆಯೆಂದು ಯಾರಿಗೂ ಅರ್ಥವಾಗುವಂತಿದ್ದಳು. ತೆಳ್ಳಗೆ ನೀರಿಳಿದ ಶರೀರ. ಜ್ವಲಿಸುವ ಕಣ್ಣುಗಳು.

"ನಾನು ಮೇರಿ" ಅವಳು ಹೇಳಿದಳು. "ನಾನು ಸುರೇಂದ್ರ ಮೇತ್ತರ ಶಿಷ್ಯೆ. ಅವರ ರಹಸ್ಯಗಳೆಲ್ಲವೂ ನನಗೆ ಗೊತ್ತು"

"ನಾನು ಮೇತ್ತರ ಬಳಿ ಮಾತನಾಡಲೆಂದು ಬಂದಿದ್ದೇನೆ. ಶಿಷ್ಯೆಯ ಬಳಿ ಅಲ್ಲ" ಇನ್ಸ್‌ಪೆಕ್ಟರ್ ಹೇಳಿದರು.

"ಅವರು ಊಟ ಮಾಡಿ ಬರಲಿ. ಅಷ್ಟರ ತನಕ ನನ್ನ ಹತ್ತಿರ ಪ್ರಶ್ನೆ ಕೇಳಿ" ಅವಳೆಂದಳು. ಸುರೇಂದ್ರ ಮೇತ್ತರು ಅನಸೂಯಾದೇವಿಯ ಅಭಿಮಾನಿಯೆಂದು ಮೇರಿ ಹೇಳಿದಳು. ಅವರು ಆಕೆಗೆ ಪ್ರೇಮ ಪತ್ರಗಳನ್ನು ಬರೆಯುತ್ತಿದ್ದುದು ಮಾತ್ರವಲ್ಲ ಆಕೆಯನ್ನು

ಭೇಟಿಯಾಗಲೂ ಹೋಗುತ್ತಿದ್ದರು. ಕೊಲೆ ನಡೆದ ರಾತ್ರಿ ಅವರು ಆಕೆಯ ಮನೆಯಲ್ಲಿ ನಡೆದ ಸತ್ಕಾರಕೂಟದಲ್ಲಿ ಭಾಗವಹಿಸಲೆಂದು ಡ್ರೆಸ್ ಮಾಡಿಕೊಂಡು ಹೋಗಿದ್ದರು. ಅವರು ಟ್ಯಾಕ್ಸಿ ಹಿಡಿಯುವುದನ್ನು ನೋಡಿದ ಮೇರಿ ಯಾವ ಕಡೆ ಹೋಗುತ್ತಿದ್ದೀರೆಂದು ಅವರನ್ನು ಕೇಳಿದ್ದಳು. ಅನಸೂಯಾದೇವಿಯ ಮನೆಯ ಸತ್ಕಾರಕೂಟಕ್ಕೆ ಹೋಗುತ್ತಿದ್ದೇನೆಂದು ಅವರು ಹೇಳಿದ್ದರು. ಅವರ ವೇಷ ವಿಚಿತ್ರವಾಗಿತ್ತು. ಕಪ್ಪು ಸೂಟು, ಕಪ್ಪು ಷರಟು, ಕಪ್ಪು ಕರ್ಚೀಫು. ಯಾರದ್ದೋ ಒಂದು ಸಾವಿನ ಶೋಕಾಚರಣೆಗಾಗಿ ಹೋಗುತ್ತಿರುವಂತಿದೆ ಎಂದು ಆಕೆ ಹೇಳಿದ್ದಳು ಕೂಡಾ. ಆಗ ಸುರೇಂದ್ರ ಮೇತ್ತ ಏನೂ ಹೇಳಿರಲಿಲ್ಲ. ತನಗೆ ಅನಸೂಯಾದೇವಿಯ ಬಗ್ಗೆ ಭರ್ಜರಿ ಅಸೂಯೆ ಇದೆಯೆಂಬುದು ಅವರ ಎಣಿಕೆಯಾಗಿತ್ತು. ತನಗೇಕೆ ಆ ಮಧ್ಯ ವಯಸ್ಕಳ ಬಗ್ಗೆ ಅಸೂಯೆ? ಅನಸೂಯಾದೇವಿಯ ಬಗ್ಗೆ ಕೇಳಬಾರದಂತಹ ಹಲವು ಕಥೆಗಳು ನಗರದ ತುಂಬ ಪ್ರಚಾರದಲ್ಲಿದ್ದವು. ಅವರ ಖಾಸಗಿ ಬದುಕು ಏನೇನೂ ಚೆನ್ನಾಗಿಲ್ಲ. ಅವರಿಗೆ ನೈತಿಕ ಪ್ರಜ್ಞೆ ಸ್ವಲ್ಪವೂ ಇಲ್ಲ.

ಮೇರಿ ಮಾತನಾಡುತ್ತಿದ್ದಾಗ ಸುರೇಂದ್ರ ಮೇತ್ತರು ಅಲ್ಲಿಗೆ ಬಂದರು. ಅವರು ಇನ್ಸ್‌ಪೆಕ್ಟರನ್ನು ತಮ್ಮ ಕೋಣೆಗೆ ಆಹ್ವಾನಿಸಿದರು. ಬಾಗಿಲು ಹಾಕಿದ ನಂತರ ಅವರೆಂದರು: "ಗೋಡೆಗಳಿಗೂ ಕಿವಿಗಳಿವೆ"

"ನೀವು ನಿನ್ನೆ ರಾತ್ರಿ ಅನಸೂಯಾದೇವಿಯವರ ಡಿನ್ನರಿಗೆ ಹೋಗಿದ್ದೀರಾ?" ಇನ್ಸ್‌ಪೆಕ್ಟರ್ ಕೇಳಿದರು.

"ಹೌದು ನಾನು ಏಳೂವರೆ ಗಂಟೆಯಿಂದ ಹನ್ನೊಂದೂವರೆ ತನಕ ಅಲ್ಲಿದ್ದೆ" ಮೇತ್ತ ಹೇಳಿದರು. ಅವರ ಹಸ್ತಗಳು ಅಕಾರಣವಾಗಿ ಕಂಪಿಸುತ್ತಿದ್ದವು.

"ನಿಮ್ಮ ಮತ್ತು ಅವರ ಮಧ್ಯೆ ಇದ್ದ ಸಂಬಂಧ?" ಇನ್ಸ್‌ಪೆಕ್ಟರ್ ಕೇಳಿದರು.

"ನಾನು ಅವರ ಅಭಿಮಾನಿ" ಸುರೇಂದ್ರ ಮೇತ್ತ ಹೇಳಿದರು. "ನಾನು ನನ್ನ ಜೀವನದಲ್ಲಿ ಯಾರನ್ನೂ ಇಷ್ಟೊಂದು ಪ್ರೀತಿಸಿರಲಿಲ್ಲ. ಆಕೆ ದುಃಖಿತೆಯಾಗಿದ್ದರು. ಒಂಟಿಯಾಗಿದ್ದರು. ಆಕೆಯ ಹತ್ತಿರ ಈ ನಗರವನ್ನು ಬಿಟ್ಟು ನನ್ನ ಜತೆಗೆ ಗುಜರಾತ್‌ಗೆ ಬನ್ನಿ ಎಂದು ನಾನು ಎಷ್ಟೋ ಬಾರಿ ಒತ್ತಾಯಿಸಿದ್ದೆ. ಹಾಗೆ ಮಾಡಿದ್ದರೆ ಅವರ ಜೀವ. ಸುರಕ್ಷಿತವಾಗಿರುತ್ತಿತ್ತು. ಇಲ್ಲಿ ಎಲ್ಲರೂ ಅವರ ರಹಸ್ಯ ಶತ್ರುಗಳಾಗಿದ್ದರು. ಆಕೆಯ ಪತಿ ಕೂಡಾ. ನಾನು ಆಕೆಯನ್ನು ಸಂತೋಷಪಡಿಸುತ್ತಿದ್ದೆ. ಆಕೆಗೆ ಸುರಕ್ಷಿತತೆಯ ಭಾವನೆ ನೀಡುತ್ತಿದ್ದೆ. ಆದರೆ ಆಕೆ ಸುಮ್ಮನೆ ನಕ್ಕು ನನ್ನನ್ನು ಕಳಿಸಿಬಿಡುತ್ತಿದ್ದರು. ನನ್ನನ್ನು 'ಪೆದ್ದು ಮುಂಡೇದು' ಎಂದು ಹೇಳಿ ತಮಾಷೆ ಮಾಡುತ್ತಿದ್ದರು. ನಾನು ವಯಸ್ಸಿನಲ್ಲಿ ಆಕೆಗಿಂತ ಚಿಕ್ಕವನು. ನನಗೆ ಮೂವತ್ತೈದಷ್ಟೇ ಆಗಿದೆ. ಆಕೆಗೆ ನಲವತ್ತಾಗಿರಬೇಕು. ಆದರೆ ಆಕೆ ಉದಯಿಸುವ ಸೂರ್ಯನ ಕಾಂತಿಯುಳ್ಳವರಾಗಿದ್ದರು. ಆಕೆಯನ್ನು ಒಮ್ಮೆ ನೋಡಿದವರು ಮರೆಯಲು ಸಾಧ್ಯವಿಲ್ಲ"

"ನಿನ್ನೆ ರಾತ್ರಿ ಅಲ್ಲಿದ್ದ ಎಲ್ಲ ಅತಿಥಿಗಳೂ ನಿಮಗೆ ನೆನಪಿದ್ದಾರೆಯೇ?" ಇನ್ಸ್‌ಪೆಕ್ಟರ್ ಕೇಳಿದರು.

"ಅಯ್ಯೋ, ಇಲ್ಲ, ಇಲ್ಲ" ಮೇತ್ತರು ಹೇಳಿದರು "ಹಲವಾರು ಹೊಸ ಮುಖಗಳನ್ನು

ನಾನಲ್ಲಿ ನೋಡಿದ್ದೆ. ಆಕೆ ನಡೆಸುವ ಪಾರ್ಟಿಗಳಲ್ಲಿ ಯಾವಾಗಲೂ ಹಾಗೆ ಅಪರಿಚಿತರು ಇದ್ದೇ ಇರುತ್ತಾರೆ. ನಗರವನ್ನು ಸಂದರ್ಶಿಸುವ ಸಾಹಿತಿಗಳೂ ಕಲಾವಿದರೂ ಅಲ್ಲಿಗೆ ಬಂದು ಆಕೆಯ ಆತಿಥ್ಯವನ್ನು ಸ್ವೀಕರಿಸದೆ ಹಿಂದಿರುಗಿ ಹೋಗುವುದೆಂದೇ ಇಲ್ಲ"

"ಅನಸೂಯಾದೇವಿಯ ವರ್ತನೆಯಲ್ಲಿ ನೀವು ನಿನ್ನೆ ರಾತ್ರಿ ಏನಾದರೂ ವ್ಯತ್ಯಾಸ ಗಮನಿಸಿದ್ದೀರಾ?" ಇನ್ಸ್‌ಪೆಕ್ಟರ್ ಕೇಳಿದರು.

"ಹಾಗೇನಿಲ್ಲ. ಆಕೆ ಸಂತೋಷವಾಗಿಯೇ ಇದ್ದರು. ಅತಿಥಿಗಳೆಲ್ಲರ ಜತೆಯೂ ಹರಟುತ್ತ ಓಡಾಡುತ್ತಿದ್ದರು. ಬಿಳೀ ಸೀರೆಯುಟ್ಟು, ಬಿಳೀ ಹೂ ಮಾಲೆ ಮುಡಿದುಕೊಂಡು, ಸರಸ್ವತಿದೇವಿಯಂತೆ.. ಆ ದೃಶ್ಯವನ್ನು ಇನ್ನು ಎಂದೂ ಕಾಣಲು ಸಾಧ್ಯವಿಲ್ಲವಲ್ಲ...

ಮೇತ್ತರು ಕೈಬೆರಳುಗಳಿಂದ ಮುಖಮುಚ್ಚಿ ಅಳತೊಡಗಿದರು.

"ಆಕೆಗೆ ಯಾರಾದರೂ ಪ್ರಿಯಕರರು ಇದ್ದರೆ?" ಇನ್ಸ್‌ಪೆಕ್ಟರ್ ಕೇಳಿದರು.

"ಖಂಡಿತ ಇಲ್ಲ" ಮೇತ್ತ ಹೇಳಿದರು. "ಆಕೆ ಒಬ್ಬ ಯೋಗಿನಿಯಂತೆ ಜೀವಿಸುತ್ತಿದ್ದರು. ವಿವಾಹಿತೆಯಾಗಿದ್ದೂ ಬ್ರಹ್ಮಚಾರಿಣಿ. ಆಕೆಯೇ ನನ್ನಲ್ಲಿ ಅದನ್ನೆಲ್ಲ ಮನಸ್ಸು ಬಿಚ್ಚಿ ಹೇಳಿದ್ದಾರೆ. ಆಕೆ ವಿವಾಹ ವಿಚ್ಛೇದನ ಪಡೆಯಬಹುದಿತ್ತು. ಆ ಕಾಡು ಮನುಷ್ಯನ ಜತೆಗೆ ಜೀವನ ನಡೆಸಬೇಕಾದ ಅಗತ್ಯವೇನೂ ಆಕೆಗಿರಲಿಲ್ಲ. ಆದರೆ ಆಕೆ ತನ್ನ ಕುಟುಂಬದ ಒಳ್ಳೆಯ ಹೆಸರನ್ನು ಕೆಡಿಸಲು ಇಚ್ಛಿಸಲಿಲ್ಲ. ಅದಕ್ಕೆ ಕಳಂಕ ಹಚ್ಚಲು ಆಕೆಗೆ ಮನಸ್ಸಾಗಲಿಲ್ಲ."

ಇನ್ಸ್‌ಪೆಕ್ಟರ್ ಎದ್ದು ನಿಂತರು "ನಾನು ಆಮೇಲೆ ಬಂದು ಕಾಣುತ್ತೇನೆ. ನೀವು ನನಗೆ ಆಕೆಯ ನಿಜ ಸ್ವರೂಪ ತೋರಿಸಿಕೊಟ್ಟಿರಿ" ಅವರೆಂದರು.

"ನಿಜ ಸ್ವರೂಪವೇನೆಂಬುದು ನನಗೆ ಮಾತ್ರ ಗೊತ್ತು" ಮೇತ್ತ ಹೇಳಿದರು. "ಬೇರೆ ಯಾರಲೂ ಆಕೆ ಮನಸ್ಸು ಬಿಚ್ಚಿ ಮಾತನಾಡುತ್ತಿರಲಿಲ್ಲ"

"ನೀವು ಆಕೆಯ ಪ್ರಿಯಕರನಾಗಿದ್ದಿರಾ?" ಇನ್ಸ್‌ಪೆಕ್ಟರ್ ಕೇಳಿದರು.

"ಇಲ್ಲ" ಮೇತ್ತ ಹೇಳಿದರು. "ಆಕೆ ಇನ್ನೂ ಸ್ವಲ್ಪ ಕಾಲ ಬದುಕಿದ್ದರೆ ನಾನು ಪ್ರಿಯಕರನಾಗುತ್ತಿದ್ದೆ.. ಈ ಶನಿವಾರ ನನ್ನೊಂದಿಗೆ ಖಂಡಾಲಾಕ್ಕೆ ಬರುತ್ತೇನೆಂದು ಆಕೆ ಮಾತು ಕೊಟ್ಟಿದ್ದರು. ಆ ವಿಲಾಸಿಧಾಮದಲ್ಲಿ ನಾನು ಆಕೆಯನ್ನು ನನ್ನ ಪ್ರೀತಿಯಿಂದ ಬಂಧಿಸಿಬಿಡುತ್ತಿದ್ದೆ."

"ಏನು ಮಾಡುವುದು? ನಿಮಗೆ ಆ ಅದೃಷ್ಟವಿಲ್ಲದೆ ಹೋಯಿತು" ಇನ್ಸ್‌ಪೆಕ್ಟರ್ ಹೇಳಿದರು "ನಿಮ್ಮ ಈ ಪ್ಲಾನ್ ಬೇರೆ ಯಾರಿಗಾದರೂ ಗೊತ್ತಿತ್ತೆ? ಮುಖ್ಯವಾಗಿ, ಈ ಕೋಣೆಯ ಹೊರಗೆ ನೋಡಿದ ಆ ಹುಡುಗಿಗೆ?"

"ಅವಳು ನನ್ನ ಡೈರಿ ಓದುತ್ತಿದ್ದುದನ್ನು ಒಮ್ಮೆ ನಾನು ಕಂಡು ಬಿಟ್ಟೆ ತುಂಬ ಬೈದೆ. ಆದರೆ ಅವಳೊಬ್ಬ ಅರೆಹುಚ್ಚಿ ಅಷ್ಟೆ. ಕಿಟಕಿಯಿಂದ ಹಾರಿ ಕೂಡಾ ಕೆಲವೊಮ್ಮೆ ನನ್ನ ಕೋಣೆಯನ್ನು ಪ್ರವೇಶಿಸುವುದಿದೆ"

“ಅವಳಿಗೆ ನಿಮ್ಮ ಮೇಲೆ ಅತಿಯಾದ ಪ್ರೇಮವಿದೆ ಎಂಬುದು ಮಾತ್ರ ನನಗೆ ಚೆನ್ನಾಗಿ ಅರ್ಥವಾಯಿತು” ಇನ್ಸ್‌ಪೆಕ್ಟರ್ ಹೇಳಿದರು.

“ಹ್ಹ ಹ್ಹ! ಆ ಕುರೂಪಿಗೇ? ನಾನು ಕನಸಿನಲ್ಲೂ ಅವಳನ್ನು ಹೆಂಡತಿಯಾಗಿ ಕಾಣಲಾರೆ” ಮೇತ್ತರು ಉದಾಸೀನತೆ ವ್ಯಕ್ತಪಡಿಸಿದರು.

“ಕುರೂಪಿಗಳ ಪ್ರೇಮ ಕೆಲವೊಮ್ಮೆ ಅಪಾಯಕಾರಿಯಾಗಿರುತ್ತದೆ” ಇನ್ಸ್‌ಪೆಕ್ಟರ್ ಹೇಳಿದರು. “ಅದನ್ನು ನೆನಪಿನಲ್ಲಿಡಬೇಕು”

T T T

ನಾಗ್‌ಪಾಡದ ಒಬ್ಬ ಕಬ್ಬಿಣದ ವ್ಯಾಪಾರಿ ಆ ಕಠಾರಿಯನ್ನು ಗುರುತಿಸಿದ “ಓ, ಇದು ನಮ್ಮ ಅಕಾರಾಮ್ ಹೇಳಿ ಮಾಡಿಸಿದ್ದು! ಅಕಾರಾಮ್ ನಿಮಗೆ ಗೊತ್ತಿಲ್ಲವೆ? ಪೈಪುಗಳು ಹಾಳಾದರೆ ಸರಿಮಾಡಿಸಿ ಕೊಡುತ್ತಾನಲ್ಲ? ಆ ಬಕ್ಕ ತಲೆಯವನು? ಹ್ಹಾಂ, ಅವನೇ. ಅವನು ಭಯಂಕರ ದೊಡ್ಡ ರೌಡಿ. ಎಲ್ಲರಿಗೂ ಅವನೆಂದರೆ ಹೆದರಿಕೆ. ಐನೂರು ರೂಪ್ಯಾ ಕೊಟ್ಟರೆ ಅವನು ಯಾರನ್ನು ಬೇಕಾದರೂ ಕೊಲ್ಲುತ್ತಾನೆ ಅಂತ ಕೇಳಿದ್ದೇನೆ”

ಅಕಾರಾಮ್ ಪೋಲಿಸರ ಬರವನ್ನು ಕಾಯುತ್ತಿದ್ದವನಂತೆ ತನ್ನ ಮನೆಯ ಮುಂದಿನ ಮೆಟ್ಟಿಲ ಮೇಲೆ ಕುಳಿತಿದ್ದ. ಅವನ ಕಣ್ಣುಗಳು ಕೆಂಪಗಿದ್ದವು.

“ನೀವೇನಾ ಚರ್ಚ್‌ಗೇಟ್‌ನಲ್ಲಿ ನಿನ್ನೆ ಒಂದು ಕೊಲೆ ಮಾಡಿದ್ದು?” ಇನ್ಸ್‌ಪೆಕ್ಟರ್ ಕೇಳಿದರು.

“ನಿಮಗೆ ಧೈರ್ಯವಿದೆ ಸಾಹೇಬರೆ” ಅಕಾರಾಮ್ ತನ್ನ ಸವೆದು ಹೋದ ಹಲ್ಲುಗಳನ್ನು ಪ್ರದರ್ಶಿಸುತ್ತ ಹೇಳಿದ.

“ನನ್ನನ್ನು ನೋಡಲು ಒಂಟಿಯಾಗಿ, ಅದೂ ಕೈಯಲ್ಲಿ ಗನ್ನೂ ಇಲ್ಲದೆ ಇಲ್ಲಿಗೆ ಬರಲು ನಿಮಗೆ ಧೈರ್ಯ ಬಂತಲ್ಲಾ? ಮಹಾರಾಷ್ಟ್ರದ ಅತ್ಯಂತ ಪ್ರಸಿದ್ಧ ಕೊಲೆ ಪಾತಕಿ ನಾನು. ನಾನು ಮಾಡಿದ ಕೊಲೆಯ ಆರೋಪವನ್ನು ಇನ್ಯಾರದೋ ತಲೆಗೆ ಕಟ್ಟಿಯೂ ಕಟ್ಟುತ್ತೇನೆ. ನನ್ನನ್ನು ಹಿಡಿಯಲು ಯಾವುದೇ ಸಾಕ್ಷಿ ಸಿಗದ ಹಾಗೆಯೂ ಮಾಡುತ್ತೇನೆ”

“ನೀನು ಬಹಳ ಧೈರ್ಯವಾಗಿ ಮಾತನಾಡುತ್ತೀ ಅಕಾರಾಮ್” ಇನ್ಸ್‌ಪೆಕ್ಟರ್ ಹೇಳಿದರು. ಅವರು ಮೆಟ್ಟಿಲ ಮೇಲೆಯೇ ಕುಳಿತು ಒಂದು ಸಿಗರೇಟು ಹೊತ್ತಿಸಿದರು. ಇನ್ನೊಂದನ್ನು ಹೊತ್ತಿಸಿ ಹತ್ತಿರ ಕುಳಿತವನಿಗೂ ಕೊಟ್ಟರು. ಇಬ್ಬರೂ ಮೌನವಾಗಿ ತುಂಬ ಹೊತ್ತು ಸಿಗರೇಟು ಸೇದುತ್ತ ನಿಶ್ಚಲರಾಗಿ ಕುಳಿತರು.

ಕೊನೆಗೆ ಅಕಾರಾಮ್ ಹೇಳಿದ.

“ನಿಜವನ್ನು ಹೇಳಬೇಕಲ್ಲ ಸಾಹೇಬರೇ. ಈ ಬಾರಿ ನಾನು ಸ್ವಲ್ಪ ದಿಗ್ಭ್ರಾಂತನಾದೆ. ಯಾಕೆಂದರೆ, ಕೊಲ್ಲುವುದಕ್ಕೆ ಕೊಡುವ ಫೀಸಾದ ಎರಡು ಸಾವಿರ ರೂಪ್ಯಾಗಳನ್ನು ಅವರು ನನಗೆ ಮುಂಗಡವಾಗಿಯೇ ಕೊಟ್ಟರು. ಸಾಮಾನ್ಯವಾಗಿ ಅರ್ಧಾಂಶವನ್ನು ಕರಾರು

ಮಾಡುವಾಗಲೂ ಉಳಿದರ್ಧ ಕೊಲೆ ನಡೆಸಿದ ನಂತರವೂ ನಾನು ತೆಗೆದುಕೊಳ್ಳುತ್ತೇನೆ. ಈ ಮಹಿಳೆಯನ್ನು ಕೊಲೆ ಮಾಡಬೇಕೆಂದು ಅಜ್ಞಾಪಿಸಿದ ವ್ಯಕ್ತಿ ಮೊದಲೇ ಎರಡು ಸಾವಿರ ರೂಪ್ಯಾ ಕೊಟ್ಟು ಬಿಟ್ಟರು. ಅರ್ಧ ಆ ಮೇಲೆ ಕೊಟ್ಟರೆ ಸಾಕೆಂದು ನಾನು ಹೇಳಿದರೆ. ಅದು ಬೇಡ, ಎಲ್ಲ ತೆಗೆದುಕೊಳ್ಳಿ ಎಂದು ಅವರು ನನಗೆ ಹೇಳಿದರು."

"ಯಾರವರು?" ಇನ್ಸ್‌ಪೆಕ್ಟರ್ ಕೇಳಿದರು. ಅವರ ಹೃದಯ ಜೋರಾಗಿ ಹೊಡೆದುಕೊಳ್ಳತೊಡಗಿತು.

"ಅದನ್ನು ಹೇಳಲಾಗದು" ಅಕಾರಾಮ್ ಹೇಳಿದ. "ಮುಸ್ಲಿಮ್ ಮಹಿಳೆಯರು ಧರಿಸುವ ಕಡು ಬಣ್ಣದ ರೇಶಿಮೆ ಬುರ್ಖಾ ಧರಿಸಿದ್ದರು ಅವರು"

"ಓಹ್! ಈ ವ್ಯವಸ್ಥೆ ಮಾಡಿದ್ದು ಓರ್ವ ಮಹಿಳೆಯೇ?" ಇನ್ಸ್‌ಪೆಕ್ಟರ್ ಕೇಳಿದರು.

"ಹೌದು, ನಾನು ಅವರ ಕೈಮಾತ್ರ ನೋಡಿದೆ. ಒಂದು ಹಳೆಯ ನಾಣ್ಯವನ್ನು ಬೆಳ್ಳಿಯಲ್ಲಿ ಕಟ್ಟಿದ ಒಂದು ಉಂಗುರವನ್ನು ಅವರು ಧರಿಸಿದ್ದರು. ನಡು ಬೆರಳಿಗೆ. ಬಿಳೀ ಸೀರೆಯುಟ್ಟು, ತಲೆಯಲ್ಲಿ ಹೂಮಾಲೆ ಮುಡಿದ ಮಧ್ಯ ವಯಸ್ಸಿನ ಹೆಂಗಸನ್ನು ಕೊಲ್ಲಬೇಕೆಂದು ಹೇಳಿದರು. ಎಲ್ಲ ಅತಿಥಿಗಳೂ ಹೋಗಿಯಾದ ನಂತರವಾಗಿತ್ತು ನಾನು ಆ ಮಹಿಳೆಯನ್ನು ಕೊಂದದ್ದು. ಅವರೇ ಆಗಿದ್ದರು ಮನೆಯೊಡತಿ. ಭಯ ಪ್ರಕಟಿಸಲೇ ಇಲ್ಲ. ತುಸು ನಕ್ಕರೇನೋ ಅಂತ ನನಗೆ ಸಂದೇಹ ಮೂಡಿತು. ಜೀವನದಲ್ಲಿ ಮೊತ್ತ ಮೊದಲಬಾರಿಗೆ ನನಗೆ ಪಶ್ಚಾತ್ತಾಪ ತೋರಿತು. ಅವರ ಶವವನ್ನಲ್ಲೇ ಬಿಟ್ಟು ಹೊರಟು ಒಮ್ಮೆ ತಿರುಗಿ ನೋಡಿದಾಗ.. ಅವರು ಒಬ್ಬ ಪರಿಶುದ್ಧ ಮಹಿಳೆಯಾಗಿದ್ದರು ಸಾಹೇಬರೇ.. ಅವರ ಮುಖದ ಮೇಲಿನ ಚೈತನ್ಯವು ನನ್ನನ್ನು ಅಳುವಂತೆ ಮಾಡಿತು. ಆ ಕ್ಷಣ ನನಗೆ ನನ್ನ ಅಮ್ಮನ ನೆನಪಾಯಿತು. ನನಗೆ ಎಂಟು ವರ್ಷ ವಯಸ್ಸಾಗಿದ್ದಾಗ ನನ್ನನ್ನು ಬಿಟ್ಟು ಹೋದ ಅಮ್ಮ. ನನ್ನ ಕೈಗಳು ಕಂಪಿಸಿದವು. ಸತ್ತು ಮಲಗಿದ ಆ ಮಹಿಳೆಯ ಪಾದ ಮುಟ್ಟಿ ಕ್ಷಮೆ ಯಾಚಿಸಿದೆ. ಅವರನ್ನು ಕೊಲ್ಲಲು ಹಣ ನೀಡಿದ ಆ ಸ್ತ್ರೀಯನ್ನು ಮನದಲ್ಲೇ ಶಪಿಸಿದೆ. ಯಾರೋ ವ್ಯಭಿಚಾರಿಣಿಯಾಗಿರಲೂಬಹುದು ಸತ್ತ ಮಹಿಳೆಯ ಗಂಡನ ಆಸ್ತಿಯ ಮೇಲೆ ಕಣ್ಣಿಟ್ಟವಳಾಗಿರಬಹುದು.. ಸಾಮಾನ್ಯವಾಗಿ ಕೊಂದದ್ದಕ್ಕೆ ಸಾಕ್ಷಿಯಾಗಿ ಶವದ ಮೈಯಿಂದ ಯಾವುದಾದರೊಂದು ಆಭರಣವನ್ನು ನಾನು ಎತ್ತಿಟ್ಟುಕೊಳ್ಳುವುದಿದೆ. ಆದರೆ ಈ ಮಹಿಳೆಯ ಆಭರಣ ತೆಗೆದುಕೊಳ್ಳಲು ನನಗೆ ಮನಸ್ಸು ಬರಲಿಲ್ಲ. ಅವರ ಕೈಯಲ್ಲೂ ಒಂದು ನಾಣ್ಯದುಂಗುರವಿತ್ತು. ಆ ಇನ್ನೊಬ್ಬ ಮಹಿಳೆಯ ಕೈಯಲ್ಲಿದ್ದುದರ ತದ್ರೂಪ. ಅದನ್ನು ನಾನು ಕಳಚಿ ತೆಗೆದುಕೊಳ್ಳಬಹುದಿತ್ತು. ಆದರೆ ಕೊಂದ ಸಾಕ್ಷಿಯನ್ನು ಯಾರಿಗೆ ತಾನೇ ತೋರಿಸಬೇಕು? ಕೊಲ್ಲಿಸಿದವರು ಇಡೀ ಹಣ ಕೊಟ್ಟಾಗಿ ಬಿಟ್ಟಿದೆಯಲ್ಲ? ಆದ್ದರಿಂದ ನಾನು ಆ ಉಗುಂರ ಕಳಚಿ ತೆಗೆಯಲಿಲ್ಲ. ಅದು ನನ್ನ ಉಂಗುರ ಬೆರಳಿಗೆ ಸರಿಯಾಗುತ್ತಿತ್ತು. ಆದರೆ ನನಗೆ ಬೆಳ್ಳಿ ಇಷ್ಟವಿಲ್ಲ. ನನಗೆ ಚಿನ್ನದ ಮೇಲೆ ಹೆಚ್ಚು ಆಸೆ"

"ಬಾ ಅಕಾರಾಮ್" ಇನ್ಸ್‌ಪೆಕ್ಟರ್ ಹೇಳಿದ "ನನ್ನ ಜತೆಗೆ ಪೋಲಿಸ್ ಸ್ಟೇಷನ್ನಿಗೆ ಬಾ. ನೀನು ನಿನ್ನ ಕರ್ತವ್ಯ ನಿರ್ವಹಿಸಿದೆ. ಇನ್ನು ನಾನು ನನ್ನ ಕರ್ತವ್ಯ ನಿರ್ವಹಿಸುತ್ತೇನೆ" ❖

ಕಥೆ

ಹಕ್ಕಿಯ ವಾಸನೆ

ಕಲಕತ್ತೆಗೆ ಬಂದು ಒಂದು ವಾರ ಕಳೆದ ನಂತರವಾಗಿತ್ತು ಅವಳು ಆ ದಿನ ಬೆಳಿಗ್ಗೆ ದಿನಪತ್ರಿಕೆಯಲ್ಲಿ ಆ ಜಾಹಿರಾತನ್ನು ನೋಡಿದ್ದು : 'ನೋಡಲು ಚೆನ್ನಾಗಿದ್ದು ಬುದ್ಧಿವಂತಳೂ ಆಗಿರುವ ಓರ್ವ ಯುವತಿ ನಮ್ಮ ಒಟ್ಟು ವ್ಯವಹಾರವನ್ನು ನೋಡಿಕೊಳ್ಳುವ ಕೆಲಸಕ್ಕಾಗಿ ಬೇಕಾಗಿದ್ದಾಳೆ. ಬಟ್ಟೆಗಳ ಬಣ್ಣಗಳ ಬಗ್ಗೆ ಮತ್ತು ಹೊಸ ಹೊಸ ವಿನ್ಯಾಸಗಳ ಬಗ್ಗೆ ಸ್ವಲ್ಪಮಟ್ಟಿನ ಜ್ಞಾನವಿರಬೇಕು. ಸ್ವಹಸ್ತಾಕ್ಷರದಲ್ಲಿ ಬರೆದ ಅರ್ಜಿಯೊಂದಿಗೆ ನೇರವಾಗಿ ನಮ್ಮ ಆಫೀಸಿಗೆ ಬರುವುದು.

ಆ ಆಫೀಸಿನ ಕಟ್ಟಡ ಜನನಿಬಿಡವಾದ ಒಂದು ರಸ್ತೆಯ ಬದಿಗಿತ್ತು. ಆಕೆ ತಿಳಿಹಳದಿ ಬಣ್ಣದ ಒಂದು ರೇಶ್ಮೆ ಸೀರೆಯುಟ್ಟು ತನ್ನ ಬಿಳಿಯ ಹ್ಯಾಂಡ್‌ಬ್ಯಾಗ್ ಹಿಡಿದುಕೊಂಡು ಆ ಕಟ್ಟಡವನ್ನು ಪ್ರವೇಶಿಸಿದಾಗ ಗಂಟೆ ಹನ್ನೊಂದಾಗಿತ್ತು. ಅದು ಏಳು ಅಂತಸ್ತುಗಳು, ಇನ್ನೂರಕ್ಕೂ ಹೆಚ್ಚು ಕೋಣೆಗಳು ಮತ್ತು ವಿಶಾಲವಾದ ಅನೇಕ ವೆರಾಂಡಾಗಳಿದ್ದ ಒಂದು ಬೃಹತ್ ಕಟ್ಟಡ ನಾಲ್ಕು ಲಿಫ್ಟ್‌ಗಳು ಮತ್ತು ಪ್ರತಿಲಿಫ್ಟ್‌ನ ಮುಂದೆ ನಿಂತು ಕಾಯುವ ಜನರ ಗುಂಪುಗಳೂ ಇದ್ದವು. ಬೊಜ್ಜು ಹೇರಿಕೊಂಡ ವ್ಯಾಪಾರಿಗಳು, ಹೆಗಲಿಗೆ ಚೀಲ ನೇತುಹಾಕಿಕೊಂಡು ನಿಂತ ಉದ್ಯೋಗಸ್ಥರು ಇತ್ಯಾದಿ ಇತ್ಯಾದಿ. ಒಬ್ಬಳೇ ಒಬ್ಬ ಸ್ತ್ರೀಯೂ ಅಲ್ಲಿರಲಿಲ್ಲ. ಆಗಲೇ ಅವಳ ಧೈರ್ಯ ಕುಂದತೊಡಗಿತ್ತು. ತನ್ನ ಗಂಡನ ಸಲಹೆಯನ್ನು ಕಡೆಗಣಿಸಿ ತಾನು ಈ ಉದ್ಯೋಗಕ್ಕಾಗಿ ಇಲ್ಲಿಗೆ ಬರಬಾರದಾಗಿತ್ತೆಂದು ಅವಳಿಗೆ ತೋರಿತು. ಅವಳು ಹತ್ತಿರ ನಿಂತಿದ್ದ ಒಬ್ಬ ಸಿಪಾಯಿಯನ್ನು ಕೇಳಿದಳು:

...ಟೆಕ್ಸ್‌ಟೈಲ್ ಇಂಡಸ್ಟ್ರೀಸ್ ಯಾವ ಅಂತಸ್ತಿನಲ್ಲಿ ?

'ಒಂದನೇ ಅಂತಸ್ತಿನಲ್ಲಿ ಅಂತ ಕಾಣುತ್ತದೆ' ಆತ ಉತ್ತರಿಸಿದ. ಎಲ್ಲಾ ಕಣ್ಣುಗಳೂ ತನ್ನ ಮುಖದ ಮೇಲೆ ನೆಟ್ಟುಕೊಳ್ಳುತ್ತಿವೆ ಎಂದು ಅವಳಿಗನ್ನಿಸಿತು. ಛೆ: ಬರಬಾರದಿತ್ತು. ಬೆವರಿನಲ್ಲಿ ಮುಳುಗಿಕೊಂಡಿರುವ ಈ ಗಂಡಸರ ಮಧ್ಯೆ ತಾನು ಯಾಕೆ ಬಂದುನಿಂತೆ ? ಸಾವಿರ ರೂಪಾಯಿ ಸಿಗುವುದೆಂದಾದರೂ ತಾನು ಈ ಕಟ್ಟಡಕ್ಕೆ ದಿನಾಲೂ ಕೆಲಸಮಾಡಲು ಬರಲು ಸಾಧ್ಯವಿಲ್ಲ... ಆದರೆಫಕ್ಕನೆ ಹಿಂದಿರುಗಿ ಹೋಗಲು ಅವಳಿಂದ ಆಗಲಿಲ್ಲ.

ಅವಳ ಸರದಿ ಬಂತು. ಲಿಫ್ಟ್‌ನೊಳಗೆ ಹೋದಳು. ಪಕ್ಕದಲ್ಲಿ ನಿಂತವರ ದೇಹಗಳನ್ನು ಮುಟ್ಟದೇ ಇರಲು ಕಷ್ಟಪಡುತ್ತ ಒಂದು ಮೂಲೆಯಲ್ಲಿ ಮುದುರಿನಿಂತಳು.

ಒಂದನೇ ಅಂತಸ್ತಿನಲ್ಲಿ ಇಳಿದು ಅವಳು ಸುತ್ತಲೂ ಕಣ್ಣಾಡಿಸಿದಳು. ನಾಲ್ಕು ದಿಕ್ಕುಗಳಲ್ಲೂ ಚಾಚಿಕೊಂಡಿದ್ದ ವೆರಾಂಡಗಳುದ್ದಕ್ಕೂ ಪ್ರತಿಯೊಂದು ಕೋಣೆಗಳಿಗೂ ದೊಡ್ಡ ದೊಡ್ಡ ಬಾಗಿಲುಗಳಿದ್ದವು. ಬಾಗಿಲುಗಳ ಹೊರಗೆ ಒಂದೊಂದು ಬೋರ್ಡ್ ಕೂಡಾ ಇತ್ತು.

'ಆಮದು-ರಫ್ತು ವ್ಯವಹಾರಗಳು', 'ವೈನ್ ವ್ಯಾಪಾರ' ಹೀಗೆ ಹಲವಾರು ಬೋರ್ಡುಗಳು. ಆದರೆ ಎಷ್ಟು ನಡೆದರೂ, ಎಷ್ಟು ಬಾಗಿಲುಗಳನ್ನು ದಾಟಿದರೂ ಅವಳು ಹುಡುಕುತ್ತಿದ್ದ ಬೋರ್ಡು ಅವಳಿಗೆ ಸಿಗಲಿಲ್ಲ. ಒಂದು ಕೋಣೆಯಿಂದಫಕ್ಕನೆ ಹೊರಗೆ ಬಂದ ಒಬ್ಬನ ಹತ್ತಿರ ಕೇಳಿದಳು: '...ಟೆಕ್ಸ್‌ಟೈಲ್ ಕಂಪೆನಿ ಎಲ್ಲಿ ?'

ಆತ ಅವಳನ್ನು ತನ್ನ ಕಿರಿದಾದ ಕೆಂಪು ಕಣ್ಣುಗಳಿಂದ ಆಪಾದಮಸ್ತಕ ವೀಕ್ಷಿಸಿದ ನಂತರ ಹೇಳಿದ: 'ನನಗೆ ಗೊತ್ತಿಲ್ಲ. ಆದರೆ ನನ್ನ ಜತೆಗೆ ಬಂದರೆ ನಾನು ಸಿಪಾಯಿಯ ಹತ್ತಿರ ಕೇಳಿ ಆ ಜಾಗ ಎಲ್ಲಿ ಅಂತ ಹುಡುಕಿಕೊಡುತ್ತೇನೆ ?'

ಆತ ಒಬ್ಬ ಕುಳ್ಳ ಮನುಷ್ಯ. ಮಧ್ಯವಯಸ್ಕ. ಆತನ ಕೈಯುಗುರುಗಳಲ್ಲಿ ಕೊಳೆಯಿತ್ತು. ಅದನ್ನು ನೋಡಿಯೋ ಏನೋ ಅವಳಿಗೆ ಅವನ ಜತೆಗೆ ಹೋಗಲು ಮನಸ್ಸಾಗಲಿಲ್ಲ. ಅವಳೆಂದಳು:

'ಥ್ಯಾಂಕ್ಸ್, ನಾನು ಇಲ್ಲಿ ಕೇಳಿ ಹುಡುಕಿಕೊಳ್ಳುತ್ತೇನೆ.'

ಅವಳು ಬೇಗ ಬೇಗ ನಡೆದು ಒಂದು ಮೂಲೆಯಲ್ಲಿ ತಿರುಗಿ ಇನ್ನೊಂದು ವೆರಾಂಡಕ್ಕೆ ಕಾಲಿಟ್ಟಳು. ಅಲ್ಲಿಯೂ ಮುಚ್ಚಿಕೊಂಡಿದ್ದ ದೊಡ್ಡ ಬಾಗಿಲುಗಳನ್ನು ಕಂಡಳು. 'Dying' ಎಂದು ಒಂದೆಡೆ ಬರೆದು ತೂಗಹಾಕಿದ್ದರು. ತಪ್ಪು ಸ್ಪೆಲಿಂಗ್ ನೋಡಿ ಅವಳಿಗೆ ನಗು ಬಂತು. 'ಬಟ್ಟೆಗೆ ಬಣ್ಣ ಹಾಕುವ ಬದಲು ಇಲ್ಲಿ ಸಾವು ಸಂಭವಿಸುತ್ತದೆಯೆ ?' ಏನಿದ್ದರೂ ಅಲ್ಲಿ ಕೇಳಿ ನೋಡೋಣವೆಂದು ಅವಳು ಬಾಗಿಲು ನೂಕಿ ತಳ್ಳಿದಳು. ಒಳಗೆ ಹುದುಗಿದ್ದ ಒಂದು ದೊಡ್ಡ ಕೋಣೆಯನ್ನು ಕಂಡಳು. ಎರಡೋ ಮೂರೋ ಕುರ್ಚಿಗಳು, ಮತ್ತು ಗಾಜು ಹೊದೆಸಿದ ಒಂದು ಮೇಜು, ಅಷ್ಟೇ. ಅಲ್ಲಿ ಯಾರೂ ಇಲ್ಲ. ಅಲ್ಲೆಲ್ಲೂ ಇಲ್ಲ. ಅವಳು ಕರೆದು ಕೇಳಿದಳು.

'ಇಲ್ಲಿ ಯಾರೂ ಇಲ್ಲವೆ ?'

ಒಳಗಿನ ಕೋಣೆಗಳಿಗೆ ಹೋಗುವ ಬಾಗಿಲುಗಳಿಗೆ ಹಾಕಿದ ಪರದೆಗಳೊಮ್ಮೆ

ಅಲುಗಾಡಿದವು. ಅವಳು ಧೈರ್ಯಮಾಡಿ ಕೋಣೆಯ ಮಧ್ಯೆ ಇದ್ದ ಕುರ್ಚಿಯಲ್ಲಿ ಕುಳಿತುಕೊಂಡಳು. ಸ್ವಲ್ಪ ಹೊತ್ತು ದಣಿವಾರಿಸಿಕೊಳ್ಳದೆ ಒಂದು ಹೆಜ್ಜೆ ಕೂಡಾ ಮುಂದಿಡಲಾರೆ ಎಂದು ಅವಳಿಗೆ ಅನ್ನಿಸಿತು. ಮೇಲೆಫ್ಯಾನ್ ತಿರುಗುತ್ತಿತ್ತು. ಇದು ಎಂಥ ಒಂದು ಆಫೀಸು ? ಅವಳಿಗೆ ಆಶ್ಚರ್ಯವಾಯಿತು. ಬಾಗಿಲು ತೆರೆದಿಟ್ಟುಫ್ಯಾನ್ ಕೂಡಾ ಹಾಕಿ ಇಲ್ಲಿದ್ದವರೆಲ್ಲ ಎಲ್ಲಿಗೆ ಹೋದರು ?

ಬಟ್ಟೆಗೆ ಬಣ್ಣ ಹಾಕುವವರಾಗಿದ್ದರಿಂದ ಇವರಿಗೆ ತಾನು ಹುಡುಕುವ ಆಫೀಸು ಎಲ್ಲಿ ಎಂದು ಗೊತ್ತಾಗದೆ ಇರಲಿಕ್ಕಿಲ್ಲ. ಅವಳು ಕೈಚೀಲ ತೆರೆದು ಕನ್ನಡಿ ತೆಗೆದು ಒಮ್ಮೆ ಮುಖ ನೋಡಿಕೊಂಡಳು. ತಾನು ನೋಡಲು ಚೆನ್ನಾಗಿದ್ದೇನೆ ಎಂದು ಖಚಿತಪಡಿಸಿಕೊಂಡಳು. ಎಂಟುನೂರು ರೂಪಾಯಿ ಕೇಳಿದರೆ ಹೇಗೆ ? ತನ್ನಂಥ ಒಬ್ಬಳು ಕೆಲಸಕ್ಕೆ ಸಿಗುವುದು ಅವರ ಅದೃಷ್ಟವಾಗಿರಬಹುದು. ವಿದ್ಯಾಭ್ಯಾಸವಿದೆ, ಪದವಿ ಇದೆ, ಹೊರರಾಜ್ಯಗಳಲ್ಲಿ ತಿರುಗಾಡಿದ ಲೋಕಾನುಭವ ಇದೆ...

ಒಂದು ಶೀಸೆಯ ಮುಚ್ಚಳವನ್ನು ತೆರೆಯುವ ಶಬ್ದ ಕೇಳಿ ಅವಳು ಬೆಚ್ಚಿ ಬಿದ್ದು ನೋಡಿದಳು. ಛೆ ! ತಾನೆಂಥ ದಡ್ಡಿ ! ಏನೂ ಪರಿಚಯವಿಲ್ಲದ ಒಂದು ಜಾಗದಲ್ಲಿ ನಿದ್ದೆ ಮಾಡುವುದೆ ? ಅವಳು ಕಣ್ಣುಗಳನ್ನು ಹೊಸಕಿಕೊಂಡಳು. ಸುತ್ತಲೂ ಒಮ್ಮೆ ನೋಡಿದಳು. ಅವಳ ಎದುರು ಭಾಗದಲ್ಲಿ ಒಂದು ಕುರ್ಚಿಯಲ್ಲಿ ಕುಳಿತುಕೊಂಡ ಒಬ್ಬ ಯುವಕ ವ್ಹಿಸ್ಕಿಗೆ ಸೋಡಾ ಬೆರೆಸುತ್ತಿದ್ದ. ಆತನ ಬುಷ್ ಷರಟು ಬಿಳಿಯ ಬಣ್ಣದ ಟೆರಿಲಿನ್ ಬಟ್ಟೆಯಿಂದ ಮಾಡಿದದ್ದಾಗಿತ್ತು. ಆತನ ಕೈಬೆರಳುಗಳ ಮೇಲ್ಭಾಗದಲ್ಲಿ ದಪ್ಪ ರೋಮಗಳು ಬೆಳೆದು ನಿಂತಿದ್ದವು. ಬಲಿಷ್ಠವಾದ ಆ ಬೆರಳುಗಳನ್ನು ನೋಡಿ ಅವಳುಫಕ್ಕನೆ ದಿಗ್ಭ್ರಮೆಗೊಂಡಳು. ತಾನೇಕೆ ಬಂದೆ ಈ ಸೈತಾನನ ಮನೆಗೆ ?

ಆತ ತಲೆಯೆತ್ತಿ ಅವಳನ್ನು ನೋಡಿದ. ಆತನ ಮುಖ ಒಂದು ಕುದುರೆಯ ಮುಖದಷ್ಟು ಉದ್ದವಾಗಿತ್ತು. ಆತ ಕೇಳಿದ : 'ಚೆನ್ನಾಗಿ ನಿದ್ರೆ ಬಂತೆ ?'

ಆಕೆಕಯ ಉತ್ತರದ ಬಗ್ಗೆ ಗಮನಹರಿಸದೆ ಆತ ಗ್ಲಾಸನ್ನೆತ್ತಿಕೊಂಡು ಅದರೊಳಗಿದ್ದ ಪಾನೀಯವೆಲ್ಲವನ್ನೂ ಕುಡಿದು ಮುಗಿಸಿದ.

'ಬಾಯಾರಿಕೆಯಾಗುತ್ತಿದೆಯೆ ?' ಆತ ಕೇಳಿದ. ಆಕೆ ತಲೆಯಲ್ಲಾಡಿಸಿದಳು.

'...ಟೆಕ್ಸ್‌ಟೈಲ್ ಕಂಪೆನಿ ಎಲ್ಲಿ ಅಂತ ಗೊತ್ತಿದೆಯೆ ? ನಿಮಗೆ ಗೊತ್ತಿರಬಹುದೆಂದು ನನಗನ್ನಿಸಿತು. ನೀವು ಬಟ್ಟೆಗಳಿಗೆ ಬಣ್ಣ ಹಾಕಿಕೊಡುವವರು ತಾನೆ ?' ಅವಳೆಂದಳು. ಮತ್ತೆ ಒಂದು ಸೌಜನ್ಯದ ನಗೆ ನಕ್ಕಳು. ಆತ ನಗಲಿಲ್ಲ. ಆತ ಪುನಃ ಗ್ಲಾಸಿಗೆ ವ್ಹಿಸ್ಕಿ ಸುರಿದು ಸೋಡಾ ಬೆರೆಸಿದ. ಹರಟೆ ಹೊಡೆಯಲಿಕ್ಕೆ ಬೇಕಾದಷ್ಟು ಸಮಯವಿದೆ ಎಂಬ ಭಾವ ಆತನ ಮುಖದಲ್ಲಿತ್ತು.

ಅವಳು ಕೇಳಿದಳು: 'ನಿಮಗೆ ಗೊತ್ತಿಲ್ಲವೇ ? ಅವಳ ಸಹನೆ ಮೀರಿತ್ತು. ಹೇಗಾದರೂ ಅಲ್ಲಿಂದ ಹೊರಗೆ ಬಂದು ಮನೆಗೆ ಹಿಂದಿರುಗಿ ಹೋದರೆ ಸಾಕಿತ್ತೆಂದು ಅವಳಿಗೆ ಅನ್ನಿಸಿತು.

ಆತ ಫಕ್ಕನೆ ನಕ್ಕ. ಬಹಳ ತೆಳ್ಳಗಿನ ತುಟಿಗಳು ಆತನವು. ಆತನ ನಗುವಿನಲ್ಲಿ ತುಟಿಗಳು ವಿಕಾರವಾಗಿ ಕಂಡವು.

'ಏನವಸರ ?' ಆತ ಕೇಳಿದ. 'ಸಮಯ ಹನ್ನೊಂದು ಮುಕ್ಕಾಲು ಆಗಿದ್ದು' ಆಕೆ ಬಾಗಿಲತ್ತ ಹೋದಳು.

'ನಿಮಗೆ ಗೊತ್ತಿರಬಹುದೆಂದು ನಾನೆಣಿಸಿದೆ' ಅವಳೆಂದಳು: 'ನೀವೂ ಬಟ್ಟೆ ವ್ಯಾಪಾರದ ಜತೆಗೆ ಸಂಬಂಧವಿರುವ ಒಬ್ಬರು ತಾನೆ ?'

'ಏನು ಸಂಬಂಧ ? ನಾವು ಬಟ್ಟೆಗೆ ಬಣ್ಣ ಹಾಕುವವರಲ್ಲ. ಬೋರ್ಡ್ ಓದಲಿಲ್ಲವೇ Dying ಅಂತ ? ಅದೇ ಅರ್ಥವೇ. ಸಾಯುವುದು ಅಂತ ಕೇಳಿಲ್ಲವೆ ? ಸುಖವಾಗಿ ಸಾಯಲು ವ್ಯವಸ್ಥೆ ಮಾಡಿಕೊಡುತ್ತೇವೆ ನಾವು.'

ಆತ ಕುರ್ಚಿಗೆ ಒರಗಿ ಕುಳಿತು ಕಣ್ಣುಗಳನ್ನು ಕಿರಿದು ಮಾಡಿ ಅವಳತ್ತ ನೋಡಿ ನಕ್ಕ. ಇದ್ದಕ್ಕಿದಂತೆ ಆ ಬಿಳಿ ನಗೆ ತನ್ನ ಕಣ್ಣುಗಳನ್ನೆಲ್ಲ ವ್ಯಾಪಿಸಿಕೊಂಡ ಹಾಗೆ ಅವಳಿಗನ್ನಿಸಿತು. ಅವಳ ಕಾಲುಗಳು ಕಂಪಿಸಿದವು.

ಅವಳು ಬಾಗಿಲ ಬಳಿ ಓಡಿದಳು. ಆದರೆ ಬಾಗಿಲು ತೆರೆಯಲು ಅವಳ ಬೆವರಿದ ಕೈಗಳಿಂದ ಸಾಧ್ಯವಾಗಲಿಲ್ಲ. ಅಷ್ಟು ಹೊತ್ತಿಗೆ ಅವಳ ಕಣ್ಣುಗಳಾಗಲೇ ತುಂಬಿಕೊಂಡುಬಿಟ್ಟಿದ್ದವು.

'ದಯ ಮಾಡಿ ಇದನ್ನೊಮ್ಮೆ ತೆರೆದು ಕೊಡಿ' ಅವಳೆಂದಳು: 'ನಾನು ಮನೆಗೆ ಹೋಗಬೇಕು. ನನ್ನ ಮಕ್ಕಳು ನನಗಾಗಿ ಕಾದಿರುತ್ತವೆ.' ಆತ ತನ್ನ ಮಾತುಗಳನ್ನು ಕೇಳಿ ಕೆಟ್ಟ ಕ್ರೂರಯೋಚನೆಗಳನ್ನು ಕೈಬಿಟ್ಟು ಆತ ತನಗೆ ಸಹಾಯ ಮಾಡಲು ಬಂದಾನೆಂದು ಅವಳು ಎಣಿಸಿದಳು.

'ದಯಮಾಡಿ ತೆರೆದುಕೊಡಿ' ಅವಳು ಪುನಃ ಬೇಡಿದಳು. ಆತ ಮತ್ತೆ ಮತ್ತೆ ವ್ಹಿಸ್ಕಿ ಕುಡಿದ. ಪುನಃ ಪುನಃ ಅವಳತ್ತ ನೋಡಿ ನಕ್ಕ.'

ಅವಳು ಬಾಗಿಲನ್ನು ಗುದ್ದಲಾರಂಭಿಸಿದಳು: 'ಅಯ್ಯೋ, ನನಗೆ ಮೋಸ ಮಾಡುತ್ತಿದ್ದೀರಾ ?' ಆಕೆ ಗಟ್ಟಿಯಾಗಿ ಕರೆದು ಕೇಳಿದಳು: 'ನಾನೇನು ತಪ್ಪು ಮಾಡಿದ್ದೇನೆ ?'

ಅವಳ ಬಿಕ್ಕಳಿಸುವಿಕೆಯು ಸ್ವಲ್ಪ ಹೊತ್ತಿನ ನಂತರ ನಿಂತು ಹೋಯಿತು. ಅವಳು ಸುಸ್ತಾಗಿ, ನಿತ್ರಾಣಳಾಗಿ, ಬಾಗಿಲ ಹತ್ತಿರ ಬರೇ ನೆಲದ ಮೇಲೆ ಬಿದ್ದಳು.

ಆತ ಒಂದಿಷ್ಟೂ ಕಠಿಣತೆಯಿಲ್ಲದ ಮೃದು ಸ್ವರದಲ್ಲಿ ಏನೇನೋ ಹೇಳುತ್ತ ಕುಳಿತ. ಆಕೆ ಕೆಲವು ಮಾತುಗಳನ್ನು ಮಾತ್ರ ಕೇಳಿಸಿಕೊಂಡಳು.

'...ಹಿಂದೆ ಒಮ್ಮೆ ನನ್ನ ಮಲಗುವ ಕೋಣೆಯಲ್ಲಿ ಚಳಿಗಾಲದಲ್ಲಿ ಒಂದು ಹಕ್ಕಿ ಬಂದುಬಿಟ್ಟಿತು. ಹಳದಿಮಿಶ್ರಿತ ಕಂದು ಬಣ್ಣ. ನಿನ್ನ ಸೀರೆಯ ಬಣ್ಣ. ಅದು ಕಿಟಕಿಯ ಬಾಗಿಲಿನ ಗಾಜಿನ ಮೇಲೆ ಕೊಕ್ಕಿನಿಂದ ಕುಟುಕಿನೋಡಿತು. ಗಾಜನ್ನು ಒಡೆಯಲು ರೆಕ್ಕೆಗಳಿಂದಲೂ

ಬಡಿಯಿತು. ಎಷ್ಟೊಂದು ಕಷ್ಟಪಟ್ಟಿತು ಗೊತ್ತೆ ? ಆದರೆ ಏನೂ ಪ್ರಯೋಜನವಾಗಲಿಲ್ಲ. ಅದು ಸುಸ್ತಾಗಿ ನೆಲದ ಮೇಲೆ ಬಿತ್ತು. ನಾನು ಅದನ್ನು ನನ್ನ ಹಾಕಿಕೊಂಡ ಕಾಲುಗಳಿಂದ ಮೆಟ್ಟಿ ಎಸೆದೆ.

ಆ ನಂತರ ತುಂಬ ಹೊತ್ತಿನ ಮೌನದ ನಂತರ ಆತ ಕೇಳಿದ: ನಿನಗೆ ಗೊತ್ತೇ ಸಾವಿನ ವಾಸನೆಯೇನು ಅಂತ ?

ಆಕೆ ಕಣ್ಣುಗಳನ್ನೆತ್ತಿ ಆತನನ್ನು ನೋಡಿದಳು. ಆದರೆ ಏನು ಹೇಳಲಿಕ್ಕೂ ನಾಲಿಗೆ ಏಳುವುದಿಲ್ಲ. ಹೇಳಲು ಉತ್ತರವಿಲ್ಲವೆಂದಲ್ಲ. ಸಾವಿನ ವಾಸನೆ, ಅಲ್ಲ, ಸಾವಿನ ವಿವಿಧ ವಾಸನೆಗಳು ತನ್ನ ಹಾಗೆ ಯಾರಿಗೆ ಗೊತ್ತು ? ಹಣ್ಣಾದ ಹುಣ್ಣುಗಳ ವಾಸನೆ, ಹಣ್ಣಿನ ತೋಟಗಳ ಸುವಾಸನೆ, ಅಗರ ಬತ್ತಿಗಳ ವಾಸನೆ, ಕತ್ತಲು ತುಂಬಿದ ಒಂದು ಸಣ್ಣ ಕೋಣೆಯಲ್ಲಿ ಬರೇ ನೆಲದ ಮೇಲೆ ಹಾಸಿದ್ದ ಹಾಸಿಗೆಯಲ್ಲಿ ಮಲಗಿ ಅವಳ ಅಮ್ಮ ನಿರ್ಜೀವ ಧ್ವನಿಯಲ್ಲಿ ಹೇಳುತ್ತ ಇದ್ದಳು. 'ನನ್ನಿಂದ ಸಾಧ್ಯವಿಲ್ಲ ಮಗಳೇ, ನೋವೇನೂ ಇಲ್ಲ... ಆದರೂ ಸಾಧ್ಯವಿಲ್ಲ...'

ಅಮ್ಮನ ಕಾಲಲ್ಲಿದ್ದ ಹುಣ್ಣುಗಳು ಬೆಳ್ಳಗೆ ಊದಿಕೊಂಡು ಹುಳಗಳು ಹರಿದಾಡುತ್ತಿದ್ದವು. ಆದರೂ ಅಮ್ಮ ಹೇಳುತ್ತಾರೆ 'ನೋವಿಲ್ಲ.'

ಆ ಮೇಲೆ ತಂದೆ. ಸಿಹಿಮೂತ್ರ ರೋಗಿಯಾದ ತಂದೆಗೆ ಇದ್ದಕ್ಕಿದಂತೆ ದಣಿವು ಕಾಣಿಸಿಕೊಂಡಾಗ ಆ ಕೋಣೆಯಲ್ಲಿ ಹಣ್ಣಿನ ತೋಟಗಳಿಂದ ಬರುವ ಒಂದು ಗಾಳಿ ಬಂದು ಹೊಕ್ಕಿತೆಂದು ಅವಳಿಗನ್ನಿಸಿತುಕ. ಅಷ್ಟೊಂದು ಆಹ್ಲಾದಕರವಾಗಿತ್ತು ಆ ಕೋಣೆಯಲ್ಲಿ ತುಂಬಿಕೊಂಡು ವಾಸನೆ... ಅದು ಕೂಡಾ ಸಾವು ಆಗಿತ್ತು...

ಅದನ್ನೆಲ್ಲ ಹೇಳಬೇಕೆಂದು ಅವಳಿಗೆ ತೋರಿತು. ಆದರೆ ನಾಲಗೆ ಉಡುಗಿ ಹೋಗಿತ್ತು.

ಕೋಣೆಯ ಮಧ್ಯೆ ಕುಳಿತಿದ್ದ ಯುವಕ ಆಗಲೂ ಏನೇನೋ ಹೇಳುತ್ತಲೇ ಇದ್ದ.

"ನಿನಗೆ ಗೊತ್ತಿಲ್ಲ, ಅಲ್ಲವೆ ? ಹಾಗಾದರೆ ಹೇಳುತ್ತೇನೆ. ಸಾವಿಗೆ ಹಕ್ಕಿಯ ಗರಿಗಳ ವಾಸನೆ.. ನಿನಗದು ಬೇಗ ಗೊತ್ತಾಗಬಹುದು. ಈಗಲೇ ತಿಳಿಯಬೇಕೆ ? ನಿನಗೆ ಅತ್ಯಂತ ಪ್ರಿಯವಾದ ಹೊತ್ತು ಯಾವುದು ? ನೇರವಾಗಿ ಮೇಲಿಂದ ನೋಡುವ ಸೂರ್ಯನ ಮುಂದೆ ನಾಚಿಕೆಯಿಲ್ಲದೆ ಈ ಜಗತ್ತು ಬತ್ತಲಾಗಿ ಮಲಗುವ ಹೊತ್ತೆ ? ಅಥವಾ, ಸಂಜೆಯೆ ? ನೀನು ಎಂತಹ ಸ್ತ್ರೀ ? ಧೈರ್ಯವಿರುವವಳೋ, ಧೈರ್ಯವಿಲ್ಲದವಳೋ...?

ಆತ ಕುರ್ಚಿಯಿಂದೆದ್ದು ಆಕೆಯ ಹತ್ತಿರ ಬಂದ. ಆತ ಬಹಳ ಎತ್ತರವಾಗಿದ್ದ. ಅವಳು ಹೇಳಿದಳು:

"ನನ್ನನ್ನು ಹೋಗಲುಬಿಡಿ. ನಾನು ಇಲ್ಲಿಗೆ ಬರುವ ಉದ್ದೇಶ ಇರಲೇ ಇಲ್ಲ."

"ನೀನು ಸುಳ್ಳು ಹೇಳುತ್ತಿದ್ದೀ. ಎಷ್ಟು ಸಲ ಇಲ್ಲಿಗೆ ಬರಬೇಕೆಂಬ ಉದ್ದೇಶವಿಟ್ಟುಕೊಂಡಿದ್ದೆ ನೀನು ! ಎಷ್ಟೋ ಸುಖಕರವಾದ ಒಂದು ಅಂತ್ಯಕ್ಕಾಗಿ ನೀನು ಎಷ್ಟು ಬಾರಿ ಆಸೆಪಟ್ಟಿದ್ದೆ !

ಮೃದುವಾದ ತೆರೆಗಳ ಮಾಲೆಯಿಂದ ತುಂಬಿದ, ದೀರ್ಘವಾಗಿ ನಿಟ್ಟುಸಿರು ಬಿಡುವ ಕಡಲಿಗೆ ಹೋಗಿ ಬೀಳಲು, ನಿರ್ಲಿಪ್ತಳಾಗಿ ಹೋಗಿ ಲಯವಾಗಲು ಆಶಿಸಲು ನದಿಯ ಹಾಗಲ್ಲವೇ ನೀನು ? ಹೇಳು ಪ್ರಿಯೆ... ನೀನು ಬಯಸುವುದಿಲ್ಲವೇ ಆ ಅಂತ್ಯವಿಲ್ಲದ ಮುದ್ದಾಟವನ್ನು ಅನುಭವಿಸಲು ?

'ನೀವು ಯಾರು ?'

ಅವಳು ಎದ್ದು ಕುಳಿತಳು. ಆತನ ಕೈಬೆರಳುಗಳಲ್ಲಿ ಭಯಂಕರವಾದ ಏನೋ ಒಂದು ಆಕರ್ಷಣೆಯಿದೆಯೆಂದು ಆಕೆಗೆ ತೋರಿತು.

'ನನ್ನನ್ನು ನೋಡಿಲ್ಲವೆ ?'

'ಇಲ್ಲ'

'ನಾನು ನಿನ್ನ ಹತ್ತಿರ ಹಲವು ಬಾರಿ ಬಂದಿದ್ದೇನೆ. ಒಮ್ಮೆ ನೀನು ಬರೇ ಹನ್ನೊಂದು ವರ್ಷ ವಯಸ್ಸಿನ ಹುಡುಗಿಯಾಗಿದ್ದೆ. ಅರಶಿನ ಮುಂಡಿಗೆ ತಗುಲಿ ಹಾಸಿಗೆಯಿಂದ ತಲೆ ಎತ್ತಲಾರದೆ ಮಲಗಿದ್ದ ಕಾಲ. ಅವತ್ತು ನಿನ್ನ ಅಮ್ಮ ಕಿಟಿಕಿಯ ಬಾಗಿಲುಗಳನ್ನು ತೆರೆದಾಗ ನೀನು ಹೇಳಿದೆ: 'ಅಮ್ಮ, ನನಗೆ ಹಳದಿ ಹೂಗಳು ಕಾಣಿಸುತ್ತಿವೆ. ಹಳದಿ ಗಂಟೆ ಹೂಗಳು ಕಾಣುತ್ತಿವೆ. ಎಲ್ಲಿ ನೋಡಿದರೂ ಹಳದಿಯೇ... ಅದು ನೆನಪಿದೆಯೆ ?'

ಅವಳು ತಲೆಯಾಡಿಸಿದಳು.

'ನಿನ್ನ ಕಣ್ಣುಗಳಿಗೆ ಮಾತ್ರ ಕಾಣಿಸುತ್ತಿದ್ದ ಆ ಹಳದಿ ಹೂಗಳ ನಡುವೆ ನಾನು ನಿಂತಿದ್ದೆ. ನಿನ್ನ ಕೈ ಹಿಡಿದು ನಿನ್ನನ್ನು ತಲುಪಿಸಬೇಕಾದಲ್ಲಿಗೆ ಕರೆದೊಯ್ಯಲು... ಆದರೆ ಅವತ್ತು ನೀನು ಬರಲಿಲ್ಲ. ನಿನಗೆ ನನ್ನ ಪ್ರೀತಿಯ ಬಗ್ಗೆ ತಿಳಿದಿರಲಿಲ್ಲ. ನಾನು ನಿನ್ನ ಮತ್ತು ಎಲ್ಲರ ಮಾರ್ಗದರ್ಶಿ ಎಂಬುದು ನಿನಗೆ ಗೊತ್ತಿರಲಿಲ್ಲ ?'

'ಪ್ರೀತಿಯೇ, ಇದು ಪ್ರೀತಿಯೇ ?' ಅವಳು ಕೇಳಿದಳು.

'ಹೌದು. ಪ್ರೀತಿಯ ಪರಿಪೂರ್ಣತೆಯನ್ನು ತೋರಿಸಿಕೊಡಲು ನನ್ನಿಂದ ಮಾತ್ರ ಸಾಧ್ಯ. ನನಗೆ ನೀನು ಒಂದೊಂದೊಂದಾಗಿ ಕಾಣಿಸಿಕೊಳ್ಳುತ್ತಿ... ಕೆಂಪು ತುಟಿಗಳು, ನರ್ತಿಸುವ ಕಣ್ಣುಗಳು... ಅಂಗಾಂಗ ಸೌಂದರ್ಯವಿರುವ ದೇಹ... ಎಲ್ಲವೂ... ಪ್ರತಿಯೊಂದು ರೋಮಕೂಪಗಳನ್ನೂ ತೋರಿಸುತ್ತಿ... ಯಾವುದೂ ನಿನ್ನದಲ್ಲದಾಗುತ್ತವೆ. ಆ ಮೇಲೆ ಈ ಬಲಿಗೆ ಪ್ರತಿಫಲವಾಗಿ ನಾನು ನಿನಗೆ ಸ್ವಾತಂತ್ರ್ಯ ಕೊಡುತ್ತೇನೆ. ನೀನು ಏನೂ ಆಗದೆ ಹೋಗುವೆ. ಆದರೆ ಎಲ್ಲವೂ ಆಗಿಬಿಡುವೆ. ಕಡಲಿನ ಮೊರೆತದಲ್ಲೂ ನೀನಿರುವೆ. ಮಳೆಗಾಲದಲ್ಲಿ ಸಿಡಿಲು ತಾಗಿ ಮುರಿಯುವ ಹಳೆಯ ಮರಗಳಲ್ಲೂ ನೀನು ಓಡಾಡುತ್ತಿರುವೆ. ಪ್ರಸವವೇದನೆಯನ್ನನುಭವಿಸುತ್ತಿರುವ ಬೀಜಗಳು ಮಣ್ಣಿನಡಿಯಲ್ಲಿ ಮಲಗಿ ಬಿಕ್ಕಳಿಸುವಾಗ, ನಿನ್ನ ಅಳುವಿನ ಧ್ವನಿಯೂ ಆ ಬಿಕ್ಕಳಿಕೆಯ ಜೊತೆ ಏರುತ್ತದೆ. ನೀನು ಗಾಳಿಯಾಗುತ್ತಿ, ಮಳೆಹನಿಗಳಾಗುತ್ತಿ, ಮಣ್ಣಿನ ಕಣಗಳಾಗುತ್ತಿ... ಈ ಜಗತ್ತಿನ ಸೌಂದರ್ಯವಾಗಿಬಿಡುತ್ತಿ...'

ಅವಳು ಎದ್ದುನಿಂತಳು. ತನ್ನ ದಣಿವು ಪೂರ್ತಿ ಆರಿಹೋಗಿದೆಯೆಂದು ಅವಳಿಗೆ ಅನ್ನಿಸಿತು. ಹೊಸದಾಗಿ ಒಟ್ಟುಗೂಡಿಸಿದ ಧೈರ್ಯದೊಂದಿಗೆ ಅವಳು ಹೇಳಿದಳು:

'ಇದೆಲ್ಲ ನಿಜವಾಗಿರಬಹುದು. ಆದರೆ ನೀವು ಹೇಳುವ ವ್ಯಕ್ತಿ ಬೇರೆಯೇ ಇರಬೇಕು. ನನಗೆ ಸಾಯುವ ಕಾಲ ಇನ್ನೂ ಬಂದಿಲ್ಲ. ನಾನು ಇಪ್ಪತ್ತೇಳು ವರ್ಷ ವಯಸ್ಸಿನ ಯುವತಿ. ವಿವಾಹಿತೆ ಮತ್ತು ತಾಯಿ ನನಗೆ ಸಮಯ ಬಂದಿಲ್ಲ. ನಾನೀಗ ಒಂದು ಉದ್ಯೋಗವನವನ್ನರಸಿ ಬಂದಿದ್ದೇನೆ. ಈಗ ಸಮಯ ಹನ್ನೆರಡೂವರೆಯೋ ಏನೋ ಆಗಿರಬೇಕು. ನಾನು ಮನೆಗೆ ಹಿಂದಿರುಗಿ ಹೋಗಬೇಕು.'

ಆತ ಏನೂ ಹೇಳಲಿಲ್ಲ. ಬಾಗಿಲು ತೆರೆದು ಅವಳು ಹೊರಗೆ ಹೋಗಲು ಅವಕಾಶ ಮಾಡಿಕೊಟ್ಟ. ಅವಳು ಬೇಗ ಬೇಗ ನಡೆದು ಲಿಫ್ಟ್ ಇದೆಯೇ ಎಂದು ವಿಚಾರಿಸಲು ಆಚೀಚೆ ನೋಡಿದಳು. ತನ್ನ ಹೆಜ್ಜೆ ಸಪ್ಪುಳ ಅಲ್ಲೆಲ್ಲ ಭಯಂಕರ ದೊಡ್ಡದಾಗಿ ಕೇಳಿಸುತ್ತಿದೆಯೆಂದು ಅವಳಿಗನ್ನಿಸಿತು.

ಲಿಫ್ಟ್‌ನ ಬಳಿಗೆ ಬಂದು ಅವಳು ನಿಂತಳು. ಅಲ್ಲಿ ಅದನ್ನು ನಡೆಸುವ ಸಿಪಾಯಿ ಇರಲಿಲ್ಲ. ಆದರೂ ಅದರೊಳಹೊಕ್ಕು ಅವಳು ಸ್ವಿಚ್ ಒತ್ತಿದಳು. ಫಕ್ಕನೆ ರಭಸದಿಂದ ಸದ್ದು ಮಾಡುತ್ತ ಅದು ಮೇಲೆ ಹೋಯಿತು. ತಾನು ಆಕಾಶದಲ್ಲಿರುವೆನೆಂದೂ ಗುಡುಗು ಸದ್ದು ಮಾಡುತ್ತಿದೆಯೆಂದು ಅವಳಿಗೆ ಅನ್ನಿಸಿತು. ಆಗ ಅವಳ ಕಣ್ಣಿಗೆ ಬಿತ್ತು ಲಿಫ್ಟ್‌ನೊಳಗೆ ತೂಗಿಹಾಕಿದ ಆಫಲಕ.

'ಲಿಫ್ಟ್ ಹಾಳಾಗಿದೆ. ಅಪಾಯ.' ನಂತರ ಎಲ್ಲೆಡೆ ಬರೇ ಕತ್ತಲು. ಭಯಾನಕವಾದ ಸದ್ದು ಮಾಡುವ, ಘರ್ಜಿಸುವ ಕತ್ತಲು. ಅದರೊಳಗಿಂದ ಆ ನಂತರ ಎಂದೂ ಅವಳು ಹೊರಗೆ ದಾಟಬೇಕಾಗಿ ಬರಲಿಲ್ಲ."

❖

ಸಂದರ್ಶನ

ಪ್ರಶ್ನೆ : ಕಥೆಗಳನ್ನೂ ಕವಿತೆಗಳನ್ನೂ ಬರೆಯುತ್ತೀರಲ್ಲ ? ಇವುಗಳಲ್ಲಿ ಯಾವ ಪ್ರಕಾರ ನಿಮಗೆ ಹೆಚ್ಚು ಇಷ್ಟ ?

ಕಮಲ : ನನಗೆ ಎರಡೂ ಇಷ್ಟವೇ. ಮಲಯಾಳದಲ್ಲಿ ನಾನು ಕಥೆಗಳನ್ನು ಬರೆಯುತ್ತೇನೆ. ಇಂಗ್ಲಿಷಿನಲ್ಲಿ ಕವಿತೆ ಬರೆಯುತ್ತೇನೆ.

ಪ್ರಶ್ನೆ : ಅದು ಯಾಕೆ ಹಾಗೆ ಬದಲಾಯಿಸುತ್ತೀರಿ ? ಬರೆಯುವ ವಿಷಯಗಳನ್ನನುಸರಿಸಿ ಕಥೆಯೋ ಕವಿತೆಯೋ ಎಂದು ತೀರ್ಮಾನಿಸುತ್ತೀರಾ ?

ಕಮಲ : ಇಲ್ಲ. ನನ್ನ ಕಥೆಗಳಲ್ಲೂ ಕವಿತೆಗಳಲ್ಲೂ ನಾನು ತೆಗೆದುಕೊಳ್ಳುವ ವಸ್ತುಗಳು ಸಾಮಾನ್ಯವಾಗಿ ಒಂದೇ ಆಗಿರುತ್ತವೆ ನನ್ನದೇ ಅನುಭವಗಳು, ಸ್ತ್ರೀ ಪುರುಷ ಸಂಬಂಧಗಳು, ಸೆಕ್ಸ್ ಇತ್ಯಾದಿ. ಮಲಯಾಳದಲ್ಲಿ ನನಗೆ ಕಥೆ ಬರೆಯುವುದು ಇಷ್ಟ. ಇಂಗ್ಲಿಷಿನಲ್ಲಿ ಕವಿತೆಗಳು ಮತ್ತೆ ಕವಿತೆಗಳಲ್ಲಿ ನಾನು ಬಹಳಷ್ಟು ಸ್ವತಂತ್ರವಾಗಿ ಬರೆಯುತ್ತೇನೆ. ನಾನು ನನ್ನ ಇಂಗ್ಲಿಷ್ ಓದುಗರ ಬಗ್ಗೆ ಭಯಪಡ ಬೇಕಾಗಿಲ್ಲ. ಏನು ಬೇಕಿದ್ದರೂ ನೇರವಾಗಿ ಬರೆಯಬಹುದು. ನನ್ನ ಎಲ್ಲಾ ಅಭಿಪ್ರಾಯಗಳು ನನ್ನ ಕವಿತೆಗಳಲ್ಲಿವೆ. ಸಂಪೂರ್ಣವಾಗಿ ಕಥೆಗಳಲ್ಲಿ ಅಷ್ಟರಮಟ್ಟಿಗೆ ಸಾಧ್ಯವಾಗುವುದಿಲ್ಲ. ಮತ್ತೆ, ಕೇರಳದ ಓದುಗರಿಗೆ ನಾನು ಹೇಳುವುದೆಲ್ಲವನ್ನು ಸ್ವೀಕರಿಸಲು ಸಾಧ್ಯವಿಲ್ಲ. ಆದ್ದರಿಂದ ಸಾಮಾನ್ಯವಾಗಿ ಮಲಯಾಳದಲ್ಲಿ ಕವಿತೆಗಳನ್ನು ಬರೆಯುವುದಿಲ್ಲ.

ಪ್ರಶ್ನೆ : 'ಎಂಡೆ ಕಥ'ಕ್ಕೆ ಸಿಕ್ಕಿದ ಪ್ರತಿಕ್ರಿಯೆಯನ್ನು ನೆನಪಿಸಿಕೊಂಡು ಹೇಳುತ್ತಿದ್ದೀರಾ ಈ ಮಾತನ್ನು ?

ಕಮಲ : ಹಾಗೆಂದು ಎಣಿಸಿಕೊಳ್ಳಿ. ಹಿಂದೆ ನಾನು ಉಳಿದುಕೊಳ್ಳುತ್ತಿದ್ದ ಹೋಟೆಲಿನ ಮುಂದೆ ಗಟ್ಟಿಯಾಗಿ 'ವೇಶ್ಯೆ, ವ್ಯಭಿಚಾರಿಣಿ' ಎಂಬಿತ್ಯಾದಿಯಾಗಿ ಕೂಗಲು ಮತ್ತು 'ಮಾಧವಿಕುಟ್ಟಿ ಗೋ ಬ್ಯಾಕ್' ಎಂದೆಲ್ಲ ಘೋಷಣೆ ಕೂಗಲು ಜನರಿರುತ್ತಿದ್ದರು. ಈಗ ಅವರೇ ನನ್ನನ್ನು ಗೌರವಿಸುತ್ತಾರೆ. ನನ್ನನ್ನು ಹೊಗಳಿ, ಉಡುಗೊರೆಗಳನ್ನು ನೀಡಿ, ಮಲಯಾಳದಲ್ಲಿ ಇಂತಹ

ಒಬ್ಬ ಬರಹಗಾರ್ತಿ ಇಲ್ಲ ಎಂದು ಘೋಷಣೆಯನ್ನು ಮಾಡುತ್ತಾರೆ. ಸ್ವಲ್ಪ ದಿನಗಳ ಹಿಂದೆ ಸರಕಾರ ನನ್ನನ್ನು ಗೌರವಿಸಿ ಒಂದು ಮೊತ್ತವನ್ನು ಉಡುಗೊರೆಯಾಗಿ ನೀಡಿತ್ತು.

ಪ್ರಶ್ನೆ : ಇಷ್ಟೆಲ್ಲ ಕಿರುಕುಳ–ಹಿಂಸೆ ಅನುಭವಿಸಿದಾಗ ಇನ್ನು ಬರೆಯುವುದೇ ಬೇಡ ಅಂತ ಅನ್ನಿಸಿದ್ದಿದೆಯೆ ?

ಕಮಲ : ಒಮ್ಮೆಯೂ ಅನ್ನಿಸಿದ್ದಿಲ್ಲ. ನನಗೆ ಬರೆಯಬೇಕು ಅನ್ನಿಸಿದ್ದನ್ನು ಈಗಲೂ ಬರೆಯುತ್ತೇನೆ. ಬೇಕೆಂದು ಅನ್ನಿಸುವವರು ಓದಿದರೆ ಸಾಕು ಎಂಬುದೇ ನನ್ನ ಆಶಯವಾಗಿತ್ತು. ಆದರೆ, ಅವತ್ತೆಲ್ಲ ಜನಗಳಿಗೆ ಹೆಣ್ಣುಮಕ್ಕಳನ್ನು ನನ್ನ ಬಳಿಗೆ ಕಳುಹಿಸಿಕೊಡಲೂ ಕೂಡಾ ಭಯವಿತ್ತು. Arranged marriage ಒಳ್ಳೆಯದು ಅಂತ ನಾನೇನೂ ಬೋಧಿಸುವುದಿಲ್ಲವಲ್ಲ ? ನಾನು ಎಣಿಸುವುದು ಆ ಹೆಣ್ಣುಮಕ್ಕಳು ಚೆನ್ನಾಗಿ ಪ್ರೀತಿಸಿಕೊಳ್ಳಲಿ ಅಂತ. ಕೆಟ್ಟದ್ದೇನನ್ನು ನಾನು ಹೇಳುತ್ತಿರಲಿಲ್ಲ. ಶುದ್ಧ ಪ್ರೀತಿಯಾಗಲಿ ಪ್ರೇಮವಾಗಲಿ ಮಾಡುವುದು ಅಂಥ ನೀಚ ಕೆಲಸವೇನೂ ಅಲ್ಲವಲ್ಲ ? ಆದರೆ ಮಾಧವಿಕುಟ್ಟಿಗೆ ಆಗಬಹುದು ಎಂದಾದರೆ ನಮಗೇಕೆ ಆಗಬಾರದು ಎಂಬ ಒಂದು ಅಭಿಪ್ರಾಯಪಟ್ಟ ಹೆಣ್ಣುಮಕ್ಕಳು ಬೇಕಾದಷ್ಟು ಮಂದಿ ಇದ್ದಾರೆ ಅನ್ನುವುದರಲ್ಲಿ ನನಗೆ ಬಹಳ ಸಂತೋಷವಿದೆ.

ಪ್ರಶ್ನೆ : 'ಮೂರು ಭಾಷೆಗಳಲ್ಲಿ ವ್ಯವಹರಿಸುತ್ತೇನೆ. ಎರಡರಲ್ಲಿ ಬರೆಯುತ್ತೇನೆ. ಒಂದರಲ್ಲಿ ಕನಸು ಕಾಣುತ್ತೇನೆ' ಎಂದು ಒಂದು ಕವಿತೆಯಲ್ಲಿ ಬರೆದಿದ್ದೀರಲ್ಲ ? ಯಾವುದು ಆ ಭಾಷೆಗಳು ?

ಕಮಲ : ನಾನು ಹಿಂದಿ, ಇಂಗ್ಲಿಷ್ ಮತ್ತು ಮಲಯಾಳಗಳಲ್ಲಿ ಮಾತನಾಡುತ್ತೇನೆ. ಮಲಯಾಳ ಮತ್ತು ಇಂಗ್ಲಿಷ್‌ನಲ್ಲಿ ಬರೆಯುತ್ತೇನೆ. ಸ್ವಲ್ಪ ಚೀನೀ ಭಾಷೆ ಮತ್ತು ಬಂಗಾಳಿ ಕೂಡಾ ಬರುತ್ತದೆ. ಆದರೆ ಕನಸು ಕಾಣುವುದು ಮಾತ್ರ ಇಂಗ್ಲಿಷಿನಲ್ಲಿ.

ಪ್ರಶ್ನೆ : ಅದು ಯಾಕೆ ? ನಿಮ್ಮ ಮಾತೃಭಾಷೆ ಮಲಯಾಳ ಅಲ್ಲವೆ ?

ಕಮಲ : ಚಿಕ್ಕ ಹುಡುಗಿಯಾಗಿದ್ದಾಗಲೇ ನಾನು ಆಡಿ ಬೆಳೆದದ್ದು ಕಲಕತ್ತೆಯಲ್ಲಿ ಅಂತ ಹೇಳಿದೆನಲ್ಲ ? ಓದಿದ್ದು ಒಂದು ಯುರೋಪಿಯನ್ ಶಾಲೆಯಲ್ಲಿ. ಕಲಕತ್ತೆಯಲ್ಲಿ ಯಾರೂ ಮಲಯಾಳ ಮಾತನಾಡುವುದಿಲ್ಲ. ಮನೆಯಲ್ಲೂ ನನ್ನ ತಂದೆ ಹೆಚ್ಚಾಗಿ ಟೂರ್‌ನಲ್ಲಿರುತ್ತಿದ್ದರು. ಅಮ್ಮ ಹೆಚ್ಚಿನ ಹೊತ್ತು ಕವಿತೆ ಬರೆಯುವುದರಲ್ಲಿ ವ್ಯಸ್ತಳಾಗಿರುತ್ತಿದ್ದಳು. ಮತ್ತೆ ಇನ್ನು ಯಾರ ಹತ್ತಿರ ಮಲಯಾಳ ಮಾತನಾಡುವುದು ? ನಿಜ ಹೇಳಬೇಕೆಂದರೆ ರಜಾಕಾಲದಲ್ಲಿ ಊರಿಗೆ ಬಂದ ಸಮಯದಲ್ಲಿ ಮಾತ್ರ ನಾನು ಮಲಯಾಳಂ ಮಾತನಾಡುತ್ತಿದ್ದೆ. ಹಾಗೆ ವರ್ಷದಲ್ಲಿ ಎರಡು ತಿಂಗಳ ಅವಧಿಯ ಭಾಷೆಯಾಗಿತ್ತು ನನಗೆ ಮಲಯಾಳಂ.

ಪ್ರಶ್ನೆ : ಕನಸುಗಳೂ ಕಲ್ಪನೆಗಳೂ ಎಲ್ಲ ಇಂಗ್ಲಿಷಿನಲ್ಲಾದರೆ ನೀವು ಮಲಯಾಳದಲ್ಲಿ ಬರೆಯುವುದೆಲ್ಲ ಒಂದು ರೀತಿಯಲ್ಲಿ ಅನುವಾದಗಳೆಂದು ಹೇಳಬೇಕಾಗುತ್ತದಲ್ಲ ?

ಕಮಲ : ಹೌದು. ನನ್ನ ಹಲವು ಮಲಯಾಳ ಕಥೆಗಳನ್ನು ನಾನು ಮೊದಲು ಇಂಗ್ಲಿಷಿನಲ್ಲಿ ಬರೆದು ಮಲಯಾಳಕ್ಕೆ ಆ ನಂತರ ಅನುವಾದಿಸುತ್ತಿದ್ದೆ. 'ಎಂಡೆಕಥ' ಕೂಡಾ ನಾನು ಮೊದಲು ಇಂಗ್ಲಿಷಿನಲ್ಲಿ ಟೈಪ್ ಮಾಡುತ್ತಿದ್ದೆ. ಆ ಮೇಲೆ ಅದನ್ನು ಯಾರೋ ಮಲಯಾಳಕ್ಕೆ ತಂದರು. ಈ ನಡುವೆ ನಾನು ಕೆಲವನ್ನೆಲ್ಲ ಮಲಯಾಳದಲ್ಲೇ ಬರೆದಿದ್ದೇನೆ.

ಪ್ರಶ್ನೆ : 'ಎಂಡೆಕಥ'ಕ್ಕೆ ಓದುಗರಿಂದ ಮಾತ್ರ ವಿರೋಧ ಬಂತೆ ? ಮನೆಯಿಂದ ಬರಲಿಲ್ಲವೆ ?

ಕಮಲ : ಅದನ್ನೆಲ್ಲ ಯಾರು ಗಮನಿಸುತ್ತಾರೆ ? ನಾನು ನನ್ನ ಅನುಭವಗಳನ್ನು ಬರೆದೆ. ಅದು ಮನೆಯವರಿಗೆ ಇಷ್ಟವಾಗದಿದ್ದರೂ, ಓದುಗರಿಗೆ ಇಷ್ಟವಾಗದಿದ್ದರೂ ನಾನೇನೂ ಮಾಡಲಿಕ್ಕಾಗುವುದಿಲ್ಲವಲ್ಲ ? 'ಎಂಡೆಕಥ'ದಲ್ಲಿ ನಾನು ನನ್ನ ಕಥೆಯನ್ನು ತಾನೇ ಬರೆಯಲು ಸಾಧ್ಯ ? ಬೇರೆಯವರನ್ನು ತೃಪ್ತಿ ಪಡಿಸಲಿಕ್ಕೋಸ್ಕರ ಬರೆಯುವುದು ನನ್ನಿಂದ ಸಾಧ್ಯವಿಲ್ಲ.

ಪ್ರಶ್ನೆ : 'ಎಂಡೆಕಥ'ದಲ್ಲಿ ನಡೆದ ಘಟನೆಗಳು ಕಾಲ್ಪನಿಕವೇ ಅಥವಾ ನಿಜವಾದದ್ದೇ ಎಂಬುದರ ಬಗ್ಗೆ ಸಾಕಷ್ಟು ವಾದ–ಚರ್ಚೆಗಳಾಗಿವೆ. ಈ ಪುಸ್ತಕದ ಇಂಗ್ಲಿಷ್ ಅವತರಣಿಕೆಯಲ್ಲಿ ನಿಮ್ಮನ್ನು "the most controversial Indian writers' ಎಂದು ವಿಶೇಷವಾಗಿ ಹೇಳಿದ್ದಾರೆ. ಸಾಕಷ್ಟು ಬಾರಿ ಕೇಳಲಾದ ಪ್ರಶ್ನೆಯನ್ನೇ ಪುನಃ ಕೇಳುತ್ತೇನೆ ಆ ಕಥೆಗಳು ನಿಜವಾದವೇ ?

ಕಮಲ : ಹೌದು. ನಾನು ಹಿಂದೆಯೂ ಹಲವು ಬಾರಿ ಇದನ್ನು ಹೇಳಿದ್ದೇನೆ. ನಾನು ಅನೇಕ ಪ್ರೇಮ ಸಂಬಂಧಗಳನ್ನು ಇಟ್ಟುಕೊಂಡಿದ್ದೆ. ಹಲವು ಮಂದಿಯನ್ನು ಪ್ರೇಮಿಸಿದ್ದೆ. ಅದು ಒಂದು ಅದೃಷ್ಟವೆಂದೇ ಇವತ್ತು ಕೂಡಾ ನಾನು ತಿಳಿಯುತ್ತೇನೆ. ನಾನು ಬಹಳಷ್ಟು ಪ್ರೀತಿಯನ್ನು ಕೊಟ್ಟಿದ್ದೇನೆ, ಪಡೆದಿದ್ದೇನೆ ಕೂಡಾ. ಇತ್ತೀಚೆಗೆ ನನ್ನ ಹತ್ತಿರ ಒಬ್ಬರು ಕೇಳಿದರು: "Chastity'ನಲ್ಲಿ ನಂಬಿಕೆಯಿದೆಯೇ ಅಂತ. ನಾನೆಂದೆ "Chastity my foot' ಅಂತ. ಪ್ರೀತಿಸುವ ಒಬ್ಬ ಪುರುಷನ ಜೊತೆಗೆ ಒಂದು ಬಂಧನಕ್ಕೊಳಗಾಗುವುದು ಎಷ್ಟೊಂದು ಸಂತೋಷಕೊಡುವಂತಹ ಅನುಭವ ! ನಾನು ಅನೇಕ ಮಂದಿ ಪುರುಷರನ್ನು ಪ್ರೀತಿಸಿದ್ದೇನೆ ವಿವಾಹಿತರಾದ ಪುರುಷರನ್ನೂ ಕೂಡಾ.

ಪ್ರಶ್ನೆ : 'ಎಂಡೆಕಥ'ಕ್ಕೆ 'ನಾನು ಬರೆದ ಕಥೆ' ಎಂಬ ಒಂದು ಅರ್ಥವನ್ನು ಕೊಡಬಹುದಲ್ಲವೆ ? ತುಂಬಾ ಕಾಯಿಲೆಯಾಗಿದ್ದ ಕಾಲದಲ್ಲಿ ನೀವು ಅದನ್ನು ಬರೆದದ್ದು. ಆಗ ಸೇವಿಸುತ್ತಿದ್ದ ಔಷಧಿಗಳು ಮನಸ್ಸಿನ ಕಲ್ಪನೆಗಳಿಗೆ ಬಣ್ಣಹಚ್ಚುವ ಸಾಧ್ಯತೆ ಇದ್ದುದರಿಂದ ಅದು ಪೂರ್ತಿಯಾಗಿ ಆತ್ಮಕಥೆ ಎಂದು ಹೇಳಲು ಸಾಧ್ಯವೆ ?

ಕಮಲ : ಪಾಪ, ನನ್ನ ಅಪ್ಪ ಹಾಗೆಂದು ಯಾರು ಯಾರಲ್ಲೋ ಹೇಳಿದ್ದರು ಅಂತ ನನಗೆ ಆನಂತರ ಗೊತ್ತಾಯಿತು ನಾನು ಸೇವಿಸಿದ tranquilisersನ ಬಲದಿಂದಾಗಿ ಹಲವು ಕಥೆಗಳು ಹೊಳೆದವು ಎಂಬುದಾಗಿ ನಾನು ಹಾಗೆ ಒಮ್ಮೆಯೂ ಹೇಳಿಲ್ಲ. ನನ್ನ ಕಥೆಯಲ್ಲಿರುವುದೆಲ್ಲವೂ ನನ್ನವೇ ಕಥೆಗಳು.

ಪ್ರಶ್ನೆ : ಎಷ್ಟೋ ಜನರ ಆತ್ಮಚರಿತ್ರೆಗಳಲ್ಲಿ ತಪ್ಪಾದ ಚಿತ್ರಣಗಳು, ಉದ್ದೇಶಪೂರ್ವಕವಾಗಿ ಅಡಗಿರುವ ಹಲವು ವಿಚಾರಗಳ ಮೂಲಕ ಸ್ವಂತ ವ್ಯಕ್ತಿತ್ವವನ್ನು ಎತ್ತಿಹಿಡಿಯಲು ಪ್ರಜ್ಞಾಪೂರ್ವಕವಾಗಿ ಮಾಡುವ ಪ್ರಯತ್ನಗಳು ಕಾಣುತ್ತವೆ. ನೀವು ಯಾಕೆ ನಿಮ್ಮ ಮತ್ತು ಪತಿಯ ದೌರ್ಬಲ್ಯಗಳನ್ನು ಅಡಗಿಸಿಡಲಿಲ್ಲ ?

ಕಮಲ : ನಾನು ನಮ್ಮನ್ನೇ ಎತ್ತಿಹಿಡಿಯಲೋ, ಅಥವಾ ಯಾವ ವಿಷಯವನ್ನಾದರೂ ಅಡಗಿಸಿಡಲಿಕ್ಕೋ ಪ್ರಯತ್ನಿಸಿಲ್ಲ. ಅದರ ಅಗತ್ಯ ಕಾಣಲಿಲ್ಲ. ಮತ್ತೆ, ಅಷ್ಟು ಕೆಟ್ಟದಾಗಿ ನಾನು ಏನನ್ನೂ ಹೇಳಿಲ್ಲವಲ್ಲ ? ಪ್ರೇಮಿಸುವುದೆಂಬುದು ಒಂದು ಕೆಟ್ಟ ಕೆಲಸವೆಂದು ನನಗೆ ಇವತ್ತು, ಈ ವಯಸ್ಸಿನಲ್ಲೂ ತೋರುವುದಿಲ್ಲ.

ಪ್ರಶ್ನೆ : ಕಾಯಿಲೆಗಳು ಯಾವಾಗಲೂ ಜೊತೆಗೆ ಅಂಟಿಕೊಂಡಿರುವ ಕಾರಣದಿಂದಾಗಿಯೇ ನೀವು ಹಲವು ಕವಿತೆಗಳಲ್ಲಿ ಮತ್ತು ಕಥೆಗಳಲ್ಲಿ ಸಾವಿನ ಉಲ್ಲೇಖವನ್ನು ತರುವುದು. ಉದಾಹರಣೆಗೆ, 'Lifi's obscure Parallel', 'Death is so mediocre', 'Nani', 'A souveir of Bone' ಎಂಬ ಕವಿತೆಗಳಲ್ಲಿ ಸಾವಿದೆಯಲ್ಲ ? ಅಲ್ಲದೆ ಇನ್ನು ಕೆಲವು ಕವಿತೆಗಳಲ್ಲಿ ಕಾಯಿಲೆಯ ಹೆಸರುಗಳು, ಆಸ್ಪತ್ರೆಕೋಣೆಗಳ ಹೆಸರುಗಳೂ ಇವೆ. "Cerebral thrombosis" 'The Intentive Cardia care Unit' ಇತ್ಯಾದಿ.

ಕಮಲ : ನಾನು ನೋಡಿದ್ದು ಮತ್ತು ಅನುಭವಿಸಿದ್ದೆಲ್ಲವನ್ನೂ ನಾನು ನನ್ನ ಕವಿತೆ ಮತ್ತು ಕಥೆಗಳಲ್ಲಿ ದಾಖಲಿಸುತ್ತೇನೆ. ಆಸ್ಪತ್ರೆಗಳಲ್ಲಿ ನಾನು ಎಷ್ಟೋ ದಿನಗಳನ್ನು ಕಳೆದಿದ್ದೇನೆ. ಮೂರು ಬಾರಿ ನನಗೆ heart attack ಆಗಿದೆ. ಮತ್ತೆ 'Crebral Thrombosis' ಎಂಬ ಕವಿತೆಯಲ್ಲಿ ಹೇಳಿದ್ದು ನಾನು ಸ್ವತಃ ನೋಡಿ ಅನುಭವಿಸಿದ ಒಂದು ಘಟನೆ. ಒಮ್ಮೆ ಆಸ್ಪತ್ರೆಯಲ್ಲಿ ಎಂಬತ್ತು ವರ್ಷ ವಯಸ್ಸಾದ ಒಬ್ಬರು ಹೂಂಗುಟ್ಟುತ್ತಾ ನರಳುತ್ತಾ ಮಲಗಿದ್ದು ಮತ್ತು ಸತ್ತದ್ದು ನನಗೆ ಇವತ್ತು ಕೂಡಾ ಕಣ್ಣಿಗೆ ಕಟ್ಟಿದ ಹಾಗಿದೆ.

ಪ್ರಶ್ನೆ : ನಿಮ್ಮ ಹಾಗಿರುವ ಓರ್ವ ಬರಹಗಾರ್ತಿಗೆ ಸಾವಿಲ್ಲವೆಂದು ನಿಮಗೆ ಗೊತ್ತಿಲ್ಲವೆ? ಮತ್ತೆ ಯಾಕೆ ಹೀಗೆ ಸಾವಿನ ಬಗೆಗೆ ಇಷ್ಟೊಂದು ಆತಂಕ ?

ಕಮಲ : ನನಗೆ ಸಾವಿಲ್ಲದಿರಬಹುದು. ಆದರೆ ಆತ್ಮದ ಬಗ್ಗೆ ಮತ್ತು ನನ್ನ ಪ್ರಸಿದ್ಧಿಯ ಬಗ್ಗೆ ಮಾತ್ರ ಯೋಚಿಸುವ ಒಬ್ಬಳಲ್ಲವೇ ನಾನು ? ನನಗೆ ಈ ದೇಹ ಅನ್ನುವುದು ಅತ್ಯಂತ ಹೆಚ್ಚು ಮುಖ್ಯ. ಸತ್ತಾಗ ಈ ಶರೀರ ಒಂದು ಹಿಡಿ ಬೂದಿಯಾಗಿಬಿಡುವುದಿಲ್ಲವೆ ? ಈ ಬದುಕಿನ ಸಂತೋಷ-ದುಃಖಗಳೆರಡನ್ನು ಸ್ವೀಕರಿಸಿದ ನನ್ನ ಈ ಶರೀರವನ್ನು ಕಳೆದುಕೊಳ್ಳುವುದೆಂದರೆ ನನಗೆ ಆ ಬಗ್ಗೆ ಯೋಚಿಸುವಾಗಲೇ ದುಃಖವೆನಿಸುತ್ತದೆ.

ಪ್ರಶ್ನೆ : ಆಸ್ಪತ್ರೆ ಮತ್ತು ಸಾವುಗಳ ಬಗ್ಗೆ ಕವಿತೆಗಳನ್ನು ಬರೆದಿರುವ ಅಮೆರಿಕನ್ ಕವಯಿತ್ರಿ ಸಿಲ್ವಿಯಾ ಪ್ಲಾತ್‌ಳಿಗೆ ನಿಮ್ಮನ್ನು ಹೋಲಿಸುತ್ತಾರೆ ಎಂಬುದು ನಿಮಗೆ ಗೊತ್ತೆ ? ಪ್ಲಾತ್‌ಳ ಕವಿತೆಗಳು ನಿಮ್ಮ ಮೇಲೆ ಪ್ರಭಾವ ಬೀರಿವೆಯೆ ?

ಕಮಲ : ಇನ್ನೂ ಯಾರೋ ಇದೇ ವಿಷಯದ ಕುರಿತು ನನ್ನನ್ನು ಕೇಳಿದರು. ಹಾಗೆ ಹೇಳಿದ್ದನ್ನು ಕೇಳಿದ ನಂತರ ನಾನು ಆಕೆಯ ಕವಿತೆಗಳನ್ನು ಓದಿದೆ. ಆದ್ದರಿಂದ ನನ್ನ

ಕವಿತೆಗಳಲ್ಲಿ ಅವರ ಪ್ರಭಾವ ಏನೂ ಇಲ್ಲ. ಬಹುಶಃ ನನ್ನ ಕವಿತೆಗಳಿಂದ ಅವರು ಪ್ರಭಾವಿತರಾಗಿರಲಿಕ್ಕೂ ಸಾದು.

ಪ್ರಶ್ನೆ : ಓರ್ವ ಸಾಹಿತಿಯಾಗಿ ನಿಮಗೆ ನಿಮ್ಮ ಬಗ್ಗೆ ಏನನ್ನಿಸುತ್ತದೆ ?

ಕಮಲ : ಇವತ್ತಿನ ಮಲಯಾಳ ಸಾಹಿತ್ಯದಲ್ಲಿ ನನ್ನಂತಹ ಒಬ್ಬ ಸಾಹಿತಿ ಇಲ್ಲವೆಂಬುದು ಖಂಡಿತ. ಒಂದು ಐವತ್ತು ವರ್ಷ ಕಳೆದ ನಂತರವೂ ನನ್ನಂಥವರು ಬರಬಹುದೆಂದು ನನಗನ್ನಿಸುವುದಿಲ್ಲ. ನನ್ನ ಕಥೆಗಳಿಗೆ ಇವತ್ತು ಕೂಡಾ ಒಳ್ಳೆಯ ಮಾರುಕಟ್ಟೆಯಿದೆ. ಮಲಯಾಳದಲ್ಲಿ ಅತ್ಯಂತ ಹೆಚ್ಚು ಸಂಭಾವನೆ ಪಡೆಯುತ್ತಿರುವ ಬರಹಗಾರ್ತಿ ನಾನೇ. ನನ್ನ ಒಂದು ವಾಕ್ಯಕ್ಕೆ ಹತ್ತು ರೂಪಾಯಿಯವರೆಗೆ ಸಂಭಾವನೆ ನನಗೆ ಸಿಗುತ್ತದೆ.

ಪ್ರಶ್ನೆ : ಕಥೆಗಳನ್ನು ಜನರು ಸ್ವೀಕರಿಸಲು ಕಾರಣವೇನೆಂದು ನಿಮಗೆ ಅನ್ನಿಸುತ್ತದೆ ?

ಕಮಲ : ನನ್ನನ್ನೂ ನನ್ನ ಕಥೆಗಳನ್ನೂ ಕೇರಳೀಯರು ಪ್ರೀತಿಸುತ್ತಾರೆ. ಕೇರಳದಲ್ಲಿದ್ದವರು ನನ್ನ ಮಹತ್ವವನ್ನು ಅರ್ಥಮಾಡಿಕೊಳ್ಳಲಾರಂಭಿಸಿದ್ದೇ ಈಗ.

ಪ್ರಶ್ನೆ : ಆದರೆ ಕೇರಳದಿಂದ ಹೊರಗೆ ಇದ್ದವರು ನಿಮ್ಮನ್ನು ಸ್ವೀಕರಿಸಿದಷ್ಟು ಇಲ್ಲಿನವರು ಸ್ವೀಕರಿಸಿದ್ದಾರೆಯೆ ? ಆಶಾನ್ ವರ್ಲ್ಡ್‌ಪ್ರೈಜ್ ಮುಂತಾದ ಹಲವು ಅಂತರ್‍ರಾಷ್ಟ್ರೀಯ ಪ್ರಶಸ್ತಿಗಳು ಸಿಕ್ಕಿವೆಯಲ್ಲ ?

ಕಮಲ : ಇಂಗ್ಲಿಷಿಗೆ ಬಹಳ ದೊಡ್ಡ ಒಂದು audience ಇದೆ. 'ಎಂಡೆಕಥ'ದ ಜಪಾನೀಸ್ ಅನುವಾದ ಜಪಾನಿನ ಒಂದು ಯೂನಿವರ್ಸಿಟಿಯಲ್ಲಿ ಪಠ್ಯಪುಸ್ತಕವಾಗಿದೆ. ಅಮೆರಿಕಾದಲ್ಲೂ ನನ್ನ ಕವಿತೆಗಳನ್ನು ಕಲಿಸುತ್ತಾರೆ. ಕೇರಳದ ಯಾವುದಾದರೂ ಒಂದು ಯೂನಿವರ್ಸಿಟಿ 'ಎಂಡೆಕಥ'ವನ್ನು ಪಠ್ಯಪುಸ್ತಕವಾಗಿ ಮಾಡುವ ಹೃದಯ ವೈಶಾಲ್ಯ ಅಥವಾ ಧೈರ್ಯ ತೋರಿಸಬಲ್ಲುದೇ ಒಂದೈವತ್ತು ವರ್ಷಗಳ ನಂತರವಾದರೂ ಇಲ್ಲಿದ ನೈತಿಕ ಜಗತ್ತು ತಲೆಕೆಳಗಾಗುತ್ತದಲ್ಲ ? ಕೇರಳದ ಜನತೆ ನನ್ನನ್ನು ಒಪ್ಪಿಕೊಳ್ಳತೊಡಗಿದ್ದೇ ಇತ್ತೀಚೆಗೆ.

ಪ್ರಶ್ನೆ : ಬಾಲಾಮಣಿಯಮ್ಮನ ಕವಿತೆಗಳ ಬಗ್ಗೆ ನಿಮ್ಮ ಅಭಿಪ್ರಾಯವೇನು ?

ಕಮಲ : ಸಮಾಜವು ವಿಧಿಸಿದ ಮಿತಿಗಳೊಳಗೆ ನಿಂತುಕೊಂಡು ಒಳ್ಳೆಯ ಕವಿತೆಗಳನ್ನು ಬರೆದ ಒಬ್ಬ ಕವಯಿತ್ರಿ ನನ್ನ ಅಮ್ಮ. ಪುರಾಣದ ಎಷ್ಟೆಷ್ಟೋ ಕಥಾಪಾತ್ರಗಳನ್ನು ಅಮ್ಮ ಸಶಕ್ತವಾಗಿ ಆವಿಷ್ಕರಿಸಿದ್ದಾರೆ ! ಬಹಳ ಸುಂದರ ಕವಿತೆಗಳನ್ನು ಅಮ್ಮ ಬರೆದಿದ್ದಾರೆ. 'ಮಳುವಿಂಡೆ ಕಥ'ದಂತಹ (ಕೊಡಲಿಯ ಕಥೆ) ಕವಿತೆಗಳು ತುಂಬಾ ಇವೆ. ಆದರೆ ಒಮ್ಮೆಯೂ ಪರಂಪರಾಗತ ವಿಷಯಗಳನ್ನು ದಾಟಿ ಅಮ್ಮ ಹೊರಗೆ ಬಂದದ್ದಿಲ್ಲ.

ಪ್ರಶ್ನೆ : ಅದೇ ಕಾರಣದಿಂದ ಇರಬಹುದೇ ಮಾಧವಿಕುಟ್ಟಿಯನ್ನು ಕೇರಳ ಜನತೆ 'ನಿತ್ಯಪ್ರಣಯಿನಿ'ಯನ್ನಾಗಿಸಿದರೆ ಬಾಲಾಮಣಿಯಮ್ಮನನ್ನು ಮಲಯಾಳ ಕವಿತೆಯ 'ಅಮ್ಮ' ಎಂದು ಹೆಸರಿಟ್ಟು ಕರೆದದ್ದು ?

ಕಮಲ : ಈ 'ಅಮ್ಮ' ಎನ್ನುವ ಕರೆಯೆಲ್ಲ ನನ್ನ ಅಮ್ಮನನ್ನು ಮೂಲೆಗೆ ತಳ್ಳುವ

ಉದ್ದೇಶದಿಂದಾಗಿರಬಹುದೆಂದು ನನಗೆ ಅನ್ನಿಸುತ್ತದೆ. 'ಅಮ್ಮ' ಎಂಬ ಕರೆ ಎಂದೂ ಒಂದು ಸ್ವೀಕೃತಿಯ ಲಕ್ಷಣವಲ್ಲ. ಅಮ್ಮನ ಸಾಮರ್ಥ್ಯ ನೋಡಿ ಅಲ್ಲವಲ್ಲ ಯಾರೂ ಅಮ್ಮನನ್ನು ಸ್ವೀಕರಿಸುವುದು ? ಮತ್ತೆ, ನಾನು ಪ್ರಣಯಿನಿ ಹೌದು. ಆದರೂ ಹೆಂಡತಿಯೂ ಅಮ್ಮನೂ ಆಗಿದ್ದೇನೆ. ನಾನು ನನ್ನ ಪತಿಯನ್ನು ಪ್ರೀತಿಸಿದಷ್ಟು ಈ ಜಗತ್ತಿನಲ್ಲಿ ಯಾವ ಹೆಂಡತಿಯೂ ತನ್ನ ಗಂಡನನ್ನು ಪ್ರೀತಿಸಿರಲಾರಳು. ಅವರಿಗೆ ಹುಷಾರಿಲ್ಲದಾಗ ನಾನು ಅವರ ಮಂಚದ ಬಳಿಯಿಂದ ಕದಲದೆ ರಾತ್ರಿ ಹಗಲೆನ್ನದೆ ಶುಶ್ರೂಷೆ ಮಾಡಿದೆ. ಹೆಂಡತಿ ಎನ್ನುವ ನೆಲೆಯಲ್ಲಿ ನನ್ನ ಎಲ್ಲಾ ಕರ್ತವ್ಯಗಳನ್ನು ನೆರವೇರಿಸಿದ್ದೇನೆಂಬ ಸಂಪೂರ್ಣ ತೃಪ್ತಿ ನನಗಿದೆ. ನಾನು ಮೂವರು ಗಂಡುಮಕ್ಕಳ ತಾಯಿಯೂ ಆಗಿದ್ದೇನೆ. ನನ್ನ ಈ ಜೋತುಬಿದ್ದ ಮೊಲೆಗಳನ್ನು ನೋಡಿದಿರಾ ? ಬಹಳ ಕಾಲದ ತನಕ ಮೊಲೆಹಾಲು ಕುಡಿಸಿ ನಾನು ನನ್ನ ಮೂವರೂ ಮಕ್ಕಳನ್ನು ಬೆಳೆಸಿದ್ದು. ಅದೇ ಕಾರಣದಿಂದ ಇರಬಹುದು ಅವರು ಬುದ್ಧಿವಂತರಾಗಿ ಬೆಳೆದು ಬಂದಿದ್ದು. ಅಲ್ಲವೆ ? ಹಾಗಂತ, ನನ್ನನ್ನು 'ಅಮ್ಮ' ಎಂದು ಕರೆದು ಅದುಮಿ ಹಿಡಿಯುವುದನ್ನು ನಾನು ಸಮ್ಮತಿಸುವುದಿಲ್ಲ.

ಪ್ರಶ್ನೆ : ನಿಮ್ಮ ಕಥೆಗಳಲ್ಲೂ ಕವಿತೆಗಳಲ್ಲೂ ಅಮ್ಮನಿಗಿಂತಲೂ ಹೆಚ್ಚು ಅಜ್ಜಿ ಕಾಣಿಸಿಕೊಳ್ಳುತ್ತಾರಲ್ಲ ? 'My grandmother's House, 'Blood' 'composition' ಎಂಬಿತ್ಯಾದಿ ಹಲವು ಕವಿತೆಗಳಲ್ಲಿ ಅಜ್ಜಿ ಇದ್ದಾರೆ. 'ಬಾಲ್ಯಕಾಲದ ನೆನಪುಗಳಲ್ಲಿ'ಯೂ 'ನೀರ್‌ಮಾದಳ ಹೂಬಿಟ್ಟ ಕಾಲ'ದಲ್ಲೂ ಎಲ್ಲೆಲ್ಲೂ ಅಜ್ಜಿ ತುಂಬಿ ನಿಂತುಕೊಂಡಿದ್ದಾರೆ. ಜೊತೆಗೆ ಇದ್ದ ಅಮ್ಮನಿಗಿಂತಲೂ ರಜಾಕಾಲದಲ್ಲಿ ಮಾತ್ರ ನೋಡುತ್ತಿದ್ದ ಅಜ್ಜಿಯ ಬಗ್ಗೆ ಹೆಚ್ಚು ಪ್ರೀತಿಯಿಟ್ಟಿರಲು ಕಾರಣ ?

ಕಮಲ : ಹೌದು. ನೀವು ಹೇಳುವುದು ಸರಿ. ಅಜ್ಜಿಯನ್ನು ನಾನು ತುಂಬಾ ಪ್ರೀತಿಸಿದ್ದೆ. ಇವತ್ತು ಕೂಡಾ ಕಳೆದುಹೋದ ದಿನಗಳತ್ತ ತಿರುಗಿ ನೋಡುವಾಗ ನನಗನ್ನಿಸುವುದು ನಾನು ಅತ್ಯಂತ ಹೆಚ್ಚು ಪ್ರೀತಿಸಿದ್ದು ನನ್ನ ಬದುಕಿನಲ್ಲಿ ಬಂದ ಯಾವುದೇ ಪುರುಷರನ್ನಲ್ಲ, ನನ್ನ ಅಜ್ಜಿಯನ್ನೇ ಅಂತ. ಅಜ್ಜಿ ನನ್ನನ್ನು ಆಡಿಸುತ್ತಿದ್ದರು, ಮೈಯನ್ನು ಸ್ಪರ್ಶಿಸುತ್ತಿದ್ದರು. ಆದರೆ ಅಮ್ಮ ಪ್ರೀತಿಯನ್ನು ಹೊರಗಿಂದ ಪ್ರಕಟಿಸುತ್ತಿರಲಿಲ್ಲ. ತನ್ನ ಮಕ್ಕಳ ಜೊತೆಗೆ ಸಮಯವನ್ನು ಹಂಚಿಕೊಳ್ಳಲೂ ಅಮ್ಮ ಪ್ರಯತ್ನಿಸಿರಲಿಲ್ಲ. ಮನೆಕೆಲಸಗಳನ್ನು ಮಾಡಲಿಕ್ಕೂ ಅಪ್ಪ ಅಮ್ಮನನ್ನು ಬಿಡುತ್ತಿರಲಿಲ್ಲ. ಕವಿತೆಗಳನ್ನು ಬರೆಯುವ ಒಂದೇ ಕೆಲಸದಲ್ಲಿ ಅಮ್ಮ ಮುಳುಗಿರುತ್ತಿದ್ದಳು. ಆದರೆ ನನ್ನ ಅಜ್ಜಿ ಸಾಧು ಸ್ವಭಾವದ ಒಬ್ಬ ಹಳ್ಳಿಯ ಹೆಂಗಸಾಗಿದ್ದಳು. ಅವರು ನನ್ನ ಮೇಲೆ ತಮ್ಮ ಎಲ್ಲಾ ಪ್ರೀತಿಯನ್ನು ಧಾರೆಯೆರೆದು ರಾತ್ರಿಗಳಲ್ಲಿ ಕೃಷ್ಣನ–ರಾಧೆಯ ಕಥೆಗಳನ್ನು ಹೇಳಿದರು. ಆಗೆಲ್ಲ ನನ್ನನ್ನು ಮದುವೆಯಾಗಲು ಬರುವವನು ಕೃಷ್ಣನಾಗಿರಬಹುದು ಎಂದು ನಾನು ಕಲ್ಪಿಸಿಕೊಂಡಿದ್ದೆ. ಅಜ್ಜಿಯೇ ಹಾಗೆ ಹೇಳಿದ್ದರು ನನ್ನ ಹತ್ತಿರ. ಯಾವಾಗಲೂ ನನ್ನನ್ನು ಕರೆದುಕೊಂಡು ಹೋಗಲು ಕೃಷ್ಣ ಬರುತ್ತಾನೋ ಏನೋ, ಅಲ್ಲವೆ ? ವಯಸ್ಸಾಗಿಬಿಟ್ಟಿತು ಅಂತ ಕೃಷ್ಣ ನನ್ನ ಕೈಬಿಟ್ಟಾನೆಯೆ ? I am still a graceful lady, no ? ನನ್ನ ಕೃಷ್ಣ ಬರುತ್ತಾನೆ. ಯಾವಾಗಲಾದರೂ ಬಂದು ನನ್ನನ್ನು ಕರೆದುಕೊಂಡು ಹೋಗುತ್ತಾನೆ, ಅಲ್ಲವೆ ?

ಪ್ರಶ್ನೆ : ಬರಬಹುದೇನೋ ? ಕೃಷ್ಣ ಅಂದರೆ ಒಂದು 'ಮಿಥ್' ತಾನೆ ? ಈ 'ಮಿಥ್' ಬಾಲ್ಯದಿಂದಲೇ ಮನಸ್ಸಿನೊಳಗೆ ಬೇರೂರಿಬಿಟ್ಟದ್ದರಿಂದಲೇ ರಾಧಾಕೃಷ್ಣರ ಕಲ್ಪನೆ ನಿಮ್ಮ ಬರಹಗಳುದ್ದಕ್ಕೂ ಕಾಣುವುದು ? 'ರಾಧಾ', 'ಕೃಷ್ಣ' ಎಂಬ ಶೀರ್ಷಿಕೆಯ ಕವಿತೆಗಳನ್ನು ಬರೆದಿದ್ದೀರಲ್ಲ ?

ಕಮಲ : ನನ್ನ ಪಾಲಿಗೆ ಕೃಷ್ಣ ಒಂದು ಮಿಥ್ ಅಲ್ಲ. ಆತ ನನ್ನ ಜೊತೆಗಿದ್ದಾನೆ. ಸದಾಕಾಲವೂ ನೋಡಿ, ಈಗಲೂ ಇದ್ದಾನೆ. ನನ್ನ ಗೆಳೆಯನಾಗಿ, ಪ್ರಿಯತಮನಾಗಿ ರಕ್ಷಕನಾಗಿ ಕೂಡಾ. ಕೃಷ್ಣನ ಪರಮಭಕ್ತ ಪೂಂದಾನಂದವರ ಮನೆಯಲ್ಲಿ ನಡೆದ ಒಂದು ಕಾರ್ಯಕ್ರಮದಲ್ಲಿ ಭಾಗವಹಿಸಲೆಂದು ನಾನು ಒಮ್ಮೆ ಹೋಗಿದ್ದೆ. ಸಂಘಟಕರು ನನ್ನನ್ನು ಅಲ್ಲೆಲ್ಲ ಸುತ್ತಾಡಿಸಿ ತೋರಿಸಿದರು. ನಂತರ ದೂರದಲ್ಲಿ ಒಂದು ಕಂಬವನ್ನು ಬೆಟ್ಟು ಮಾಡಿ ತೋರಿಸಿ, 'ನೋಡಿ, ಅವರಿಗೆ ಮೊದಲು ಶ್ರೀಕೃಷ್ಣ ಪ್ರತ್ಯಕ್ಷನಾದದ್ದು ಅಲ್ಲಿ' ಅಂದರು. ಆಗ ನಾನು ನಿಮ್ಮ ಹಾಗೆ "ಕೃಷ್ಣ ಒಂದು ಮಿಥ್ ಅಲ್ಲವೇ ?" ಎಂದು ಕೇಳಿಬಿಟ್ಟೆ, ಆದರೆ ಅದರ ಹತ್ತಿರ ಹೋಗಿ ನೋಡಿದಾಗ ದಿಗ್ಭ್ರಾಂತಳಾಗಿಬಿಟ್ಟೆ, ನನ್ನ ಒಂದೊಂದು ರೋಮವೂ ನಿಮಿರಿ ನಿಂತಿತು. ಕಣ್ಣುಗಳಲ್ಲೂ ನೀರು ತುಂಬಿಕೊಂಡಿತು. ನಾನು ಸೀದಾ ವೇದಿಕೆಯನ್ನೇರಿದೆ. ಅವತ್ತು ನಾನು ಭಾಷಣ ಆರಂಭಿಸಿದ್ದೇ ಹಾಗೆ. "ನನ್ನ ಕೃಷ್ಣಾ" ಅಂತ ಕರೆಯುತ್ತ. ನಾನು ಏನೇನೋ ಹೇಳಿದೆ. ಜನರೆಲ್ಲ ಎದ್ದರು. ವೇದಿಕೆಯಿಂದ ಕೆಳಗಿಳಿದಾಗ ತುಂಬಾ ಮಂದಿ ಓಡಿ ಬಂದರು. ನನ್ನ ಕಾಲುಮುಟ್ಟಿ ನಮಸ್ಕರಿಸಿದರು. ಅವರ ಕಣ್ಣಿಗೆ ನಾನು ಕೃಷ್ಣನ ರಾಧೆಯಾಗಿ ಕಂಡಿರಬೇಕು. ನಾನು ಕೃಷ್ಣನ ದಾಸಿಯಾಗಿರಬಹುದು, ಅಲ್ಲವೇ ?

ಪ್ರಶ್ನೆ : ತಮ್ಮ ಕೃತಿಗಳಲ್ಲಿ ಸತ್ಯ–ಮಿಥ್ಯೆ, ಕಲ್ಪನೆ–ವಾಸ್ತವಗಳ ಮಧ್ಯೆ ಇರುವ ತೆರೆಯ ಪಟಲ ತುಂಬಾ ತೆಳ್ಳಗಿದೆಯಲ್ಲ. ವಾಸ್ತವವು ಎಷ್ಟೋಬಾರಿ ದಾರಿ ಬದಲಾಯಿಸಿ ಕಲ್ಪನೆಗೆ ಎಡೆಮಾಡಿಕೊಡುವಂತೆ ತೋರುತ್ತದೆ. ಆದ್ದರಿಂದಲೇ ತಾವು ಸತ್ಯವೆಂದು ಹೇಳುವುದರಲ್ಲಿ ಸತ್ಯ ಎಷ್ಟು ಇದೆಯೆಂದು ತಿಳಿಯಲು ಕಷ್ಟವಾಗುತ್ತದೆ.

ಕಮಲ : ನಾನು ಹೇಳುವ ಹಲವು ವಿಚಾರಗಳು ಸತ್ಯವೇ. ನಾನು ಹಲವರನ್ನು ಪ್ರೇಮಿಸಿದ್ದೆ ಎಂದು ಹೇಳಿದರೆ ಅದು ಸತ್ಯ ಮಾತ್ರ. ನಾನು ಅವರನ್ನು ಚುಂಬಿಸಿರಬಹುದು, ಆಲಿಂಗಿಸಿಕೊಂಡಿರಬಹುದು. ಆದರೆ ಇನ್ನೂ ಏನೇನೋ ಮಾಡಿದ್ದೇನೆಂದು ನಾನು ಇದುವರೆಗೆ ಒಮ್ಮೆಯೂ ಬರೆದಿಲ್ಲ. ಅದೆಲ್ಲ ಓದುಗರು ಮಾಡಿಕೊಳ್ಳುವ ಅರ್ಥಗಳು ಅವರು ನನ್ನ ಬರೆಹದಲ್ಲಿ ನಾನು ಬಿಡುವ ಖಾಲಿ ಜಾಗಗಳನ್ನು ಅಗೆದು ನೋಡುತ್ತಾರೆ.

ಪ್ರಶ್ನೆ : ಪ್ರೇಮವು ನಿಮ್ಮ ಎಲ್ಲಾ ಕೃತಿಗಳಲ್ಲಿ ಒಂದು ಆರ್ತ ಮೊರೆಯ ಹಾಗೆ ಹಬ್ಬಿಕೊಂಡಿದೆಯಲ್ಲ ? ಇದಕ್ಕೆ ಕಾರಣವೇನು ?

ಕಮಲ : ಪ್ರೇಮವಿಲ್ಲದೆ ಬದುಕೇ ಇಲ್ಲ ಎಂಬುದರಲ್ಲಿ ನನಗೆ ನಂಬಿಕೆಯಿದೆ. ಪ್ರೇಮವೆಂದರೆ ಅದೆಷ್ಟು ಸುಂದರ. ಇವಳು ನನ್ನವಳು ಎಂದು ಹೇಳುವ ಪುರುಷನಿಲ್ಲದ ಒಂದು ಜೀವನ ಕೇವಲ ವ್ಯರ್ಥ. ಪ್ರತಿಯೊಬ್ಬ ಸ್ತ್ರೀಗೂ ಒಬ್ಬ ಪುರುಷ ರಕ್ಷಕನಾಗಿ ಬೇಕು. ಪುರುಷನಿಗೂ ಬೇಕು ಸ್ತ್ರೀ. ಮದುವೆಯಾಗದೆ ಉಳಿಯುವ ಯುವಕ–ಯುವತಿಯರನ್ನು

ಕಾಣುವಾಗ ನನಗೆ ನೆನಪಾಗುವುದು 'unclaimed parcels'ನ್ನು ಯಾರಿಗೂ ಬೇಡದವರಾದ್ದರಿಂದ ಅಲ್ಲವೇ ಅವರು ಹಾಗೆ ಇರುವುದು ? ನಿಜ ಹೇಳಬೇಕೆಂದರೆದ ಪ್ರೀತಿಸಲು ಮತ್ತು ರಕ್ಷಿಸಲು ಒಬ್ಬ ಪುರುಷನಿಲ್ಲದೇ ಇರುವ ಬದುಕಿನ ವ್ಯರ್ಥತೆ ಏನೆಂದು ನನಗೆ ಇವತ್ತು ಚೆನ್ನಾಗಿ ಅರ್ಥವಾಗುತ್ತಿದೆ. ಇನ್ನೊಂದು ಮದುವೆಯಾದರೆ ಹೇಗೆ ಎಂದು ಕೂಡಾ ನಾನು ಆಲೋಚಿಸುತ್ತಿದ್ದೇನೆ.

ಪ್ರಶ್ನೆ : ಗಂಭೀರವಾಗಿಯೇ ಹೇಳುತ್ತಿದ್ದೀರಾ ಈ ಮಾತನ್ನು ?

ಕಮಲ : ಹಾಗೆಂದೇ ಎಣಿಸಿಕೊಳ್ಳಿ. ನನ್ನ ರಕ್ಷಕನಾಗಲು ತಕ್ಕ ಒಬ್ಬ ವ್ಯಕ್ತಿಯನ್ನು ನಾನು ಆಗಲೇ ಹುಡುಕಿಹಿಡಿದಿದ್ದೇನೆ.

ಪ್ರಶ್ನೆ : ಸಮಾಜ ಪುನಃ ಬೆಚ್ಚಿ ಬೀಳುತ್ತದಲ್ಲ ?

ಕಮಲ : ಬೆಚ್ಚಿ ಬೀಳಲಿ. ಮದುವೆಯೆಂದರೆ ಶಾರೀರಿಕವಾದ ಒಂದು ಸಂಬಂಧ ಮಾತ್ರ ಎಂಬ ನಂಬಿಕೆ ಇಟ್ಟುಕೊಂಡದ್ದರಿಂದ ತಾನೇ ಅದು ? ಭಾವನಾತ್ಮಕವಾದ ಒಂದು ಆಧಾರಕ್ಕಾಗಿ, ಅಥವಾ ಸುರಕ್ಷಿತತೆಗಾಗಿ ಕೂಡಾ ಮದುವೆಯಾಗಬಹುದು ಅಂತ ಜನ ಅರ್ಥಮಾಡಿಕೊಳ್ಳಲಿ. ನನ್ನ ಪತಿ ಸಾಯುವುದಕ್ಕೆ ಮುಂಚೆ ನನ್ನ ಹತ್ತಿರ ಹೇಳಿದ್ದರು. 'ನನಗೆ ಸಾಧ್ಯವಿದ್ದರೆ ನಾನು ಸದಾ ಮೇಲೆ ಕುಳಿತು ನಿನ್ನನ್ನು ನೋಡಿಕೊಳ್ಳುತ್ತೇನೆ' ಅಂತ. ತುಂಬಾ ಕಾಲ ನಾನು ಆ ನಂಬಿಕೆಗೆ ಆತುಕೊಂಡು ಬದುಕಲು ಪ್ರಯತ್ನಿಸಿದೆ. ಮನುಷ್ಯನಿಗೆ ಸಂಪೂರ್ಣವಾದ ಒಂದು ಆಶ್ರಯವನ್ನು ದೇವರಿಂದ ಕೂಡಾ ನೀಡಲು ಸಾಧ್ಯವಿಲ್ಲ. ನನಗೆ ಆಗಾಗ ಮುಟ್ಟಿ ಕರೆಯಲು ಮತ್ತು ಭುಜದ ಮೇಲೆ ತಲೆಯೊರಗಿಸಲು ಎಲ್ಲದಕ್ಕೂ ಒಬ್ಬರು ಬೇಕು.

ಪ್ರಶ್ನೆ : ತಮ್ಮ ಮತ್ತು ತಮ್ಮ ಪತಿಯ ನಡುವಿನ ಗಟ್ಟಿಯಾದ ಸಂಬಂಧದ ವಿರುದ್ಧವಾಗಿ ಹಲವರು ಹಲವು ರೀತಿಯಲ್ಲಿ ಏನೇನೋ ಹೇಳುತ್ತಿದ್ದರೆಂಬುದು ನಿಮಗೆ ಗೊತ್ತೆ ? ತಮ್ಮ ಮನೆಯಲ್ಲಿ ಅತಿಥಿಗಳಾಗಿ ಉಳಿದುಕೊಂಡಿದ್ದ Prof. Kaur, ಲೇಖಕರಾದ Geoffreg Moorhouse ಮೊದಲಾದವರು ನಿಮ್ಮ ಇಬ್ಬರ ವರ್ತನೆಯನ್ನು ಗಮನಿಸಿದರೆ ಸುಖೀಕುಟುಂಬದ ಹಾಗೆ ಕಾಣುತ್ತದೆ. ಆದರೆ ವಾಸ್ತವದಲ್ಲಿ ಮಾತ್ರ ಹಾಗಲ್ಲ ಎಂಬ ಅರ್ಥ ಬರುವ ರೀತಿಯಲ್ಲಿ ಬರೆದಿದ್ದಾರೆ. Moorhouseಲ್ಥ 'Aum-A Spiritual Pilgrimage' ಎಂಬ ಪುಸ್ತಕದಲ್ಲೂ ತಮ್ಮ ಬಗ್ಗೆ ಅಂತಹ ಒಂದು ವಿಮರ್ಶೆ ಇದೆ ಎಂದಾದರೆ ತಮಗೆ ಬೇಸರವೆನಿಸುವುದಿಲ್ಲವೆ ?

ಕಮಲ : ಛೆ ! ಸ್ವಲ್ಪವೂ ಇಲ್ಲ. ಆ ಬಿಳಿಯನಿಗೆ ನನ್ನ ಬಗ್ಗೆ ಭ್ರಮೆಯಿರಬೇಕು. ನಡೆಯುವುದಿಲ್ಲವೆಂದು ಗೊತ್ತಾದಾಗ ಬರೆದದ್ದಾಗಿರಬಹುದು.

ನನ್ನ ಪತಿ ನನ್ನನ್ನು ತುಂಬಾ ಚೆನ್ನಾಗಿ ಅರ್ಥಮಾಡಿಕೊಂಡಿದ್ದರು. ಸಾಯುವ ದಿನಕೂಡಾ ಅವರು ನನ್ನಲ್ಲಿ 'Thank you for all this love' ಎಂದರು. ಸನ್ನೆ ಮಾಡಿ ಕರೆದು ನನ್ನನ್ನು ಬಳಿಯಲ್ಲಿ ಕುಳ್ಳಿರಿಸಿದರು. ನನ್ನ ಪ್ರೀತಿಯನ್ನು ನೋಡಿ ಆ ಹೃದಯ

ತುಂಬಿಬಂದಿತ್ತು. ಅವರು ಸತ್ತಾಗ ಆವರ ಜೊತೆಗೆ ನಾನೂ ಸಾಯಲೇ ಎಂದು ನನಗೆ ಅನ್ನಿಸಿತ್ತು. 'ಸತಿ' ಅಂದರೆ ನನಗೆ ಭಯ. ದೇಹವನ್ನು ದಂಡಿಸುವಂತಹ ಯಾವುದೂ ನನಗೆ ಸಾಧ್ಯವಿಲ್ಲ. ನಾನು ಉಪವಾಸವಿದ್ದು ಸಾಯೋಣ ಎಂದು ಯೋಚಿಸಿದೆ. ಆಧ್ಯಾತ್ಮಿಕವಾಗಿ ಬಹಳ ಶಕ್ತಳಾಗಿದ್ದ ನನ್ನ ಅಜ್ಜಿ ನಾಲಪ್ಪಾಟ್ಟು ತರವಾಡಿನಲ್ಲಿದ್ದರು. ಅವರು ಆಹಾರ ತೆಗೆದುಕೊಳ್ಳದೆ ನಿಧಾನವಾಗಿ ಸತ್ತರು. ನಾನೂ ಹಾಗೆಯೇ ಮಾಡುತ್ತೇನೆಂದು ಎಣಿಸಿದೆ. ಆದರೆ ಮೇಲಿನ ಕೋಣೆಯಲ್ಲಿ ಆಹಾರ ತೆಗೆದುಕೊಳ್ಳದೆ ಕುಳಿತ ನನ್ನನ್ನು 'What have you done to yourself ?' ಎಂದು ಕೇಳಿ ನನ್ನ ಮಗ ಆಸ್ಪತ್ರೆಗೆ ಸೇರಿಸಿದ.

ಪ್ರಶ್ನೆ : ಮಾನಸಿಕವಾದ ಬಲವನ್ನು ಮತದಲ್ಲಿ ವಿಶ್ವಾಸವಿಡುವುದರ ಮೂಲಕ ಪಡೆಯಬಹುದು ಎಂದು ನಿಮಗನ್ನಿಸುತ್ತದೆಯೆ ?

ಕಮಲ : ಮೊದಲೇ ಮತ ಧರ್ಮಗಳನ್ನು ವಿರೋಧಿಸಿದವಳು ನಾನು. ನನಗೆ ಯಾವ ಧರ್ಮದಲ್ಲೂ ನಂಬಿಕೆಯಿಲ್ಲ. ಧರ್ಮಕ್ಕೆ ಸಮಸ್ಯೆಗಳನ್ನು ಹುಟ್ಟುಹಾಕಲು ಬಿಟ್ಟರೆ ಇನ್ನೇನು ಮಾಡಲಿಕ್ಕೂ ಆಗುವುದಿಲ್ಲ.

ಪ್ರಶ್ನೆ : ಕೃಷ್ಣ ಜೊತೆಗೇ ಇದ್ದಾನೆ ಅಂತ ಸ್ವಲ್ಪ ಹೊತ್ತಿನ ಹಿಂದೆ ಹೇಳಿದಿರಿ ?

ಕಮಲ : ಕೃಷ್ಣ ನನಗೆ ದೇವರಲ್ಲವಲ್ಲ ? ನನಗೆ ಕೃಷ್ಣ ಗೆಳೆಯನೂ, ಸಖನೂ, ಸಂರಕ್ಷಕನೂ ಎಲ್ಲವೂ ಆಗಿದ್ದಾನೆ.

ಪ್ರಶ್ನೆ : ಸ್ವತಃ ನೀವೇ ಹೇಳಿದ ವಾಕ್ಯಗಳನ್ನು ವಿರೋಧಿಸುತ್ತೀರಲ್ಲ, ಯಾಕೆ ?

ಕಮಲ : ಯಾಕೆ ಅಂತ ನನಗೆ ಗೊತ್ತಿಲ್ಲ. ನಾನು ಹಾಗೇ. ನಾನು ಈಗ ಹೇಳುವುದು ಮೊದಲು ಹೇಳಿದ ಹಾಗಾಗಿರುವುದಿಲ್ಲ. ಈಗ ಹೇಳುತ್ತಿರುವುದಕ್ಕಿಂತ ಬೇರೆಯೇ ಆಗಿರಬಹುದು ಇನ್ನೊಮ್ಮೆ ಹೇಳುವುದು. ನಾನು ಮತ್ತು ನನ್ನ ನಂಬಿಕೆಗಳು ಬದಲಾಗುತ್ತಿರುತ್ತವೆ. ಮೂರು ತಿಂಗಳು ಮೊದಲು ನನಗೆ ಪುನರ್ಜನ್ಮದಲ್ಲಿ ನಂಬಿಕೆಯಿತ್ತು. ಕಳೆದುಕೊಂಡವರೆಲ್ಲರನ್ನು ಪುನಃ ನೋಡಬಹುದೆಂದು ನಾನು ಆಶೆಪಟ್ಟೆ. ಈಗ ನನಗೆ ಆ ನಂಬಿಕೆಯಿಲ್ಲ. ಹೋದವರೆಲ್ಲ ಹೋಗಿ ಆಯ್ತು. ನಾನೂ ಹೋಗುವುದಕ್ಕೆ ಮುಂಚೆ ಪ್ರೀತಿಸಬೇಕಾದವರನ್ನೆಲ್ಲ ಪ್ರೀತಿಸಿ ಮುಗಿಸಬೇಕು.

ಪ್ರಶ್ನೆ : ಬರೆದುಹೋದ ಯಾವುದರ ಬಗ್ಗೆಯಾದರೂ ಪಶ್ಚಾತ್ತಾಪವಿದೆಯೆ ? ತಿರುಗಿ ನೋಡುವಾಗ ಹೀಗೆ ಬರೆಯಬಾರದಿತ್ತು ಎಂದೇನಾದರೂ ಅನ್ನಿಸಿದೆಯೆ ? ಅಥವಾ ಮಾಡಿದ್ದೆಲ್ಲದರ ಬಗ್ಗೆ ಸಂತೃಪ್ತಿಯ ಭಾವ ಇದೆಯೆ ?

ಕಮಲ : ಬರೆದು ಹೋದದ್ದರ ಬಗ್ಗೆಯಾಗಲಿ ಮಾಡಿಬಿಟ್ಟದ್ದರ ಬಗ್ಗೆಯಾಗಲಿ ಈಗ ಯಾವುದೇ ಪಶ್ಚಾತ್ತಾಪವಿಲ್ಲ. ಅಭಿಮಾನ ಮಾತ್ರ ಇದೆ. ನಾನು ಎಷ್ಟು ಸಂತೋಷದಿಂದಿರುವೆ ಗೊತ್ತೆ ? ಪ್ರತಿದಿನವೂ ನನ್ನನ್ನು ಭೇಟಿಯಾಗಲು ಎಷ್ಟೆಷ್ಟೋ ಮಂದಿ ಬರುತ್ತಾರೆ. ನನ್ನ ಆಶೀರ್ವಾದ ಪಡೆಯುತ್ತಾರೆ. ನನಗೆ ನಮಸ್ಕರಿಸುತ್ತಾರೆ. ಇದಕ್ಕಿಂತ ದೊಡ್ಡ ಭಾಗ್ಯ ಏನಿದೆ ? ನನಗನ್ನಿಸುವುದು ಕೇರಳದಲ್ಲಿ ನನ್ನಷ್ಟು ಅದೃಷ್ಟವಂತಳಾದ ಸ್ತ್ರೀ ಬೇರೆ ಯಾರೂ ಇಲ್ಲ ಅಂತ.

ಪ್ರಶ್ನೆ : ಈ ನಡುವೆ ಸ್ವಲ್ಪ ಕಾಲ ಚಿತ್ರಬರೆಯುತ್ತಿದ್ದಿರಲ್ಲ ? ಯಾಕೆ ಅದನ್ನು ನಿಲ್ಲಿಸಿಬಿಟ್ಟದ್ದು ? ಅವತ್ತು ಮಾಡಿದ ಚಿತ್ರಗಳನ್ನು ಜೋಪಾನಮಾಡಿ ಇಟ್ಟಿದ್ದೀರಾ ?

ಕಮಲ : ಚಿತ್ರಕಲೆ ಬಹಳ ಹಣಬೇಡುವ ಒಂದು ಹವ್ಯಾಸ. ಆದ್ದರಿಂದ ನಿಲ್ಲಿಸಿದೆ. ನಾನು ಕಲಕತ್ತೆಯಲ್ಲಿದ್ದಾಗ ಪ್ರಾಣ್‌ಕೃಷ್ಣಪಾಲ್ ಎಂಬ ಒಬ್ಬರು ಪ್ರಸಿದ್ಧ ಕಲಾವಿದರು ನನಗೆ ಚಿತ್ರಕಲೆಯನ್ನು ಹೇಳಿಕೊಡುತ್ತಿದ್ದರು. ಇನ್ನೂ ನಾನು ಚಿತ್ರ ಬರೆಯಬೇಕೆಂಬ ಯೋಚನೆಯಿದೆ. ಕೊಚ್ಚಿಯಲ್ಲಿ ಶಂಕರ್ಸ್ ಆರ್ಟ್ ಗ್ಯಾಲರಿಯಲ್ಲಿ ಪ್ರದರ್ಶಿಸಲಿಕ್ಕಾಗಿ ಹದಿನೈದು ಚಿತ್ರಗಳನ್ನು ಬರೆದುಕೊಡಲು ನನಗೆ ಆರ್ಡರ್ ಬಂದಿದೆ. ನಾನು ಹಿಂದೆ ಬರೆದ ಚಿತ್ರಗಳೆಲ್ಲಾ ಮಾರಾಟವಾಗಿ ಹೋದವು ಬಹಳ ಏರಿಸಿದ ಬೆಲೆಗೆ. ಹೆಚ್ಚು ಮಂದಿ ಇಂಗ್ಲಿಷ್ ಮಹನೀಯರು ಮತ್ತು ಫ್ರೆಂಚ್ ಮಹಿಳೆಯರು.

ಪ್ರಶ್ನೆ : ಯಾವುದರ ಕುರಿತು ಬರೆದ ಚಿತ್ರಗಳು ಅವು ? ಆ ವಿಷಯಗಳನ್ನು ಆಯ್ದುಕೊಳ್ಳಲು ಕಾರಣ ?

ಕಮಲ : ನಾನು ಬರೆದದ್ದು ಸ್ತ್ರೀಯರ ನಗ್ನಶರೀರದ ಚಿತ್ರಗಳು. ನಗ್ನತೆ ಒಂದು ಸೌಂದರ್ಯವಲ್ಲವೆ ? ಅದು ಕೊಳಕೆಂದು ಹೇಳುವುದೇ ದಡ್ಡತನ. ವೈವಿಧ್ಯಮಯ ಉಡುಪುಗಳನ್ನು ಧರಿಸುವ ಒಬ್ಬಳನ್ನು ನೋಡುವುದಕ್ಕಿಂತಲೂ ಹೆಚ್ಚಿನ ಸಂತೋಷವನ್ನು ಒಂದು ನಗ್ನ ದೇಹದ ಸೌಂದರ್ಯ ಕೊಡಬಲ್ಲದು. ನಗ್ನತೆಯ ಬಗ್ಗೆ ಅಸಾಮಾನ್ಯವಾದ ಪ್ರಜ್ಞೆ ಮೂಡಿದಾಗಲಲ್ಲವೇ ನಾವು ಪಾಪಿಗಳಾಗಿಬಿಟ್ಟದ್ದು ! ಈಡನ್ ತೋಟದಲ್ಲಿ ಪಾಪ ಮಾಡದೇ ಇರುವ ಗಳಿಗೆಯ ತನಕವೂ ಆದಂ ಮತ್ತು ಈವ್‌ರಿಗೆ ನಗ್ನತೆಯ ಅರಿವಾಗಲಿಲ್ಲವಲ್ಲ ? ಆದರೆ ನಾನು ಪುರುಷನ ನಗ್ನತೆಯನ್ನು ಬರೆದಿಲ್ಲ. ಅದಕ್ಕೆ ಕಾರಣವೇನೆಂದರೆ ನಾನು ಅದನ್ನು ಹೆಚ್ಚು ನೋಡಿಲ್ಲ. ಪುರುಷನ ಶರೀರದಲ್ಲಿ ಅಷ್ಟೇನೂ ಸೌಂದರ್ಯವಿದೆಯೆಂದು ನನಗೆ ಅನ್ನಿಸಿಲ್ಲ. ನಾನು ನನ್ನ ಪತಿಯ ಶರೀರದ ಚಿತ್ರ ಬರೆಯಬಹುದಿತ್ತು. ಆದರೆ ಅದಕ್ಕೆ ಅಷ್ಟು ಸೌಂದರ್ಯ ಸಾಲದು ಅಂತ ಅನ್ನಿಸಿತು.

ಪ್ರಶ್ನೆ : ನಿಮ್ಮಲ್ಲಿ ಬಹುಮುಖ ಪ್ರತಿಭೆಯಿದೆ. ರಾಜಕೀಯದಲ್ಲೂ ಸಮರ್ಥವಾಗಿ ಕಾರ್ಯ ನಿರ್ವಹಿಸಬಲ್ಲೆ ಎಂದು ತೋರಿದ ಕಾರಣ ತಾನೇ 1984ರಲ್ಲಿ ಇಲೆಕ್ಷನ್ಗ್ ನಿಂತದ್ದು ? ಆ ಅನುಭವದ ಕುರಿತು ಹೇಳುತ್ತೀರಾ ? ಓರ್ವ ಲೇಖಕಿಯಾಗಿ ಮಾಡುವುದಕ್ಕಿಂತ ಹೆಚ್ಚು ರಾಜಕಾರಣಿಯಾಗಿ ಸಮಾಜಕ್ಕೋಸ್ಕರ ಮಾಡಬಲ್ಲೆನೆಂದು ನಿಮಗೆ ಅನ್ನಿಸಿತೆ ?

ಕಮಲ : ಹಾಗೆ ಸ್ವಲ್ಪವೂ ಅನ್ನಿಸಿಲ್ಲ. ರಾಜಕಾರಣಿಗಳು 'Seasonal insect'ಗಳ ಹಾಗೆ. ಅವರು ಶಾಶ್ವತವಾಗಿ ಉಳಿಯುವುದೂ ಸಾಧ್ಯವಿಲ್ಲವಲ್ಲ ? ಕೆಲವು ಸಂದರ್ಭಗಳಲ್ಲಿ ಹಾರಿ ಬರುತ್ತಾರೆ, ತಿರುಗಿ ಹೋಗುತ್ತಾರೆ. ಲೇಖಕರು ಹಾಗಲ್ಲ. ಏನಿದ್ದರೂ ನಾನು ರಾಜಕೀಯ ರಂಗವನ್ನು ಪ್ರವೇಶಿಸಲು ತೀರ್ಮಾನಿಸಬಾರದಿತ್ತು ಅಂತ ಈಗ ಕಾಣುತ್ತದೆ. ಆದರೆ ಅದೊಂದು ಒಳ್ಳೆಯ ಅನುಭವವಾಗಿತ್ತು. ದಿನಾಲೂ ಬೆಳಿಗ್ಗೆ ಬೇಗ ಎದ್ದು ಮೈಕ್, ಭಾಷಣ, ಘೋಷಣೆಗಳಂತಹ ಕಾರ್ಯಕ್ರಮಗಳಲ್ಲಿ ರಾತ್ರಿಯ ತನಕ ಕರಗುವುದೆಂದರೆ ಒಂಥರಾ ಮಜಾ ಅನ್ನಿಸುತ್ತಿತ್ತು.

ಪ್ರಶ್ನೆ : ಸೋತಾಗ ದುಃಖವಾಯಿತೆ ?

ಕಮಲ : ಆಗ ಕಷ್ಟವೆನಿಸಿತು. ಆ ನಂತರ ಮರೆತುಹೋಯಿತು. ನಾನು ಹಾಗೆ ದುಃಖವನ್ನೆಲ್ಲ ಶಾಶ್ವತವಾಗಿ ಮನಸ್ಸಿನಲ್ಲಿ ಇಟ್ಟುಕೊಳ್ಳುವುದಿಲ್ಲ. ಹಾಗೆ ಮಾಡಿದರೆ ಬದುಕನ್ನು ಸವಿಯಲು ಸಾಧ್ಯವಿಲ್ಲವಲ್ಲ ? ನಾನು ನನ್ನ ಜೀವನದ ಪ್ರತಿಯೊಂದು ಕ್ಷಣವನ್ನೂ ಸವಿಯ ಬಯಸುತ್ತೇನೆ.

ಪ್ರಶ್ನೆ : ಸಮಾಜದ ಕಷ್ಟ ಸಂಕಟಗಳನ್ನು ಕೈಗೆತ್ತಿಕೊಂಡು ಪ್ರತಿಕ್ರಿಯಿಸುತ್ತೀರಾ ? ಲೇಖಕಿಯಾಗಿ ಅಂತಹ ಒಂದು ಬದ್ಧತೆ ಇರಬೇಕಲ್ಲವೆ ?

ಕಮಲ : ನನ್ನ ದುಃಖಗಳನ್ನೇ ನಾನು ಗಂಭೀರವಾಗಿ ತೆಗೆದುಕೊಳ್ಳುವುದಿಲ್ಲ ಎಂದೆನಲ್ಲ? ನನ್ನ ಅಮ್ಮನ ವಿಚಾರವನ್ನೇ ತೆಗೆದುಕೊಳ್ಳೋಣ. ಒಂದು ಪಿಂಡದ ಹಾಗೆ ಮುದ್ದೆಯೂ ಯಾವುದೇ ನೆನಪು ಕೂಡಾ ಇಲ್ಲದೆ ಮುದುರಿ ಮಲಗಿಕೊಂಡಿರುವುದನ್ನು ನೋಡಿದರೆ ಕರುಳೇ ಕಿತ್ತು ಬರುವ ಹಾಗಿತ್ತು. ಆದರೆ ನಾನು ಅದನ್ನು ಮನಸ್ಸಲ್ಲಿಟ್ಟುಕೊಂಡು ಕೊರಗುತ್ತ ಕುಳಿತುಕೊಳ್ಳಲಿಲ್ಲ. ಅಮ್ಮನ ಕೋಣೆಯಿಂದ ಹೊರಗೆ ಬರುವಾಗ ನಾನು ನನ್ನ ಬದುಕಿನ ಸಂತೋಷಗಳತ್ತ ತಿರುಗಿ ಬರುತ್ತೇನೆ. ಸಮಾಜದಲ್ಲಿ ನಡೆಯುವ ಸಂಗತಿಗಳ ಕುರಿತು ಯೋಚಿಸುತ್ತಾ ಆ ಸಂಕಷ್ಟಗಳನ್ನು ಹೊತ್ತುಕೊಂಡು ತಿರುಗುವುದು ನನ್ನಿಂದ ಸಾಧ್ಯವಿಲ್ಲ.

ಪ್ರಶ್ನೆ : 'ಬಹುತಾಂತ್ರಿಕ' ಎಂಬ ಒಂದು ಸಂಘಟನೆಯನ್ನು ಕಟ್ಟಿದ್ದೀರೆಂದು ಕೇಳಿದ್ದೇನಲ್ಲ ? ಅದು ಯಾಕಾಗಿ ಕಟ್ಟಿದ್ದು ?

ಕಮಲ : ನಾನು 'ಬಹುತಾಂತ್ರಿಕ' ಪ್ರಾರಂಭಿಸಿದ್ದು ಮುಂಬಯಿನಲ್ಲಿದ್ದಾಗ ಯುವ ಬರಹಗಾರರಿಗೆ ಸಹಕಾರ ಮತ್ತು ಪ್ರೋತ್ಸಾಹ ನೀಡುವ ದೃಷ್ಟಿಯಿಂದ ಕಟ್ಟಿದ ಸಂಘ ಅದು. ನಾನು ಲೇಖಕರನ್ನೂ ಪ್ರಕಾಶಕರನ್ನೂ ಎಲ್ಲರನ್ನೂ ನಮ್ಮ ಮನೆಗೆ ಆಹ್ವಾನಿಸುತ್ತಿದ್ದೆ. ಎಲ್ಲರೂ ಒಟ್ಟು ಸೇರಲು ಅದು ಒಂದು ವೇದಿಕೆಯಾಗಿತ್ತು. ರಾತ್ರಿ ತಡವಾಗಿ ಹೋಗುವ ಕಾಲದಲ್ಲಿ ಎರಡು ನಾಟಕಗಳನ್ನೂ ಆಡಿದ್ದೆವು. ಕೆಲವು ಕಾಲದ ನಂತರ ಗಾಯಕರೂ ಅದರಲ್ಲಿ ಭಾಗವಹಿಸತೊಡಗಿದರು. ಅವತ್ತು ನಾನು ಸಹಾಯ ಮಾಡಿದ ಎಷ್ಟೋ ಮಂದಿ ಆಮೇಲೆ ಪ್ರಸಿದ್ಧರಾದರು. 'ಬಹುತಾಂತ್ರಿಕ'ಕ್ಕೆ ಮೆಂಬರ್‌ಶಿಪ್ ಅಥವಾ ಹಿಂದೆಗೆದುಕೊಳ್ಳುವ ಪ್ರಕ್ರಿಯೆ ಇರಲಿಲ್ಲ. ಯಾರು ಬೇಕಾದರೂ ನೇರವಾಗಿ ಬರಬಹುದಾಗಿತ್ತು. ಈಗ ಕೆಲವರೆಲ್ಲ 'ಬಹುತಾಂತ್ರಿಕ'ಕ್ಕೆ ಬರುತ್ತಿದ್ದೆ ಎಂದು ಪರಿಚಯ ಹೇಳಿಕೊಂಡು ಬರುವಾಗ ಸಂತೋಷವಾಗುತ್ತದೆ.

ಪ್ರಶ್ನೆ : ಅಂತಹ ಒಂದು ಸಂಘವನ್ನು ಕೇರಳದಲ್ಲಿ ಯಾಕೆ ಕಟ್ಟಲಿಲ್ಲ ?

ಕಮಲ : ಕೇರಳದಲ್ಲಿ ಅಂಥದ್ದೂ ಒಂದನ್ನು ಶುರುಮಾಡಿದರೆ ಯಾರು ಬರುತ್ತಾರೆ ? ಮಾಧವಿಕುಟ್ಟಿ ತಾನು ದೊಡ್ಡ ಜನ ಆಗಲಿಕ್ಕೆ ಅಂತ ಹೀಗೆಲ್ಲ ಮಾಡ್ತಿದ್ದಾಳೆ, ಅದಕ್ಕೆ ನಾವು ಯಾಕೆ ಕೈ ಜೋಡಿಸಬೇಕು ಎಂದೇ ಎಲ್ಲರೂ ಕೇಳುತ್ತಾರೆ. ಕೇರಳದ ಮಂದಿಯನ್ನು ಎಣಿಸುವಾಗ ನನಗೆ ನೆನಪಾಗುವುದು ಹಿಂದೆ ಪುನ್ನಯೂರ್‌ಕುಳದಲ್ಲಿ ನನ್ನ ಅಜ್ಜಿ ನನಗೆ ತೋರಿಸಿದ್ದ ಒಂದು ಜಾತಿ ಹುಳವನ್ನು. ಒಮ್ಮೆ ನಾನೂ ಅಜ್ಜಿಯೂ ಒಟ್ಟಿಗೆ ಹೋಗಿದ್ದಾಗ

ಅದನ್ನು ನೋಡಿದೆವು. ಅದರ ಹಿಂದಿನಿಂದ ಏನೋ ಉರುಟಾಗಿದ್ದನ್ನು ನೋಡಿ ನಾನು ಮುಟ್ಟಲು ಹೋದೆ. ತಕ್ಷಣ ಅಜ್ಜಿ ಹೇಳಿದರು, ಅದನ್ನು ಮುಟ್ಟಬೇಡ, ಅದು ಅದರ ಮಲ ಅಂತ. ಮಲವನ್ನು ಬಿಸಾಕುವುದಕ್ಕೆ ಬದಲಾಗಿ ಆ ಹುಳ ಅದನ್ನು ಹೀಗೆ ದೊಡ್ಡದಾಗಿ ಬೆನ್ನಿಗೆ ಅಂಟಿಸಿಕೊಂಡು ಓಡಾಡುತ್ತದೆ. ಅದರ ಗಾತ್ರ ದೊಡ್ಡದಾದಂತೆ ತಾನೂ ದೊಡ್ಡದಾಗುತ್ತೇನೆ ಎಂದು ಪಾಪ ಈ ಹುಳ ತಿಳಿದುಕೊಳ್ಳುತ್ತದೆ. ಕೇರಳದ ಮಂದಿ ಅದೇ ಥರ.

ಪ್ರಶ್ನೆ : ಕೇರಳದಲ್ಲಿ ಸ್ತ್ರೀಯರು ಬರೆಯುವುದನ್ನೆಲ್ಲ 'ಮಹಿಳಾ ಸಾಹಿತ್ಯ' ಎಂದು ತಿರುಗಿಸಿ ಹೇಳುತ್ತಾರಲ್ಲ, ಆ ಬಗ್ಗೆ ನಿಮಗೇನನ್ನಿಸುತ್ತದೆ ?

ಕಮಲ : ನನಗೆ ಆ ಮಾತು ಕೇಳಿದರೇ ಇಷ್ಟವಾಗುವುದಿಲ್ಲ. ಸ್ತ್ರೀಯರನ್ನು ಒಟ್ಟು ಅಪಮಾನಿಸುವ ಉದ್ದೇಶದಿಂದಲೇ ಅವರು ಅದನ್ನು ಪ್ರಯೋಗಿಸುತ್ತಾರೆ. ಬರವಣಿಗೆಗೆ ಯಾವ ಲಿಂಗಭೇದ ? ಹೆಣ್ಣನ್ನು ಹೆಣ್ಣಾಗಿಸುವ ಅಂಗಾಂಗಗಳಿವೆಯಲ್ಲ, ಅವುಗಳ ಮೂಲಕ ಬರೆಯುತ್ತಾರೆಯೇ, ಸ್ತ್ರೀಯರು ? ಮತ್ತೆ ಯಾಕೆ ಹಾಗೆ ಹೆಂಗಸರ ಬರವಣಿಗೆ ಎಂದು ಹೇಳಬೇಕು ?

ಪ್ರಶ್ನೆ : ನಾಲಪ್ಪಾಟ್ಟ್‌ನ ನಾರಾಯಣಮೆನೋನ್ ಮತ್ತು ಬಾಲಾಮಣಿ ಅಮ್ಮನ ಹೆಸರಿನ ಮೂಲಕ ನೀವು ಮೊದಮೊದಲು ಜನರ ಗಮನ ಸೆಳೆಯಲು ಸಾಧ್ಯವಾಗಿದ್ದು ? ಬೇಗ ಪ್ರಸಿದ್ಧಿ ಪಡೆಯಲು ಕುಟುಂಬದ ಹೆಸರು ಸಹಾಯಕ್ಕೆ ಬರಲಿಲ್ಲವೆ ?

ಕಮಲ : ಖಂಡಿತ ಇಲ್ಲ. ನಾಲಪ್ಪಾಟ್ಟ್ ಕುಟುಂಬದಲ್ಲಿ ಎಷ್ಟೋ ಮಂದಿ ಇದ್ದಾರೆ, ಅವರು ಯಾರೂ ಪ್ರಸಿದ್ಧ ಲೇಖಕರಾಗಿಲ್ಲವಲ್ಲ ? ನಾನು ಹೆಸರು ಪಡೆದದ್ದು ನನ್ನದೇ ಬರಹಗಳ ಶಕ್ತಿಯ ಮೂಲಕ ಒಮ್ಮೆ ಯೋಚಿಸಿ ನೋಡಿ 'ಕುರುವಿಯುಡೆ ಮರಣಂ (ಗುಬ್ಬಚ್ಚಿಯ ಸಾವು)ನಂತಹ ಪ್ರಬಲವಾದ ಒಂದು ಸಾಹಿತ್ಯಕೃತಿ ಅದಕ್ಕೆ ಮೊದಲಾಗಲಿ ನಂತರವಾಗಲಿ ಮಲಯಾಳದಲ್ಲಿ ಬಂದಿತ್ತೇ ?

ಪ್ರಶ್ನೆ : ಆದರೆ, ಇತ್ತೀಚೆಗೆ ಯಾವುದೇ ಮಹತ್ವದ ಕೃತಿಗಳು ಬರಲಿಲ್ಲವೆಂದಲ್ಲವೇ ವಿಮರ್ಶಕರು ಹೇಳುವುದು ?

ಕಮಲ : ಮಹತ್ವದ ಕೃತಿಗಳು ಅಂದರೆ ಮಹತ್ವವನ್ನಳೆಯುವುದು ಅದು ಎಷ್ಟು ದೀರ್ಘವಾಗಿದೆ ಅಂತ ನೋಡಿಯೇ ? ನನ್ನ ಹತ್ತಿರ ಎಷ್ಟೋ ಮಂದಿ ಹೇಳುತ್ತಾರೆ ಕಥೆಗಳು, ಕವಿತೆಗಳನ್ನು ಬಿಟ್ಟು ಬೇರೆ ಏನಾದರೂ ಮಹತ್ವದ ಒಂದು ಪ್ರಯತ್ನ ಮಾಡಬೇಕು ಅಂತ. ನನ್ನ ಅಭಿಪ್ರಾಯದಲ್ಲಿ ಮಹತ್ವದ ಹಲವು ವಿಚಾರಗಳನ್ನು ನಾನು ಬರೆದ ಕೃತಿಗಳ ಒಳಗೆ ಬರೆದು ಮುಗಿಸಿದ್ದೇನೆ. ಮತ್ತೆ, ಕೇರಳದಲ್ಲಿ ಒಳ್ಳೆ ಸಾಹಿತ್ಯ ಸೃಷ್ಟಿಯಾಗಲಾರದು. ಹೇಗೆ ಸಾಧ್ಯ ? ಒಳ್ಳೆಯ ಸಾಹಿತ್ಯ ಸೃಷ್ಟಿಯಾಗಬೇಕಾದರೆ ಲೇಖಕರಿಗೆ ಏನನ್ನು ಬೇಕಾದರೂ ಮನಸ್ಸು ಬಿಚ್ಚಿ ಹೇಳುವ ಅವಕಾಶ ಸಿಗಬೇಕು. ಅದು ಇಲ್ಲಿ ಯಾವಾಗಲಾದರೂ ಸಿಗುವುದು ಸಾಧ್ಯವೆ ?

❖

ಗ್ರೇಸಿ

ಮೂವಾಟ್ಟುಪುಳದಲ್ಲಿ ಹುಟ್ಟಿದರು. ಮೊದಲ ಕಥಾಸಂಕಲನ 'ಪಡಿಯಿರಜ್ಞ ಪೋಯ ಪಾರ್ವತಿ' (ಮೆಟ್ಟಲಿಳಿದು ಹೋದ ಪಾರ್ವತಿ) 1991ರಲ್ಲಿ ಪ್ರಕಟವಾಯಿತು. ನರಕವಾದಿಲ್ (ನರಕಬಾಗಿಲು) ರಂಡ್‌ಸ್ವಪ್ನದರ್ಶಿಗಳ್ (ಎರಡು ಸ್ವಪ್ನದರ್ಶಿಗಳು) ಪನಿಕ್ಕಣ್ಣ್ (ಜ್ವರದ ಕಣ್ಣು) ಇತ್ಯಾದಿ ಇವರ ಕೃತಿಗಳು. 1995ರಲ್ಲಿ ಬರಹಗಾರ್ತಿಯರಿಗೆ ಮೀಸಲಾದ ಲಲಿತಾಂಬಿಕ ಅಂತರ್ಜನ ಸ್ಮಾರಕ ಪುರಸ್ಕಾರ ಸಿಕ್ಕಿತು. 'ಭ್ರಾಂತನ್‌ಪೂಕ್ಕಳ್' (ಹುಚ್ಚುಹೂಗಳು)ಗೆ 1997ರ ತೋಪ್ಪಿಲ್‌ರವಿಸ್ಮಾರಕ ಪುರಸ್ಕಾರ ಪಡೆದರು. 'ರಂಡ್‌ಸ್ವಪ್ನದರ್ಶಿಗಳ್'ಗೆ 2001ರ ಕೇರಳ ಸಾಹಿತ್ಯ ಅಕಾಡೆಮಿ ಪ್ರಶಸ್ತಿ ಪಡೆದರು. ಇಂಗ್ಲಿಷ್, ಹಿಂದಿ, ತಮಿಳು, ಒರಿಯಾ ಭಾಷೆಗಳಿಗೆ ಇವರ

ಕಥೆಗಳು ರೂಪಾಂತರಗೊಂಡಿವೆ. ಆಯ್ದ ಹತ್ತೊಂಬತ್ತು ಕಥೆಗಳ ಸಂಕಲನ 'ಇಪ್ಪೋಲ್ ಪನಿಕ್ಕಾಲಂ' ಎಂಬ ಹೆಸರಲ್ಲಿ ತಮಿಳಿನಲ್ಲಿ ಪ್ರಕಟಗೊಂಡಿದೆ. ಇವರು ಕಾಲೇಜು ಪ್ರಾಧ್ಯಾಪಕಿ.

ಮನುಷ್ಯ ಸ್ವಭಾವದ ಕೃತಕತೆಯನ್ನು ನಿರ್ದಾಕ್ಷಿಣ್ಯವಾಗಿ ಬಯಲಿಗೆಳೆಯುವ ಗ್ರೇಸಿಯವರ ಕಥೆಗಳಲ್ಲಿ ಎದ್ದು ಕಾಣುವುದು ಹಳ್ಳಿಯ ಶುದ್ಧ ನಿರ್ಮಲ ಸೌಂದರ್ಯ ಮಾತ್ರ. ತಮ್ಮ ಬರಹಗಳಲ್ಲಿ ಯಾವುದೇ ವಾದ ಅಥವಾ ತತ್ವಗಳನ್ನು ಬೆಂಬಲಿಸಲು ಅವರು ಪ್ರಯತ್ನಿಸುವುದಿಲ್ಲ. ಇವರ ಕಥಾ ಪಾತ್ರಗಳು ವೈವಿಧ್ಯಮಯವಾಗಿದ್ದು ಓದುಗರನ್ನು ನಗಿಸುತ್ತಲೇ ಗಂಭೀರವಾಗಿ ಚಿಂತಿಸುವಂತೆ, ಕೆಲವೊಮ್ಮೆ ಅಳುವಂತೆಯೂ ಮಾಡುತ್ತವೆ. ಮೂವಾಟ್ಟುಪುಳ ಎಂಬಲ್ಲಿ ಹುಟ್ಟಿದ ಗ್ರೇಸಿ ಕಾಲೇಜು ಪ್ರಾಧ್ಯಾಪಕಿಯಾಗಿ ದುಡಿದು, ನಿವೃತ್ತರಾಗಿ, ಪ್ರಸ್ತುತ ಆಲುವದಲ್ಲಿ ವಾಸವಾಗಿದ್ದಾರೆ. ಅನೇಕ ಕಥಾಸಂಕಲನಗಳನ್ನು ಪ್ರಕಟಿಸಿದ್ದಾರೆ. ರಾಜ್ಯಮಟ್ಟದ ಹಲವು ಪ್ರಶಸ್ತಿ ಪುರಸ್ಕಾರಗಳನ್ನು ಪಡೆದಿದ್ದಾರೆ.

'ಪಾಂಚಾಲಿ' ಒಂದು ವಿಶಿಷ್ಟ ಕಥೆ. ಮಹಾಭಾರತದ ಪಾಂಚಾಲಿಯ ರೂಪಕದ ಮೂಲಕ ಐದು ಮಂದಿ ಪತಿಯರಿದ್ದುಕೊಂಡೂ ಅಸಹಾಯಕ ಸ್ಥಿತಿಯಲ್ಲಿ ಅನಾಥಳಾಗಿಯೇ ಉಳಿಯುವ ಪಾಂಚಾಲಿ ತನ್ನ ರಕ್ಷಣೆಗಾಗಿ ಆರನೆಯವನತ್ತ ಕೈಚಾಚುವ ವ್ಯಂಗ್ಯದ ಮೂಲಕ ಎಂದೆಂದೂ ಬಿಡುಗಡೆಯಿಲ್ಲದ ಹೆಣ್ಣಿನ ಅತೃಪ್ತ ಮನಸ್ಥಿತಿಯನ್ನು ಚಿತ್ರಿಸುತ್ತದೆ. 'ಒರೋತ' ಓರ್ವ ಧೈರ್ಯಶಾಲಿ'.

ವಿಳಾಸ: ಗ್ರೇಸಿ, ಸೌಪರ್ಣಿಕಾ, ಆಲುವ. ಮೊ : 09497193637

ಪ್ರಾಸ್ತಾವಿಕ

"ನಾನು ಹುಟ್ಟಿ ಬೆಳೆದಿದ್ದು ಒಂದು ಕುಗ್ರಾಮದಲ್ಲಿ. ಅಲ್ಲಿಗೆ ವಿದ್ಯುಚ್ಛಕ್ತಿ ಬಂದು ಹೆಚ್ಚು ಕಡಿಮೆ ಹತ್ತು ವರ್ಷ ಆಗಿರಬಹುದು" ಗ್ರೇಸಿ ಹೇಳುತ್ತಾರೆ. ಗ್ರೇಸಿಯವರ ಅರಳಿದ ಕಣ್ಣುಗಳಲ್ಲೂ ಹೆಚ್ಚಿನ ಕಥೆಗಳಲ್ಲೂ ಎದ್ದು ಕಾಣುವುದು. ಹಳ್ಳಿಯ ಶುದ್ಧ-ನಿರ್ಮಲ ಸೌಂದರ್ಯ ಮಾತ್ರ ಗ್ರೇಸಿಯವರು ಪಟ್ಟಣಕ್ಕೆ ಬಂದು ನೆಲೆಯೂರಿ ಇಪ್ಪತ್ತೊಂದು ವರ್ಷಗಳು ಕಳೆದವು. ಆದರೂ ನಗರಜೀವನದ ಕೃತಕತೆ, ಥಳಕು ಬಳುಕುಗಳು ಇವರ ಮೇಲೆ ಯಾವುದೇ ಪ್ರಭಾವ ಬೀರಿಲ್ಲ. ಲಯಬದ್ಧವಾಗಿ ಮಾತನಾಡುವ ಗ್ರೇಸಿಯವರು ತಮ್ಮ ಮಾತುಗಳಲ್ಲಿ ಮನುಷ್ಯರು ಮತ್ತು ಘಟನೆಗಳ ಅವಗುಂಠನಗಳನ್ನು ಕಿತ್ತೆಸೆದು ಬಿಡುತ್ತಾರೆ.

ವಿಮರ್ಶಾತ್ಮಕ ದೃಷ್ಟಿ ಅಥವಾ ದೊಡ್ಡ ದೊಡ್ಡ ಫಿಲಾಸಫಿಗಳು ತನಗೆ ಗೊತ್ತಿಲ್ಲವೆಂದು ಮನಃಪೂರ್ವಕ ಒಪ್ಪಿಕೊಳ್ಳುವ ಗ್ರೇಸಿ ತಮ್ಮ ಬರಹಗಳಲ್ಲಿ ಯಾವುದೇ ವಾದ ಅಥವಾ ತತ್ವಗಳನ್ನು ಬೆಂಬಲಿಸಲು ಇದುವರೆಗೆ ಪ್ರಯತ್ನಿಸಿಲ್ಲ. ಪ್ರಾಯಶಃ ಅದೇ ಕಾರಣದಿಂದಾಗಿ ಅವರ ಕಥೆಗಳಿಗೆ ವಿಶೇಷವಾದ ಒಂದು ವೈವಿಧ್ಯವಿದೆ. ಸ್ತ್ರೀವಾದಿಯಾದ ಹೆಣ್ಣು ಅಲ್ಲಿಯೂ ಪುರುಷನಿಗೆ ಮಾತ್ರವಲ್ಲ ಸ್ತ್ರೀಯರಿಗೂ ಸ್ವಭಾವವೈಕಲ್ಯಗಳಿರಬಹುದು ಎಂದು ನೆನಪಿಸಿ ಮೆಟ್ಟಲಿಳಿದು ಹೋಗುವ ಪಾರ್ವತಿ, ಸಾವಿನ ನಂತರವೂ ಬಂಧುಗಳೊಂದಿಗೆ ಕೇಳಬೇಕೆಂದು ಎಣಿಸಿದ್ದೆಲ್ಲವನ್ನು ಕೇಳಿ ಕಣ್ಣುಗಳಲ್ಲಿ ಕ್ರೋಧ, ತುಟಿಗಳಲ್ಲಿ ಉಕ್ಕುವ ದಾಹಗಳನ್ನು ಒರೆಸಿಕೊಳ್ಳುವ ಹೆಣ್ಣುಮಗಳ ಶವ, ಸ್ವಪ್ನದರ್ಶಿಗಳು, ನಕ್ಷತ್ರಶಿಶುಗಳ ತಾಯಿಯಾದ ಅನಸೂಯ ಇವರೆಲ್ಲಾ ಓದುಗರನ್ನು ನಗಿಸುತ್ತ ಗಂಭೀರವಾಗಿ ಚಿಂತಿಸುವಂತೆ ಮಾಡುತ್ತ ಅಳಿಸುತ್ತ ಗ್ರೇಸಿಯವರ ಕಥೆಗಳಲ್ಲಿ ಜೀವಂತವಾಗಿರುತ್ತಾರೆ. 'ದೆವ್ವಗಳೆಂದರೆ ನನಗೆ ಇಷ್ಟ.' ಎಂದು ಹೇಳುವ ಗ್ರೇಸಿಯವರ ಕಥೆಗಳಲ್ಲಿ ದೆವ್ವಗಳು ಬೆಚ್ಚಗಿನ ಸ್ನೇಹಭಾವದಿಂದ ಎದ್ದು ಬಂದು ಓದುಗರನ್ನು ಪ್ರೀತಿಯಿಂದ ಹಿಡಿದು ಬಂಧಿಸುತ್ತಾರೆ. ಬದುಕು ಮಾತ್ರವಲ್ಲ, ಬದುಕಿನ ನಂತರದ, ಸಾವಿನ ನಂತರದ ಜೀವನದ ಭಾವನೆಗಳನ್ನೂ ಕೂಡಾ ವಾಚಾಳಿಯಾಗಿ ಚಿತ್ರಿಸುವ ಗ್ರೇಸಿಗೆ ಯಾರೂ ಸತ್ತು ಮಲಗುವುದನ್ನು ನೋಡುವುದೆಂದರೆ ಆಗದು. ತುಂಟ ಮಕ್ಕಳ ಹಾಗೆ ಹಠಮಾರಿಯಾಗಿ ಗ್ರೇಸಿ

ಅದಕ್ಕೊಂದು ಕಾರಣವನ್ನು ಕೊಡುತ್ತಾರೆ. "ನನಗೆ ಸಾವೆಂದರೆ ಭಯವಿದೆ ಎಂದಲ್ಲ. ಆದರೆ ಅದು ಬದುಕಿನ ಕೊನೆಯ ದೃಶ್ಯ. ಆದನ್ನು ನೋಡಿಬಿಟ್ಟರೆ ಆ ಮೇಲೆ ಆ ವ್ಯಕ್ತಿ ಅದಕ್ಕೆ ಮೊದಲೇ ಜೀವಂತ ಓಡಾಡಿ ನೆನಪಿಸಿಕೊಳ್ಳುವುದೇ ಕಷ್ಟವಾಗಬಹುದು." ಆರ್ದ್ರತೆ ತುಳುಕುವ ಒಂದು ಮೃದುವಾದ ಮನಸ್ಸು. ಆ ಮನಸ್ಸಿನ ಸ್ವಪ್ನಗಳಿಗೂ ದರ್ಶನಗಳಿಗೂ ಬಣ್ಣ ತುಂಬಿಸುವ ಕಲ್ಪನಾಶಕ್ತಿಯು ಬರಹಗಾರರ ಸಾಮರ್ಥ್ಯವಾದರೆ ಗ್ರೇಸಿಗೆ ಇದು ಎರಡೂ ಇದೆ. ಸೌಂದರ್ಯ, ಮೃದುತ್ವ ಮತ್ತುನಿಷ್ಪಕ್ಷಪಾತ ಧೋರಣೆಗಳಿಂದ ತುಂಬಿರುವ ಗ್ರೇಸಿ ಎಂಬ ಕಥೆಗಾರ್ತಿಯ ವ್ಯಕ್ತಿತ್ವವನ್ನು ಪರಿಚಯಿಸಲೆಂದು ಆಯ್ದುಕೊಂಡ ಕೆಲವು ಪ್ರಶ್ನೆಗಳು ಮತ್ತು ಉತ್ತರಗಳನ್ನು ಇಲ್ಲಿ ಸೇರಿಸಿಕೊಂಡಿದ್ದೇನೆ.

ಕಥೆ

ಪಾಂಚಾಲಿ

ಸುಮಾರು ಒಂದೂವರೆ ಸೇರು ಹಾಲು ಹಿಡಿಸುವ ಚೊಂಬಿನ ತುಂಬಾ ಹಾಲು ತುಂಬಿಸಿ ಅತ್ತೆ ಸೊಸೆಯ ಕೈಗೆ ಕೊಟ್ಟರು. ವಧು ಅಚ್ಚರಿಯಿಂದ ಅತ್ತೆಯ ಮುಖವನ್ನು ದಿಟ್ಟಿಸಿದಳು. ಅತ್ತೆ ಮೆಲುನಗೆ ಸೂಸಿ ಹೇಳಿದರು:

"ಫಲ್ಗೂಣೇ ಹೇಳಿದ್ದು"

ಕೃಷ್ಣಾ ಮಲಗುವ ಕೋಣೆಯನ್ನು ಪ್ರವೇಶಿಸಿದಳು. ಆತ ದಿಂಬಿಗೊರಗಿ ಕುಳಿತು ಸಿಗರೇಟು ಸೇದುತ್ತಿದ್ದ. ತುಂಬಾ ಸಿಗರೇಟುಗಳನ್ನು ಆಗಲೇ ಸೇದಿ ಮುಗಿಸಿರಬೇಕು. ಕೋಣೆಯಿಡೀ ಅದರ ಕಮಟುವಾಸನೆ ತುಂಬಿಕೊಂಡಿತ್ತು.

ಮೇಜಿನ ಮೇಲೆ ಆಕೆ ಚೊಂಬು ತಂದಿಟ್ಟಾಗ ಶಬ್ದ ಕೇಳಿ ಆತ ತಿರುಗಿ ನೋಡಿದ. ಆತನಿಗೆ ಒಂದಕ್ಕಿಂತ ಹೆಚ್ಚು ಮುಖಗಳಿದ್ದಂತೆ ಆಕೆಗೆ ಕಂಡಿತು. ನಾಲ್ಕೈದು ಮಂದಿ ಪುರುಷರು ಆತನ ಮುಖದಲ್ಲಿ ಜಾಗ ಪಡೆಯಲು ಪರಸ್ಪರ ಜಗ್ಗಾಡುತ್ತಿರುವುದನ್ನು ನೋಡಿದ ಕೃಷ್ಣಾಳ ಎದೆ ಬಡಿತದ ಗತಿ ತಪ್ಪಿತು.

ತನ್ನದಲ್ಲದ ನಗುವಿನೊಂದಿಗೆ ಫಲ್ಗುಣ ಎದ್ದು ನಿಂತು ಆಕೆಯನ್ನು ತನ್ನೆಡೆಗೆ ಎಳೆದುಕೊಂಡು, ಆಕೆಗೆ ತೀರಾ ಅಪರಿಚಿತವೆನ್ನಿಸುವಂತಹ ಧ್ವನಿಯಲ್ಲಿ ಹೇಳಿದ:

"ನಾನೂ ಅದನ್ನೇ ಯೋಚಿಸುತ್ತಿದ್ದೆ ಕೃಷ್ಣಾ. ನೀನೊಬ್ಬಳು ದಿಟ್ಟ ಹೆಣ್ಣು, ನಾವು ಐವರನ್ನು ಪಾಂಡವರೆಂದು ಪರಿಗಣಿಸಿ ನೀನು ನಮ್ಮೆಲ್ಲರನ್ನು ಒಂದೇ ರೀತಿ ಪ್ರೀತಿಸಬಲ್ಲೆ ತಾನೆ?"

ತನ್ನನ್ನು ಇಡಿಯಾಗಿ ನುಂಗಲು ಹೊಂಚು ಹಾಕುತ್ತಿರುವಂತಹ ಯಾವುದೋ ಒಂದು ಅನಾಹುತ ತನಗಾಗಿ ಕಾಯುತ್ತಿದೆ ಎಂಬುದು ತಕ್ಷಣವೇ ಕೃಷ್ಣಾಳಿಗೆ ಹೊಳೆಯಿತು. ಐದು ಮಂದಿ ತರುಣರು ತನ್ನ ನೆರೆಮನೆಗೆ ಬಾಡಿಗೆಗೆಂದು ಬಂದ ಆ ಕ್ಷಣವನ್ನು ಆಕೆ ಶಪಿಸಿದಳು. ಆಗ ಆಕೆ ಹದಿನೈದು ವರ್ಷದ ವಯಸ್ಸಿಗೆ ಮೀರಿ ಬೆಳೆದ ಒಬ್ಬ ಹುಡುಗಿಯಾಗಿದ್ದಳು. ತನ್ನ ಹೃದಯದಲ್ಲಿ ಆ ಐವರಿಗೂ ಬೇಕಾದಷ್ಟು ಜಾಗ ನೀಡಬಲ್ಲೆನೆಂದು ಅರಿವಾದಾಗ ಆಕೆ ತುಂಬ ಸಂತಸಪಟ್ಟಿದ್ದಳು. ಅದು ಒಂದೇ ಗೊಂಚಲಲ್ಲಿ ಐದು ಮೊಗ್ಗುಗಳು ಬಿರಿದಷ್ಟು ಸಹಜವಾಗಿತ್ತು. ಆಕೆ ಅವರಲ್ಲಿ ಪ್ರತಿಯೊಬ್ಬರ ಪತ್ರಕ್ಕೂ ಉತ್ತರಿಸಿದ್ದಳು. ಅವರಲ್ಲಿ ಪ್ರತಿಯೊಬ್ಬರು ಹೇಳಿದ ಜಾಗಗಳಿಗೂ ಹೋಗಿ ಕಾದಿದ್ದಳು. ಆ ಐವರಲ್ಲಿ ಒಬ್ಬರಿಗೂ ತನ್ನ ಬಗ್ಗೆ ಸಂದೇಹದ ಛಾಯೆಯೂ ಮೂಡಲಿಲ್ಲವೆಂದು ಹೆಮ್ಮೆ ಪಟ್ಟುಕೊಂಡಿದ್ದಳು. ಇಷ್ಟೆಲ್ಲ ಇರುವಾಗ, ಈಗ ಈ ಫಲ್ಗುಣ–

ಆಕೆಯ ಯೋಚನಾಗತಿಯ ಜಾಡು ಹಿಡಿದವನಂತೆ ಫಲ್ಗುಣ ಅದನ್ನು ಅರ್ಧದಲ್ಲಿ ತಡೆಹಿಡಿದ.

'ನಾನು ಕಷ್ಟಪಟ್ಟು ಓದಿದೆ. ಅಚಲ ನಿರ್ಧಾರದಿಂದ ಎಲ್ಲ ಸ್ಪರ್ಧಾತ್ಮಕ ಪರೀಕ್ಷೆಗಳಿಗೂ ಬರೆದೆ. ನನ್ನ ಮುಂದೆ ನಿಂತ ಉದ್ಯೋಗಗಳಲ್ಲಿ ಅತ್ಯುತ್ತಮವಾದ್ದನ್ನು ಆರಿಸಿಕೊಂಡು ನಿನ್ನ ತಂದೆಯೆದುರು ತಲೆಯೆತ್ತಿ ನಿಂತೆ. ಅವರು ನಿನ್ನನ್ನು ನನಗೆ ಮದುವೆ ಮಾಡಿಕೊಟ್ಟರು. ಆದರೆ ನಾನು ನನ್ನ ಗೆಳೆಯರನ್ನು ಮರೆಯುವುದು ಸಾಧ್ಯವೇ? ನಾನು ನಿನ್ನನ್ನು ಅವರೊಂದಿಗೆ ಹಂಚಿಕೊಳ್ಳುತ್ತೇನೆ'.

ಆತನ ಮಾತುಗಳು ಅರ್ಥವಾಗದೆ ಕೃಷ್ಣಾ ಗಲಿಬಿಲಿಗೊಂಡಳು. ಆಕೆ ಆ ಉಳಿದ ನಾಲ್ಕು ಮಂದಿಯನ್ನು ಆ ನಂತರ ನೋಡಿರಲಿಲ್ಲ. ಅವರ್‍ಯಾರೂ ಮದುವೆಗೆ ಬಂದಿರಲೂ ಇಲ್ಲ. ಆಕೆಗೆ ಫಕ್ಕನೆ ಭಯವಾಯಿತು. ಆಕೆ ಹೊರಗಿನ ಕತ್ತಲೆಗೆ ಕಿವಿಯಾನಿಸಿ ಆಲಿಸಿದಳು. ಅವರು ಅಲ್ಲೆಲ್ಲಾದರೂ ತಮ್ಮ ಸರದಿಗಾಗಿ ಕಾಯುತ್ತ ನಿಂತಿರಬಹುದೆ?

ಫಲ್ಗುಣ ನಕ್ಕ. ಕೃಷ್ಣಾ ಆ ನಗುವಿನ ಕರ್ಕಶತೆಗೆ ನಡುಗಿದಳು. ಹಾಲಿನ ಚೊಂಬನ್ನು ಕೈಗೆತ್ತಿಕೊಳ್ಳುತ್ತ ಫಲ್ಗುಣನೆಂದ:

"ನಮ್ಮ ದಾಂಪತ್ಯ ಆರಂಭವಾಗುತ್ತಿದೆ!"

ಹಾಲನ್ನು ಗುಟುಕರಿಸಿ ಆತ ಚೊಂಬನ್ನು ತಿರುಗಿ ಕೃಷ್ಣಾಳ ಕೈಗೆ ಕೊಟ್ಟ.

ಯುಧಿಷ್ಠಿರನ ಮುದ್ದು ಮಡದಿಯೇ, ಕುಡಿ ಒಂದು ಗುಟುಕು. ಉಳಿದವರು ಕಾಯುತ್ತ ಇದ್ದಾರೆಂಬುದನ್ನು ಮರೆಯಬೇಡ.

ಕೃಷ್ಣಾ ಒಂದು ಗುಟುಕು ಹೀರಿದಳು. ಈ ನಾಟಕದ ಅಂತ್ಯವೇನಿರಬಹುದೆಂಬುದನ್ನು ಊಹಿಸಲು ಅವಳಿಂದಾಗಲಿಲ್ಲ. ಆತ ಭೀಮ, ಅರ್ಜುನ, ನಕುಲ, ಸಹದೇವರ ಪರವಾಗಿ ಒಂದೊಂದೇ ಗುಟುಕು ಕುಡಿದ. ಪ್ರತಿ ಬಾರಿಯೂ ಆಕೆ ಆ ಎಲ್ಲರ ಪ್ರಿಯ ಪತ್ನಿಯಂತೆ

ನಟಿಸಬೇಕಾಯಿತು. ಆದರೂ ಆಕೆ ತನಗೆ ತಾನೇ ಸಮಾಧಾನ ಹೇಳಿಕೊಂಡಳು – ಅವರು ಯಾರೂ ಅಲ್ಲೆಲ್ಲೂ ಇಲ್ಲ.

ಚೊಂಬು ಖಾಲಿಯಾದ ಕೂಡಲೇ ಫಲ್ಗುಣ ಆಕೆಯತ್ತ ನೋಡಿ ಕುಹಕ ನಗೆ ಬೀರಿ ಮಾತನಾಡುತ್ತ ಹೋದ.

ಕೃಷ್ಣಾಳನ್ನು ಗೆದ್ದವನು ಫಲ್ಗುಣನಾದರೂ ಆಕೆಯೊಂದಿಗೆ ಮೊದಲು ಮಲಗಿದವನು ಯುಧಿಷ್ಠಿರನಾಗಿದ್ದ.

ಆತ ಆಕೆಯ ಕೈಹಿಡಿದು ಹಾಸಿಗೆಗೆ ಕರೆದೊಯ್ದ.

ಆ ಮೇಲೆ, ನಿನಗೆ ಗೊತ್ತಲ್ಲ ಯುಧಿಷ್ಠಿರ ಎಂಥ ಸಾತ್ವಿಕ ಸ್ವಭಾವದವನೆಂಬುದು? ಮುಖ್ಯವಾಗಿ ಸ್ತ್ರೀಯರ ವಿಚಾರದಲ್ಲಿ. ಆದ್ದರಿಂದ ದಯವಿಟ್ಟು ನಿನ್ನ ಬಟ್ಟೆಗಳನ್ನು ಕಳಚು.

ಇದು ತಾನು ಮೊದಲು ಭಯಪಟ್ಟಷ್ಟು ಅಪಾಯಕಾರಿಯಾದ ಆಟವಾಗಲಾರದೆಂದು ಕೃಷ್ಣಾ ಯೋಚಿಸಹತ್ತಿದಳು. ಆದರೂ ಬಟ್ಟೆ ಕಳಚಲು ಆಕೆ ಇಷ್ಟ ಪಡಲಿಲ್ಲ. ಆಕೆಯ ಮೊದಲ ರಾತ್ರಿಯ ಕನಸುಗಳು ಆಕೆಯ ವಯಸ್ಸಿನ ಇತರ ಅನೇಕ ಹೆಣ್ಣು ಮಕ್ಕಳಿಗಿಂತ ಭಿನ್ನವಾಗಿರಲಿಲ್ಲ. ಎಷ್ಟು ಹೊತ್ತಾದರೂ ತನ್ನ ಪತಿ ಇನ್ನೂ ಸಹನೆಯಿಂದ ಕಾಯುತ್ತಲೇ ಇರುವುದನ್ನು ಕಂಡು ಆಕೆ ಬತ್ತಲಾದಳು.

ಆತ ಒಂದು ಕ್ಷೀಣ ನಗೆಯೊಂದಿಗೆ ಮುಂದುವರೆದ.

ಯುಧಿಷ್ಠಿರ ವೇದ, ಉಪನಿಷತ್ತು ಮತ್ತು ಧರ್ಮ ಗ್ರಂಥಗಳಾದ್ಯಂತ ಗಂಟೆಗಟ್ಟಲೆ ಅಲೆಯಬಲ್ಲ. ಆದರೆ ಒಬ್ಬ ಸ್ತ್ರೀ ಆತನಿಗೆ ಬಹಳ ಬೇಗ ತೃಪ್ತಿ ನೀಡುತ್ತಾಳೆ.

ಆಕೆಯ ದೇಹದುದ್ದಕ್ಕೂ ಒಮ್ಮೆ ಮೃದುವಾಗಿ ಕೈಯಾಡಿಸಿ ಆತ ಆಕೆಯೊಳಹೊಕ್ಕ. ಕೂಡಲೇ ಆತನಿಗೆ ತೃಪ್ತಿಯೂ ಸಿಕ್ಕಿತು.

ಮಗ್ಗಲು ಬದಲಾಯಿಸಿ ಆತ ನಿದ್ದೆ ಹೋದಾಗ ಆಕೆ ಅತೃಪ್ತಳಾಗಿ ಆತನನ್ನೇ ದಿಟ್ಟಿಸುತ್ತ ಮಲಗಿದಳು. ತನ್ನ ಹೃದಯವು ಐದು ಹೋಳುಗಳಾಗಿ ಒಡೆದು ಹೋದಂತೆ ಆಕೆಗನ್ನಿಸಿತು. ಭಯ ಪಡುತ್ತ, ಆತನ ಉಸಿರಿನ ಏರಿಳಿತವನ್ನೇ ತದೇಕಚಿತ್ತಳಾಗಿ ನೋಡುತ್ತಿದ್ದಂತೆ ಆತ ಭೀಮನಾಗಿ ಮಾರ್ಪಟ್ಟ.

ಮಾರನೇ ರಾತ್ರಿ ಭೀಮ ಕಲ್ಯಾಣ ಸೌಗಂಧಿಕವನ್ನು ಅರಸುತ್ತಿದ್ದಾಗ ಕಲಕಿದ ಕೊಳದ ನೀರಿನಂತಾಯಿತು ಕೃಷ್ಣಾಳ ಸ್ಥಿತಿ. ಆಕೆಯ ಹರಿದ ತುಟಿಗಳು, ಜೋತು ಬಿದ್ದ ಕುತ್ತಿಗೆ, ಮೊಲೆಗಳ ಮೇಲಿನ ಗಾಯದ ಗುರುತುಗಳು, ಹೊಕ್ಕುಳ ಸುತ್ತಲೂ ಬಿದ್ದ ಗೀರುಗಳು ಆಕೆಯನ್ನು ಶೂನ್ಯದ ಆಳಕ್ಕೆ ತಳ್ಳಿದವು. ಪತಿಯ ಅಟ್ಟಹಾಸವು ಆಕೆಯನ್ನು ಇಹಲೋಕಕ್ಕೆ ಕರೆ ತಂದಿತು.

'ವ್ಹಾ! ವ್ಹಾ! ಕೃಷ್ಣಾ, ನಿನ್ನ ಮನಸ್ಸು ಮಾತ್ರವಲ್ಲ, ದೇಹವೂ ಕೂಡಾ ನಮ್ಮೆಲ್ಲರನ್ನು ಹೊರುವಷ್ಟು ಬಲಿಷ್ಠವಾಗಿದೆ'.

ತಾನು ಕಲ್ಪಿಸಿದ್ದಕ್ಕಿಂತ ತೀರಾ ಭಿನ್ನವಾಗಿ ಇಲ್ಲಿ ಏನೇನೋ ಘಟನೆಗಳು ಸಂಭವಿಸುತ್ತಿವೆಯೆಂದು ಆಕೆಗನ್ನಿಸಿತು. ಆಕೆಯ ಒಡೆದ ಹೃದಯದ ತುಂಡುಗಳು, ಆಕೆಗೇ ಅಚ್ಚರಿ ಹುಟ್ಟಿಸುವ ರೀತಿಯಲ್ಲಿ ಪುನಃ ಜೋಡಿಕೊಂಡು ಹೃದಯ ಬಂಡೆಯಂತೆ ಗಟ್ಟಿಯಾಯಿತು.

ಮೆಲುದನಿಯಲ್ಲಿ ಯಾವುದೋ ಹಾಡನ್ನು ಗುನುಗುತ್ತ ಅರ್ಜುನ ಮೂರನೇ ರಾತ್ರಿ ಆಕೆಯನ್ನು ಸಮೀಪಿಸಿದ. ಆತನ ಪ್ರೇಮಪಿಡಿತ ಕಣ್ಣುಗಳು ಅವಳನ್ನೇ ದಿಟ್ಟಿಸಿ ನೋಡಿದವು. ಅತ ಆಕೆಗೆ ಸ್ವಲ್ಪವೂ ನೋವಾಗದಂತೆ ಮೃದುವಾಗಿ ಆಕೆಯ ಬಟ್ಟೆಗಳನ್ನು ಕಳಚಿದ. ತನ್ನ ತೊಡೆಯ ಮೇಲೆ ಆಕೆಯನ್ನು ವೀಣೆಯಂತೆ ಮಲಗಿಸಿದ. ಮಧುರವಾಗಿ ನಿಟ್ಟುಸಿರು ಬಿಡುತ್ತ, 'ಕೃಷ್ಣಾ ನಿನ್ನನ್ನು ನೋಡಿದ ಕೂಡಲೇ ನನಗೆ ನಿನ್ನನ್ನು ನನ್ನವಳನ್ನಾಗಿಸಿಕೊಳ್ಳಬೇಕೆಂದು ಎಷ್ಟು ಆಸೆಯಾಗಿತ್ತು, ಗೊತ್ತಾ' ಎಂದ. ಅನುರಾಗದ ಅಲೆಗಳು ಆತನ ಬೆರಳ ತುದಿಗಳಿಂದ ಪ್ರವಹಿಸಿದವು. ಆದರೂ ಕೃಷ್ಣಾ ಆತನಿಗಾಗಿ ಕರಗಲಿಲ್ಲ.

ಸಂಪ್ರದಾಯದಂತೆ ನಾಲ್ಕನೇ ದಿನ ತವರಿಗೆ ಹೋದ ನಂತರ ತಾನಿನ್ನು ಇಲ್ಲಿಗೆ ಹಿಂದಿರುಗಿ ಬರಬಾರದೆಂದು ಕೃಷ್ಣಾ ನಿರ್ಧರಿಸಿದಳು. ಆದರೆ ಆತ ಆಕೆಯ ಆಸೆಯನ್ನು ನಿರ್ದಾಕ್ಷಿಣ್ಯವಾಗಿ ತಳ್ಳಿ ಹಾಕಿದ:

ನಕುಲ–ಸಹದೇವರ ಸರದಿ ಮುಗಿಯದೆ ನಾವು ಎಲ್ಲಿಗೂ ಹೋಗಲು ಸಾಧ್ಯವಿಲ್ಲ. ಆತ ನಕುಲನ ರಾತ್ರಿಯ ಕುರಿತು ಮಾತನಾಡಿದ.

ಐವರಲ್ಲಿ ಅತ್ಯಂತ ಸುಂದರ ನಕುಲ. ಆದರೆ ಆತನಿಗೆ ತನ್ನ ದೇಹದ ಬಗ್ಗೆ ಮಾತ್ರ ಪೂರ್ತಿ ಗಮನ. ಹೆಣ್ಣಿನ ದೇಹದ ಬಗ್ಗೆ ಸ್ವಲ್ಪವೂ ಆಸಕ್ತಿಯಿಲ್ಲ.

ಆಕೆಯ ಸುಂದರ ಅಂಗಸೌಷ್ಠವನ್ನು ಕಡೆಗಣಿಸಿ ಆತ ತನ್ನ ಕೆಲಸದಲ್ಲಿ ಮಗ್ನನಾದ. ನಂತರ ಸ್ನಾನದ ಮನೆಗೆ ಹೋಗಿ ಪರಿಮಳದ ಸಾಬೂನಿನಿಂದ ಮೈಯನ್ನು ಚೆನ್ನಾಗಿ ಉಜ್ಜಿ ಸುಂದರನಾಗಿ ಬಂದು ಹಾಸಿಗೆಯಲ್ಲಿ ಮಲಗಿದ.

ಐದನೇ ದಿನ ರಾತ್ರಿ ಆತ ಕರುಣಾಮಯಿಯಾಗಿ ಬದಲಾದ.

ನೋಡು ಕೃಷ್ಣಾ, ಈ ವಿಚಾರದಲ್ಲಿ ಸಹದೇವನಿಗೆ ತುಸು ನಾಚಿಕೆ. ನಿನ್ನನ್ನು ಮುಟ್ಟಲು ಕೂಡಾ ಅವನಿಗೆ ಧೈರ್ಯ ಸಾಲದು. ಆದರೆ ನೀನು ಅವನ ಹೆಂಡತಿಯೂ ಹೌದು ತಾನೆ? ಆದ್ದರಿಂದ ಅವನ ಪುರುಷತ್ವವನ್ನು ಎಬ್ಬಿಸುವ ಜವಾಬ್ದಾರಿ ನಿನ್ನದು.

ಕೃಷ್ಣಾಳ ಬೆರಳುಗಳು ಜಿಗುಪ್ಸೆಯಿಂದ ತಮ್ಮ ಪಯಣವನ್ನು ಆರಂಭಿಸಿದವು. ತನ್ನ ನಾಚಿಕೆಯನ್ನು ಕೊಡವಿಕೊಂಡು ಏಳುತ್ತ ಸಹದೇವ ಕಾರ್ಯಪ್ರವೃತ್ತನಾದ. ಆತನ ಹೊಡೆತವನ್ನು ಸಹಿಸಿಕೊಳ್ಳಲಾರದೆ ಆಕೆ ಹಲ್ಲು ಕಡಿದಳು. ಈ ಆಟ ಸರದಿಯಂತೆ ಪ್ರತಿದಿನವೂ ನಿರಂತರವಾಗಿ ನಡೆಯಲಿಕ್ಕಿದೆಯೆಂಬುದು ಅವಳಿಗೆ ಅರ್ಥವಾಯಿತು.

ರಜಾ ಕಳೆದು ಆತ ಆಫೀಸಿಗೆ ಹೊರಟು ನಿಂತಾಗ ಕೃಷ್ಣಾಳ ಕಣ್ಣುಗಳೊಳಗಿನ ಸಿಟ್ಟು ಆತನ ಕತ್ತಿನ ಹಿಂಭಾಗವನ್ನು ಖಡ್ಗದಂತೆ ಇರಿಯಿತು. ಆತ ಆ ಗಾಯವನ್ನು ಹೊಲಿಯುವವನಂತೆ

ಅಲ್ಲಿ ಒಮ್ಮೆ ಉಜ್ಜಿಕೊಂಡು ಆಕೆಯತ್ತ ನೋಡಲೆಂದು ತಿರುಗಿದ.

ಕೃಷ್ಣಾ, ಸಿದ್ಧಳಾಗು ಇವತ್ತು ಸಂಜೆ ನಿಮ್ಮ ಮನೆಗೆ ಹೋಗೋಣ.

ಆತ ಕಾರನ್ನು ಗೇರಿಗೆ ಹಾಕಿ ಗೇಟು ದಾಟಿ ಹೊರಗೆ ಹೋದ. ಆಕೆ ತುಂಬಾ ಹೊತ್ತು ಅಲ್ಲಿ ಹಾಗೆಯೇ ನಿಂತಳು. ನಂತರ ಸ್ನಾನ ಮಾಡಿ ಬಟ್ಟೆ ಧರಿಸಿಕೊಂಡಳು.

ಫಲ್ಗುಣ ಸಂಜೆ ಬಂದಾಗ ಮಲಗುವ ಕೋಣೆಯ ಬಾಗಿಲಿಗೆ ಒಳಗಿನಿಂದ ಚಿಲಕ ಹಾಕಿತ್ತು. ಆತ ಬಾಗಿಲು ತಟ್ಟಿದ. ಅದು ಕೂಡಲೇ ಅಗಲವಾಗಿ ತೆರೆದುಕೊಂಡಿತು. ಕೃಷ್ಣಾಳ ಕೆದರಿದ ಕೂದಲು ಮತ್ತು ಬೆವರಿಳಿಯುತ್ತಿದ್ದ ಮುಖ ಆತನನ್ನು ಸ್ವಾಗತಿಸಿತು. ಹಣೆಯ ಮೇಲಿನ ದೊಡ್ಡ ಕುಂಕುಮದ ಬೊಟ್ಟು ಕರಗಿ ಹರಿದಿತ್ತು. ಅದು ಉರಿಯುತ್ತಿದ್ದ ಚಿತೆಯ ಬೆಂಕಿಯ ಹಾಗೆ ಹೊಳೆಯುತ್ತಿದ್ದು ಆತನನ್ನು ವಹಿಸಿತು. ಆತ ಒಳಗೆ ಇಣಿಕಿ ನೋಡಿದ. ಒಳಗೆ ತುಂಬಿಕೊಂಡಿದ್ದ ಹಳದಿ ಬೆಳಕು ಆತನ ಕಣ್ಣುಗಳನ್ನು ಕುಕ್ಕಿತು. ಆತ ಆತಂಕದಿಂದ ಕೇಳಿದ:

ಕೃಷ್ಣಾ, ಒಳಗೆ ಯಾರಿದ್ದಾರೆ?

ಕೃಷ್ಣಾ ಘೊಳ್ಳೆಂದು ನಕ್ಕಳು.

ಪಾಂಚಾಲಿಗೆ ಐವರು ಗಂಡಂದಿರಿದ್ದದ್ದು ಖಂಡಿತವಾಗಿಯೂ ನಿಜ. ಆದರೆ ಅವಳು ಅಸಹಾಯಕಳಾಗಿದ್ದ ಸ್ಥಿತಿಯಲ್ಲಿ ಯಾರೂ ಅವಳನ್ನು ಕಾಪಾಡಲು ಬರಲಿಲ್ಲ. ಆಗ ಅವಳ ಸಹಾಯಕ್ಕೆ ಬೇರೆ ಯಾರೋ ಬರಬೇಕಾಯಿತು. ಅದು ಯಾರೆಂದು ನಿನಗೆ ನಿಜವಾಗಿಯೂ ಗೊತ್ತಿಲ್ಲದಿದ್ದರೆ ಪುರಾಣಗಳಲ್ಲಿ ಹುಡುಕಿ ನೋಡು.

❖

ಕಥೆ

ಒರೋತ ಮತ್ತು ದೆವ್ವಗಳು

ಮಡಲಸೂಡಿಯನ್ನುರಿಸಿ ಕೈಯಲ್ಲಿ ಹಿಡಿದುಕೊಂಡು ಒರೋತ ಅಂಗಳಕ್ಕಿಳಿದಳು. ಆಗಲೂ ಪೆಣ್ಣಮ್ಮಕ್ಕ ಕೇಳಿದಳು:

"ಇಷ್ಟು ರಾತ್ರಿಯಾದ ಮೇಲೆ ಇನ್ನು ಮನೆಗೆ ಹೋಗಬೇಕೇನೇ ಒರೋತ ? ನಿನಗೆ ಮಕ್ಕಳು-ಮರಿಗಳ ರಗಳೆ ಏನೂ ಇಲ್ಲವಲ್ಲ ? ಇಲ್ಲೆಲ್ಲಾದರೂ ಬಿದ್ದುಕೊಂಡರಾಗುವುದಿಲ್ಲವೇ ?"

ಕತ್ತಲಲ್ಲಿದ್ದ ಒರೋತಳ ತುಟಿಗಳಲ್ಲಿ ಬೆಳದಿಂಗಳು ಮೂಡಿತು.

ಒಂಟಿಯಾಗಿ ಮಲಗುವುದೆಂದರೆ ಆಯಪ್ಪನಿಗೆ ಭಯ. ಅಲ್ಲದೆ, ಒಮ್ಮೆ ಮನೆಗೆ ಹೋಗಿ ಮೈ ತೊಳೆದುಕೊಂಡು ಮುಂಡು-ಕುಪ್ಪಸ ಬದಲಾಯಿಸದಿದ್ದರೆ ನಿದ್ದೆ ಮಾಡಕ್ಕೂ ಆಗಲ್ಲ.

ಯಾವಾಗಲೂ ಸಂಜೆಯಾಗೋದಕ್ಕೆ ಮೊದಲೇ ಕೆಲಸ ಮುಗಿಸಿ ಹೋಗೋದಿತ್ತು. ಇವತ್ತು ಹೊರಗಿಳಿಯೋ ಹೊತ್ತಿಗೆ ಸರಿಯಾಗಿ ಕೊಚ್ಚಿಂದ ಅವರ ಮಗಳು-ಅಳಿಯ ಬಂದುಬಿಟ್ಟರು. ಆ ನಂತರ ಅವಸರವಸರವಾಗಿ ಗೂಡಿಗೆ ಹಾಕಿದ ಕೋಳಿಗಳಲ್ಲೊಂದನ್ನು ಹಿಡಿದೆಳೆದು ತಂದು ಪದಾರ್ಥ ಮಾಡಬೇಕಾಯಿತು. ಅದರಿಂದ ಎರಡು ಹೋಳು ತೆಗೆದು ಪೆಣ್ಣಮ್ಮಕ್ಕ ಕೊಟ್ಟದ್ದು ಕೈಯಲ್ಲಿದೆ. ಮಾಂಸದಡುಗೆ ಅಂತ ಕೇಳಿದ ತಕ್ಷಣ ಆಯಪ್ಪನ ಬಾಯಲ್ಲಿ ನೀರು ಬರುತ್ತದೆ. ಅದನ್ನು ನೋಡಿದ ಕೂಡಲೇ ಅವಳು ಹೇಳಿಬಿಡ್ತಾಳೆ 'ಅಬ್ಬಾ, ಇವನು ಈಗ ನನ್ನನ್ನು ನುಂಗಿ ಬಿಡ್ತಾನೇನೋ !' ಟಾರ್ಚ್‌ಲೈಟಿನ ಹಾಗೆ ಬೆಳಗುವ ಒಂದು ನಗೆಯೊಂದಿಗೆ ಆಯಪ್ಪ ಹೇಳೋ ಮಾತುಗಳನ್ನ ಕೇಳೂದು ಅಂದ್ರೆ ಬಲುಕುಸಿ. ನಿನ್ನ

ಮಾಂಸಕ್ಕಾಗಿ ಅಲ್ಲ ನಾನು ನಿನ್ನನ್ನು ಮದಿವಿ ಆಗಿದ್ದು ಅಂತಾನೆ. ಆ ಮೇಲೆ ಎದೆಯ ಮೇಲೊಂದು ಕಳ್ಳ ನೋಟ ಈಗಲೂ ಅದು ಹಂಗೇ ಇದೆ ಅಂತ ಹೇಳಕ್ಕೆ ಕಣ್ಣುಮಿಟುಕಿಸುತ್ತಾನೆ. ಆಗ ಈ ಒರೋತಳ ಎದೆ ಬೀಗಿಕೊಳ್ಳತ್ತೆ. ಬಸರು–ಬಾಣಂತನ ಯಾವುದೂ ಇಲ್ಲದ್ರಿಂದ... ಅಂತ ಒಂದು ನಿಟ್ಟುಸಿರು ಬಿಟ್ಟಾಗ ಆಯಪ್ಪನ ವೇದಾಂತ ಶುರು. ಮಕ್ಕಳಿದ್ದು ಏನು ಪ್ರಯೋಜನ ಒರೋತಾ ? ಆಯುಸ್ಸು ಪೂರ್ತಿ ಅವುಗಳಿಗಾಗಿ ನರಕ ಬರಬೇಕು. ರೆಕ್ಕೆ ಬಲಿಯುತ್ಲೇ ಅವು ಹಾರಿಹೋಗ್ತಾವೆ ಅಷ್ಟೆ. ಈಗ ನಮ್ಗೆ ಏನು ಕಡಿಮೆಯಾಗಿದೆ ? ನಾವು ಕಷ್ಟಪಡ್ತೀವಿ ಸುಖವಾಗಿ ಜೀವಿಸ್ತಿದ್ದೀವಿ. ತೀರಾ ಕೂಡೂದಿಲ್ಲ ಅಂತ ಆದಾಗ ನಾವಿಬ್ಬರೂ ಜತೆಗೇನೇ ಹೋಗಿಬಿಟ್ಟರಾಯ್ತು.

ಓಹೋ ! ಅದೆಲ್ಲ ನಮ್ಮ ಕೈಯಲ್ಲಿದೆಯೇ ಎಂದು ಒರೋತ ತುಟಿಕಚ್ಚುತ್ತಾಳೆ. ಅದಕ್ಕೆಲ್ಲ ನಾನು ದಾರಿ ನೋಡಿಟ್ಟಿದ್ದೇನೆ ಹೆಣ್ಣೇ. ನೀನು ಜತೆಗಿಲ್ಲ ಅಂದ್ರೆ ಮಣ್ಣಿನಡಿಯಲ್ಲಿ ನಾನು ಮಲಗಲ್ಲಪ್ಪ, ನಂಗೆ ಭಯವಾಗುತ್ತೆ.

ನೆನಪಾಗಿ ಒರೋತ ನಕ್ಕಳು.

ಹಿಂದಿನಿಂದ ಯಾರೋ ಒರೋತಳ ನಗುವನ್ನು ಹಿಡಿದುಕೊಂಡರು. ತಿರುಗಿ ನೋಡದೆ ಸೂಡಿಯನ್ನೊಮ್ಮೆ ಜೋರಾಗಿ ಬೀಸಿ ಬೆಳಗಿಸಿದಳು ಒರೋತ.

'ಥತ್ ! ತೊಲಗಾಚೆ ! ನನ್ನ ಹತ್ತಿರ ನಿನ್ನ ಆಟ ಬೇಡ. ಹಿಂದೆ ನನ್ನ ಅತ್ತೆಯನ್ನ ನೀನು ಇಂಥದೇ ರಾತ್ರಿ ಗರಗರ ತಿರುಗಿಸಿದ ಕಥೆ ನನಗೆ ಗೊತ್ತು. ಆದರೆ ಇದು ಒರೋತ, ತಿಳ್ಕೋ !

ಕಿವಿಗಡಚಿಕ್ಕುವ ಚೀತ್ಕಾರದೊಂದಿಗೆ ಒಂದು ಗಾಳಿ ಒರೋತಳನ್ನು ಹಾದು ಹೋಯಿತು. ಇನ್ನು ಕಸಿಮಾಡಿದ ತೋಪು ದಾಟಿದರೆ ಒರೋತಳ ಮನೆ ಸಿಗುತ್ತದೆ. ತುಂಬಾ ಮಂದಿ ನೇಣುಹಾಕಿಕೊಂಡು ಸತ್ತ ಹಿತ್ತಲು ಅದು. ಅದರ ಯಜಮಾನ ಎಲ್ಲೋ ದೂರ ಇರುವುದರಿಂದ ಬೇಲಿ–ಕೋಲುಗಳೇನೂ ಇಲ್ಲದೆ ಹಾಗೆಯೇ ಬಿದ್ದಿದೆ. ಯಾರು ಬೇಕಾದರೂ ಬಂದು ನೇಣುಹಾಕಿಕೊಳ್ಳಬಹುದು.

ಒರೋತ ಸೂಡಿಯನ್ನು ಜೋರಾಗಿ ಬೀಸಿ ಕಸಿಮಾವಿನ ತೋಪನ್ನು ಪ್ರವೇಶಿಸಿದಳು. ಒರೋತಳಿಗಿಂತ ಮೊದಲೇ ಹೋಗಿದ್ದ ಗಾಳಿಯು ಕಮ್ಮಾರ ಇಟ್ಟಾಮ ನೇಣುಹಾಕಿಕೊಂಡ ಕಸಿಮಾವಿನ ಮರಕ್ಕೆ ಅಂಟಿಕೊಂಡಿತು. ಮರವನ್ನು ಅಲ್ಲಾಡಿಸಿ ಅದು ಒರೋತಳನ್ನು ನೋಡಿ ಹಲ್ಲು ಕಿರಿಯಿತು. ನಗು ಮುಗಿಯುವುದಕ್ಕೆ ಮೊದಲೇ ಕಸಿ ಮಾವಿನ ಕೊಂಬೆಯಿಂದ ಇಟ್ಟಾಮ ಕರೆದ:

'ಒರೋತಕ್ಕಾ ! ಮಾಂಸದ ಒಂದು ಹೋಳಾದರೂ ಇಟ್ಟಾಮನಿಗೆ ಕೊಟ್ಟು ಹೋಗಮ್ಮಾ !

ಒರೋತಳಿಗೆ ಸಿಟ್ಟು ಬಂತು.

ಥೂ ! ನಾಚಿಕೆ ಕೆಟ್ಟೋನೇ ! ನಿನ್ನ ಹೆಂಡತಿ ಏನು ಅಡಿಗೆ ಮಾಡಿದ್ರೂ ಬೇರೆಯವನಿಗೆ ಕೊಡ್ತಿದ್ದಳು, ಯಾಕೆ ಗೊತ್ತಾ ? ನಿನಗೆ ದಮ್ಮಿಲ್ಲ ಅಂತ. ಅವಳು ಅವನ ಹಿಂದೆ

ಓಡಿಹೋದಳು ಅಂತ ನೇಣುಹಾಕ್ಕೊಂಡೆಯಲ್ಲ ? ಗಂಡಸಾ ನೀನು ?

ಇಟ್ಟಾಮ ಕಸಿಮಾವಿನ ಕೊಂಬೆಯಲ್ಲಿ ಮೌನಿಯಾದ ಅವನ ಕಸಿಮಾವಿನ ಮರವನ್ನು ಕಡೆಗಣಿಸಿ ಗಾಳಿಯು ಒರೋತಳ ಮುಂದಿನಿಂದ ಸಾಗಿ ಕೊರವಂಜಿ ಶಾಂತಳ ದೆವ್ವವನ್ನು ಕರೆದೆಬ್ಬಿಸಿತು.

ಒರೋತಕ್ಕಾ ! ನಾನೊಬ್ಬಳು ಹೊಟ್ಟೆಬಾಕಿಯಲ್ಲವೆ ? ನನಗೊಂದು ಹೋಳು ಮಾಂಸ ಕೊಟ್ಟು ಹೋಗು.

ಒರೋತ ಕರುಣೆಯಿಂದ ಹೇಳಿದಳು.

'ನನ್ನ ಶಾಂತಪುಟ್ಟೀ, ನಿನಗೆ ಬೇರೆ ಯಾರನ್ನಾದರೂ ಹಿಡೀಬಾರದಿತ್ತಾ ? ದೊಡ್ಡಪ್ಪನ ಮಗ ಅಂದರೆ ಸ್ವಂತ ಒಡಹುಟ್ಟಿದವನ ಹಾಗಲ್ವೇನೇ ?'

ಹೊಟ್ಟೆಬಾಕಿ ದೆವ್ವ ನೆನಪಿಸಿಕೊಳ್ಳಬಾರದ್ದನ್ನೇನೋ ನೆನಪಿಸಿಕೊಂಡವರಂತೆ ನೋಡಿ, ಹಿಂತಿರುಗಿ ಕಸಿಮಾವಿನಮರದ ಕೊಂಬೆಯನ್ನು ಹಿಡಿದು ನೇತಾಡಿದಳು.

ಗಾಳಿ ಒರೋತಳನ್ನು ಹೆದರಿಸಲು ಇನ್ನು ಮುಂದಕ್ಕೆ ಓಡಿತು. ಒಕ್ಕೈಯ ಔತನನ್ನು ಅಲುಗಾಡಿಸಿ ಕರೆದು ಏನೋ ಜಪಿಸಿತು. ಔತ ಬಾಯಿ ತೆರೆಯುವುದಕ್ಕೆ ಮೊದಲೇ ಒರೋತ ಹೇಳಿದಳು.

'ಔತಾ, ನೀನು ಬಹಳ ಜಾಣ. ದೊಡ್ಡ ಮನೆಯ ಉಗ್ರಾಣದಲ್ಲಿಟ್ಟಿದ್ದ ಇಪ್ಪತ್ತು ಚೀಲ ಕಾಳುಮೆಣಸು ಈ ಒಂದೇ ಕೈಯಿಂದ ನೀನೊಬ್ಬನೇ ರಾಜಾರೋಷವಾಗಿ ಹಾರಿಸಿಬಿಟ್ಟೆಯಲ್ಲ ? ಆದರೆ ನೀನು ಸಿಕ್ಕಿಬಿದ್ದು ನಿನ್ನ ಮೇಲೆ ಕೇಸಾದಾಗ ನೀನು ನೇಣುಹಾಕಿಕೊಂಡು ಸತ್ತದ್ದು ಮಾತ್ರ ಹೆಡ್ಡುತನವಾಯ್ತು ನೋಡು."

ಒಕ್ಕೈ ದೆವ್ವಕ್ಕೆ ಸಿಟ್ಟು ಬಂತು. ಅದು ದುರುಗುಟ್ಟಿ ನೋಡುವುದನ್ನು ಕಂಡು ಒರೋತ ಹೇಳಿದಳು.

"ನೀನು ಹಾಗೆ ದುರುಗುಟ್ಟಿ ನೋಡೋದೆಲ್ಲ ಬೇಡ ಮಹರಾಯ : ಎಲ್ಲಿಗೆ ಬೇಕಾದರೂ ಹೋಗಿ ಸಾಯಿ, ನನಗೇನು ? ಇಗೋ, ನನ್ನ ಮನೆ ಬಂತು."

ಮನೆಯಂಗಳದಲ್ಲಿ ಒರೋತಳ ಹೆಜ್ಜೆ ಸದ್ದು ಕೇಳಿ ಗಂಡನ ನಾಲಿಗೆಯ ತುದಿಯಲ್ಲಿ ಕಂಪಿಸುತ್ತ ಪ್ರಶ್ನೆ ಹರಿದು ಬಂತು : "ಯಾ... ಯಾರದು ?"

ಒರೋತ ಬಾಗಿನಿಂತು ಸೂಡಿಯನ್ನು ನುರಿದು ನಂದಿಸಿದ್ದಳು. ಉಟ್ಟುಕೊಂಡಿದ್ದ ಮುಂಡಿನ ಅಂಚಿನಿಂದ ಮುಖ–ಕತ್ತುಗಳನ್ನು ಒರೆಸಿಕೊಂಡು ನೆಟ್ಟಗೆ ನಿಂತಳು.

"ನಾನಲ್ಲವೇನೋ ಗಂಡಸೇ ! ಬಾಗಿಲು ತೆಗೆ !"

❖

ಸಂದರ್ಶನ

ಪ್ರಶ್ನೆ : ಅತ್ಯಂತ ಹೆಚ್ಚು ಜನಪ್ರಿಯತೆ ಗಳಿಸಿದ ಕಥೆಗಾರ್ತಿ ನೀವು. ಕೇರಳದಲ್ಲಿ ನೂರಕ್ಕೆ ನೂರು ಸಾಕ್ಷರತೆ ಇರುವುದರಿಂದ, ಅನೇಕ ಮಂದಿ ಪತ್ರಿಕೆ–ನಿಯತಕಾಲಿಕಗಳನ್ನು ಓದುವುದರಿಂದ ಬರಹಗಾರರು ಬಹಳ ಬೇಗ ಪ್ರಸಿದ್ಧರಾಗುತ್ತಾರೆ ಎಂದು ನಿಮಗನ್ನಿಸುತ್ತದೆಯೆ ?

ಗ್ರೇಸಿ : ಇಲ್ಲ. ನಾನು ಇಷ್ಟರತನಕ ಎಣಿಸಿದ್ದು ಇಲ್ಲ 0.1 ಶೇಕಡಾ ಜನ ಓದುತ್ತಾರೆ ಅಂತ. ಆದರೆ ಇತ್ತೀಚೆಗೆ ಒಂದು ದಿನ ಕೋಟ್ಟಯಂನಲ್ಲಿ ಒಂದು ಸಭೆಯಲ್ಲಿ ಭಾಗವಹಿಸಲೆಂದು ಹೋಗಿದ್ದಾಗ 0.01 ಶೇಕಡಾ ಜನ ಮಾತ್ರ ಓದುತ್ತಾರೆಂದು ಗೊತ್ತಾಯಿತು.

ಪ್ರಶ್ನೆ : ಕೇರಳದಲ್ಲಿ ಓದುವ ಹವ್ಯಾಸವನ್ನಿಟ್ಟುಕೊಂಡವರಿಗೆ ಹೆಚ್ಚು ತಿಳಿದಿರುವುದು ಇಂಗ್ಲಿಷ್ ಸಾಹಿತ್ಯ, ಫ್ರೆಂಚ್ ಸಾಹಿತ್ಯ, ರಷ್ಯನ್ ಸಾಹಿತ್ಯ ಇತ್ಯಾದಿ ಮಾತ್ರ. ಹೆಚ್ಚಿನ ಮಂದಿ ಮಲಯಾಳ ಕಥೆ–ಕವಿತೆಗಳನ್ನು ಓದುವುದಿಲ್ಲ. ಇದು ಯಾಕಾಗಿರಬಹುದೆಂದು ನಿಮ್ಮ ಅಭಿಪ್ರಾಯ ?

ಗ್ರೇಸಿ : ಯಾಕಾಗಿರಬಹುದೆಂದು ನನಗೆ ಗೊತ್ತಿಲ್ಲ. ನನ್ನ ಸುತ್ತಮುತ್ತ ವಾಸಿಸುವರಿಗೆ ನನ್ನ ಪರಿಚಯವಿಲ್ಲ ಎಂದು ನಾನಂದುಕೊಂಡಿದ್ದೇನೆ. ಇಲ್ಲಿನ ಪತ್ರಿಕೆಯವರು ಕೂಡಾ ಹೆಚ್ಚು ಓದುವವರಲ್ಲ ಎಂಬ ಸತ್ಯವನ್ನು ನಾನು ಇತ್ತೀಚೆಗೆ ತಿಳಿದುಕೊಂಡೆ.

ಪ್ರಶ್ನೆ : ಹೇಗೆ ?

ಗ್ರೇಸಿ : ಕೆಲವು ಕಾಲ ಹಿಂದೆ ಒಂದು ಮೀಟಿಂಗ್‌ನಲ್ಲಿ ಭಾಗವಹಿಸಲೆಂದು ನಾನು ಹೋಗಿದ್ದೆ. ಅಲ್ಲಿ ನನ್ನ ಒಬ್ಬ ಸ್ನೇಹಿತ, ಒಬ್ಬರು ದೊಡ್ಡ ಪತ್ರಕರ್ತರು ಯಾವುದೋ ಪತ್ರಿಕೆಯ ಬ್ಯೂರೋ ಚೀಫ್ ಆಗಿದ್ದಾರೆ ಅವರಿಗೆ ನನ್ನನ್ನು ಪರಿಚಯಿಸಿದ. ಸಾಮಾನ್ಯವಾಗಿ ಯಾರಾದರೂ ನನ್ನನ್ನು ಲೇಖಕಿ ಎಂದು ಪರಿಚಯಿಸುವುದು ನನಗೆ ಇಷ್ಟವಾಗುವುದಿಲ್ಲ.

ಯಾರಾದರೂ ನನ್ನ ಕಥೆಗಳನ್ನು ಓದಿದ್ದರೆ ಓದಲಿ, ತಿಳಿಯಲಿ ಎಂದಲ್ಲದೆ 'ಇವರು ಗ್ರೇಸಿ ಅಂತ, ಲೇಖಕಿ' ಎಂದೆಲ್ಲ ಹೇಳಿ ಪರಿಚಯಿಸುವುದು ನನಗಿಷ್ಟವಿಲ್ಲ. ಆದರೆ, ಅಲ್ಲಿ ಹಾಗೇ ಆಯಿತು. ಆದರೆ, ಆ ವ್ಯಕ್ತಿ ನನ್ನ ಹತ್ತಿರ ಹೇಳಿದರು : "ಸಾರಿ ಆಯ್ತಾ, ನಾನು ಇಂಥದನ್ನೆಲ್ಲ ಓದುವ ಅಭ್ಯಾಸ ಇಟ್ಟುಕೊಂಡಿಲ್ಲ." ನಾನು wonderstuck ಆಗಿಬಿಟ್ಟೆ. ಹಾಗೆ ಯಾವುದನ್ನೂ ಓದದ ಪತ್ರಕರ್ತರು ಇದ್ದಾರೆ ಎಂಬ ಸಂಗತಿ ನನಗೆ ಸ್ಪಷ್ಟವಾಯಿತು.

ಪ್ರಶ್ನೆ : ಇಂಥವರೇ ಆಗಿರಬಹುದೇ ಕಥೆಗಳ ವಿಮರ್ಶೆ ಬರೆಯುವುದು ?

ಗ್ರೇಸಿ : ಆಗಿರಬಹುದು. 95ರಲ್ಲಿ ನಾನು ಒಂದು ಕಥೆಯನ್ನು ಒಂದು ಮಾಸಪತ್ರಿಕೆಗೆ ಕಳುಹಿಸಿಕೊಟ್ಟೆ. ಅದು ಏನೂ ಚೆನ್ನಾಗಿಲ್ಲ ಎಂದು ಅವರು ಅದನ್ನು ತಿರುಗಿ ನನಗೆ ಕಳುಹಿಸಿದರು. ಸುಮಾರಾಗಿ ನನಗೆ ಒಂದು ಹೆಸರಿದ್ದರೂ ಅದನ್ನು ತಿರುಗಿ ಕಳುಹಿಸಲು ಅವರಿಗೆ ಸ್ವಲ್ಪವೂ ದಾಕ್ಷಿಣ್ಯವಾಗಲಿಲ್ಲವಲ್ಲ ಎಂದು ನನಗೆ ಅನ್ನಿಸಲಿಲ್ಲ. "India Today'ಗೆ ಕಳುಹಿಸಲೆಂದು ಯೋಚಿಸಿದ ಕಥೆಯಾಗಿತ್ತು ಅದು. ಬರೆದ ನಂತರ ಇವರಿಗೆ ಕಳುಹಿಸುವ ಧೈರ್ಯ ಮಾಡಿದೆ. ಅವರು ಅದರ ಗುಣಮಟ್ಟ ಸಾಲದೆಂದು ತಿರುಗಿ ಕಳುಹಿಸಿದರು. ಆ ನಂತರ ಅದು 'ದೇಶಾಭಿಮಾನಿ' ಪತ್ರಿಕೆಯಲ್ಲಿ ಪ್ರಕಟವಾಯಿತು. 1995ರಲ್ಲಿ ಪ್ರಕಟವಾದ ಅತ್ಯುತ್ತಮ ಕಥೆಯೆಂದು ಆಯ್ಕೆಗೊಂಡಿತು. ಇತ್ತೀಚೆಗೆ 'ಕಥಾದೇಶ'ದಲ್ಲಿ ಆಶಾ ಮೆನೋನ್ ಆಯ್ದುಕೊಂಡದ್ದು ಕೂಡಾ ಅದೇ ಕಥೆಯನ್ನು.

ಪ್ರಶ್ನೆ : ಇದು ಅಭಿರುಚಿಯ ಪ್ರಶ್ನೆಯಾಗಿರಬಹುದೆ ? ಸಾಹಿತ್ಯದ ಆಸ್ವಾದನೆಯೆಂಬುದು ಬೇರೆ ಬೇರೆ ವಿಧದಲ್ಲಿ ಆಗಬಹುದಲ್ಲವೆ ?

ಗ್ರೇಸಿ : ಆಗಿರಬಹುದು. ಕೆಲವರು ಓದುಗರಿದ್ದಾರೆ, ವಿಮರ್ಶಕರಿಗಿಂತಲೂ ಚೆನ್ನಾಗಿ ಅವರು ವಿಷಯಗಳನ್ನು ಅರ್ಥಮಾಡಿಕೊಳ್ಳುತ್ತಾರೆ. 'ಕಣ್ಣೂರು' ಎಂಬ ನನ್ನ ಕಥೆ 'ಭಾಷಾ ಪೋಷಣೆ' ಪತ್ರಿಕೆಯಲ್ಲಿ ಬಂದಾಗ ಬಾಲಚಂದ್ರನ್ ವಡಕ್ಕೇಡತ್ತ್ ಬರೆದರು ನಾನು ಯಾವುದೋ ಸಂದಿಗ್ಧದಲ್ಲಿದ್ದೇನೆಂದು. ಆದರೆ ಓದುಗರೊಬ್ಬರು ಅದನ್ನೋದಿ ಬಹಳ ಚೆನ್ನಾಗಿ ಆ ಕುರಿತು ನನಗೆ ಬರೆದಿದ್ದರು.

ಪ್ರಶ್ನೆ : ಏನೆಂದು ಬರೆದಿದ್ದರು ?

ಗ್ರೇಸಿ : ನಾನು ಏನು ಹೇಳಬೇಕೆಂದು ಉದ್ದೇಶಿಸಿದ್ದೆನೋ ಅದನ್ನು ಆತ ಸರಿಯಾಗಿ ಅರ್ಥಮಾಡಿಕೊಂಡಿದ್ದ. ಆ ಕಥೆಯಲ್ಲಿ ಚಿತ್ರಿಸಿದಂತಹ ಘಟನೆಗಳು ನಡೆಯುವಾಗ ಜನರು ಕೇಳುವುದಿಲ್ಲವೇ ಲೇಖಕರು ಯಾಕೆ ಪ್ರತಿಭಟಿಸಲಿಲ್ಲ ಅಂತ ? ಆದರೆ ಪ್ರತಿಭಟಿಸಿ ಏನು ಪ್ರಯೋಜನ ? ಏನೂ ಉಪಯೋಗವಿಲ್ಲ. ಯಾರು ಕಥೆ ಬರೆದರೂ ಕವಿತೆ ಬರೆದರೂ ಸಮಾಜ ಸ್ವಲ್ಪವೂ ಬದಲಾಗುವುದಿಲ್ಲ.

ಪ್ರಶ್ನೆ : ಸಾಹಿತ್ಯ ಸಮಾಜದ ಮೇಲೆ ಯಾವ ಪ್ರಭಾವವನ್ನು ಬೀರಲಾರದು ಎಂದು ಹೇಳುತ್ತೀರಾ ?

ಗ್ರೇಸಿ : ಪ್ರಭಾವ ಬೀರುತ್ತದೆ ಎಂದಾದರೆ ಇವತ್ತು ಸಮಾಜ ಹೀಗಾಗುತ್ತಿತ್ತೆ ? ಕೆ. ಪಿ. ಅಪ್ಪನ್‌ರವರು ಹೇಳುವುದೇನೆಂದರೆ ಈ ಕಾಲದಲ್ಲಿ ಮಹತ್ವದ ಕೃತಿಗಳು ಬರುತ್ತಿಲ್ಲ ಅಂತ. ಹಾಗಾದರೆ ಹಿಂದೆ ಅಂತಹ ಮಹತ್ವದ ಕೃತಿಗಳು ಬಂದಿದ್ದವಲ್ಲ ? ಹಾಗಂತ ಹಿಂದಿನ ಕಾಲದಲ್ಲಿ ಬದುಕಿದ್ದವರೆಲ್ಲ ಒಳ್ಳೆಯವರಾಗಿದ್ದಾರೆ ? ಟಾಲ್‌ಸ್ಟಾಯ್‌ನಂತಹ ಸಾಹಿತಿಗಳು ಯಾವ ಕಾಲಕ್ಕೂ ಮಹತ್ವದ ಸಾಹಿತಿಗಳೇ ಅಲ್ಲವೆ ? ಮನುಷ್ಯನ ಮನಸ್ಸನ್ನು ವಿಶ್ಲೇಷಿಸುವ ಏನೆಲ್ಲ ಕೃತಿಗಳನ್ನು ಅವರು ರಚಿಸಿದ್ದಾರೆ ! ಆದರೆ ಯಾರಲ್ಲೂ ಯಾವ ಬದಲಾವಣೆಯೂ ಆಗಲಿಲ್ಲವಲ್ಲ ? ಓದಿ ಮುಗಿಸಿದ ಕೂಡಲೇ ಪರಾಮರ್ಶೆಯೋ ಪುನರ್ವಿಮರ್ಶೆಯೋ ಅನುಭೂತಿಯೋ ಏನಾದರೂ ನಮ್ಮಲ್ಲಿ ಉಂಟಾಗುತ್ತದೆ ಅನ್ನುವುದು ಬೇರೆ ವಿಚಾರ. ಅದೆಲ್ಲ ಸ್ವಲ್ಪ ಹೊತ್ತಿನ ಮಟ್ಟಿಗೆ ಮಾತ್ರ. ಮೂಲತಃ ನಾವೆಲ್ಲರೂ ಮೃಗೀಯ ಗುಣಗಳನ್ನು ಹೊಂದಿದವರು. ಏನನ್ನು ನೋಡಿದರೂ ಕೇಳಿದರೂ ಶಾಶ್ವತವಾದ ಒಂದು ಬದಲಾವಣೆ ನಮ್ಮಲ್ಲಿ ಉಂಟಾಗಲಾರದು.

ಪ್ರಶ್ನೆ : ಆದರೆ, ಎಷ್ಟೋ ಬಾರಿ ನಾವು ಓದುತ್ತಿರುವಾಗ ಕಾಣಸಿಗುವ ಕಥಾಪಾತ್ರಗಳು ಮತ್ತು ಕಥೆಯ ಸಾಲುಗಳು ನಮ್ಮ ಮನಸ್ಸಿನಲ್ಲಿ ಅಚ್ಚಳಿಯದ ಚಿತ್ರಗಳಾಗಿ ಉಳಿಯುವುದಿಲ್ಲವೆ ?

ಗ್ರೇಸಿ : ಇರಬಹುದು. ಆದರೆ, ಓದುವುದರಿಂದ ಒಬ್ಬ ವ್ಯಕ್ತಿ ಒಳ್ಳೆಯವನಾಗಲಾರ ಅಂತ ನಾನು ಹೇಳುತ್ತಾ ಇದ್ದೇನೆ. ನನ್ನ ಮಗಳಿಗೆ ಒಂದು ದೊಡ್ಡ ಭ್ರಮೆಯಿತ್ತು ತುಂಬ ಓದುವ ಒಬ್ಬ ವ್ಯಕ್ತಿ ಆಕೆಯ Partner ಆಗಬೇಕು ಅಂತ. ಆದರೆ, ಹಾಗೆ ಓದುವ ಹವ್ಯಾಸವಿಟ್ಟುಕೊಂಡ ಸಾಕಷ್ಟು ಮಂದಿಯ ಪರಿಚಯ ಮಾಡಿಕೊಂಡ ನಂತರ ಆವಳು ನನ್ನ ಹತ್ತಿರ ಹೇಳಿದಳು ಓದುವವರೆಲ್ಲ ಒಳ್ಳೆಯವರಲ್ಲ ಅಂತ ಗೊತ್ತಾಯಿತು ಅಂತ ಮಾಧವಿಕುಟ್ಟಿಯ ಕಥೆಗಳನ್ನು ಓದಿ ಅವರು ಸರಿಯಿಲ್ಲ ಎಂದು ಹೇಳುವ ಕೆಲವರನ್ನು ನನಗೆ ಗೊತ್ತು.

ಪ್ರಶ್ನೆ : ಸಾಹಿತಿಯ ವ್ಯಕ್ತಿತ್ವ ಮತ್ತು ಅವರು ರಚಿಸುವ ಕೃತಿಗಳ ನಡುವೆ ಸಂಬಂಧವಿರುತ್ತದೆ ಎಂದು ನಿಮಗನ್ನಿಸುತ್ತದೆಯೆ ?

ಗ್ರೇಸಿ : ಕೆಲವೊಮ್ಮೆ ಹಾಗೆ ಹೇಳುವುದು ಸರಿಯಿರಬಹುದು. ಆದರೆ ಯಾವಾಗಲೂ ಇರಬೇಕೆಂದೇನೂ ಇಲ್ಲ. ನನ್ನ ಕಥೆಗಳಲ್ಲಿ ಕೆಲವೊಮ್ಮೆ ಅದು ಸರಿಯೆಂದು ಕಂಡದ್ದಿದೆ. ಕೆಲವು ಕಥೆಗಳಲ್ಲಿ ಇಲ್ಲ. ಕೆಲವರು ಹೇಳುತ್ತಾರೆ ನಮಗೆ ಏನಾಗಲು ಸಾಧ್ಯವಾಗಲಿಲ್ಲವೋ ಆ ಬಗ್ಗೆ ನಾವು ಬರೆಯುತ್ತೇವೆ ಅಂತ. "ಭ್ರಾಂತನ್‌ಪೂಕ್ಕಳ್" (ಹುಚ್ಚು ಹೂಗಳು) ಕಥೆಯನ್ನು ಓದಿ ನಾನು ಅಂತಹ ಹೆಣ್ಣೆಂದು ಯಾರಾದರೂ ಎಣಿಸಿದರೆ ಅದು ಸರಿಯಲ್ಲ. ಮಾಧವಿಕುಟ್ಟಿ ಹೇಳಿದ್ದಾರಲ್ಲ ಅವರ 'ನನ್ನ ಕಥೆ'ಯಲ್ಲಿ ಅವರು ಕನಸು ಕಂಡ, ಅವರು ಬದುಕಬೇಕೆಂದು ಬಯಸಿದ ಒಂದು ಜೀವನದ ಕುರಿತಾಗಿ ತಾನು ಬರೆದಿದ್ದೇನೆ ಅಂತ. ನಮಗೆ ಸಾಧ್ಯವಾಗದೆ ಹೋದದ್ದನ್ನು ನಮ್ಮ ಮಕ್ಕಳಿಗಾದರೂ ಪಡೆಯಲು ಸಾಧ್ಯವಾಗಲಿ ಎಂದು ಹೇಳುತ್ತೇವಲ್ಲ, ಹಾಗೆ ಬರಹಗಾರರು ತಮ್ಮ ವೈಯಕ್ತಿಕ ಜೀವನದಲ್ಲಿ ಸಾಧಿಸಲಾಗದೆ ಇದ್ದದ್ದನ್ನು, ತಮ್ಮ ಕಥಾಪಾತ್ರಗಳ ಮೂಲಕ ಪೂರೈಸುತ್ತಾರೆ. ಆ ಕಾರಣದಿಂದ ಕಥೆಗಳು ಮತ್ತು ಕಥೆಗಾರನ ಬದುಕಿನ ನಡುವೆ ಸಂಬಂಧ ಇರುವುದಾಗಲಿ ಇಲ್ಲದಿರುವುದಾಗಲಿ ಸಾಧ್ಯ.

ಪ್ರಶ್ನೆ : 'ನರಕವಾದಿಲ್'ನ (ನರಕಬಾಗಿಲು) ಎರಡನೇ ಆವೃತ್ತಿಯನ್ನು ನಿಮ್ಮ ಅಜ್ಜನಿಗೆ ಅರ್ಪಿಸಿದ್ದೀರಲ್ಲ, ಯಾಕೆ ಅಂತ ಕೇಳಬಹುದೆ ?

ಗ್ರೇಸಿ : ಅದನ್ನು ಪ್ರಕಟಿಸಿದ್ದು ಡಿ.ಸಿ.ಬುಕ್ಸ್‌ನವರು ಅವರು ಹೇಳಿದರು ಬರವಣಿಗೆ ಪ್ರಾರಂಭಿಸಿದ ಬಗ್ಗೆ ಮತ್ತು ನನ್ನ ಮೇಲೆ ತುಂಬಾ ಪ್ರಭಾವಬೀರಿದ ವ್ಯಕ್ತಿಯ ಬಗ್ಗೆ ಏನಾದರೂ ಬರೆದುಕೊಡಿ ಅಂತ. ನಿಜ ಹೇಳಬೇಕು ಅಂದರೆ ನನಗೆ ಅಜ್ಜನ ನೆನಪಾಗಿದ್ದು ಮತ್ತು ಅವರಿಗೆ ಪುಸ್ತಕವನ್ನು ಅರ್ಪಿಸಬೇಕು ಅನ್ನಿಸಿದ್ದು ಆಗಲೇ.

ಪ್ರಶ್ನೆ : 'ಭ್ರಾಂತನ್‌ಪೂಕ್ಕಳ್'ನ ಕೆಲವು ಕಥೆಗಳಲ್ಲಿ ಮತ್ತು 'ನರಕವಾದಿಲ್'ನ ಕೆಲವು ಕಥೆಗಳಲ್ಲಿ ಸಾಮಾನ್ಯ ಕಥೆಗಾರ್ತಿಯರು ಹೆಚ್ಚಾಗಿ ಚಿತ್ರಿಸುವ ಕೆಲವು ವಿಷಯಗಳಿವೆ. ಉದಾಹರಣೆಗೆ 'ಸಿಪಾಯಿಯುಡೆ ಸಂಕೀರ್ತನಂ' (ಸಿಪಾಯಿಯ ಭಜನೆ) 'ಲೂಯಿ ರಂಡಾಮಂಡೆ ವಿರುನ್ನ್' (ಎರಡನೇ ಲೂಯಿಯ ಔತಣ) ಎಂಬಿತ್ಯಾದಿ ಕಥೆಗಳಲ್ಲಿ ಕುಡಿದ ಅಮಲಿನಲ್ಲಿ ಮಾತನಾಡುವ ಗಂಡಸರನ್ನು ಚಿತ್ರಿಸುತ್ತೀರಿ. ಆ ಕಾರಣಕ್ಕಾಗಿಯೂ ಇರಬಹುದು. ಕೆಲವರು ವಿಮರ್ಶಕರು ಸ್ತ್ರೀಯರು ಬರೆಯಲು ಧೈರ್ಯಮಾಡದ ಕೆಲವು ಅನುಭವಗಳ ಕುರಿತು ಗ್ರೇಸಿ ಬರೆದಿದ್ದಾರೆ ಎಂದು ಹೇಳಿದ್ದು. ಗ್ರೇಸಿಯವರ ಒಂದು ದೊಡ್ಡ ಸಾಮರ್ಥ್ಯ ಇದೆಂಬುದಾಗಿ ಅವರು ಈ ವಿಚಾರವನ್ನು ಎತ್ತಿ ಹೇಳಿದ್ದಾರೆ. ಈ ಬಗ್ಗೆ ನೀವು ಏನು ಹೇಳುತ್ತೀರಿ ?

ಗ್ರೇಸಿ : ನನಗೆ ಅನುಭವವಿಲ್ಲ ಎಂದು ಹೇಳಲಾರೆ. ನಾನು ಮದ್ಯ ಕುಡಿದಿದ್ದೇನೆ. ಕ್ರಿಶ್ಚಿಯನ್ ಕುಟುಂಬಗಳಲ್ಲಿ ಕುಡಿಯುವುದು ಅಷ್ಟೇನೂ ದೊಡ್ಡ ಆಶ್ಚರ್ಯವಾಗಲಿ ಅಪರಾಧವಾಗಲಿ ಅಲ್ಲ. ಆದರೆ, ಬಾರಿಗೆ ಹೋಗಿ ಕುಡಿದಿಲ್ಲ. ಆ ಬಗ್ಗೆ ನಾನು ಬರೆಯುವುದು ಪೂರ್ತಿಯಾಗಿ ನನ್ನ ಕಲ್ಪನೆ ಮಾತ್ರ.

ಪ್ರಶ್ನೆ : ಬರವಣಿಗೆ ಪ್ರಾರಂಭಿಸಿದ್ದು ಹೇಗೆ ಎಂಬುದನ್ನು ಒಮ್ಮೆ ನೆನಪಿದಿಕೊಳ್ಳುತ್ತೀರಾ? ಮೊದಲು ಪ್ರಕಟಿಸಿದ ಕಥೆ ಯಾವುದು ?

ಗ್ರೇಸಿ : 'ಜನಯುಗಂ' ವಾರಪತ್ರಿಕೆಯಲ್ಲಿ ಬಂದ 'ಸಮಯಂ' ಎಂಬ ಕಥೆ ಅದು. ಆಗ ನಾನು ಬಿ. ಎ. ಓದುತ್ತಿದ್ದೆ. ಆದರೆ ಆ ಮೇಲೆ ಅದನ್ನು ತೆಗೆದು ನೋಡಿದಾಗ ಅದು ತೀರಾ ಎಳಸಾಗಿ ಕಂಡಿತು ನನಗೆ.

ಪ್ರಶ್ನೆ : ಬರವಣಿಗೆ ಪ್ರಾರಂಭಿಸಿದ್ದು ಹೇಗೆ ? ಮನೆಯಲ್ಲಿ ಯಾರಾದರೂ ಬರೆಯುತ್ತಿದ್ದರೆ?

ಗ್ರೇಸಿ : ಛೆ ! ಛೆ ! ಇಲ್ಲ. ಮನೆಯಲ್ಲಿ ಯಾರೂ ಬರೆಯುತ್ತಿರಲಿಲ್ಲ, ಮಾತ್ರವಲ್ಲ, ಒಳ್ಳೆ educated ಅಂತ ಯಾರೂ ಇರಲಿಲ್ಲ ಕೂಡಾ. ನನ್ನ ತಂದೆಯವರು ಒಬ್ಬ school drop out ಆಗಿದ್ದರು. ಅವರು ನಾಲ್ಕನೇ ತರಗತಿಯವರೆಗೆ ಮಾತ್ರವೇ ಓದಿದ್ದು. ನನ್ನ ಮನೆಯಿದ್ದದ್ದು ಒಂದು ಕುಗ್ರಾಮದಲ್ಲಿ ಅಲ್ಲಿಗೆ electricity ಬಂದು ಬರೇ ಹತ್ತು ವರ್ಷ ಆಗಿದೆ. ಗುಡ್ಡ, ಕಣಿವೆ, ಕಾಡುಗಳ ದಾರಿಯಾಗಿ ಹೋಗಬೇಕು ಶಾಲೆಗೆ. ಆದರೆ ಬಹಳ ಸುಂದರವಾದ ಒಂದು ಹಳ್ಳಿ ಅದು.

ಪ್ರಶ್ನೆ : ಅಂತಹ ಒಂದು ಕುಗ್ರಾಮದಲ್ಲಿ ಹುಟ್ಟಿಯೂ ಇಷ್ಟರಮಟ್ಟಿಗೆ ಬೆಳೆಯಲು ಸಾಧ್ಯವಾಗಿದೆಯಲ್ಲ ಅಂತ ಹೆಮ್ಮೆಯೆನಿಸುವುದಿಲ್ಲವೆ ?

ಗ್ರೇಸಿ : ಅಲ್ಲಿನ ಜೀವನದಿಂದ ನನಗೆ ಹಲವಾರು ರೀತಿಯಲ್ಲಿ ಲಾಭ-ನಷ್ಟಗಳೆರಡೂ ಉಂಟಾಗಿವೆ. ಪ್ರಕೃತಿಯನ್ನು ಅತಿ ಹತ್ತಿರದಿಂದ ಸೂಕ್ಷ್ಮವಾಗಿ ನೋಡಲು ಮತ್ತು ಒಡನಾಟದಲ್ಲಿ ಬೆಳೆಯಲು ನನಗೆ ಸಾಧ್ಯವಾಯಿತು. ಮರ ಹತ್ತುತ್ತ ಸಿಳ್ಳೆ ಹಾಕುತ್ತ ನಾನು ತಿರುಗಾಡುತ್ತಿದ್ದೆ. ಆದರೆ ನನ್ನ ಹದಿನೈದನೆಯ ವರ್ಷದ ತನಕ ನಾನು ಪುಸ್ತಕವನ್ನೇ ನೋಡಿರಲಿಲ್ಲ. ಕೆಲವರೆಲ್ಲ ಹತ್ತು-ಹನ್ನೆರಡು ವರ್ಷ ವಯಸ್ಸಿನಲ್ಲೇ ಕ್ಲಾಸಿಕ್‌ಗಳನ್ನೆಲ್ಲ ಓದಲು ಶುರುಮಾಡಿದ್ದರು ಎಂದೆಲ್ಲ ಕೇಳುವಾಗ ಬೇಸರವಾಗುವುದಿದೆ. ನಾನು ಚಿಕ್ಕವಳಿದ್ದಾಗ ನಾನೊಬ್ಬ ಹೆಣ್ಣುಮಗಳು ಎಂಬ ಭಾವನೆ ನನ್ನನ್ನು ಕಾಡಿದ್ದಿಲ್ಲ. ಸಿಳ್ಳೆ ಹಾಕಲು ಮತ್ತು ಚೆಂಡಾಡಲು ಎಲ್ಲ ನನ್ನ ಜತೆಗಾರರಾಗಿದ್ದವರು ಗಂಡುಮಕ್ಕಳೇ ಆಗಿದ್ದರು.

ಪ್ರಶ್ನೆ : ಅಂತಹ ಒಂದು ಬಳಗದಿಂದ ನಗರ ಜೀವನವನ್ನು ಪ್ರವೇಶಿಸಿದಾಗ ನಿಮಗೆ ಏನನ್ನಿಸಿತು ?

ಗ್ರೇಸಿ : ಸದಾ ಜಗಳ ಮಾಡುವ ಒಂದು ಪ್ರವೃತ್ತಿ ನನ್ನಲ್ಲಿ ಬೆಳೆಯಿತು. ಪ್ರಗತಿಪರ ವಿಚಾರಗಳ ಬಗ್ಗೆ ಭಾಷಣ ಮಾಡುವ ನಗರಗಳಲ್ಲಿ ಭೇದಭಾವ ಕಾಣಿಸಿಕೊಳ್ಳುವುದೂ ಹೆಚ್ಚು. ಆದ್ದರಿಂದಲೇ ನನ್ನ ನಂಬಿಕೆಗಳೆಲ್ಲವೂ ನನ್ನ ಬದುಕಿನಿಂದಲೇ ರೂಪುಗೊಂಡವು. ಓದಿ ಕಲಿತ ಯಾವುದೇ ಅಧ್ಯಯನಶಾಸವನ್ನು ಬರಹದಲ್ಲಿ ಪ್ರಯೋಗಿಸಲು ನಾನು ಇದುವರೆಗೆ ಪ್ರಯತ್ನಿಸಿಲ್ಲ. ಅದೇ ಕಾರಣ ಇರಬಹುದು ನೀವು ನನ್ನನ್ನು feminist ಎಂದು ಕರೆಯುವಾಗ ಅದನ್ನು ನನ್ನ ಮನಸ್ಸು ಒಪ್ಪದೇ ಇದ್ದದ್ದು.

ಪ್ರಶ್ನೆ : feminist ಎಂಬ ಶಬ್ದ ಪ್ರಯೋಗದ ಅರ್ಥ-ಉದ್ದೇಶಗಳು ಏನಾಗಿರ ಬಹುದೆಂದು ನಿಮ್ಮ ಅಭಿಪ್ರಾಯ ?

ಗ್ರೇಸಿ : ಯಾವುದೇ criticism ಗಳನ್ನು ನಾನು ಓದುವುದಿಲ್ಲ. ವಿಶೇಷವಾಗಿ ಇಂಗ್ಲಿಷಿನಲ್ಲಿರುವಂಥದ್ದು. ಕ್ರಿಟಿಸಿಸಂಗಳಲ್ಲಿರುವ ಸೈಕಾಲಜಿ-ಫಿಲಾಸಫಿಗಳೊಂದೂ ನನಗೆ ಅರ್ಥವಾಗುವುದಿಲ್ಲ. ಸ್ತ್ರೀಯರ ಸಮಸ್ಯೆಗಳ ಬಗ್ಗೆ ಸ್ತ್ರೀ ದೃಷ್ಟಿಕೋನದಿಂದಲೇ ಆದರೆ ಹೆಚ್ಚು ಪ್ರಾಮಾಣಿಕವಾಗಿ ಮತ್ತು ಸತ್ಯಸಂಧತೆಯಿಂದ ಬರೆಯಲು ಸಾಧ್ಯ ಎಂಬ ಒಂದು ಪ್ರಯೋಜನವನ್ನು ಮಾತ್ರ ನಾನು feminism ನಲ್ಲಿ ಕಂಡದ್ದು.

ಪ್ರಶ್ನೆ : feminism ಪುರುಷನ ವಿರುದ್ಧವಾಗಿದೆ ಎಂಬ ಅಭಿಪ್ರಾಯವಿದೆಯಲ್ಲ ?

ಗ್ರೇಸಿ : ಅಂಥ ಅಭಿಪ್ರಾಯಕ್ಕೆ ಯಾವ ಆಧಾರವೂ ಇಲ್ಲ. ಆದರೆ ಸಮಾಜದಲ್ಲಿ ಅಂತಹ ಒಂದು ಅಭಿಪ್ರಾಯವಿರುವುದು ಹೌದು. ಒಬ್ಬರು ಲೇಖಕರು ಒಮ್ಮೆ ನನ್ನ ಹತ್ತಿರ ಕಲ್ಲಿಕೋಟೆಯಲ್ಲಿ ಒಂದು ಸ್ತ್ರೀವಾದಿ ಸಮ್ಮೇಳನ ನಡೆಯಿತೆಂದೂ ಅದರಲ್ಲಿ ಭಾಗವಹಿಸಿದ ಸ್ತ್ರೀಯರೆಲ್ಲರೂ ಪ್ಯಾಂಟು-ಷರಟು ಹಾಕಿಕೊಂಡು ಸಿಗರೇಟ್ ಸೇದುತ್ತಾ ಓಡಾಡುತ್ತಿದ್ದರು

ಎಂದೂ ಹೇಳಿದರು. ಅದನ್ನು ಕೇಳಿದಾಗ ನಾನು ಕೇಳಿದೆ ಪ್ಯಾಂಟು-ಷರಟು ಹಾಕಿಕೊಳ್ಳುವುದು ಇತರ ಯಾವುದೇ ಉಡುಪನ್ನು ಹಾಕಿಕೊಳ್ಳುವ ಹಾಗೇ ಅಲ್ಲವೇ ಅಂತ. ಮತ್ತೆ ಸಿಗರೇಟು ಸೇದುವುದು ರುಚಿನೋಡಲಿಕ್ಕೋ ಅಥವಾ ಒಂದು ಮಜಾನೋಡೋಣ ಅಂತಲೋ ಆಗಿರಬಹುದು. ನಾನು ಸಿಗರೇಟ್ ಸೇದಿದ್ದೇನೆ ನನಗೆ ಮೂಗಿನಲ್ಲಿ ಕೂಡಾ ಹೊಗೆ ಬಿಡಲಿಕ್ಕೆ ಗೊತ್ತಿದೆ. ಸ್ತ್ರೀಯರು ಕೆಲವೊಮ್ಮೆ ಹೀಗೆಲ್ಲ ಮಾಡುವುದು ಕುತೂಹಲದಿಂದ ಪರೀಕ್ಷಿಸಲಿಕ್ಕೋಸ್ಕರ ಮಾತ್ರ. ಆದರೆ ಗಂಡಸರು ಅದನ್ನು ಒಪ್ಪುವುದೇ ಇಲ್ಲ. ಸಮಾನತೆ ಸ್ಥಾಪಿಸಲಿಕ್ಕೋಸ್ಕರವೇ ಎಂದು ಅವರು ಹೇಳುತ್ತಾರೆ. feminism ಅಂದರೆ ಅವರ ವಿರುದ್ಧ ನಡೆಸುವ ಏನೋ ಒಂದು ಪಿತೂರಿಯೆಂದೇ ಪುರುಷರು ತಿಳಿದುಕೊಳ್ಳುತ್ತಾರೆ. ಸ್ತ್ರೀಯರ ಸ್ವಾತಂತ್ರ್ಯದ ಬಗ್ಗೆ ಸ್ತ್ರೀಯರಿಗಿಂತ ಹೆಚ್ಚಿನ ಕಾಳಜಿ ಪುರುಷರಿಗಿರಬೇಕು. ಹಾಗಿದ್ದರೆ ಮಾತ್ರ ಸ್ತ್ರೀಯರಿಗೆ ಸ್ವಾತಂತ್ರ್ಯ ನೀಡಲು ಅವರಿಗೆ ಸಾಧ್ಯವಾಗುತ್ತದೆ.

ಪ್ರಶ್ನೆ : 'ಮಹಿಳಾ ಸಾಹಿತ್ಯ' ಎಂದು ಪ್ರತ್ಯೇಕಿಸುವುದರ ಬಗ್ಗೆ ನಿಮ್ಮ ಅಭಿಪ್ರಾಯ ?

ಗ್ರೇಸಿ : ಹಾಗೆ ಪ್ರತ್ಯೇಕಿಸುವ ಯಾವುದೇ ಅಗತ್ಯವಿಲ್ಲ. ಪ್ರತಿಭೆ ಇರುವ ಸ್ತ್ರೀಯರೂ ಪುರುಷರೂ ಎಲ್ಲರೂ ಬರೆಯಲಿ. ಅವರು ಬರೆಯುವುದನ್ನು ಸಮಾಜ ಸ್ವೀಕರಿಸಬೇಕು. ಅಲ್ಲದೆ ಅದೊಂದು ಸುಂದರವಲ್ಲದ ಪದವೆಂದು ನನ್ನ ಅನ್ನಿಸಿಕೆ. ನಾನು ಬಹಳ ಸೌಂದರ್ಯಾಸ್ವಾದಕಿ.

ಒಂದು ರೀತಿಯ ಪೂರ್ವಗ್ರಹದಿಂದ ಇಲ್ಲಿ ಸ್ತ್ರೀಯರು ಬರೆದಿದ್ದನ್ನು ನೋಡುತ್ತಾರೆ. ಸ್ತ್ರೀಯರು ರಚಿಸಿದ ಸಾಹಿತ್ಯದಲ್ಲಿ ಸ್ತ್ರೀಯರ ಸಮಸ್ಯೆಗಳ ಚಿತ್ರಣ ತಾನೇ ಇರುವುದು ಎಂದು ಓದುಗರು ಮೊದಲೇ ಎಣಿಸಿಕೊಳ್ಳುವುದು ಖಂಡಿತವಾಗಿಯೂ ದುಃಖದ ಸಂಗತಿ.

ಪ್ರಶ್ನೆ : ಆದರೆ ಸ್ತ್ರೀಯರು ಬರೆಯುವುದು ಸ್ತ್ರೀಯರ ಸಮಸ್ಯೆಗಳ ಕುರಿತು ಮಾತ್ರ ಅಲ್ಲ. ನಿಮ್ಮ ಕಥೆಗಳಲ್ಲೇ feminist ಮತ್ತು antifeminist ಕಥೆಗಳಿವೆಯಲ್ಲ ?

ಗ್ರೇಸಿ : ನಾನು ಸ್ತ್ರೀಯರ ವಿರುದ್ಧವಾಗಿ ಉದ್ದೇಶಪೂರ್ವಕವಾಗಿ ಬರೆಯುವುದಿಲ್ಲ. 'ಪಡಿಯಿರಜ್ಞಿಪ್ಪೋಯ ಪಾರ್ವತಿ'ಯನ್ನು ಓದಿ ಹಲವರು ನಾನೊಬ್ಬಳು antifeminist ಅಂತ ಹೇಳಿದರು. ಆದರೆ ಅದರಲ್ಲಿ ನಡೆದ ಘಟನೆ ನಿಜವಾಗಿಯೂ ಸಂಭವಿಸಿದ ಒಂದು ಘಟನೆ. ಆ ಹುಡುಗಿ ನನ್ನ close friend. ನಾನೊಬ್ಬಳು ಹೆಣ್ಣಾಗಿರುವುದರಿಂದ ಹೆಣ್ಣುಮಕ್ಕಳು ಮಾಡಿದ್ದೆಲ್ಲವೂ ಸರಿ ಎಂದು ಹೇಳಲಿಕ್ಕೆ ನನ್ನಿಂದ ಸಾಧ್ಯವಿಲ್ಲ.

ಪ್ರಶ್ನೆ : ಕೆಲವೊಮ್ಮೆ ಸಮಾಜವು ಕೆಟ್ಟವರೆಂದು ಲೆಕ್ಕದಿಂದ ಹೊರಗೆ ಹಾಕಿದ ಕೆಲವರನ್ನು ಒಳ್ಳೆಯವರೆಂದು ನೀವು ಚಿತ್ರಿಸುವುದಿದೆ. ಉದಾಹರಣೆಗೆ ನಿಮ್ಮ ಕಥೆಗಳಲ್ಲಿ ಕಳ್ಳರು ಬಹಳ ಒಳ್ಳೆಯವರಾಗಿರುತ್ತಾರೆ. ಯಾಕೆ ಹೀಗೆ ?

ಗ್ರೇಸಿ : ಯಾಕೆ ಅಂತ ಗೊತ್ತಿಲ್ಲ. ಒಳ್ಳೆಯವರಾಗಿ ಕಾಣುವ ಹಲವರು ಹಾಗೆ ಸೋಗು ಮಾತ್ರ ಹಾಕುತ್ತಾರೆ ಎಂದು ನನಗೆ ಒಮ್ಮೊಮ್ಮೆ ಅನ್ನಿಸುತ್ತದೆ. ನಮ್ಮ ಊರಿನಲ್ಲಿ 'ಕಳ್ಳ' ಮತ್ತು 'ಸಭ್ಯ' ಅನ್ನುವ ಎರಡು ಪ್ರಯೋಗಗಳಿವೆ. ಒಳ್ಳೆಯವರೆಂದು ಹೇಳಿಸಿಕೊಳ್ಳುವವರಿಗಿಂತ

ಹೆಚ್ಚು ಒಳ್ಳೆಯತನ ಕಳ್ಳರಲ್ಲೇ ಇರುವುದೇನೋ ಎಂಬ ಒಂದು ಭಾವನೆ ನನ್ನ ಮನಸ್ಸಿನಲ್ಲಿ ಮೊದಲೇ ಕುಳಿತುಬಿಟ್ಟಿದೆ.

ಪ್ರಶ್ನೆ : ನಿಮ್ಮ ಹಲವು ಕಥಾ ಸಂಕಲನಗಳು ಪ್ರಕಟಗೊಂಡಿದ್ದಾವಲ್ಲ ? ಒಂದು ಸಂಕಲನದಿಂದ ಇನ್ನೊಂದಕ್ಕೆ ದಾಟುವಾಗ ಬೆಳವಣಿಗೆ ಇದೆ ಎಂದು ನಿಮಗೆ ಅನ್ನಿಸುವುದಿದೆಯೆ ?

ಗ್ರೇಸಿ : ಬೆಳವಣಿಗೆಯೋ ದಣಿವೋ ನನಗೆ ಗೊತ್ತಿಲ್ಲ. ವ್ಯತ್ಯಾಸ ಅನುಭವಕ್ಕೆ ಬರುತ್ತದೆ. ಪ್ರತಿಯೊಂದು ಕಥೆಯೂ ಇನ್ನೊಂದಕ್ಕಿಂತ ಭಿನ್ನವಾಗಿದೆ ಎಂದು ಅನ್ನಿಸುತ್ತದೆ.

ಪ್ರಶ್ನೆ : ಯಾವುದೇ ತತ್ವಕ್ಕಾಗಲೀ, ಶಾಸಕ್ಕಾಗಲೀ ಅಂಟಿಕೊಳ್ಳದೆ ಇರುವುದರಿಂದ ಆಗಿರಬಹುದೇ ನಿಮ್ಮ ಕಥೆಗಳು ಇಷ್ಟೊಂದು ವಿಭಿನ್ನವೂ ವೈವಿಧ್ಯವೂ ಆಗಿರಲು ಕಾರಣ ? 'ರಂಡ್‌ಸ್ವಪ್ನದರ್ಶಿಗಳ್' (ಇಬ್ಬರು ಸ್ವಪ್ನದರ್ಶಿಗಳು) ಎಂಬ ಕಥೆಯಲ್ಲಿ ಗಂಭೀರವಾದ ಹಲವು ವಿಷಯಗಳನ್ನು ಹಾಸ್ಯರೂಪದಲ್ಲಿ ಪ್ರಸ್ತುತಪಡಿಸಿದ್ದೀರಿ...

ಗ್ರೇಸಿ : ಹೀಗೆ ಕೆಲವರಾದರೂ ಹೇಳುವಾಗ ಗೊತ್ತಾಗುತ್ತದೆ ನೋಡಿ ನನಗೂ ಸ್ವಲ್ಪ ಹಾಸ್ಯ ಪ್ರಜ್ಞೆ ಇದೆ ಅಂತ. ನನ್ನಲ್ಲಿ 'ಹ್ಯೂಮರ್' ಇಲ್ಲವೇ ಇಲ್ಲ ಅನ್ನುವುದು ನನ್ನ ಭಾವನೆಯಾಗಿತ್ತು.

ಪ್ರಶ್ನೆ : 'ತಣ್ಣಿಮತ್ತನ್' (ಕಲ್ಲಂಗಡಿ ಹಣ್ಣು) ಎಂಬ ಕಥೆಯಲ್ಲಿ ಒಕ್ಕಲು ತನ್ನ ಧನಿಯ ಹೊಟ್ಟೆಯನ್ನು ಇರಿದು ಬಗೆಯುವ ಬಗ್ಗೆ ಹೇಳುತ್ತೀರಿ. ಆದರೆ ಇಷ್ಟೊಂದು ಗಂಭೀರವಾದ ಒಂದು ಘಟನೆಯನ್ನು ಚಿತ್ರಿಸಿರುವ ರೀತಿ ಬಹಳ ತಮಾಷೆಯಾಗಿದೆ. ಆ ಕಥೆಯನ್ನು ಓದಿ ನೋಡಿದರೆ ಏನೋ ಒಂದು ತಮಾಷೆ ಕಥೆಯೆಂಬ ಭಾವನೆ ಹುಟ್ಟುತ್ತದೆ. ದಲಿತಸಾಹಿತ್ಯದ ದೃಷ್ಟಿಯಿಂದ ನೋಡಿದರೆ ಇದು ಬಹಳ ಮಹತ್ವದ ಕಥೆಯಾಗಿ ಕಾಣಿಸುತ್ತದೆ. ಇದರಲ್ಲಿ ಹಾಸ್ಯ ಬೆರೆಸಿರುವುದರ ಹಿಂದೆ ಏನಾದರೂ ಉದ್ದೇಶ ಇದೆಯೆ ?

ಗ್ರೇಸಿ : ಒಕ್ಕಲು ಧನಿ ಎಂಬುದೆಲ್ಲ ಬಹಳ ಹಳೆಯ ವಿಷಯಗಳಲ್ಲವೆ ? ನಮ್ಮ ಕಥೆಯನ್ನು ಹೇಗೆ ಅತ್ಯಂತ ಹೊಸ ರೀತಿಯಲ್ಲಿ ಬರೆಯಬಹುದು ಅಂತ ಸಾಹಿತಿಗಳು ಯಾವಾಗಲೂ ಆಲೋಚಿಸುತ್ತಾರೆ. ಆದರೆ ಇವು ಯಾವುದನ್ನು ಉದ್ದೇಶಪೂರ್ವಕವಾಗಿ ಮಾಡುವುದಲ್ಲ. ಅನಾಯಾಸವಾಗಿ ನಮಗರಿವಿಲ್ಲದೆಯೇ ಅದು ಬರುತ್ತದೆ. ನನ್ನ feminism ಕೂಡಾ ಹಾಗೆಯೇ.

ಪ್ರಶ್ನೆ : 'ಪಾಂಚಾಲಿ', 'ಗೌಳೀ ಜನ್ಮಂ' ಎಂಬಿತ್ಯಾದಿ ಕಥೆಗಳನ್ನು ನೀವು ಸ್ತ್ರೀವಾದಿ ಚಿಂತನೆಯ ಹಿನ್ನೆಲೆಯಲ್ಲಿ ಬರೆದಿದ್ದೀರಾ ? 'ಗೌಳೀ ಜನ್ಮ'ದಲ್ಲಿ ಹೆಣ್ಣು ಹಲ್ಲಿ ಹೇಳುತ್ತದೆ 'ನನಗೆ ಬೇರೆ ಕೆಲಸವಿದೆ. ನಿನ್ನ ಮಕ್ಕಳನ್ನು ಹೆರುವ ಕೆಲಸ ಮಾತ್ರ ಮಾಡಿದರೆ ಸಾಕಾಗುವುದಿಲ್ಲ' ಎಂದು. 'ಪಾಂಚಾಲಿ'ಯಲ್ಲಿ ಒಬ್ಬ ವ್ಯಕ್ತಿ ಐದು ಮಂದಿಯಾಗಿ, ಒಬ್ಬ ಸ್ತ್ರೀಯನ್ನು ಪಡೆಯುವಾಗ ಅವಳನ್ನು ಅವಳಾಗಿ ಮಾತ್ರ ನೋಡುವ ಒಬ್ಬನನ್ನು ಅವಳೇ ಕಂಡುಕೊಳ್ಳುತ್ತಾಳೆ. ಈ ಕಥೆಗಳಲ್ಲಿ ಸ್ತ್ರೀವಾದವಿದೆಯೆ ?

ಗ್ರೇಸಿ : ಏನಿದ್ದರೂ ನಾನೊಬ್ಬ ಉಗ್ರ ಸ್ತ್ರೀವಾದಿಯಲ್ಲ. ಆದರೆ ಸ್ತ್ರೀಯರಿಗೆ ಖಂಡಿತವಾಗಿಯೂ ಸ್ವಾತಂತ್ರ್ಯ ಬೇಕು ಎನ್ನುವವರ ಗುಂಪಿಗೆ ಸೇರಿದವಳು. ಪ್ರತಿಯೊಬ್ಬ ಹೆಣ್ಣಿಗೂ ತನ್ನ ವೈಯಕ್ತಿಕ ಜೀವನದಲ್ಲಿ ಚೆನ್ನಾಗಿ ಸ್ವಾತಂತ್ರ್ಯವನ್ನು ಅನುಭವಿಸಲು ಸಾಧ್ಯವಾಗಬೇಕು.

ಪ್ರಶ್ನೆ : ಅಲ್ಲಲ್ಲಿ ಬೈಬಲ್ ವಾಕ್ಯಗಳನ್ನು ಉದ್ಧರಿಸುತ್ತಿರಲ್ಲ, ಮತದಲ್ಲಿ ನಂಬಿಕೆಯಿಟ್ಟವರೆ ನೀವು ?

ಗ್ರೇಸಿ : ಅಲ್ಲ. ನಾನು ಚಿಕ್ಕವಳಿರುವಾಗಲೇ ಚರ್ಚಿನೊಂದಿಗೆ ನಿಕಟಸಂಬಂಧವನ್ನು ನಾನು ಇಟ್ಟುಕೊಂಡಿರಲಿಲ್ಲ. ಈಗ ಊರಿಂದ ಇಲ್ಲಿಗೆ ಬಂದು ಇಪ್ಪತ್ತೊಂದು ವರ್ಷ ಆಯ್ತು. ಇತರ ಯಾವುದೇ ಸಾಹಿತ್ಯ ಕೃತಿಯನ್ನು ಓದುವ ಹಾಗೆ ನಾನು ಬೈಬಲನ್ನೂ ಓದಿದ್ದೇನೆ. ಮತ ಎನ್ನುವುದು ಇರಬಾರದು ಎಂಬುದು ನನ್ನ ಅಭಿಪ್ರಾಯ. ಅದು ಇಲ್ಲದಿದ್ದರೆ ಈ ಜಗತ್ತಿನಲ್ಲಿ ಅನೇಕ ಸಮಸ್ಯೆಗಳು ಉದ್ಭವಿಸುತ್ತಿರಲಿಲ್ಲ.

ಪ್ರಶ್ನೆ : ದೇವರಲ್ಲಿ ನಂಬಿಕೆಯಿದೆಯೇ ? ದೇವರನ್ನು ಪೂಜಿಸಲು ಮತದ ಅಗತ್ಯ ಇಲ್ಲವಲ್ಲ ?

ಗ್ರೇಸಿ : ಹೌದು. ದೇವರು ಅಂದರೆ ಏನೆಂದು ಅರ್ಥಮಾಡಿಕೊಳ್ಳಲು ಸಾಧ್ಯವಾದರೆ ಚೆನ್ನಾಗಿತ್ತು ಅನ್ನಿಸುತ್ತದೆ. ನಾನು ಅದನ್ನೇ ತಿಳಿಯಲು ಬಹಳಷ್ಟು ಪ್ರಯತ್ನಿಸುತ್ತಿದ್ದೇನೆ.

ಪ್ರಶ್ನೆ : ಪುನರ್ಜನ್ಮದಲ್ಲಿ ವಿಶ್ವಾಸವಿದೆಯೆ ? ಸತ್ತುಮಲಗಿರುವ ಪ್ರೇತಗಳು ಮಾತನಾಡಿಕೊಳ್ಳುವ ಸನ್ನಿವೇಶ ಹಲವು ಕಥೆಗಳಲ್ಲಿ ಇದೆಯಲ್ಲ ?

ಗ್ರೇಸಿ : ಪ್ರೇತಗಳೆಂದರೆ ನನಗೆ ತುಂಬಾ ಇಷ್ಟ. ಹಳ್ಳಿಯವರಿಗೆ ಸಾಮಾನ್ಯವಾಗಿ ಪ್ರೇತಗಳಲ್ಲಿ ತುಂಬಾ ನಂಬಿಕೆ. 'ಒರೋತ ಮತ್ತು ಪ್ರೇತಗಳು' ಎಂಬ ಕಥೆ ನಮ್ಮ ಹಳ್ಳಿಯ ಕಥೆ ನಮಗೆ ಐದು ಎಕರೆ ಜಾಗ ಇತ್ತು. ಮುಸ್ಸಂಜೆಯ ಮಬ್ಬು ಕವಿದ ನಂತರ ಯಾರೂ ಆ ಕಡೆ ಸುಳಿಯುತ್ತಿರಲಿಲ್ಲ. ಅಲ್ಲಿ ತುಂಬಾ ಮಂದಿ ನೇಣು ಹಾಕಿಕೊಂಡು ಸತ್ತಿದ್ದಾರೆ ಅಂತ ಹೇಳುತ್ತಿದ್ದರು. ಆ ವಿಚಾರ ನನ್ನ ಮನಸ್ಸಿನಲ್ಲಿ ಅಚ್ಚಳಿಯದೆ ಹಾಗೆಯೇ ಉಳಿಯಿತು. ಮತ್ತೆ, ಪುನರ್ಜನ್ಮದ ಕಲ್ಪನೆ ಕಥೆಗಳಿಗೆ ಬಹಳಷ್ಟು ಸಹಾಯಕವಾಗುವ ಒಂದು ಕಲ್ಪನೆಯಾದ್ದರಿಂದ ನಾನು ಅದನ್ನು ಕಥೆಗಳಲ್ಲಿ ಉಪಯೋಗಿಸಿಕೊಳ್ಳುತ್ತೇನೆ, ಅಷ್ಟೆ.

ಪ್ರಶ್ನೆ : ಸ್ವಂತ ಊರು ಮತ್ತು ಮನೆಯ ಯಥಾರ್ಥವಾದ ವಿಚಾರಗಳನ್ನು ನೀವು ಬರೆದಾಗ ಟೀಕೆಗಳನ್ನು ಎದುರಿಸಬೇಕಾಗಿ ಬರುವುದಿಲ್ಲವೆ ? ರಾಜಲಕ್ಷ್ಮಿಯವರಿಗೆ ಉಂಟಾದ ಸಮಸ್ಯೆ ಅಂದರೆ ಅವರು ಯಾರ ಬಗ್ಗೆ ಬರೆಯುತ್ತಿದ್ದಾರೆಂದು ಜನರಿಗೆ ಗೊತ್ತಾಗಿದ್ದು ಅಲ್ಲವೆ ?

ಗ್ರೇಸಿ : ಮಹಿಳೆಯರಿಗೆ ಬರೆಯುವ ಸಾಮರ್ಥ್ಯ ಸಾಕಷ್ಟು ಇದ್ದರೂ ಅವರ ಅನುಭವಗಳಿಗೆ ಕೆಲವೊಮ್ಮೆ ಪರಿಮಿತಿಯಿರುತ್ತದೆ. ಆ ಕಾರಣದಿಂದ ಅವರು ತಮ್ಮ ಅನುಭವದ ಹರಹಿನೊಳಗಣ ವಿಚಾರಗಳನ್ನು ಮಾತ್ರ ಬರೆಯುವಾಗ ಸಮಸ್ಯೆಗಳು ಉದ್ಭವಿಸುತ್ತವೆ. ನಾನು 'ಪಡಿಯಿರಜ್ಜೆಪ್ಪೋಯ ಪಾರ್ವತಿ'ಯನ್ನು ಬರೆದು ಮುಗಿಸಿದಾಗ ಒಬ್ಬ ಮಹಿಳೆ ನನ್ನ ಹತ್ತಿರ

ಬಂದು ಹೇಳಿದರು ಅದು ತನ್ನ ಕಥೆ ಅಂತ. ನಾನು ನಿಜವಾಗಲೂ ಆ ಮಹಿಳೆಯನ್ನುದ್ದೇಶಿಸಿ ಅದನ್ನು ಬರೆದದ್ದಲ್ಲ. 'ಒಂದು ಟೊಪ್ಪಿ ಹಲವು ತಲೆಗಳಿಗೆ ಸರಿಹೊಂದುತ್ತದೆ' ಅಂತ ನಮ್ಮ ಹಿರಿಯರು ಹೇಳಿದ ಹಾಗೆ ಈ ಅನುಭವವೂ ಕೂಡಾ. ಅಂತಹ ಅನುಭವಗಳನ್ನು ಆಯ್ದುಕೊಂಡರೆ ಸಮಸ್ಯೆಗಳು ಕಡಿಮೆಯಾಗುತ್ತದೆ.

ಪ್ರಶ್ನೆ : 'ಕುರಿಶುಯುದ್ಧ' (ಶಿಲುಬೆ ಯುದ್ಧ) ಎಂಬ ಕಥೆ ಸ್ವಜನಕ್ರಿಯೆಯ ನೋವನ್ನು ಚಿತ್ರಿಸುತ್ತದೆ. ಬರವಣಿಗೆಯ ಬಗೆಗಿನ ನಿಮ್ಮ ಅಭಿಪ್ರಾಯವೇ ಅದು ?

ಗ್ರೇಸಿ : ಆಧುನಿಕತೆ ಕಾಲಿಡುವ ಕಾಲದಲ್ಲಿ ತಾನೇ ನಾನು ಬರೆಯಲು ಪ್ರಾರಂಭಿಸಿದ್ದು ? ಗುರುಗಳು ಹೇಳುವುದು ಬರವಣಿಗೆಗೆ ನಾವು ನಮ್ಮನ್ನೇ ಸಮರ್ಪಿಸಿಕೊಳ್ಳಬೇಕು ಅಂತ. ಹಾಗಿದ್ದರೆ ಮಾತ್ರ ಬರೆಯಲು ಸಾಧ್ಯ ಅಂತ. ಶಿಲುಬೆಮರಣದ ಲೇಖಕ ಬರವಣಿಗೆಗಾಗಿ ತನ್ನ ಪ್ರಾಣವನ್ನೇ ತ್ಯಾಗಮಾಡುತ್ತಾನೆ. ಹಾಗೆಯೇ ಪ್ರಾಣವನ್ನು ಅಲ್ಲದಿದ್ದರೂ ಇವತ್ತಿನ ಬರಹಗಾರರಿಗೆ ಬೇರೆ ಎಷ್ಟೋ ವಿಚಾರಗಳನ್ನು ತ್ಯಾಗಮಾಡಬೇಕಾಗಿ ಬರುತ್ತದೆ ಅನ್ನುವುದು ಸತ್ಯ. ನನ್ನ ಹತ್ತಿರ ಜನರು ಹೇಳುವುದಿದೆ 'ನೀವು ಹೀಗೆಲ್ಲ ಬರೆದರೆ ಅದು ಮುಂದೆ ನಿಮ್ಮ ಮಗಳ ಭವಿಷ್ಯವನ್ನು ಹಾಳುಮಾಡಬಹುದು, ಮಾಧವಿಕುಟ್ಟಿ ಏನೇನೋ ಬರೆಯುವುದಕ್ಕೆ ಕಾರಣ ಅವರಿಗೆ ಇರುವುದು ಮೂರು ಮಂದಿ ಗಂಡುಮಕ್ಕಳು ಎಂದೆಲ್ಲ. ಅದನ್ನು ಕೇಳುವಾಗ ನನಗೆ ದುಃಖವಾಗುತ್ತದೆ. 'ಕಣ್ಣೂರ್' ಎಂಬ ಕಥೆ ಬರೆದಾಗ ನನಗೆ ಎರಡು ಮೂರು ಕಾರ್ಡುಗಳು ಬಂದವು ಯಾರಿಗೆ ಬೇಕಾಗಿ, ಯಾರನ್ನು ತೃಪ್ತಿಪಡಿಸಲಿಕ್ಕೋಸ್ಕರ ನೀವಿದನ್ನು ಬರೆಯುತ್ತಿದ್ದೀರಿ ಅಂತ ಕೇಳಿದ್ದರು. ಅವುಗಳಲ್ಲಿ ಬೆದರಿಕೆಯ ಧ್ವನಿಯೂ ಇತ್ತು.

ಪ್ರಶ್ನೆ : ಇಂತಹ ಬೆದರಿಕೆಗಳಿಂದಾಗಿಯೋ ಅಥವಾ ಇನ್ನಾವುದೇ ಕಾರಣಗಳಿಂದಾಗಿಯೋ ಬರೆಯಬೇಕು ಅಂದುಕೊಂಡ ವಿಚಾರಗಳನ್ನು ಬರೆಯದೇ ಇದ್ದದ್ದಿದೆಯೆ ?

ಗ್ರೇಸಿ : ಇಲ್ಲ. ನನ್ನ ಬರವಣಿಗೆಯ ಸಾಮರ್ಥ್ಯಕ್ಕೆ ಮೀರಿದ ಅಥವಾ ಹೊಂದಿಕೆಯಾಗದ ವಿಚಾರಗಳನ್ನು ಮಾತ್ರವೇ ನಾನು ಬೇಡವೆಂದು ದುರವಿಟ್ಟಿದ್ದೇನೆ.

ಪ್ರಶ್ನೆ : ಜನರು ಏನೆಣಿಸುವರೋ ಎಂದು ತಿಳಿದು ಕೆಲವನ್ನಾದರೂ ಬಿಟ್ಟು ಬಿಡುವುದಿಲ್ಲವೆ ?

ಗ್ರೇಸಿ : ಇಲ್ಲ. ಲೇಖಕರಾಗಿರುವ ಹಲವು ಮಂದಿ ಅಧ್ಯಾಪಕರು ಉದಾಹರಣೆಗೆ ಒ.ಎನ್.ವಿ. ಕುರುಪ್‌ರಂಥವರು ಹೇಳುವುದಿದೆ. ಕೆಲವು ಮಾತುಗಳನ್ನು ಅಧ್ಯಾಪಕನಾದ್ದರಿಂದ ಉಪಯೋಗಿಸಲು ಹಿಂಜರಿಯುತ್ತೇನೆ ಅಂತ. ನಾನು ಬರೆಯುವಾಗ ನಾನು ಅಧ್ಯಾಪಕಿಯಲ್ಲ, ಮಹಿಳೆಯೂ ಅಲ್ಲ. ನನ್ನ ಕಥಾಪಾತ್ರವು ಸಹಜವಾಗಿ ಹೇಗೆ ಪ್ರತಿಕ್ರಿಯಿಸುತ್ತದೆ ಎಂಬುದರ ಬಗ್ಗೆ ಮಾತ್ರ ನಾನು ಯೋಚಿಸುತ್ತೇನೆ.

ಪ್ರಶ್ನೆ : ಇವತ್ತು ಮಲಯಾಳ ಸಾಹಿತ್ಯದಲ್ಲಿರುವ ಬರಹಗಾರರಲ್ಲಿ ಹಲವರು ಕಾಲೇಜು ಅಧ್ಯಾಪಕರಾಗಿದ್ದಾರೆ. ಯಾಕಿರಬಹುದು ?

ಗ್ರೇಸಿ : ಸಾಹಿತ್ಯದ ಬಗ್ಗೆ ಇರುವ ಬಹಳ ದೊಡ್ಡ ಒಂದು ಭ್ರಮೆಯಿಂದಾಗಿ ನಾನು ಸಾಹಿತ್ಯವನ್ನು ಓದಿ ಅಧ್ಯಾಪಕಿಯಾದೆ. ತಮ್ಮದೇ ಆದ ಆಸಕ್ತಿಯಿಂದ ಸಾಹಿತ್ಯವನ್ನು ತೆಗೆದುಕೊಂಡು ಓದಿ ಕೆಲಸ ಸಂಪಾದಿಸುವವರು ಬರವಣಿಗೆಯನ್ನು ಕೂಡಾ ಮುಂದುವರಿಸುತ್ತಾರೆ. ಹಾಗೆ ಸ್ವಂತ ಆಸಕ್ತಿಯಿಂದ ಸಾಹಿತ್ಯವನ್ನು ಕಲಿತು ಉದ್ಯೋಗ ಸಂಪಾದಿಸಿದವರು ಅಧ್ಯಾಪನ ಮತ್ತು ಬರವಣಿಗೆ ಎರಡನ್ನು ಜೊತೆಜೊತೆಗೆ ಕೊಂಡುಹೋಗುತ್ತಾರೆ.

ಪ್ರಶ್ನೆ : ನಿಮ್ಮ ಸಾಹಿತ್ಯ ಜೀವನದಲ್ಲಿ ದೀರ್ಘವಾದ ಒಂದು ಮಧ್ಯಂತರ ಇದೆಯಲ್ಲ ? ಯಾಕೆ ಹಾಗಾಯಿತು ?

ಗ್ರೇಸಿ : ಏನು ಹೇಳಲಿ ? ಖಂಡಿತವಾಗಿ ನನ್ನ ಹಣೆಬರೆಹವಲ್ಲದೆ ಮತ್ತೇನಲ್ಲ. ಒಂದೆಡೆ ನನಗೆ ಓದಿಕೊಳ್ಳಲು ಕೂಡಾ ಸಮಯ ಸಿಗುತ್ತಿರಲಿಲ್ಲ. ಈಗ ಇಷ್ಟಾದರೂ ಮಾಡಲಿಕ್ಕಾಗುತ್ತದಲ್ಲ ಅನ್ನುವ ಸಂತೋಷವಿದೆ. ಈ ಜಗತ್ತಿನಲ್ಲಿ ಇಷ್ಟೆಲ್ಲ ಜನ ಇದ್ದಾರಲ್ಲ ? ಅವರೆಲ್ಲರ ಬಗ್ಗೆ ಬರೆಯಬೇಕು ಎಂದು ಆಸೆಯಿದೆ. ಎಷ್ಟರಮಟ್ಟಿಗೆ ಸಾಧ್ಯವಾಗುತ್ತದೋ ನನಗೆ ಗೊತ್ತಿಲ್ಲ.

❖

ಅಷಿತಾ

ಮಲಯಾಳದ ಪ್ರಸಿದ್ಧ ಕಥೆಗಾರ್ತಿ ಅಷಿತಾರ ಹುಟ್ಟೂರು ಕೇರಳದ ತ್ರಿಶ್ಶೂರು ಜಿಲ್ಲೆಯ ಪಳಯನ್ನೂರು ವಿಸ್ಮಯ ಚಿಹ್ನೆಗಳು, ಅಪೂರ್ಣ ವಿರಾಮಗಳು. ಅಷಿತಾರ ಕಥೆಗಳು, ಮಳೆ ಮೋಡಗಳು ಎಂಬೀ ಕೃತಿಗಳನ್ನು ರಚಿಸಿದ್ದಾರೆ. ಇಡಶ್ಶೇರಿ ಪ್ರಶಸ್ತಿ, ಅಂಕಣ ಪ್ರಶಸ್ತಿ, ತೋಪ್ಪಿಲ್ ರವಿ ಫೌಂಡೇಶನ್ ಪ್ರಶಸ್ತಿಗಳನ್ನು ಗಳಿಸಿದ್ದಾರೆ. ಲಲಿತಾಂಬಿಕಾ ಅಂತರ್ಜನಂ ಸ್ಮಾರಕ ಸಮಿತಿಯು ಕೊಡಮಾಡುವ ಯುವ ಸಾಹಿತಿಗಳಿಗಾಗಿರುವ ಪ್ರಶಸ್ತಿಯೂ ಇವರಿಗೆ ಲಭಿಸಿದೆ. ಈಗ ಇವರು ತಿರುವನಂತಪುರದಲ್ಲಿ ವಾಸಿಸುತ್ತಿದ್ದಾರೆ.

ಪ್ರಾಸ್ತಾವಿಕ

ಬರವಣಿಗೆಯೆನ್ನುವುದು ಹಲವರ ಪಾಲಿಗೆ ಸ್ವಂತ ಅಭಿವ್ಯಕ್ತಿಯ ಒಂದು ಮಾರ್ಗ ವಾಗಿದ್ದರೆ ಅಷಿತಾರಿಗೆ ಅದು 'ನಾನು' ಎಂಬ ಭಾವದಿಂದ ತಪ್ಪಿಸಿಕೊಳ್ಳಲಿಕ್ಕಾಗಿ ಇರುವ ಒಂದು ದಾರಿ. ತಮ್ಮೊಳಗೆ ಇನ್ನೋರ್ವ ವ್ಯಕ್ತಿ ಅಡಗಿದ್ದಾಳೆಂದು ತಿಳಿದುಕೊಂಡಿರುವ ಅಷಿತಾ ಬರವಣಿಗೆಯ ಮೂಲಕ ಆ ಇನ್ನೊಬ್ಬಳನ್ನು ಗುರುತಿಸಲು ಪ್ರಯತ್ನಿಸುತ್ತಾರೆ. ತಮ್ಮ ಸುದೀರ್ಘವಾದ ಸಾಹಿತ್ಯ ಜೀವನದ ವಿವಿಧ ಹಂತಗಳತ್ತ ನಿಖರವಾಗಿ ಬೆರಳು ತೋರಿಸುತ್ತ ಅವುಗಳ ಮೌಲ್ಯಮಾಪನ ಮಾಡುವ ಅವರು ಕಾವ್ಯಸೃಷ್ಟಿಯ ಎತ್ತರಗಳಿಗೆ ಏರಿ ಆಗಲೇ ಶಿಖರವನ್ನು ತಲುಪಿಬಿಟ್ಟಿದ್ದಾರೆ. ತಮ್ಮ ಬಗೆಗೆ, ಇತರರ ಬಗೆಗೆ ಮತ್ತು ಜಗತ್ತಿನ ವಿಚಾರಗಳ ಬಗೆಗಿನ ಸತ್ಯಗಳನ್ನೂ, ಅವುಗಳ ಅಸ್ತಿತ್ವವನ್ನೂ ಜೀವಂತಿಕೆಯಿಂದ ಕೂಡಿದ ಮಾತು ಗಳಿಂದಲೂ, ಮಾತುಗಳಿಂದ ತುಂಬಿದ ಮವನಗಳ ಮೂಲಕವೂ ಧ್ವನಿಸುವ ಅಷಿತಾರ ಕಥೆಗಳು ಮಲಯಾಳ ಸಣ್ಣ ಕಥಾಸಂಚಯದೊಳಗಿನ ಅಮೂಲ್ಯರತ್ನಗಳಾಗಿವೆ. ಸಮಾಜದಲ್ಲಿ ತುಂಬಿಕೊಂಡಿರುವ ದುಷ್ಕೃತ್ಯ-ದುರಾಚಾರಗಳತ್ತ ದಿಟ್ಟತನದಿಂದ ಬೊಟ್ಟುಮಾಡಿ ತೋರಿಸುವ ಶಕ್ತಿಯುತ ಕಥೆಗಳು ಅಷಿತಾರ ಲೇಖನಿಯಿಂದ ಹರಿದು ಬಂದಿವೆ. ಆದರೆ ಯಾರನ್ನೇ ಆಗಲಿ, ನೋಡಿಸುವಂಥಹ ಕಥೆಗಳನ್ನು ಬರೆಯಲು ಇನ್ನು ತಮ್ಮಿಂದ ಸಾಧ್ಯವಿಲ್ಲವೆಂದು ಹೇಳುವ ಅಷಿತಾರ ಸುತ್ತ ಇರುವುದು ಸೃಜನಶೀಲತೆಯ ಪ್ರಭಾವಕ್ಕಿಂತಲೂ ಆತ್ಮೀಯತೆಯ ಬೆಳಕೇ ಆಗಿದೆ. ಮನುಷ್ಯನ ಮನಸ್ಸಿನ ಎಷ್ಟೆಷ್ಟೋ ನಿಗೂಢ ರಹಸ್ಯಗಳನ್ನು ಭೇದಿಸುವುದು, ಚಾಂಚಲ್ಯ ಭಾವಗಳನ್ನು ಮಾತುಗಳ ಮೂಲಕ ಚಿತ್ರಿಸಿ ತೋರಿಸುವುದು, ಮೌನಕ್ಕೆ ವಾಚಾಳಿತನದ ಗುಣವನ್ನು ಕೊಡುವುದು, ಜಗತ್ತಿನ ಸೃಷ್ಟಿಕರ್ತನ ಹಾಗೆ ಕಥಾಪಾತ್ರಗಳ ಮೇಲೆ ಅಪಾರವಾದ ವಾತ್ಸಲ್ಯವನ್ನು ಹರಿಯಿಸುವುದು, ಅಲ್ಲದೆ ಶಬ್ದಗಳ ಮೂಲಕ ಓದುಗರ ಹೃದಯದಾಳವನ್ನು ಸ್ಪರ್ಶಿಸುವುದು ಇವು ಅಷಿತಾರ ಕಥೆಗಳ ವೈಶಿಷ್ಟ್ಯಗಳು.

ಕಥೆ

ಅಪೂರ್ಣ ವಿರಾಮಗಳು

"ಥೂ ! ಹಾದರಕ್ಕೆ ಹುಟ್ಟಿದೋಳೇ, ನಿನ್ನಪ್ಪ ನಿನ್ನನ್ನಿಲ್ಲಿಗೆ ಮದುವೆ ಮಾಡಿ ಕಳಿಸಿಕೊಟ್ಟದ್ದೇನು ಯಾವಾಗಲೂ ಇಲ್ಲೇ ಬಿದ್ದಿರೋಕೆ ?" ಇದ್ದ ಎಲ್ಲ ಬಲಪ್ರಯೋಗಿಸಿ ಆ ರೀತಿ ಮಾಡಿದಾಗ, ಕತ್ತುಹಿಡಿದು ಹೊರಗೆ ದಬ್ಬಲ್ಪಟ್ಟ ದೈನ್ಯತೆಯ ಮೂರ್ತಿಯಂತೆ ಅನ್ನಮ್ಮ ಗಿರಗಿರನೆ ಸುತ್ತಿ ಕವುಚಿ ಬಿದ್ದು ನೆಲವನ್ನು ಚುಂಬಿಸಿದಳು. ಅನ್ನಮ್ಮಳ ಹಿಂದಿನಿಂದ ಸೆಲ್‌ನ ಬಾಗಿಲು ಧಡಾರೆಂದು ಮುಚ್ಚಿಕೊಂಡಿತು. ಬೀಗದ ಕೈ ಗೊಂಚಲಿನ ಕಿಣಿಕಿಣಿ ಶಬ್ದಕ್ಕೆ, ವಾಚ್‌ಮ್ಯಾನ್‌ನ ಹೆಜ್ಜೆಯ ಸಪ್ಪಳಕ್ಕೆ, ಸಂದರ್ಭಕ್ಕಾಗಿ ಎದುರುನೋಡುತ್ತಿದ್ದ ತಂಟೆಕೋರ ಹುಡುಗನಂತೆ ಪಕ್ಕದ ಸೆಲ್‌ಗಳಲ್ಲಿ ನೆಲೆಸಿದ್ದ ನಿಶ್ಶಬ್ದತೆ ಮಾಯವಾಗಿ, ಹಿಡಿತ ತಪ್ಪಿ ಹರಿದುಬರುವ ನಗುವಿನ ಅಲೆಗಳು. ಒಂದು ಚಹದ ದುಡ್ಡು ಅಥವಾ ಮನೆಗೆ ಹೋಗಲು ಟಿಕೇಟಿಗಾಗುವಷ್ಟು ದುಡ್ಡಿಗಾಗಿ ಯಾಚನೆಗಲೂ, ಅಂಗಲಾಚುತ್ತ ನಿರಾಶರಾಗಿ ಹಾಕುವ ಹಿಡಿಶಾಪಗಳು, ಹೃದಯವಿದ್ರಾವಕ ಪ್ರಾರ್ಥನೆಗಲೂ, ತಡೆಯಲಾರದ ನೋವಿನಿಂದ ತುಂಬಿದ ಬಿಕ್ಕಳಿಕೆಗಳು...

ಇವೆಲ್ಲದ್ದೂ ಎದುರಾಗಿ ವಾಚ್‌ಮ್ಯಾನ್‌ನ ರುದ್ರ ಭಯಂಕರವಾದ ಧ್ವನಿ ಪ್ರತಿಧ್ವನಿಗಳ ನಡುವಣ ಘರ್ಷಣೆ ಅಲೆಅಲೆಯಾಗಿ ಮೇಲೆದ್ದಿತು. "ಛಿ ! ಬಾಯಿಮುಚ್ಚಿ ಬಿದ್ಕೊಳ್ರೊ ಸೂಳ್ಯಾ ಮಕ್ಕಳಾ, ಎಲ್ಲರನ್ನೂ ನಾನು "ಆತ ಬೀಸಿದ ನಾಗರ ಬೆತ್ತದ ರೊಯ್ಯೆಂಬ ಶಬ್ದಕ್ಕೆ ಇದ್ದಕ್ಕಿದ್ದಂತೆ ಮೇಲೆದ್ದ ಧ್ವನಿಗಳೇಲ್ಲ ಅಡಗಿದವು. ಯಾವುದೋ ಒಂದು ಸೆಲ್‌ನಲ್ಲಿ ಯಾವುದೋ ಒಂದು ಎದೆಯೊಳಗಿಂದ ಒತ್ತರಿಸಿ ಬಂದ ಬಿಕ್ಕಳಿಕೆ ಮಾತ್ರ ಕುದಿದು ತಳಮಳಿಸಿತು.

"ಏಳೇ ಲೌಡಿ !" ವಾಚ್‌ಮ್ಯಾನ್ ಬೆತ್ತದಿಂದ ಚುಚ್ಚುತ್ತ ಗರ್ಜಿಸಿದ. ಕಣ್ಣೀರಿಂದ ಒದ್ದೆಯಾದ ಮಣ್ಣು ಮೆತ್ತಿಕೊಂಡಿದ್ದ ತನ್ನ ಮುಖವನ್ನೊಮ್ಮೆ ಅನ್ನಮ್ಮ ನಿಧಾನವಾಗಿ ಎತ್ತಿದಳು. ಕರುಣೇಯುಕ್ಕುವ ಕಣ್ಣಿನಿಂದ ಸೂರ್ಯ ಅನ್ನಮ್ಮನ ನೆತ್ತಿಯನ್ನು ಸ್ಪಶಿರಸಿದ. ಯಾರೋ ಕೈಹಿಡಿದು ಎಬ್ಬಿಸಿದಂತೆ ಅನ್ನಮ್ಮ ಮೆಲ್ಲನೆ ಎದ್ದು ನಿಂತಳು.

"ಹ್ಣುಂ, ಹೋಗಿಲ್ಲಿಂದ, ತೊಲಗಾಚೆ !" ಅನ್ನಮ್ಮನ ಬೆನ್ನ ಮೇಲೆ ವಾಚ್‌ಮ್ಯಾನ್‌ನ ಚಾವಟಿ ಪ್ರಹರಿಸಿತು. ಮುಖ ಒರೆಸಿಕೊಂಡು, ಕಾಲೆಳೆಯುತ್ತ ಅನ್ನಮ್ಮ' ವಾಚ್‌ಮ್ಯಾನ್‌ನ ಹಿಂದಿನಿಂದ ನಿಧಾನವಾಗಿ ನಡೆದಳು. ಅನ್ನಮ್ಮಳ ಮುಂದೆ ಆಸ್ಪತ್ರೆಯ ವಿಶಾಲವಾದ ತಿರುವು. ದಟ್ಟವಾಗಿ ಬೆಳೆದ ಗಿಡಗಳೂ. ತಿರುವಿನ ಒಂದು ತುದಿಯಲ್ಲಿನ ಬಡಕಲು ದೇಹದ, ಜರ್ಝರಿತನಾದ ವೃದ್ಧನಂತಿದ್ದ ಒಂದು ಆಲದ ಮರ. ಆಲದ ಎಲೆಗಳ ಎಡೆಯಿಂದ ಎಲ್ಲವನ್ನೂ ಕರುಣೆಯಿಂದ ನೋಡುತ್ತಿರುವ ಒಂದು ತುಂಡು ಆಕಾಶ. ಆಕಾಶದ ಮುಂದೆ ತಲೆಯೆತ್ತಿ ನಿಂತಿರುವ ತಗ್ಗು ಗೋಡೆ. ಗೋಡೆಯ ಮೇಲೆ ಎದ್ದು ನಿಂತಿರುವ ಗಾಜಿನ ಚೂರುಗಳು ಮನುಷ್ಯರ ಸಣ್ಣಸಣ್ಣ ಕ್ರೌರ್ಯಗಳ ಹಾಗೆ.

"ಇವತ್ತಿಗೆ ನಿನ್ನ ಸಂಕಷ್ಟಗಳೆಲ್ಲ ಮುಗೀತಲ್ಲ ಹೆಣ್ಣೇ "ವಾಚ್‌ಮ್ಯಾನ್‌ನ ಮಾತುಗಳು ಗಾಜಿನ ಚೂರುಗಳ ಚೂಪುಗಳು ಹಾರಿ ಮೈಯಮೇಲೆ ಬಿದ್ದು ಚುಚ್ಚಿಗೀರಿದ ಅನುಭವ ನೀಡಿದವು ಅನ್ನಮ್ಮನಿಗೆ : "ಕಮಿಟಿ ಸೇರಿದೆ. ಇವತ್ತು ನಿನ್ನನ್ನೂ ಡಿಸ್‌ಚಾರ್ಜ್ ಮಾಡ್ತಾರೆ. ಮುಗೀತಲ್ಲ ನಿನ್ನ ಕಷ್ಟ ಎಲ್ಲ. ನಮ್ಮಂಥವರಿಗೆಲ್ಲ ರಿಟೈರಾಗೋ ತನಕ ಈ ರಗಳೆ ತಪ್ಪಿದ್ದಲ್ಲ "

ಅನ್ನಮ್ಮನನ್ನೊಮ್ಮೆ ಮೆಲ್ಲನೆ ದೂಡಿ ವಾಚ್‌ಮ್ಯಾನ್ ಮುಂದುವರೆಸಿದ : "ನಡೆ, ಅವರೆಲ್ಲ ಕಾಯುತ್ತಿದ್ದಾರೆ."

ಅವರು ಕಾಯುತ್ತಿದ್ದರು. ಕಮಿಟಿಯ ಸದಸ್ಯರುಗಳು ರಿಜಿಸ್ಟರ್ ಮಗುಚಿಹಾಕುತ್ತ ಆಸ್ಪತ್ರೆಯ ಸೂಪರಿಂಟೆಂಡೆಂಟ್, ಮೃದುವಾಗಿ ಸದಾ ನಗುತ್ತಿರುವ ಬೆಕ್ಕಿನ ಕಣ್ಣುಗಳ ವಕೀಲ, ತಲೆಯ ಮೇಲೆ ಸೆರಗೆಳೆದುಕೊಂಡು ಕಪ್ಪು ಕನ್ನಡಕ ಧರಿಸಿ, ಕಾರಣವಿಲ್ಲದೆ ಮುಗುಳುನಗು ಪ್ರದರ್ಶಿಸುತ್ತ ಕುಳಿತುಕೊಳ್ಳುವ ಸಾಮಾಜಿಕ ಕಾರ್ಯಕರ್ತೆ, ಮಗುವಿನಂತಹ ಮುಖಭಾವದ ಜಿಲ್ಲಾ ಕಲೆಕ್ಟರ್.

ಇವರ ಮುಂದೆ ದೀನಳಾಗಿ ಕೈಜೋಡಿಸಿ ಅನ್ನಮ್ಮ ನಿಂತಳು. ಸಂಕೋಲೆಯ ಚಿರಪರಿಚಿತವಾದ ಶಬ್ದ ಕಿವಿಗೆ ಬೀಳದಿದ್ದುದರಿಂದ ಸ್ವಲ್ಪ ಗಾಬರಿಯಾಗಿ, ತುಸು ನಾಚಿಕೆಯಿಂದ.

"ಅನ್ನಮ್ಮ, ಅನ್ನಮ್ಮ ಫೆರ್ನಾಂಡಿಸ್ ಇಲ್ಲಿಗೆ ಬರುವಾಗ ಪ್ರಾಯ ಇಪ್ಪತ್ತು ಬಂದು ಈಗ ಹತ್ತು ವರ್ಷವಾಯಿತು. ಬಂದ ಸಮಯದಲ್ಲಿ ಯಾರ ಹತ್ತಿರವೂ ಮಾತಿಲ್ಲ ಕಾರಣವಿಲ್ಲದೆ ನಗುವುದು, ಮಣಮಣಿಸುವುದು, ಕಾರಣವಿಲ್ಲದೆ ಅಳುವುದು, ಹೆಲ್ಯೂಸಿನೇಷನ್ ಎಟ್ಸೆಟ್ರಾ ಎಟ್ಸೆಟ್ರಾ... ಸೂಪರಿಂಟೆಂಡೆಂಟ್ ಒಮ್ಮೆ ನಿಲ್ಲಿಸಿ ಎಲ್ಲರನ್ನೂ ಕನ್ನಡಕದ ಮೇಲಿಂದ ಹುಬ್ಬೇರಿಸಿ ನೋಡಿ ಘೋಷಿಸಿದ. ಈಗ ಎಲ್ಲವೂ ಗುಣವಾಗಿದೆ. ಏನು ಅನ್ನಮ್ಮ, ಕಾಯಿಲೆ ಪೂರ್ತಿ ಗುಣವಾಗಿದೆ ತಾನೆ ? ಈಗ ಹುಷಾರಾಗಿದ್ದೀಯಲ್ಲವೆ ?"

"ಹ್ಣೂಂ" ಅನ್ನಮ್ಮ ಮೆಲ್ಲನೆ ಹೂಂಗುಟ್ಟಿದಳು.

“ಅಂದರೆ ?” ಮಕ್ಕಳಿಗೆ ಸಹಜವಾದ ಕುತೂಹಲದಿಂದ ಕಲೆಕ್ಟರ್ ಕೇಳಿದ.

“ಅಂದರೆ ಅನ್ನಮ್ಮ ಈಗ ಅಳುವುದೂ ಇಲ್ಲ, ನಗುವುದೂ ಇಲ್ಲ” ಸೂಪರಿಂಟೆಂಡೆಂಟ್ ಕನ್ನಡಕ ತೆಗೆದು ಒರಸಿಕೊಂಡು ನಗುತ್ತ ಕೇಳಿದ : “ಏನು ಅನ್ನಮ್ಮ ? ಹೌದು ತಾನೆ ?”

“ಹೌದು” ಅನ್ನಮ್ಮನ ಧ್ವನಿ ನಡುಗಿತು.

“ನಾವಿನ್ನು ಊರಿಗೆ ಹೋಗುವುದು ಬೇಡವೆ ?”

ಉದಾರವಾಗಿ ಸಹಾನುಭೂತಿ ಪ್ರಕಟಿಸುತ್ತ ಸಾಮಾಜಿಕ ಕಾರ್ಯಕರ್ತೆ ಕೇಳಿದಳು.

“ಬೇಡಾ. ಬೇಡಾ ನಾನು ಹೋಗುವುದಿಲ್ಲ” ಅನ್ನಮ್ಮ ಫಕ್ಕನೆ ತಡೆಯಲಾಗದೆ ಬೊಬ್ಬಿಟ್ಟಳು. “ನಾನು ಹೋಗುವುದಿಲ್ಲ.” ನರಕದ ಗುಹೆಗಳೊಳಗೆ ಕಳೆದು ಹೋಗುತ್ತಿರುವ ಒಂದು ಆತ್ಮದ ಕೊನೆಯ ಆರ್ತನಾದದಂತೆ ದೀನವಾದ ಬೇಡಿಕೆ.

ಅಸ್ವಸ್ಥವಾದ ಒಂದು ಕುದುರೆಯಂತೆ ನೀರವತೆ ಅವರ ಮುಂದೆ ಭಯಾನಕವಾಗಿ ಖುರಪುಟಿಸಿತು. ಫಕ್ಕನೆ ಕಡಿವಾಣವನ್ನು ಕೈಗೆತ್ತಿಕೊಂಡು ನಿಯಂತ್ರಿಸಿದ ಒಬ್ಬ ಸಮರ್ಥ ಸವಾರನಂತೆ ಸೂಪರಿಂಟೆಂಡೆಂಟ್ ಕರ್ಕಶ ಧ್ವನಿಯಲ್ಲಿ ಹೇಳಿದ.

“ನಿನ್ನ ಕಾಯಿಲೆ ಗುಣವಾಗಿದೆ. ಇನ್ನು ಮೇಲೆ ನೀನು ಇಲ್ಲಿ ಇರಕೂಡದು. ಅರ್ಥವಾಯ್ತಾ?”

ಬಳಲಿ ತಗ್ಗಿದ ಧ್ವನಿಯಲ್ಲಿ ಅನ್ನಮ್ಮ ವಿಧೇಯಳಾಗಿ ಗೋಣುಹಾಕಿದಳು.

“ಹ್ಞೂಂ”

ಏನೋ ಹೇಳಲು ಹೊರಟ ಕಲೆಕ್ಟರನ್ನು ತಡೆದು ಎಲ್ಲರನ್ನೂ ಉದ್ದೇಶಿಸಿ ಅಸಮಾಧಾನ ಪ್ರಕಟಿಸುವ ಧ್ವನಿಯಲ್ಲಿ ಸೂಪರಿಂಟೆಂಡೆಂಟ್ ಹೇಳಿದ :

“ನೀವೆಲ್ಲರೂ ಒಂದು ವಿಚಾರದ ಬಗ್ಗೆ ಯೋಚನೆ ಮಾಡಬೇಕು. ಐನೂರು ಮಂದಿಯನ್ನು ಮಾತ್ರ ನೋಡಿಕೊಳ್ಳಲು ಬೇಕಾಗಿರುವ ವ್ಯವಸ್ಥೆಯನ್ನು ಸರಕಾರ ಇಲ್ಲಿ ಮಾಡಿರುವುದು ಈಗ ಇಲ್ಲಿ ಐನೂರಾ ಮೂವತ್ತು ಮಂದಿ ಇದ್ದಾರೆ. ಮೂವತ್ತು ಮಂದಿಯನ್ನು ಇವತ್ತು ಡಿಸ್‌ಚಾರ್ಜ್ ಮಾಡದಿದ್ದರೆ ಸಾಧ್ಯವಿಲ್ಲ.”

“ಆದರೆ...” ಮಕ್ಕಳಿಗೆ ಸಹಜವಾದ ಸಂದೇಹದಿಂದ ಕಲೆಕ್ಟರ್ ಪುನಃ ಕೇಳಲೆಂದು ಕತ್ತು ಚಾಚಿದ.

“ತಡವಾಗುತ್ತಿದೆ. ನನ್ನ ಕಕ್ಷಿಗಾರರು ಕಾಯುತ್ತಿರಬಹುದು” ಮೃದುವಾದ ನಗುವಿನೊಂದಿಗೆ ವಕೀಲ ನೆನಪಿಸಿದ.

ಸೂಪರಿಂಟೆಂಡೆಂಟ್ ಕೇಸ್ ಹಿಸ್ಟರಿಗೆ ಮರಳಿದ :

ಅನ್ನಮ್ಮ ಬರುವಾಗ ಅವಳಿಗೆ ಇಪ್ಪತ್ತು ವರ್ಷ ವಯಸ್ಸು. ಕರೆದು ತಂದುಬಿಟ್ಟದ್ದು ಪೊಲೀಸರು. ಮಲಯಾಟ್ಟೂರಿನ ಚರ್ಚಿಗೆಂದು ಕರೆದುಕೊಂಡು ಬಂದ ಅವಳ ಗಂಡ ಅವಳನ್ನು ಅಲ್ಲೇ ಬಿಟ್ಟು ಹೋದನಂತರ ದಿಕ್ಕುಗಾಣದೆ ಅಲ್ಲಿ –ಇಲ್ಲಿ ತಿರುಗಾಡುತ್ತಿದ್ದಾಗ...

"ಹೊತ್ತಾಗುತ್ತಿದೇ... "ವಕೀಲ ವಾಚು ನೋಡಿ ರಾಗ ಎಳೆದ.

"ಸರಿ, ಸರಿ. ಎರಡು ಪ್ರಶ್ನೆ ಕೇಳಿ ಬೇಗ ಒಮ್ಮೆ ಮುಗಿಸಿಬಿಡೋಣ" ಸೂಪರಿಂಟೆಂಡೆಂಟ್ ಸಾಮಾಜಿಕ ಕಾರ್ಯಕರ್ತೆಯತ್ತ ನೋಡಿ ತಲೆಯಾಡಿಸಿದ.

ಆಕೆ ಕನ್ನಡಕ ತೆಗೆದು ಸಣ್ಣ ನಗೆಯೊಂದಿಗೆ ಅನ್ನಮ್ಮನನ್ನು ಕೇಳಿದಳು.

"ಅನ್ನಮ್ಮ, ನಿನ್ನ ಹೆಸರೇನು ?"

"ಅನ್ನಮ್ಮ ಅನ್ನಮ್ಮ ಭಯಭಕ್ತಿಯಿಂದ ಹೇಳಿದಳು. "ಅನ್ನಮ್ಮ, ಮಾನ್ನಾನಂ ಎ.ಓ. ಮತ್ತೆ, ಅಪ್ಪ ಮಾತ್ರ ನನ್ನನ್ನು "ಅನ್ನ ಕುಟ್ಟೀ' ಅಂತ ಕರೆಯೋದು." ಅನ್ನಮ್ಮ ಮುಖದಲ್ಲಿ ಸಂತೋಷ ವ್ಯಕ್ತಪಡಿಸುತ್ತ ಹೇಳಿದಳು.

"ಹೌ ಸ್ವೀಟ್ !" ಸಾಮಾಜಿಕ ಕಾರ್ಯಕರ್ತೆ ಆಶ್ಚರ್ಯ ಪ್ರಕಟಿಸಿದಳು. "ಅನ್ನಮ್ಮ, ನಿನ್ನ ಊರು ಎಲ್ಲಿ ?" ಕಲೆಕ್ಟರ್ ಕೇಳಿದರು. ತಕ್ಷಣ ಆ ಕೋಣೆಯ ಎಲ್ಲಾ ಕಿಟಕಿಗಳನ್ನು ಒಟ್ಟಿಗೆ ನೂಕಿ ತೆರೆದ ಗಾಳಿಯಂತೆ ಆ ಪ್ರಶ್ನೆಯ ಅನ್ನಮ್ಮನ ಮನಸ್ಸಿನೊಳಗೆ ಮಗುಚಿ ತೆರೆದುಕೊಂಡಿತು.

ಊರು ! ಮಾನ್ನಾನಂ ! ಗಾಳಿಯ ಕೈಗಳಲ್ಲಿ ತಲೆಯೂರಿ ನಿದ್ರಿಸುವ ಮಾನ್ನಾನದ ಗುಡ್ಡದ ಇಳಿಜಾರುಗಳೂ, ಬಿಸಿಲ ಕಿರಣಗಳು ನರ್ತಿಸುವ ಓಣಿಗಳು, ಬಯಲು, ಚರ್ಚು. ಒಂದು ಭಾನುವಾರ ಕೂಗುಹಾಕುತ್ತ ಹಿಂದಿನಿಂದಲೇ ಬಂದ ಮಕ್ಕಳೂ...

ಅನ್ನಮ್ಮಳ ಕಣ್ಣುಗಳು ತುಂಬಿಕೊಂಡವು.

"ಅನ್ನಮ್ಮ, ನಿನ್ನ ಮನೆಯೆಲ್ಲಿ ?" ಸಾಮಾಜಿಕ ಕಾರ್ಯಕರ್ತೆ ಅವಸರವಸರವಾಗಿ ಪ್ರಶ್ನೆಯನ್ನು ಪುನರಾವರ್ತಿಸಿದಳು. ಅನ್ನಮ್ಮಳ ಒದ್ದೆಯಾದ ಕಣ್ಣುಗಳಲ್ಲಿ ನೆನಪುಗಳ ಕಾರ್ಮೋಡಗಳು ಉರುಳಾಡಿದವು.

ಮನೆ ! ಗಾಳಿ ಬೀಸುವ ಗಿಡಮರಗಳೂ, ಮುಂಭಾಗದಲ್ಲಿ ಉರಿಸಿಟ್ಟ ಮೇಣದ ಬತ್ತಿಗಳೂ, ಕ್ರಿಸ್‌ಮಸ್ ಬಾಗಿಲೂ ಒರಗಿ ಕಾಯುತ್ತವೆ. ಕರಗುವ ಇನ್ನೊಂದು ಮೇಣದ ಬತ್ತಿಯಂತೆ, ಅಮ್ಮ, ಅಮ್ಮ !

ಉರುಳಿಹೋದ ವರ್ಷಗಳು ಕೂಡಾ ಅರಳಿ ನಗುವ ಹಾಗೆ ಅತೀವ ಸಂತೋಷದಿಂದ ಅನ್ನಮ್ಮ ಹೇಳಿದಳು : ಮನೆಯಲ್ಲಿ ನನಗೆ ಅಮ್ಮ ಇದ್ದಾಳೆ; ನನ್ನಮ್ಮ."

"ಸೋ ಸ್ವೀಟ್" ಸಾಮಾಜಿಕ ಕಾರ್ಯಕರ್ತೆ ಅಕ್ಕರೆ ಸೂಸಿ ನುಡಿದಳು.

"ನನಗೆ ಹೊತ್ತಾಗುತ್ತಿದೆ" ವಕೀಲನ ನಗುವಿಗೆ ಅಸಹನೆಯ ತೀಕ್ಷ್ಣತೆ ಬಂದು ಸೇರತೊಡಗಿತ್ತು.

"ನಿಜ ಹೇಳಬೇಕು ಅಂದರೆ ನನಗೆ ಸಾಯಂಕಾಲ ಒಂದುಫುಟ್‌ಬಾಲ್ ಮ್ಯಾರ್ಚ್ ಉದ್ಘಾಟನೆ ಮಾಡಲಿಕ್ಕಿದೆ. ಈಗಲೇ ತುಂಬ ಲೇಟಾಯಿತು." ಕಲೆಕ್ಟರ್ ಮಕ್ಕಳಿಗೆ ಸಹಜವಾದ

ಚಂಚಲತೆಯಿಂದ ಸಂಜೆಯ ವರ್ಣಮಯ ಅನುಭವಗಳಿಗಾಗಿ ಕನಸು ಕಾಣುತ್ತ ಸಹನೆ ಕಳೆದುಕೊಳ್ಳಹತ್ತಿದ್ದ.

"ಇಗೊಳ್ಳಿ, ಸಿಸ್ಟರ್" ಸೂಪರಿಂಟೆಂಡೆಂಟ್ ಎದ್ದುನಿಲ್ಲುತ್ತ ಆದೇಶಿಸಿದರು. "ಅನ್ನಮ್ಮನಿಗೆ ಮಾನ್ನಾನಕ್ಕಿರುವ ಬಸ್ಸು ಛಾರ್ಜ್ ಕೊಟ್ಟು ಕಳುಹಿಸಿ."

ಎಲ್ಲರೂ ಒಟ್ಟಿಗೆ ಹಾಲ್‌ನಿಂದ ಹೊರಗೆ ಇಳಿಯುತ್ತಿದ್ದಂತೆ ಸಾಮಾಜಿಕ ಕಾರ್ಯಕರ್ತೆ ಕೇಳಿದಳು. "ಮಾನ್ನಾನ ! ಈ ಮಾನ್ನಾನ ಅಂದರೆ ಎಲ್ಲಿ ? ಅದೊಂದು ಹಿಲ್‌ಸ್ಟೇಷನ್ನೇ ?"

ಆಸ್ಪತ್ರೆಯ ಗೇಟಿನಾಚೆ ದುಃಶಕುನಗಳನ್ನು ಸೂಚಿಸುವ ಒಂದು ನಗುವಿನೊಂದಿಗೆ ನಗರವು ಅನ್ನಮ್ಮನನ್ನು ಇದಿರುಗೊಂಡಿತು. ನಗರದ ನಿಬಿಡತೆಯನ್ನೂ ವಾಸನೆಯನ್ನು ಹೊತ್ತ ಒಂದು ಗಾಳಿ ಅನ್ನಮ್ಮನ ಮುಂದಿನಿಂದ ಅವಳನ್ನು ಸ್ಪರ್ಶಿಸದೆಯೇ ಹಾದುಹೋಯಿತು. ಒಂದು ಕಪ್ಪು ಎಲೆ ಸುತ್ತಿ ಸುತ್ತಿ ಕೊನೆಗೆ ಕರ್ಕಶ ಸದ್ದಿನೊಂದಿಗೆ ಚಲಿಸುತ್ತಿದ್ದ ವಾಹನಗಳ ಅಡಿಗೆ ಬಿದ್ದು ಅಪ್ಪಚ್ಚಿಯಾಗುವುದನ್ನು ಅನ್ನಮ್ಮ ಕಂಡಳು.

ನಗರದಲ್ಲಿ ನೂಕುನುಗ್ಗಲು ವಿಪರೀತವಾಗಿತ್ತು. ಎಡೆಬಿಡದೆ ಹಾರ್ನ್‌ಹಾಕಿ ಸಾಗುವ ವಾಹನಗಳ ಹಿಂದಿನಿಂದ ಎತ್ತರದ ಧ್ವನಿಯಲ್ಲಿ ಘೋಷಣೆಗಳನ್ನು ಕೂಗುತ್ತ ಕೈಯೆತ್ತಿ ಮುಷ್ಠಿ ಬಿಗಿದುಕೊಂಡು ಒಂದು ಜಾಥಾ ಬಂತು. ತಾಳ–ಮೇಳಗಳೊಂದಿಗೆ ಲಯಬದ್ಧವಾಗಿ ಏರುತ್ತಿದ್ದ ಘೋಷಣಾ ವಾಕ್ಯಗಳನ್ನು ಆಸ್ವಾದಿಸುತ್ತ ಅನ್ನಮ್ಮನೂ ಜಾಥಾದ ಹಿಂದಿನಿಂದ ಸೇರಿಕೊಂಡು ನಡೆದಳು.

ನಗರದ ಗಡಿಯತ್ತ ಸಾಗುತ್ತಿದ್ದ ಜಾಥಾ ಮತ್ತು ಅನ್ನಮ್ಮರ ನಡುವಿನ ಅಂತರ ಹೆಚ್ಚಾಗುತ್ತ ಬಂತು. ಸಂಜೆಯ ಓಣಿಗಳಲ್ಲಿ ಅನ್ನಮ್ಮ ಕ್ಷಣಕ್ಷಣವೂ ಒಂಟಿಯಾಗಹತ್ತಿದ್ದಳು. ಆದರೆ ಆಗಲೂ ಆಕೆ ನಡೆಯುತ್ತಲೇ ಇದ್ದಳು. ತಲೆಯ ಮೇಲೆ ಗಾಳಿಯು ಕೈಯಿಟ್ಟು ನಿದ್ರಿಸುವ ಮುನ್ನಾನದ ಗುಡ್ಡಗಳನ್ನು ಕಣ್ಣಲ್ಲಿ ತುಂಬಿಕೊಂಡು, ದಿನವೂ ಸುರಿಯುವ ಮಳೆಗಾಲದಂತೆ ಮನೆಯನ್ನೂ ದುಃಖವನ್ನೂ ಮುಖದಲ್ಲಿ ಹೊತ್ತುಕೊಂಡಿರುವ ಅಮ್ಮನನ್ನು ಕಾಣುತ್ತ... ಅನ್ನಮ್ಮ ನಡೆಯುತ್ತಲೇ ಇದ್ದಳು.

ದಾರಿಯ ಬದಿಯಲ್ಲಿ ಗೂಡಂಗಡಿಯಲ್ಲಿದ್ದವರಾರೋ ಕೆಮ್ಮಿದರು. ನಿಜರನವಾದ ಬಸ್‌ಸ್ಟಾಂಡಿನಲ್ಲಿದ್ದವರಾರೋ ಸಿಳ್ಳೆ ಹಾಕಿದರು. ಓಣಿಗಳ ತಿರುವಿನಲ್ಲಿ ನಿಂತವರಾರೋ ಕೈ ಸನ್ನೆ ಮಾಡಿ ಕರೆದರು.

ಆದರೆ ಅನ್ನಮ್ಮ ನಡೆಯುತ್ತಲೇ ಇದ್ದಳು. ಕೈಬೀಸಿ ಕರೆಯುವ ಸ್ವಾತಂತ್ರ್ಯದ ಬಗ್ಗೆ ಆಗಲೂ ಸರಿಆಯದ ಅರಿವಿಲ್ಲದೆ; ಉಲ್ಲಾಸದಿಂದ ಉದ್ದೀಪನಗೊಂಡ ಮನಸ್ಸನ್ನು ಹೊತ್ತು.

ಆಕೆ ಹೆಚ್ಚು ದೂರ ಹೋಗುವುದಕ್ಕೆ ಮೊದಲು ನಾಲ್ಕು ರಸ್ತೆಗಳು ಸೇರುವ ಒಂದು ಜಾಗದಲ್ಲಿ ಒಬ್ಬ ಪೊಲೀಸು ಪೇದೆ 'ಏಯ್, ನಿಲ್ಲು ಅಲ್ಲಿ !' ಎಂದು ಘರ್ಜಿಸಿದಾಗ ಆಸ್ಪತ್ರೆಯಲ್ಲಿ ಮಾಡಲಾಗುತ್ತಿದ್ದ ಆಜ್ಞೆಗಳ ನೆನಪು ಅಯಾಚಿತವಾಗಿ ಬಂದು ಅನ್ನಮ್ಮ ಥಕ್ಕನೆ ವಿಧೇಯಳಾಗಿ

ನಿಂತಳು. "ಎಲ್ಲಿಗೆ ಸವಾರಿ ಹೊರಟೆ ಕಳ್ಳ ಲೇವಡಿ ಈ ಮುಸ್ಸಂಜೆ ಹೊತ್ತಿಗೆ ಸವಾರಿ ಹೊರಟೆ ಕಳ್ಳ ಲೌಡಿ ಈ ಮುಸ್ಸಂಜೆ ಹೊತ್ತಿಗೆ ?" ಪೊಲೀಸಿನ ಬಾಯಿಯಿಂದ ಮದ್ಯದ ದುರ್ನಾತ ಹೊಡೆಯುತ್ತಿತ್ತು. ಅಮ್ಮನ ಮುಖವನ್ನೇ ಕಾಣುತ್ತಿದ್ದ ಅನ್ನಮ್ಮನ ಉತ್ತರವೋ ಅತ್ಯಂತ ಸುಂದರವಾದ ಒಂದು ಮುಗುಳುನಗು ಮಾತ್ರವಾಗಿತ್ತು. ಮತ್ತೆ, ಆಚೀಚೆ ಗಲಿಬಿಲಿಯಿಂದ ಕಳ್ಳನಂತೆ ನೋಡುತ್ತ, ಲಾಠಿಯಿಂದ ಅವಳ ದೇಹದಾದ್ಯಂತ ಮೃದುವಾಗಿ ತಟ್ಟುತ್ತ, ಅಗತ್ಯಕ್ಕಿಂತ ಗಟ್ಟಿಯಾದ ಧ್ವನಿಯಲ್ಲಿ "ಹ್ಞೂಂ, ನಡೆಯೇ ಇಲ್ಲಿಂದ" ಎಂದು ಪೊಲೀಸು ಪೇದೆ ಆಜ್ಞಾಪಿಸುವಾಗ ಅನ್ನಮ್ಮ ವಿಧೇಯಳಾಗಿ ಅಜ್ಞಾನ ಸಂಕೋಲೆಗಳ ನೆನಪಿನಲ್ಲಿ ಕಾಲುಗಳನ್ನು ಎಳೆಯುತ್ತ ಎಳೆಯುತ್ತ ಆಧರಿಸಿಕೊಳ್ಳಲೆತ್ನಿಸುತ್ತಿರುವಾಗ ಕ್ರೂರವೂ ವಿಚಿತ್ರವೂ ಆದ ನಗೆಯೊಂದಿಗೆ ಬೀದಿ ದೀಪಗಳು ಫಕ್ಕನೆ ಹತ್ತಿಕೊಳ್ಳುವಾಗ, ಓದುಗರೆ, ಹೇಗೆ ನಾನು ಈ ಕಥೆಗೆ ವಿರಾಮವೀಯಲಿ ?

❖

ಸಂದರ್ಶನ

ಪ್ರಶ್ನೆ : ಬರವಣಿಗೆ ಪ್ರಾರಂಭಿಸಿದ್ದು ಯಾವಾಗ ?

ಅಷಿತಾ : ತುಂಬಾ ಚಿಕ್ಕವಳಿದ್ದಾಗಲೇ ಬರೆಯತೊಡಗಿದ್ದೆ. ಕೇರಳದ ಹೊರನಾಡುಗಳಲ್ಲಾಗಿತ್ತು ನನ್ನ ವಿದ್ಯಾಭ್ಯಾಸವೆಲ್ಲ. ಹೆಚ್ಚೂ ದಿಲ್ಲಿ –ಮುಂಬಯಿಗಳಲ್ಲಿರುವ ಶಾಲೆಗಳಲ್ಲಿ ಎಂ.ಎ. ಮಾಡಿದ್ದು ಎರ್ನಾಕುಳಂನ ಮಹಾರಾಜಾಸ್‌ನಲ್ಲಿ. ಮೊದಲಿಗೆ ಬರೆದದ್ದು ಕವಿತೆಗಳಾಗಿದ್ದವು. ಎಂಟನೇ ತರಗತಿಯಲ್ಲಿ ಓದುತ್ತಿದ್ದಾಗ ಒಂದು ಕಥೆ ಬರೆದು 'ಜನಯುಗ'ದಲ್ಲಿ ಪ್ರಕಟಿಸಿದೆ. ಅದರ ಬಗ್ಗೆ ಸಿಕ್ಕಾಪಟ್ಟೆ ಟೀಕೆ–ಟಿಪ್ಪಣಿಗಳು ಬಂದವು. ಮತ್ತಿನ್ನೇನು ಮಾಡುವುದು ಅಂತ, ಕಥೆ ಬರೆಯುವುದನ್ನು ಬಿಟ್ಟು ಕವನ ಬರೆಯೋಕೆ ಶುರುಮಾಡಿದೆ.

ಪ್ರಶ್ನೆ : ನಿಮ್ಮ ಆ ಮೊದಲ ಕಥೆಯ ಹೆಸರು ನೆನಪಿದೆಯಾ ?

ಅಷಿತಾ : 'ಗೊಂಬೆಗಳು'

ಪ್ರಶ್ನೆ : ಏನಾಗಿತ್ತು ಆ ಕಥೆಯ ವಸ್ತು ?

ಅಷಿತಾ : ಅದು ನೆನಪಿಲ್ಲ. ಆದರೆ ಅದೊಂದು ಬಹಳ ಬಹಳ ಸಣ್ಣ ಕಥೆಯಾಗಿತ್ತು. ಈಗಿನ 'ಮಿನಿ ಕತೆ'ಗಳ ಹಾಗೆ.

ಪ್ರಶ್ನೆ : ಎಂಟನೇ ತರಗತಿಯಲ್ಲಿ ಕಲಿಯುವ ಹುಡುಗಿ ಬರೆದ ಕಥೆಗೂ ಅಷ್ಟು ತೀವ್ರವಾದ ವಿರೋಧ ಬಂತೇ ?

ಅಷಿತಾ : ಆ ಕಥೆಯನ್ನು ನಾನೊಂದು ಥರ ನಿಗೂಢವಾದ ಶೈಲಿಯಲ್ಲಿ ಬರೆದಿದ್ದೆ. ಹಾಗೆ ಬರೆಯುವುದು ಅವತ್ತಿನ ಫ್ಯಾಶನ್ ಆಗಿತ್ತು. ಆದ್ದರಿಂದ ಹಾಗೆ ಬರೆದೆ ಯಾರಿಗೂ ಅದು ಸರಿಯಾಗಿ ಅರ್ಥವಾಗಲಿಲ್ಲ. ಅದರ ಅರ್ಥವೇನೆಂದು ಸ್ಪಷ್ಟಪಡಿಸಬೇಕೆಂದು ಯಾರು ಯಾರೋ ಓದುಗರ ಅಂಕಣದಲ್ಲಿ ಬರೆದರು. ಮನೆಯಲ್ಲಂತೂ ಮೊದಲೇ ಏನೇನೂ ಪ್ರೋತ್ಸಾಹಿಸುವ ವಾತಾವರಣ ಇರಲಿಲ್ಲ. ಹೀಗೆಲ್ಲ ಆದಾಗಲಂತೂ ಮನೆಯವರಿಗೆ ಅದು ದೊಡ್ಡ

ಸಮಸ್ಯೆಯಾಗಿ ತೋರಿತು. ಆದ್ದರಿಂದ ಅಲ್ಲಿಗೆ ನಾನು ನನ್ನ ಬರೆವಣಿಗೆಯನ್ನು ನಿಲ್ಲಿಸಿದೆ. ಇಂಗ್ಲಿಷ್‌ನಲ್ಲಿ ಕವನ ಬರೆಯುವುದನ್ನು ಮಾತ್ರ ಮುಂದುವರಿಸಿದೆ. ನನ್ನ ಜತೆಯಲ್ಲಿ ಓದುತ್ತಿದ್ದ ನನ್ನ ಗೆಳತಿಯರೆಲ್ಲರೂ ಆ ಕವನಗಳನ್ನು ಓದುತ್ತಿದ್ದರು. Free Press Journal ಎಂಬ ಪತ್ರಿಕೆಯಲ್ಲಿ ಅವು ಪ್ರಕಟವಾಗುತ್ತಿದ್ದವು. ಆಗ ಅದೊಂದು ರೀತಿಯ thrill ಆಗಿತ್ತು. ಕವನಗಳನ್ನು ಬರೆದರೆ ಸಹಪಾಠಿಗಳೆಲ್ಲ ಓದುತ್ತಾರೆ. ಅವರ ಮಧ್ಯೆ ನಾನೊಂದು 'ಜನ' ಆಗಬಹುದು. ಕಥೆಗಳ ಬಗ್ಗೆ ಅವತ್ತಿನ ದಿನಗಳಲ್ಲಿ ಅಂಥ craze ಇರಲಿಲ್ಲ. ಮನೆಯಲ್ಲಿ ಗಲಾಟೆಯೆದ್ದಾಗ ನಾನು ಕೆಲವುಕಾಲ ಕಥೆ ಬರೆಯದೇ ಕುಳಿತೆ. ಕವನ ನಾನು ಈಗಲೂ ಬರೆಯುತ್ತೇನೆ. ಮತ್ತೆ, ಮಹಾರಾಜಾಸ್‌ಗೆ ಬಂದ ಮೇಲಾಗಿತ್ತು. ನಾನು 'ಮಾತೃಭೂಮಿ'ಯ 'ವಿಷು ಸಂಚಿಕೆ'ಗೆ ಕಥೆ ಬರೆದು ಬಹುಮಾನಗಳೆಲ್ಲ ಸಿಕ್ಕಿದ್ದು. ಹಾಗೆ–ಹಾಗೆ ಎಲ್ಲ ಆಗಿ ಇಲ್ಲಿಯವರೆಗೆ ಮುಟ್ಟಿತು.

ಪ್ರಶ್ನೆ : ಕವನಗಳನ್ನು ನೀವು ಪ್ರಕಟಿಸುವುದು ಎಲ್ಲಿ ?

ಅಷಿತಾ : ಕವನಗಳನ್ನು ನಾನು ಪ್ರಕಟಿಸಿವುದೇ ಇಲ್ಲ. ಪ್ರಕಟಿಸಲು ಅವಕಾಶ ಸಿಗದೆ ಎಲ್ಲಾ ರಾಶಿಬಿದ್ದಿವೆ.

ಪ್ರಶ್ನೆ : ಇಂಗ್ಲಿಷ್‌ನಲ್ಲಿ ಕಥೆ ಬರೆಯುತ್ತೀರಾ ?

ಅಷಿತಾ : ಇಲ್ಲ.

ಪ್ರಶ್ನೆ : ಅದೇಕೆ ಹೀಗೆ ವಿಭಿನ್ನ ಪ್ರಕಾರಗಳಿಗೆ ವಿಭಿನ್ನ ಬಾಷೆಗಳ ಆಯ್ಕೆ ? ಇಂಗ್ಲಿಷ್ನಲ್ಲಿ ಕವನಗಳೂ, ಮಲಯಾಳದಲ್ಲಿ ಕಥೆಗಳು ಹೀಗೆ...?

ಅಷಿತಾ : ನನಗದು ಗೊತ್ತಿಲ್ಲ ನಿಜ ಹೇಳಬೇಕಿದ್ದರೆ I'm much more comfortable in English. ಪ್ರಾಯಶಃ ಅದು ನನ್ನ ವಿದ್ಯಾಭ್ಯಾಸ ಕೇರಳದ ಹೊರಗೆ ಆಗಿದ್ದರಿಂದ ಇರಬಹುದು.

ಪ್ರಶ್ನೆ : ಮಾಧವಿಕುಟ್ಟಿಯವರ ಕವಿತೆಗಳು ಮುಖ್ಯವಾಗಿ ಇಂಗ್ಲಿಷ್‌ನಲ್ಲೂ ಕಥೆ–ಕಾದಂಬರಿಗಳು ಮಲಯಾಳದಲ್ಲೂ ಇರುತ್ತವೆ. ಮನಸ್ಸು ಬಿಚ್ಚಿ ಬರೆಯಲು ಧೈರ್ಯ ಬರುವುದು ಇಂಗ್ಲಿಷ್‌ನಲ್ಲಿ ಮಾತ್ರ ಅಂತ ಅವರು ಹೇಳುತ್ತಾರೆ. ಹಾಗೆ ಈ ಭಷೆಗಳ ಅಭಿವ್ಯಕ್ತಿ ಸಾಮರ್ಥ್ಯದಲ್ಲಿ ನಿಮಗೆ ಕೂಡಾ ಏನಾದರೂ ವ್ಯತ್ಯಾಸವಿದೆ ಅನ್ನಿಸುತ್ತಿದೆಯೆ ?

ಅಷಿತಾ : ವಿಶೇಷವಾಗಿ ಹಾಗೆ ಏನೂ ಇಲ್ಲ. ಕತೆಗಳನ್ನೂ ಕವನಗಳನ್ನೂ ನಾನು ತೆರೆದ ಮನಸ್ಸಿನಿಂದಲೇ ಬರೆಯುತ್ತೇನೆ. ಕತೆಗಳು ಮಲಯಾಳದಲ್ಲಿ ಬೇಗನೆ successful ಆಗಿಬಿಟ್ಟದ್ದರಿಂದ ಅದನ್ನೇ ಮುಂದುವರಿಸಿದ್ದು ಆಗಿರಲಿಕ್ಕೂ ಸಾಕು. ಅಲ್ಲದೆ ಇಲ್ಲಿಯೇ ತಳವೂರಿದ ಮೇಲೆ ನಾನು ಇನ್ನಷ್ಟು ಮಲಯಾಳಿಯಾಗಿಬಿಟ್ಟೆ ಅನ್ಸುತ್ತೆ. ನನಗೆ ಎರಡೂ ಭಾಷೆಗಳ ಮೇಲೆ ಸಮಾನ ಪ್ರೀತಿ ಇದೆ.

ಪ್ರಶ್ನೆ : ಇಂಗ್ಲಿಷ್ ಸಾಹಿತ್ಯದಲ್ಲಿ ಕಲಿತದ್ದೇನಾದರೂ ಬರವಣಿಗೆಗೆ ಸಹಾಯ ಮಾಡಿದೆಯೆ ?

ಅಷಿತಾ : ಇಲ್ಲ. ಸಾಹಿತ್ಯ ರಚನೆ ಮಾಡೋದು ಹೇಗೆ ಅನ್ನುವುದನ್ನು ಕ್ಲಾಸು ರೂಮಿನಲ್ಲಿ ಹೇಳಿಕೊಡಲಿಕ್ಕಾಗುವುದಿಲ್ಲ. ಅಲ್ಲಿ ಕಲಿತಿದ್ದು ಬೇರೆ ಏನೇನೋ ವಿಷಯಗಳು ಮತ್ತೆ, ಬರಹಗಾರ್ತಿಯಾಗಬೇಕೆಂಬುದು ನನ್ನ ಆಸೆಯೂ ಆಗಿರಲಿಲ್ಲ. ನನ್ನ ಗುರಿ ಡಾಕ್ಟರಾಗ ಬೇಕೆಂದಾಗಿತ್ತು. ಆದರೆ ನಾನು ಪಿ.ಡಿ.ಸಿ.ನಲ್ಲಿ ಸಯನ್ಸ್ ತಗೊಂಡು ಆಮೇಲೆ ಬದಲಾಯಿಸಿದೆ. ಆಗಲೇ ಬರವಣಿಗೆ ನನ್ನನ್ನು ಹಿಡಕೊಂಡುಬಿಟ್ಟಿತ್ತು. ಭಯಂಕರ 'ಸೆಳೆತ' ಅಂತಾರಲ್ಲ ಹಾಗೆ ಅದರೊಳಗೆ ನಾನು ಸಿಕ್ಕಿಹಾಕಿಕೊಂಡುಬಿಟ್ಟಿದ್ದೆ.

ಪ್ರಶ್ನೆ : ಆಮೇಲೆ ಇಂಗ್ಲಿಷ್ ಸಾಹಿತ್ಯ ಕಲಿಯಲು ಹೊರಟಿರಾ ?

ಅಷಿತಾ : ಹೌದು. ಇಂಗ್ಲಿಷ್ ಬಿ.ಎ.ಗೆ ಸೇರಿದೆ. Actually, I disappointed everybody at home. ಡಾಕ್ಟರಾಗಬೇಕಾಗಿತ್ತಲ್ಲವೇ ನಾನು ? ಮಾರ್ಕ್ಸ್ ಕೂಡಾ ಇತ್ತು. ಆದರೆ ಸಾಹಿತ್ಯಾಭ್ಯಾಸಕ್ಕೆ ಸೇರಿದರೆ ಬರೆಯಲು ಯಾರೂ ಅಡ್ಡಿಪಡಿಸಲಾರರು ಎಂಬ ಆಲೋಚನೆಯೂ ಇತ್ತು. ಇಂಗ್ಲಿಷ್ ಬಿ.ಎ.ಗೆ ಆಗ ಒಳ್ಳೆ ಮಾರ್ಕೆಟ್ಟೂ ಇತ್ತು. ಫೈನಲ್ ಇಯರ್ ಮುಗಿಸಬೇಕಿದ್ದರೆ ಯಾರಾದರೂ ಮದುವೆ ಮಾಡಿಕೊಳ್ಳಲು ಹಾರಿಬರುತ್ತಿದ್ದರು. ಆದರೆ ನನ್ನ ಸಂದರ್ಭದಲ್ಲಿ ಯಾರೂ ಬರದೇ ಇದ್ದುದರಿಂದಲೋ ಏನೋ, ನಾನು ಎಂ.ಎ.ಗೆ ಸೇರಿದೆ.

ಪ್ರಶ್ನೆ : "ಈಗಿನ ಹೆಣ್ಣು ಮಕ್ಕಳ ದೋಷವೆಂದರೆ ಇದೇ ನೋಡಿ. ಸ್ವಾತಂತ್ರ್ಯ ಕೊಟ್ಟರೂ ಕೊಡದೇ ಇದ್ದರೂ ಆರೋಪ ತಪ್ಪಿದ್ದಲ್ಲ" ಎನ್ನುತ್ತಾನೆ. ನಿಮ್ಮ "ಯಾವ ಹೆಣ್ಣೂ ಹೇಳದಿರುವಂಥದ್ದು" ಎನ್ನುವ ಕಥೆಯ ಗಂಡ ಇದರ ಬಗ್ಗೆ ನೀವೇನು ಹೇಳುತ್ತೀರಿ ?

ಅಷಿತಾ : ಹೆಚ್ಚಿನ ಗಂಡು ಮಕ್ಕಳ ಗೊಣಗಾಟವೂ ಇದೇ. ಒಂದು ಥರ escapist tendency ಅದು. ಸ್ವಾತಂತ್ರ್ಯ ಕೊಡುತ್ತಿದ್ದೇವೆ, ಅದನ್ನು ಉಪಯೋಗಿಸಿಕೊಳ್ಳುವುದಿಲ್ಲ. ಆದ್ದರಿಂದ ನಾನೇ ಸ್ವತಃ ಅವರಿಗೇನು ಬೇಕೆಂಬುದನ್ನು ನಿರ್ಧರಿಸುವುದು ಒಳ್ಳೆಯದೆಂದು ಅವರ ಅಭಿಪ್ರಾಯ.

ಪ್ರಶ್ನೆ : ಕೇರಳದ ಸ್ತ್ರೀ ವಿಮೋಚನಾ ಚಳುವಳಿಗಳಿಗೆ ಏನಾದರೂ ಮಹತ್ವವಿದೆ ಎಂದು ನಿಮಗೆ ಅನ್ನಿಸುತ್ತಿದೆಯೆ ?

ಅಷಿತಾ : ಇಲ್ಲಿನ ಸ್ತ್ರೀ ವಿಮೋಚನಾ ಚಳುವಳಿಗಳು ಕಾಲದ ಬದಲಾವಣೆಯ ಒಂಖದು ಸಂದರ್ಭದಲ್ಲಿ ಬಂದಂಥವು ಅವುಗಳ ಮೂಲಕವೇ ಇವತ್ತಿನ ಸ್ತ್ರೀಯರು ಹೆಚ್ಚು ಪ್ರಜ್ಞಾವಂತರಾಗಿದ್ದು ಎಂದು ಹೇಳಲು ಬರುವುದಿಲ್ಲ. ಆದರೂ it has contributed a lot. ಸಾರಾ ಜೋಸ್ ಮತ್ತಿತರರು ಸಾಕಷ್ಟು ಧ್ವನಿಯೇರಿಸಿ ಮಾತನಾಡುತ್ತಿರುವುದರಿಂದ ಸ್ತ್ರೀಯರ ಸಮಸ್ಯೆಗಳೂ ಒಂದಷ್ಟು ಮಂದಿಯ ಗಮನ ಸೆಳೆಯಲು ಶಕ್ತವಾಗಿವೆ. ಪರಿಸರ ಸಂರಕ್ಷಣೆಗೆ ಒಂದು ಸಮೂಹ ಸದಾ ಸನ್ನದ್ಧರಾಗಿರುವುದರಿಂದ ವೃಕ್ಷಗಳ ಬಗ್ಗೆ ನಾವು ಸಾಕಷ್ಟು ಪ್ರಜ್ಞೆಯನ್ನು ಬೆಳೆಸಿಕೊಳ್ಳುತ್ತಿದ್ದೇವೆ. ಸ್ತ್ರೀಯರ ವಿಚಾರದಲ್ಲೂ ಆಗಿರುವುದು ಇದುವೇ. ಒಬ್ಬರೇ ಏಕಾಂಗಿಯಾಗಿ ಏನು ಹೇಳಿದರೂ ಏನೂ ಆಗುವುದಿಲ್ಲ. ಪ್ರತಿಯೊಬ್ಬ ಹೆಣ್ಣಿಗೂ ಬೇಕಾಗಿರುವುದು ಬೇರೆ ಬೇರೆಯಾಗಿರುತ್ತದೆ. ಸ್ವಾತಂತ್ರ್ಯದ ಬಗೆಗಿನ ಬೇರೆ ಬೇರೆ concept

ಬೇರೆ ಬೇರೆಯಾಗಿರುತ್ತೆ. ನನ್ನ ಸ್ವಾತಂತ್ರ್ಯ ನಿಮ್ಮದಾಗಿರಲಿಕ್ಕಿಲ್ಲ. ಎಲ್ಲರಿಗೂ ಸ್ವಾತಂತ್ರ್ಯಬೇಕೆಂದು ಒಬ್ಬರು ಹೇಳಿದಾಗ ಹಲವರಿಗೆ ಬೇಕಾಗುವ ಸ್ವಾತಂತ್ರ್ಯ ಹಲವು ರೀತಿಯದ್ದಾಗಿರುತ್ತದೆ.

ಪ್ರಶ್ನೆ : ಆ ರೀತಿಯಲ್ಲಾದರೂ 'ಸ್ವಾತಂತ್ರ್ಯ' ಎಂಬ ತಾತ್ವಿಕ ಚಿಂತನೆಗೆ ತೊಡಗುವಲ್ಲಾದರೂ ಇಂತಹ ಚಳವಳಿಗಳಿಂದ ಪ್ರಯೋಜನವಾಗಿರಬಹುದಲ್ಲವೆ ?

ಅಷಿತಾ : ಖಂಡಿತವಾಗಿಯೂ. ಆದರೆ ಅವಕ್ಕೆ positive ಮತ್ತು negative ಎರಡೂ ಮುಖಗಳಿವೆ. ಸರಿಯಾಗಿ ಅರ್ಥಮಾಡಿಕೊಳ್ಳದೆ ಇಂತಹ ವಿಚಾರಗಳ ಬಗ್ಗೆ ಧಿಡೀರ್ ನಿರ್ಧಾರಗಳನ್ನು ತೆಗೆದುಕೊಳ್ಳುವ ಹೆಣ್ಣು ಮಕ್ಕಳನ್ನು ನಾನು ನೋಡಿದ್ದೇನೆ. ಅಂಥವರಲ್ಲಿ ಕೆಲವರಿಗೆ ಸಿಗರೇಟು ಸೇವನೆ – ಮದ್ಯಪಾನಗಳನ್ನು ಮಾಡುವುದೇ ಸ್ವಾತಂತ್ರ್ಯ. ಆ ಸ್ವಾತಂತ್ರ್ಯ ಸಿಕ್ಕಿದ ನಂತರವೂ ಇನ್ನೂ ಏನೇನೋ ಅಸಮಾಧಾನ. ಹೀಗೂ ಏನೇನೋ ಆಗುವುದಿದೆ.

ಪ್ರಶ್ನೆ : ಮಲಯಾಳದಲ್ಲಿ ಸಶಕ್ತವಾದ ಸ್ತ್ರೀವಾದಿ ಪಾತ್ರಗಳನ್ನು ತಮ್ಮ ಕಥೆಗಳಲ್ಲಿ ಸೃಷ್ಟಿಸುವ ಹೆಚ್ಚಿನ ಕಥೆಗಾರ್ತಿಯರೂ ತಾವು ಸ್ತ್ರೀವಾದಿಗಳಲ್ಲ ಎಂದು ದೃಢವಾಗಿ ಹೇಳುತ್ತಾರೆ. ಸ್ತ್ರೀಯ ಸ್ವಾತಂತ್ರ್ಯ ಮತ್ತು ಅವಕಾಶಗಳಿಗೆ ಬೇಕಾಗಿ ಏನು ಬೇಕಾದರೂ ತ್ಯಾಗ ಮಾಡಲು ಸಿದ್ಧರಿರುವ ಕಥಾಪಾತ್ರಗಳನ್ನು ಸೃಷ್ಟಿಸುವವರಿಗೆ ಸ್ತ್ರೀ ಸ್ವಾತಂತ್ರ್ಯದ ಬಗ್ಗೆ ಏನೂ ಕಾಳಜಿ ಇಲ್ಲದಿರಲು ಸಾಧ್ಯವೆ ? ಹಾಗಿದ್ದರೆ ಮತ್ತೆ ಈ ವಿರೋಧಾಭಾಸವೇಕೆ ?

ಅಷಿತಾ : ಅದು ವಿರೋಧಾಬಾಸ ಆಗಿರಬೇಕೆಂದೇನಿಲ್ಲ. ಅಂಥ ಒಂದು ಕಥಾಪಾತ್ರವನ್ನು ಸೃಷ್ಟಿಸುವಾಗ ಅವರು ಅಂಥ ಒಬ್ಬ ವ್ಯಕ್ತಿಯನ್ನೇ ಸೃಷ್ಟಿಸಬೇಕೆಂದು ಪ್ರಾಮಾಣಿಕವಾಗಿ ಉದ್ದೇಶಿಸಿಯೇ ಮಾಡುವುದಾಗಿರಬಹುದು. ಸ್ತ್ರೀಯರ ಶೋಷಣೆ ಆಗುತ್ತಾ ಇದೆ ಅನ್ನುವುದು ಒಂದು deep truth ಆಗಿದೆ. ಅದನ್ನು ಅವರು ಹಾಗೆಯೇ ಚಿತ್ರಿಸುತ್ತಾರೆ ಅಷ್ಟೆ. ಇನ್ನೊಂದು ವಿಚಾರ ಏನೆಂದರೆ ಇಲ್ಲಿನ ಸ್ತ್ರೀವಾದಿ ಚಳವಳಿಗಳೆಲ್ಲವೂ ಒಂದು ರಾಜಕೀಯ ಪಕ್ಷದ ಜತೆಗೆ ಸೇರಿಕೊಂಡದ್ದಾಗಿಬಿಟ್ಟಿದೆ. ಯಾವುದೇ ಒಂದು ರಾಜಕೀಯ ಪಕ್ಷಕ್ಕೆ ಸೇರಿದ ಚಳವಳಿಯಲ್ಲಿ ಭಾಗವಹಿಸುವವರು ತಾವೆ ಎಂದು ಹೇಳಿಕೊಳ್ಳಲು ಅನೇಕ ಮಂದಿಗೆ ಇಷ್ಟವಿರಲಿಕ್ಕಿಲ್ಲ. ಅಲ್ಲದೆ, ಹಾಗೆ ಬರೆಯಲು ಪ್ರಯತ್ನಿಸಿದಾಗ ಆ ಬರಹಕ್ಕೆ ತುಂಬ limitations ಇರುವ ಸಾಧ್ಯತೆ ಇದೆ. Propaganda writingಗೆ ತಮ್ಮ ಬರಹಗಳನ್ನು ಸೇರಿಸಲು ಇಷ್ಟವಿಲ್ಲವಾದುದರಿಂದ ಅವರು ಹಾಗೆ ಹೇಳುವುದಾಗಿರಬಹುದು.

ಪ್ರಶ್ನೆ : ಸ್ತ್ರೀಯರು ಬರೆಯುವ ಹೆಚ್ಚಿ ಬರಹಗಳಲ್ಲಿ ಆತ್ಮಕಥೆಯ ಅಂಶವೇ ತುಂಬಿರುತ್ತದೆ ಎಂದು ಹೇಳುತ್ತಾರೆ. ನಿಮ್ಮ ಕಥೆಗಳ ವಿಚಾರದಲ್ಲಿ ಈ ಮಾತು ನಿಜವೇ ಮೇಡಂ? ಆಗಿದ್ದರೆ ಅವುಗಳಲ್ಲಿ ಎಷ್ಟುಮಟ್ಟಿಗೆ ಇದೆ ಸ್ವಾನುಭವದ ಅಂಶ ?

ಅಷಿತಾ : ಅದನ್ನು ನಾನು ಈಗ ಹೇಗೆ ಹೇಳಲಿ ? ಅದನ್ನು ನಿಖರವಾಗಿ assess ಮಾಡೋದು ಹೇಗೆ ?

ಪ್ರಶ್ನೆ : ನಾನು ಹೀಗೆ ಕೇಳುತ್ತಿರುವುದಕ್ಕೆ ವಿಶೇಷವಾದ ಕಾರಣವಿದೆ. ಅಷಿತಾ ಎಂಬ ವ್ಯಕ್ತಿಯನ್ನು ಕಥೆಗಳಲ್ಲಿ ಹುಡುಕಿ ಗುರುತು ಹಿಡಿಯಬಹುದಾದರೂ ಅದೊಂದು ತುಂಬಾ ಪ್ರಯಾಸಕರವಾದ ಕೆಲಸ. ಕಥೆಗಾರ್ತಿಯು ತನ್ನ ಕಥೆಗಳಲ್ಲಿ ತನ್ನ ಸ್ವಂತ ವ್ಯಕ್ತಿತ್ವವನ್ನು ಅಡಗಿಸಿಕೊಳ್ಳಲು ಪ್ರಜ್ಞಾಪೂರ್ವಕವಾಗಿ ಪ್ರಯತ್ನಿಸುತ್ತಾಳೇನೋ ಅನ್ನಿಸುತ್ತದೆ. ಹೌದೇ ?

ಅಷಿತಾ : ಹೌದು. ಬರವಣಿಗೆಯೆನ್ನುವುದು ಅನೇಕರಿಗೆ Self-expressionಗೆ ಇರುವ ದಾರಿಯಾದರೆ ನನ್ನ ಮಟ್ಟಿಗೆ ಕಥೆ Self ನಿಂದ escapeಮಾಡಲಿಕ್ಕಿರುವ ಒಂದು ದಾರಿ. Meditationನಲ್ಲಿ 'ಅಹಂ'ನ್ನು ಒಡೆದು ಇನ್ನೊಂದರತ್ತ ಸಾಗಲು ಪ್ರಯತ್ನಿಸುವ ಹಾಗೆ ನನಗೆ ಬರವಣಿಗೆಯೂ ಒಂದು ಸಾಧನ. ಒಂದು ಕಾಲದಲ್ಲಿ ನನ್ನ ಬರವಣಿಗೆಯೆನ್ನುವುದು ತುಂಬ autobiographicalಆಗಿತ್ತು. ಒಮ್ಮೆಯೂ ನನಗೆ ನನ್ನ ಒಳಗಿಂದ ಹೊರಗೆ ದಾಟಿಬರಲು ಸಾಧ್ಯವಾಗಿರಲಿಲ್ಲ. ನನ್ನಿಂದ ಹೊರಬರಲು ಪ್ರಯತ್ನಿಸಿದಾಗಲೆಲ್ಲ ನಾನು ಸೋತುಹೋಗುತ್ತಿದ್ದೆ. ಮತ್ತೆ ಮತ್ತೆ ಸಾಮಾಜಿಕ ಸಮಸ್ಯೆಗಳತ್ತ ನಾನು ಗಮನ ಹರಿಸಿದೆ. 'ಅನ್ನಮ್ಮಳ ಕಥೆ' 'ಅಪೂರ್ಣವಿರಾಮಗಳು' ಮುಂತಾದ ಕಥೆಗಳನ್ನು ಬರೆದಿದ್ದು ಈ ಹಂತದಲ್ಲಿ ಹಾಗೆ ಮುಂದೆ ಹೆಜ್ಜೆಯಿಡುತ್ತ ನಿಧಾನವಾಗಿ ನಾನು ನನ್ನ ಕಥೆಗಳಿಂದ ಮರೆಯಾದೆ. I like this very much. ಆದ್ದರಿಂದಲೇ ಇರಬಹುದು ಇವತ್ತು ನನ್ನ ಕಥೆಗಳಲ್ಲಿ ನನ್ನನ್ನು ಹುಡುಕುವವರಿಗೆ ಕಷ್ಟವೆನ್ನಿಸುತ್ತಿರುವುದು.

ಪ್ರಶ್ನೆ : 'ಅಷಿತಾ' ಎಂಬ ಬರಹಗಾರ್ತಿಯನ್ನು ನಿಮ್ಮ ಕಥೆಗಳಲ್ಲಿ ಹುಡುಕಿ ಹಿಡಿಯುವುದು ಕಷ್ಟದ ಕೆಲಸ ನಿಜ. ಆದರೂ ನಿಮ್ಮ ಕಥೆಗಳನ್ನು ಗಮನವಿಟ್ಟು ಸೂಕ್ಷ್ಮ ದೃಷ್ಟಿಯಿಂದ ಓದುವವರಿಗೆ ಅಂತಹ ಒಂದು ಚಿತ್ರವನ್ನು ಕಲ್ಪಿಸಿಕೊಳ್ಳುವುದು ಕಷ್ಟವೇನಲ್ಲ. ಮೃದು ಹೃದಯದ ಒಡತಿಯಾದರೂ ತುಂಬಿದ ಮೌನಿ; ಸುತ್ತ ಸಂಭವಿಸುವ ಎಲ್ಲವನ್ನೂ ಸೂಕ್ಷ್ಮವಾಗಿ ಅವಲೋಕಿಸಿ ಮನಸ್ಸಿನಲ್ಲಿ ಅಚ್ಚೊತ್ತಿ ಇಟ್ಟುಕೊಂಡರೂ ಯಾವುದರ ಜೊತೆಗೂ ನೇರವಾಗಿ ಸ್ಪಂದಿಸದೆ ಅಂತರವನ್ನು ಕಾಯ್ದುಕೊಳ್ಳುವ ವ್ಯಕ್ತಿ ಕಥೆಗಾರ್ತಿಯ ಈ ಚಿತ್ರಣ ಸರಿಯಾಗಿದೆಯೆ ? ಆಗಿದ್ದರೆ ಏಕೆ ಹೀಗೆ ? ಸ್ವಂತ ನಿಲುವನ್ನು ಮುಚ್ಚಿಕೊಳ್ಳಲು ಪ್ರಯತ್ನಿಸುವ ಉದ್ದೇಶವೇನು ?

ಅಷಿತಾ : ಚಿತ್ರಣ ಸರಿಯಾಗಿದೆ. ಆದರೆ ಹಾಗೆ ಮಾಡುವುದು ನನ್ನನ್ನು ಬಿಚ್ಚಿ ತೋರಿಸಿ ಕೊಳ್ಳಲು ಹಿಂಜರಿದು ಅಲ್ಲ. ಯಾವಾಗಲೋ ಎಲ್ಲೋ ನಾನು ಒಂದು witness pointನತ್ತ ಬದಲಿಸಿಕೊಂಡೆ. ಎಲ್ಲವನ್ನೂ ನೋಡುವ ಒಬ್ಬಳು ವ್ಯಕ್ತಿ ನಾನಾದರೂ ಒಮ್ಮೆಯೂ ನಾನು interfere ಮಾಡುವುದಿಲ್ಲ. ಕಥೆಗಳು ಮುಂದೆ ಸಾಗುತ್ತಿರುವಂತೆ ಮೊದಲೆಲ್ಲ ನಾನದನ್ನು ಮಾಡುತ್ತಿದ್ದೆ. ಆಗೆಲ್ಲ ನನಗೆ ಅದೊಂದು thrill ಆಗಿತ್ತು. ಈಗ I am no longer interested in myself. ನನ್ನನ್ನು portray ಮಾಡಿಕೊಳ್ಳಲಿಕ್ಕಾಗಲೀ 'ನಾನು ಹೀಗೆ' ಅಂತ ಬೇರೆಯವರಿಗೆ ತೋರಿಸಿಕೊಳ್ಳಲಿಕ್ಕಾಗಲೀ ಇವತ್ತು ನನಗೆ ಸ್ವಲ್ಪವೂ ಇಷ್ಟವಿಲ್ಲ.

ಪ್ರಶ್ನೆ : ಆದರೂ 'ನಾನು' ಇಲ್ಲದೆ ಕತೆಯಿರಲು ಸಾಧ್ಯವಿಲ್ಲವಲ್ಲ ?

ಅಷಿತಾ : ಇಲ್ಲ. ಆದರೆ ಅನ್ನಮ್ಮಳ ಕಥೆ ಹೇಳುವಾಗ ನನ್ನ ದೃಷ್ಟಿಯಲ್ಲಿ ಅವಳು ಮಾತ್ರ ಮುಖ್ಯ. ಅದಕ್ಕಾಗಿ ನಾನು ಏನುಬೇಕಾದರೂ ತ್ಯಾಗ ಮಾಡಬಲ್ಲೆ.

ಪ್ರಶ್ನೆ : ಕಥೆಗೆ ವಸ್ತುಗಳನ್ನು ಆಯ್ಕೆ ಹೇಗೆ ಮಾಡುತ್ತೀರಿ ?

ಅಷಿತಾ : ಮನಸ್ಸಿಗೆ ಮುಟ್ಟುವ ವಿಷಯಗಳ ಕುರಿತು ಮಾತ್ರ ನಾನು ಕಥೆ ಬರೆಯುತ್ತೇನೆ. ಆ ವಿಷಯದ ಕುರಿತು ಏಕೆ ಬರೆಯುತ್ತೇನೆ ಅನುವುದು ನನಗೆ ಸ್ಪಷ್ಟವಾಗಿ ತಿಳಿದಿರುವುದು ಕೂಡಾ ನನ್ನ ಮಟ್ಟಿಗೆ ಅಗತ್ಯ. ಕೆಲವೊಮ್ಮೆ ಕೆಲವು ವಿಷಯಗಳನ್ನು ತೆಗೆದುಕೊಂಡಾಗ ಅವು ಮನಸ್ಸನ್ನು ತುಂಬಾ ಕಾಡುತ್ತವೆ. ಆದರೆ ಅವನ್ನು ಬರೆದು ಮುಗಿಸಿದಾಗ ಅವು ಯಾರು ಯಾರನ್ನೋ ಬೊಟ್ಟು ಮಾಡಿ ತೋರಿಸುತ್ತಿವೆ ಅನ್ನುವುದು ಗೊತ್ತಾಗಿಬಿಡುತ್ತದೆ. ಇವತ್ತಾಗಿದ್ದರೆ ನಾನು 'ಅಲಮೇಲು ಹೇಳಲಿ' ಎಂಬ ಕಥೆ ಬರೆಯಲಾರೆ. ಆ ಥರ ಯಾರನ್ನೂ ಗೇಲಿಮಾಡುವುದು ನನಗಿಷ್ಟವಿಲ್ಲ.

ಪ್ರಶ್ನೆ : ಆದರೆ ಆ ರೀತಿಯ ಒಂದು ಸಾಮಾಜಿಕವಾದ ವಿಮರ್ಶೆ ಒಳ್ಳೆಯದೇ ಅಲ್ಲವೆ?

ಅಷಿತಾ : ಹೌದು. ಆದರೆ ಆ ಮೂಲಕ ನಾನು ಯಾರು ಯಾರನ್ನೋ ನೋಯಿಸಿದ್ದೇನೆ. That matters to me a lot now. ಆ ಕಾರಣದಿಂದ ಅಂಥ ವಿಷಯಗಳನ್ನು ಎತ್ತಿಕೊಳ್ಳುವುದಿಲ್ಲ ಎಂದಲ್ಲ ; ಆದರೆ ನಾನು ಬರೆಯುವುದು ಬೇರೊಂದು ರೀತಿಯಲ್ಲಿ ಆಗಿರಬಹುದು.

ಪ್ರಶ್ನೆ : ಸಾಮಾಜಿಕ ಪರಿವರ್ತನೆ ಉದ್ದೇಶವಲ್ಲದಿದ್ದರೆ ಬರವಣಿಗೆಯ ಉದ್ದೇಶ ಬೇರೆ ಏನು ?

ಅಷಿತಾ : For me, it is a meditative process. ಒಬ್ಬ ವ್ಯಕ್ತಿ meditate ಮಾಡುವುದು ಯಾಕೆ ? To discover self ಅಲ್ಲವೆ ? ಈಗ ನನ್ನ ಬರವಣಿಗೆಯ ಪರಮಧ್ಯೇಯ ಅದು ಮಾತ. I want to discover myself. ನನ್ನ ಕಥೆಗಳಲ್ಲಿ ಒಬ್ಬಳು ಅಡಗಿಕೊಂಡಿರುತ್ತಾಳೆಂದು ನೀವು ಹೇಳಿದಿರಲ್ಲ ? ಆ ಅಡಗಿಕೊಂಡಿರುವ ವ್ಯಕ್ತಿಯನ್ನು ನಾನೊಮ್ಮೆ ನೋಡಬೇಕು.

ಪ್ರಶ್ನೆ : ನಿಮ್ಮ ಕಥೆಗಳ 'ಉಮ್ಮೊ'ಗೆ ನಿಮ್ಮ ಮಗಳ ಹೋಲಿಕೆ ಇದೆಯೆ ? 'ಉಮಾ' ಅನ್ನುವ ಶೀರ್ಷಿಕೆಯಿರುವ ಕಥೆಯಲ್ಲ, 'ಕಲ್ಲು ಹಾಕಿದ ಸುಳ್ಳುಗಳು' ಕಥೆಯ ಉಮ್ಮೊ ? ಆ ಎಳೆ ಹುಡುಗಿಯ ಪಾತ್ರದ ಮೇಲೆ ನೀವು ಹರಿಸಿದ ವಾತ್ಸಲ್ಯದ ಮಹಾಪೂರ ನೋಡಿದಾಗ ಹಾಗೆ ಕೇಳಬೇಕೆಂದೆನಿಸಿತು. 'ಉಮಾ' ಎನ್ನುವ ಹೆಸರು ಹಲವು ಮಕ್ಕಳಿಗೆ ಮಾತ್ರವಲ್ಲದೆ ಸ್ವಂತ ಮಗಳಿಗೂ ನೀವು ಇಟ್ಟಿರುವುದರಿಂದ ಆ ಹೆಸರಿನ ಬಗ್ಗೆ ನಿಮಗೆ ವಿಶೇಷವಾದ ಮಮತೆ ಏನಾದರೂ ಇದೆಯೇ ಅಂತ ?

ಅಷಿತಾ : 'ಉಮಾ' ಅನ್ನುವ ಶೀರ್ಷಿಕೆಯುಳ್ಳ ಕಥೆಯನ್ನು ನಾನು ನನ್ನ ಮದುವೆಗೆ ಮೊದಲೇ ಬರೆದಿದ್ದೆ. ಆ ಹೆಸರು ಅಂದರೆ ನನಗೆ ತುಂಬಾ ಇಷ್ಟ. ಲಕ್ಷ್ಮಿ ಮತ್ತು ಸರಸ್ವತಿಯ ಹಾಗಲ್ಲ ಪಾರ್ವತಿ. ಭಯಂಕರ ಒಂದು Strong Character ಆಕೆ. ಮತ್ತೆ ಸಂಸಾರಸ್ಥ

ಳಾಗಿರುವ ಏಕಮಾತ್ರ ದೇವಿ ಸಹ. ಆಕೆಯ ಕುಟುಂಬದ ಸದಸ್ಯರಾದರೂ ಎಂಥವರು ? ಒಬ್ಬ ಆರು ತಲೆಯವನೂ, ಇನ್ನೊಬ್ಬ ಗುಡಾಣದಂಥ ಹೊಟ್ಟೆಯವನೂ, ಮುನಿಯಂತೆ ಜಡೆಬಿಟ್ಟ ಗಂಡನೂ ! ಪಾರ್ವತಿಯ ತಪಸ್ಸಿದೆಯಲ್ಲ, ಶಿವನನನ್ನು ಪಡೆಯಲಿಕ್ಕೋಸ್ಕರ ಮಾಡಿದ ಆ ತಪಸ್ಸು, ಅದು ಭಯಂಕರ ಒಂದು ಇಚ್ಛಾಶಕ್ತಿಯ ಪ್ರತೀಕ ಲಕ್ಷ್ಮಿ ಕ್ಷೀರಸಾಗರದಿಂದ ಎದ್ದು ಬಂದು ವಿಷ್ಣುವಿನ ವಾಮಭಾಗದಲ್ಲಿ ಕುಳಿತುಕೊಂಡಿರುವುದು ಮಾತ್ರ. ಆದರೆ ಮಾತ್ರ. ಆದರೆ ಉಮಾ ಅನೇಕ ಕಷ್ಟಗಳನ್ನೆದುರಿಸಿ ಪಡೆಯುತ್ತಾಳೆ ಶಿವನನ್ನು. ಅದಕ್ಕೆ ಕಠಿಣ ತಪಸ್ಸು, ದೃಢಸಂಕಲ್ಪ ಬೇಕು. ಆಮೇಲೆ, ಆ ಹೆಸರಿನ ಎರಡು ಅಕ್ಷರಗಳನ್ನು ತೆಗೆದು ನೋಡಿ. 'ಉ' ಎನ್ನುವ ಅಕ್ಷರ hard ಇದೆ. 'ಯ' soft ಇದೆ. ನನಗೆ ಈ combination ತುಂಬ ಇಷ್ಟ. ಹೀಗೆ ನನ್ನ ಮೊದಲ 'ಉಮಾ'ಳನ್ನು ಸೃಷ್ಟಿಸಿದೆ. ಮಗಳಿಗೆ ಉಮಾ ಅಂತ ಹೆಸರಿಡಬೇಕೆಂಬ ಉದ್ದೇಶವೇನೂ ಇರಲಿಲ್ಲ ; but it so happened.

ಕಥೆಗಳಲ್ಲಿ ಬರುವ 'ಉಮ್ಮು' ನನ್ನ ಮಗಳು, ಹೌದು, ಅವಳು ಮಾಡಿದ ಚೇಷ್ಟೆಗಳ ವಿಚಾರಗಳೇ ಇರುವುದು 'ಕಲ್ಲು ಹಾಕಿದ ಸುಳ್ಳುಗಳು' ಕಥೆಯಲ್ಲಿ. ಆ ಕಥೆ ನಿಜವಾಗಿಯೂ ನಡೆದದ್ದೇ. ಅದರಲ್ಲಿ ಹೇಳಿರುವ ಸುಳ್ಳುಗಳೆಲ್ಲವನ್ನೂ ಹೇಳಿದ್ದು ಅವಳೇ. ಒಂದನ್ನೂ ನಾನು ಸೇರಿಸಿಲ್ಲ. ಕಥೆಯಲ್ಲಿ ನಾನು ಅದರಾಚೆ ಹೋದೆ ಎಂಬುದು ಮಾತ್ರ ನಿಜ. ಆದರೆ ಆ ಪ್ರಶ್ನೆಗಳೆಲ್ಲವೂ ಅವಳದ್ದು. She has contributed a lot.

ಪ್ರಶ್ನೆ : 'ಕಲ್ಲು ಹಾಕಿದ ಸುಳ್ಳುಗಳು' ಕತೆಯಲ್ಲಿನ ಒಂದು ಸಿದ್ಧಾಂತವು ಸತ್ಯದ ವಿವಿಧ ಮುಖಗಳೇ ಆಗಿದೆಯೆಂದು ಅಣ್ನಿಸುತ್ತದೆ. ಮಗು ಸುಳ್ಳು ಹೇಳುತ್ತಿದೆಯೆಂದು ದೊಡ್ಡವರು ಹೇಳುವಾಗ, ತಾನು ಸುಮ್ಮನೆ ತಮಾಷೆಗೆ ಹೇಳಿದೆ ಎಂದು ಹೇಳುತ್ತಾಳೆ ಹುಡುಗಿ. ಸತ್ಯ, ಸುಳ್ಳು, ತಮಾಷೆಗಳ ನಡುವಿನ ಸಂಕೀರ್ಣ ಸಂಬಂಧಗಳನ್ನು ನಿಮ್ಮ ಹಲವು ಕಥೆಗಳು ಎತ್ತಿ ತೋರಿಸುತ್ತವೆ. ಈ ವಿಚಾರದ ಕುರಿತು ಇನ್ನಷ್ಟು ವಿವರಣೆ ನೀಡುವಿರಾ ?

ಅಷಿತಾ : 'ಸತ್ಯ'ದಲ್ಲಿ 'ಸ', 'ತ' ಮತ್ತು 'ಯ'ಗಳು ಇವೆ. ಇವುಗಳಲ್ಲಿ 'ಸ' ಮತ್ತು 'ಯ' ನಿಜವನ್ನು ಸೂಚಿಸಿದರೆ 'ತ' ಅನ್ನುವುದು ತಮಸ್ಸು. ಹಾಗಾದರೆ ಎರಡು ಸತ್ಯಗಳ ನಡುವೆ ಒಂದು ಸುಳ್ಳು ಇದೆ ಅಂದ ಹಾಗಾಯಿತು. ಬೆಳಕಿದ್ದರೆ ಅಲ್ಲಿ ಕತ್ತಲೂ ಇರುತ್ತದೆ. ಇವೆರಡೂ ಈ ಜಗತ್ತಿನಲ್ಲಿ ಜೊತೆಜೊತೆಯಾಗಿಯೇ ಇರುತ್ತದೆ. 'ಕತ್ತಲು' ಅನ್ನುವುದು 'ಬೆಳಕಿ'ಗೆ ವಿರುದ್ಧ ವಾದದ್ದೆಂದು ನಾವು ತಿಳಿಯುತ್ತೇವೆ. ಆದರೆ ಹಾಗಲ್ಲ. ಬೆಳಕಿಲ್ಲದಿರುವುದೇ ಕತ್ತಲು. ಹಾಗೆ both are related. ಒಂದು ಬೆಳಕು ಮತ್ತು ಇನ್ನೊಂದು ಬೆಳಕಿಲ್ಲದಿರುವುದು. ಅಷ್ಟೇ. ಅದೇ ಥರ ಸತ್ಯ ಮತ್ತು ಸುಳ್ಳು ಕೂಡಾ.

ಪ್ರಶ್ನೆ : ಇದೊಂದು ನಾನೀಗ ತಿಳಿದುಕೊಂಡ ಹೊಸ ವಿಚಾರ. ಸತ್ಯದಲ್ಲಿಯೂ ತಮಸ್ಸಿರುವುದು.

ಅಷಿತಾ : ನನಗೆ ನನ್ನ ಗುರು ನಿತ್ಯ ಚೈತನ್ಯಯತಿವರ್ಯರು ಹೇಳಿದ ವಿಚಾರವದು. ಶಿವನಲ್ಲೂ ಈ ದ್ವಂದ್ವ ಭಾವವಿದೆ. ಇರುವಿಕೆ ಮತ್ತು ಇಲ್ಲದಿರುವಿಕೆಗಳನ್ನು ತನ್ನಲ್ಲಿ

ಸೇರಿಸಿಕೊಂಡಾಗ ಮಾತ್ರವೇ ಆತನಿಗೆ ಏನಾದರೂ ಮಾಡಲು ಸಾಧ್ಯವಾಗುವುದು. ಒಬ್ಬ ವ್ಯಕ್ತಿ ಬೆಳಕಿನಲ್ಲಿ ಮಿಂದು ನಿಂತಿದ್ದಾನೆಂದಿಟ್ಟುಕೊಳ್ಳಿ. ಆದರೆ ಅವನಿಗೂ ಒಂದಷ್ಟು ನೆರಳು ಕಂಡೇ ಕಾಣುತ್ತದೆ. ಈ ದ್ವಂದ್ವಗುಣ ನನಗೆ ಯಾವಾಗಲೂ ಆಕರ್ಷಣೀಯವಾಗಿ ಕಾಣುತ್ತದೆ. ಒಬ್ಬಾತ 'ನಾನು ಹೇಳುತ್ತಿರುವುದು ಸತ್ಯ ಮಾತ್ರ' ಎಂದು ಹೇಳುವಾಗಲೂ ಅದು ಆತ ತಿಳಿದುಕೊಂಡ ಸತ್ಯ ಮಾತ್ರ. ಸತ್ಯ ಯಾವಾಗಲೂ relative ಆಗಿರುತ್ತದೆ.

ಪ್ರಶ್ನೆ : ಗುರುವಿನ ಬಗ್ಗೆ ಹೇಳಿದಿರಲ್ಲ. ಅವರು ನಿಮ್ಮ ಬದುಕಿನಲ್ಲೂ ಜೀವನ ದೃಷ್ಟಿಕೋನದಲ್ಲೂ ಉಂಟುಮಾಡಿದ ಪರಿವರ್ತನೆಯ ಕುರಿತು ಹೇಳುತ್ತೀರಾ ?

ಅಷಿತಾ : ಅದನ್ನು ಹೇಳಲು ನನಗೆ ಇಷ್ಟವಿಲ್ಲ. ಅದನ್ನು ಹೇಳಲಿಕ್ಕೆ ಪ್ರಯತ್ನಿಸುವುದೇ ಒಂದು ದೊಡ್ಡ ಮೂರ್ಖತನವಾದೀತು.

ಪ್ರಶ್ನೆ : ಹಾಗಾದರೆ ಬೇಡ. ನಿಮ್ಮ ಬರವಣಿಗೆಯಲ್ಲಿ ಆ ಮೂಲಕ ಏನಾದರೂ ಬದಲಾವಣೆ ಆಗಿದೆಯೆಂದು ನಿಮಗನ್ನಿಸಿದೆಯೆ ?

ಅಷಿತಾ : ಆಗಿದೆ. 1989ರಲ್ಲೇ ಪ್ರಾರಂಭವಾಗಿತ್ತು ಆ ಬದಲಾವಣೆ. ಆಧ್ಯಾತ್ಮದಲ್ಲಿ ಆಗ ನನಗೆ ಏನೇನೂ ಆಸಕ್ತಿ ಇರಲಿಲ್ಲ. Actually I did n't want to be a spiritual person. ಗುರು ನಿತ್ಯ ಚೈತನ್ಯಸ್ವಾಮಿಗಳ ಪರಿಚಯವಾದಾಗ ಅವರು ಓರ್ವ ಸಾಧು ಎಂಬ ವಿಚಾರ ನನಗೆ ತಿಳಿದಿರಲಿಲ್ಲ. ಬೇರೊಬ್ಬರಿಗೆ ಬೇಕಾಗಿ ಅವರ ಜತೆಗೆ ಹೋಗಿದ್ದಾಗ ಅವರನ್ನು ಪರಿಚಯ ಮಾಡಿಕೊಳ್ಳುವ ಅವಕಾಶವಾಯಿತು. ಬರವಣಿಗೆಯಲ್ಲಿ ಅವರ influence ಏನು ಅಂದರೆ, ನನ್ನ ಕಥೆಗಳಲ್ಲಿ ಅದುವರೆಗೆ ನನ್ನ ಸ್ವಂತ ದುಃಖಗಳು ಮತ್ತು ಅನುಭವಗಳು ಮಾತ್ರ ತುಂಬಿರುತ್ತಿದ್ದವು. ನನ್ನ ಬರಹಗಳ ಜೊತೆಗೆ ನಾನು ಅದುವರೆಗೆ ಆಡಿದ್ದು ದೊಡ್ಡದೊಂದು ಸುಳ್ಳಿನಾಟ ಮಾತ್ರವಾಗಿತ್ತು. ಓದುತ್ತಿದ್ದ ಕಾಲದಲ್ಲಿ ನಾನು ಬರೆದ ಕಥೆಗಳು ವಿವಾಹಿತರಾದ ಸ್ತ್ರೀಯರದಾಗಿತ್ತು. ಅದಕ್ಕೆ ಮುಖ್ಯ ಕಾರಣವೇನಾಗಿತ್ತು ಅಂದರೆ, ನಾನು ಬರೆಯುವುದು ನಮ್ಮ ಮನೆಯಲ್ಲಿ ಎಲ್ಲರಿಗೂ ಒಂದು ಸಮಸ್ಯೆಯಾಗಿತ್ತು ತಾನೆ ? Nobody used to read my stories. ಆದ್ದರಿಂದ ಯಾರಾದರೂ ನಾನು ಬರೆದದ್ದನ್ನು ಟೀಕಿಸಿದರೆ ನಾನು ತಕ್ಷಣ ಹೇಳಿಬಿಡುತ್ತಿದ್ದೆ. 'ವಿವಾಹಿತರಾದ ಸ್ತ್ರೀಯರ ಕುರಿತು ತಾನೇ ನಾನು ಬರೆದಿದ್ದ' ಅಂತ. ಮದುವೆಯಾದ ನಂತರವಾಗಿತ್ತು ನಾನು ಹಿಂದಿನ ಅವಿವಾಹಿತ ಹೆಣ್ಣಿನ ಬಗ್ಗೆ ಬರೆಯತೊಡಗಿದ್ದು. ಆದರೆ, ಹೇಗಾದರೂ ನಾನು ಬರೆಯಲೇಬೇಕಾಗಿತ್ತು. ಬರೆಯದೇ ಇರಲು ನನ್ನಿಂದ ಸಾಧ್ಯವಿಲ್ಲ. ಹಾಗೆ ನನ್ನ ಕಷ್ಟಗಳು, ಇತರರ ಸಂಕಟಗಳು ಎಲ್ಲವೂ ನನ್ನ ಬರಹಗಳಲ್ಲಿ ಒಟ್ಟಾಗಿ ಹೇಗೆ ಹೇಗೋ ಕಾಣಿಸಿಕೊಳ್ಳುತ್ತಿದ್ದ ಆ ಗುರುಗಳು ಆನಂತರ, whether I wanted it or not,. ನನ್ನ ಬರವಣಿಗೆಯಲ್ಲೊಂದು Spiritual ಆಯಾಮವೂ ಸೇರಿಕೊಂಡಿತೆಂದು ನನಗನ್ನಿಸಿದೆ. ಕೆಲವನ್ನು ಅವರೇ ತೋರಿಸಿಕೊಡುವುದಿದೆ. 'ಹುರುಳು' (ಪೊರುಳ್) ಎಂಬ ಒಂದು ಕಥೆ ಒಂದು ವೇಳೆ ಗುರುಗಳ ಸಹಾಯವಿಲ್ಲದೇ ಹೋಗಿದ್ದಲ್ಲಿ ಆ ರೀತಿ ಬರೆಯಲು ಸಾಧ್ಯವಾಗುತ್ತಿರಲಿಲ್ಲ. ಈಗ ನಾನು ಯಾವುದೇ ವಿಷಯವನ್ನು ಆಯ್ದು

ಕೊಂಡರೂ ಅದರ social, economical, political ಮಾತ್ರವಲ್ಲದೆ spiritual dimensionಕೂಡಾ ನೋಡುತ್ತೇನೆ. ನೋಡದೇ ಇರಲು ಸಾಧ್ಯವಿಲ್ಲ. ಗುರುಗಳು ನನ್ನ ಬರಹಗಳಲ್ಲಿ ತಂದ ಬದಲಾವಣೆ ಇದು.

ಪ್ರಶ್ನೆ : 'ಆಶ್ಚರ್ಯ ಚಿಹ್ನೆಗಳು', 'ಅರ್ಧವಿರಾಮಗಳು' ಎಂದೆಲ್ಲ ಕಥೆಗಳಿಗೆ ಶೀರ್ಷಿಕೆ ಕೊಟ್ಟಿದ್ದೀರಿ ಯಾಕೆ ? ಈ ಚಿಹ್ನೆಗಳ ಪ್ರಸ್ತುತತೆ ಏನು ?

ಅಷಿತಾ : ಭಾಷೆಯ ಸ್ವಭಾವವನ್ನು ಗಮನಿಸಿದಾಗ ಎಷ್ಟೋಬಾರಿ ಒಂದು ಚಿಹ್ನೆಯು ಮಾತಿಗಿಂತಲೂ ಹೆಚ್ಚು ವಿಚಾರಗಳನ್ನು ಹೇಳತ್ತೆ ಅಂತ ನನಗನ್ನಿಸಿದ್ದಿದೆ. ಒಂದು ಆಶ್ಚಯರ ಚಿಹ್ನೆಯಾಗಲಿ, ಅಥವಾ ಪ್ರಶ್ನಾಚಿಹ್ನೆಯಾಗಲಿ ಅಥವಾ ಅದರ ನಂತರ ಬರುವ ಮೌನವೇ ಆಗಲಿ ನನಗೆ ತುಂಬಾ ಮುಖ್ಯವಾಗಿ ಕಾಣುತ್ತದೆ. ಹೇಳುವ ವಿಚಾರಗಳ ಆಚೆಗಿರುವ ಹೇಳದೇ ಉಳಿದ ವಿಚಾರಗಳು ಇವು ಕಥೆಯಲ್ಲಿ ಬಹಳ. ಪ್ರಮುಖವಾದ ಅಂಶಗಳು. ಅವು ಇಲ್ಲದಿದ್ದರೆ ಕಥೆ ಮನಸ್ಸನ್ನು ತಟ್ಟುವುದಿಲ್ಲ. ಆಶ್ಚರ್ಯಚಿಹ್ನೆಗಳಿಗೆ ಎರಡು ಅರ್ಥ ಇರಬಹುದು. ಒಂದು, ಬದುಕು ಅಂದರೆ ಇಷ್ಟೆಲ್ಲ ಇದೆಯೇ ಎಂಬ ಅಚ್ಚರಿ. ಎರಡು ಜೀವನದಲ್ಲಿ ಇಷ್ಟೇ ಇರುವುದೇ ಎಂಬ ಆಶ್ಚರ್ಯ ಆಮೇಲೆ, 'ಅಪೂರ್ಣವಿರಾಮಗಳು' ಎಂಬ ಹೆಸರು 'unfinished gestalts' ಎಂಬುದರ translation ಅಷ್ಟೆ. 'ಅರ್ಧವಿರಾಮ' ಎಂಬ ಅರ್ಥದಲ್ಲಿ ಉಪಯೋಗಿಸಿದ್ದಲ್ಲ.

ಪ್ರಶ್ನೆ : ಮೌನದ ಬಗ್ಗೆ ಹೇಳಿದಿರಲ್ಲ, ಮೌನ ನಿಮ್ಮ ಅನೇಕ ಕಥೆಗಳಲ್ಲಿ ಬಹಳ ಪ್ರಬಲವಾದ ಸಂಕೇತವಾಗಿ ಬರುತ್ತದೆ. ಕೆಲವೊಮ್ಮೆ ಅದು ಜೋಗುಳದಂತೆ ಸಂತೈಸಿದರೆ (ಆಮೇಲೋ) ಕೆಲವೊಮ್ಮೆ ಮನಸ್ಸುಗಳ ನಡುವಣ ಅಂತರದ ಅಳತೆಗೋಲಾಗಿರುತ್ತದೆ. ('ಮಣ್ಣಿನಗಟ್ಟಿಯೂ ಕರಿ ಎಲೆಯೂ'). 'ಉಮಾ' ಎನ್ನುವ ಕಥೆಯಲ್ಲಿ ಅದು ಒಂದು ಆಯುಧ ವಾಗಿದ್ದರೆ 'ಇನ್ನೊಮ್ಮೆ' ಎನ್ನುವ ಕಾದಂಬರಿಯಲ್ಲಿ ಅದು ಮಾನಸಿಕ ಅಸ್ವಸ್ಥತೆಯ ಚಿಹ್ನೆ. ಹೀಗೆ ನಿಮ್ಮ ಕಥೆಗಳಲ್ಲಿ ಮೌನಕ್ಕೆ ಅನೇಕ ಅರ್ಥಗಳಿವೆ. ಮೌನಕ್ಕೆ ಹೀಗೆ ನೂರಾರು ಅರ್ಥಗಳನ್ನು ನೀಡಲು ಪ್ರಯತ್ನಿಸುವ ಉದ್ದೇಶವೇನು ? ಮಾತುಗಳ ಮೇಲಿನ ಪ್ರೀತಿಯೇ ಮೌನವನ್ನು ವಾಚಾಳಿಯನ್ನಾಗಿಸುತ್ತಿರುವುದು ?

ಅಷಿತಾ : ಕೆಲವೊಂದು ವಿಚಾರಗಳನ್ನು ಮಾತುಗಳ ಮೂಲಕ ಹೇಲುವುದು ಕಷ್ಟವಾಗ ಬಹುದು. ಮಾತಿನಾಚೆಯ ವಿಚಾರಗಳನ್ನು ಧ್ವನಿಸಲು ಮೌನವನ್ನು ಆಶ್ರಯಿಸ ಬೇಕಾಗಬಹುದು. ಸಾಹಿತ್ಯದಲ್ಲಿ ಮಾತ್ರವಲ್ಲ, ಸಂಗೀತದಲ್ಲೂ ಅದು ಇರುತ್ತದೆ. Cestern classical Musicನಲ್ಲೆಲ್ಲ ಮೌನದ ಒಂದು ಮಧ್ಯಂತರ ವೇಳೇಯಿದೆ. ಅದು ಒಂದು dead silence ಅಲ್ಲ. It is very rich. ಪೂರ್ತಿಯಾಗಿ ಹೇಳುವ ಅಗತ್ಯವಿಲ್ಲ. ಬಾಕಿ ಉಳಿದದ್ದನ್ನು ಮೌನ ತಿಳಿಸುತ್ತದೆ. ಒಂದು ಕತೆ ಬರೆಯುವಾಗ ಅರ್ಧವನ್ನಷ್ಟೇ ನಾನು ಬರೆಯುತ್ತೇನೆ. ಉಳಿದರ್ಧ ಸೇರಿಕೊಳ್ಳುವುದು ಓದುಗನ ಮನಸ್ಸಿನಲ್ಲಿ. ಅಷ್ಟರಮಟ್ಟಿಗೆ ಆತನನ್ನು ಹಿಡಿದಿರಿಸಲು ನನಗೆ ಸಾಧ್ಯವಾಗಬೇಕು. ಆ ರೀತಿ active ಆಗಿ participate ಮಾಡಲು ಓದುಗನಿಗೆ

ಸಾಧ್ಯವಿಲ್ಲವೆಂದಾದರೆ ನಾನು ಬರೆಯಬಾರದು. ಓದುಗನನ್ನು ಹಿಡಿದಿಡಲು ಸಾಧ್ಯವೆಂದು ಅನ್ನಿಸಿದರೆ ಮಾತ್ರವೇ ನಾನು ಬರೆಯುತ್ತೇನೆ. ಆ ಕಾರಣದಿಂದ ಮವನವು ನನಗೆ ಭಾಷೆಯಷ್ಟೇ ಮುಖ್ಯವಾಗುತ್ತದೆ. ನನ್ನ ಕಥೆಗಳೆಲ್ಲವೂ ಚಿಕ್ಕದಾಗಿರಲು ಕಾರಣ ನನಗೆ ಪೂರ್ತಿ ಹೇಳುವ ಆಸಕ್ತಿ ಇಲ್ಲದಿರುವುದೇ ಆಗಿದೆ. ಮೌನಕ್ಕೆ ಅಪಾರ ಶಕ್ತಿಯಿದೆ. ಮೌನದ ಒಂದು ಮಹಾಸಾಗರವನ್ನು ಕಲ್ಪಿಸಿಕೊಂಡು ನೋಡಿ. ಅದರಿಂದ ಒಂದೊಂದು ಸಣ್ಣ ಅಲೆಯೆದ್ದು ಬರುವ ಹಾಗೆ ನಾವು ಪ್ರತಿಯೊಬ್ಬರೂ ಎದ್ದು ಬರುವುದು. ಇನ್ನು ನಾವು ಅದರೆಡೆಗೇ ತಿರುಗಿಹೋಗುತ್ತೇವೆ ಕೂಡಾ ಮಾತುಗಳೂ ಹಾಗೆಯೇ. 'ಓಂ' ಎಂಬ ಒಂದು ಶಬ್ದವನ್ನೇ ತೆಗೆದುಕೊಳ್ಳಿ. 'ಅಕಾರ', 'ಉಕಾರ' ಮತ್ತು 'ಮಕಾರ' ಮಾತ್ರವಲ್ಲದೆ ನಾಲ್ಕನೆಯದಾಗಿ ಅದಕ್ಕೆ ಮೌನದ ಒಂದು ಹಿನ್ನೆಲೆಯೂ ಇದೆ. ಅದು ನಮ್ಮ ಕಿವಿಗೆ ಬೀಳಲಿರುವುದು ಸಾಧ್ಯವಿಲ್ಲ. ಮಾತುಗಳು ಮತ್ತು ಕಥೆಗಳೆಲ್ಲವೂ ಮೌನದೊಳಗಿಂದ ಎದ್ದು ಬಂದು ಅದರೆಡೆಗೇನೇ ತಿರುಗಿ ಹೋಗಿ ಸೇರುತ್ತವೆ. ಆ ಬಗ್ಗೆ ನಮಗೆ ತಿಳಿವು ಮೂಡಿದ ನಂತರ ಅದು ಬಹಳ ಮುಖ್ಯವಾಗಿ ನಮಗೆ ಕಾಣಿಸುತ್ತದೆ. ಹೊರಬಂದ ಮಾತುಗಳು ನಿಶ್ವಾಸವಾಗಿ ಗಾಳಿಯನ್ನು ಸೇರಿ ಇಲ್ಲದಾಗುತ್ತವೆ. ಅವಕ್ಕಿಂತ ಹೆಚ್ಚು ಮಹತ್ವವುಳ್ಳವು ಮಾತಿನಾಚೆಯ ಮೌನಗಳು.

ಪ್ರಶ್ನೆ : 'ಆಮೇಲೆ ?'' ಕಥೆಯಲ್ಲಿ ರಾಜಕುಮಾರ ಮತ್ತು ರಾಜಕುಮಾರಿ ಜೊತೆಯಾಗಿ ಟ್ಯಾಕ್ಸಿ ಹತ್ತಿ 'ಝುಂ' ಅಂತ ಹೋಗುತ್ತಾರೆ. ಆ ನಂತರ ಅದೇ ಕಥಾಸಂಕಲನದಲ್ಲಿ ಬರುವ ಇನ್ನೊಂದು ಕಥೆ 'ಮಣ್ಣಿನಗಟ್ಟಿಯೂ ಕರಿ ಎಲೆಯೂ'ದಲ್ಲಿ ಪರಸ್ಪರ ಪ್ರೀತಿಸಿ ಮದುವೆಯಾದ ಪ್ರಣಯಿಗಳು ಕಾಲವು ತಮ್ಮ ಮಧ್ಯೆ ಉಂಟುಮಾಡಿದ ಭಯಂಕರವಾದ ಅಂತರವನ್ನು ನೋಡಿ ಆಘಾತಗೊಂಡು ಮಾತನಾಡಲಾಗದೆ ಮೂಕರಾಗುತ್ತಾರೆ. ಈ ಎರಡು ಕಥೆಗಳ ಅನುಕ್ರಮಣಿಕೆಯನ್ನು ಈ ರೀತಿ ಮಾಡಿದ್ದು ಉದ್ದೇಶಪೂರ್ವಕವಾಗಿ ಆಗಿತ್ತೆ ?

ಅಷಿತಾ : ಹಾಗೆ ಆಗಿದೆಯೇ ಅದು ? ಎಲ್ಲಾ ಮದುವೆಗಳೂ ಹೋಗಿ ತಲುಪುವ ಜಾಗ ಮರುಭೂಮಿಯೆಂದು ಸೂಚಿಸುತ್ತಿದ್ದೀರಾ ಎಂದಲ್ಲವೇ? ಅದು ಓದುಗರು ಊಹಿಸಿಕೊಳ್ಳುವ ಅರ್ಥ.

ಪ್ರಶ್ನೆ : 21ನೇ ಶತಮಾನದಲ್ಲಿ ಜೀವನವು ಹತೋಟಿ ಮೀರಿ ಓಡಬಹುದು ಎಂದು ಹೇಳಿದ್ದೀರಿ 'ದಿವಾನ್ಸ್ ರೋಡ್'ನಲ್ಲಿ. ಇದು ನಿಮ್ಮ ಸ್ವಂತ ಅಭಿಪ್ರಾಯವೇ ?

ಅಷಿತಾ : ಅದನ್ನು ಬರೆಯುವಾಗ ನಾನು Socially ತುಂಬ aware ಆಗಿದ್ದೆ. ಬದುಕು ನಮ್ಮ ಕೈಬಿಟ್ಟು ಹೋಗುತ್ತಿದೆ. ಹೆಚ್ಚು ಕಡಿಮೆ ಹೋಗಿಬಿಟ್ಟಿದೆ ಅಂತಲೇ ಹೇಳಬಹುದು. ಜೀವನವನ್ನು ಜೀವನವನ್ನಾಗಿಸುವ ಹಲವು ಅಂಶಗಳನ್ನು ನಾವು ಮಕ್ಕಳಲ್ಲಿ ಇವತ್ತು ಇಲ್ಲವಲ್ಲ? ಈ ಗುಣಗಳ ಬಗ್ಗೆ ಅವರಿಗೆ ತಿಳಿಯ ಹೇಳಲು ಇವತ್ತು ತಾಯಿ ತಂದೆಯರಿಗೆ ಸಮಯವೂ ಇಲ್ಲ.

ಪ್ರಶ್ನೆ : 'ಮಹಿಳಾ ಸಾಹಿತ್ಯ' ಎಂಬ ಪದ ಪ್ರಯೋಗದ ಬಗ್ಗೆ ?

ಅಷಿತಾ : ನನ್ನ ದೃಷ್ಟಿಯಲ್ಲಿ 'ಸಾಹಿತ್ಯ ಸೃಷ್ಟಿ ' ಎಂದರೆ ಒಂದು ಆತ್ಮ ಇನ್ನೊಂದು ಆತ್ಮದ ಜೊತೆಗೆ ಸಂವಾದ ನಡೆಸುವುದು. ಬರವಣಿಗೆಯ ಮೂಲಕ ಓದುಗನ ಮನಸ್ಸನ್ನು

ಮುಟ್ಟಬೇಕು, ದೇಹವನ್ನಲ್ಲ. ಆಮೇಲೆ, ಬರೆಯುವುದು ಕೈಯಿಂದ. ಪುರುಷ ಮತ್ತು ಸ್ತ್ರೀಯರ ಕೈಗಳ ನಡುವೆ ಅಂತಹ ವ್ಯತ್ಯಾಸವೇನೂ ಇಲ್ಲ. ಆತ್ಮಕ್ಕೆ ಸಂಬಂಧಪಟ್ಟ ವಿಚಾರಗಳನ್ನು ದೇಹದ ದೃಷ್ಟಿಯಿಂದ ನೋಡುವ ಪ್ರಶ್ನೆಯೇ ಇಲ್ಲ. ನನ್ನ ದೃಷ್ಟಿಯಲ್ಲಿ ಬರವಣಿಗೆಯೆನ್ನುವುದು ಒಂದು deep spiritual experience. ಸುಮ್ಮನೆ ಸೀದಾ ಹೋಗಿ ಕುಳಿತು ಬರೆಯುವುದು ಬರವಣಿಗೆ ಆಗಲಾರದು. ಸಾಕಷ್ಟು ವಿಚಾರಗಳ ಮೂಲಕ ಅನೇಕ ಹಂತಗಳನ್ನು ದಾಟಿ ನಡೆಯುವುವಾಗಲೇ ಬರವಣಿಗೆಗೆ ಸರಿಯಾದ ಒಂದು ರೂಪ ಸಿಗುವುದು. ನಾನು ಬರೆಯಲು ಪ್ರಾರಂಭಿಸಿ ಈಗ ಸುಮಾರು ಹತ್ತು-ಮೂವತ್ತು ವರ್ಷಗಳಾದವು. ನನ್ನ ಬರವಣಿಗೆಗೆ ಒಂದು ಸರಿಯಾದ ರೂಪ ಸಿಕ್ಕಿದ್ದು ತೀರಾ ಇತ್ತೀಚೆಗೆ. ಎಲ್ಲಾ ಕಸರತ್ತುಗಳೂ ಕಣಕ್ಕಿಳಿದು ಮಾಡುವಂತಹ ಯುದ್ಧವಲ್ಲ. ಕಥೆಗಳನ್ನು ಬರೆಯದೇ ಇರುವ ಕಾಲದಲ್ಲೂ ನಾನು ತುಂಬಾ ಪತ್ರಗಳನ್ನು ಬರೆಯುತ್ತೇನೆ. For me, it is a means of keeping fit. ಹಾಗೆ ಬರವಣಿಗೆಯನ್ನು ಸೂಕ್ಷ್ಮವಾಗಿ ನೋಡಿದರೆ ಯಾವುದೇ ವ್ಯತ್ಯಾಸ ಕಾಣಿಸುವುದಿಲ್ಲ. ಪ್ರತಿಯೊಂದು ಆತ್ಮವೂ ಸ್ಪಂದಿಸುವುದು ಬೇರೆ ಬೇರೆ ರೀತಿಯಲ್ಲಿ ಆಗಿರಬಹುದು. ಆದರೆ ಅದು ಕೂಡಾ ಗಂಡು-ಹೆಣ್ಣು ಎನ್ನುವ ವ್ಯತ್ಯಾಸದಿಂದಾಗಿ ಅಲ್ಲ. ಶೈಕ್ಷಣಿಕವಾಗಿ ಅಭ್ಯಾಸದ ದೃಷ್ಟಿಯಿಂದ 'ಮಹಿಳಾ ಸಾಹಿತ್ಯ'ವೆಂದು ಸ್ತ್ರೀಯರು ಮಾತ್ರ ಬರೆದಿದ್ದನ್ನು ಪ್ರತ್ಯೇಕಿಸಿ ಓದಬಹುದು. ಆದರೆ ಆ ಥರ ಬರೆಯಲಿಕ್ಕಾಗುವುದಿಲ್ಲ. ಮಹಿಳಾ ಸಾಹಿತಿ ಎನ್ನುವ ನೆಲೆಯಲ್ಲಿ ಗುರುತಿಸಲ್ಪಡುವುದು ನನಗೆ ಸ್ವಲ್ಪವೂ ಇಷ್ಟವಿಲ್ಲ. ಕತೆಗಳಲ್ಲಿ ಎರಡು ಪ್ರಭೇದಗಳು ಮಾತ್ರವೇ ಇರಲು ಸಾಧ್ಯ-ಒಂದೋ 'ಒಳ್ಳೆಯ ಕಥೆ' ಇಲ್ಲವೇ 'ಕೆಟ್ಟ ಕಥೆ'. ಒಳ್ಳೆಯ ಕಥೆಯೆಂದಾದರೆ ಅದನ್ನು ಬರೆದವರು ಯಾರೆಂಬುದು ಮುಖ್ಯವಲ್ಲ. ಆ ರೀತಿ ಇಲ್ಲದಿದ್ದರೂ ಕಥೆ ಬದುಕಿ ಉಳಿಯಬಹುದು. Progaganda writing ಆಗಿಯಾಗಲಿ, political Sloganನ್ನು ಅನುಸರಿಸಿಯಾಗಲೀ ಕಥೆ ಬರೆಯುವುದು ನನ್ನಿಂದ ಸಾಧ್ಯವಿಲ್ಲ.

ಪ್ರಶ್ನೆ : ಕಥೆಗೆ ಲಿಂಗಭೇದವಿಲ್ಲ, ಅದು propaganda writing ಅಲ್ಲ, political slogan ಅಲ್ಲ ಎಂದೆಲ್ಲ ಹೇಳಿದಿರಲ್ಲ, ಹಾಗಾದರೆ ಕಥೆ ಎಂದರೇನೆಂದು ಹೇಳ್ತೀರಾ ?

ಅಷಿತಾ : ಕಥೆ ಅಂದರೇನೆಂದು ಹೇಗೆ ಹೇಳಲಿ ? ದೇವರು ಅಂದರೆ ಏನು ಅಂತಹ ಕೇಳಿದ ಹಾಗಲ್ಲವೇ ಅದು ?

ಪ್ರಶ್ನೆ : ಪದ್ಮರಾಜನ್ ಸ್ಮಾರಕ ಪುರಸ್ಕಾರ ಸ್ವೀಕರಿಸಿದ ನಂತರ ಮಾತನಾಡುವಾಗ 'ಸೌಜನ್ಯಪೂರ್ವಕ ಹೇಳುವ ಸತ್ಯವೇ ನನ್ನ ದೃಷ್ಟಿಯಲ್ಲಿ ಕತೆ' ಎಂದಿರಿ ನೀವು ಅದರ ನೆನಪಾಗಿ ಹಾಗೆ ಕೇಳಿದೆ.

ಅಷಿತಾ : ಅದು ಕಥೆಯ ಒಂದು ಮುಖ. ಸೌಜನ್ಯಪೂರ್ವಕ ಶಾಂತವಾಗಿಯೇ ಹೇಳಬೇಕು. ಹೇಳುವುದು ಸತ್ಯವೂ ಆಗಿರಬೇಕು. ಹೇಳುವುದು ಯಾವಾಗಲೂ ಯಥಾರ್ಥವಾಗಿರಬೇಕು. ಮತ್ತೆ ಕಥೆಯೆಂದರೆ ಬಯಲಿನಲ್ಲಿ ನಿಂತು ಮಾಡುವ ಭಾಷಣವಲ್ಲ. ಹಾಗೆ ಅಲ್ಲ ಅಲ್ಲ ಎನ್ನುತ್ತಲೇ ಹೋಗಬೇಕಾಗುತ್ತದೆ. 'ನೇತಿ' 'ನೇತಿ' ಎಂದು ಮಾತ್ರವೇ

ಹೇಳಲು ಸಾಧ್ಯ. ಇಷ್ಟು ವರ್ಷಗಳಿಂದ ಬರೆಯುತ್ತಿದ್ದೇನಾದರೂ ಒಂದು ವಿಚಾರದ ಬಗ್ಗೆ ನಾನು ಖಚಿತವಾಗಿ ಹೇಳಬಲ್ಲೆ ಅದೇನೆಂದರೆ ನಾವು ಬರೆಯುವುದು ಸತ್ಯವಾದ ವಿಚಾರಗಳಾಗಿರಬೇಕು. ಓದುಗರ ಮನಸ್ಸನ್ನು ಮುಟ್ಟುವುದು ಅದು ಮಾತ್ರ. ಬರಹಗಾರರನ್ನು ಉಳಿಸುವುದು ವಿಮರ್ಶಕರಾಗಲಿ, ಪ್ರಕಾಶಕರಾಗಲಿ ಅಲ್ಲ. ನನ್ನ ಕಥೆಗಳಿಗಾಗಿ ಕಾದುನಿಂತು ಓದುವ ಇವರಾರೂ ಅಲ್ಲದ ಸಾಮಾನ್ಯರಿದ್ದಾರೆ. ನಾನು ಏನಾದರೂ ಮೋಸ ಮಾಡಿದರೆ ಅವರಿಗೆ ಗೊತ್ತಾಗಿಬಿಡುತ್ತದೆ. ಅವರ ಭಯ ನನಗಿದೆ. ಹೀಗೆ ಹಲವು ವಿಚಾರಗಳ ಕುರಿತು ಎಚ್ಚರಿಕೆ ವಹಿಸಿ ಬರೆದಾಗಲೇ ಬರವಣಿಗೆಗೊಂದು ಸರಿಯಾದ ರೂಪ ಸಿಗುವುದು ಸಾವಿರ ಮಂದಿ ಬರೆದರೂ ಸರಿಯಾಗಿ ಬರೆಯುವವರು ಅವರಲ್ಲಿ ಒಬ್ಬರೇ ಶ್ರೀದೇವಿ. ಅಕ್ಷರ ಜ್ಞಾನವಿರುವ ಯಾರೆ ಆದರೂ ಬರೆಯಬಹುದು. ಆದರೆ ಅವರೆಲ್ಲರೂ ಸರಿಯಾದ ಬರಹಗಾರರಾಗಲಾರರು. ಬರವಣಿಗೆ ಅಂದರೆ – it is a serious business.

ಪ್ರಶ್ನೆ : 'ಶಿವೇನ ಸಹನರ್ತನಂ' ಒಂದು ಸುಂದರ ಅನುವಾದ. ಅನುವಾದ ಮಾಡುವುದಕ್ಕೆ ಮೊದಲು ಅನುವಾದದ ಕುರಿತಾದ ಶಾಸಗಳನ್ನೇನಾದರೂ ಓದಿನೋಡಿರುವಿರಾ ?

ಅಷಿತಾ : ಇಲ್ಲ. ಆದರೆ ನಾನು ತುಂಬಾ ಕೃತಿಗಳನ್ನು ಅನುವಾದಿಸಿದ್ದೇನೆ. ರಷ್ಯನ್ ಕವಿತೆಗಳನ್ನು ಅನುವಾದಿಸಿದ್ದೇನೆ. ಭರತಮುನಿಯ ನಾಟ್ಯಶಾಸದ ಬಗ್ಗೆ ಒಂದು ಅನುವಾದ ಮಾಡಿದ್ದೇನೆ. 'ರೂಮಿ ಹೇಳಿದ ಕತೆಗಳು' ಮಾಡಿದ್ದೆ. ಹಾಗೆ ಹಲವು ಕೃತಿಗಳನ್ನು.

ಪ್ರಶ್ನೆ : 'ಶಿವೇನ ಸಹನರ್ತನಂ' ವಚನ ಕವಿತೆಗಳ ಸ್ವತಂತ್ರವಾದ ಅನುವಾದವೆಂದು ಆ ಪುಸ್ತಕದಲ್ಲಿ ಹೇಳಿಕೊಂಡಿದ್ದೀರಿ. ಅನುವಾದ ಸ್ವತಂತ್ರವಾಗುವುದು ಯಾವಾಗ ?

ಅಷಿತಾ : ಎಂ. ಕೆ. ರಾಮಾನುಜನ್ ಅವರ ಇಂಗ್ಲಿಷ್ ಅನುವಾದವನ್ನು ಆಧಾರ ವಾಗಿಟ್ಟುಕೊಂಡು ನಾನು ಆ ಅನುವಾದಿತ ಕೃತಿಯನ್ನು ರಚಿಸಿದ್ದೆ. Meditative process ಭಾಗವಾಗಿ ಆಗಿತ್ತು ಅದು ಒಂದು ಕವಿತೆಯನ್ನು ತೆಗೆದುಕೊಳ್ಳುತ್ತೇನೆ. Meditate ಮಾಡಿ ಮುಗಿಸಿದಾಗ ಅದರ ಬಗ್ಗೆ ನನಗೆ ಏನೆಲ್ಲ ಅನ್ನಿಸುತ್ತದೋ ಅದನ್ನು ಬರೆದಿಡುತ್ತಿದ್ದೆ. ಅಂತಹ ಒಂದು ಉದ್ದೇಶ ಅಕ್ಕ ಮಹಾದೇವಿಯದ್ದು ಆಗಿತ್ತೋ ಇಲ್ಲವೋ ನನಗೆ ತಿಳಿಯದು. ರಾಮಾನುಜನ್‌ರ ಉದ್ದೇಶ ಅದಾಗಿರಲಿಲ್ಲ ಎಂದು ನನಗೆ ಗೊತ್ತು. ಹಲವು ಕವಿಗೆಗಳಲ್ಲಿ ಅವರು ಅರ್ಥಮಾಡಿಕೊಂಡ ರೀತಿಗೂ ನನ್ನದಕ್ಕೂ ಸಾಕಷ್ಟು ವ್ಯತ್ಯಾಸಗಳಿದ್ದವು. ಆ ಕಾರಣದಿಂದ ಅದನ್ನು ಸ್ವತಂತ್ರ ಅನುವಾದವೆಂದು ಹೇಳಿದೆ.

ಪ್ರಶ್ನೆ : ಅದೇ ರೀತಿ ಈ ಅನುವಾದದ ಮುನ್ನುಡಿಯಲ್ಲಿ 'ಅನುವಾದ ಮಾಡಿ ಮುಗಿಸಿದಾಗ ಕವಿತೆಗಳನ್ನು ನಾನು ಆಯ್ದುಕೊಂಡದ್ದಲ್ಲ, ಬದಲಾಗಿ ಅವು ನನ್ನನ್ನು ದತ್ತು ತೆಗೆದುಕೊಂಡಿದ್ದಾವೆ ಎಂದು ನನಗೆ ಅರ್ಥವಾಯಿತು' ಎಂದು ಬರೆದಿದ್ದೀರಿ. ಈ ಅನುಭವದ ಬಗ್ಗೆ ಸ್ವಲ್ಪ ಹೇಳುವಿರಾ ?

ಅಷಿತಾ : ಆ ಪುಸ್ತಕದಲ್ಲಿ ತುಂಬಾ ಕವಿತೆಗಳಿದ್ದವು. ಅವುಗಳಲ್ಲಿ ಹಲವನ್ನು ನನಗೆ

ಅನುವಾದಿಸಲು ಸಾಧ್ಯವಾಗಲಿಲ್ಲ. ಗುರುಗಳು ಹೇಳಿದ್ದರಲ್ಲೂ ಹಲವನ್ನು ನಾನು ಮಾಡಿಲ್ಲ. ನನ್ನನ್ನು ಯಾವ ಕವಿತೆಗಳು ಸೆಳೆದೊಯ್ದುವೊ ಅವನ್ನು ಮಾತ್ರ ಅನುವಾದಿಸಿದ್ದೇನೆ. ಒಂದೊಂದರಲ್ಲೂ ನನಗೆ ಹಲವು messages ಕೂಡಾ ಸಿಗುತ್ತಲೇ ಇತ್ತು. ಆ ಕೆಲಸ ಮಾಡುತ್ತಿರುವಾಗ ಅದನ್ನು ಯಾರಾದರೂ ಪ್ರಕಟಮಾಡುತ್ತಾರೆಂತಲೂ ನನಗೆ ತಿಳಿದಿರಲಿಲ್ಲ. ಆಗ ನನಗೆ ಅನ್ನಿಸಿದ್ದು ಆ ಕವಿತೆಗಳು ನನ್ನನ್ನು ಆಯ್ದುಕೊಂಡದ್ದು, ನಾನು ಎಣಿಸಿಕೊಂಡ ಹಾಗೆ ನಾನು ಅವನ್ನು ಆಯ್ದುಕೊಂಡದ್ದಲ್ಲ ಅಂತ.

ಪ್ರಶ್ನೆ : 'ಆಯ್ಕೆ'ಯ ಕುರಿತು ಓದುಗರನ್ನು ಚಿಂತೆಗೆ ಹಚ್ಚುವ ಒಂದು ಆತು 'ಕೆಲವು ಸೌಂದರ್ಯ ಸಮಸ್ಯೆಗಳೂ' ಎಂಬ ಕಥೆಯಲ್ಲಿದೆ. ಆ ಕಥೆಯಲ್ಲಿ ಲಕ್ಷ್ಮಿ ಹೇಳುತ್ತಾಳೆ 'ಹಣೆಬರಹವೆಂದು ಸುಮ್ಮನಾಗುವುದೆಂದೂ, ಬೇರೆಯವರ ಇಚ್ಛೆಗೆ ಮಣಿಯುವುದೆಂದೂ ಹೇಗೆ ಸಮರ್ಥಿಸಿಕೊಂಡರೂ ಆಯ್ದುಕೊಳ್ಳುವುದು ನಾವೇ' ಎಂದು. Fatalism ಮತ್ತು Individualismಗಳ ನಡುವಣ ವೈರುಧ್ಯವನ್ನು ಪ್ರಸ್ತಾಪಿಸುತ್ತಿದ್ದೀರಾ ಈ ವಾಕ್ಯದಲ್ಲಿ ?

ಅಷಿತಾ : Free will ಮತ್ತು Destinyಗಳ ನಡುವಿನ ಸಂಬಂಧವನ್ನು ಜನ ಹೆಚ್ಚಾಗಿ ತಪ್ಪಾಗಿ ಅರ್ಥಮಾಡಿಕೊಳ್ಳುತ್ತಾರೆ. ಅದನ್ನು ಸ್ಪಷ್ಟಪಡಿಸಲು ನಾನೊಂದು ಉದಾಹರಣೆ ಕೊಡುತ್ತೇನೆ. ಗುಡ್ಡದ ತುದಿಗೆ ಹತ್ತಿ ಕೆಳಗೆ ಹಾರಿದರೆ ಮೂಳೆಗಳು ಪುಡಿಯಾಗುವುದು ಖಚಿತವೆಂದು ಗೊತ್ತಿದೆ. ಅದನ್ನು Destiny ಹೇಳುತ್ತದೆ. ಆದರೆ ಹಾರಬೇಕೇ ಬೇಡವೇ ಎಂಬುದು free willಗೆ ಬಿಟ್ಟದ್ದು.

ಪ್ರಶ್ನೆ : ಬರಹಗಾರ್ತಿ, ಗುರುಗಳ ಶಿಷ್ಯೆ, ಹೆಂಡತಿ, ತಾಯಿ ಎಂಬೀ ಹಲವು ಪಾತ್ರಗಳನ್ನು ಸತತವಾಗಿ ನಿಭಾಯಿಸುತ್ತಿರುವ ನಿಮಗೆ ಇಷ್ಟವಾದ ಪಾತ್ರ ಯಾವುದು ? ಅಷಿತಾ ಅಷಿತಾ ಆಗುವುದು ಯಾವ ಪಾತ್ರದಲ್ಲಿ ?

ಅಷಿತಾ : ಎಲ್ಲಾ ಪಾತ್ರಗಳ್ಲೂ ನಾನು ನಾನೇ ನೂರು ಪ್ರತಿಶತವೂ ನನಗೆ ಸಂಪೂರ್ಣ ಒಪ್ಪಿಗೆ ಇಲ್ಲದ ಕೆಲಸಗಳನ್ನು ನಾನು ಮಾಡುವುದಿಲ್ಲ. ನಿಮ್ಮ ಬಳಿ ಈಗ ಹೇಳುತ್ತಿರುವ ವಿಷಯಗಳನ್ನು 'ನಾನು' ಅಲ್ಲದಿರುವ ಒಬ್ಬಳಾಗಿ ನಟಿಸಿ ಹೇಳಲು ನನ್ನಿಂದ ಸಾಧ್ಯವಿಲ್ಲ. ಹಾಗೆ ಮಾಡಬೇಕಾಗುತ್ತದೆಂದು ನನಗನ್ನಿಸಿದರೆ ನಾನು 'ದಯವಿಟ್ಟು ಆ ಪ್ರಶ್ನೆ ಕೇಳಬೇಡಿ, ನನಗದು ಇಷ್ಟವಿಲ್ಲ' ಎಂದೇ ಹೇಳುವೆ.

ಪ್ರಶ್ನೆ : ನಿಮ್ಮ ಬರಹಗಳಲ್ಲಿ ನಿಮ್ಮ ಮೇಲೆ ಅತ್ಯಂತ ಆಳವಾಗಿ ಪ್ರಭಾವ ಬೀರಿದವರು ಯಾರು ?

ಅಷಿತಾ : ನನಗಿಂತ ಮೊದಲೇ ಆಗಿ ಹೋದ ಎಲ್ಲಾ ಬರಹಗಾರರ ಯಾವುದಾದರೂ ಒಂದು ಅಂಶ ನನ್ನ ಬರಹಗಳಲ್ಲಿ ಬಂದಿರಬಹುದು. ನಾನು ಓದಿರುವ ಎಲ್ಲಾ ಲೇಖಕರೂ ನನ್ನ ಮೇಲೆ ಪ್ರಭಾವ ಬೀರಿರಲೂಬಹುದು. ನಿರ್ದಿಷ್ಟವಾಗಿ ಇಂಥವರೇ ಎಂದು ಬೆರಳು ತೋರಿಸಿ ಹೇಳುವುದು ಕಷ್ಟ.

ಪ್ರಶ್ನೆ : ಬರವಣಿಗೆಗೆ ಸಿಕ್ಕಿರುವ ಪ್ರೋತ್ಸಾಹ. ಪ್ರತಿಕ್ರಿಯೆಗಳನ್ನು ಒಮ್ಮೆ ನೆನಪು ಮಾಡಿಕೊಳ್ಳಬಹುದೇ ?

ಅಷಿತಾ : ನನಗೆ ಮನೆಯಿಂದ ಇದು ತನಕ ಒಮ್ಮೆಯೂ ಯಾವ ಪ್ರೋತ್ಸಾಹವೂ ಸಿಕಿಲ್ಲ. ಇನ್ನು – ಇನ್ನೀಗ ಇಷ್ಟೆಲ್ಲ ಆಯಿತಲ್ಲ ? ಇನ್ನೆಂತಹ ಪ್ರೋತ್ಸಾಹ ! ಆದರೆ ಅದು ಸಿಕ್ಕಬೇಕಾದ ಕಾಲದಲ್ಲಿ ನನಗೆ ಅದು ಒಮ್ಮೆಯೂ ಸಿಗಲಿಲ್ಲ. ಆದರೆ ಅದರಿಂದ ಉಪಕಾರವೂ ಇದೆ. ನಾನು basically ಸ್ವಲ್ಪ strong ಇದ್ದೇನೆ. I don't expect much from anybody. ಮನೆಯಿಂದ ಸಿಕ್ಕದಿದ್ದುದರಿಂದಲೋ ಏನೋ ಒದುಗರಿಂದಲೂ ನಾನು ಹೆಚ್ಚೇನೂ ನಿರೀಕ್ಷಿಸುವುದಿಲ್ಲ. ನನ್ನ ಕಥೆಗಳ ಕುರಿತು ಕೆಟ್ಟ ಅಭಿಪ್ರಾಯ ಪ್ರಕಟವಾದರೂ ನಾನು flare up ಆಗುವುದಿಲ್ಲ. ಹಾಗಂತ ನೋವಾಗುವುದಿಲ್ಲ ಎಂದೇನೂ ಇಲ್ಲ.

ಪ್ರಶ್ನೆ : ನೋವಾದರೂ ಅದನ್ನು ಹೊರಗೆ ತೋರಿಸುವುದಿಲ್ಲ ಅಂತ ಮಾತ್ರ, ಅಲ್ಲವೇ?

ಅಷಿತಾ : ಹೌದು. ನಾನು ಹೇಳುವುದಿದೆ ಸತ್ತನಂತರ ಸುಡುವಾಗ ಹಸಿಮಾಂಸದ ವಾಸನೆ ಎಲ್ಲಿಂದಲಾದರೂ ಬರುವುದಿದ್ದರೆ ಅದು ಹೃದಯದಿಂದಲೇ ಆಗಿರಬಹುದು ಅಂಥ. ಅದು ಉರಿದುಕೊಳ್ಳಲು ಸ್ವಲ್ಪ ಕಷ್ಟವಾಗಬಹುದು.

ಪ್ರಶ್ನೆ : ಬರವಣಿಗೆಯನ್ನು ಸಾಧನವಾಗಿ ಕಾಣುವ, ಹೃದಯದ ಮಾತುಗಳನ್ನು ಪ್ರಾಮಾಣಿಕವಾಗಿ ಬರಹದ ಮೂಲಕ ಪ್ರಕಟಿಸುವ, ಒಳ್ಳೆಯ ಕತೆಗಳನ್ನು ಮಾತ್ರ ಸಾಹಿತ್ಯಲೋಕಕ್ಕೆ ಸಮರ್ಪಿಸುವ ಅಷಿತಾರಿಗೂ ನೋವುಂಟುಮಾಡುವ ವಿಮರ್ಶೆಗಳು ಬರುತ್ತವೆ ಎಂದು ಹೇಳುತ್ತೀರಾ ?

ಅಷಿತಾ : (ಮುಗುಳ್ನಗು)

❖

ಚಂದ್ರಮತಿ

1954 ಜನವರಿ 17ರಂದು ತಿರುವನಂತಪುರದಲ್ಲಿ ಹುಟ್ಟಿದರು. ಹೆಸರು ಚಂದ್ರಿಕಾ. ಇಂಗ್ಲಿಷ್ ಸಾಹಿತ್ಯದಲ್ಲಿ ಡಾಕ್ಟರೇಟ್ ಪಡೆದರು. ಆಲ್ ಸೈಂಟ್ಸ್ ಕಾಲೇಜಿನಲ್ಲಿ ಪ್ರಾಧ್ಯಾಪಕಿ. ಕೇಂದ್ರ ಸಾಹಿತ್ಯ ಅಕಾಡೆಮಿಯ 'ಮಧ್ಯಕಾಲೀನ ಭಾರತೀಯ ಸಾಹಿತ್ಯ' ಎಂಬ ಪ್ರಾಜೆಕ್ಟ್‌ನಲ್ಲಿ ಡೆಪ್ಯುಟಿ ಡೈರೆಕ್ಟರಾಗಿಯೂ ಎಗ್ಸಿಕ್ಯೂಟಿವ್ ಎಡಿಟರ್ ಆಗಿಯೂ ಕಾರ್ಯನಿರ್ವಹಿಸಿದ್ದಾರೆ. ಓಡಕ್ಕುಳಲ್ ಪ್ರಶಸ್ತಿ (1999) ಮತ್ತು ಕೇರಳ ಸಾಹಿತ್ಯ ಅಕಾಡೆಮಿ ಪ್ರಶಸ್ತಿಗಳು ಲಭಿಸಿವೆ. ಮುಖ್ಯ ಕೃತಿಗಳು : ರೆಯಿನ್‌ಡಿಯರ್, ದೇವೀಗ್ರಾಮಂ (ಕಥಾಸಂಕಲನಗಳು) V.K. Krishna Menon, The Private garden : The family in Post War British Drama; Critical Specturm : Contemporary Responses to Literary Theories.

ವಿಳಾಸ : ಗಣೇಶಪ್ರಿಯ, ತಿರುವಂನಂತಪುರಂ – 695 008.

ಪ್ರಾಸ್ತಾವಿಕ

ಚಂದ್ರಮತಿ ಮಲಯಾಳದಲ್ಲಿ ಕನಸು ಕಾಣುವ ಮತ್ತು ಸಾಹಿತ್ಯ ರಚನೆಯನ್ನೂ ಮಾಡುವ ಇಂಗ್ಲಿಷ್ ಪ್ರೊಸರ್. "ನನ್ನ ಮಟ್ಟಿಗೆ ಹೇಳುವುದಾದರೆ ಮಲಯಾಳ ಹೃದಯದ ಭಾಷೆಯೂ ಇಂಗ್ಲಿಷ್ ಮೆದುಳಿನ ಭಾಷೆಯೂ ಆಗಿದೆ" ಚಂದ್ರಮತಿ ಹೇಳುತ್ತಾರೆ. ಆದರೆ ಚಂದ್ರಮತಿ ಯವರ ಹೃದಯವೂ ಮೆದುಳೂ ಒಂದೇ ರೀತಿ ಶಕ್ತವಾಗಿರುವಂಥವು. ಈ ಎರಡು ಶಕ್ತಿಗಳ ಸಮರ್ಥ ಸಮ್ಮಿಲನವೇ ಚಂದ್ರಮತಿಯವರ ಕಥೆಗಳ ಪ್ರಭೆಯೂ ವೈಶಿಷ್ಟ್ಯವೂ ಆಗಿವೆ.

ಜಗತ್ತಿನ ಅನೇಕ ಮಂದಿ ಬರಹಗಾರ್ತಿಯರ ಸಾಹಿತ್ಯ ರಚನೆಗಳಲ್ಲಿ ಅವರ ವೈಯಕ್ತಿಕವಾದ ಅನುಭವಗಳ ಅತಿಭಾವುಕ ಪ್ರಸ್ತುತಿ ಮಾತ್ರವೇ ಇರಲು ಕಾರಣ ಅವರ ಸೀಮಿತವಾದ ಪ್ರಪಂಚಜ್ಞಾನವಿರಬಹುದು. ಈ ಸೀಮಿತತೆ ಚಂದ್ರಮತಿಯ ಕತೆಗಳಲ್ಲಿಲ್ಲ. ಸ್ವಂತ ಅನುಭವಗಳಿಗೆ ಕಲ್ಪನೆಯ ಕಾಮನಬಿಲ್ಲನ್ನು ಹೊಸೆದು ಪ್ರಸ್ತುತಿಗೊಳಿಸುತ್ತಾರಾದರೂ ಕಾಫ್ಕಾ, ಡೆರಿಡ, ಷೋವೊಲ್ಟರ್, ಇಕೋ–ಫೆಮಿನಿಸಂ, ಪೋಸ್ಟ್ ಮಾಡರ್ನಿಸಂ ಮಾತ್ರವಲ್ಲದೆ ವೇದ–ಪುರಾಣಗಳನ್ನೂ ಯಥೇಚ್ಛವಾಗಿ ಅವರು ತಮ್ಮ ಕಥಾಪ್ರಪಂಚದಲ್ಲಿ ಉಲ್ಲೇಖಿಸುತ್ತಾರೆ.

ತಾನು ಅಂಬೆಗಾಲಿಕ್ಕಿದ್ದು ಮತ್ತು ಅಕ್ಷರ ಕಲಿತದ್ದೆಲ್ಲ ಮಲಯಾಳದಲ್ಲಿ, ಆದ್ದರಿಂದ ಸುಲಭವಾಗಿ ತನ್ನ ಹಿಡಿತಕ್ಕೆ ಸಿಗುವುದು ಮಲಯಾಳವೇ ಎಂದು ಹೇಳುವ ಚಂದ್ರಮತಿಯ ಇಂಗ್ಲಿಷ ಜ್ಞಾನವು ಅವರ ಕಥೆಗಳಿಗೆ ನೀಡುವ ವಿಸ್ತಾರ, ಹೊಸತನ, ಮತ್ತು ತಿಳಿಯಬೇಕೆನ್ನುವ ಕುತೂಹಲಗಳು ಗಮನಾರ್ಹವಾಗಿವೆ. ಅವರ ಚಿಂತನೆಯ ದಿಗಂತಗಳಲ್ಲಿ ಇಂಗ್ಲಿಷ್ ಮತ್ತು ಆ ಭಾಷೆಯ ವಿಶಾಲಸಂಸ್ಕೃತಿ ಮೈದುಂಬಿ ನಿಂತಿರುವುದನ್ನು ನಾವು ಕಾಣಬಹುದು. ಚಂದ್ರಮತಿಯವರ ಕಥೆಗಳಲ್ಲಿ ನಾವು ಕಾಣಬಹುದಾದ ಎಷ್ಟೋ ಕಥಾಪಾತ್ರಗಳ ಇದಕ್ಕೆ ಸಾಕ್ಷಿಯಾಗಿ ನಿಲ್ಲುತ್ತವೆ. ಪತಿಯ ತಪ್ಪುಗಳಿಗೆ ಕಣ್ಣುಮುಚ್ಚಿ ಕುಳಿತುಕೊಳ್ಳಲಾಗದ ಅಮಲ, ಸ್ತ್ರೀ ಅಪೂರ್ಣಳೆಂಬ ಸಿದ್ಧಾಂತವನ್ನು ಮಂಡಿಸಿದಫ್ರಾಯ್ಡನನ್ನು ವಿಮರ್ಶಿಸುವ ಮೇಬಿಲ್ ಸೈಮನ, ಆತ್ಮಹತ್ಯೆಯು ಹೇಡಿತನವಲ್ಲವೆಂದೂ, ಕೊನೆಯ ಗಳಿಗೆಯ ತನಕ ಹಿಂದಕ್ಕೆ ಹೆಜ್ಜೆಯಿಡದೇ ಇರಲು ಅಸಾಧಾರಣವಾದ ಧೈರ್ಯಬೇಕೆಂಬುದನ್ನು ಅರ್ಥಮಾಡಿಕೊಳ್ಳುವ ಮಿಸೆಸ್ ಸಖರಿಯ ಸೈಮನ್, ಡಿಸ್‌ಕೋರ್ಸ್ ಫಿಕ್ಷನ್‌ನ ಕುರಿತಾಗಿಯೂ 'ರೈಟಿಂಗ್ ದ ಬಾಡಿ'ಯ

ಕುರಿತಾಗಿಯೂ ಬಾಯಿ ತುಂಬ ಮಾತನಾಡುವ ಶ್ಯಾಮಲ, ತನ್ನ ಮಗುವನ್ನೂ ಮಾಜಿ ಪ್ರೇಮಿಯನ್ನೂ ಭಾರತದಲ್ಲಿಯೇ ಬಿಟ್ಟು ಕೆನಡಾದಲ್ಲಿ ನೀಗ್ರೋ ಗೆಳೆಯನ ಜತೆಗೆ ಕಳೆಯುವ ಮೀನಾ ಇವರೆಲ್ಲರೂ ಮಲಯಾಳದ ಸಣ್ಣ ಕಥಾಪ್ರಪಂಚದಲ್ಲಿ ಗಟ್ಟಿಯಾಗಿ ತಳವೂರಿ ನಿಂತು ಮಿನುಗುವ ನಕ್ಷತ್ರಗಳು. ಚಂದ್ರಮತಿ ಅವರ ಚಿಂತನೆಯ ಈ ವೈಶಾಲ್ಯ ಮತ್ತು ಮೌಲಿಕತೆಗಳು ಅವರು ಎರಡನೆಯ ಸ್ಥಾನವನ್ನು ಮಾತ್ರ ಕೊಡುವ ಇಂಗ್ಲಿಷ್‌ನ ಕೊಡುಗೆಯಾಗಿರಲೂಬಹುದು.

ಕೇರಳದಲ್ಲಿ ಪ್ರಚಲಿತವಿರುವ ಸ್ತ್ರೀವಾದವನ್ನು ಚಂದ್ರಮತಿಯವರು ಸ್ವಲ್ಪವೂ ಒಪ್ಪಿಕೊಳ್ಳುವುದಿಲ್ಲ. ರಾಜಕೀಯ ಪಕ್ಷಗಳ ಮುಂದೆ ವಿಧೇಯರಾಗಿ ಕೈಜೋಡಿಸಿ ನಿಲ್ಲುವ, ಪುರುಸಾಧಿಪತ್ರಯಕ್ಕೆ ಬದಲು ಮಹಿಳಾಧಿಪತ್ಯವನ್ನು ಸ್ಥಾಪಿಸಲು ಪ್ರಯತ್ನಿಸುವ ಕೇರಳದ ಸ್ತ್ರೀವಾದಿ ಚಳುವಳಿಗಳಿಂದ ಇಲ್ಲಿನ ಸಾಮಾನ್ಯ ಸ್ತ್ರೀಗೆ ಏನೂ ಪ್ರಯೋಜನವಿಲ್ಲ ಎಂಬುದು ಚಂದ್ರಮತಿಯವರ ಅಭಿಪ್ರಾಯ. ಕಥೆಗಳಲ್ಲಿ ಬರುವ ಉಲ್ಲೇಖಗಳಿಂದಾಗಿ ತನಗೆ 'ಸ್ತ್ರೀವಾದಿ' ಎಂದೇ ಹಣೆಪಟ್ಟಿ ಹಚ್ಚಬೇಕೆಂಬ ಹಠವಿದ್ದರೆ individual feminist ಎಂಬ ಹೆಸರು ಕೊಡಿ ಎಂದು ಆಕೆ ತಾಕೀತು ಮಾಡುತ್ತಾರೆ. ಆದರೆ ಸ್ತ್ರೀವಾದ ಎಂಬ ಚಳವಳಿಯ ಶಕ್ತಿ ಅದರ ಸಾಮೂಹಿಕತೆಯಾಗಿದೆ. Individualism ನಲ್ಲಿ ಸಮೂಹ ಎಂಬುದು ಇಲ್ಲವೇ ಇಲ್ಲ (ಆದ್ದರಿಂದ Individualistic feminist ಅನ್ನುವ ಪದಪ್ರಯೋಗದಲ್ಲಿಯೇ ವಿರೋಧಾಭಾಸವಿದೆ.) ಒಟ್ಟಾಗಿ ಹೋರಾಡಿ ಪಡೆಯಬೇಕಾದುದನ್ನು ಪಡೆದ ನಂತರದ ಹಂತದಲ್ಲಿ ಮಾತ್ರ ಒಬ್ಬಾಕೆ ಓರ್ವ ವ್ಯಕ್ತಿಯಾಗಿ ಮೆರೆಯಲು ಸಾಧ್ಯ. ಅಂತಹ ಸ್ಥಿತಿಯಲ್ಲಿ ಚಂದ್ರಮತಿಯ stand ಏನು ? ಆಕೆಯ ಕಥೆಗಳ ವಸ್ತುನಿಷ್ಠವಾದ ವಿಮರ್ಶೆ ಪ್ರತಿಪಾದಿಸುವ ಸತ್ಯವಿದು ಚಂದ್ರಮತಿ ಸ್ತ್ರೀವಾದಿಯಲ್ಲ ಎನ್ನುವುದಲ್ಲ ನಿಜ; ಸಾಮೂಹಿಕ ಸ್ತ್ರೀವಾದವು ಸಾದಿಸುವ ಗುರಿಯಾಚೆಗಿನ ಒಂದು ವೈಯಕ್ತಿಕ ಸಂತೃಪ್ತ ಘಟ್ಟದತ್ತ ಅವರ ಮನಸ್ಸಿನೊಳಗಿನ ಸ್ತ್ರೀವಾದವು ಬೆಳವಣಿಗೆ ಸಾಧಿಸಿವೆ ! ಇಂದು ಪ್ರಚಲಿತವಿರುವ ಸ್ತ್ರೀವಾದದ ರಾಜಕೀಯ ಒಲವು ಮತ್ತು ಅದರ ಅಸೀಮಿತತೆಯನ್ನೂ ಒಪ್ಪಲು ಅವರ ಬೌದ್ಧಿಕತೆಯೂ ನಿಷ್ಪಕ್ಷಪಾತ ಮನೋಭಾವವು ಸಿದ್ಧವಿಲ್ಲ ಅಷ್ಟೆ.

'ದೇವಿಗ್ರಾಮ', 'ಆರ್ಯಾವರ್ತನ', ರೆಯಿನ್‌ಡಿಯರ್', 'ದೈವಂ ಸ್ವರ್ಗತ್ತಿಲ್' ಇತ್ಯಾದಿ ಕೃತಿಗಳು ಈ ಬರಹಗಾರ್ತಿಯ ಸಾಹಿತ್ಯ ಜೀವನದ ಮೈಲಿಗಲ್ಲುಗಳು. ಚಂದ್ರಿಕಾ ಎಂದು ಪ್ರಾರಂಭಿಸಿ ಚಂದ್ರಿಕಾ ಬಾಲನ್ ಎಂಬ ಹೆಸರಿನ ಮೂಲಕ ಚಂದ್ರಮತಿ' ಎಂಬ ಪುನರ್ನಾಮಕರಣ ಮಾಡಿಕೊಂಡು ಈ ಬರಹಗಾರ್ತಿಯ ಮುಂದೆ ಉಜ್ವಲ ಕಥಾಸೃಷ್ಟಿಯ ರಾಜಮಾರ್ಗಗಳು ಉದ್ದಕ್ಕೆ ಚಾಚಿಕೊಂಡಿವೆ.

ಕಥೆ

ಕವಿತೆಯ ಕಥೆ

ಕಥಾನಾಯಕಿ ಸುಷ್ಮಾ ಒಂದು ಕವಿತೆ ಬರೆಯುತ್ತಿದ್ದಾಳೆ. ಅದರ ಮೊದಲ ಸಾಲುಗಳು ಕಾಗದದ ಹಾಳೆಯ ಮೇಲೆ ಹೀಗೆ ಮೂಡುತ್ತಾ ಇವೆ :

ಒಂದು ಹನಿ ಕಣ್ಣೀರು ಬೀಳುತಿದೆ ಮೃದುವಾಗಿ
ನನ್ನ ರೆಪ್ಪೆಗಳಿಂದ ನಿನ್ನ ನೆನಪಾಗೆ
ಒಂದು ಛತ್ರಿಯ ಕೆಳಗೆ ಒಂದಾಗಿ ನಡೆದದ್ದು
ನಿನ್ನ ಬೆರಳ ಸ್ಪರ್ಶಕ್ಕೆ ನನ್ನ ತನು ಕಂಪಸಿಸಿದ್ದು...

ಇಡಪ್ಪಳ್ಳಿ ಕವಿಗಳಿಂದ ಪ್ರಾಂಭಿಸಿ ಆಧುನಿಕೋತ್ತರ ಕವಿಗಳವರೆಗೆ ಯಾರೂ ಬರೆಯ ಬಹುದಾದಂತಹ ಪ್ರೇಮಕವನದ ಸಾಲುಗಳು. ಆದರೆ ಸುಷ್ಮಾಗೆ ಭಯವಿದೆ. ಯಾಕೆಂದರೆ ಸಾಮಾನ್ಯವಾಗಿ ಓದುಗರಲ್ಲಿರುವ ಒಂದು ದೋಷವೆಂದರೆ ಅವರು ಸ್ತ್ರೀಯರು ಬರೆದ ಕಥೆ ಕವನಗಳಲ್ಲಿ ಅವರ ಆತ್ಮಕಥಾಂಶವನ್ನು ಹುಡುಕಲು ಪ್ರಯತ್ನಿಸುತ್ತಾರೆ. ಮಾತ್ರವಲ್ಲದೆ ಆಕೆಯ ಪತಿ ರಘುರಾಮನು ಸಹ ಇಂತಹ ಕವನವನ್ನು ನೋಡಿದರೆ ಸುಷ್ಮಾ ನಿಷ್ಕಳಂಕಿನಿ ಎಂಬ ದೃಷ್ಟಿಯಿಂದ ನೋಡಲಾರ. ತನ್ನ ಪತ್ನಿ ಸೀಸರನ ಪತ್ನಿಯಂತೆ ಸಂಶಯಾತೀತಳಾಗಿರ ಬೇಕೆಂಬುದು ಆತನ ದೃಢ ನಿಲುವು.

ಯೋಚಿಸುತ್ತಿದ್ದಂತೆ ಸುಷ್ಮಾಳ ತುಟಿಗಳು ಏನನ್ನೋ ಗುನುಗುತ್ತಿವೆ. ಕಣ್ಣುಗಳನ್ನು ನಿಧಾನವಾಗಿ ಮಿನುಗತೊಡಗುತ್ತವೆ. ಆಕೆಯ ಬೆರಳುಗಳು ವೇಗವಾಗಿ ತಾಳ ಬಡಿಯುತ್ತವೆ. ಆಕೆ ಯಾವುದೋ ಲೋಕವನ್ನು ಪ್ರವೇಶಿಸುತ್ತಾಳೆ. ಮಳೆ, ಮಳೆಯ ತಾಳ

ಮತ್ತು ವಿದ್ಯುತ್ ಹರಿಯುತ್ತಿರುವ ಬೆರಳ ತುದಿಗಳಿರುವ ಯಾವುದೋ ಲೋಕ. ಆಕೆಯನ್ನು ಅಲ್ಲೇ ಬಿಟ್ಟು ನಾವು ರಘುರಾಮನ ಹತ್ತಿರ ಹೋಗೋಣ.

ಬೆಳಿಗ್ಗೆ ಆಫೀಸಿಗೆ ಹೋಗಲು ಹೊರಟಿದ್ದಾನೆ ರಘುರಾಮ. ಬೈಕಿನ ಮುಂದಿನ ಸೀಟಿನಲ್ಲಿ ಮಗನನ್ನು ಮತ್ತು ಹಿಂದಿನ ಸೀಟಿನಲ್ಲಿ ಮಗಳನ್ನು ಕುಳ್ಳಿರಿಸಿಕೊಂಡು ಅವರಿಬ್ಬರನ್ನು ಒಂದೇ ಸ್ಕೂಲಿನಲ್ಲಿ ಬಿಟ್ಟು ಆಫೀಸಿಗೆ ಹೋಗುವುದು ರೂಢಿ. ಆದರೆ ಅವತ್ತು ಬೈಕು ಮುಷ್ಕರ ಹೂಡಿದ್ದರಿಂದ ಒಂದು ಆಟೋರಿಕ್ಷಾ ಹಿಡಿದು ಮಕ್ಕಳನ್ನು ಸ್ಕೂಲಿಗೆ ತಲುಪಿಸಿ ಅದೇ ಆಟೋದಲ್ಲಿ ಅವನು ಆಫೀಸಿಗೆ ತರಾತುರಿಯಿಂದ ಹೋಗುತ್ತಾನೆ. ಯಾಕೆಂದರೆ ಅವನ ಹೆಸರಿನ ಮುಂದೆ ಕೆಂಪು ಪ್ರಶ್ನಾಚಿಹ್ನೆ ಬೀಳುವ ಮೊದಲೇ ಅವನು ಆಫೀಸಿಗೆ ತಲುಪಿಯಾಗಬೇಕಲ್ಲ ?

ಆಫೀಸಿನಲ್ಲಿ ಶ್ರೀರಂಜಿನಿಯ ಪಕ್ಕದ ಸೀಟು ರಘುರಾಮನದ್ದು. ಅವನಿಗೆ ಶ್ರೀರಂಜಿನಿ ಯೆಂದರೆ ತುಂಬಾ ಇಷ್ಟ. ಆಕೆಯ ಶರೀರದ ಹಲವು ಭಾಗಗಳು ತನ್ನ ಹೆಂಡತಿಯದಾಗಿದ್ದಿದ್ದರೆ ಎಂದು ಆತ ಆಸೆಪಟ್ಟದ್ದಿದೆ. ಆದರೆ ಶ್ರೀರಂಜಿನಿ ತನ್ನ ಹೆಂಡತಿಯಾಗಿದಿದ್ದರೆ ಎಂದು ಒಮ್ಮೆಯೂ ಆತ ಆಶಿಸಿದ್ದಿಲ್ಲ. ಹೆಂಡತಿಯಾಗಿ ಯಾವಾಗಲೂ ಸುಷ್ಮಾಳಂತಹ ಹೆಣ್ಣೇ ಒಳ್ಳೆಯದು. ಹೆಚ್ಚು ಆತನಾಡದ, ಸಂಕೋಚ–ಹಿಂಜರಿಕೆಗಳಿಂದ ಸದಾ ನಾಚಿಕೊಳ್ಳುವ, ಮನೆವಾರ್ತೆ ಚೆನ್ನಾಗಿ ನೋಡಿಕೊಳ್ಳುವ, ಅಡಿಗೆಯಲ್ಲಿ ನುರಿತ ಒಬ್ಬಳು ಹೆಣ್ಣು. ಶ್ರೀರಂಜಿನಿ ಗೆಳತಿಯಾಗಿರಲು ಪರವಾಗಿಲ್ಲ. ಕಾಫಿಹೌಸಿನಲ್ಲಿ ಮಸಾಲೆದೋಸೆ–ಚಹ ಸವಿಯುತ್ತ, ಮಾತನಾಡುತ್ತ, ಚರ್ಚಿಸುತ್ತ ಕುಳಿತಿರಲು ಮಜಾ ಅನ್ನಿಸುತ್ತದೆ. ಅದರಾಚೆಗೂ ಸಹ ಹೋಗಲು ಆಕೆ ಒಪ್ಪುವಳೆಂದಾದರೆ ಹಿಂದಿರುಗಿ ಬರುವಷ್ಟು ದೂರಕ್ಕೆ ಹೋಗಲು ಆತನ ವಿರೋಧವಿಲ್ಲ. ಆದರೆ ಹೆಂಡತಿಯಾಗಿ ಬೇಡ. ಸ್ತ್ರೀವಾದಿಗಳು ಯಾವಾಗಲೂ ಬೇರೆಯವರ ಹೆಂಡತಿಯರಾಗಿರುವುದೇ ಒಳ್ಳೆಯದು.

ಹೌದು, ಶ್ರೀರಂಜಿನಿ ಸ್ತ್ರೀವಾದಿ. ಸ್ತ್ರೀಯರ ಪಕ್ಷ ಹಿಡಿದು ಜೋರಾಗಿ ಮಾತನಾಡುತ್ತಾಳೆ. ಇಂಗ್ಲಿಷಿನಲ್ಲಿ ಕವನ ಬರೆಯುತ್ತಾಳೆ. ಬ್ರಿಟಿಸ್ ಕೌನ್ಸಿಲ್ ನಡೆಸಿದ ಕವನ ರಚನಾ ಸ್ಪರ್ಧೆಯಲ್ಲಿ ಬಹುಮಾನ ಗಳಿಸಿದ್ದಾಳೆ.

> **Strip me and see the real me**
> **with naked vision**
> **And be frightened, shocked**
> **morally decayed...**

ಎಂದೆಲ್ಲ ರಸವತ್ತಾಗಿ ಬರೆಯಲು ಶ್ರೀರಂಜಿನಿಗಲ್ಲದೆ ಇನ್ನಾರಿಗೆ ತಾನೇ ಸಾಧ್ಯ ? Strip me... ವಾಹ್ ! ಎಷ್ಟೊಂದು ಮಾಟವಾದ ಪದಗಳು ! ರಘುರಾಮ ನಾಲಿಗೆಯ ತುದಿಯಿಂದ ತುಟಿಗಳನ್ನೊರಸಿಕೊಂಡು ಸುಖಿಸಿದ.

ಸುಷ್ಮಾಳ ಕವಿತೆಗೆ ಮತ್ತೆ ಮುರು ಸಾಲುಗಲೂ ಸೇರಿಕೊಂಡಿವೆ. ಅವು ಹೀಗಿವೆ :

ಒಂದೊಂದು ಮಳೆಹನಿ ಹೂವಾಗಿ ಅರಳಿದ್ದು
ಹೂವಿನ ಪಕಳೆಗಳಲ್ಲಿ ಬೆಂಕಿ ಉರಿದದ್ದು
ನರನರಗಳಲ್ಲಿ ಬಿಸಿ–ಕೆಂಪು ಹರಿದದ್ದು

ಅಪೂರ್ಣವಾದ ಆ ಕವಿತೆ ಊಟದ ಟೇಬಲ್ ಮೇಲೆ ಕುಳಿತಿದೆ. ಮನೆ ಕೆಲಸಗಳನ್ನು ಮಾಡಿ ಮುಗಿಸಿದ ಸುಷ್ಮಾ ಸ್ನಾನಮಾಡುತ್ತಿದ್ದಾಳೆ. ದೇಹದಾದ್ಯಂತ ಓತಪ್ರೋತವಾಗಿ ಹರಿಯುತ್ತಿರುವ ಜಲಧಾರೆಯ ಜತೆಗೆ ಅವಳು ಈಗಲೂ ಒಂದು ಮಳೆಯ ಲಹರಿಯಲ್ಲಿ ದ್ದಾಳೆಂಬುದನ್ನು ನಾನು ಕಾಣಬಹುದು. ಮನೆಯ ಸುತ್ತ ಮಧ್ಯಾಹ್ನದ ಉರಿಬಿಸಿಲು ಸೂರ್ಯನ ಬಿಸಿಲಿಗೆ ಎಲೆಗಳು ಬಾಟಿ ಗಿಡಗಳು ತಲೆಬಾರಿ ನಿಂತಿವೆ. ಆದರೆ ಸ್ನಾನದ ಮನೆಯಲ್ಲಿ ಮಳೆ ಸುರಿಯುತ್ತಿದೆ. ಸುಷ್ಮಾಳ ಮನಸ್ಸಿನಲ್ಲಿ ಮಳೆ ಸುರಿಯುತ್ತಿದೆ. ಮನದಲ್ಲೊಂದು ರಾಗವಾಗಿ, ತುಟಿಗಳಲ್ಲೊಂದು ದ್ವಿಪದಿಯಾಗಿಫಕ್ಕನೆ ಕವಿತೆಯ ಇನ್ನೊಂದು ಸಾಲು ಹುಟ್ಟಿಕೊಳ್ಳುತ್ತದೆ.

ನನ್ನ ಕೂದಲು ಹರಡಿ ನಿನ್ನ ಕಣ್ಣುಗಳ ಮರೆಸಿದ್ದು.

ಪೂರ್ತಿ ನಗ್ನಳಾಗಿ ಮೈಯಿಂದ ನೀರು ಹರಿಯುತ್ತಿದ್ದರೂ ಲೆಕ್ಕಿಸದೆ ಸುಷ್ಮಾ ಊಟದ ಟೇಬಲ್ ಬಳಿಗೆ ಓಡಿಬರುವುದನ್ನು ಕಾಣಬಹುದು. ಅಳಿಸಿ ಹೋಗುವುದಕ್ಕೆ ಮೊದಲೇ ಕವಿತೆಯ ಕೊನೆಯ ಒಂದು ಸಾಲನ್ನು ಸೇರಿಸಿಬಿಡುವ ತವಕದಲ್ಲಿದ್ದಾಳೆ ಆಕೆ ಕಿಟಕಿಯ ಪರದೆಗಳು ಹಾಕಿಕೊಂಡಿವೆಯೇ, ನೆರೆಮನೆಯ ಕೆಲಸವಿಲ್ಲದೆ ಬಿದ್ದುಕೊಂಡಿರುವ ಗೃಹಸ್ಥನ ಹದ್ದಿನ ಕಣ್ಣುಗಳು ಎಲ್ಲಾದರೂ ಹೊಂಚುಹಾಕುತ್ತಿವೆಯೇ ಎಂಬುದೊಂದನ್ನು ನೋಡದೆ ಆಕೆ ಹೊಸ ಸಾಲನ್ನು ಬರೆದು ಸೇರಿಸುತ್ತಾಳೆ. ಆಕೆಯ ದೇಹದ ಸುತ್ತಲೂ ನೆಲದ ಮೇಲೆ ಒಂದು ಪುಟ್ಟ ಕೊಳವೇ ಉಂಟಾಗಿದೆ. ಒದ್ದೆಮುದ್ದೆಯಾಗಿರುವ ಕೂದಲನ್ನು ಕೊಡವಿಕೊಳ್ಳುತ್ತ ಸುಷ್ಮಾ ಪುನಃ ಬಚ್ಚಲುಮನೆಗೆ ಓಡುತ್ತಾಳೆ. ಅದರೆಡೆಯಲ್ಲಿ ಮಲಗುವ ಕೋಣೆಯಲ್ಲಿದ್ದ ಕನ್ನಡಿಯಲ್ಲಿ ತನ್ನ ಪ್ರತಿಬಿಂಬನ್ನು ಒಮ್ಮೆ ನೋಡಿಕೊಳ್ಳುತ್ತಾಳೆ.

ಪುನಃ ತನ್ನ ದೇಹವನ್ನು ಷವರಿಗೊಡ್ಡಿ ನಿಲ್ಲುವಾಗ ಆಕೆಗೆ ಒಮ್ಮೆ ರಘುರಾಮ ಹೇಳಿದ್ದ ಮಾತುಗಳು ನೆನಪಾಗುತ್ತವೆ. ಆತನ ಕೆಲವರು ಸಹೋದ್ಯೋಗಿಗಳು ಚಹಕ್ಕೆ ಬಂದಿದ್ದ ದಿನವಾಗಿತ್ತು ಅದು. ಆತ ಆಕೆಯ ಸೊಂಟದ ಮಡಿಕೆಗಳ ಬಗ್ಗೆ ಅವರೆಲ್ಲರ ಮುಂದೆ ವ್ಯಂಗ್ಯ ತುಂಬಿದ ಧ್ವನಿಯಲ್ಲಿ ಜೋಕ್ ಹೇಳಿ ಗಟ್ಟಿಯಾಗಿ ನಕ್ಕಿದ್ದ. ಆತನ ಸಹೋದ್ಯೋಗಿಗಳು ವಿಧಿಯಲ್ಲದೆ ನಕ್ಕಂತೆ ಮಾಡಿದ್ದರು. ಒಬ್ಬಾಕೆ ಮಾತ್ರ–ರಂಜಿನಿಯೋ ಏನೋ ಇರಬೇಕು ಆಕೆಯ ಹೆಸರು ನಗಲಿಲ್ಲ. ಆಕೆ ತುಸುಹೊತ್ತಿನ ನಂತರ ಅಡಿಗೆಮನೆಗೆ ಬಂದು ಹೇಳಿದ್ದಳು : 'ಅವರ ಮಾತುಗಳನ್ನು ಗಂಭೀರವಾಗಿ ತಗೊಳ್ಳಬೇಡಿ ಆಯ್ತಾ ? ರಘುರಾಮ್ ಇಸ್ ರಿಯಲಿ ಪ್ರೌಡ್ ಆಫ್ ಯು. ನನ್ನ ಹೆಂಡತಿ ಒಳ್ಳೆಯವಳು ಅಂತ ದಿವಸಕ್ಕೆ ನೂರು ಬಾರಿಯಾದರೂ ಆಫೀಸಿನಲ್ಲಿ ಹೇಳುತ್ತಿರುತ್ತಾರೆ."

ರಘುರಾಮನ ಜೋಕ್ ಆನೆಂದು ಸುಷ್ಮಾ ಸರಿಯಾಗಿ ಕೇಳಿಸಿಕೊಂಡಿಲ್ಲ. ಆ ಸಂಜೆಯ

ನೆನಪೇ ಆಕೆಗೆ ವೇದನೆ ತರುತ್ತಿತ್ತು. 'ನೆನಪೇ, ದೂರ ಹೋಗು' ಆಕೆ ಹೇಳಿದಳು, 'ನನ್ನ ಕವಿತೆಗೆ ಅಡ್ಡ ಬರಬೇಡ, ಹೋಗು.'

ಕೋಳಿ ಪದಾರ್ಥದ ಪರಿಮಳ ಹೊಡೆಯುತ್ತಿದ್ದ ಕೈಯೊಂದಿಗೆ ರಘುರಾಮ ಕ್ಯಾಂಟೀನ್‌ನಿಂದ ಹೊರಗೆಬರುತ್ತ ಶ್ರೀರಂಜಿನಿಯ ಹತ್ತಿರ ಕೇಳುತ್ತಾನೆ : 'ಇವತ್ತು ಕೂಡಾ ಉಪವಾಸ ವ್ರತವೇ ?'

"ಹೌದು" ಶ್ರರಂಜಿನಿ ತಲೆಯಾಡಿಸುತ್ತಾಳೆ. ಇವತ್ತು ಗುರುವಾರ ವ್ರತ ಸಂತಾನಯೋಗ ಪಾಲವ್ರತ. ನನ್ನ ಮಕ್ಕಳಿಗೆ ಒಳ್ಳೆಯದಾಗಬೇಕು ಅಂತ.

"ವೈರುಧ್ಯಗಳ ಸರಮಾಲೆ ನೀವು" ರಘುರಾಮ ಹೆಳಿದ; "ಇಷ್ಟೆಲ್ಲ ಸ್ವತಂತ್ರ ಮನೋಭಾವದ, ನಿರ್ಭಿಡೆಯ ಮಾತುಗಳನ್ನಾಡುವ, ನೇರ ನಡೆನುಡಿಯ ನೀವು ಕೆಲವೊಮ್ಮೆ ಸಂಪೂರ್ಣವಾಗಿ ಯಥಾಸ್ಥಿತಿವಾದಿಗಳಾಗುತ್ತೀರಿ." ಶ್ರೀರಂಜಿನಿ ಪ್ರತಿಕ್ರಿಯಿಸದಿರುವುದನ್ನು ಕಂಡು ರಘುರಾಮ್ ಸೇರಿಸುತ್ತಾನೆ : "ಆದರೆ ಈ ವೈರುಧ್ಯವೇ ನಿಮ್ಮ ಪ್ರಧಾನ ಆಕರ್ಷಣೆ."

ಮಾತು ತಪ್ಪಿಸಲು ಶ್ರೀರಂಜಿನಿ ಕೇಳುತ್ತಾಳೆ : "ನೀವು ಮನೆಯಿಂದ ಊಟ ತಂದರಾಗುವುದಿಲ್ಲವೆ ? ನೀವು ಹೇಳಿದರೆ ಸುಷ್ಮಾ ಸಂತೋಷದಿಂದ ಮಾಡಿಕೊಡುವುದಿಲ್ಲವೆ ?"

"ಊಟ ಆರಿ ಹೋದರೆ ನನಗೆ ಸೇರುವುದಿಲ್ಲ" ಆತನೆಂದ, "ಏನಿದ್ದರೂ ಬಿಸಿಯಾಗಿದ್ದಾಗ ಮಾತ್ರ ನಾನು ತಿನ್ನುವುದು. ಆದ್ದರಿಂದಲೇ ಅಲ್ಲವೇ ನಾನು ಕೆಲಸದಲ್ಲಿಲ್ಲದ ಹೆಣ್ಣನ್ನು ಮದುವೆಯಾಗಿದ್ದು ? ನನ್ನ ಮನೆಯಲ್ಲಿ ರೆಫ್ರಿಜರೇಟರ್ ಅನ್ನುವ ಒಂದು ವಸ್ತುವನ್ನೇ ನಾನು ಇಟ್ಟುಕೊಂಡಿಲ್ಲ ಗೊತ್ತಾ ? ಸುಷ್ಮಾ ತುಂಬಾ ಗಲಾಟೆ ಮಾಡಿನೋಡಿದಳು. ಆದರೆ ನಾನು ಜಗ್ಗಲಿಲ್ಲ. ಈಗ ಗೊತ್ತಾಯ್ತಾ ನಿಮಗೆ ನನ್ನ ಆರೋಗ್ಯದ ಗುಟ್ಟು ?"

ತುಸು ಅನುಮಾನಿಸುತ್ತಲೇ ಶ್ರೀರಂಜಿನಿ ತನಗರಿವಿಲ್ಲದಂತೆ ರಘುರಾಮನ ಸುದೃಢ ತೋಳು ಗಳನ್ನು, ಹರವಾದ ಎದೆಯನ್ನು, ಆರೋಗ್ಯ ಸ್ಫುರಿಸುವ ದೇಹಕಾಂತಿಯನ್ನೂ ಗಮನವಿಟ್ಟು ಒಮ್ಮೆ ನೋಡುತ್ತಾಳೆ. ಕೂಡಲೇ ತಪ್ಪು ಮಾಡಿದವಳಂತೆ ಕಣ್ಣುಗಳನ್ನು ಬೇರೆಡೆಗೆ ತಿರುಗಿಸಿ ಏನೋ ಕ್ಷಮಾಪಣೆ ಕೇಳಿ ಅಲ್ಲಿಂದ ಎದ್ದು ಹೋಗುವುದನ್ನು ನಾನು ನೋಡುತ್ತೇವೆ.

ಸುಷ್ಮಾಳ ಊಟದ ಟೇಬಲ್ ಮೇಲೆ ಈಗ ಆ ಕವಿತೆಯಿಲ್ಲ. ಅದು ಅವಳ ಮಡಿಲಲ್ಲಿದೆ. ಪುನಃ ಕೆಲವು ಸಾಲುಗಳು ಅದಕ್ಕೆ ಸೇರಿಕೊಳ್ಳುತ್ತಿವೆ. ಆಕೆ ಅದನ್ನು ಮತ್ತೆ ಮತ್ತೆ ಓದುತ್ತಿದ್ದಾಳೆ. ಬಿಸಿಲು ಮರೆಯಾಗಹತ್ತಿದ ಸಂಜೆಯಲ್ಲಿ ಮೊದಲಿಗಿಂತ ಭಿನ್ನವಾಗಿ ಸುಷ್ಮಾ ಈಗ ಉಲ್ಲಸಿತಳಾಗಿದ್ದಂತೆ ಕಂಡುಬರುತ್ತದೆ. ಸೂರ್ಯನ ಜತೆಗೆ ಎದ್ದು ಸೂರ್ಯನ ಜತೆಗೆ ಇದುವರೆಗೆ ಸಾಗಿ ಬಂದ ಆಯಾಸ ಆಕೆಯ ಮುಖದಲ್ಲಿ ಈಗ ಸ್ವಲ್ಪವೂ ಇಲ್ಲ. ಕಾಡಿನ ಒಳಹೊಕ್ಕು ಗುಟ್ಟಾಗಿ ಒಂದು ಮಗುವನ್ನು ಹೆತ್ತ ಓರ್ವ ಅಪ್ಸರ ಸ್ತ್ರೀಯ ಪ್ರುಲ್ಲತೆಯಿದೆ ಅಲ್ಲಿ. ಕವಿತೆಯಿಂದೆದ್ದ ಕಣ್ಣುಗಳು ಕೋಣೆಯನ್ನೂ, ಕೋಣೆಯಲ್ಲಿದ್ದ ವಸ್ತುಗಳನ್ನು ನೋಡಿಯೂ

ನೋಡದಂತಿವೆ. ಊಟದ ಟೇಬಲ್‌ನ ಮೇಲೆ ತಾನೇ ಸಿದ್ಧಪಡಿಸಿಟ್ಟ ಖಾದ್ಯ ವಸ್ತುಗಳನ್ನಾಗಲಿ, ಗಡಿಯಾರದ ಮುಳ್ಳುಗಳು ತೋರಿಸುತ್ತಿದ್ದ ಸಮಯವನ್ನಾಗಲಿ ಆಕೆ ನೋಡುತ್ತಿಲ್ಲ.

"ಇವತ್ತು ಬೇಗ ಮನೆಗೆ ಹೋಗಬೇಕು. ಮಕ್ಕಳನ್ನು ಮನೆಗೆಬಿಟ್ಟ ನಂತರ ಹಿಂದೆ ತಿರುಗಿ ಬರಲಿಕ್ಕಾಗುವುದಿಲ್ಲ." ರಘುರಾಮ ಶ್ರೀರಂಜಿನಿಯ ಹತ್ತಿರ ಹೇಳಿದ. ೈಲ್‌ನಿಂದ ಮುಖವೆತ್ತಿ ಶ್ರೀರಂಜಿನಿ ಆತನೆಡೆಗೆ ನೋಡಿ ಮುಗುಳ್ನಗು ಬೀರುತ್ತಾಳೆ. "ನಾಳೆ ನೋಡೋಣ" ಹೊರ ನಡೆಯುತ್ತಿದ್ದಂತೆ ಆತ ಆಕೆಯ ಮೇಜಿನ ಬಳಿ ಒಂದು ಕ್ಷಣ ನಿಂತು ತಗ್ಗಿದ ದನಿಯಲ್ಲಿ ಹೇಳುತ್ತಾನೆ, "ನಾಳೆ ಕೆಂಪು ಸ್ಯಾರಿ ಉಟ್ಟುಕೊಂಡು ಬರ್‍ತೀರಾ ? ನೋಡಬೇಕೆಂದು ಆಸೆಯಾಗಿದೆ." ಆಕೆಯ ಉತ್ತರಕ್ಕಾಗಿ ಕಾಯದೆ ಆತ ಬೇಗ ಬೇಗ ನಡೆದು ಹೋಗುವಾಗ ಶ್ರೀರಂಜಿನಿ ಸಪ್ಪಗಾಗಿ ಕಣ್ಣುಗಳಿಂದಲೇ ಆತನನನ್ನು ಹಿಂಬಾಲಿಸುತ್ತಾಳೆ. ದೃಢವಾಗಿ ಇಡುತ್ತಿರುವ ಆ ಹೆಜ್ಜೆಗಳನ್ನು ಎಲ್ಲಿಯೋ ಅದುಮಿ ಹಿಡಿದಂತೆ.

ಸಂಜೆಯಾಗುತ್ತಿದ್ದಂತೆ ಸುಷ್ಮಾ ವಿಪರೀತ ಅಸ್ವಸ್ಥಳಾಗಿದ್ದಾಳೆ. ಮಡಿಲಲ್ಲಿ ಮಲಗಿದ ಕವಿತೆಯೊಂದಿಗೆ ಆಕೆ ಚಡಪಡಿಸುತ್ತಾಳೆ. ಆಘಾತಗೊಂಡಂತೆ ಆಕೆಯ ಮುಖ ಕಿವಿಚಿ ಕೊಳ್ಳುತ್ತದೆ. ಆಕೆ ಕುರ್ಚಿಯಿಂದ ದಡಬಡನೆ ಎದ್ದು ನಿಲ್ಲುತ್ತಾಳೆ. ಕವಿತೆಯ ಕಾಗದ ನೆಲದ ಮೇಲೆ ಹರಡಿಕೊಳ್ಳುತ್ತದೆ. ತಕ್ಷಣ ಆವೇಶ ಬಂದವಳಂತೆ ಸುಷ್ಮಾ ಅದನ್ನೆತ್ತಿಕೊಂಡು ಎರಡೂ ಕೈಗಳಿಂದ ಜೋರಾಗಿ ಅದನ್ನು ಹರಿದು ಚೂರು ಚೂರು ಮಾಡಿ ಕಿಟಕಿಯಿಂದ ಹೊರಗೆಸೆಯುತ್ತಾಳೆ. ನಿಧಾನವಾಗಿ ಒಲಬಂದು ಯಥಾಸ್ಥಾನದಲ್ಲಿ ಕುಳಿತುಕೊಳ್ಳುತ್ತಾಳೆ. ತುಸು ಹೊತ್ತಿನಲ್ಲಿ ಅವಳ ಪಲ್ಸ್‌ರೇಟ್ ಸಾಮಾನ್ಯಮಟ್ಟಕ್ಕೆ ಬರುತ್ತದೆ. ಬಿಗಿದುಕೊಂಡ ಮುಖದ ನರಗಳು ಸಡಿಲಾಗುತ್ತವೆ.

❖

ಸಂದರ್ಶನ

ಪ್ರಶ್ನೆ : ಕಾವ್ಯನಾಮವನ್ನು ಯಾಕೆ ಉಪಯೋಗಿಸುತ್ತೀರಿ ? ಸ್ವಂತ ವ್ಯಕ್ತಿತ್ವವನ್ನು ಪ್ರಕಟಪಡಿಸಿಕೊಳ್ಳಲು ಇಷ್ಟವಿಲ್ಲದ್ದರಿಂದಲೇ ?

ಚಂದ್ರಮತಿ : ಹದಿನಾರು ವರ್ಷಗಳ ಮೌನದ ನಂತರ ಪುನಃ ಲೇಖನಿಯನ್ನು ಕೈಗೆತ್ತಿಕೊಂಡಾಗ ಓದುಗರು ಹೇಗೆ ಪ್ರತಿಕ್ರಿಯಿಸುತ್ತಾರೋ ಎನ್ನುವ ಭಯ ನನಗಿತ್ತು. ಮೊದಲು ನಾನು ಬರೆದಿದ್ದು ಚಂದ್ರಿಕಾ ಎಂಬ ಹೆಸರಿನಲ್ಲಾಗಿತ್ತು. ಅನೇಕ ಹೊಸ ಬರಹಗಾರರು ಬೆಳಕಿಗೆ ಬರುತ್ತಿದ್ದ ಆ ನಂತರದ ದಿನಗಳಲ್ಲಿ ಒಂದು ಹಳೆಯ ಧ್ವನಿಯು ಪ್ರೇತವು ತಿರುಗಿ ಬಂದಂತಾಗುವುದೇನೋ ಎಂದೆನ್ನಿಸಿತು. ಆದ್ದರಿಂದ ಹೊಸದೊಂದು ಹೆಸರು ಇಟ್ಟುಕೊಂಡೆ.

ಪ್ರಶ್ನೆ : ಇಷ್ಟೊಂದು ದೀರ್ಘಕಾಲದ ಮೌನಕ್ಕೆ ಕಾರಣವೇನು ?

ಚಂದ್ರಮತಿ : ಅದಕ್ಕೆ ಹೇಳುವುದಾದರೆ ಕಾರಣಗಳ ಸರಮಾಲೆಯೇ ಇದೆ. ನಾನು ಮೊದಲು ಬರೆದ ಕಥೆಗಳ ವಸ್ತುಗಳು ಆಗಿನ ನನ್ನ ವಯಸ್ಸಿಗೆ ಹೋಲಿಸಿ ನೋಡಿದಾಗ ತುಂಬ ಚಿಳಜ್ಜಿಚ್ಚು ಆಗಿದ್ದವು. ಮದುವೆಯಾಗದೇ ಇದ್ದ ಕಾಲದಲ್ಲಿ ನಾನು ಲೈಂಗಿಕತೆಯ ಕುರಿತು ಮತ್ತು ದಾಂಪತ್ಯ ಜೀವನದ ವೈಲ್ಯದ ಕುರಿತು ಬರೆದೆ. ಆಗ ಇವಳೂ ಇವನ್ನೆಲ್ಲ ಹೇಗೆ ಬರೆದಳು ಎಂಬ ಪ್ರಶ್ನೆಗಳೆದ್ದವು. ಆದರೆ ಎಲ್ಲವನ್ನೂ ನಾನು ಬರೆಯುವುದು ಸ್ವತಃ ಅನುಭವಿಸುವುದರ ಮೂಲಕ ಅಲ್ಲವಲ್ಲ ? ಅತ್ಯಾಚಾರದ ಕುರಿತು ಬರೆಯಬೇಕಾದರೆ ಅದನ್ನು ಅನುಭವಿಸಿರಬೇಕೆಂದೇನೂ ಇಲ್ಲ. ಸಾವಿನ ಬಗ್ಗೆ ಬರೆಯುವವರು ಸತ್ತು ನೋಡಿದ ನಂತರ ಬರೆಯುತ್ತಾರೆಯೆ ? ಆದರೆ ನನ್ನ ಬರಹಗಳು ಕುಟುಂಬದಲ್ಲಿ ಹಲವು ರೀತಿಯ ಅಸಮಾಧಾನಗಳಿಗೆ ಕಾರಣವಾದವು. ಮದುವೆಯಾದ ನಂತರ ಸಂಶೋಧನೆಯ ಕೆಲಸದಲ್ಲಿ ಮುಳುಗಿದೆ. ಬಹಳ ಕಾಲ ಕಳೆದ ನಂತರ ಡಿ. ಸಿ. ಬುಕ್ಸ್‌ನವರು ಪ್ರಕಟಿಸಿದ 'ನೂರು ವರ್ಷಂ ನೂರು ಕಥ' ಎಂಬ ಪುಸ್ತದಲ್ಲಿ ಅವಕಾಶ ಸಿಕ್ಕದಿದ್ದಾಗ ನನ್ನ ಸ್ವಂತಿಕೆಯನ್ನು ಇನ್ನೊಮ್ಮೆ ಬೆಳಕಿಗೆ

ತರಬೇಕು ಎಂಬ ಒಂದು ಅಂತಃಪ್ರೇರಣೆಯುಂಟಾಯಿತು. ಚಂದ್ರಮತಿ ಪುನಃ ಸಾಹಿತ್ಯ ಪ್ರಪಂಚಕ್ಕೆ ಕಾಲಿಟ್ಟದ್ದು ಹಾಗೆ.

ಪ್ರಶ್ನೆ : ವಿವಾಹದ ನಂತರ ಒಂದು ಕಥೆ ಹೊರಬಂದಾಗ ಮಲಗುವ ಕೋಣೆಯಿಂದ 'ಅಪವೇಳೆ'ಯಲ್ಲಿ ಅತ್ತ ಮಗುವನ್ನು ತೆಗೆದು ಹೊರಗೆಸೆದ ಒಬ್ಬ ಪತಿಯನ್ನು ಚಿತ್ರಿಸಿದಿರಿ ಎಂದೂ, ಆ ಕಥೆಗೆ ಅನೇಕರಿಂದ ಕಟು ಟೀಕೆಗಳು ಬಂದವು ಎಂದೂ, ಆದ್ದರಿಂದ ನೀವು ಬರೆಯುವುದನ್ನು ನಿಲ್ಲಿಸಿದಿರಿ ಎಂದೂ ಕೇಳಿದೆ. ಹೌದೆ ?

ಚಂದ್ರಮತಿ : ವಿವಾಹಕ್ಕೆ ಮೊದಲೇ ಬರವಣಿಗೆ ಹೆಚ್ಚು ಕಡಿಮೆ ನಿಂತುಹೋಗಿತ್ತು. ಆದರೆ ವಿವಾಹಾ ನಂತರ 'ಬರೆಯಬಾರದೇ ?' ಎಂದು ನನ್ನ ಪತಿ ಕೇಳಿದರು. ಹಾಗೆ ನಾನೊಂದು ಕಥೆ ಬರೆದೆ. ಅದನ್ನು 'ಗೃಹಲಕ್ಷ್ಮಿ'ಯಲ್ಲಿ 'ಚಂದ್ರಿಕಾ ಬಾಲನ್' ಎಂಬ ಹೆಸರಿನಲ್ಲಿ ಪ್ರಕಟಿಸಿದೆ. ನೀವು ಹೇಳಿದ ಘಟನೆ ಸಂಭವಿಸಿದ್ದು ಆ ಕಥೆಯಲ್ಲಿ. ಆಗ ನಾನು ಗರ್ಭಿಣಿಯೂ ಅಲ್ಲ, ಹಡೆದಿರಲೂ ಇಲ್ಲ. ಹೀಗಿದ್ದೂ ಅದು ನನ್ನ ವೈವಾಹಿಕ ಜೀವನದ ಪ್ರತಿಬಿಂಬವಾಗಿದೆ ಎಂಬ ಮಾತುಗಳು ಕೇಳಿ ಬಂದವು. ಒಂದು ಪುನರಾಗಮನಕ್ಕಾಗಿ ನಾನು ಪಟ್ಟ ಶ್ರಮವಾಗಿತ್ತು ಆ ಕಥೆ. ಅದು ಅಲ್ಲೇ ಕುಸಿದುಬಿದ್ದು ಹೋಗಿದ್ದರಿಂದ ಆಮೇಲೆ ತುಂಬಾ ಕಾಲ ನಾನು ಬರೆಯಲಿಲ್ಲ.

ಪ್ರಶ್ನೆ : ನೀವು ಬರೆಯುವುದು ಯಾಕೆ ? ಸಮಾಜದ ಉದ್ಧಾರಕ್ಕಾಗಿಯೋ ಆತ್ಮ ಶೋಧನೆಗಾಗಿಯೋ ಅಥವಾ ಹೊತ್ತು ಕಳೆಯುವುದಕ್ಕಾಗಿಯೋ ? ಬರವಣಿಗೆಯ ಮೂಲಕ ವಿಶೇಷವಾಗಿ ಸಂದೇಶವೇನಾದರೂ ನೀಡುತ್ತೀರಾ ?

ಚಂದ್ರಮತಿ : ಸಮಾಜದ ಉದ್ಧಾರವಂತೂ ನಾನು ಪ್ರಜ್ಞಾಪೂರ್ವಕವಾಗಿ ಇಟ್ಟುಕೊಳ್ಳುವ ಗುರಿ ಅಲ್ಲ. ಕೆಲವೊಮ್ಮೆ ಉಸಿರುಕಟ್ಟಿ ಒದ್ದಾಡುವಾಗ ಒಂದಷ್ಟು ಪ್ರಾಣವಾಯುವಿಗಾಗಿ ನಾನು ಪಡುವ ಒಂದು ಶ್ರಮ ಅದುವೇ ನನ್ನ ಬರಹ. ನೂರಾರು ಪ್ರಶ್ನೆಗಳೂ ಹೊರಗೆ ಹೇಳಿಕೊಳ್ಳ ಲಾಗದ ಕಷ್ಟಗಳು ಮನಸ್ಸನ್ನು ಮಥಿಸತೊಡಗಿದಾಗ ಆ ಹಿಂಸೆಯಿಂದ ರಕ್ಷಿಸಿಕೊಳ್ಳಲು ನಾನು ಬರವಣಿಗೆಯ ಮೊರೆಹೋಗುತ್ತೇನೆ. 'ಆರ್ಯಾವರ್ತನಂ' 'ದೇವೀಗ್ರಾಮಂ' ಇವೆರಡೂ ಹೀಗೆ ಬರೆದ ಕತೆಗಳು ಬರೆಯದೆ ಕುಳಿತುಕೊಳ್ಳಲು ಸಾಧ್ಯವೇ ಇಲ್ಲ ಎಂದು ಅನ್ನಿಸಿದಾಗ.

ಪ್ರಶ್ನೆ : 'ದೇವೀಗ್ರಾಮಂ'ನಲ್ಲಿ ಉಲ್ಲೇಖಿಸಲ್ಪಟ್ಟ ಹಳ್ಳಿ ಯಾವುದು ?

ಚಂದ್ರಮತಿ : ಅದು ನನ್ನ ಊರು. ನಾನು ಹುಟ್ಟಿ ಬೆಳೆದ ವೆಳ್ಳಾಯಣಿ ಅನ್ನುವ ಹಳ್ಳಿ. ಅಲ್ಲಿ ಒಂದು ದುರ್ಗಾಕ್ಷೇತ್ರವಿದೆ. ಮೂರು ವರ್ಷಕ್ಕೊಮ್ಮೆಯೇ ಅಲ್ಲಿ ಜಾತ್ರೆ ನಡೆಯುವುದು. ದೇವಿಯು ದಾರಿಕನನನ್ನು ವಧಿಸುವ ಕಥೆಯನ್ನು ಅಲ್ಲಿ ಪ್ರತಿಬಾರಿಯೂ ಪ್ರಸ್ತುತಪಡಿಸುತ್ತಾರೆ. ಅದು ಸ್ತ್ರೀ ಶಕ್ತಿಯ ಒಂದು ಸಮರ್ಥನೆ.

ಪ್ರಶ್ನೆ : ಇಂಗ್ಲಿಷ್ ಪ್ರೊಸರಾಗಿ ನೀವು ಅದೇಕೆ ಮಲಯಾಳದಲ್ಲಿ ಮಾತ್ರ ತೆಗೆದು ಕೊಳ್ಳುತ್ತೀರಿ. ಬಹಳ ಚೆನ್ನಾಗಿ ಇಂಗ್ಲಿಷ್‌ನಲ್ಲಿ ವ್ಯವಹರಿಸುವ ನೀವು ಆ ಭಾಷೆಯಲ್ಲಿ ಕಥೆಗಳನ್ನು ಬರೆಯದಿರುವುದು ಯಾಕೆ ?

ಚಂದ್ರಮತಿ : ನಿಜ ಹೇಳಬೇಕೆಂದರೆ ಸೃಜನಶೀಲ ಬರವಣಿಗೆಯೆನ್ನುವುದು ನನಗೆ ಇಂಗ್ಲಿಷ್‌ನಲ್ಲಿ ಬರುವುದಿಲ್ಲ. ನನ್ನ ಮಟ್ಟಿಗೆ ಇಂಗ್ಲಿಷ್ ಮೆದುಳಿನ ಭಾಷೆಯೂ ಮಲಯಾಳ ಹೃದಯದ ಭಾಷೆಯೂ ಆಗಿದೆ. ನಾವು ಮಲಯಾಳದಲ್ಲಲ್ಲವೇ ಅಂಬೆಗಾಲಿಕ್ಕಿ ನಡೆಯುವುದು? ನಾನು ಓದಿದ್ದು ಮಲಯಾಳ ಮೀಡಿಯಂನಲ್ಲಿ. ಇಂಗ್ಲಿಷಿಗಿಂತಲೂ ನನ್ನ ಮಲಯಾಳ ಭಾಷೆ ಹೆಚ್ಚು ಸಶಕ್ತವಾಗಿದೆ. ನಾನು ಯೋಚಿಸುವ ವಿಚಾರಗಳನ್ನು ನನ್ನ ಕಣ್ಣಮುಂದೆ ತಂದು ನಿಲ್ಲಿಸಿಕೊಂಡು ನಿಮ್ಮ ಕಣ್ಣಮುಂದೆ ನಿಲ್ಲುವ ರೀತಿಯಲ್ಲಿ ಚಿತ್ರಿಸಲು ಮಲಯಾಳದಲ್ಲಿ ನನಗೆ ಸಾಧ್ಯವಿದೆ. ಇಂಗ್ಲಿಷಿನಲ್ಲಿ ಅಷ್ಟು ಸಾಧ್ಯವಿಲ್ಲ.

ಪ್ರಶ್ನೆ : 'ರೆಯಿನ್‌ಡಿಯರ್' 'ಕವಿತಯುಡೆ ಕಥ' ಮುಂತಾದ ಕಥೆಗಳೆಲ್ಲೆಲ್ಲ ಕಾವಯ ಮತ್ತು ಕಾವ್ಯಾಂಶಗಳು ತುಂಬಿಕೊಂಡಿವೆ. ಕವನಗಳನ್ನೇನಾದರೂ ಬರೆದಿದ್ದೀರಾ ?

ಚಂದ್ರಮತಿ : ಮೂರು-ನಾಲ್ಕು ಕವನಗಳನ್ನು ತುಂಬ ಹಿಂದೆ ಪ್ರಕಟಿಸಿದ್ದೆ.

ಪ್ರಶ್ನೆ : ಅದು ಯಾಕೆ ಕಾವ್ಯರಚನೆಯನ್ನು ನಿಲ್ಲಿಸಿಬಿಟ್ಟದ್ದು ?

ಚಂದ್ರಮತಿ : ನನ್ನ ಕಥೆಗಳಿಗೆ ಸಿಕ್ಕಿದ ಮೆಚ್ಚುಗೆ ಕವಿತೆಗಳಿಗೆ ಸಿಗಲಿಲ್ಲ. ಅಲ್ಲದೆ ಕಥೆಗಳನ್ನು ಇಷ್ಟಪಡುವ ಲೇಖಕರು ಹಲವರು ನನ್ನ ಹತ್ತಿರ ಹೇಳಿದರು 'ಕಥೆಗಳಲ್ಲಿ ನೀವು ಬಹಳ ಬುದ್ಧಿವಂತರಾಗಿ ಕಾನಿಸಿಕೊಳ್ಳುತ್ತೀರಿ, ಕವನಗಳಲ್ಲಿ ಕಾಲ್ಪನಿಕತೆಯ ವಾಸನೆ ಹೊಡೆಯುತ್ತದೆ ಇವೆರಡೂ ಪರಸ್ಪರ ಹೊಂದಿಕೊಳ್ಳುವುದಿಲ್ಲ' ಎಂದು. ಒಂದೋ ಕವನ ಬರೆಯುವುದನ್ನು ನಿಲ್ಲಿಸಿ, ಅಥವಾ ಬರೆಯುವ ಕವನಗಳಲ್ಲಿ ಪ್ರಜ್ಞಾಪೂರ್ವಕವಾಗಿ ಒಂದು ಬದಲಾವಣೆ ಮಾಡಿಕೊಳ್ಳಿ ಎಂದು ಹಲವರು ಸೂಚಿಸಿದರು. ಹಾಗೆ ಒಂದು ಬದಲಾವಣೆ ತರುವುದು ನನ್ನಿಂದ ಸಾಧ್ಯವಿಲ್ಲ. ಆದ್ದರಿಂದಲೇ ಬುದ್ಧಿವಂತಿಕೆ ವ್ಯಕ್ತವಾಗುವ ಕಥೆಗಳ ನಡುವೆ ನಾನು ಕಾಲ್ಪನಿಕ ಕ್ಷಣಗಳನ್ನು ಸೇರಿಸಿಕೊಂಡು ಬರೆಯುತ್ತೇನೆ.

ಪ್ರಶ್ನೆ : ಕಥೆಗಳನ್ನು ಬರೆಯಲು ಬಹಳಷ್ಟು ಜಾಣ್ಮೆ ಬೇಕಾಗುತ್ತದೆ. ಕಥೆಯ ವಸ್ತು, ವಿನ್ಯಾಸ, ನಿರೂಪಣಾ ವಿಧಾನಗಳಲ್ಲಾದರೂ ನೈಪುಣ್ಯ ಸಾಧಿಸಿದ ಓರ್ವ ಲೇಖಕಿ ಎಂದು ಹೆಸರು ಪಡೆದಿದ್ದೀರಿ. ನೀವು ಸಾಹಿತ್ಯದ ಹಲವು ಸಿದ್ಧಾಂತಗಳನ್ನು ಪ್ರತಿಪಾದಿಸಲು ನಿಮ್ಮ ಕಥೆಗಳನ್ನು ಉದಾಹರಣೆಗಾಗಿ ತೆಗೆದುಕೊಂಡರೆ ಸಾಕಾಗುತ್ತದೆ. ಕಥೆಗಳ ರೂಪವಿನ್ಯಾಸಗಳ ಬಗ್ಗೆ ಇಷ್ಟೆಲ್ಲ ಎಚ್ಚರವಹಿಸುವುದು ಯಾಕೆ ನೀವು ?

ಚಂದ್ರಮತಿ : ಒಬ್ಬ ಆಂಗ್ಲ ವಿಮರ್ಶಕ ಹೇಳಿದ್ದಾನೆ ಒಟ್ಟು 32 ಮನುಷ್ಯಾವಸ್ಥೆಗಳು ಮಾತ್ರ ಇವೆ ಎಂದು ಮೊದಲ ಲೇಖಕನಿಂದ ಪ್ರಾರಂಭಿಸಿ ಇವನ್ನೇ ಇಟ್ಟುಕೊಂಡು ಎಲ್ಲರೂ ಆಡುತ್ತಿದ್ದಾರೆ. ಹಾಗಿರುವಾಗ ನನ್ನ ಕಥೆಗಳ ಬಾಹ್ಯರೂಪದಲ್ಲಾದರೂ ಏನಾದರೊಂದು ಹೊಸತನವನ್ನು ಶೋಧಿಸಿದರೆ ನನ್ನ ಧ್ವನಿ ಸ್ವಲ್ಪ ಭಿನ್ನವಾಗಿ ಕೇಳಬಹುದೇನೋ ಎಂದು ಒಮ್ಮೊಮ್ಮೆ ಅನ್ನಿಸುವುದಿದೆ. ನಾನು ನನ್ನ ಕಥೆಗಳ ರೂಪವಿನ್ಯಾಸಗಳ ಬಗ್ಗೆ ಅಗತ್ಯಕ್ಕಿಂತ ಹೆಚ್ಚು ಎಚ್ಚರಿಕೆ ವಹಿಸುತ್ತೇನೆಂದು ಒಪ್ಪಿಕೊಳ್ಳುತ್ತೇನೆ. ಕಥೆಯ ಮೊದಲ ಡ್ರಾಫ್ಟ್ ಸಿದ್ಧವಾದ ಕೂಡಲೇ ನಾನು ಅದನ್ನು ಅಲ್ಲಿಗೆ ಪೂರ್ತಿಗೊಳಿಸುವುದಿಲ್ಲ. ಅದು ನನ್ನ ಕೈಯಲ್ಲಿ ಎರಡುವಾರ

ಹಾಗೆಯೇ ಕುಳಿತಿರುತ್ತದೆ ಹೊಡೆಯುವುದು, ತಿದ್ದುವುದು, ಸರಿಪಡಿಸುವುದು ನಡೆಯುತ್ತಿರುತ್ತದೆ ಕಥಾಪಾತ್ರಗಳನ್ನು ಬದಲಾಯಿಸುವುದು, ಕೊನೆಯ ಪ್ಯಾರಾವನ್ನು ಮೊದಲಿಗೆ ಸೇರಿಸುವುದು ಇತ್ಯಾದಿ. ಕೊನೆಯ ಡ್ರಾಫ್ಟ್ ಸಿದ್ಧವಾಗುವಾಗ ಕೆಲವೊಮ್ಮೆ ಅದಕ್ಕೂ ಮೊದಲ ಕಥೆಗೂ ಏನೇನೂ ಸಂಬಂಧ ಇಲ್ಲದೆಯೂ ಇರಬಹುದು. ಹೆಚ್ಚಾಗಿ ಮೊದಲು ಬರೆದದ್ದರ ಕಾಲ್ಪನಿಕ ಅಂಶಗಳನ್ನು ಇನ್ನಷ್ಟು ಚೆನ್ನಾಗಿ ಪರೀಕ್ಷಿಸಿ, ಅಳೆದು, ತೂಗಿ, ಹಲವು ರೀತಿಯ ತಂತ್ರಗಳನ್ನು ಉಪಯೋಗಿಸಿ ಉದ್ದೇಶಪೂರ್ವಕವಾಗಿ ಬದಲಾಯಿಸುತ್ತೇನೆ.

ಪ್ರಶ್ನೆ : ಕೆಲವು ಕಥೆಗಳಲ್ಲಿ, ಕೆಲವು ಸಂದರ್ಭಗಳಲ್ಲಿ ಕಥಾಪಾತ್ರಗಳನ್ನು ಓದುಗರಿಂದ ಉದ್ದೇಶಪೂರ್ವಕವಾಗಿ ಅಗಲಿಸುವ ಪ್ರಯತ್ನ ಮಾಡಿದಂತೆ ಕಾಣುತ್ತದೆ. ಓದುಗರು ಕಥೆಯೊಂದಿಗೆ ನಿಖರವಾಗಿ ಹೇಳುವುದಾದರೆ ಕಥಾಪಾತ್ರಗಳೊಂದಿಗೆ ಆತ್ಮೀಯರಾಗ ತೊಡಗುವ ಸಂದರ್ಭದಲ್ಲಿ ಕಥೆಗಾರ್ತಿ ಉದ್ದೇಶಪೂರ್ವಕವಾಗಿ ಅವರ ಮಧ್ಯೆ ತೂರಿ ಕೊಳ್ಳುವುದು. 'ಆ ವಿಚಾರ ಆಮೇಲೆ ಹೇಳೋಣ' ಎಂದೋ 'ಬರೆಯಲು ಪ್ರಾರಂಭಿಸಿದಾಗ ಈ ವಿಚಾರ ನೆನಪಿತ್ತು, ಈಗ ಮರೆತುಹೋಯಿತು' ಎಂದೆಲ್ಲ ಹೇಳುತ್ತ ಅಡ್ಡಬಂದಾಗ ಓದುತ್ತಿರುವುದು ಬರೇ ಕಥೆ ಎಂಬ ಅರಿವು ಓದುಗರಲ್ಲಿ ಬಂದುಬಿಡುತ್ತದೆ. ಓದುಗರನ್ನೇಕೆ ಹೀಗೆ ಕಥೆಯಿಂದ ಉದ್ದೇಶಪೂರ್ವಕವಾಗಿ ಹೊರಗೆಳೆದು ತರುತ್ತೀರಿ ?

ಚಂದ್ರಮತಿ : ಅದಕ್ಕೆ ವಿಶೇಷವಾದ ಕಾರಣವೇನೂ ಇಲ್ಲ. ವಿನ್ಯಾಸದ ಬಗೆಗಿನ ಒಂದು ಪ್ರಯೋಗ ಮಾತ್ರ ಅದು. ಓದುಗರನ್ನು ಜೊತೆಗೆಯೇ ಕೊಂಡೊಯ್ದು ಕೈಹಿಡಿದು ಅನಾಯಾಸವಾಗಿ ನಡೆಸುವ ವಿಧಾನ ನನಗೆ ಗೊತ್ತಿದೆ.

ಪ್ರಶ್ನೆ : ಆದರೆ ಓದುಗರಿಗೆ ಹಾಗೆ ಅನ್ನಿಸುವುದಿಲ್ಲ. ಅವರ ಮನಸ್ಸಿನಲ್ಲಿ ಕಥೆಗಾರ್ತಿಯಿಲ್ಲ. ಕಥಾಪಾತ್ರಗಳು ಮಾತ್ರ ಇರುತ್ತವೆ. ಆದ್ದರಿಂದಲೇ ಅವರು ಕಥಾಪಾತ್ರ ಗಳೊಂದಿಗೆ ಮೈತ್ರಿ ಸ್ಥಾಪಿಸಲು ಪ್ರಾಂಭಿಸುವ ಹೊತ್ತಿಗೆ ಕಥೆಗಾರ್ತಿ ಅನಗತ್ಯವಾಗಿ ಎಡೆಯಲ್ಲಿ ತೂರಿಬರುತ್ತಿದ್ದಾಳೆ ಎಂದು ಅವರಿಗೆ ಅನ್ನಿಸುತ್ತದೆ.

ಚಂದ್ರಮತಿ : ಓದುಗರ ಕಣ್ಣುಮುಂದೆಯೇ ಅಲ್ಲವೇ ಓದುಗರೂ ಕಥಾಪಾತ್ರಗಳೂ ಜೊತೆಯಾಗಿ ನಡೆಯುವುದು ? ನನ್ನ ಮುಂದೆ ನಾನು ಕಾಣುವುದು ನನ್ನ ಮತ್ತು ಓದುಗರ ನಡುವಿನ ಸಂಬಂಧ. ಓದುಗರು ನನ್ನನ್ನು ಬಿಟ್ಟು ಕಥಾಪಾತ್ರಗಳ ಜೊತೆಗೆ ಸ್ನೇಹ ಬೆಳೆಸಿದ್ದನ್ನು ಕಂಡರೆ ನಾನು ಮಧ್ಯೆ ಪ್ರವೇಶಿಸಿಯೇ ತೀರುತ್ತೇನೆ. ಒಂದು ಸಣ್ಣ ತುಂಟಾಟ. ಅಷ್ಟೆ.

ಪ್ರಶ್ನೆ : ಬರವಣಿಗೆ ಎಂಬ ಕ್ರಿಯೆಯ ಬಗ್ಗೆ ಸ್ವಲ್ಪ ವಿಶದವಾಗಿ ಹೇಳುವಿರಾ ?

ಚಂದ್ರಮತಿ : ಮೊದಲು ನನ್ನ ಮನಸ್ಸಿಗೆ ಏನಾದರೊಂದು ವಸ್ತು ಹೊಳೆಯುತ್ತದೆ. ಎಲ್ಲಿಂದಬೇಕಾದರೂ ಆಗಿರಬಹುದು ಅದು. ಕೆಲವೊಮ್ಮೆ ಓದುವ ಒಂದು ಕಥೆಯಿಂದ ಆಗಿರಬಹುದು. ಮತ್ತೆ ಕೆಲವೊಮ್ಮೆ ಕೆಲವರ ಹತ್ತಿರ ಮಾತನಾಡುವುದರ ಮಧ್ಯೆ ಸಿಕ್ಕುವ ವಿಷಯಗಳಾಗಿರಬಹುದು. ಪ್ರಯಾಣದ ಮಧ್ಯೆ ಕಾಣುವ ಕೆಲವು ದೃಶ್ಯಗಳು, ಟಿ.ವಿ.ಯಲ್ಲಿ ನೋಡುವ ಜಾಹಿರಾತಿನ ತುಣುಕುಗಳು ಹೀಗೆ ಏನಾದರೂ ಮನಸ್ಸಿಗೆ ಒಂದು ವಿಷಯ

ಒಮ್ಮೆ ಹೊಳೆಯಿತೆಂದಾದರೆ ಅದು ಮಂಜುಹನಿ ಬಿದ್ದ ಒಂದು ಹೂವಿನ ಪಕಳೆಯಂತೆ ಹಾಗೆಯೇ ಇರುತ್ತದೆ. ಅದರ ಮೇಲೆ ಮಂಜು ಬೀಳುತ್ತಲೇ ಇರುತ್ತಯದೆ. ಶರತ್ಕಾಲ ಕಳೆದು ಮಂಜು ಕರಗುವಾಗ ಆಗಿರಬಹುದು. ಆ ಹೂವಿನ ಪಕಳೆ ಸ್ವಲ್ಪವೂ ಹಾಳಾಗದೆ ಅಲ್ಲಿಯೇ ಇದೆ ಎಂಬುದು ಅರಿವಿಗೆ ಬರುವುದು. ಆಮೇಲೆ ಅದನ್ನು ಕಾಗದದ ಹಾಳೆಗೆ ದಾಟಿಸುವ ತನಕದ ಸ್ಥಿತಿ ಬಹಳ ಕಷ್ಟದ್ದು. ಗರ್ಭದೊಳಗಿನ ಶಿಶುವನ್ನು ಜತನದಿಂದ ಇಟ್ಟುಕೊಂಡಂತೆ. ನಾನು ತೀರಾ ಅಸ್ವಸ್ಥಳಾಗಿಬಿಡುತ್ತೇನೆ. ಮೊದಲ ವಾಕ್ಯ ಹೇಗಿರ ಬೇಕೆಂಬುದೇ ನನ್ನ ಸಮಸ್ಯೆ. ಅದು ಸರಿಯಾಗಿ ಬಂದುಬಿಟ್ಟರೆ ಮಿಕ್ಕಿದ್ದು ಸುಲಭ. ಉಳಿದದ್ದು ಅನಾಯಾಸವಾಗಿ ಬಿಡುತ್ತದೆ. ಅದನ್ನು ಎರಡು ವಾರ ಕೈಯಲ್ಲಿಟ್ಟಿಕೊಂಡು ತಿದ್ದುವುದು, ಬದಲಾಯಿಸುವುದು ಎಲ್ಲವನ್ನೂ ಮಾತುತ್ತಿರುತ್ತೇನೆ. ಆ ನಂತರವೇ ಹೊರಗೆ ತೋರಿಸುವುದು. ಸಾಮಾನ್ಯವಾಗಿ ಎಲ್ಲರೂ ನಿದ್ರೆಮಾಡಿದ ಮೇಲೆ ನಾನು ಬರೆಯವುದು. ಗಂಟೆಗಟ್ಟಲೆ ಕುಳಿತುಕೊಂಡೂ ಏನೂ ಬರೆಯದೆ ಎದ್ದುಹೋದ ಬೇಕಾದಷ್ಟು ರಾತ್ರಿಗಳೂ ಇವೆ.

ಪ್ರಶ್ನೆ : ಕೆಲವು ಕಥೆಗಳಲ್ಲಿ ನೀವು ಸಮಾಜವನ್ನು ತುಂಬಾ ಗೇಲಿ ಮಾಡುತ್ತೀರಿ. ಉದಾರಣೆಗೆ 'ಒರು ವಿಕಸನ ಪ್ರಶ್ನಂ' ('ಒಂದು ವಿಕಾಸದ ಸಮಸ್ಯೆ') ಎಂಬ ಕಥೆಯಲ್ಲಿ ಇಂದಿನ ವಿದ್ಯಾಭ್ಯಾಸದ ವೈಖರಿಯನ್ನು ಕಟುವಾಗಿ ಆಕ್ಷೇಪಿಸಿದ್ದೀರಿ. ಸಾಮಾಜಿಕ ಬದ್ಧತೆಯೂ, ಸಮಸ್ಯೆಗಳೂ ಬಗೆಹರಿಯಬೇಕು ಎಂಬ ಆಗ್ರಹವೂ ಇಲ್ಲದಿದ್ದರೆ ಮೇಲೆ ಆಕ್ಷೇಪ ವ್ಯಕ್ತಪಡಿಸುವುದರಿಂದ ಏನು ಪ್ರಯೋಜನ ?

ಚಂದ್ರಮತಿ : ವಿದ್ಯಾಭ್ಯಾಸದ ವೈಖರಿ ಮಾತ್ರವಲ್ಲ, ಸಮಾಜದಲ್ಲಿ ಕಾಣಿಸುವ ಹಲವು ಡೊಂಕುಗಳ ಬಗ್ಗೆ ನಾನು ಆಕ್ಷೇಪ ವ್ಯಕ್ತಪಡಿಸಿದ್ದೇನೆ. ಆದರೆ ಸಮಾಜದ ಸುಧಾರಣೆ ಮಾತ್ರ ನನ್ನ ಪ್ರಧಾನ ಲಕ್ಷ್ಯವಲ್ಲ. ಇಂದಿನ ಶಿಕ್ಷಣ ವಿಧಾನವು ತೀರಾ ಕೆಟ್ಟದಾಗಿದೆ ಎಂಬುದರಲ್ಲಿ ನನಗೆ ಒಂದಿಷ್ಟು ಸಂದೇಹವಿಲ್ಲ. ಆ ಕಥೆಯಲ್ಲಿ ನಾನು ಅನೇಕ ಆಟಗಳ ಬಗ್ಗೆ ಹೇಳಿದ್ದೇನೆ. ಇವೆಲ್ಲ ಶಾಲೆಗಳಲ್ಲೂ ಕಾಲೇಜುಗಳಲ್ಲೂ ಇವತ್ತು ನಡೆಯವುದೇ ಆಗಿದೆ. ಇವತ್ತು ಕೈ-ಚಪ್ಪಾಳೆ ಯಾಟವಿಲ್ಲ, ಮಹಾಕಾವ್ಯಗಳನ್ನಾಧರಿಸಿದ ಅಂತ್ಯಾಕ್ಷರಿಗಳಿಲ್ಲ ಇವೆಲ್ಲವೂ ಇವತ್ತು ಆಧುನಿಕತೆಯ ರಾಕ್ಷಸರೂಪ ತಾಳಿವೆ. ಈ ಬದಲಾವಣೆಯನ್ನು ಮಕ್ಕಳ ವ್ಯಕ್ತಿತ್ವದಲ್ಲೂ ಕಾಣಬಹುದು. ಅಮ್ಮನಾಗಿ ಮನೆಯಲ್ಲಿರುವ ಇಬ್ಬರು ಮಕ್ಕಳನ್ನು, ಅಧ್ಯಾಪಕಿಯಾಗಿ ಕಾಲೇಜಿನಲ್ಲಿ ಮೂರು ಸಾವಿರ ಮಕ್ಕಳನ್ನು ನೋಡಿ ಇವರೆಲ್ಲರಲ್ಲೂ ನಾನು ಈ ಬದಲಾವಣೆಯನ್ನು ಗಮನಿಸಿದ್ದೇನೆ. ಇದನ್ನು ನೋಡಿ ಸುಮ್ಮನಿರಲು ಸಾಧ್ಯವಾಗದೆ ನಾನು ಆ ಬಗ್ಗೆ ಬರೆದೆ ಪ್ರಾಯಶಃ ಬದ್ಧತೆಯಿಲ್ಲ ಎಂದು ನಾನು ಹೇಳಿದರೂ ಅಪ್ರಜ್ಞಾಪೂರ್ವಕವಾಗಿ ಆ ಬದ್ಧತೆ ನನ್ನ ಕಥೆಗಳಲ್ಲಿ ಕಾಣಿಸಿ ಕೊಂಡಿರಬಹುದು.

ಪ್ರಶ್ನೆ : 'ಹೆಣ್ಣಿನ ಭಾಷೆ'ಯ ಬಗೆಗಿನ ಒಂದು ಆಶಯ 'ಒಂದು ಭಾಷಾ ಸಮಸ್ಯೆ' ಎಂಬ ಕಥೆಯಲ್ಲಿದೆ. 'ಹೆಣ್ಣಿನ ಭಾಷೆ' ಎಂಬುದೊಂದು ಇದೆಯೆ ? ಅದರ ಅಗತ್ಯ ಏನು ?

ಚಂದ್ರಮತಿ : ಇಲ್ಲಿಯ ಸ್ತ್ರೀವಾದಿಗಳು ಅನಗತ್ಯವಾದ ಕೆಲವು ವಿಷಯಗಳನ್ನೆತ್ತಿಕೊಂಡು ಗಲಾಟೆಯೆಬ್ಬಿಸುತ್ತಾರೆ. ಓರ್ವ ಅಧ್ಯಾಪಕಿಯಾಗಿ ನಾನು ಸ್ತ್ರೀವಾದದ ಬಗ್ಗೆ ತರಗತಿಯಲ್ಲಿ ಕಲಿಸುತ್ತೇನೆ. ಈಡನ್ ತೋಟದಲ್ಲಿ ಆದಂ ವಸ್ತುಗಳಿಗೆ ಹೆಸರಿಟ್ಟಾಗ ಭಾಷೆಯ ಪುರುಷಾಧಿಪತ್ಯ ಪ್ರಾರಂಭವಾಹಿತು ಮತ್ತು ಅದನ್ನು ತಿದ್ದಿ ಸರಿಪಡಿಸಲೇಬೇಕೆಂಬ ವಾದವು ಪಾಶ್ಚಾತ್ಯ ದೇಶಗಳಲ್ಲಿ ಪ್ರಬಲವಾಗಿದೆ. ಅದರದ್ದೇ ಮುಂದುವರಿಕೆಯಾಗಿ ಇಲ್ಲಿಯೂ ಭಾಷೆಯ ಪ್ರಶ್ನೆಯನ್ನೆತ್ತಿದ್ದಾರೆ. ತಾತ್ರಿಕವಾಗಿ ಅದೆಲ್ಲ ಪರವಾಗಿಲ್ಲ. ಆದರೆ ಬರವಣಿಗೆಯಲ್ಲಿ ಬಂದಾಗ ಅದು ತೀರಾ ಬಾಲಿಶವಾಗಿ ಕಾಣಬಹುದು. ಉದಾಹರಣೆಗೆ ಸಾರಾ ಜೋಸೆಫ್ ಹೇಳುತ್ತಾರೆ ಸ್ತ್ರೀ ಪುರುಷರಿಬ್ಬರಿಗೂ ಸಂಬಂಧಿಸಿದ ವಿಚಾರಗಳನ್ನು ಉಲ್ಲೇಖಿಸುವಾಗ 'ಅವನು' ಎಂಬುದನ್ನು ಬದಲಾಯಿಸಿ 'ಅವಳು' ಎಂದು ಮಾಡಬೇಕು ಅಂತ. ವಾಕ್ಯರಚನೆಗಳ ಬಗ್ಗೆ ಬಹಳಷ್ಟು ಎಚ್ಚರಿಕೆ ವಹಿಸಿ ಬರೆಯುವ ಸಾರಾ ಜೋಸೆಫ್ ಒಂದು ವಿಶೇಷವಾದ ಉದ್ದೇಶದೊಂದಿಗೆ ತಮ್ಮ ಕೃತಿಯಲ್ಲಿ 'ಅವಳು' ಎಂದು ಉಪಯೋಗಿಸುವಾಗ ಏನೂ ತೊಡಕೆನ್ನಿಸುವುದಿಲ್ಲ. ಒಂದು ವಾರ ಪತ್ರಿಕೆಯಲ್ಲಿ ಇನ್ನು ಯಾರೋ ಒಬ್ಬ ಲೇಖಕಿ 'ಅವಳು' ಎಂದು ಉಪಯೋಗಿಸಿ ಕಥೆ ಬರೆದದ್ದನ್ನು ನೋಡಿದೆ. ಅದು ಬರೆ ಒಂದು parody ಆಗಿ ಕಾಣಿಸಿತು ನನಗೆ. ಅಷ್ಟು ಮಾತ್ರವಲ್ಲ, ಕನ್ಯೆಯ ಪುಲ್ಲಿಂಗ ವೇಶ್ಯೆಯ ಪುಲ್ಲಿಂಗಗಳನ್ನೆಲ್ಲ ಕಂಡುಹಿಡಿದ ಮಾತ್ರಕ್ಕೆ ಸ್ತ್ರೀಯ ನೆಲೆ ಗಟ್ಟಿಯಾಗಿಬಿಡುತ್ತದೆಯೆ ? ಇವತ್ತು ಬರೆಯುತ್ತಿರುವವರು ನಾನು ಮುಂದಿನ ತಲೆಮಾರಿಗೆ ಬೇಕಾಗಿ ಬರೆಯುತ್ತಿದ್ದೇವೆ; ಇವತ್ತು ನಮ್ಮನ್ನು ಓದುವವರಿಗಾಗಿ ಮತ್ತು ನಾಳೆಯೂ ಓದುವವರಿಗಾಗಿ ಇವತ್ತಿನ ಮಕ್ಕಳ ಮಧ್ಯೆ ಭಾಷೆಯ ಸ್ತ್ರೀ-ಪುರುಷಲಿಂಗ ವ್ಯತ್ಯಾಸ ಅಷ್ಟೊಂದು ಮುಖ್ಯವಲ್ಲ. ಅವರು 'ಲೋ, ಹೋಗೋ, ಬಾರೋ' ಎಂದೆಲ್ಲ ಹೆಣ್ಣು -ಗಂಡೆಂಬ ವ್ಯತ್ಯಾಸ ನೋಡದೆ ಉಪಯೋಗಿಸುತ್ತಾರೆ. ಭಾಷೆಯ ಮಟ್ಟದಲ್ಲಾದರೂ ಒಂದು ರೀತಿಯ ಸಮಾನತೆಯನ್ನು ಅವರು ಸ್ಥಾಪಿಸಿಕೊಂಡುಬಿಟ್ಟಿದ್ದಾರೆ ಎಂದೇ ಹೇಳಬಹುದು. 'ಜಾರ'ನ ಸ್ತ್ರೀಲಿಂಗ, ವೇಶ್ಯೆಯ ಪುಲ್ಲಿಂಗ ಎಂದೆಲ್ಲ ಹುಡುಕುತ್ತಾ ನಾವು ಕಷ್ಟಪಡುತ್ತಿರುವಾಗ ನಮ್ಮ ಮಕ್ಕಳು ಯಾವುದೇ ಕಷ್ಟವಿಲ್ಲದೆ ಅನಾಯಾಸವಾಗಿ ನಮಗಿಂತ ಮೇಲೆ ತಲುಪಿಬಿಟ್ಟಿದ್ದಾರೆ. ಹಾಗಿದ್ದ ಮೇಲೆ ಭಾಷೆಯಲ್ಲಿ ಬದಲಾವಣೆ ತರಬೇಕೆಂದು ಒದ್ದಾಡುವ ಅಗತ್ಯವಿಲ್ಲವಲ್ಲ ?

ಪ್ರಶ್ನೆ : ಭಾಷಾ ಪ್ರಯೋಗದಲ್ಲಿ ಬದಲಾವಣೆ ತರುವ ಮೂಲಕ ಸಮಾಜದಲ್ಲೂ ಕೂಡಾ ಸ್ವಲ್ಪ ಮಟ್ಟಿಗಾದರೂ ಬದಲಾವಣೆಯನ್ನು ತ್ವರಿತಗೊಳಿಸಲು ಸಾಧ್ಯವಿಲ್ಲವೆನ್ನುತ್ತೀರಾ ? ಹೆಸರಿಲ್ಲದ ಯಾವುದೂ ಕೂಡಾ ಗಟ್ಟಿಯಾಗಿ ತಳವೂರುವುದು ಸಾದ್ಯವಿಲ್ಲವಲ್ಲ ?

ಚಂದ್ರಮತಿ : ಕೆಲವು ವಿಷಯಗಳ ಮಟ್ಟಿಗೆ ಹೇಳುವಾಗ ಅದೂ ಸರಿಯೇ. ಆದರೆ ಸಮಾಜವು ಬದಲಾಗುವುದಿಲ್ಲ ಎನ್ನುವುದು ಸುಳ್ಳು. ಮೊದಲೆಲ್ಲ ಒಬ್ಬ ಹುಡುಗನನ್ನು 'ನನ್ನ ಸ್ನೇಹಿತ' ಎಂದು ಹೇಳಿದರೆ ಮನೆಯಲ್ಲಿ ದೊಡ್ಡ ಗಲಾಟೆಯೇಳುತ್ತಿತ್ತು. ನಾನು ಓದುತ್ತಿದ್ದ ಕಾಲದಲ್ಲಿ ಎಂ. ಆರ್. ರಾಧ ಎಂಬ ಹೆಸರಿನಲ್ಲಿ ಇಡುಕ್ಕಿಯಿಂದ ನನಗೆ ಪತ್ರಗಳು ಬರುತ್ತಿದ್ದವು. ನಾನು ಉತ್ತರಗಳನ್ನು ಬರೆಯುತ್ತಿದ್ದೆ. ಇಬ್ಬರೂ ಪತ್ರಗಳಲ್ಲೇ ಅವತ್ತಿನ ಅನೇಕ ಸಾಹಿತ್ಯ ಕೃತಿಗಳ

ಬಗ್ಗೆ ಚರ್ಚೆ, ವಿಮರ್ಶೆ ನಡೆಸುತ್ತಿದ್ದೆವು. ಎಂ. ಮುಕುಂದನ್‌ರವರ 'ಮಯ್ಯಳಿ ನದಿಯ ತೀರದಲ್ಲಿ ' ಎಂಬ ಆ ಕಾದಂಬರಿ ನಮ್ಮನ್ನು ಬಹಳವಾಗಿ ಆಕರ್ಷಿಸಿತ್ತು. ಈ ರೀತಿಯ ಸಾಹಿತ್ಯ ಸಲ್ಲಾಪಗಳ ನಂತರ ಒಮ್ಮೆ ಪರಸ್ಪರ ಭೇಟಿಯಾಗಬೇಕೆಂದು ನಮಗೆ ತೋರಿತು. ಪರಸ್ಪರ ಫೋಟೋ ಕೇಳಿಕೊಂಡೆವು. ಒಬ್ಬ ಹುಡುಗನ ಫೋಟೋ ಕೈ ಸೇರಿದಾಗ ನನಗೆ ಆಶ್ಚರ್ಯ ವಾಯಿತು. ಆದರೆ ಅದರಿಂದ ಮನೆಯಲ್ಲಿ ಎದ್ದು ಬಿಟ್ಟ ಗಲಾಟೆಯ ನೆನಪು ಈಗಲೂ ನನಗೆ ಹೋಗಿಲ್ಲ. ಫೋಟೋವನ್ನು ಹಿಂತಿರುಗಿಸಿ ನಾನು ಬರೆದೆ : "ಕ್ಷಮಿಸಿ, ಈ ಸ್ನೇಹ ಇನ್ನು ಮುಂದುವರಿಯುವುದು ಸಾಧ್ಯವಿಲ್ಲ ' ಎಂದು ಕೂಡಲೇ ಉತ್ತರ ಬಂತು : ಫೋಟೋವನ್ನು ಹರಿದು ಹಾಕದೆ ಮರಳಿಸಿದ್ದಕ್ಕೆ ಧನ್ಯವಾದಗಳು. ನೀವು ಇಷ್ಟೊಂದು ಸಂಕುಚಿತ ಮನೋಭಾವ ದವರೆಂದು ನಾನು ತಿಳಿದಿರಲಿಲ್ಲ ' ಎಂದು. ಆದರೆ ಈಗ ಹಾಗಲ್ಲ. ಇಂತಹ ಸಮಸ್ಯೆಗಳೂ ನಮ್ಮ ಮಕ್ಕಳನ್ನು ಅಷ್ಟಾಗಿ ಕಾಡುವುದಿಲ್ಲ. ಯಾಕೆಂದರೆ ಸಾಮೀಪ್ಯ–ಸಂಪರ್ಕಗಳು ಇವತ್ತು ಸಾಕಷ್ಟು ಉದಾರವಾಗಿಬಿಟ್ಟಿದೆ. ಅದೇ ರೀತಿ ಭಾಷೆಯ ಸಮಸ್ಯೆ ಕೂಡಾ. ಇವತ್ತಿನ ಮಕ್ಕಳಿಗೆ ಅದೊಂದು ದೊಡ್ಡ ಚರ್ಚಾಸ್ಪದ ವಿಚಾರವಾಗಿ ಕಾಣಬಹುದು ಎಂದು ನನಗನ್ನಿಸುವುದಿಲ್ಲ. ಹೆಂಡತಿ ತನ್ನ ಗಂಡನನ್ನು ಇವತ್ತು ಹೆಸರು ಹಿಡಿದು ಕೂಗುತ್ತಾಳೆ. ಅದು ಪರವಾಗಿಲ್ಲ 'ಹೋಗೋ, ಬಾರೋ' ಎಂದು ಸಂಬೋಧಿಸಿ ಹೆಣ್ಣು ಮಕ್ಕಳು ಸಮಾನತೆಯ ಆಚೆ ಹೋಗಿಬಿಡುತ್ತಿದ್ದಾರೆ.

ಪ್ರಶ್ನೆ : ಬದಲಾವಣೆಯು ಸಹಜವಾಗಿಯೆ ಸಮಾಜದಲ್ಲಿ ಆಗುತ್ತಿರುತ್ತದೆ. ಆದರೆ ಆ ಬದಲಾವಣೆಯ ಗತಿಯನ್ನು ಭಾಷೆಯ ಬದಲಾವಣೆಯ ಮೂಲಕ ತ್ವರಿತಗೊಳಿಸಲು ಸಾಧ್ಯವಿಲ್ಲವೆ ? ವಾಡಿಕೆಯಲ್ಲಿ ಒಮ್ಮೆ ನೆಲೆನಿಲ್ಲುವ ಭಾಷೆ ಸದಾಕಾಲವೂ ಅದೇ ರೀತಿ ಮುಂದುವರಿಯಬೇಕೆಂದಿದೆಯೆ ? ಭಾಷೆಯ ಸಂಸ್ಕರಣೆ ಆಗಬಾರದೆಂದಿದೆಯೆ ?

ಚಂದ್ರಮತಿ : ಸಂಸ್ಕರಣೆ ಆಗಬಾರದೆಂದೇನಿಲ್ಲ. ಆದರೆ ಅದೊಂದು ಕ್ರಾಂತಿಯ ರೂಪದಲ್ಲಿ ಆಗಬಾರದು ಎಂದಷ್ಟೇ ನಾನು ಹೇಳುವುದು. ಉಪಯೋಗಿಸುವ ಪದಗಳ ಒಟ್ಟು ಅರ್ಥ ಮುಖ್ಯವಲ್ಲವೆ ? ಕಳೆದ ವರ್ಷ ನಾನು 'ಮಾಧ್ಯಮ' ಪತ್ರಿಕೆಯಲ್ಲಿ ಪ್ರಕಟಿಸಿದ ಒಂದು ಕಥೆಯಲ್ಲಿ 'ಪತನ್ನೀವೃತ್ಯ' ಎಂಬ ಪದಪ್ರಯೋಗ ಮಾಡಿದೆ. ಅದೇ ರೀತಿ 'ಮಲಯಾಳ' ಪತ್ರಿಕೆಯಲ್ಲಿ 'ಬದುಕು ನನಗೆ ಏನು ಕಲಿಸಿತು ?' ಎಂಬ ಅಂಕಣದಲ್ಲಿ 'ಮೌನವು ಪಂಡಿತನಿಗೆ ಮಾತ್ರವಲ್ಲ ಪಂಡಿತೆಗೂ ಭೂಷಣ' ಎಂದು ಬರೆದೆ. ಭಾಷೆಯನ್ನು ಗಾದೆ ಮಾತುಗಳನ್ನೂ ಬದಲಾಯಿಸುವ ಕೆಲಸವಲ್ಲವೇ ನಾನೂ ಮಾಡಿದ್ದು ? ಆ ಥರಾ ಅಪ್ರಜ್ಞಾಪೂರ್ವಕವಾಗಿ ಎಷ್ಟೋ ಜನರ ವರ್ತನೆ–ಮಾತುಕತೆಗಳಲ್ಲೂ ಭಾಷೆಯ ಬದಲಾವಣೆ ಉಂಟಾಗಬಹುದು. ಆದರೆ ಕಷ್ಟಪಟ್ಟು ಒತ್ತಾಯಪೂರ್ವಕವಾಗಿ 'ಅವನು' ಎನ್ನುವ ಸಾಮಾನ್ಯೀಕೃತ ಪದದ ಜಾಗದಲ್ಲಿ 'ಅವಳು' ಎಂದಾಗಬೇಕೆಂದು ಹಠಹಿಡಿದಾಗ ಬರುವ ಸ್ತ್ರೀವಾದದ ತರ್ಕವನ್ನು ನಾನು ವಿರೋಧಿಸುತ್ತೇನೆ. ರ್‍ಯಾಡಿಕಲ್ ಆದ ಬದಲಾವಣೆಗಳಿಗಿಂತ ಸಹಜವಾಗಿ ಆಗುವ ಬದಲಾವಣೆಯನ್ನು ನಾನು ಇಷ್ಟಪಡುತ್ತೇನೆ. ಮೌಲೀಕೃತ ಶಿಕ್ಷಣ ಪಡೆಯುವ ಇಂದಿನ ಜನಾಂಗದಲ್ಲಿ ಈ ರೀತಿಯ ಒಂದು ಸಹಜ ಬದಲಾವಣೆ ಉಂಟಾಗಬೇಕು.

ಪ್ರಶ್ನೆ : ಸ್ತ್ರೀವಾದವು ಕೇರಳದಲ್ಲಿ ಪ್ರಸ್ತುತವೆಂದು ನಿಮಗನಿಸುತ್ತಿದೆಯೆ ? ಇಲ್ಲಿನ ಸ್ತ್ರೀವಾದವು ಸ್ಥಾಪಿತಗೊಳ್ಳುವುದು ಯಾವೆಲ್ಲಾ ಕಾರಣಗಳಿಗಾಗಿ ಅಂತ ನಿಮ್ಮ ಅಭಿಪ್ರಾಯ ?

ಚಂದ್ರಮತಿ : ಸ್ತ್ರೀವಾದವು ಇಲ್ಲಿ ಪ್ರಸ್ತುತವೋ ಅಲ್ಲವೋ ಎಂದು ಕೇಳಿ ಪ್ರಯೋಜನವಿಲ್ಲ. ಅದು ಇಲ್ಲಿಗೆ ಬಂದು ಆಗಿದೆ. ಆದರೆ ಇಲ್ಲಿ ವಿಪರೀತ ಬೊಬ್ಬೆ ಹಾಕುತ್ತಿರುವುದೆಲ್ಲ 'ಸ್ತ್ರೀವಾದಿ ಫೆಮಿನಿಸ್ಟುಗಳು. ಅದು ಪೂರ್ತಿಯಾಗಿ ಒಂದು ರಾಜಕೀಯ ಪಕ್ಷದೊಂದಿಗೆ ಸೇರಿಕೊಂಡಂಥ ಒಂದು ಗುಂಪು. ಉದ್ದೇಶಪೂರ್ವಕವಾಗಿ ಯಾವುದೇ ರಾಜಕೀಯ ಪಕ್ಷವನ್ನು ಸೇರದೆಯೇ ದೂರವಿರಬಯಸುವವಳು ನಾನು. ಮ್ಯಾಥ್ಯೂ ಆರ್ನಾಲ್ಡ್‌ನ ನಿಷ್ಪಕ್ಷಪಾತ ಸಿದ್ಧಾಂತ (Theory of Disinterestedness)ದಲ್ಲಿ ನಂಬಿಕೆ ಇಟ್ಟವಳು ನಾನು. ಒಬ್ಬ ಬರಹಗಾರನಿಗಾಗಲೀ, ಬರಹಗಾರ್ತಿಗಾಗಲಿ ರಾಜಕೀಯ ಅಥವಾ ಧಾರ್ಮಿಕ ಬದ್ಧತೆ ಇರಬಾರದು. ಯಾಕೆಂದರೆ ನಾನು ಹಿಂದೂ ಎಂಬ ಪ್ರಜ್ಞೆಯನ್ನು ಮನಸ್ಸಿನಲ್ಲಿಟ್ಟುಕೊಂಡು ಬರೆದರೆ ಆ ಧರ್ಮವನ್ನು ಎತ್ತಿಹಿಡಿಯಲು ಮಾತ್ರವೇ ನನ್ನಿಂದ ಸಾಧ್ಯ. ಎಡಪಂಥೀಯ ಅಥವಾ ಬಲಪಂಥೀಯ ಒಲವುಗಳು ನನ್ನಲ್ಲಿದ್ದರೆ ಅಲ್ಲಿನ ರಾಜನನ್ನು ಪರಿಹಾಸ್ಯ ಮಾಡಲಾಗಲೀ ಟೀಕಿಸಲಿಕ್ಕಾಗಲೀ ನನ್ನಿಂದ ಸಾಧ್ಯವಿಲ್ಲ. ಚದುರಂಗ ದಳದಲ್ಲಿ ಇಬ್ಬರು ರಾಜರು ತಾನೇ ಇರುವುದು ? ಬಿಳಿಚೌಕಗಳು ನನ್ನವಾದರೆ ಬಿಳಿಯ ರಾಜ ನಗ್ನನೆಂದು ನಾನು ಹೇಳುವುದಿಲ್ಲ. ಕಪ್ಪು ರಾಜನ ನಗ್ನತೆಯ ಬಗೆಗೆ ಮಾತ್ರ ಪರಿಹಾಸ್ಯ ಮಾಡಲು ನನ್ನಿಂದ ಸಾಧ್ಯ. ಕೇರಳದ 'ಮಿನಿಸಂ ರಾಜಕೀಯ ಪಕ್ಷದೊಂದಿಗೆ ಸಂಬಂಧವಿಟ್ಟುಕೊಂಡಿದೆ. ಆ ಕಾರಣಕ್ಕಾಗಿ ನಾನು ಅದನ್ನು ವಿರೋಧಿಸುತ್ತೇನೆ. ಆ ರೀತಿಯ ಚಳುವಳಿಗಳು ಸ್ತ್ರೀಯರ ಪರಿಮಿತಿಯ ವಲಯವನ್ನು ಇನ್ನಷ್ಟು ಕಿರಿದಾಗಿಸುತ್ತವೆ ಅಷ್ಟೆ.

ಪ್ರಶ್ನೆ : ನಿಮ್ಮ ಹಲವು ಕಥೆಗಳಲ್ಲಿ ಸ್ತ್ರೀವಾದದ ಬಗೆಗಿನ ಒಲವು ಕಾಣುತ್ತದೆ. ಆದರೆ ಅದು ಯಾವುದೇ ರಾಜಕೀಯ ಪಕ್ಷದ ತತ್ವಗಳೊಂದಿಗೆ ಸಂಬಂಧವಿರದ ಒಂದು ಸ್ತ್ರೀವಾದ. ಸ್ತ್ರೀ ದೃಷ್ಟಿಕೋನದಿಂದ ಪ್ರತಿಯೊಂದು ವಿಚಾರವನ್ನು ನೋಡುವ, ಅರ್ಥಮಾಡಿಕೊಳ್ಳುವ ಮತ್ತು ವಾದಿಸುವ ಒಂದು ಕ್ರಮವನ್ನು ನೀವು ನಿಮ್ಮದಾಗಿಸಿಕೊಂಡಿದ್ದೀರಿ.ಈತನಕ ಅನುಸರಿಸಿ ಕೊಂಡು ಬಂದ ಪರಂಪರಾಗತ ಸ್ಥಾನವನ್ನು ಒಪ್ಪಿಕೊಳ್ಳದ ವ್ಯಕ್ತಿತ್ವವಿರುವ ಸ್ತ್ರೀ ಪಾತ್ರಗಳು ನಿಮ್ಮ ಕಥೆಗಳಲ್ಲಿ ಬೇಕಾದಷ್ಟು ಇವೆ. ಇವರು ದಿಟ್ಟ ಚಿಂತನೆಗಳನ್ನು ಮಾಡುತ್ತಾರೆ, ನಿರ್ಭಿಡೆಯಿಂದ ನೇರವಾಗಿ ಮಾತನಾಡುತ್ತಾರೆ ಸಹ. ಅಂತಹ ಕಥಾಪಾತ್ರಗಳನ್ನು ಸೃಷ್ಟಿಸುವ ನಿವು ರಾಜಕೀಯದಲ್ಲಿ ಸೇರಿಕೊಂಡಿಲ್ಲವೆಂದ ಮಾತ್ರಕ್ಕೆ ಸ್ತ್ರೀವಾದಿ ಅಲ್ಲವೆಂದು ಹೇಳಲಿಕ್ಕಾಗುತ್ತದೆಯೆ ?

ಚಂದ್ರಮತಿ : ಹೌದು. ಸುಲಭವಾಗಿ ಸಾಧ್ಯವಿದೆ. ನೀವು ಹೇಳಿದಂತಹ ಸ್ತ್ರೀ ಪಾತ್ರಗಳನ್ನು ನಾನು ಸೃಷ್ಟಿಸಿರುವುದು ಹೌದು. ಆದರೆ ಅದನ್ನು ಸ್ತ್ರೀವಾದಿ ಒಲವು ಎಂದು ನಾನು ಎಣಿಸಿಕೊಳ್ಳುವುದಿಲ್ಲ. ಅದು ಒಂದು ರೀತಿಯ ಸ್ತ್ರೀಪರ ಕಾಳಜಿ ಅಷ್ಟೆ. ಬೇಕಿದ್ದರೆ 'ವುಮನಿಸ್ಟ್' ಎಂದು ಕರೆಯಿರಿ. ನನ್ನ ಬಗ್ಗೆ ಮಾತನಾಡುವಾಗ 'ಮಿನಿಸ್ಟ್' ಅನ್ನುವ ಪದವನ್ನು ಉಪಯೋಗಿಸ ಬೇಕಾಗಿ ಬಂದರೂ ನಾನೊಬ್ಬ individual feminist ಅಂತಲೇ ನಾನು ಹೇಳುತ್ತೇನೆ. ಒಂದು ರಾಜಕೀಯ ಪಕ್ಷಕ್ಕೆ ತಲೆಬಾಗಿ ನಿಲ್ಲುವವರು ನಿಜವಾದ ಅರ್ಥದಲ್ಲಿ

ಸ್ತ್ರೀವಾದಿಗಳಾಗುವುದಿಲ್ಲ. ಯಾವುದೇ ರಾಜಕೀಯ ಪಕ್ಷವೂ ಸ್ತ್ರೀಯರಿಗೆ ನೀಡಬೇಕಾದ ಸ್ಥಾನವನ್ನು ನೀಡಿಲ್ಲ ಕಾಂಗ್ರೆಸ್ ಆಗಲೀ ಕಮ್ಯೂನಿಸ್ಟಾಗಲೀ ಬಿ.ಜೆ.ಪಿ.ಯಾಗಲೀ. ಮಾರ್ಕ್ಸಿಸ್ಟ್ ಪಾಟಿರಯ ಪೋಲಿಟ ಬ್ಯೂರೋನಲ್ಲಿ ಸ್ತ್ರೀಯರಿಲ್ಲ ಎಂಬ ಕಾರಣದಿಂದಲ್ಲವೇ ವೃಂದಾ ಕಾರಾಟ್ ರಾಜೀನಾಮೆ ನೀಡಿದ್ದು ? ಸುಷ್ಮಾ ಸ್ವರಾಜ್‌ರನ್ನು ಬೇಕಾದಂತೆ ಉಪಯೋಗಿಸುತ್ತಿದ್ದರೂ ಬಿ.ಜೆ.ಪಿ. ಅವರಿಗೆ ಸರಿಹೊಂದುವಂತಹ ಸ್ಥಾನವನ್ನು ನೀಡಿಲ್ಲ. ಯಾವುದಾದರೊಂದು ರಾಜಕೀಯ ಪಕ್ಷದೊಂದಿಗೆ ಸಂಬಂಧವಿಟ್ಟುಕೊಂಡ ಸ್ತ್ರೀವಾದವೇ ಈಗಿನ ಮಟ್ಟಿಗೆ ಕೇರಳದಲ್ಲಿರುವುದು. ಆ ಕಾರಣದಿಂದಾಗಿಯೇ ನಾನು ಅದನ್ನು ವಿರೋಧಿಸುತ್ತೇನೆ.

ಪ್ರಶ್ನೆ : ಕೇರಳದಲ್ಲಿ 'ಸ್ತ್ರೀವಾದ'ವನ್ನು ಜನ ತಪ್ಪಾಗಿ ತಿಳಿಯುತ್ತಿದ್ದಾರೆ. ಪಾಶ್ಚಾತ್ಯ ಸ್ತ್ರೀವಾದದೊಂದಿಗೆ ಸಂಬಂಧವಿಟ್ಟುಕೊಂಡಿದೆ ಎಂಬ ಭಾವನೆಯಿಂದ ಆಗಿರಬಹುದೇ ಈ ರೀತಿಯ ಒಂದು ವಿರೋಧ ಕಾಣುತ್ತಿರುವುದು ?

ಚಂದ್ರಮತಿ : ಪಾಶ್ಚಾತ್ಯ ಸ್ತ್ರೀವಾದದೊಂದಿಗೆ ತಳಕು ಹಾಕುವವರು ಅವರೇ. ಪಾಶ್ಚಾತ್ಯರ ಉಗ್ರ ಸ್ತ್ರೀವಾದದ ಪ್ರಧಾನ ತತ್ವಗಳಾದ ಪುರುಷನಿಷೇಧ, ಪುರುಷದ್ವೇಷ, ಮಾತೃತ್ವದ ನಿರಾಕರಣೆ ಇವೆಲ್ಲವೂ ಇಲ್ಲಿನ ಸ್ತ್ರೀವಾದದ ತಳಪಾಯವಾಗಿಯೇ ಇದೆ. ಸ್ತ್ರೀಗೆ ಕುಟುಂಬವು ಒಂದು ತೊಡಕು ಎಂದೇ ಇಲ್ಲಿನ ಹಲವಾರು ಮಂದಿ ಪುನಃ ಪುನಃ ಒತ್ತಿ ಹೇಳುವುದಿದೆ. ಆದರೆ ತಮ್ಮ ಸ್ವಂತ ಕುಟುಂಬ ಜೀವನಕ್ಕೆ ಯಾವುದೇ ಪೆಟ್ಟಾಗದಂತೆ ಎಚ್ಚರಿಕೆ ವಹಿಸುವ ಸ್ತ್ರೀವಾದಿಗಳೇ ಈ ಮಾತನ್ನು ಹೇಳುವುದು. ಅವರು ತಮ್ಮ ಮಕ್ಕಳನ್ನೂ ಕೌಟುಂಬಿಕ ಬದುಕಿನತ್ತಲೇ ಕರೆದೊಯ್ಯುತ್ತಾರೆ. ಆದರೆ ಅವರ ಮಾತುಗಳನ್ನು ಕೇಳಿ ಕೌಟುಂಬಿಕ ಬದುಕನ್ನು ತೊರೆದು ಹೋಗುವ ಹಲವರಿದ್ದಾರೆ. ಬೆಂಕಿಯೆಂದು ಅರಿಯದೆ ಅದರೊಳಗೆ ಹಾರುವ ಪತಂಗಗಳು. ಈ ಬಡಪಾಯಿಗಳ ಬದುಕಿನಲ್ಲಿ ಸಂಭವಿಸುವ ದುರಂತಗಳ ಜವಾಬ್ದಾರಿಯನ್ನು ಈ ಸ್ತ್ರೀವಾದಿ ನೇತಾರರು ಹೊರಲು ಸಿದ್ಧರಿದ್ದಾರೆಯೆ ?

ಪ್ರಶ್ನೆ : ಕುಟುಂಬವು ಒಂದು ತೊಡಕು ಎಂದು ಹೇಳುವವರು ಕೌಟುಂಬಿಕ ಬದುಕಿನ ಮೂಲ ಆಶಯವನ್ನಲ್ಲ, ಬದಲಾಗಿ ಅದರೊಳಗೆ ಈಗಾಗಲೇ ಸ್ಥಾಪಿತಗೊಂಡಿರುವ ಅಧಿಕಾರದ ಘಟಕವನ್ನು ಮತ್ತು ಆಡಳಿತ ನೀತಿಯನ್ನು ವಿರೋಧಿಸುತ್ತಾರೆ; ಪುರುಷನನ್ನಲ್ಲ, ಬದಲಾಗಿ ಪುರುಷಾಧಿಪತ್ಯವನ್ನು ಟೀಕಿಸುತ್ತಾರೆ ಎಂದಲ್ಲವೇ ಅವರ ವಾದ ?

ಚಂದ್ರಮತಿ : ಹಾಗೆನ್ನುವುದಾದರೆ, ಅಧಿಪತ್ಯವಿಲ್ಲದಿರುವ ಒಂದು ವ್ಯವಸ್ಥೆ ಎಲ್ಲಿದೆ ? ರಾಜಕೀಯದಲ್ಲಿ ಆಧಿಪತ್ಯವಿಲ್ಲವೆ ? ಧರ್ಮದಲ್ಲಿಲ್ಲವೆ ? ಯಾವುದೇ ಒಂದು ಆಫೀಸಿನ, ಸಂಸ್ಥೆಯ ಘಟಕದಲ್ಲಿ ಅದಿಲ್ಲವೆ ? ಕುಟುಂಬವೂ ಒಂದು ಸಂಸ್ಥೆ. ಅಲ್ಲಿ ಪುರುಷನ ಆದಿಪತ್ಯ ಬದಲಾಗಿ ಸ್ತ್ರೀಯ ಕೈಗೆ ಅಧಿಕಾರ ಬರಬೇಕು ಎನ್ನುವ ವಾದ ನಾನು ಒಪ್ಪುವುದಿಲ್ಲ. ಅಕಾಡೆಮಿ ಮುಂತಾದ ಸಂಸ್ಥೆಗಳ ಸದಸ್ಯರಾಗಿ, ಕುಟುಂಬವೆಂಬ ಸಂಸ್ಥೆಯನ್ನು ವಿರೋಧಿಸುವವರು ತಮ್ಮನ್ನು anti-establishment ಎಂದು ಹೇಗೆ ಹೊಗಳಿಕೊಳ್ಳಲು ಸಾಧ್ಯ ? ಕುಟುಂಬ ದೊಳಗಿನ ಸಮಾನತೆಗಾಗಿ ಸ್ತ್ರೀವಾದಿಗಳು ಹೋರಾಡುತ್ತಿರುವುದೆಂದಾದರೆ ಅದಕ್ಕೆ ಇಷ್ಟೆಲ್ಲ

ವಿರುದ್ಧ್ವನಿಯಲ್ಲಿ ಕೂಗುವುದಾಗಲೀ, ಸ್ವಯಂ ಅಪಹಾಸ್ಯಕ್ಕೆ ಗುರಿಯಾಗುವಂತಹ ಭಾಷಾ ನವೀಕರಣದ ಬಗ್ಗೆ ಮಾತನಾಡುವುದಾಗಲೀ ಅಗತ್ಯವಿಲ್ಲ. ಶಿಕ್ಷಣ, ಉದ್ಯೋಗ, ಆರ್ಥಿಕ ಸ್ವಾತಂತ್ರ್ಯ ಇತ್ಯಾದಿ ಸಿಕ್ಕಿದ ನಂತರ ಆ ಸಮಾನತೆಯೂ ತನ್ನಿಂದ ತಾನಾಗಿಯೇ ಬರುತ್ತೆ. ನಾವು ಮೊದಲು ಪ್ರಯತ್ನಿಸಬೇಕಾಗಿರುವುದು ಅದಕ್ಕಾಗಿ.

ಪ್ರಶ್ನೆ : ಇನ್ನೊಂದು ವಿಚಾರ. ನಿಮ್ಮ ಕೆಲವು ಕಥಾಪಾತ್ರಗಳನ್ನು ನಿಮಗೆ ಸುಲಭದಲ್ಲಿ ಹೋಲಿಸಲಿಕ್ಕೆ ಸಾಧ್ಯವಿದೆ. ಇಂತಹ ಪಾತ್ರಗಳನ್ನು ಉದ್ದೇಶಪೂರ್ವಕವಾಗಿಯೇ ಸೃಷ್ಟಿಸುತ್ತೀರಾ? ಉದಾಹರಣೆಗೆ ಕವನ ಬರೆಯುವ, British Council ನಿಂದ ಸನ್ಮಾನಿಸಲ್ಪಟ್ಟ ಕಥಾಪಾತ್ರ ಕಾಲೇಜು ಅಧ್ಯಾಪಿಕೆಯಾಗಿರುವ ಇನ್ನೊಂದು ಕಥಾಪಾತ್ರ ಹೀಗೆ. ಆತ್ಮಾವಿಷ್ಕಾರದ ಪ್ರಯತ್ನವೆ ?

ಚಂದ್ರಮತಿ : ಓರ್ವ ವ್ಯಕ್ತಿ ಬರೆಯುವ ಯಾವುದರಲ್ಲಾದರೂ ಸ್ವಾನುಭವ ಸಹಜವಾಗಿ ಬೆರೆತುಕೊಂಡಿರುತ್ತದೆ. ನನ್ನ ಕಥೆಗಳಲ್ಲಿ ಶೇಕಡಾ ಹತ್ತೋ ಇಪ್ಪತ್ತೋ ಆತ್ಮಕಥೆಯ ಅಂಶ ಇರಬಹುದು. ಆದರೆ ನಾನು ಬರೆಯುವುದೆಲ್ಲವೂ ನನ್ನದೇ ಕಥೆಯೆಂದು ಹೇಳುವುದು ಸರಿಯಲ್ಲ. ನನ್ನ ಆತ್ಮಕಥೆಯನ್ನು ನಾನು ಆಮೇಲೆ ಬರೆಯುತ್ತೇನೆ. ಒಮ್ಮೆಯೂ ಆತ್ಮಕಥಾಂಶವನ್ನು ನನ್ನ ಕಥೆಗಳಲ್ಲಿ ತರಲು ನಾನು ಪ್ರಜ್ಞಾಪೂರ್ವಕವಾಗಿ ಶ್ರಮಿಸಿಲ್ಲ. ಆದರೂ 'ದೇವಿಗ್ರಾಮ'ದ ಕಥೆಗಳಲ್ಲಿ ಶೇಕಡಾ 50ರ ವರೆಗೂ ಆತ್ಮಕಥಾಂಶ ಸೇರಿಕೊಂಡು ಬಿಟ್ಟಿದೆಯೆಂದೇ ಹೇಳಬೇಕು.

ಪ್ರಶ್ನೆ : 'ಕವಿತಯುಡೆ ಕಥ' ಎಂಬ ಕಥೆಯಲ್ಲಿ ನೀವು ಹೇಳುತ್ತೀರಿ. 'ಸಾಮಾನ್ಯವಾಗಿ ಓದುಗರಲ್ಲಿರುವ ಒಂದು ದೋಷವೆಂದರೆ ಸ್ತ್ರೀಯರು ಬರೆದ ಕಥೆ–ಕವನಗಳಲ್ಲಿ ಅವರ ಆತ್ಮಕಥಾಂಶವನ್ನು ಹುಡುಕಲು ಪ್ರಯತ್ನಿಸುವುದು' ಅಂತ. ಈ ಥರದ ಒಂದು ಅನುಭವ ನಿಮಗೆ ಆಗಿದೆಯೆ ?

ಚಂದ್ರಮತಿ : ಹೌದು. ಸ್ತ್ರೀಯ ಖಾಸಗಿ ಬದುಕಿನೊಳಗೆ ಇಣಿಕಿನೋಡಲು, ಅವರ ಪ್ರಣಯ–ಸಂಬಂಧಗಳನ್ನು ಮತ್ತು ವಿವಾಹೇತರ ಸಂಬಂಧಗಳ ಬಗ್ಗೆ ಕಂಡುಹಿಡಿಯಲು ಓದುಗರು ಶಪಥವಿಟ್ಟವರಂತೆ ಪ್ರಯತ್ನಿಸುವುದಿದೆ. ನಾನು ಕಥೆಗಳಲ್ಲಿ ಬರೆಯುವ ಪ್ರೇಮ ಸಂಬಂಧಗಳೆಲ್ಲವೂ ನನ್ನವೇ ಎಂದು ಹೇಳಿ ನನ್ನ ಮೇಲೆ ಆರೋಪಹೊರಿಸುವವರು, ಅಂತಹ ಕಥೆಗಳನ್ನು ಪುರುಷರು ಬರೆದರೆ ಅವರನ್ನು ಶೂರೆಂದು ಅವರ ಕಿರೀಟಕ್ಕೆ ಇನ್ನೊಂದು ಗರಿಯನ್ನು ಸಿಕ್ಕಿಸಲು ಸಿದ್ಧರಾಗಿರುತ್ತಾರೆ. ಪುರುಷನ ಹೆಮ್ಮೆ ಗೌರವಗಳನ್ನು ಹೆಚ್ಚಿಸುವ ಅವೇ ವಿಚಾರಗಳನ್ನು ಸ್ತ್ರೀಯು ಚಿತ್ರಿಸಿದಾಗ ಆಕೆ ಅಪಮಾನಿಸಲ್ಪಡುತ್ತಾಳೆ. ಈ ತಾರತಮ್ಯಧೋರಣೆ ಖಂಡಿತಾ ಒಳ್ಳೆಯದಲ್ಲ. ಎಷ್ಟೋ ಮಂದಿ ಸ್ತ್ರೀಯರು ಬರೆಯುವುದನ್ನು ನಿಲ್ಲಿಸಲು ಇದೇ ಕಾರಣ.

ಪ್ರಶ್ನೆ : ಕೆಲವು ಕಥಾಪಾತ್ರಗಳು ನಿಮ್ಮ ಹಲವು ಕಥೆಗಳಲ್ಲಿ ಮತ್ತೆ ಮತ್ತೆ ಕಾಣಿಸಿ ಕೊಳ್ಳುವುದಿದೆ. ಉದಾಹರಣೆಗೆ ಚಂಪಕಾ ಮೆನೋನ್ ಎನ್ನುವ ಸಮಾಜಸೇವಾಕರ್ತೆರ,

ಮೆನೋನ್ ಎಂಬ ಹೆಸರಿನ ಆಕೆಯ ಬಡಪಾಯಿ ಗಂಡ, ಹೀಗೆ ಕೆಲವರು. ಅದು ಯಾಕೆ ಹೀಗೆ ಸ್ಥಿರ ಕಥಾಪಾತ್ರಗಳನ್ನು ಕಡೆದಿಟ್ಟುಕೊಳ್ಳುವುದು ?

ಚಂದ್ರಮತಿ : ಒಬ್ಬ ಸಮಾಜಸೇವಾಕರ್ತೆಯ ಆಕ್ಷೇಪಿತ ಚಿತ್ರವಾಗಿ ಮಾತ್ರವೇ ನಾನು ಚಂಪಕ ಮೆನೋನನ್ನು ಸೃಷ್ಟಿಸಿದ್ದು ಹಗಲಿಗೆ ವ್ಯಾನಿಟಿಬ್ಯಾಗ್ ನೇತುಹಾಕಿಕೊಂಡು, ಲಿಪ್‌ಸ್ಟಿಕ್ ಹಚ್ಚಿ, ಕೂದಲು ಬಾಬ್ ಮಾಡಿಕೊಂಡು ತಿರುಗುವ ಸ್ತ್ರೀ ಮತ್ತು ವಿನೀತನೂ ವಿಧೇಯನೂ ಆದ ಗಂಡ–ಅಷ್ಟೇ ಕೆಲವು ದೊಡ್ಡ ವ್ಯಕ್ತಿಗಳೊಂದಿಗೆ ಅವರನ್ನು ಹೋಲಿಸಿ ಸಂಬಂಧ ಕಟ್ಟುವವರು ಹಲವರಿದ್ದಾರೆ. ಆದರೆ ಆ ಉದ್ದೇಶ ನನ್ನದಲ್ಲ. ಮತ್ತೆ, ಒಂದೇ ಕಥಾಪಾತ್ರವು ಹಲವು ಕಥೆಗಳಲ್ಲಿ ಕಾಣಿಸಿಕೊಂಡರೆ ಅದು ತಪ್ಪಲ್ಲವೆಂದು ನನ್ನ ಭಾವನೆ. ಪುನರಾವರ್ತನೆಯು ರಸಹೀನತೆಗೆ ಕಾರಣವಾಗದಂತೆ ಎಚ್ಚರಿಕೆ ವಯಿಸುವುದು ಮುಖ್ಯ.

ಪ್ರಶ್ನೆ : 'ಬೋನ್ಸಾಯಿ' ಎಂಬ ಒಂದು ಕಥೆ ಬರೆದಿದ್ದೀರಲ್ಲ ? ಅದು 'Eco-literature' ಆಗಿ ವ್ಯಾಖ್ಯಾನಿಸಲ್ಪಡಬೇಕು ಎಂಬುದು ನಿಮ್ಮ ಉದ್ದೇಶವಾಗಿತ್ತೆ ?

ಚಂದ್ರಮತಿ : ಉತ್ತರಭಾರತದ ಮಹಿಳೆಯೊಬ್ಬರು ಸಂಪಾದಿಸಹೊರಟ ಇಕೋ–ಲಿಟರೇಚರಿಗೆ ಪ್ರಾಧಾನ್ಯಕೊಡುವ ಒಂದು ಪುಸ್ತಕಕ್ಕೆ ಕಥೆ ಬೇಕೆಂದು ಆಹ್ವಾನಿಸಿದಾಗ ನಾನು 'ಬೋನ್ಸಾಯಿ' ಕಥೆಯನ್ನು ಅನುವಾದಿಸಿ ಕಳುಹಿಸಿದೆ. ಅದು ಇಕೋ–ಲಿಟರೇಚರಿನ ವಿರುದ್ಧ ವಾಗಿದೆಯೆಂದು ಅವರು ಅದನ್ನು ಹಿಂದೆ ಕಳುಹಿಸಿದರು. ನಮ್ಮ ಪ್ರಕೃತಿಯೆಂದರೆ ಇದು ನೋಡಿ ! ಬೋನ್ಸಾಯಿಯನ್ನು ನೋಡಿದಾಗಲೆಲ್ಲ ನನಗೆ ತುಂಬಾ ಸಂಕಟವಾಗುತ್ತದೆ. ಅಲಂಕಾರಕ್ಕಾಗಿ ಜೀವವಿರುವ ಒಂದು ಗಿಡದ ಬೆಳವಣಿಗೆಯನ್ನು ತಡೆಹಿಡಿದು ಅದನ್ನು ಪ್ರದರ್ಶನವಸ್ತುವಾಗಿ ನಿಲ್ಲಿಸುವುದರ ಬಗ್ಗೆ ನನಗೆ ಸ್ವಲ್ಪವೂ ಸಹಮತವಿಲ್ಲ. ಅದು ಪ್ರಕೃತಿ ವಿರುದ್ಧವಲ್ಲದೆ ಇನ್ನೇನೂ ಅಲ್ಲ. ಟಿ.ವಿ.ಯಲ್ಲಿ 'ಮಕ್ಕಳು ಕಾಣೆಯಾಗಿದ್ದಾರೆ' ಅಂತ ಜಾಹಿರಾತು ಕೊಡುತ್ತಾರಲ್ಲ, ಆಗ ನನ್ನ ಮನಸ್ಸಿನಲ್ಲೊಂದು ಯೋಚನೆ ಹಾದು ಹೋಗುವುದಿದೆ. ಬೇರೊಂದು ಗ್ರಹದಲ್ಲಿ, ಯಾರದೋ ಮನೆಯಲ್ಲಿ ಡ್ರಾಯಿಂಗ್ ರೂಮಿನ ಸ್ಟೂಲಿನಲ್ಲಿ ಇವರನ್ನು ಫ್ರೀಜ್ ಮಾಡಿ ನಿಲ್ಲಿಸಿರಬಹುದೇನೋ ಅಂತ ನಾವು ಇಲ್ಲಿ ಬೋನ್ಸಾಯಿ ಇಡುವ ಹಾಗೆ.

ಪ್ರಶ್ನೆ : ಹಾಗಾದರೆ ಅಲ್ಲಿ ಪುರಾಣಕತೆಗಳ ಒಂದು ಪ್ರಭಾವ ಇದೆಯಲ್ಲ ? ನಾನು ಉದ್ದೇಶಿಸಿದ ಪ್ರಶ್ನೆ ಇನ್ನೊಂದು. ಸಾಹಿತ್ಯದಲ್ಲಿ ಸಾಮಾನ್ಯವಾಗಿ, ವಿಶೇಷವಾಗಿ ಭಾರತೀಯ ಸಾಹಿತ್ಯದಲ್ಲಿ, ಮನುಷ್ಯ ಮತ್ತು ಪ್ರಕೃತಿಯ ನಡುವೆ, ಪ್ರಕೃತಿ ಮತ್ತು ಸ್ತ್ರೀಯ ನಡುವೆ ಅಭೇದ್ಯವಾದ ಒಂದು ಬಂಧವಿದೆ. ಉಪೇಕ್ಷಿಸಲ್ಪಟ್ಟ ಶಕುಂತಳೆಯನ್ನು ಶಕುಂತ ಪಕ್ಷಿಗಳು ಬಂದು ಕೊಕ್ಕಿನಲ್ಲೆತ್ತಿಕೊಂಡು ಹಾರಿದವು. ಸಂಶಯದ ಬೆಂಕಿಯ ಜ್ವಾಲೆಯೊಳಗೆ ಸಿಕ್ಕಿಹಾಕಿಕೊಂಡು ಕಳಂಕ ಭೀತಿಯಿಂದ ಸೀತಾದೇವಿಯು ಭೂಮಿಯ ಬಳಿ ಇಬ್ಭಾಗವಾಗಿ ಬಾಯಿತೆರೆದು ತನ್ನನ್ನು ಸ್ವೀಕರಿಸುವಂತೆ ಬೇಡಿಕೊಂಡಾಗ ಆಕೆಯ ಬೇಡಿಕೆ ನೆರವೇರಿಸ ಲ್ಪಡುತ್ತದೆ. ಅಸಹಾಯಕರೂ ತಿರಸ್ಕೃತರೂ ಆದ ಸ್ತ್ರೀಯರನ್ನು ಸಕಾಲದಲ್ಲಿ ರಕ್ಷಿಸಿ ಸಾಂತ್ವನ

ನೀಡಿದ್ದಾಳೆ ಪ್ರಕೃತಿ. ಅಂತಹ ಪ್ರಕೃತಿಯ ಮೇಲೆ ಆಕ್ರಮಣ ನಡೆಸಿ ನಾಶಮಾಡುವಾಗ, ಬೇರೆ ದಾರಿಯಿಲ್ಲದೆ ಪ್ರಕೃತಿ ಮೇಲೆ ಆಕ್ರಮಣ ನಡೆಸಿ ನಾಶಮಾಡುವಾಗ, ಬೇರೆ ದಾರಿಯಿಲ್ಲದೆ ಪ್ರಕೃತಿ ಪ್ರತ್ಯಾಕ್ರಮಣದ ಮೂಲಕ ಮನುಷ್ಯರನ್ನು ಎಚ್ಚರಿಸಲು ಪ್ರಯತ್ನಿಸುತ್ತಾಳೆ. 'ಬೋನ್ಸಾಯಿ'ಗೆ ಇಂತಹ ಒಂದು ವ್ಯಾಖ್ಯಾನ ನೀಡಲು ಸಾಧ್ಯವಿಲ್ಲವೆ ?

ಚಂದ್ರಮತಿ : ಪ್ರಜ್ಞಾಪೂರ್ವಕವಾಗಿ ಹಾಗೇನೂ ಯೋಚಿಸಿಲ್ಲ. ಮಾಡುವ ಪಾಪಗಳಿಗೆ ಮೂರನೇ ತಲೆಮಾರಿನ ಮೇಲಾದರೂ ಶಾಪ ತಟ್ಟುತ್ತದೆಂದು ಹೇಳುತ್ತಾರಲ್ಲ ? ಶ್ರೀಮಂತರ ಡ್ರಾಯಿಂಗ್‌ರೂಮನ್ನು ಅಲಂಕರಿಸಲು ಬಡಪಾಯಿ ಜೀವಗಳನ್ನು ಮುದುಡಿಸುವುದನ್ನು ನೋಡುವುದು ನನಗೆ ಕಷ್ಟವಾಗುತ್ತದೆ. ಮೊದಲು ಕಟ್ಟಡ ಕಟ್ಟಲಿಕ್ಕೆ ಬೇಕಾಗಿ ಮರಗಳನ್ನು ಕಡಿಯುವಾಗ ನಾನು ಅವುಗಳ ಕ್ಷಮೆ ಬೇಡುತ್ತಿದ್ದೆವು. ಪ್ರಕೃತಿಯನ್ನು ಅರ್ಥಮಾಡಿಕೊಂಡು ಗೌರವಿಸುತ್ತ ಬದುಕಿದವರು ನಾವು ಭಾರತೀಯರು. ಆದರೆ ಪಾಶ್ಚಾತ್ಯ ಸಂಸ್ಕೃತಿಯ ದುಷ್ಪ್ರಭಾವದಿಂದಾಗಿ ಆ ಗುಣಗಳನ್ನೆಲ್ಲ ನಾವಿಂದು ಕಳೆದುಕೊಂಡಿದ್ದೇವೆ.

ಪ್ರಶ್ನೆ : 'ಶ್ರೀಕೃಷ್ಣ ' ಎಂಬ ಕತೆಯಲ್ಲಿ ಮಾತು ಮಾತಿಗೊಮ್ಮೆ ಇಂಗ್ಲಿಷ್ ಶಬ್ದಗಳನ್ನು ಉಪಯೋಗಿಸುವ ಜನರನ್ನು ಟೀಕಿಸಿದ್ದೀರಿ. ಆದರೆ ಅದೇ ಸಂಕಲನದಲ್ಲಿರುವ ಹಲವು ಕಥೆಗಳಲ್ಲಿ ನೀವು ಬೇಕಾದಷ್ಟು ಇಂಗ್ಲಿಷ್ ವಾಕ್ಯಗಳನ್ನು ಉಪಯೋಗಿಸಿದ್ದೀರಿ. ಇದನ್ನು ಹೇಗೆ ಸಮರ್ಥಿಸಿಕೊಳ್ಳುತ್ತೀರಿ ?

ಚಂದ್ರಮತಿ : ಅದನ್ನು ಸಮರ್ಥಿಸಿಕೊಳ್ಳುವುದೇ ಇಲ್ಲ. ಓರ್ವ ನಿರೂಪಕಿಯ ದೃಷ್ಟಿಯಿಂದ ನೋಡುವಾಗ ಅದನ್ನು ನಾನು self paroday ಎಂಬ ಇಂಗ್ಲಿಷ್ ಶಬ್ದಪ್ರಯೋಗದ ಮೂಲಕ ವಿಶ್ಲೇಷಿಸಿಬಿಡುತ್ತೇನೆ. ಈ ವಿಚಾರ ನಿಜವಾಗಿಯೂ ನನ್ನ ಕಣ್ಣಿಗೆ ಮೊದಲೇ ಬಿದ್ದಿತ್ತು. ಆದರೆ ಎಷ್ಟೋ ಬಾರಿ ಇಂಗ್ಲಿಷ್ ಪದಗಳನ್ನುಪಯೋಗಿಸದೆ ಬೇರೆ ದಾರಿಯಿರುವುದಿಲ್ಲ ಅನ್ನುವುದು ಸತ್ಯ–ಮಾತು ಮಾತಿಗೆ ಉಪಯೋಗಿಸದೇ ಇದ್ದರೂ.

ಪ್ರಶ್ನೆ : 'ಮಹಿಳಾ ಸಾಹಿತ್ಯ' ಎಂಬ ಪದ ಪ್ರಯೋಗ ಹೇಗಿದೆ ?'

ಚಂದ್ರಮತಿ : ಏನೇನೂ ಚೆನ್ನಾಗಿಲ್ಲ. ನಾನು ಆ ಪದಪ್ರಯೋಗವನ್ನು ಒಪ್ಪುವುದಿಲ್ಲ. ಒಂದನೆಯದಾಗಿ ಅವು ಪುರುಷರು ಸೃಷ್ಟಿಸಿದ ಶಬ್ದಗಳು ಕೇರಳದಲ್ಲಿ ಅದನ್ನು ಮೊದಲಬಾರಿಗೆ ಪ್ರಯೋಗಿಸಿದ್ದು ಸಚ್ಚಿದಾನಂದನ್. ಸಾರಾ ಜೋಸೆಫ್‌ನ 'ಪಾವತ್ತರ' ಎಂಬ ಕಥಾಸಂಕಲನಕ್ಕೆ ಸಂಕಲನಕ್ಕಿಂತಲೂ ದೊಡ್ಡ ಮುನ್ನುಡಿ ಬರೆದಾಗ ಅಲ್ಲಿ ಪ್ರತಿಷ್ಠಾಪಿಸಿದ ಶಬ್ದಗಳು ಅವು ಒಂವೇಳೆ ಅದನ್ನು ಸಾರಾ ಜೋಸ್ ಹೇಳಿದ್ದಿದ್ದರೆ ಪ್ರಾಯಶಃ ನನಗೆ ಆ ಬಗ್ಗೆ ಇಷ್ಟೊಂದು ವಿರೋಧವಿರುತ್ತಿರಲಿಲ್ಲ.

ಪ್ರಶ್ನೆ : 'ಮಹಿಳಾ ಸಾಹಿತ್ಯ' ಎಂಬ ಪದಪ್ರಯೋಗವನ್ನು ವಿಮರ್ಶಿಸುವವರು ಬೆರಳಿಟ್ಟು ತೋರಿಸುವ ವಿಚಾರ ಇನ್ನೊಂದು 'ಹೆಣ್ಣು ' ಅನ್ನುವ ಪದಕ್ಕೆ ಸಾಮಾನ್ಯ ಭಾಷೆಯಲ್ಲಿ, ವಿಶೇಷವಾಗಿ ಹಳೆಯ ಗಾದೆ ಮಾತುಗಳಲ್ಲಿ ತುಂಬಾ ಕೆಳಗಿನ ಸ್ಥಾನ ಮಾತ್ರ ಇರುವುದು ಎಂಬ ಒಂದು ಭಾವನೆ.

ಚಂದ್ರಮತಿ : ನನಗೆ ಅಂಥ ಅಭಿಪ್ರಾಯವಿಲ್ಲ. 'ಆರ್ಯಾವರ್ತನ' ಕಥಾಸಂಕಲನದ ಮೊದಲ ಕಥೆಯಲ್ಲಿ ನಾನು ಹೇಳುತ್ತೇನೆ 'ನಾನು ಆರ್ಯೆ. ಆರ್ಯಾವರ್ತದ ಹೆಣ್ಣು ' ಅಂತ. ಶೇಕಡಾ 50ರಷ್ಟು ಆತ್ಮಕಥಾಂಶವಿದೆ ಅಂತ ನಾನೇ ಒಪ್ಪಿಕೊಂಡಿದ್ದೇನೆ. ಅಪಾರವಾದ ಸಂತೋಷ ಅನುಭವಿಸಿದ ಕೆಲವು ಸಂದರ್ಭಗಳಲ್ಲಿ ನನಗರಿವಿಲ್ಲದೆಯೇ ಉಪಯೋಗಿಸಿಬಿಡುವ ಒಂದು ಶಬ್ದ 'ಹೆಣ್ಣು ' ಆದ್ದರಿಂದಲೇ 'ಹೆಣ್ಣು ' ಎನ್ನುವುದು ಒಳ್ಳೆಯ ಶಬ್ದವೆಂದು ನನ್ನ ಅಭಿಪ್ರಾಯ. ಆದರೆ 'ಹೆಣ್ಣು' ಮತ್ತು 'ಬರಹ' ಪುರುಷನ ಕೈಯಲ್ಲಿ ಒಟ್ಟು ಸೇರಿ ಪ್ರಯೋಗಿಸಲ್ಪಡುವುದೂ, ಸ್ತ್ರೀಯರು ಅದನ್ನು ಪಡೆದು ಸ್ವೀಕರಿಸುವುದೂ ನನಗೆ ಇಷ್ಟವಿಲ್ಲ. ಈ ರೀತಿಯ ಒಂದು ಕವಲುದಾರಿ ಸ್ತ್ರೀಯರನ್ನು ಪ್ರಧಾನವಾಹಿನಿಯಿಂದ ದೂರಕೊಂಡೊಯ್ಯುತ್ತದೆ. Power Politics ಜೊತೆಗೆ ಸಂಬಂಧ ಬೆಳೆಸಿಕೊಂಡ ಮೂರನೇ ದರ್ಜೆಯ ಬರಹಗಾರ್ತಿಯರಿಗೆ ಇದು ಅಪರಿಮಿತವಾದ ಸುರಕ್ಷಿತತೆಯನ್ನು ಒದಗಿಸುತ್ತದೆ. ಪ್ರತ್ಯೇಕತೆಯ ಒಂದು ಕಂಪನವೆಂಬ ದೃಷ್ಟಿಯಿಂದಲೇ ಸ್ತ್ರೀಯರು ಹೇಳುವುದನ್ನು ಓದುಗರು ನೋಡುವುದು. ಸಾಹಿತಿಗಳ ಸಾಮಾನ್ಯ ಪಟ್ಟಿಯಲ್ಲಿ ನನಗೆ ಸಿಗುವ ಸ್ಥಾನ ಸ್ವಲ್ಪ ಕೆಳಗಿನದೇ ಆಗಿರಬಹುದು. ಆದರೆ ಆ ಬಗ್ಗೆ ನನ್ನದೇನೂ ಆಕ್ಷೇಪವಿಲ್ಲ. ಕೇವಲ ಮಹಿಳೆಯರು ಮಾತ್ರ ಇರುವ ಲಿಸ್ಟಿನಲ್ಲಿ ಅತ್ಯಂತ ಉನ್ನತ ಸ್ಥಾನ ಸಿಗುವುದಕ್ಕಿಂತ ಅದು ಉತ್ತಮ.

ಪ್ರಶ್ನೆ : ಸ್ತ್ರೀಯರ ಬರಹಗಳ ಕುರಿತು ಬಹಳ ಕೆಟ್ಟದಾದ ಅಭಿಪ್ರಾಯಗಳನ್ನು ಸಾಹಿತಿಗಳೇ ಪ್ರಕಟಿಸುತ್ತಾರಲ್ಲ ? ಉದಾಹರಣೆಗೆ, ಟಿ. ಪದ್ಮನಾಭನ್‌ರವರ ಪ್ರಕಾರ ಸ್ತ್ರೀಯರು 'ಅಲ್ಪಮತಿಗಳು' ಎಂದು. ಈ ರೀತಿಯ ಟೀಕೆಗಳನ್ನು ಯಾವ ರೀತಿ ಸ್ವೀಕರಿಸಬಹುದು ?

ಚಂದ್ರಮತಿ : ಇತರರು ಹೇಳುವುದನ್ನೆಲ್ಲ ಸ್ವೀಕರಿಸಬೇಕೆಂದೇನೂ ಇಲ್ಲ. ಅವರು ಹೇಳುವ ಮಾತುಗಳು ಅವಗಣನೆಗೆ ಅರ್ಹವಾದವು ಎಂದು ಕಂಡರೆ ಬಿಟ್ಟು ಬಿಡುವುದು ಒಳ್ಳೆಯದು. ನೀವು ಈಗ ಹೇಳಿದ ಟೀಕೆ ಮಾಡಿದವರು ಹೀಂದೆ ಬರೆದ ಕಥೆಗಳಲ್ಲಿ ಒಂದು ರೀತಿಯ ಏಕತಾನತೆ ಕಾಣುತ್ತದೆ. ಹಾಗಾದರೆ ಸಾರಾ ಜೋಸೆಫ್‌ರ ಒಂದೊಂದು ಕಥೆಯಲ್ಲೂ ಭಿನ್ನತೆ ಕಾಣಿಸುವುದಿಲ್ಲವೆ ? ಓರ್ವ ಬರಹಗಾರ್ತಿ ಎಂಬ ನೆಲೆಯಲ್ಲಿ ನನಗೆ ಅವರ ಬಗ್ಗೆ ಹೃದಯ ತುಂಬಿದ ಗೌರವವಿದೆ. ಅವರೆಂದೂ ಅಲ್ಪಮತಿ ಅಲ್ಲ. ಆ ವಿಶೇಷಣಕ್ಕೆ ಅರ್ಹರಾದ ಬೇರೆ ಕೆಲವು ಬರಹಗಾರ್ತಿಯರಿದ್ದಾರೆ.

ಪ್ರಶ್ನೆ : ಮಲಯಾಳ ಸಾಹಿತ್ಯರಂಗದಲ್ಲಿ, ವಿಶೇಷವಾಗಿ ಸಮಕಾಲೀನ ಸಾಹಿತ್ಯದಲ್ಲಿ ಸ್ತ್ರೀಯರು ಪಡೆಯುವ ಸಂಭಾವನೆ ಗಮನಾರ್ಹವೆ ?

ಚಂದ್ರಮತಿ : 'ಸ್ತ್ರೀ ಸಾಹಿತ್ಯ'ವೆಂಬ ಛತ್ರಿಯ ಆಶ್ರಯ ಪಡೆಯಲು ಇಷ್ಟಪಡುವ ಬರಹಗಾರ್ತಿಯರ ಮಟ್ಟಿಗೆ ಹೇಳುವುದಾದರೆ ಸಂಭಾವನೆ ಗಮನಾರ್ಹವಾಗಿಲ್ಲವೆಂಬುದು ನನ್ನ ಅನ್ನಿಸಿಕೆ. ಸಾರಾ ಜೋಸೆಫ್‌ರನ್ನು 'ಸ್ತ್ರೀ ಸಾಹಿತ್ಯ'ದೊಂದಿಗೆ ಸೇರಿಸುವ ಅಗತ್ಯವಿಲ್ಲ. ಅವರು ಆ ಛತ್ರಿಯನ್ನು ಸ್ವತಃ ತಾವೇ ಎಳೆದು ಹಿಡಿದುಕೊಳ್ಳಲು ಪ್ರಯತ್ನಿಸಿದರೂ ಕೂಡಾ. ನಮ್ಮಲ್ಲಿ ಒಳ್ಳೆಯ ಬರಹಗಾರ್ತಿಯರಿದ್ದಾರೆ. ಮಾಧವಿಕುಟ್ಟಿ, ಸಾರಾ ಜೋಸೆಫ್, ಅಷಿತಾ,

ಗ್ರೇಸಿ, ಪ್ರಿಯಾ ಎ. ಎಸ್., ಸಿತಾರ ಎಸ್. ಹೀಗೆ ಹಲವರು. ಪ್ರತಿಯೊಬ್ಬರೂ ತಮ್ಮದೇ ಆದ ರೀತಿಯಲ್ಲಿ ಸೃಜನಶೀಲ ಪ್ರಯೋಗಗಳನ್ನು ನಡೆಸುತ್ತಿದ್ದಾರೆ. ಸಂಭಾವನೆಯನ್ನು ನಿಗದಿಪಡಿಸ ಬೇಕಾದವರು ಇನ್ನು ಬರುವವರು.

ಪ್ರಶ್ನೆ : ಮಾಧವಿಕುಟ್ಟಿ ಓರ್ವ ಬರಹಗಾರ್ತಿಯಾಗಿ ನಿಮ್ಮ ಮೇಲೆ ಪ್ರಭಾವಬೀರಿಲ್ಲವೆ?

ಚಂದ್ರಮತಿ : ಯಾವ ಮಲಯಾಳಿ ಬರಹಗಾರ್ತಿಯನ್ನು ಮಾಧವಿಕುಟ್ಟಿ ಪ್ರಭಾವಿಸಿಲ್ಲ ? ನೀವು ನನ್ನ ಯಾವ ಕಥೆಯ ಬಗ್ಗೆ ಹೇಳುತ್ತಿದ್ದೀರಾ ?

ಪ್ರಶ್ನೆ : 'ರಾವಣನ್ ಕೋಟ್ಟ ' ಅದರಲ್ಲಿ 'ಬನ್ನಿ' ಎಂದು ಒಂದು ಬೋಡಿರದೆಯೆಲ್ಲ ? ಕಮಲಾದಾಸರ 'ಪಕ್ಷಿಯುಡೆ ಮಣಂ' ಎಂಬ ಕತೆಯಲ್ಲಿಯೂ 'Dying' ಎಂಬ ಬೋರ್ಡು ತಗುಲಿಸಿದ ಕೋಣೆಯೊಳಗೆ ನಡೆಯುವ ಸಂಗತಿಗಳ ನಡುವೆ ಏನೋ ಒಂದು ರೀತಿಯ ಹೋಲಿಕೆ ಇದೆ ಅನ್ನಿಸಿತು.

ಚಂದ್ರಮತಿ : 'ರಾವಣನ್ ಕೋಟ್ಟ'ದಲ್ಲಿ ಕಾಣುವ ಆ ಸಾಮ್ಯ ಉದ್ದೇಶಪೂರ್ವಕವಾಗಿ ತಂದಿದ್ದಲ್ಲ 'ಪಕ್ಷಿಯುಡೆ ಮಣಂ' ಮೊದಲು ಓದಿದ್ದೆ. ಪ್ರಾಯಶಃ ಅದರ ಪ್ರಭಾವವು ನನ್ನ ಸುಪ್ತ ಮನಸ್ಸಿನೊಳಗೆ ಉಳಿದಿರಬಹುದು. ಏನಿದ್ದರೂ ಮಾಧವಿಕುಟ್ಟಿಯಂಥ ಓರ್ವ ಬರಹಗಾರ್ತಿಯ ಪ್ರಭಾವವನ್ನು ಒಪ್ಪಿಕೊಳ್ಳುವುದರಲ್ಲಿ ನನಗೆ ಹೆಮ್ಮೆಯೇ ಅನ್ನಿಸುತ್ತದೆ.

ಪ್ರಶ್ನೆ : ಪ್ರಶಸ್ತಿ ಸಿಗುವಾಗ ಏನನ್ನಿಸುತ್ತದೆ ?

ಚಂದ್ರಮತಿ : ಅದೊಂದು ಅಂಗೀಕಾರ ತಾನೆ ? ನಾನು ತುಂಬಾ ಖುಷಿಯಿಂದಲೇ ಪ್ರಶಸ್ತಿಗಳನ್ನು ಸ್ವೀಕರಿಸುತ್ತೇನೆ. ಆ ಬಗ್ಗೆ ನಿರ್ಲಿಪ್ತತೆ ತೋರಿಸುವುದು ನನಗಿಷ್ಟವಿಲ್ಲ. ಆದರೆ ನಾನು ಕೇವಲ ಪ್ರಶಸ್ತಿ ಪಡೆಯಲಿಕ್ಕಾಗಿಯೇ ಬರೆಯುವುದು ಅಲ್ಲ. ಯಾವುದೇ ಪ್ರಶಸ್ತಿಗಾಗಿ ನಾನು ಪ್ರಯತ್ನಿಸುವುದೂ ಇಲ್ಲ. ಯಾವ ಪ್ರಶಸ್ತಿಯಾದರೂ ನನ್ನ ಕೈಗಳಿಗೆ ಬರುವ ದಾರಿ ಪರಿಶುದ್ಧವಾಗಿರಬೇಕು.

❖

ಸಿ. ಎಸ್. ಚಂದ್ರಿಕಾ

ತ್ರಿಶ್ಶೂರಿನ ಪೆರಿಜಹೋಟ್ಟುಕ್ಕರದಲ್ಲಿ 1967ರಲ್ಲಿ ಹುಟ್ಟಿದರು. ಮಲಯಾಳ ಸಾಹಿತ್ಯದಲ್ಲಿ ಎಂ.ಎ. ಮಾಡಿದ್ದಾರೆ. ಕಥೆಗಳು ಮಾತ್ರವಲ್ಲದೆ ನಾಟಕ, ವಿಮರ್ಶೆ, ವೈಚಾರಿಕ ಲೇಖನಗಳನ್ನು ಪ್ರಕಟಿಸಿದ್ದಾರೆ. ಸ್ತ್ರೀಯರ ಐತಿಹಾಸಿಕ ಸಾಧನೆಗಳ ಕುರಿತಾದ ಅವರ ಕೃತಿ 'ಕೇರಳದ ಸ್ತ್ರೀಯರ ಅಭಿವೃದ್ಧಿಯ ಚರಿತ್ರೆ' ಎಲ್ಲರ ಗಮನ ಸೆಳೆದಿದೆ. ಅತ್ಯಂತ ಗಾಢವಾದ ಸ್ತ್ರೀಪರ ಕಾಳಜಿಯುಳ್ಳ ಬರಹಗಳು ಚಂದ್ರಿಕಾರವರದು. ಈಗ ಸ್ಕೂಲ್ ಆಫ್ ಡ್ರಾಮಾದಲ್ಲಿ ನಾಟಕದಲ್ಲಿ ಸಂಶೋಧನೆ ನಡೆಸುತ್ತಿದ್ದಾರೆ.

ವಿಳಾಸ : 'ಮೇಧಾ' ಟಿ.ಸಿ., 72–148, ವಳ್ಳಕ್ಕಡವು ಪಿ.ಓ.,
ತಿರುವನಂತಪುರ – 695 008.

ಪ್ರಾಸ್ತಾವಿಕ

ಬಹಳಷ್ಟು ಕಥೆಗಳನ್ನು ಬರೆದಿಲ್ಲವಾದರೂ ಗಮನಾರ್ಹವಾದ ಕೆಲವು ಕಥೆಗಳನ್ನು ಬರೆದಿರುವ ಓರ್ವ ಸಾಹಿತಿ ಸಿ. ಎಸ್. ಚಂದ್ರಿಕಾ ಕಥೆಗಳು ಮಾತ್ರವಲ್ಲದೆ ವಿಮರ್ಶೆ, ಸಂಶೋಧನಾ ಬರಹಗಳು ಮತ್ತು ನಾಟಕಗಳನ್ನು ಸಿ. ಎಸ್. ಚಂದ್ರಿಕಾ ಪ್ರಕಟಿಸಿದ್ದಾರೆ. ಸ್ತ್ರೀವಾದದಲ್ಲಿ ಬಲವಾದ ನಂಬಿಕೆಯಿಟ್ಟು ದೃಢ ಹೆಜ್ಜೆಗಳನ್ನೂರಿ ನಡೆಯುತ್ತಿರುವ ಇವರು ಆ ಚಳುವಳಿಯಲ್ಲಿ ಕೊರತೆಗಳಿದ್ದರೂ, ಬೇಕಾದಷ್ಟು ಸಾಧ್ಯತೆಗಳೂ ಇವೆಯೆಮದು ಆತ್ಮವಿಶ್ವಾಸದಿಂದ ಹೇಳುತ್ತಾರೆ. ವಿದ್ಯಾಸಂಪನ್ನವಾದ ರಾಜ್ಯವೆಂದು ಗುರುತಿಸಲ್ಪಡುವ ಕೇರಳದಲ್ಲಿ ಎಲ್ಲರೂ ಸಂಪೂರ್ಣವಾಗಿ ಯಥಾಸ್ಥಿತಿವಾದಿಗಳಾಗಿದ್ದಾರೆಂದೂ ಕೇರಳವು ಕಲಿಯಬೇಕಾದ ಪಾಠ ಪ್ರಗತಿಯ ಬಗೆಗೆ ಅಲ್ಲ, ಬದಲಾಗಿ ಹೊರನೋಟಕ್ಕೆ ಕಾಣುವ ಪ್ರಗತಿಯ ಬಗ್ಗೆ ಹೆಮ್ಮೆಪಟ್ಟುಕೊಳ್ಳುವ ಕೇರಳೀಯರು, ಪರಂಪರೆ ಮತ್ತು ಶೋಷಣೆಯ ಕೋರೆದಾಡೆಗಳು ಸ್ತ್ರೀಯರನ್ನು ಯಾವರೀತಿ ಹಿಂಸಿಸುತ್ತಿವೆ ಎಂಬ ಅರಿವನ್ನು ಪಡೆಯಬೇಕಾಗಿದೆ ಎಂದು ಉಗ್ರವಾಗಿ ಹೇಳುವ ಚಂದ್ರಿಕಾ ಕ್ರುದ್ಧ ಸ್ತ್ರೀಯ ಪ್ರತೀಕವಾಗಿ ಬದಲಾಗುತ್ತಾರೆ. ನೆಲೆನಿಂತಿರುವ ಹಲವನ್ನು ಬದಲಾಯಿಸಿಬಿಡುವ ಒಂದು ಸಾಮಾಜಿಕ ಕ್ರಾಂತಿಯ ಮೂಲಕ ಸ್ತ್ರೀಯರಿಗೆ ಸಮಾನತೆಯನ್ನು ದೊರಕಿಸಿಕೊಡುವ ಹೊಸದೊಂದು ಲೋಕವನ್ನು ತಬ್ಬಿಕೊಳ್ಳಲು ಪ್ರಾಮಾಣಿಕವಾಗಿ ಆಸೆಪಡುವ ಯುವ ಸಾಹಿತಿ ಈಕೆ. ಸ್ತ್ರೀಯರ ವಿರುದ್ಧವಾಗಿರುವ ಹಲವು ಕಥೆಗಳು ಕಟ್ಟುಕತೆಗಳೆಂದೂ, ಅವರ ವಿರುದ್ಧವಾಗಿರುವ ಸತ್ಯಗಳು ಹೆಚ್ಚಾಗಿ ತಿರುಚಲ್ಪಟ್ಟಿವೆಯೆಂದೂ ಹೇಳುವ ಚಂದ್ರಿಕಾ ನಾವು ಗುರುತಿಸಲು ಮರೆತಿರುವ ಸ್ಮರಣೀಯರಾದ ಸ್ತ್ರೀಯರ ಚಾರಿತ್ರಿಕ ಸಾಧನೆಗಳ ಬಗ್ಗೆ ಅಧ್ಯಯನ ಲೇಖನಗಳನ್ನು ಪ್ರಕಟಿಸಿದ್ದಾರೆ. 'ಕೇರಳದ ಸ್ತ್ರೀಯರ ಮುನ್ನಡೆಯ ಚರಿತ್ರೆ' ಎಂಬ ಗಮನ ಸೆಳೆಯುವ ಈ ಅಧ್ಯಯನ ಗ್ರಂಥ ಮಾತ್ರವಲ್ಲದೆ ಕೇಂದ್ರ ಸಾಹಿತ್ಯ ಅಕಾಡೆಮಿಯು ಪ್ರಕಟಿಸಿದ ಕೆ. ಸರಸ್ವತಿಯಮ್ಮನ ಕುರಿತಾದ ಪುಸ್ತಕವೂ ಸಿ. ಎಸ್. ಚಂದ್ರಿಕಾ ಅಭಿಮಾನಪಡಬಹುದಾದ ಗ್ರಂಥಗಳು ಸಂಶೋಧಕಿ ಮತ್ತು ವಿಮರ್ಶಕಿ ಈ ಎರಡೂ ಪಾತ್ರಗಳಿಂದ ಕಥೆಗಾರ್ತಿಯಾಗಿ ಬದಲಾಗುವಾಗಲೂ ಚಂದ್ರಿಕಾರ ಮನಸ್ಸಿನಲ್ಲಿ ಸ್ತ್ರೀವಾದಿ ವಿಚಾರಧಾರೆಯೂ ಅದು ರೂಪಿಸಿರುವ ಅನೇಕ ತತ್ವಗಳೂ ಸ್ಪಷ್ಟವಾಗಿ ಗೋಚರಿಸುತ್ತವೆ. ಚಂದ್ರಿಕಾರ ಉಗ್ರ ಸ್ತ್ರೀವಾದ ಸ್ವಲ್ಪಮಟ್ಟಿಗೆ ಹುಬ್ಬೇರಿಸುವಂಥದ್ದಾಗಿದ್ದರೂ ಆಕೆಯ 'ಹ್ಯೂಮನಿಸಂ'ನ್ನು ಯಾರೂ ಗಮನಿಸಿಲ್ಲ. ಆದಿವಾಸಿಗಳ ಜೊತೆಗೆ ವಾಸಿಸಿ ಅವರ ಬಗ್ಗೆ ಅಧ್ಯಯನ ನಡೆಸಿ ಕಥೆಗಳನ್ನು ಬರೆದಿರುವ ಚಂದ್ರಿಕಾರ ಮನಸ್ಸಿನಲ್ಲಿ ಪರಿಷ್ಕೃತ ಸಮಾಜವು ಅವರ ಬಗ್ಗೆ ತೋರಿಸುವ ಕ್ರೌರ್ಯದ ಬಗ್ಗೆ ಅಪಾರವಾದ ನೋವಿದೆ.

ಸ್ತ್ರೀವಾದಿಗಳು ಕ್ರಾಂತಿಕಾರಿಗಳೆಂದೂ ಆದ್ದರಿಂದಲೇ ಅವರಿಗೆ ಸಮಾಜದ ರಕ್ಷಣೆ ಸಿಗುವುದಿಲ್ಲವೆಂದೂ ಅರ್ಥಮಾಡಿಕೊಳ್ಳುವ ಚಂದ್ರಿಕಾರಿಗೆ ತಮ್ಮ ಬರವಣಿಗೆಯ ಕುರಿತು ಸಂಪೂರ್ಣ ಆಶಾಭಾವವಿದೆ. "ಮನುಷ್ಯ ಮನಸ್ಸುಗಳ ಮೇಲೆ ಪ್ರಭಾವಬೀರುವ ಶಕ್ತಿ ಬರವಣಿಗೆಗೆ ಇದೆ" ಎನ್ನುವ ಅವರ ಬರವಣಿಗೆಗೆ ಪ್ರೋತ್ಸಾಹ ನೀಡುವಂತಾಗಲಿ.

ಕಥೆ

ಬೆಳದಿಂಗಳು ಮತ್ತು ಹಾವುಗಳು

ಈ ನಡುವೆ ನನ್ನ ಗಂಡ ಬೇಗ ಬರುತ್ತಾನೆ. ರಾತ್ರಿ ಮುಗಿಯುವ ಹೊತ್ತಿಗೋ ಬೆಳಗಾಗುತ್ತಲೋ ಮನೆಯೊಳಗೆ ಬಂದು ಸೇರುತ್ತಿದ್ದ ಅವನಲ್ಲಾದ ಈ ಬದಲಾವಣೆ ನನ್ನಲ್ಲಿ ಹುಟ್ಟಿಸಿದ ಗಾಬರಿ ಅಷ್ಟಿಷ್ಟಲ್ಲ. ಮೂಡಿ ಮೇಲೇರುವ ಚಂದ್ರಮನ ಜೊತೆಗೆ ಹಾರಲಿಚ್ಛಿಸುವ ನನ್ನ ಮುದ್ದು ಮಕ್ಕಳು ಗಾಢಾಂಧಕಾರದ ರಹಸ್ಯದೊಳಗೆ ತಲೆತಿರುಗಿ ಬೀಳುವುದು ಇನ್ನಾದರೂ ತಪ್ಪುತ್ತದೆ ಎನ್ನುವ ನಿರೀಕ್ಷೆಯಲ್ಲಿ ಈಗ ನಾನಿದ್ದೇನೆ.

ಮಹಾಯಾಗ ಮಾಡಿದವನಂತೆ ಬೆವರು ಜಿನುಗುವ ಶರೀರ ದೊಂದಿಗೆ ಪರಿಶ್ರಮದ ಪ್ರತಿಮೂರ್ತಿಯಂತೆ ಅವನು ಒಳಗೆ ಬರುತ್ತಾನೆ. ಕಾದು ಕುಳಿತವಳನ್ನು ಕ್ಷಮಾಯಾಚನೆಯ ನೋಟದಿಂದ ನೋಡಿಯೂ ನೋಡದವನಂತೆ ಹಾಸಿಗೆಯ ಮುಕ್ಕಾಲು ಭಾಗವನ್ನೂ ಆಕ್ರಮಿಸಿಕೊಂಡು ಶಯನಲಿಂಗದ ಹಾಗೆ ಮಂಚದ ಮೇಲೆ ಬೀಳುತ್ತಾನೆ. ಕಡಲಿನಂತೆ ಮೊರೆದು ಮಗುಚುತ್ತ, ಮೇಲಕ್ಕೆ ಹಾರಿ ಕೆಳಕ್ಕೆ ಬಿದ್ದು, ಶಕ್ತಿಗುಂದಿ ನೊರೆಕಾರಿ ತೀರದೆಡೆಗೆ ತಿರುಗುವ ಹೊತ್ತಿಗೆ ಅರೆ ನಿದ್ರಾವಸ್ಥೆಗೆ ತಲುಪಿದ ನಾನು ಸುಸ್ತಾಗಿ ಮಲಗುತ್ತೇನೆ.

ಹೇಳುವಂತಹ ವ್ಯತ್ಯಾಸವೇನೂ ಇಲ್ಲದೆ ಪ್ರತಿದಿನ ಆವರ್ತನ ಗೊಳ್ಳುತ್ತಿದ್ದ ಈ ದಿನಚರಿಯಲ್ಲಿ ಇದ್ದಕ್ಕಿದ್ದಂತೆ ಬದಲಾವಣೆಯಾಗಿದ್ದು ಇತ್ತೀಚೆಗೆ.

ಮದುವೆಗೆ ಮುಂಚಿದ್ದ ಪ್ರಣಯದ ದಿನಗಳಲ್ಲಿ ನಿದ್ದೆಯಲ್ಲಿ ಕೆಟ್ಟಕನಸು ಕಂಡು ಎಷ್ಟೋ ಬಾರಿ ನಾನು ಬೆಚ್ಚಿಬೀಳುತ್ತಿದ್ದೆ. ರಾತ್ರಿಯ ಉಳಿದ ಭಾಗ ಪೂರ್ತಿ ಅಪಾಯದಿಂದ ತನ್ನನ್ನು ರಕ್ಷಿಸಿಕೊಳ್ಳಲು

ಒದ್ದಾಡುವ ಒಂದು ಹುಳದಂತೆ ಮುದುರಿ ಮುದ್ದೆಯಾಗಿ ಮಲಗುತ್ತಿದ್ದೆ. ಅವನ ವಿಚಾರದಲ್ಲುಂಟಾದ ಅನಿಶ್ಚಿತತೆಯು ಒಂದು ಸ್ಫೋಟನೆಗೆ ಮುಂಚೆ ಇರುವಂತಹ ಸೆಳೆತವಾಗಿ ಅತೀವ ಆತಂಕದಿಂದ ಕಳೆದ ದಿನಗಳಾಗಿದ್ದವು ಅವು.

ಆದರೂ ಅತ್ಯತ್ತಮ ಕ್ರಾಂತಿಕಾರಿಗೆ ಅತ್ಯಂತ ಸಮರ್ಥವಾಗಿ ಪ್ರೇಮಿಸುವ ಸಾಮರ್ಥ್ಯ ವಿರುತ್ತದೆ ಎಂಬುದರಲ್ಲಿ ನಾನು ವಿಶ್ವಾಸವಿಟ್ಟಿದ್ದೆ.

ಭೇಟಿಯಿತ್ತ ರೆಸ್ಟುರಾಗಳ ಯಾರ ಕಣ್ಣಿಗೂ ಬೀಳದ ಮೂಲೆಗಳಲ್ಲಿ ವೈಚಾರಿಕವಾದ-ವಿವಾದಗಳ ಬಿಸಿ ಆವಿಯಾಗಿ ಮೇಲೇಳುತ್ತಿತ್ತು. ಮೇಜಿನ ಮುಂದೆ ಎದುರು-ಬದುರಾಗಿ ಕುಳಿತು ತುಂಬಾ ಹೊತ್ತು ಮಾತನಾಡುತ್ತ ಕುಳಿತರೂ, ಮೂಡಲು ಹೊರಟ ಕಾಮನಬಿಲ್ಲನ್ನು ತಡೆದ ವೇದನೆಯನ್ನು ಹೃದಯದಲ್ಲಿಟ್ಟುಕೊಂಡು ಪರಸ್ಪರರಿಂದ ಬೀಳ್ಕೊಳ್ಳುತ್ತಿದ್ದ ಸಂಜೆಗಳು.

ಇವೆಲ್ಲ ಅವನಿಗೆ ಅರ್ಥವಾಗುತ್ತಿತ್ತೋ ಇಲ್ಲವೋ ಎಂದು ನನಗೆ ಈಗಲೂ ಗೊತ್ತಿಲ್ಲ. ಮದುವೆಯ ನಂತರ ಕಳೆದ ದಿನಗಳ ಕುರಿತು ನಾವು ಪ್ರಜ್ಞಾಪೂರ್ವಕವಾಗಿ ಮೌನವಾಗಿರುತ್ತಿದ್ದೆವು.

ನಮ್ಮ ಆತ್ಮೀಯ ಒಡನಾಟದ ಸಂದರ್ಭಗಳ ನಡುವಿನ ಅಂತರ ವರ್ಧಿಸುತ್ತ ಬಂತು. ವ್ಯಸ್ತತೆಯ ಆಳದಲ್ಲಿ ಮುಳುಗಲು ಹೊಂಡಗಳನ್ನಿಟ್ಟುಕೊಂಡು ಆವನು ಕಣ್ಣುಮುಚ್ಚಾಲೆ ಯಾಡುತ್ತಿದ್ದಾನೆಂದು ನನಗೆ ಅರ್ಥವಾಗಿತ್ತು.

ವರ್ಣಬಾಹುಳ್ಯಗಳಿಂದ ದೂರವಾಗಿ ಕಾಲುಹಾದಿಯನ್ನು ಹಿಡಿದು ಆತ್ಮಾವಿಷ್ಕಾರ ಮಾಡಿದವರ ಢಾಂಬಿಕತೆಯನ್ನು ಬಯಲಿಗೆಳೆಯಲು ಪ್ರಯತ್ನಿಸಿದ ನನ್ನನ್ನು ಸಾರ್ತ್ರ್ ಸಿಮೋನ್ ಮತ್ತಿತರ ಹಲವರು ಆಗಾಗ ದಿಗ್ಭ್ರಮೆಗೊಳಿಸುತ್ತಿದ್ದರು. ಸಾರ್ತ್ರ್, ಸಿಮೋನ ಮತ್ತು ಆ ಇತರ ಹಲವರನ್ನೆತ್ತಿಕೊಂಡು ಅವನು ಯಾವಾಗಲೂ ನನ್ನ ವಿರುದ್ಧವಾಗಿ ಪ್ರಯೋಗಿಸುತ್ತಿದ್ದ.

ನನಗೆ ನಾನು ಮಾತ್ರ ಆಗಿರಲು ಸಾಧ್ಯವಿತ್ತು.

ಈ ಮಧ್ಯೆ ಜೊತೆಗೆ ಕುಳಿತು ಆತ್ಮೀಯವಾಗಿ ಮಾತುಕತೆಯಾಡುವ ಪರಿಪಾಠ ನಿಂತು ಹೋಗಿತ್ತು. ಒಂದೇ ಚಳುವಳಿಯ ಮುಷ್ಕರ ಮಂಚಗಳಲ್ಲಿ ಪರಸ್ಪರರನ್ನು ಕಾಣುವಾಗಲೆಲ್ಲ ಕಣ್ಣುಗಳ ಆಳದಲ್ಲಿ ಕಂಠ ಕಂದಕದ ನೆರಳಿನ ಖಚಿತತೆ ಪರಸ್ಪರ ವಿನಿಮಯಗೊಂಡಿತು.

ಅರಿವಿಗೆ ಬಾರದ ಅಗಲುವಿಕೆಯು ಪುನಃ ಅನಿವಾರ್ಯವಾದ ಆಕರ್ಷಣೆಗೆ ಸೇತುವೆ ಕಟ್ಟುವುದಾಗಿತ್ತು.

'ನನಗೆ ಮದುವೆಯ ಬಗ್ಗೆ ಆಸಕ್ತಿಯಿಲ್ಲ.'

'ಸಂಘರ್ಷಗಳ ತೀವ್ರತೆಯ ಮೇಲೆ ನಾನು' ನಿಲ್ಲುವುದು ಹೇಗೆ ಎಂದು ನಿನಗೆ ಗೊತ್ತಿಲ್ಲ... ಮನೆ ಮತ್ತು ಊರಿನ ಅಧಿಕಾರಿಗಳನ್ನು ಹೊಡೆದುರುಳಿಸುವ ಅಗತ್ಯ ನನಗಿದೆ. ನನ್ನ ಮೇಲಿನ ಅಧಿಕಾರವು ಸ್ವತಃ ನನ್ನ ಕೈಗೇ ಸಿಗುವಂತಹ ಒಂದು ಸಂಬಂಧಕ್ಕೆ ಮದುವೆಯೆಂಬ ಹೆಸರಿಡಬೇಕೆಂಬ ಒತ್ತಾಯ ನನಗಿಲ್ಲ.'

ಮದುವೆಯೆನ್ನುವುದು ಅವನಿಗೆ ಬಂಧನ ನನಗೆ ಸ್ವಾತಂತ್ರ್ಯ.

"ನಿನಗೆ ನನ್ನ ಕಷ್ಟಗಳು ಅರ್ಥವಾಗುವುದಿಲ್ಲ. ನಿನ್ನ ಪ್ರಣಯಲೀಲೆಗಳನ್ನೆಲ್ಲ ನಾನು ಪೂರ್ತಿಯಾಗಿ ಸ್ವೀಕರಿಸಿದರೆ ನಾನು ಬಾಧ್ಯತೆಯುಳ್ಳವನಾಗಿಬಿಡುತ್ತೇನೆ. ನಮಗೆ ಹುಟ್ಟುವ ಮಕ್ಕಳು ನನ್ನ ದೌರ್ಬಲ್ಯವಾಗುವುದೆಂದರೆ ನನ್ನ ಪ್ರೇಮಕ್ಕೆ ತಡೆಗೋಡೆ ಕಟ್ಟಿದ ಹಾಗೆ. ನೀನು ನನ್ನ ಸ್ವಾತಂತ್ರ್ಯದ ಪರಿಧಿಯಾಗಕೂಡದು."

ಆಸ್ವಾದಿಸಲು ಸಾಧ್ಯವಾಗದ ಪ್ರೀತಿಯಾಗಿತ್ತು ಅವನದ್ದು.

ನನ್ನ ಒಪ್ಪಿಗೆಯಿಲ್ಲದೆ ಅಪ್ಪ –ಅಣ್ಣಂದಿರು ನಿಶ್ಚಯಿಸಿದ ಮದುವೆಯನ್ನು ಒಲ್ಲೆನೆಂದು ತಿರಸ್ಕರಿಸಿ ಮನೆಬಿಟ್ಟು ಬರುವಾಗ ಅವನು ಅಂದು ಹೇಳಿದ ಮಾತುಗಳು ಗುಂಡಿನ ಸದ್ದಿನಂತೆ ಕಿವಿಗಳಿಗಪ್ಪಳಿಸಿ ಪ್ರತಿಧ್ವನಿಸಿದ್ದವು.

ಯಾಚನೆ ಅಸಾಧ್ಯವಾಗಿತ್ತು.

ಹೀಗಿದ್ದೂ ಹೋಗಿ ನಿಂತಿದ್ದು ಅವನ ಮುಂದೆ.

'ಒಂಟಿಯಾಗಿ ಬದುಕುವುದು ಸಾಧ್ಯವಿಲ್ಲವೆಂದಲ್ಲ. ನನ್ನ ಬಯಕೆಗಳ ವಸಂತಕಾಲ ಪೂರ್ತಿಯಾಗಿ ಸುಡುಬೆಂಕಿಯ ಮರುಭೂಮಿಯಾಗುವುದನ್ನು ಎಣಿಸಿದಾಗ ಭಯವಾಗುತ್ತದೆ. ಮರುಭುಮಿಗಳುಂಟಾಗುವುದನ್ನು ಸಹಿಸಿಕೊಳ್ಳಲಾಗದವರಲ್ಲ ನಾವು. ಎಲ್ಲಾ ರೀತಿಯ ಪ್ರೀತಿಯೂ ಸ್ವಾತಂತ್ರ್ಯವಾಗಿರಬೇಕೆಂದು ನಾನು ಮಕ್ಕಳಿಗೆ ಹೇಳುವುದಿದೆ. ಅದು ನನ್ನ ನಂಬಿಕೆ. ಸಾವು ಕೂಡಾ ಸ್ವಾತಂತ್ರ್ಯವಲ್ಲವೇ ಎಂದು ಒಬ್ಬಳು ಹುಡುಗಿ ಪ್ರಶ್ನೆ ಕೇಳಿದ್ದು ರಾಜಲಕ್ಷ್ಮಿಯ ಕಥೆಗಳನ್ನೆತ್ತಿಕೊಳ್ಳುವಾಗ, ನಾನು ಹೇಳಿರಬಹುದಾದ ಉತ್ತರ ಏನೆಂದು ಊಹಿಸಬಲ್ಲೆ ತಾನೆ?'

"ಆತ್ಮಹತ್ಯೆ ಮೂರ್ಖತನ. ನೀನೊಬ್ಬಳು ಸ್ತ್ರೀವಾದಿಯಲ್ಲವೆ ? ಎಲ್ಲವನ್ನು ಕಳೆದುಕೊಂಡರೂ ಗಟ್ಟಿಯಾಗಿ ತಲೆಯೆತ್ತಿ ನಿಲ್ಲಬೇಕು. ಮತ್ತೆ, ಹೆಣ್ಣು ಅನ್ನುವ ನೆಲೆಯಲ್ಲಿ ನಿನ್ನ ಜೈವಿಕ ಆವಶ್ಯಕತೆ ಗಳನ್ನು ನಿನ್ನಿಂದಾದಷ್ಟು ಪೂರೈಸಿಕೊಳ್ಳುವ ಸಾಮರ್ಥ್ಯವನ್ನು ನೀನು ರೂಢಿಸಿಕೊಳ್ಳಬೇಕು."

ಅಂದು ನಾನು ಗಟ್ಟಿಯಾಗಿ ನಕ್ಕೆ. ನನ್ನ ಕಾಮವು ನನ್ನ ಪ್ರೇಮಕ್ಕಿಂತ ಭಿನ್ನವಾದುದಲ್ಲ ವೆಂಬುದು ಅವನಿಗೆ ಗೊತ್ತಿಲ್ಲವೆಂದಲ್ಲ. ತನ್ನನ್ನು ರಕ್ಷಿಸಿಕೊಳ್ಳಲು ಸುಲಭದ ದಾರಿಯನ್ನು ಹುಡುಕುತ್ತಿದ್ದ ಅವನ ಬಗ್ಗೆ ನನ್ನ ಹೃದಯ ಮೃದುವಾಯಿತು. ನನ್ನ ಮುಖಭಾವದಲ್ಲಾದ ವ್ಯತ್ಯಾಸವನ್ನು ಗಮನಿಸಿದ ಅವನುಫಕ್ಕನೆ ಕಟ್ಟಿಯಾಗಿ ಹೇಳಿದ :

"ಸಂಗೀತಾ, ನೀನು ತಿರುಗಿ ಹೋಗುವುದು ಬೇಡ"

ಅವನು ಹಾಗೆ, ಪ್ರೇಮ ಮತ್ತು ವಿರಕ್ತಿಗಳು ಅವನಲ್ಲಿ ಮಿಂಚಿ ಮರೆಯಾಗುತ್ತವೆ.

ನನಗೂ ಅವನು ಬೇಕಾಗಿದ್ದ. ಅನಿಶ್ಚಿತತೆಯ ಒಂದು ಭೀಕರಗಳಿಗೆ ಹಾಗೆ ನಾವು ಮದುವೆಯಾಗಲು ನಿರ್ಧರಿಸಿದ್ದು.

ಆದರೆ 'ಬಂಧನ'ಕ್ಕೊಳಗಾದ ಹೃದಯ ವಿಲವಿಲನೆ ಒದ್ದಾಡತೊಡಗಿತ್ತು. ನನಗೆ ಗೊತ್ತಾಗದಿರಲೆಂದು ಅವನು ಬಹಳಷ್ಟು ಕಷ್ಟಪಡುತ್ತಿದ್ದ. ಮದುವೆಯೆನ್ನುವುದು ಒಂದು

ಭಿಕ್ಷೆಯಾಗಿತ್ತೆ ಎಂಬ ಒಂದು ಅಪಮಾನದ ನೋವಿನಲ್ಲಿ ವ್ಯಕ್ತಪಡಿಸದೆ ಒಳಗೆ ಅದುಮಿಟ್ಟಿದ್ದ ಪ್ರೀತಿಯು ನನ್ನನ್ನು ವಿಭ್ರಾಂತಳನ್ನಾಗಿಸಿತು. ಎಲ್ಲವನ್ನೂ ಅದುಮಿಟ್ಟುಕೊಂಡು ಅಮೂಲ್ಯವಾದ ಏನೋ ಒಂದನ್ನು ಕಳೆದುಕೊಂಡ ಭ್ರಾಂತಿಯಲ್ಲಿ ಇಬ್ಬರೂ ಆಳದಲ್ಲಿ ಏನನನ್ನೋ ಹುಡುಕುತ್ತಿದ್ದೆವು. ತಿಂಗಳುಗಳು ಉರುಳಿದವು.

ಹೀಗಿರುವಾಗ ಆಗಿತ್ತು ನನ್ನನ್ನು ವಿಸ್ಮಯಗೊಳಿಸುವ ರೀತಿಯಲ್ಲಿ ಅವನು ಪೂರ್ತಿಯಾಗಿ ಬದಲಾಗಿದ್ದು. ನನ್ನ ಸ್ನೇಹ ತುಂಬಿದ ಕೋಮಲ ಸ್ಪರ್ಶಕ್ಕಾಗಿ ಅವನು ಹಾತೊರೆಯುತ್ತಿದ್ದ. ಪುಟಿಯುತ್ತಿದ್ದ ನನ್ನ ಉಬ್ಬಿದೆದೆಯ ಮೃದುತ್ವದಲ್ಲಿ ಮುಖ ಹುದುಗಿಸಿ, ಮೊಲೆ ತೊಟ್ಟುಗಳನ್ನೊತ್ತುತ್ತ ಕೆಳಗಿಳಿದು ಗರ್ಭಪಾತ್ರೆಯ ಬೆಚ್ಚಗಿನ ಮಡಿಲನ್ನು ಹುಡುಕುವ ಮಗುವಿನಂತೆ ಬಿಗಿಯಾಗಿ ಅಪ್ಪಿಹಿಡಿದು ಮಲಗುತ್ತಾನೆ.

ಅವನ ಎದೆಯ ರೋಮಗಳ ಮೇಲಿಂದ ಸಂದೇಹಪೂರ್ವಕವಾಗಿ ಓಡಾಡಿದ ನನ್ನ ಬೆರಳುಗಳನ್ನು ಕೈಗೆತ್ತಿಕೊಂಡು ಧೈರ್ಯ ನೀಡುತ್ತಿದ್ದ.

ಥಕ್ಕನೆ ಹೆಜ್ಜೆ ಹೆಜ್ಜೆಗೂ ಗೂಳಿಯ ಪೌರುಷ ಪ್ರಕಟವಾಗುತ್ತಿದ್ದ ಅವನಲ್ಲಿ ತೀವ್ರವಾದ ದಣಿವಿನ ಗೆರೆಗಳನ್ನು ನಾನು ಗಮನಿಸತೊಡಗಿದ್ದೆ. ಗುಣವಾಗದ ಜ್ವರದ ಬಗೆಗೂ, ತಲೆಸುತ್ತು – ಸುಸ್ತುಗಳ ಬಗೆಗೂ ಅವನು ಮಾತನಾಡಲಾರಂಭಿಸಿದ್ದ. ಆಗೆಲ್ಲ ಅದು ವಿಶ್ರಾಂತಿಯಿಲ್ಲದ ಅಲೆದಾಟದ ಮತ್ತು ಅವನನನ್ನು ಪೂರ್ತಿಯಾಗಿ ತಮ್ಮೊಂದಿಗೆ ಸೇರಿಸಿಕೊಳ್ಳದವರೊಂದಿಗೆ ನಿಲ್ಲುವಾಗ ಅವನಿಗಾಗುವ ಮಾನಸಿಕ ಯಾತನೆಯೆಂದು ಸಮಾಧಾನಪಟ್ಟುಕೊಳ್ಳುತ್ತಿರುವಾಗಲೂ ಅವನ ಮುಖದ ಮೇಲಿನ ದಣಿವನ್ನು ನಾನು ಅನಗತ್ಯವಾಗಿ ನೋಡುತ್ತಿದ್ದೆ. ಅದನ್ನನುಸರಿಸಿ ನನ್ನ ನರಗಳ ರಕ್ತದೊತ್ತಡ ಏರುತ್ತಿರುವುದು ನನಗೆ ಗೊತ್ತಾಯಿತು.

ಕೆಲವು ಕಾಲ ಹಿಂದೆ ಪತ್ರಿಕೆಯಲ್ಲಿ ಬಾಕ್ಸಿನೊಳಗೆ ಬಂದ ತಾಯಿ–ಮಗುವಿನ ಚಿತ್ರ ಮತ್ತು ವಾರ್ತೆ ಮತ್ತು ಆನಂತರ ಬಂದ ಲೇಖನ ಮಾಲೆ ಕೊಳಕು ಹುಚ್ಚು ನಾಯಿಯಂತೆ ನನ್ನ ಮುಂದೆ ಬಂದು ನಿಂತದ್ದು ನನಗೇ ಗೊತ್ತಿಲ್ಲದಷ್ಟು ಬೇಗ ಆಗಿತ್ತು.

ಹೊರಹಾಕಿದ ಕಡುಗೆಂಪು ನಾಲಿಗೆಯಿಂದ ಸುರಿಯುತ್ತಿದ್ದ ಜೊಲ್ಲು ನನ್ನ ದೇಹದ ಮೇಲೆ ಬೀಳುತ್ತದೆ ಎಂಬ ಸಂಭ್ರಮದಲ್ಲಿ ಅವನ ಪಕ್ಕದಲ್ಲಿ ಮಲಗುವಾಗಲೂ ನಾನು ಓಡುತ್ತಲೇ ಇದ್ದೆ.

ಏಡ್ಸ್ ತಗುಲಿದ ಎಳೆಮಗುವನ್ನು ಎದೆಗೊತ್ತಿ ಹಿಡಿದುಕೊಂಡಿದ್ದ ಆ ಸ್ತ್ರೀಯ ಎದೆಯ ಮೇಲೆ ಎಂಜಲು ಗುಳಿ ನಾನು ಹೆಮ್ಮೆಪಟ್ಟೆ.

ಆದರೆ ಆಯಾಸದಿಂದ ಕಂದಿದ, ಗಡ್ಡ ತುಂಬಿಕೊಂಡ, ಗುಳಿಬಿದ್ದ ಕಣ್ಣುಗಳ ಆತನ ಮುಖವನ್ನು ಕಾಣುವಾಗ ಬಾಕ್ಸಿನೊಳಗಣ ತಾಯಿ–ಮಗು ಮರೆಯಾಗಿ ನಿದ್ರಿಸುತ್ತಿದ್ದ ಅವನ ಬಳಿ ಸಾರಿ ಅವನು ಏಳಲಿಕ್ಕೂ ಬಿಡದ ಹಾಗೆ ಮುತ್ತುಕೊಡುತ್ತ ಮೆಲುವಾದ ಜೋಗುಳದ ಸಾಂತ್ವನದಲ್ಲಿ ತಾಳ ಬಡಿಯುತ್ತ ಬಡಿಯುತ್ತ ನಿದ್ದೆಯ ಆಳಕ್ಕೆ ಹೋಗಿ ತಳ ಸೇರುತ್ತೇನೆ.

ಆತಂಕ ಮಿಶ್ರಿತ ಪ್ರೇಮದ ಸಂಭ್ರಮ ತುಂಬಿದ ನನ್ನ ದಿನಗಳ ತೀಕ್ಷ್ಣತೆಯಲ್ಲಿ ಇಂದು ಸಂಜೆ ಅವನು ಬೆಳದಿಂಗಳಲ್ಲಿ ಮಿಂದು ಬಂದಿದ್ದ.

'ಸಂಗೀತಾ, ನಿನ್ನ ಆ ಕೂದಲನ್ನೊಮ್ಮೆ ಕಟ್ಟಬಾರದೆ ?'

ಧ್ವನಿಯಲ್ಲಿ ಬೇಡಿಕೆಯಿತ್ತು. ನನ್ನನ್ನೇ ನೋಡಿಕೊಂಡು ಹೇಳಿಮುಗಿಸುವುದಕ್ಕೆ ಮೊದಲೇ ಅವನು ಮಂಚದ ಮೇಲೆ ಕುಳಿತ.

ನಿಲುವುಗನ್ನಡಿಯ ಮುಂದೆ ಕುಳಿತು ಕಪ್ಪಗೆ ಮಿರುಗುವ ನೀಳವಾದ ಕೇಶರಾಶಿಯ ಅಲೆಗಳ ಬಡಿತದಲ್ಲಿ ಎಲ್ಲವನ್ನೂ ಮರೆತುಬಿಟ್ಟಿದ್ದೆ ನಾನು. ಈ ಮಲಗುವ ಕೋಣೇಯ ಬರಿಯ ನೆಲದ ಶೀತಲತೆಯಲ್ಲಿ ಕೂದಲು ಬಿಡಿಸಿಟ್ಟು ಮುಖ ಮುಚ್ಚಿ ಮಲಗಿ ಮನಸ್ಸನ್ನು ಅಲೆದಾಡಲು ಬಿಡದೆ ಬಂಧಿಸಿಟ್ಟಾಗಲೆಲ್ಲ ನೆಲದ ಶಾಖವನ್ನು ಸ್ವೀಕರಿಸಿದ್ದು ಈ ಕೂದಲು.

ಅವನಿಗಾಗಿ ನಾನು ಜತನದಿಂದ ಕಾಪಾಡಿಕೊಂಡು ಬಂದ ಸೌಂದರ್ಯದ ಬಗ್ಗೆ, ಮುಂಗುರುಳುಗಳೆಡೆಯ ನಿಗೂಢತೆಯ ಬಗ್ಗೆ ಅವನು ಒಮ್ಮೆಯೂ ಏನೂ ಹೇಳಿಲ್ಲವಲ್ಲ ?

ಆ ಕಾರಣದಿಂದಾಗಿಯೇ ಕೂದಲನ್ನು ಮತ್ತೆ ಮತ್ತೆ ನಿರ್ಲಕ್ಷ್ಯದಿಂದ ಬಿಡಿಸಿ ಹರಡಿ ಮೆಲ್ಲನೆ ಅವನನ್ನು ಸಮೀಪಿಸಿ ಸ್ಪರ್ಶಿಸಿದ್ದೆ.

ಆಗ ಯಾವುದೋ ಹಾವಿನ ಹಿಂಡುಗಳಿಂದ ಮೇಲೆದ್ದ ರಾಗ-ತಾಳಗಳು ಸದ್ದಿಲ್ಲದೆ ಬಂದು ನನ್ನ ಕಿವಿಗಳನ್ನು ಚುಂಬಿಸಿದವು. ನಿಧಾನವಾಗಿ ಹಾಡು ಉಚ್ಚಸ್ಥಾಯಿಗೇರುವುದು ಮತ್ತು ಎಲ್ಲೆಲ್ಲಿಯೋ ಕರಿನಾಗಗಳು ಎದ್ದು ಆಡತೊಡಗಿದ್ದು ನನಗೆ ತಿಳಿಯಿತು.

ಮುಂದೆ ನಡೆದದ್ದೆಲ್ಲವೂ ಅನಿರೀಕ್ಷಿತ.

ಅವು ಒಟ್ಟಾಗಿ ಹುತ್ತಗಳೊಳಗಿಂದ ಹೊರಗೆ ಬರುವುದನ್ನೂ ಹೆದರಿ ಮುದ್ದೆಯಾಗಿ ಮುದುರಿ ಕುಳಿತ ಅವನ ಬಾಯಿಯ ಮೂಲಕ ಒಳಗೆ ಪ್ರವೇಶಿಸುವುದನ್ನೂ, ಆವೇಶದಿಂದ ನರ್ತಿಸುವುದನ್ನೂ ನಾನು ಅರೆಪ್ರಜ್ಞಾವಸ್ಥೆಯಲ್ಲಿ ಕಂಡೆ. ಆ ನಂತರ ಅವನು ಕೊಳ್ಳೆಯನ್ನು ನುಂಗಿದ ಹೆಬ್ಬಾವಿನಂತೆ ಹಾಸಿಗೆಯಲ್ಲಿ ಮಗುಚಾಡತೊಡಗಿದ್ದ.

ಕೊನೆಗೆ ಅಭಯ ನೀಡಿದ ಊರುಗೋಲಿನ ಸುತ್ತ ಸುತ್ತಿಕೊಂಡ ಕರಿನಾಗಗಳು ಆಯಾಸ ಹೊಂದಿ ಮಲಗಿದಾಗ....

ನಾನು ನನಗೆ ಬರಲಿರುವ ನಿಶ್ಶಕ್ತಿಯ ಕುರಿತಾಗಿಯೂ ತಲೆಸುತ್ತಿನ ಕುರಿತಾಗಿಯೂ ಯೋಚಿಸುತ್ತ ಆತನಿಂದ ಬೇರ್ಪಟ್ಟು ಜ್ವರದಿಂದ ನಡುಗುತ್ತಿದ್ದೆ.

ಆ ನಂತರ ಮೈಮೇಲೆ ಬಂದವಳಂತೆ ಆವೇಶದಿಂದ ಪ್ರಜ್ಞೆ ತಪ್ಪಿ ಮಲಗಿದೆ.

ಆಗ ಭೂಮಿಯ ಮೇಲಿದ್ದ ಹುತ್ತಗಳ ಕಡು ಉಷ್ಣತೆಯೊಳಗಿಂದ ಕಪ್ಪು, ಬಿಳಿ, ಬಂಗಾರದ ಬಣ್ಣಗಳ ಸರ್ಪಗಳು ಚೀತ್ಕರಿಸುತ್ತ ನರ್ತಿಸತೊಡಗುತ್ತಿದ್ದ ಹಾಗೆ ಕನಸು ಕಂಡು ನಾನೀಗ ಬೆಚ್ಚಿ ಬಿದ್ದು ಎಚ್ಚರಗೊಂಡಿದ್ದೇನೆ. ಎಲ್ಲವನ್ನೂ ನೆನಪಿಸಿಕೊಳ್ಳುವ ಪ್ರಯತ್ನದ ತೀಕ್ಷ್ಣತೆಯಲ್ಲಿ ಪುನಃ ಒಂದು ಅರೆ ನಿದ್ರಾವಸ್ಥೆಗೆ ನನ್ನ ಕಣ್ಣುಗಳು ಪದೇ ಪದೇ ಮುಚ್ಚಿಕೊಳ್ಳುತ್ತಿವೆ...

❖

ಸಂದರ್ಶನ

ಪ್ರಶ್ನೆ : ಬರವಣಿಗೆ ಪ್ರಾರಂಬಿಸಿದ್ದು ಯಾವಾಗ ?

ಚಂದ್ರಿಕಾ : 1994ರಲ್ಲಿ ಮೊದಲಿಗೆ ಬರೆದಿದ್ದು ಸಣ್ಣಕಥೆಗಳನ್ನು.

ಪ್ರಶ್ನೆ : ಬರವಣಿಗೆ ಪ್ರಾರಂಭಿಸಿದಾಗ ಪ್ರಕಟಿಸಲು ಪ್ರಕಾಶಕರು ಸಿಗುವುದು ಕಷ್ಟವಾಯಿತೆ ? ಸ್ತ್ರೀವಾದಿ ಧೋರಣೆಯ ಕಥೆಗಳನ್ನೇ ತಾನೇ ಅವತ್ತು ಕೂಡಾ ಬರೆದಿದ್ದು ?

ಚಂದ್ರಿಕಾ : ಸ್ತ್ರೀವಾದಿ ಧೋರಣೆಯನ್ನಿಟ್ಟುಕೊಂಡೇ ನಾನು ಯಾವಾಗಲೂ ಬರೆಯುವುದು. ಆದರೆ ಪ್ರಕಟಿಸುವ ವಿಚಾರದಲ್ಲಿ ನನಗೆ ಅಂಥ ಕಷ್ಟವೇನೂ ಅನುಭವಕ್ಕೆ ಬಂದಿಲ್ಲ.

ಪ್ರಶ್ನೆ : ಪ್ರಕಟಿಸಲು ಕಷ್ಟವಾಗಲಿಲ್ಲ ಅನ್ನುವುದನ್ನು ಸ್ವೀಕಾರ ಅಂತಲೇ ತೆಗೆದುಕೊಳ್ಳಬಹುದಲ್ಲವೆ ?

ಚಂದ್ರಿಕಾ : ಎಲ್ಲಾ ಕಥೆಗಳನ್ನೂ ಕೂಡಲೇ ಸ್ವೀಕರಿಸಿದರು ಅಂತ ಹೇಳಲಿಕ್ಕೆ ಸಾಧ್ಯವಿಲ್ಲ. ನಮ್ಮ ಮಾಸಪತ್ರಿಕೆ–ವಾರಪತ್ರಿಕೆಗಳಲ್ಲಿ ಒಂದೊಂದಕ್ಕೂ ಅದರದ್ದೇ ಆದ ಧೋರಣೆಯಿದೆ. 'ಮಾಧ್ಯಮಂ' ಸ್ವೀಕರಿಸುವ ರಚನೆಗಳು 'ಮಾತೃಭೂಮಿ'ಯವರಿಗೆ ಇಷ್ಟವಾಗದಿರಲೂ ಬಹುದು. ಅದನ್ನು ಹಾಗೆಯೇ ಹಿಂದಿರುಗಿಸಿಬಿಡುತ್ತಾರೆ. ನನ್ನ ಕಥೆಗಳು ಹಿಂದಿರುಗಿ ಬಂದಿವೆ. ಆದರೆ ಈ ರೀತಿ ಅವುಗಳ ಧೋರಣೆಗೆ ಹೊಂದಿಕೊಳ್ಳುವಂತೆ ಬರೆಯುತ್ತ ಕುಳಿತುಕೊಳ್ಳುವುದರಲ್ಲಿ ನನಗೆ ಸ್ವಲ್ಪವೂ ಆಸಕ್ತಿಯಿಲ್ಲ.

ಪ್ರಶ್ನೆ : ಸ್ವಯಂಘೋಷಿತ ಸ್ತ್ರೀವಾದಿ ಎಂಬ ನೆಲೆಯಲ್ಲಿ ಯಾವುದಾದರೂ ಕೃತಿಯ ಪ್ರಕಟಣೆ ನಿಷೇಧಿಸಲ್ಪಟ್ಟಿದೆಯೆ ?

ಚಂದ್ರಿಕಾ : ಲೇಖಕಿ ಎಂಬ ಸ್ವೀಕೃತಿ ನನಗೆ ಸುಲಭವಾಗಿ ಸಿಗಲಿಲ್ಲ. ನಾನು ತುಂಬಾ ಪ್ರಯತ್ನಿಸಿದ ನಂತರ ಸಿಕ್ಕಿದ್ದು. ಹಾಗಿರುವಾಗ ಸ್ತ್ರೀವಾದಿಯಾದರೂ ನಿಷೇಧಿಸಲ್ಪಡುವ ಪ್ರಶ್ನೆ ಎಲ್ಲಿ ಬಂತು ?

ಪ್ರಶ್ನೆ : ನೀವು ಓರ್ವ ವಿಮರ್ಶಕಿಯೂ ಆಗಿದ್ದೀರಲ್ಲ ? ಕೆ. ಸರಸ್ವತಿ ಅಮ್ಮನವರ ಕುರಿತಾದ ಒಂದು ಪರಿಚಯ ಕೃತಿಯನ್ನು ಈ ನಡುವೆ ಪ್ರಕಟಿಸಿದಿರಲ್ಲ ? ಅಲ್ಲದೆ, "ಕೇರಳದ ಸ್ತ್ರೀಯರ ಮುನ್ನಡೆಯ ಚರಿತ್ರೆ' ಎಂಬ ಕೃತಿಯು ವ್ಯಕ್ತಿ ಮತ್ತು ಚಳವಳಿಗಳು ಸ್ತ್ರೀಯರ ಮುನ್ನಡೆಗೆ ಯಾವ ರೀತಿ ಸಹಾಯಮಾಡುತ್ತವೆ ಎಂಬುದರ ವಿಶ್ಲೇಷಣೆ ನಡೆಸುತ್ತದೆ. ಇವು ಅಲ್ಲದೆ ಇನ್ನೇನಾದರೂ ಅಧ್ಯಯನ ಗ್ರಂಥಗಳನ್ನು ರಚಿಸಿದ್ದೀರಾ ?

ಚಂದ್ರಿಕಾ : 'ಸ್ತ್ರೀ ಚರಿತ್ರೆ' ಎಂಬ ಒಂದು ಕೃತಿಯನ್ನು ರಚಿಸಿದ್ದೇನೆ. ಬಹಳ ಮುಖ್ಯವಾದ ಒಂದು ಅಧ್ಯಯನ ಗ್ರಂಥ. ಮಲಯಾಳಂ ಪಬ್ಲಿಕೇಷನ್ಸ್‌ಗೆ ಬೇಕಾಗಿ ನಾನು ಬರೆದಿದ್ದಿ. ಆಮೇಲೆ 'Earth born Earth bound' ಎಂಬ ಇನ್ನೊಂದು ಅಧ್ಯಯನ ಗ್ರಂಥ ರಚಿಸಿದ್ದೇನೆ. Future Studies Departmentನ ಸಹಾಯದಿಂದ ನಡೆಸಿದ ಅಧ್ಯಯನವದು. ಇವು ಮಾತ್ರವಲ್ಲದೆ 'ಸ್ತ್ರೀ ಮತ್ತು ಸಂಸ್ಕೃತಿ' ಎಂಬ ವಿಷಯದ ಕುರಿತು ಕೂಡಾ ಹಲವು ಅಧ್ಯಯನ ಗಳನ್ನು ನಡೆಸಿದ್ದೇನೆ.

ಪ್ರಶ್ನೆ : ವಿಮರ್ಶೆ ಮತ್ತು ಕಥೆ ಎರಡನ್ನೂ ಬರೆಯುತ್ತೀರಲ್ಲ ? ಬರೆಯುವಾಗ ಇವುಗಳ ನಡುವಣ ಅನುಭವದಲ್ಲಿ ಕಾಣುವ ವ್ಯತ್ಯಾಸವೇನು ?

ಚಂದ್ರಿಕಾ : ವಿಮರ್ಶೆ ಮತ್ತು ಅಧ್ಯಯನ ಲೇಖನಗಳಲ್ಲಿ ಉದ್ದೇಶಿಸುವ ವಿಚಾರಗಳನ್ನು ಮತ್ತು ಅವುಗಳ ನಡುವಣ ವ್ಯತ್ಯಾಸಗಳನ್ನು ಗುರುತು ಹಿಡಿಯುವುದು ಕಷ್ಟವಲ್ಲ. ಆದರೆ ಕಥೆಗಳು ಹಾಗಲ್ಲ. ಬರೆಯಲು ಹೊರಡುವಾಗ ಕೆಲವೊಮ್ಮೆ ಒಂದೋ ಎರಡೋ ಸಾಲುಗಳು ಮಾತ್ರ ಮನಸ್ಸಿನಲ್ಲಿ ಮೂಡಿರಬಹುದು. ಬರೆಯಲು ಪ್ರಾರಂಬಿಸಿದ ನಂತರ ಕಥಾಪಾತ್ರಗಳು ಅದೇ ದಾರಿಯಲ್ಲಿ ನಡೆಯತೊಡಗುತ್ತವೆ. ಕೆಲವೊಮ್ಮೆ ಎರಡು-ಮೂರು ಗಂಟೆಗಳೊಳಗೆ ಒಂದು ಕಥೆ ಬರೆದು ಮುಗಿಸಲು ಸಾಧ್ಯವಾಗಬಹುದು. ಇನ್ನು ಕೆಲವೊಮ್ಮೆ ಕಥೆಗಳು ಅರ್ಧದಲ್ಲೇ ನಿಂತುಹೋಗಲೂಬಹುದು.

ಪ್ರಶ್ನೆ : ಅಧ್ಯಯನ ಗ್ರಂಥಗಳು ಹೆಚ್ಚು ಬೌದ್ಧಿಕವೂ ಕಥೆಗಳು ಸಂಪೂರ್ಣವಾಗಿ ಭಾವನಾತ್ಮಕವೆಂದೂ ಹೇಳಲು ಸಾಧ್ಯವಿದೆಯೆ ?

ಚಂದ್ರಿಕಾ : ಕಥೆಗಳು ಬೌದ್ಧಿಕವೂ ಭಾವನಾತ್ಮಕವೂ ಎರಡೂ ಆಗಿರುತ್ತದೆ ಎಂಬುದು ನನ್ನ ಅಭಿಪ್ರಾಯ-ಬರೆಯಲು ಪ್ರಾರಂಭಿಸಿದ ನಂತರ ಕಥೆ ಅದರದ್ದೇ ಆದ ದಾರಿ ಹಿಡಿದು ನಡೆಯುತ್ತದೆ ಅನ್ನುವುದು ನಿಜವಾದರೂ ಎಲ್ಲಾ ಕಥೆಗಳನ್ನೂ ನಾನು ಪುನಃ ಒಮ್ಮೆ ಓದಿನೋಡುತ್ತೇನೆ. ನಾನು ಬರೆದ ಕಥೆಯನ್ನು ಸಾಧ್ಯವಾದಷ್ಟು ಸುಮದರವಾಗಿ ಬರುವಂತೆ ಮಾಡುವುದು ಹೇಗೆ ಎಂಬುದರ ಬಗ್ಗೆ ಸಾಕಷ್ಟು ಬುದ್ಧಿ ಉಪಯೋಗಿಸಿ ಯೊಚನೆ ಮಾಡುತ್ತೇನೆ.

ಪ್ರಶ್ನೆ : ನಾಟಕರಂಗದಲ್ಲಿ ನೀವು ಏನೇನು ಮಾಡಿದ್ದೀರಿ ಅನ್ನುವುದರ ಬಗ್ಗೆ ಸ್ವಲ್ಪ ಹೇಳುತ್ತೀರಾ ?

ಚಂದ್ರಿಕಾ : ತ್ರಿಶ್ಶೂರಿನಲ್ಲಿ 'ಸಮತಾ' ಎಂಬ ಹೆಸರಿನ ಒಂದು ಮಹಿಳಾ ನಾಟಕ ತಂಡ ಇತ್ತು. ನಾನು ನಾಟಕರಂಗವನ್ನು ಪ್ರವೇಶಿಸಿದ್ದು ಅದರ ಮೂಲಕ. ಅದು ಎಡಪಂಥೀಯ ರಾಜಕೀಯದೊಂದಿಗೆ ಸಂಬಂಧವಿಟ್ಟುಕೊಂಡಿತ್ತು. ಆ ನಂತರ 'ಮೇಧಾ' ಅನ್ನುವ ಇನ್ನೊಂದು ನಾಟಕ ತಂಡವನ್ನು ಕಟ್ಟಿಕೊಂಡೆವು. ಈಗ ನಾವು ಎರಡು ನಾಟಕ ಆಡಿ ಮುಗಿಸಿದ್ದೇವೆ. ಒಂದನ್ನು National Theatre workshopನಲ್ಲಿ ಪ್ರಸ್ತುತಪಡಿಸಿದ್ದೆವು. ಆ ನಾಟಕವನ್ನು ನಿರ್ದೇಶಿಸಿದ್ದು ನಾನೇ. 'ಇರುವೆಗಳು ಹೇಗೆ ಮಾತನಾಡುತ್ತವೆ ?' ಎಂಬ ಆ ನಾಟಕದ ಕಥಾವಸ್ತು ಇಬ್ಬರು ಹೆಣ್ಣುಮಕ್ಕಳ ಮೇಲೆ ನಡೆಯುವ ಅತ್ಯಾಚಾರಕ್ಕೆ ಸಂಬಂಧಿಸಿದ್ದು. ಅವರಲ್ಲಿ ಒಬ್ಬಾಕೆ ಸುರಕ್ಷಿತವಾಗಿ ಉಳಿಯುತ್ತಾಳೆ. ಇನ್ನೊಬ್ಬಳು ಸಾಯುತ್ತಾಳೆ.

ಪ್ರಶ್ನೆ : ಜನರ ಕೈಗೆ ಸುಲಭವಾಗಿ ಎಟಕುವುದು ನಾಟಕವೋ ಅಥವಾ ಸಾಹಿತ್ಯವೋ ?

ಚಂದ್ರಿಕಾ : ಸಾಹಿತ್ಯವೆಂದು ನನ್ನ ಅಭಿಪ್ರಾಯ. ಯಾಕೆಂದರೆ, ನಾಟಕಕ್ಕೆ ಅದರದ್ದೇ ಆದ ಮಿತಿಗಳಿವೆ. ಯಾವುದೇ ಪೂರ್ವಸಿದ್ಧತೆಯಿಲ್ಲದೆ ನಾಟಕಗಳನ್ನು ಪ್ರಸ್ತುತಪಡಿಸಲು ಸಾಧ್ಯವಿಲ್ಲ. ಕೇರಳದ ಆಶ್ರಯದಲ್ಲಿ ನಾಟಕ ಎದ್ದುನಿಲ್ಲುವುದು ಕಷ್ಟವೆಂದೇ ಹೇಳಬೇಕು.

ಪ್ರಶ್ನೆ : ಜನರ ಕೈಗೆ ಸುಲಭವಾಗಿ ಎಟಕುವುದು ನಾಟಕವೋ ಅಥವಾ ಸಾಹಿತ್ಯವೋ ?

ಚಂದ್ರಿಕಾ : ಸಾಹಿತ್ಯವೆಂದು ನನ್ನ ಅಭಿಪ್ರಾಯ. ಯಾಕೆಂದರೆ, ನಾಟಕಕ್ಕೆ ಅದರದ್ದೇ ಆದ ಮಿತಿಗಳಿವೆ. ಯಾವುದೇ ಪೂರ್ವಸಿದ್ಧತೆಯಿಲ್ಲದೆ ನಾಟಕಗಳನ್ನು ಪ್ರಸ್ತುತಪಡಿಸಲು ಸಾಧ್ಯವಿಲ್ಲ. ಕೇರಳದ ಆಶ್ರಯದಲ್ಲಿ ನಾಟಕ ಎದ್ದುನಿಲ್ಲುವುದು ಕಷ್ಟವೆಂದೇ ಹೇಳಬೇಕು.

ಪ್ರಶ್ನೆ : ನೀವು ಇಷ್ಟಪಡುವ ರಂಗ ಯಾವುದು ?

ಚಂದ್ರಿಕಾ : ನನಗೆ ಎರಡೂ ರಂಗದಲ್ಲಿ ಸಮಾನ ಆಸಕ್ತಿಯಿದೆ. ಬರೇ ನಾಟಕದಲ್ಲಾಗಲಿ, ಬರೇ ಸಾಹಿತ್ಯದಲ್ಲಾಗಲಿ ಪೂರ್ತಿಯಾಗಿ ತಳವೂರಿ ನಿಲ್ಲುವುದು ನನಗೆ ಸಾಧ್ಯವಿಲ್ಲದ ಕೆಲಸ. ಅಭಿನಯವು ನನ್ನಲ್ಲಿ ಹುಟ್ಟು ಪ್ರತಿಭೆಯಾಗಿ ಬಂದಿದೆ ಅಂತ ನನಗೆ ಅನ್ನಿಸುತ್ತದೆ.

ಪ್ರಶ್ನೆ : ಸ್ತ್ರೀವಾದಿ ನಾಟಕ ತಂಡದಲ್ಲಿ ಹೆಚ್ಚು ಪ್ರಾಮುಖ್ಯ ಸಿಗುವುದು ಸ್ತ್ರೀವಾದಕ್ಕೋ ಅಥವಾ ನಾಟಕಕ್ಕೋ ?

ಚಂದ್ರಿಕಾ : ಎರಡಕ್ಕೂ ಸಮಾನ ಮಹತ್ವ ಸಿಗಬೇಕೆಂಬುದು ನಮ್ಮ ಉದ್ದೇಶ. ಯಾವುದಾದರೂ ಮಹತ್ವದ ಸಾಮಾಜಿಕ ಸಮಸ್ಯೆಗಳೂ ಕಾಣಿಸಿಕೊಂಡಾಗ ಹಲವು ಮಂದಿ ಕಲಾವಿದರು ನಾವು ನಾಟಕ ಆಡೋಣವೆಂದು ಮುಂದೆ ಬರುತ್ತಾರೆ. ಆದರೆ, ಹಾಗೆ ನಾಟಕ ಆಡುವುದರಿಂದ ಸ್ತ್ರೀವಾದಿ ಚಳುವಳಿಯಲ್ಲಿ ಮುನ್ನಡೆಯುಂಟಾಗುವುದಾದರೂ ನಾಟಕರಂಗಕ್ಕೆ ಆ ಮೂಲಕ ಏನೂ ಕೊಡುಗೆ ನೀಡಲು ಸಾಧ್ಯವಾಗಿಲ್ಲ.

ಪ್ರಶ್ನೆ : ಕೇರಳದಲ್ಲಿ ಸಾಮಾನ್ಯವಾಗಿ ನಾಟಕಕ್ಕೆ ಜನರ ಪ್ರೋತ್ಸಾಹ ಸಿಗುವುದು ಕಡಿಮೆ ಅಲ್ಲವೇ ? ಇದಕ್ಕೆ ಏನು ಕಾರಣ ?

ಚಂದ್ರಿಕಾ : ನಾಟಕ ಪ್ರಸ್ತುತಿ ಅನ್ನುವುದು ಬಹಳ ಶ್ರಮದಾಯಕವಾದ ಕೆಲಸ. ಹೀಗಿದ್ದೂದರಿಂದ ಕೆಲವೊಮ್ಮೆ ಯಾವುದೇ ಲಾಭವಾಗುವುದಿಲ್ಲ. ಇದೇ ಕಾರಣವಿರಬಹುದು ಎಷ್ಟೆಷ್ಟೋ ಅರ್ಪಣಾ ಮನೋಭಾವವುಳ್ಳ ಕಲಾವಿದರು ಈ ರಂಗದಲ್ಲಿ ಬಹಳ ಕಡಿಮೆ ಮಂದಿ ಕಾಣಸಿಗುತ್ತಾರೆ. ಒಂದು ನಾಟಕವನ್ನು ಸಮರ್ಥವಾಗಿ ಪ್ರದರ್ಶಿಸಲು ಕಡಿಮೆಯೆಂದರೆ ಒಂದು ತಿಂಗಳ ತಯಾರಿಯಾದರೂಬೇಕು. ಅಷ್ಟು ಮಾಡಿದರೂ ಅದಕ್ಕೆ ಐದು ಸಾವಿರ ರೂಪಾಯಿಗಿಂತ ಹೆಚ್ಚು ಹಣಕೊಟ್ಟು ಆಡಿಸಲು ಯಾರೂ ಮುಂದೆ ಬರುವುದಿಲ್ಲ.

ಪ್ರಶ್ನೆ : ನೀವು ನಿಮ್ಮ ಹಲವು ಕಥೆಗಳಲ್ಲಿ ಎತ್ತಿಕೊಳ್ಳುವ ವಸ್ತು ಆದಿವಾಸಿ ಜನಾಂಗದ ಜೀವನ ರೀತಿ, ಅವರು ಪಡುವ ಕಷ್ಟ ಮತ್ತು ಅವರು ನಡೆಸುವ ಹೋರಾಟಗಳ ಬಗ್ಗೆ ಆಗಿರುತ್ತದೆ. ಇವರ ಬಗ್ಗೆ ಹೀಗೆ ಪುನಃ ಪುನಃ ನೀವು ಬರೆಯಲು ಕಾರಣವೇನು ? ಉದಾಹರಣೆಗೆ 'ಕಬನಿ' ಎಂಬ ಕತೆಯ ಮುಖ್ಯ ವಸ್ತು ಕಬನಿಯಂತೆ ಕಲಕಿ ಉಕ್ಕಿಹರಿಯುವ ಚೇತಳ ಹೃದಯ ಸತ್ತುಹೋದ ವ್ಯಕ್ತಿಗಳನ್ನು ಮನೆಯ ಪಮಚಾಂಗದೊಳಗೆ ಹುಗಿದಿಟ್ಟು ಅಲ್ಲೇ ವಾಸಿಸಬೇಕಾಗಿ ಬರುವ ಆದಿವಾಸಿ ಜನರ ಅಸಹಾಯಕತೆಯ ಸೆರಳು ಆ ಕಥೆಯುದ್ದಕ್ಕೂ ಚಾಚುತ್ತದೆ. ಆದಿವಾಸಿ ಜನರ ಪರಿಸ್ಥಿತಿಯನ್ನು ಅರ್ಥಮಾಡಿಸಬೇಕೆನ್ನುವ ಪ್ರಯತ್ನ ನಿಮ್ಮ ಹಲವು ಕಥೆಗಳಿಲ್ಲವೆ. ಈ ಬಗ್ಗೆ ಏನಾದರೂ ಹೇಳಲಿಕ್ಕಿದೆಯೆ ?

ಚಂದ್ರಿಕಾ : ನನ್ನನ್ನು ಸದಾ ಕಾಡುವ ವಿಚಾರವದು. ನನ್ನ ಸಂಶೋಧನಾ ಕಾಯರಕ್ಕೆ ಸಂಬಂದಿಸಿ ನಾನು ಆದಿವಾಸಿ ಜನರು ವಾಸಿಸುವ ಸ್ಥಳಗಳನ್ನು ಸಂದರ್ಶಿಸಿದ್ದಿದೆ. ಅನೇಕ ದಿನಗಳ ಕಾಲ ಅವರ ಜೊತೆಗೆ ವಾಸಿಸಿದ್ದೆ ಕೂಡಾ. ಅವರ ಜೀವನಕ್ರಮ ತುಂಬಾ ಆದರ್ಶದಿಂದ ಕೂಡಿದ್ದು. ಪ್ರಕೃತಿಯೊಂದಿಗೆ ಸಲ್ಲಾಪ ನಡೆಸುತ್ತ, ಅದರ ಪ್ರತಿಯೊಮದು ಅಂಗಗಳೊಂದಿಗೆ ಬೆಸೆದುಕೊಂಡ ಜೀವನ ಅವರದು. ಪ್ರಕೃತಿಯಿಂದ ಪಡೆಯುವುದೂ ಇದೆ, ಕೊಡುವುದೂ ಇದೆ. ಆದರೆ ಲಾಭದಾಸೆ ಅವರಿಗಿಲ್ಲ. ಅಗತ್ಯಬಿದ್ದದ್ದನ್ನು ಪ್ರಕೃತಿಯಿಂದ ತೆಗೆದುಕೊಳ್ಳುತ್ತಾರೆ. ಹೆಚ್ಚು ಬೆಳೆ ಸಿಕ್ಕಿದರೆ ಅದನ್ನು ಸ್ನೇಹಿತರೊಂದಿಗೆ ಹಂಚಿಕೊಳ್ಳುತ್ತಾರೆ. ಜೊತೆಗೇ ಸಂತೋಷಪಡುತ್ತ, ನರ್ತಿಸುತ್ತ, ಇನ್ನೊಬ್ಬರ ನೋವು-ಕಷ್ಟಗಳನ್ನು ಸಮಾನವಾಗಿ ಹಂಚಿಕೊಳ್ಳುತ್ತ ಕಳೆಯುವ ಒಂದು ಜನಸಮೂಹ ಅದು. ಅವರ ಒಗ್ಗಟ್ಟನ್ನೂ, ಸ್ವಚ್ಛವಾದ ಬದುಕನ್ನೂ ಮುರಿದು ಹಾಳುಮಾಡಿದ್ದು ನಾವು. ಅವರ ಮೇಲೆ ಎಲ್ಲಾ ರೀತಿಯ ಆಕ್ರಮಣಗಳನ್ನು ನಾಗರಿಕ ಸಮಾಜ ನಡೆಸಿದೆ. ಅವರ ವೇಷ-ಭಾಷೆಗಳನ್ನು ಮಾತ್ರವಲ್ಲ, ಅವರ ನೆಲವನ್ನೂ, ಸ್ತ್ರೀಯರನ್ನೂ, ಜೀವನಕ್ರಮವನ್ನು ಸಹ ನಾವು ಹಾಳುಮಾಡಿಬಿಟ್ಟಿದ್ದೇವೆ. ಸರಕಾರ ಹೇಳುತ್ತದೆ ಕಾಡು-ಬೀಡುಗಳೆರಡನ್ನು ಕಳೆದುಕೊಂಡದ್ದು ಪಾಪ, ಆ ಆದಿವಾಸಿಗಳು. ಸಮತಟ್ಟಾದ ಬಯಲುಪ್ರದೇಶಗಳಲ್ಲಿ ಕೃಷಿಮಾಡುತ್ತ ಅವರು ಮೊದಲು ಜೀವಿಸುತ್ತಿದ್ದರು. ಆ ಪ್ರದೇಶಗಳನ್ನು ಅತಿಕ್ರಮಿಸಿದ ನಾವು ಅವರನ್ನು ಗುಡ್ಡದ ಮೇಲಕ್ಕೆ ಓಡಿಸಿದೆವು. ಇವತ್ತು ಅವರಿಗೆ ಉಣ್ಣಲಿಕ್ಕೆ-ಉಡಲಿಕ್ಕೆ ಗತಿಯಿಲ್ಲ ; ಸತ್ತರೆ ಹೂಳಲುಜಾಗವಿಲ್ಲ. ಸಾರ್ವಜನಿಕ ಸ್ಮಶಾನ ಗಳನ್ನು ನಾವು ನಮ್ಮ ಕೈವಶಪಡಿಸಿಕೊಂಡಿದ್ದೇವೆ. ವಾಸಿಸುವ ಜೋಪಡಿಗಳ ಅಡಿಯಲ್ಲಿ ಸತ್ತುಹೋದ ತಮ್ಮವರನ್ನು ಹೂಳುವಂತಹ ಅವರ ಅಸಹಾಯಕತೆ

ನನ್ನ ಕಲ್ಪನೆಯಲ್ಲ. ನಿಚ್ಚಳ ಸತ್ಯ. ನಾನು ಅವರ ಮಧ್ಯೆ ವಾಸಿಸುತ್ತಿದ್ದಾಗ ನಡೆದ ಒಂದು ಘಟನೆಯದು. ನಾನು ನೋಡಿದ ಮತ್ತು ತಿಳಿದುಕೊಂಡ ಆದಿವಾಸಿ ಜನರ ಸಾಹಚರ್ಯವೇ ನನ್ನ ಈ ಕಥೆಗಳ ಹಿಂದಿನ ಪ್ರೇರಣೆ.

ಪ್ರಶ್ನೆ : ಆದಿವಾಸಿ ಜನಾಂಗದ ಕುರಿತು ಕಥೆ ಬರೆಯುವಾಗ ನೀವು ಉಪಯೋಗಿಸುವ ಭಾಷೆ ವಿಶಿಷ್ಟವಾಗಿದೆಯಲ್ಲ ? ಆದಿವಾಸಿಗಳ ಭಾಷೆಗೂ ನೀವು ಉಪಯೋಗಿಸಿದ ಭಾಷೆಗೂ ಏನಾದರೂ ಸಂಬಂದವಿದೆಯೆ ?

ಚಂದ್ರಿಕಾ : ಆದಿವಾಸಿಗಳ ಭಾಷೆ ಮಲಯಾಳವಲ್ಲ. ಅವರಲ್ಲಿ ಬೇರೆ ಬೆರೆ ಪಂಗಡದವರು ಮಾತನಾಡುವ ಭಾಷೆ ಬೇರೆ ಬೇರೆಯಾಗಿರುತ್ತದೆ. ಆದರೆ ಮಲಯಾಳ ಅವರಿಗೆ ಅರ್ಥವಾಗುತ್ತದೆ. ಅವರ ಭಾಷೆಯನ್ನು ಉಪಯೋಗಿಸಲು ಸಾಧ್ಯವಿಲ್ಲದ್ದರಿಂದ ನಾನು ಒಂದು ವಿಶಿಷ್ಟ ಶೈಲಿಯ ಮಲಯಾಳವನ್ನುಪಯೋಗಿಸುತ್ತೇನೆ. ಅದು ಸಾಮಾನ್ಯರು ಮಾತನಾಡುವ ಮಲಯಾಳಕ್ಕಿಂತ ತುಸು ಭಿನ್ನವಾಗಿರುತ್ತದೆ. ಹಲವಾರು ಆದಿವಾಸಿ ಭಾಷೆಗಳಿಗೆ ಲಿಪಿಯಿಲ್ಲ. ಅವರ ಮಾತಿನ ಶೈಲಿ ನಮಗಿಂತ ಭಿನ್ನವಾದದ್ದೆಂದು ತೋರಿಸುವುದಕ್ಕೋಸ್ಕರ ನಾನು ಕಥೆಗಳಲ್ಲಿ ಉಪಯೋಗಿಸುವ ಭಾಷೆಯಲ್ಲಿ ಅಲ್ಪ –ಸ್ವಲ್ಪ ವ್ಯತ್ಯಾಸ ಮಾಡುತ್ತೇನೆ ಅಷ್ಟೆ.

ಪ್ರಶ್ನೆ : ಸ್ತ್ರೀಯರ ಲೈಂಗಿಕತೆ ನಿಮ್ಮ ಕಥೆಗಳ ಇನ್ನೊಂದು ಪ್ರಧಾನ ವಸ್ತು. 'ನಿಲಾವುಂ ಸರ್ಪಂಗಳುಂ' (ಬೆಳದಿಂಗಳು ಮತ್ತು ಹಾವುಗಳು) ಎಂಬ ಮೊದಲ ಕಥೆಯಲ್ಲಿಯೇ ಸ್ವೀಕೃತವಾಗದೇ ಹೋಗುವ ಪ್ರೇಮವನ್ನು ಪೂರೈಸಲಾಗದ ಆಸೆಗಳನ್ನು ಕಾಮವನ್ನೂ ಬಹಳ ಸುಂದರವಾಗಿ ಚಿತ್ರಿಸಿದ್ದೀರಿ. ಎಲ್ಲರ ಗಮನಸೆಳೆದ ಆ ಮೊದಲ ಕಥೆಯ ಕುರಿತು ನೀವು ಏನು ಹೇಳುತ್ತೀರಿ ?

ಚಂದ್ರಿಕಾ : ಓರ್ವ ಸ್ತ್ರೀಯ ಪೂರೈಸಲಾಗದ ಬಯಕೆಗಳು, ನಶಿಸಿಹೋಗುವ ಭಾವನೆಗಳು ಮತ್ತು ಕನಸುಗಳ ಕುರಿತಾಗಿ ಆ ಕಥೆ ಹೇಳುತ್ತದೆ. ತನ್ನ ಆಸೆಗಳನ್ನು ಪ್ರಕಟಪಡಿಸಲು ಭಯಪಡುವ ಸ್ತ್ರೀ. ಅದು ಪ್ರಕಟವಾಗುವಾಗ ಭಯಪಟ್ಟು ಓಡಿಹೋಗುವ ಪುರುಷ. ಪ್ರೀತಿಸುವ ಪತಿಯಾದರೂ ಪತ್ನಿಯ ಆಸೆಗಳನ್ನು ನಿರಾಕರಿಸಿ ಅದರ ಮುಂದೆ ಅಸಹಾಯಕನಾಗಿ ಹೋಗುವ ಕಥೆಯ ಪುರುಷ ಪಾತ್ರ.

ಪ್ರಶ್ನೆ : ಸಮಾಜದಲ್ಲಿ ಆತ್ಮಾವಿಷ್ಕಾರದ ಸ್ವಾತಂತ್ರ್ಯವು ಸ್ತ್ರೀಗೆ ಇಲ್ಲವೆಂದು ಹೇಳುತ್ತೀರಾ?

ಚಂದ್ರಿಕಾ : ಇಲ್ಲವಲ್ಲ ! ಪ್ರೇಮ–ಕಾಮಗಳು ಮಾತ್ರವಲ್ಲದೆ ಇತರ ಭಾವನೆಗಳು ಕೂಡಾ ಇಲ್ಲಿ ಪ್ರಶ್ನಿಸಲ್ಪಟುವುದಿಲ್ಲವೆ ? ಸ್ತ್ರೀಯು ತನ್ನ ಆಸೆಯನ್ನು ಪ್ರಕಟಿಸಿದರೆ ಅದನ್ನು ಒಪ್ಪಿಕೊಂಡು ಸ್ವೀಕರಿಸುವ ಧೈರ್ಯವು ಇಲ್ಲಿ ಹೆಚ್ಚಿನ ಗಂಡಸರಿಗೂ ಇರಲಾರದು. ಚಿಕ್ಕವಯಸ್ಸಿನಿಂದಲೇ ಗಂಡುಮಕ್ಕಳಲ್ಲಿ 'ಪುರುಷತ್ವ'ದ ಕುರಿತಾದ ತಪ್ಪುಧೋರಣೆಗಳನ್ನು ನಾವು ಧಾರಾಳವಾಗಿ ಬೆಳೆಸಿದ್ದೇವೆ. ಪ್ರೇಮದ ಅಮೂರ್ತವಾದ ಇನ್ನೊಂದು ಮುಖತಾನೇ ಸೆಕ್ಸ್ ? ಅಲ್ಲಿಯೂ ನಡೆಯುವುದು ಒಂದು ಅಧಿಕಾರದ ಪ್ರದರ್ಶನ. ಪುರುಷನ ಆಸಕ್ತಿ ಸಮಯ–ಸಂದರ್ಭ, ಆಸೆ– ಆಗ್ರಹಗಳಿಗೆ ಮಾತ್ರವೇ ಇಲ್ಲಿ ಸ್ಥಾನವಿರುವುದು. ಪ್ರೇಮ–ಕಾಮಗಳು ಇಬ್ಬರೂ

ಸಮಾನವಾಗಿ ಆಸ್ವಾದಿಸಬಹುದಾದ ಒಂದು ಭಾವನೆಯೆಂದು ಇನ್ನು ನಮ್ಮ ಸಮಾಜ ಒಪ್ಪಿಕೊಂಡಿಲ್ಲ.

ಪ್ರಶ್ನೆ : ಇದೆಲ್ಲ ನಡೆಯುವುದು ಕೇರಳದಲ್ಲಿ ಮಾತ್ರ ಅನ್ನುತ್ತೀರಾ ?

ಚಂದ್ರಿಕಾ : ಕೇರಳದಲ್ಲಿ ಮಾತ್ರ ಅಲ್ಲ. ಹೀಗೆ ಯೋಚಿಸುವುದು ಮಧ್ಯಮ ವರ್ಗ ಸಂಸ್ಕೃತಿಯ ಒಂದು ಭಾಗವಾಗಿ ಹೋಗಿದೆ.

ಪ್ರಶ್ನೆ : ಶೈಕ್ಷಣಿಕ ರಂಗದಲ್ಲಿ ಎಲ್ಲರಿಗಿಂತ ಹೆಚ್ಚು ಮುನ್ನಡೆ ಸಾಧಿಸಿದ ಕೇರಳದಲ್ಲಿ ಕೂಡಾ ಇಷ್ಟು ಸಂಕುಚಿತವಾಗಿ ಯೋಚಿಸುತ್ತಾರೆಯೆ ?

ಚಂದ್ರಿಕಾ : ಕೇರಳವು ವಿದ್ಯಾಸಂಪನ್ನವಾದ ರಾಜ್ಯವೆಂದು ಹೇಳುವಾಗ ಇಲ್ಲಿಯ ಸ್ತ್ರೀಯರಿಗೆ ಸಿಗುವ ವಿದ್ಯಾಭ್ಯಾಸ ಯಾವ ರೀತಿಯದ್ದಾಗಿದೆಯೆಂಬುದರ ಬಗ್ಗೆ ಯೋಚಿಸಬೇಕು. ಪರಂಪರಾಗತವಾಗಿ ಸ್ತ್ರೀಗೆ ಕೊಡಲಾಗಿರುವ ಪತ್ನಿ ಮತ್ತು ತಾಯಿಯ ಪಾತ್ರಗಳನ್ನು ಆಕೆ ಎಷ್ಟು ಚೆನ್ನಾಗಿ ನಿರ್ವಹಿಸಲು ಸಾಧ್ಯ ಎಂಬುದರ ಬಗ್ಗೆ ಇನ್ನಷ್ಟು ತರಬೇತಿ ನೀಡುವ ವಿದ್ಯಾಬ್ಯಾಸ. ಈ ಕಟ್ಟುಪಾಡಗಳನ್ನು ಮುರಿದು ಹೊರಬರಲು ಯಾವ ಸ್ತ್ರೀಯಾದರೂ ಪ್ರಯತ್ನಿಸಿದರೆ ಈಗಲೂ ಕೂಡಾ ಘೋರ ಪರಿಣಾಮಗಳನ್ನು ಎದುರಿಸಬೇಕಾಗುತ್ತದೆ. ಕೇರಳದಲ್ಲಿ ಸ್ತ್ರೀಯರ ಶಿಕ್ಷಣದ ಕುರಿತಾಗಿಯೂ ಆರೋಗ್ಯದ ಕುರಿತಾಗಿಯೂ ಅನೇಕ ಸಂಶೋಧನಾ ಕಾರ್ಯಗಳು ನಡೆಯುತ್ತಿವೆ. ಆದರೆ, ಶಾರೀರಿಕವಾದ ಆರೋಗ್ಯವನ್ನು ಕಾಪಾಡಿಕೊಳ್ಳುವುದರತ್ತ ಹೆಚ್ಚು ಹೆಚ್ಚು ಗಮನ ಹರಿಸಿದಂತೆ, ನಾವು ಮಾನಸಿಕ ಆರೋಗ್ಯವನ್ನು ಕಡೆಗಣಿಸುತ್ತಿದ್ದೇವೆ. ಆ ಥರದ ಸಮಗ್ರವಾದ ಸಂಶೋಧನೆಯನ್ನು ಪ್ರಾಮಾಣಿಕವಾಗಿ ಮಾಡಿಕೊಮಡಾಗಲೇ ನಮಗೆ 'ಕೇರಳ ಮಾದರಿ'ಯ ದೌರ್ಬಲ್ಯಗಳೇನೆಂದು ಗೊತ್ತಾಗಲು ಸಾಧ್ಯ. ಸ್ತ್ರೀಯರಿಗೆ ಸಮಾಜದಲ್ಲಾಗುವ ಅನ್ಯಾಯಗಳೇಕೆ, ಆಕೆಯ ಕುಟುಂಬದ ಒಳಗೇ ಆಗುವ ಅನ್ಯಾಯ ಕೇರಳದಲ್ಲಿ ಹೆಚ್ಚು. ಉಚ್ಚ ಶಿಕ್ಷಣ ಪಡೆದ ಸ್ತ್ರೀಯರು ಕೂಡಾ ಇಲ್ಲಿ ಆಫೀಸು ಮತ್ತು ಇತರೆಡೆಗಳಲ್ಲಿ ಲೈಂಗಿಕ ಶೋಷಣೆಗೆ ಗುರಿಯಾಗುತ್ತಾರೆ. ಸಾಮೂಹಿಕ ಅತ್ಯಾಚಾರದ ಕಥೆಗಳನ್ನು ಕೇರಳೀಯರು ಎಷ್ಟೆಷ್ಟೋ ಕೇಳಿದ್ದಾರೆ. ಕೇರಳಕ್ಕೆ ಸಿಗಬೇಕಾದ ಪಾಠ ಅಭಿವೃದ್ಧಿಯ ಹೆಸರಿನಲ್ಲಲ್ಲ, ಬದಲಾಗಿ ತೋರಿಕೆಗೆ ಕಾಣುವ ಅಭಿವೃದ್ಧಿಕಾರ್ಯಗಳಿದ್ದರೂ ಅದರ ಜೊತೆ ಜೊತೆಗೆ ಹೆಚ್ಚು ಉಗ್ರವಾಗಿ ಪರಂಪರೆ ಮತ್ತು ಶೋಷಣೆಗಳ ಕೋರೆದಾಡೆಗಳು ಸ್ತ್ರೀಯರನ್ನು ಯಾವರೀತಿ ಅಮುಕಿ ಹಿಡಿದಿವೆ ಎಂಬ ಅರಿವಿನ ಹೆಸರಿನಲ್ಲಿ ಇಲ್ಲಿನ ಪುರುಷಾಧಿಪತ್ಯವನ್ನು ಹೊಡೆದುರುಳಿಸುವುದು ಅಷ್ಟು ಸುಲಭವಲ್ಲ.

ಪ್ರಶ್ನೆ : ಅದಕ್ಕೆ ಏನು ಮಾಡಬಹುದು ?

ಚಂದ್ರಿಕಾ : ಸ್ತ್ರೀಯರು ಸಶಕ್ತರಾಗಿ ದೃಢ ಹೆಜ್ಜೆಗಳನ್ನಿಟ್ಟು ಮುನ್ನಡೆದರೆ ಮಾತ್ರ ಇದು ಸಾಧ್ಯವಾಗುತ್ತದೆ. ಸ್ತ್ರೀಯರ ಬಗ್ಗೆ ಸಮಾಜದ ದೃಷ್ಟಿಕೋನ ಮತ್ತು ಸ್ತ್ರೀಯರ ಪಾತ್ರದ ಬಗ್ಗೆ ಜನರಲ್ಲಿರುವ ಕಲ್ಪನೆಗಳನ್ನು ಬುಡಮೇಲಾಗಿ ಕಿತ್ತೊಗೆಯಬೇಕು. ಅದಕ್ಕಾಗಿ ಹೊಸ ರೂಪಗಳನ್ನು, ಹೊಸ ದಾರಿಗಳನ್ನು, ಹೊಸ ಭಾಷೆಗಳನ್ನು ಶೋಧಿಸಬೇಕಾಗಿದೆ. ಸ್ತ್ರೀಗೆ ಸಿಗಬೇಕಾಗಿರುವ social spaceನ ಬಗೆಗಿರುವ ಧೋರಣೆಗಳು ಪೂರ್ತಿಯಾಗಿ ಬದಲಾಗಬೇಕು.

ಪ್ರಶ್ನೆ : ಈ ರೀತಿಯ ಪ್ರಯತ್ನಗಳನ್ನು ಸಾಹಿತ್ಯದಲ್ಲಿ ನಡೆಸುವವರು ಸ್ತ್ರೀಯರೋ ಪುರುಷರೋ ?

ಚಂದ್ರಿಕಾ : ಈಗ ಈ ರೀತಿಯ ಪ್ರಯತ್ನಗಳನ್ನು ನಡೆಸುವುದು ಹೆಚ್ಚಾಗಿ ಸ್ತ್ರೀಯರೇ. ಎಂ. ಟಿ. ವಾಸುದೇವನ್ ನಾಯರ್‌ರವರ ಕೆಲವು ಕಥೆಗಳಲ್ಲಿ ಸ್ತ್ರೀ ಪಾತ್ರಗಳು ಪರಂಪರೆಯೊಳಗೆ ಬೇರುಬಿಟ್ಟು ಕುಳಿತಿದ್ದಾರೆ. ಆದರೂ ಅವರ 'ಮಂಜು' ಕಾದಂಬರಿಯಲ್ಲೂ ಇನ್ನು ಕೆಲವು ಕೃತಿಗಳಲ್ಲೂ ಯಾವುದನ್ನೋ ನಿರೀಕ್ಷಿಸುತ್ತ, ಜೀವನವನ್ನು ವ್ಯರ್ಥ ಕಳೆಯುವ ಸ್ತ್ರೀಯರ ಚಿತ್ರಗಳಿವೆ. ಹೀಗೆ ಪರಂಪರೆಯನ್ನು ಒಡೆದು ಬೇರೆಯಾಗಿ ನಿಲ್ಲುವ ಕಥಾಪಾತ್ರಗಳನ್ನು ಪ್ರಸ್ತುತ ಪಡಿಸಲು ಸಾಧ್ಯವಾಗಿದ್ದು ಕೆ. ಸರಸ್ವತಿಯಮ್ಮನಿಗೆ. ಹೆಣ್ಣಿನ ಜೀವನವು ಏನನ್ನೋ ನಿರೀಕ್ಷಿಸುತ್ತ ಕಾಯುತ್ತ ಹಾಳುಮಾಡುವಂಥಾದ್ದಲ್ಲವೆಂದೂ, ಆಕೆಯ ಮುಂದೆ ಅನಂತ ಸಾಧ್ಯತೆಗಳು ತೆರೆದುಕೊಂಡು ನಿಂತಿವೆಯೆಂದೂ ಸರಸ್ವತಿಯಮ್ಮ ನೆನಪಿಸಿದರು. ವೈಯಕ್ತಿಕ ಜೀವನದ ಕಷ್ಟಗಳನ್ನು ಮರೆತು ಔದ್ಯೋಗಿಕ ಬದುಕಿನಲ್ಲಿ ಗೆಲುವು ಸಾಧಿಸುವ ಅನೇಕ ಸ್ತ್ರೀಯರು ಸರಸ್ವತಿಯಮ್ಮನ ಕಥೆಗಳಲ್ಲಿ ಬರುತ್ತಾರೆ. ಸ್ತ್ರೀಯರ ಮುಂದೆ ಇರುವಂತಹ ದಾರಿಗಳ ಅರಿವನ್ನು ಅವರು ತಮ್ಮ ಕಥೆಗಳಲ್ಲಿ ಮೂಡಿಸುತ್ತಾರೆ.

ಪ್ರಶ್ನೆ : ನೀವು ಓರ್ವ ಸ್ತ್ರೀವಾದಿ ಅಂತ ಹೇಳಿಕೊಂಡಿರಲ್ಲ ? ನಿಮ್ಮ ಅಭಿಪ್ರಾಯದಲ್ಲಿ ಸ್ತ್ರೀವಾದ ಅಂದರೇನು ?

ಚಂದ್ರಿಕಾ : ಓರ್ವ ವ್ಯಕ್ತಿ ಎನ್ನುವ ನೆಲೆಯಲ್ಲಿ ಪ್ರತಿಯೊಬ್ಬ ಸ್ತ್ರೀಯ ವಿಚಾರ ಸ್ವಾತಂತ್ರ್ಯವನ್ನು ಒಪ್ಪಿಕೊಳ್ಳಬೇಕು. ಅದು ಇಲ್ಲದಿದ್ದರೆ ಅದನ್ನು ಸಾಧ್ಯವಾಗಿಸಬೇಕು ಎಂದು ಹೇಳುತ್ತದೆ ಸ್ತ್ರೀವಾದ. ಲಿಂಗಭೇದದ ಹೆಸರಿನಲ್ಲಿ ಭೇದಭಾವ ಸಲ್ಲದು. ಮನುಷ್ಯರಿಗೆ ಸಿಗುವ ಅವಕಾಶಗಳು ಗಂಡಿಗೂ ಹೆಣ್ಣಿಗೂ ಸಮಾನವಾಗಿ ಸಿಗಬೇಕು. ಒಂದು ಸಮೂಹದ ಅವಕಾಶಗಳನ್ನು ಇನ್ನೊಂದು ಸಮೂಹದ ಮೇಲೆ ಅಧಿಪತ್ಯ ಸ್ಥಾಪಿಸಲಿಕ್ಕೋಸ್ಕರ ಉಪಯೋಗಿಸಬಾರದು ಎನ್ನುವುದೇ ಸ್ತ್ರೀವಾದದ ಮೂಲತತ್ವ. ಸ್ತ್ರೀವಾದ ಪುರುಷವಿರೋಧಿಯಲ್ಲ. ಬದಲಾಗಿ ಅದು ವಿರೋಧಿಸುವುದು ಪುರುಷಾಧಿಪತ್ಯವನ್ನು. ಆದರೆ ಇದನ್ನು ಹಲವರು ತಪ್ಪಾಗಿ ಅರ್ಥಮಾಡಿಕೊಳ್ಳು ವುದರಿಂದ ಇದಕ್ಕೆ ವಿರೋಧಗಳು ಬರುತ್ತವೆ. ಇಲ್ಲಿನ ಸ್ತ್ರೀವಾದ ಮತ್ತು ಪಾಶ್ಚಾತ್ಯ ಸ್ತ್ರೀವಾದಗಳ ನಡುವೆ ಇಲ್ಲದ ಸಂಬಂಧ ಕಲ್ಪಿಸುತ್ತಾರೆ.

ಪ್ರಶ್ನೆ : ಪಾಶ್ಚಾತ್ಯ ಸ್ತ್ರೀವಾದಿಗಳು 'Bra burning' ನಡೆಸಿ ಪ್ರತಿಭಟನೆ ತೋರಿಸಿದರು ಎಂದು ಕೆಲವರು ಹೇಳಿದರೆ ಇನ್ನು ಕೆಲವರು 'ಇಲ್ಲ ' ಅಂತಲೂ ಹೇಳುತ್ತಾರೆ. ಯಾವುದು ಸರಿ ? ಸ್ತ್ರೀವಾದಿಗಳು ಪ್ರತಿಭಟನೆ ತೋರಿಸಿದರು. ಸ್ತ್ರೀಯರ ದೇಹದ ಅಂಗಗಳನ್ನು ಅಳೆಯುವುದರ ಮೂಲಕ ಸೌಂದರ್ಯವನ್ನು ನಿರ್ಣಯಿಸುವುದನ್ನು ವಿರೋಧಿಸಲು ಬಂದವರಾಗಿದ್ದರು ಆಸ್ತ್ರೀಯರು. ಆ ಪ್ರತಿಭಟನೆಗೆ ಅವರು ಆಯ್ದುಕೊಂಡ ಮಾರ್ಗ ಆ

ಸ್ಪರ್ಧೆ ನಡೆಯುವ ಸ್ಟೇಜಿನ ಮುಂಭಾಗದಲ್ಲಿಟ್ಟಿದ್ದ ಒಂದು ಮರದ ಪೆಟ್ಟಿಗೆಯಲ್ಲಿ ಬ್ರಾಗಳನ್ನಿಡುವು ದಾಗಿತ್ತು. ಇಷ್ಟೇ ಅಲ್ಲಿ ನಡೆದಿದ್ದು. ಅದಕ್ಕೆ ಜನರು ಕಲ್ಪಿಸಿದ ಕಟ್ಟುಕತೆಯೇ `Bra burning' ಸ್ತ್ರೀಯರ ವಿರುದ್ಧವಾಗಿ ಸತ್ಯವನ್ನು ತಿರುಚಿಹಾಕುವುದಕ್ಕೆ ಒಂದು ಒಳ್ಳೆಯ ಉದಾಹರಣೆ.

ಪ್ರಶ್ನೆ : ಕೇರಳದಲ್ಲಿ ಸ್ತ್ರೀವಾದದ ನೇತೃತ್ವ ವಹಿಸಿದವರು ಪದೇ ಪದೇ ಒತ್ತಿಹೇಳುತ್ತಿದ್ದಾರೆ. 'ನಾವು ಎತ್ತಿಹಿಡಿಯುವುದು ಪಾಶ್ಚಾತ್ಯ ಸ್ತ್ರೀವಾದವನ್ನಲ್ಲ ಅಂತ. ಹಾಗಾದರೆ ಪಾಶ್ಚಾತ್ಯ ಸ್ತ್ರೀವಾದಕ್ಕೆ ಎಷ್ಟೆಷ್ಟೋ ಸಾಧನೆ ಮಾಡಲಿಕ್ಕೆ ಸಾಧ್ಯವಾಗಿಲ್ಲವೆ ?

ಚಂದ್ರಿಕಾ : ಪಾಶ್ಚಾತ್ಯ ಸ್ತ್ರೀವಾದಕ್ಕೆ ಅಲ್ಲಿನ ಸಾಂಸ್ಕೃತಿಕ, ಸಾಮಾಜಿಕ, ರಾಜಕೀಯ ಮತ್ತು ಆರ್ಥಿಕ ರಂಗಗಳಲ್ಲಿ ಎಷ್ಟೆಷ್ಟೋ ಒಳ್ಳೆಯ ಬದಲಾವಣೆಗಳನ್ನು ಮಾಡಲು ಸಾದ್ಯವಾಗಿದೆ. ಅಲ್ಲಿನ ಕೈಗಾರಿಕಾ ಕ್ರಾಂತಿಯ ಪರಿಣಾಮವಾಗಿ ಸ್ತ್ರೀಯರ ಕುಟುಂಬದೊಳಗಿನ ಸಾಂತಿ ಮತ್ತು ಉದ್ಯೋಗ ಸ್ಥಳದಲ್ಲಿ ಅವರ ಸುರಕ್ಷೆಯ ಕುರಿತು ಜನರ ಧೋರಣೇಗಳನ್ನು ಸ್ವಲ್ಪ ಮಟ್ಟಿಗಾದರೂ ಬದಲಾಯಿಸಲು ಸ್ತ್ರೀವಾದಿಗಳಿಗೆ ಸಾದ್ಯವಾಗಿದೆ. ಮತದಾನದ ಹಕ್ಕನ್ನು ಪಡೆಯುವುದರಲ್ಲಿಯೂ ಅವರು ಜಯ ಸಾಧಿಸಿದರು. ಭಾರತದಲ್ಲಿ ಕುಳಿತುಕೊಂಡು ಪಾಶ್ಚಾತ್ಯ ಸಂಸ್ಕೃತಿ ಕೆಟ್ಟದೆಂದೂ ನಮ್ಮ ಸಂಸ್ಕೃತಿ ಮಾತ್ರವೇ ಉತ್ತಮವೆಂದೂ ವಾದಿಸುವುದು ಸರಿಯಲ್ಲ.

ಪ್ರಶ್ನೆ : ಭಾರತೀಯ ಸಂಸ್ಕೃತಿ ಉತ್ತಮವಾದುದೇ ಹೌದಲ್ಲ ?

ಚಂದ್ರಿಕಾ : ಭಾರತೀಯ ಸಂಸ್ಕೃತಿಯಲ್ಲಿ ಸ್ತ್ರೀ ದೇವತೆಯೂ ಮಾತೆಯೂ ಆಗಿದ್ದಾಳಂತೆ. ಆಕೆಯನ್ನು ಪೂಜಿಸುವ ಹೆಸರಿನಲ್ಲಿ ಉಸಿರಾಟ, ಬೆಳಕು, ಧ್ವನಿಗಳ ಸ್ವಾತಂತ್ರ್ಯವನ್ನು ನೀಡದೆ ಆಕೆಯನ್ನು ಒಂದು ಶಿಲಾಮೂರ್ತಿಯಾಗಿ ಪರಿಗಣಿಸಿ ಅಧಃಪತನಕ್ಕೆ ತಳ್ಳುವುದಲ್ಲವೇ ನಾವು ಮಾಡುವುದು ? ಇಲ್ಲಿಯ ಕುಟುಂಬಗಳಲ್ಲಿ ತಾಯಿಯಾಗಿಯೂ ದೇವಿಯಾಗಿಯೂ ಆರಾಧಿಸಲಪಡುವವರು ಜೀವಚ್ಛವಗಳು.

ಪ್ರಶ್ನೆ : ಬರವಣಿಗೆಗೆ ಲಿಂಗಭೇದವಿಲ್ಲ ಎಂಬುದು ಸರಿಯೆ ?

ಚಂದ್ರಿಕಾ : ಹಾಗೆ ಹೇಳುವುದರಲ್ಲಿ ಯಾವ ಅರ್ಥವೂ ಇಲ್ಲ. ಹುಟ್ಟಿದ ಕ್ಷಣದಿಂದ ಲಿಂಗಭೇದವೆಂಬುದು ಪ್ರತಿಯೊಂದು ಮಗುವಿಗೂ ಅನುಭವಕ್ಕೆ ಬರುವಂತಹ ವಿಚಾರ. ಮಗು ಹುಟ್ಟಿದ ಕೂಡಲೇ ಕೇಳುವ ಮೊದಲ ಪ್ರಶ್ನೆ ಅದು ಗಂಡೋ ಹೆಣ್ಣೋ ಅಂತ. ಹೆಣ್ಣಾದರೆ ಕೂಡಲೇ ಶುರುವಾಗತ್ತೆ ಭೇದಭಾವ ಜೀವನದಲ್ಲಿ ಹೆಜ್ಜೆ ಹೆಜ್ಜೆಗೂ ಸಮಾಜವು ಆಕೆಗೆ 'ನೀನು ಹೆಣ್ಣು' ಎಂದು ನೆನಪಿಸುತ್ತಿರುತ್ತೆ. ಉಸಿರಾಡುವ ಗಾಳಿ ಕೂಡಾ ಆವಳಿಗೆ ಕೊಡುವ ಸಂದೇಶವೆಂದರೆ ಅದೇ. ಕುಟುಂಬದ ಎಲ್ಲಾ ಬಂಧು ಬಳಗದವರಲ್ಲೂ, ಸಮಾಜದ ಎಲ್ಲಾ ರೀತಿನೀತಿಗಳಲ್ಲೂ ಈ ಭೇಧಭಾವ ಅವಳ ಅನುಭವಕ್ಕೆ ಬರುತ್ತದೆ. ಹಾಗಿರುವಾಗ ತಾನೊಬ್ಬ ಹೆಣ್ಣಲ್ಲ ಎಂಬ ರೀತಿಯಲ್ಲಿ ಯೋಚಿಸಲು ಯಾವ ಸ್ತ್ರೀಗೆ ತಾನೇ ಸಾಧ್ಯ ? ಪ್ರಾರಂಭದಿಂದ ಕೊನೆಯತನಕವೂ ಲಿಂಗಭೇದದ ಸುಳಿಯೊಳಗೇ ಇರುವಾಗ ಈ ಅರಿವು ಬರಹದಲ್ಲಿ ಕಾಣಿಸಿಕೊಳ್ಳದಿರಲು ಸಾಧ್ಯವೆ ?

ಪ್ರಶ್ನೆ : ಬರೆಯುವಾಗ ಓದುಗರನ್ನು ದೃಷ್ಟಿಯಲ್ಲಿಟ್ಟುಕೊಂಡು ಬರೆಯುತ್ತೀರಾ ?

ಚಂದ್ರಿಕಾ : ಓದುಗರಿಗೋಸ್ಕರ ಬರೆಯುವುದು ಹೌದು. ಓದುಗರು ಯಾರೂ ಇಲ್ಲವೆಂದಾದರೆ ಯಾರು ಬರೆಯುತ್ತಾರೆ ? ಓದುಗರು ಇರುವುದರಿಂದಲೇ ತನ್ನ ಬರಹದ ಮೂಲಕ ತನ್ನ ಆತ್ಮಶೋಧನೆ ಮಾಡಿಕೊಳ್ಳಲು ಪ್ರತಿಯೊಬ್ಬ ಬರಹಗಾರ್ತಿಯೂ ಪ್ರಯತ್ನಿಸುತ್ತಾಳೆ. ತನ್ನ ಬರಹವು ತನ್ನ ಆತ್ಮಶೋಧನೆ ಮಾಡಿಕೊಳ್ಳುವಲ್ಲಿ ಸಹಾಯಕ ವಾಗಬಲ್ಲುದು ಎಂಬ ಹಂಬಲವೂ ಅದರ ಹಿಂದೆ ಇರಬಹುದು.

ಪ್ರಶ್ನೆ : ಹಾಗಿರುವಾಗ ಪ್ರತ್ಯೇಕವಾದ ಗುರಿಗಳನ್ನು ಸಾದಿಸುವಲ್ಲಿ ಪ್ರಚಾರಕ್ಕಾಗಿ ಬರವಣಿಗೆಯನ್ನು ಉಪಯೋಗಿಸಿಕೊಳ್ಳಲು ಸಾಧ್ಯವೆ ?

ಚಂದ್ರಿಕಾ : ಯಾವುದನ್ನಾದರೂ ಪ್ರಚಾರ ಮಾಡಲಿಕ್ಕೋಸ್ಕರ ಬರೆಯುವುದು ಕಷ್ಟ. ನನ್ನ ಬರಹಗಳಲ್ಲಿ ಮೂಡುವುದು ಸಮಸ್ಯೆಗಳ ಬಗ್ಗೆ ನನಗಿರುವ ಕಾಳಜಿಯಾಗಿರಬಹುದು. ನನ್ನ ಬದುಕಿನಲ್ಲೂ, ನನ್ನ ಸಂಬಂಧಗಳಲ್ಲೂ ನನ್ನನ್ನು ಸಂತೋಷಪಡಿಸುವ, ನಾನು ಅನುಭವಿಸುವ, ನಾನು ಎದುರಿಸುವ, ನಾನು ಕನಸುಕಾಣುವ ಅನೇಕ ವಿಚಾರಗಳು ಇರಬಹುದು. ಇವು ನನ್ನ ಮನಸ್ಸನ್ನು ತಟ್ಟಿದಾಗ, ಆಳವಾಗಿ ಸ್ಪರ್ಶಿಸಿದಾಗ, ಅದನ್ನು ಇತರರಿಗೆ ತಿಳಿಸಬೇಕೆಂಬ ಆಗ್ರಹ ನನ್ನಲ್ಲಿ ಉಂಟಾದಾಗ ಅವು ಬರಹದ ಮೂಲಕ ಹೊರಗೆ ಬರುತ್ತವೆ. ಹಲವು ಬಾರಿ ನನ್ನನ್ನು ಆ ಥರ ಆಳವಾಗಿ ಸ್ಪರ್ಶಿಸಿದ ವಿಚಾರಗಳು ಬರೇ ನನ್ನೊಬ್ಬಳ ಅನುಭವ ಮಾತ್ರ ಆಗಿರ ಬೇಕೆಂದೇನೂ ಇಲ್ಲ. ನನ್ನಂತಿರುವ ಹಲವರಿಗೆ ಅವೇ ಅನುಭವಗಳು ಉಂಟಾಗಿರಬಹುದು. ಒಂದು ಅನುಭವದ ಬಗ್ಗೆ ನಾನು ಬರೆದಾಗ ಅದು ಕೇವಲ ನನ್ನ ಅನುಭವ ಮಾತ್ರವಾಗಿ ಉಳಿದಿರುವುದಿಲ್ಲ. ಸಮಾಜದಲ್ಲಿ ಇನ್ನು ಯಾರು ಯಾರದೋ ಅನುಭವಗಳು ಮತ್ತು ಸಂದೇಹಗಳಾಗಿ ಅವರಲ್ಲಿ ಲೀನವಾಗಿಬಿಡುತ್ತವೆ. ಹಾಗೆ ಪ್ರಚಾರಕ್ಕಾಗಿ ಬರೆಯುವುದಲ್ಲ, ಬದಲಾಗಿ ಬರೆದಾಗ ತನ್ನಿಂತಾನಾಗಿ ಅದು ಪ್ರಸರಿಸುತ್ತದೆ.

ಪ್ರಶ್ನೆ : ಸ್ಪಷ್ಟವಾದ ಕೆಲವು ಉದ್ದೇಶಗಳನ್ನಿಟ್ಟುಕೊಂಡು ಬರೆಯುವಾಗ ಕೆಲವು ವಿಚಾರಗಳನ್ನು ಪ್ರಜ್ಞಾಪೂರ್ವಕವಾಗಿ ಅಡಗಿಸಬೇಕಾಗಿಬರುತ್ತದಲ್ಲವೆ ? ಉದಾಹರಣೆಗೆ 'ಪರಿಯಿರಙ್ಙಿ ಪೋಯ ಪಾರ್ವತಿ' (ಮೆಟ್ಟಲಿಳಿದು ಹೋದ ಪಾರ್ವತಿ)ಯನ್ನು ಒಂದು ಸ್ತ್ರೀ ವಿರೋಧಿ ನಿಲುವಿನ ಕಥೆಯಾಗಿ ತೆಗೆದುಕೊಳ್ಳಬಹುದು. ಆ ರೀತಿಯ ಒಂದು ಕಥೆ ಬರೆಯಲು ತಾನೊಬ್ಬ ಸ್ತ್ರೀವಾದಿ ಎಂದು ಹೇಳಿಕೊಳ್ಳುವವರಿಗೆ ಸಾಧ್ಯವಾಗಲಾರದು. ಹಾಗಿರುವಾಗ ಒಂದು ಭಾಗವನ್ನು ಮಾತ್ರವೇ ನೋಡುತ್ತೀರಿ ಎಂದು ಹೇಳಬೇಕಾಗಿ ಬರುವುದಿಲ್ಲವೆ ?

ಚಂದ್ರಿಕಾ : ಹಾಗೆ ಒಂದು ವೇಳೆ ನಡೆದರೂ ಕೂಡಾ ಅದೊಂದು positive discrimination ಆಗಿರುತ್ತದೆ. ಬರೆಯಬೇಕಾದ್ದು ಹೇಗೆ ಎಂಬುದನ್ನು ಸ್ವತಃ ನಿಶ್ಚಯಿಸುವ ಅಧಿಕಾರ ಬರಹಗಾರರಿಗಿದೆ. ಸ್ತ್ರೀವಾದಿ ಎಂಬ ನೆಲೆಯಲ್ಲಿ ದೃಢವಾಗಿ ನಿಂತುಕೊಂಡು ಬರೆಯುವುದು ಕಷ್ಟವೆಂದೇ ಹೇಳಬೇಕು.

ಪ್ರಶ್ನೆ : ಕಷ್ಟಕರವೆಂದು ಹೇಳಲು ಕಾರಣವೇನು ?

ಚಂದ್ರಿಕಾ : ಸ್ತ್ರೀವಾದಿ ಎಂದರೆ ಒಬ್ಬ ಕ್ರಾಂತಿಕಾರಿ. ಆ ಕಾರಣದಿಂದಲೇ ಇವತ್ತು ಅವರು ಸಮಾಜದಲ್ಲಿ ಇರುವ ಪುರುಷಾಧಿಪತ್ಯ ಮೂಲಗಳನ್ನು ಪ್ರಶ್ನಿಸುವ ಮತ್ತು ಬುಡಮೇಲು ಮಾಡಬಯಸುತ್ತಾರೆ. ಅವರಿಗೆ ಎಂದೂ ಸಮಾಜದ ರಕ್ಷಣೇ ಸಿಗುವುದಿಲ್ಲ. ಕೇರಳದಲ್ಲಿ ಇವತ್ತು ವಿಮರ್ಶಾರಂಗದಲ್ಲೂ, ಪ್ರಶಸ್ತಿ ಸಮಿತಿಗಳಲ್ಲೂ, ಇತರ ಅಧಿಕಾರ ಸ್ಥಾನಗಳಲ್ಲೂ ಇರುವುದು ಪುರುಷಾಧಿಪತ್ರವೇ ಆಗಿದೆ. ಆದ್ದರಿಂದ ಎಷ್ಟು ಒಳ್ಳೆ ಸಾಹಿತಿಯಾದರೂ ಸ್ತ್ರೀವಾದಿಗಳನ್ನು ಬದಿಗೆ ತಳ್ಳಿ ಅಥವಾ ಕಡೆಗಣಿಸಿ ಅವರ ವಿರುದ್ಧ ಸೇಡು ತೀರಿಸಿಕೊಳ್ಳುತ್ತಿದ್ದಾರೆ.

ಪ್ರಶ್ನೆ : 'ಮಹಿಳಾ ಸಾಹಿತ್ಯ' ಎಂಬ ಶಬ್ದ ಪ್ರಯೋಗವನ್ನು ಒಪ್ಪುತ್ತೀರಾ ?

ಚಂದ್ರಿಕಾ : ಖಂಡಿತವಾಗಿಯೂ ಒಪ್ಪುತ್ತೇನೆ ಅದರ ಎಲ್ಲಾ ಅರ್ಥಸಾದ್ಯತೆಗಳನ್ನೂ. ಹೆಣ್ಣು ಬರೆದದ್ದನ್ನು ಬದಿಗೆ ಸರಿಸಿ ಕಡೆಗಣಿಸುವ ಪ್ರಯತ್ನದ ಒಂದು ಭಾಗವಾಗಿ ನಾನು ಮಹಿಳಾ ಸಾಹಿತ್ಯವನ್ನು ಕಾಣುವುದಿಲ್ಲ. ಬರವಣಿಗೆಯ ಮೂಲಕ 'ತನ್ನತನ'ವನ್ನು ಹೆಣ್ಣು ಸ್ಥಾಪಿಸಿಕೊಳ್ಳುತ್ತಾಳೆ. ಬರವಣಿಗೆಯ ಪ್ರಧಾನವಾಹಿನಿ ಎಂದೆಲ್ಲ ಹೇಳುತ್ತಾರಲ್ಲ ? ಈ ಪ್ರಧಾನವಾಹಿನಿಯನ್ನು ತೀರ್ಮಾನಿಸುವುದು ಯಾರು ?

ಪ್ರಶ್ನೆ : 'ಮಹಿಳಾ ಸಾಹಿತ್ಯ' ಎಂಬ ಲೇಬಲ್ ಬರುವಾಗಲೇ ಅದನ್ನು ಸಾಹಿತ್ಯದ ಸಾಮಾನ್ಯವಾಹಿನಿಯಿಂದ ಬೇರ್ಪಡಿಸುವುದೇ ಉದ್ದೇಶವಾಗಿತ್ತು. ಭಾಷೆಯಲ್ಲಿ ಸಾಮಾನ್ಯವಾಗಿ 'ಹೆಣ್ಣು' ಎನ್ನುವ ಶಬ್ದಕ್ಕೆ ಅಂತಹ ಎತ್ತರದ ಸ್ಥಾನವಂತೂ ಇಲ್ಲ. ಅದರಿಂದಲೇ ಮಹಿಳಾ ಸಾಹಿತ್ಯಕ್ಕೆ ಮಾನ್ಯತೆ ಇದೆ ಎಂಬುದನ್ನು ಸ್ಪಷ್ಟಪಡಿಸುವ ಅಗತ್ಯ ಬರುವುದಿಲ್ಲವೆ ?

ಚಂದ್ರಿಕಾ : 'ಹೆಣ್ಣು' ಎನ್ನುವ ಪದ ಯಾವುದೇ ರೀತಿಯಿಂದಲೂ ಕೀಳು ಎಂಬ ಬಾವನೆ ನನಗೆ ಇದುವರೆಗೆ ಬಂದಿಲ್ಲ. ಅಂತಹ ಒಂದು ಅನಿಸಿಕೆಯಲ್ಲೇ ಭಾಷೆಯ ಅಧಿಪತ್ಯದ ಸ್ವರೂಪ ಸ್ಪಷ್ಟವಾಗುತ್ತದೆ. 'ಹೆಣ್ಣಿ'ನಲ್ಲಿ ಗೌರವವಿಲ್ಲ. ಆದರೆ ಹೆಣ್ಣು ಗೌರವಾನ್ವಿತೆಯಾಗಿದ್ದಾಳೆ. 'ಪೆಣ್ಣ್' ಅನ್ನುವುದು ಅಚ್ಚ ಮಲಯಾಳ ಪದ. 'ಸ್ತ್ರೀ' ಸಂಸ್ಕೃತ ಜನ್ಯ ಪದ. ಭಾಷೆಯ ಅಧಿಪತ್ಯವನ್ನು ನಾವಿಲ್ಲಿ ಕಾಣುತ್ತೇವೆ. ಮೊದಲೆಲ್ಲ 'ನನ್ನ ಹೆಂಗಸು ಹೆತ್ತಳು' ಎಮದು ಪ್ರೀತಿಯಿಂದ, ಹೆಮ್ಮೆಯಿಂದ ನಮ್ಮ ಜನರು ಹೇಳುವುದು 'ನನ್ನ wifeನ delivery ಆಯ್ತು' ಅಂತ. ಪದೇ ಪದೇ ಬದಲಾಗುವ ಭಾಷಾಧಿಪತ್ಯಕ್ಕೆ ಓಳ್ಳೆಯ ಉದಾಹರಣೆ ಇದು. 'ಹೆಣ್ಣು' ಎನ್ನುವ ಪದದೊಳಗೆ ನಾವೀಗ ಪ್ರೀತಿ-ಸ್ನೇಹದ ಭಾವನೆಗಳನ್ನು ತಿರುಗಿ ತುಂಬಿಸಿಕೊಳ್ಳಬೇಕಾಗಿದೆ.

ಪ್ರಶ್ನೆ : ಅದು ಸುಲಭ ಅನ್ನುತ್ತೀರಾ ?

ಚಂದ್ರಿಕಾ : ಸುಲಭ ಹೌದೋ ಅಲ್ಲವೋ ಎಂಬುದು ಪ್ರಶ್ನೆಯಲ್ಲ. ಅದು ಆಗಲೇಬೇಕು. ಕೆಲವು ವಿಚಾರಗಳ ಬಗ್ಗೆ ಸ್ತ್ರೀಯರು ಚೆನ್ನಾಗಿ ಯೋಚಿಸಿ ನೋಡಬೇಕು. ಉದಾಹರಣೆಗೆ ಇದುವರೆಗೆ ಸ್ತ್ರೀಯರ ಚರಿತ್ರೆ ಬರೆಯಲ್ಪಟ್ಟಿಲ್ಲ. ಜನಸಾಗರದ ಸ್ವಾತಂತ್ರ್ಯ ಚಳುವಳಿಯಲ್ಲೂ

ಸ್ತ್ರೀಯರು ಪಾತ್ರವಹಿಸಿದ್ದರು ಎಂಬುದಕ್ಕೆ ದಾಖಲೆಯಿಲ್ಲ. ಇವತ್ತು ಸ್ತ್ರೀವಾದಿಗಳು ದಾಖಲೆ ಮಾಡದೇ ಉಳಿದ ಆ ಚರಿತ್ರೆಯ ವಿಚಾರಗಳನ್ನು ಹುಡುಕಿ ಹಿಡಿಯಲು ಬಹಳಷ್ಟು ಪ್ರಯತ್ನ ಮಾಡುತ್ತಿದ್ದಾರೆ. ಆ ರೀತಿಯ ಹುಟುಕಾಟ-ಪತ್ತೆ ಹಚ್ಚುವಿಕೆಯ ಮೂಲಕ ಎಷ್ಟೋ ವಿಚಾರಗಳನ್ನು ತಿಳಿದುಕೊಳ್ಳಬೇಕಾಗಿದೆ. ಎಲ್ಲೆಲ್ಲಿ ಸ್ತ್ರೀಯರು ಮತ್ತು ಅವರ ಪಾಲ್ಗೊಳ್ಳುವಿಕೆಯನ್ನು ಕಡೆಗಣಿಸಿ ಅಪಮಾನಿಸಲಾಗಿದೆಯೋ ಅಲ್ಲೆಲ್ಲ ಈ ಅರಿವು ಮೂಡುವುದು ಅತ್ಯಗತ್ಯ. ಕರಾರುಪತ್ರದ ಪುನರ್ನವೀಕರಣದ ಮೂಲಕ ಕಳಪೆಯೆಂದು ಕಡೆಗಣಿಸಲ್ಪಟ್ಟ ಎಲ್ಲದಕ್ಕೂ ಉತ್ತಮ ಗುಣಮಟ್ಟವಿದೆಯೆಂದು ಸಾಧಿಸಿ ತೋರಿಸಬೇಕಾಗಿದೆ. 'ಮಹಿಳಾ ಸಾಹಿತ್ಯ'ವೆಂಬ ಪದ ಪ್ರಯೋಗಕ್ಕೂ ಇದು ಅನ್ವಯಿಸುತ್ತದೆ.

ಪ್ರಶ್ನೆ :'ಮಹಿಳಾ ಸಾಹಿತ್ಯ'ದಲ್ಲಿ ಅದು ಸ್ವಲ್ಪ ಕಡಿಮೆ ಗುಣಮಟ್ಟದ್ದೆಂಬ ಧ್ವನಿ ಇಲ್ಲವೆ ?

ಚಂದ್ರಿಕಾ : ಖಂಡಿತ ಇಲ್ಲ. ಅದು ಬಹಳ ಸಮಗ್ರವೂ, ಶಕ್ತವೂ, ಸಮರ್ಥವೂ ಆದ ಒಂದು ಹೆಸರು. ದೌರ್ಬಲ್ಯದ ಒಂದೇ ಒಂದು ಚಿಹ್ನೆ ಆ ಪದಗಳಲ್ಲಿಲ್ಲ. ಅದು ಸಮಗ್ರ ಸಾಹಿತ್ಯಕ್ಕಿಂತ ಒಂದಷ್ಟು ಮುಂದೆಯೇ ಇದೆ. ಹೊಸ ರೂಪ, ಆಶಯ ಹಾಗೂ ಅಭಿವ್ಯಕ್ತಿ ತಂತ್ರಗಳಿಂದ ಸಾಹಿತ್ಯದ ಬೇರುಗಳನ್ನೇ ಅಲುಗಾಡಿಸುವ ಶಕ್ತಿ 'ಮಹಿಳಾ ಸಾಹಿತ್ಯ'ಕ್ಕಿದೆ.

ಪ್ರಶ್ನೆ : ಕೌಟುಂಬಿಕ ಜೀವನದಲ್ಲಿ ಸೋತ ಸ್ತ್ರೀಯರು ಬರವಣಿಗೆಗೆ ಇಳಿಯುತ್ತಾರೆ ಎಂಬ ಒಂದು ಅಭಿಪ್ರಾಯವಿದೆ. ಆ ಕುರಿತು ನೀವೇನು ಹೇಳುತ್ತೀರಿ !

ಚಂದ್ರಿಕಾ : ಈ ರೀತಿಯ ಅಭಿಪ್ರಾಯಗಳಿಗೆ ಮಿತಿಮೀರಿದ ಅಸೂಯೆಯೇ ಕಾರಣ. ಬೇರು ಕಳಚಿಕೊಂಡು ನಿಂತಿರುವ ಮರದ ತುದಿಯಲ್ಲಿ ನಿಂತಿರುವುದು ಕಷ್ಟತಾನೆ ? ಅಂತಹ ಸ್ಥಿತಿಯಲ್ಲಿ ಕಾಣಿಸುವ ಅಸ್ವಸ್ಥತೆ ಈ ರೀತಿಯ ಅಭಿಪ್ರಾಯಗಳ ಮೂಲಕ ವ್ಯಕ್ತವಾಗುತ್ತದೆ. ಕೌಟುಂಬಿಕ ಬದುಕಿನ ಪರಿಕಲ್ಪನೆ ಎಲ್ಲರಲ್ಲೂ ಒಂದೇ ರೀತಿ ಇರಬೇಕಾಗಿಲ್ಲ. ಪದ್ಮನಾಭನ್ ಅವರ ಕುಟುಂಬದ ಪರಿಕಲ್ಪನೆ ಏನೆಂದು ನನಗೆ ಗೊತ್ತಿಲ್ಲ. ನಾನು ಮತ್ತು ನನ್ನ ಸ್ನೇಹಿತ, ಪದ್ಮನಾಭನ್ ಅವರ ಪರಿಕಲ್ಪನೆಗಿಂತ ಬಹಳ ಮುಂದೆ ಸಾಗಿಬಿಟ್ಟಿದ್ದೇವೆ. ಅಧಿಕಾರದ ಚಿಹ್ನೆಗಳಿಲ್ಲದ ಒಂದು ಸುಂದರ ಬದುಕನ್ನು ನಾವು ಸಾಗಿಸುತ್ತಿದ್ದೇವೆ. ಪದ್ಮನಾಬನ್‌ರಂತಹ ಒಬ್ಬ ವ್ಯಕ್ತಿಗೆ ನಮ್ಮನ್ನು ಅರ್ಥಮಾಡಿಕೊಳ್ಳುವುದು ಸಾಧ್ಯವೇ ಇಲ್ಲ. ಬೇರೆ ಬೇರೆ ವ್ಯಕ್ತಿಗಳ ಕುಟುಂಬದ ಪರಿಕಲ್ಪನೆ ಬೇರೆ ಬೇರೆಯಾಗಿರುವಾಗ ಅದರೊಳಗಿನ ಆಸೆ-ನಿರಾಸೆ, ಸೋಲು-ಗೆಲುವುಗಳ ಬಗ್ಗೆ ಮಾತನಾಡುವ ಯಾವುದೇ ರೀತಿಯ ಅಧಿಕಾರ ಅವರಿಗಿಲ್ಲ.

❖

ಗೀತಾ ಹಿರಣ್ಯನ್

1956ರಲ್ಲಿ ಕೊಟ್ಟಾರಕ್ಕರದ ಸಮೀಪದ ಕೋಟ್ಟವಟ್ಟದಲ್ಲಿ ಹುಟ್ಟಿದರು. ಸರಕಾರಿ ಕಾಲೇಜಿನಲ್ಲಿ ಪ್ರಾಧ್ಯಾಪಕಿಯಾಗಿದ್ದರು. 'ಒಟ್ಟ ಸ್ನಾಪ್ಪಿಲ್ ಒದುಕ್ಕಾನಾವಿಲ್ಲ ', ಒರು ಜನ್ಮ ಸತ್ಯಂ, ಅಸಂಘಟಿತ, ಇನಿಯುಂ ವೀಡಾತ್ತ ಹೃದಯತ್ತಿಂಡೆ ಕಡಂ ಇತ್ಯಾದಿ ಕೃತಿಗಳನ್ನ ರಚಿಸಿದ್ದಾರೆ. ಕವಿ ಮತ್ತು ವಿಮರ್ಶಕರಾದ ಕೆ. ಕೆ. ಹಿರಣ್ಯನ್ ಇವರ ಪತಿ. 2003 ಜನವರಿ 2 ರಂದು ತ್ರಿಶ್ಶೂರಿನಲ್ಲಿ ನಿಧನರಾದರು.

ಪ್ರಾಸ್ತಾವಿಕ

ಸಣ್ಣ ಕಥೆಯಲ್ಲಿ ಹಾಸ್ಯದ ಅಲೆಗಳೂ ಲಘುವಾಗಿ ಪ್ರವಹಿಸಲಾರಂಭಿಸಿದ ಕೂಡಲೇ ಅದು ಗೀತಾ ಹಿರಣ್ಯರ ಸೃಷ್ಟಿಯೆಂದು ಖಚಿತವಾಗಿ ಹೇಳಬಹುದು. ಗೀತಾರ ಕಥೆಗಳಲ್ಲಿ ಗಾರ್ಡನರ್ 'ಗಿಡದಪ್ಪ' 'ಆದರೆ ಚೂಡಿದಾರ್ ಧರಿಸಿದ ಗರ್ಭಿಣಿ 'ಕಡಲ್ಗುದುರೆ'ಯಾಗಿರುತ್ತಾಳೆ. ಹೆಣ್ಣು ನೋಡಲು ಬರುವವರು 'ಚಹಾ ಕುಡುಕರು'. 'ಗೂಡಿನಲ್ಲಿ ಮಲಗಿದ ಪಾರಿವಾಳವನ್ನು ನೋಡಿದಾಗ ಒಂದು ಕಥಾಪಾತ್ರದ ಪ್ರಶ್ನೆ : 'ಅಯ್ಯೋ, ಈ 'ಪುಣ್ಯಾತ್ಮನನ್ನು ಹಿಡಿದು ಗೂಡಿನಲ್ಲಿ ಹಾಕುವುದೇಕೆ ?' ಎಂದು. ಆದರೆ ಗೀತಾರ ಕತೆಗಳ ಹಾಸ್ಯ ಭ್ರಮರಗಳು ಹಾರಿ ಮೇಲೇರುವುದು ನೋವಿನ ಆಳಗಳಿಂದಾಗಿದ್ದವೆ ? ವಾಸ್ತವದಲ್ಲಿ, ಸುಂದರವಾದ ರೆಕ್ಕೆಗಳನ್ನು ಬಿಚ್ಚಿ ಕುಲುಕುಲು ನಗುವ ಕಥಾಶಲಭಗಳು ಕಥೆಗಾರ್ತಿಯ ಮನಸ್ಸಿನ ದುಃಖವನ್ನು ಆಕಾಶದ ವೈಶಾಲ್ಯದಲ್ಲಿ ವಿಲೀನಗೊಳಿಸುತ್ತಿದ್ದವೆ ? ಬದುಕಿನ ಪರಾವಲಂಬನ–ಪರಿಮಿತಿಗಳನ್ನು ಹಾಸ್ಯದ ಕನ್ನಡಕದ ಮೂಲಕ ನೋಡುವುದರ ಬಗ್ಗೆ ಕೇಳಿದಾಗ ಗೀತಾ ಹೇಳಿದ್ದರು : "ಬೇಡ. ಹ್ಯಾಸದ ಕನ್ನಡಕವನ್ನು ತೆಗೆದು ಬದಲಾಯಿಸಿ ಗಾಂಭೀರ್ಯದ ಕನ್ನಡಕವನ್ನು ಹಾಕಿಕೊಂಡು ನಾವು ಈ ಬದುಕನ್ನು ನೋಡಿದೆವು ಅಂತಲೇ ಇಟ್ಟುಕೊಳ್ಳಿ. ಆಗ ಈ ಬದುಕಿನ ಪರಾವಲಂಬನೆ–ಪರಿಮಿತಿಗಳನ್ನು ಬದಲಾಯಿಸಲಿಕ್ಕಾಗುತ್ತದೆಯೆ ? ಇಲ್ಲವೆಂದಾದರೆ ನಗುನಗುತ್ತಾ ತಮಾಷೆ ಹೇಳುತ್ತಾ ಕಳೆಯುವುದಲ್ಲವೇ ಉತ್ತಮ ?" ಹೌದು. ಸಣ್ಣ –ಪುಟ್ಟ ದುಃಖಗಳನ್ನು ಹುಡುಕುತ್ತ ಅವುಗಳ ಹಿಂದೆ ಹೋಗಿ ಅವುಗಳನ್ನು ಹಿಡಿದು ಅಪ್ಪಿಕೊಂಡು ಅಳುತ್ತಾ ಕಳೆಯುವವರಿಗೆ ಗೀತಾ ಹಿರಣ್ಯನ್‌ರವರ ಸದಾ ನಗುತ್ತಿರುವ ಹೂವಿನಂತೆ ಅರಳಿದ ಮುಖ ಮತ್ತು ಅವರ ಕತೆಗಳು ಎಚ್ಚರಿಕೆಯ ಕರೆ ನೀಡುತ್ತವೆ. ಬರಹಗಾರರಿಗೆ ವಿಳಾಸವಲ್ಲ ಮುಖ್ಯ, ಅವರಲ್ಲಿ ನಿಜವಾದ 'ಬರವಣಿಗೆ' ಇದೆಯೇ ಎಂಬುದು ಮಾತ್ರ ಪ್ರಸ್ತುತವೆಂದು ತಿಳಿದಿದ್ದ ಲಲಿತಾಂಬಿಕಾ ಅಂತರ್ಜನಂರವರ ಮೊಮ್ಮಗಳು ಎಂಬ ವಿಳಾಸವನ್ನು ಒಮ್ಮೆಯೂ ಉಪಯೋಗಿಸದ ಅವರೆಂದರು : ನಿಜವಾದ ಬರವಣಿಗೆಯ ವಿಳಾಸಕ್ಕಾಗಿ ನಾನು ಇದುವರೆಗೆ ಪ್ರಯತ್ನಿಸಿದ್ದೇನೆ. ಸಿಕ್ಕಿದೆ ಎಂದು ಹೇಳಲಾರೆ. ಸಿಕ್ಕಬಹುದು ಅಂತಲೂ ಹೇಳಲಾರೆ."

ಗೀತಾ ಹಿರಣ್ಯನ್‌ರ ಸ್ನೇಹಪೂರ್ಣ ವ್ಯಕ್ತಿತ್ವವೂ ಮನಸ್ಸಿಗೆ ಮುದನೀಡುವ ಅವರ ಕಥೆಗಳೂ ಇವತ್ತು ಕೇವಲ ನೆನಪು ಮಾತ್ರ ! ದುಃಖಿಸಲು ಬೇಕಾದಷ್ಟು ಕಾರಣಗಳಿದ್ದರೂ ಕೊನೆಯ ಕ್ಷಣಗಳ ತನಕವೂ ಗೀತಾ ಛಲದಿಂದ ನಕ್ಕರು. ಮಾತುಗಳ ಜತೆಗೆ ಆಟವಾಡಿದ ಗೀತಾರ ನಾಲಿಗೆಯ ತುದಿಯಿಂದ ಮಾತುಗಳನ್ನೆಲ್ಲ ಒರೆಸಿ ಬದಿಗೆ ಸರಿಸಿ, ಅದಕ್ಕೆ ಬದಲಾಗಿ ಅಲ್ಲಿ ಹುರಿದುಮುಕ್ಕುವ ನೋವು ಮತ್ತು ಗಾಢವಾದ ಮೌನಗಳು ಪ್ರತಿಷ್ಠಾಪನೆಗೊಂಡದ್ದು ವಿಧಿಯ ವಿನೋದವಾಗಿರಬಹುದು. ಹೇಳಲು ಪ್ರಯತ್ನಿಸಿದ ಮಾತುಗಳೆಲ್ಲವೂ ಅಮೂರ್ತತೆ ಯಲ್ಲಿ ಹಾರಿ ಹೋಗಿ ಆಕಾರ ಕಳೆದುಕೊಂಡಗ ಒಂದು ಪೊಉಟ್ಟ ಮಗುವಿನ ದೈನ್ಯತೆಯಿಂದ ಗೀತಾ 'ಅಮ್ಮಾ, ಅಮ್ಮಾ' ಎಂದು ಕರೆದ್ದು ಈಗಲೂ ಕಣ್ಣಿಗೆ ಕಟ್ಟಿದಂತಾಗಿ ನನ್ನ ಗಂಟಲು ಉಬ್ಬಿಕೊಳ್ಳುತ್ತದೆ. ಆದರೆ ಆಗಲೂ ಒದ್ದೆಯಾಗಿದ್ದು ನನ್ನ ಕಣ್ಣಾಲಿಗಳು ಮಾತ್ರ ಆಗಿದ್ದವು. ಆ ನಂತರ ನಾನು ಕೇಳಿದ ಪ್ರಶ್ನೆಗಳಿಗೆ ವಾಕ್ಯಗಳ ಮೂಲಕ ಕಡೆದು ಕೊಟ್ಟ ಈ ಉತ್ತರಗಳು, ಅಕ್ಷರಗಳಲ್ಲಿ ಅವರು ಬರೆದುಕೊಟ್ಟದ್ದಾಗಿದ್ದವು. ಕಥೆಗಳಲ್ಲಿ ಕಾಣುವ ಹಾಗೆ ಈ ಉತ್ತರಗಳಲ್ಲೂ ಗೀತಾರ ನಿಷ್ಕಳಂಕ; ನಿರ್ಮಲ ಮತ್ತು ತಿಳಿಹಾಸ್ಯದಿಂದ ಕೂಡಿದ ಬೆಳ್ಳಿಗೆಜ್ಜೆಯ ದನಿಯನ್ನು ಕೇಳಬಹುದು. ಸಾವು ಕೈಬೀಸಿ ಕರೆಯುತ್ತಿರುವುದು ಅರಿವಿಗೆ ಬಂದನಂತರವೂ ಕಣ್ಣೀರು-ಬೆವರು ನೀರಿನ ಕಹಿ-ಒಗರುಗಳನ್ನು ನುಂಗಿಕೊಂಡು ಕೊನೆಯ ತನಕವೂ ನಿರರ್ಗಳವಾಗಿ ಚಿಮ್ಮಿದ ಕಥೆಯ ಚಿಲುಮೆಗೆ ನಮಸ್ಕಾರ.

ಭಾವನೆಗಳಿಗೆ ಸಾವಿದೆಯೆ ? ಅನಂತತೆಯ ವೈಶಾಲ್ಯಗಳಲ್ಲಿ ಅವು ಪುನಃ ಅರಳಲಾರವೆ ? ಅಳಿಸಿಹೋದ ಕಲ್ಪನೆಗಳ ಮಾಂತ್ರಿಕ ಸೃಷ್ಟಿಗಳಲ್ಲವೇ ಕಣ್ಣುಕುಕ್ಕುವ ನಕ್ಷತ್ರಗಳು, ಅರಳಿ ನಗುವ ಹೂಗಳು, ಉತ್ಸಾಹದಿಂದ ಹಾರಾಡುತ್ತಿರುವ ಹಕ್ಕಿಗಳಲ್ಲ ? ಗೀತಾ ಹಿರಣ್ಯನ್‌ರವರ ಪ್ರೀತಿಯ ಸ್ಪರ್ಶವು ಬೆಳ್ಳನೆಯ ಬೆಳದಿಂಗಳಾಗಿ ಮಲಯಾಳಿಗಳನ್ನು ತಬ್ಬಿ ಸಂತೈಸುತ್ತಿರಲಿ ಅವರ ಸಾವಿಲ್ಲದ ಕಥೆಗಳಲ್ಲೂ ಸಹ !

ಕಥೆ

ಅಸಂಘಟಿತೆ

ಸ್ವಲ್ಪವೂ ಗಾಳಿಯಿಲ್ಲದ ಒಂದು ಸಂಜೆ ಹೊಗೆಯ ಬಣ್ಣ. ರೈಲು ಸೇತುವೆಯನ್ನು ದಾಟುತ್ತಿತ್ತು. ಗಾಢಾಂಧಕಾರವು ಮರದ ಹಲಗೆಯಂತೆ ಕಪ್ಪಾಗಿ ಮಲಗಿದ ನದೀತೀರ ನದಿಯಲ್ಲಿ ಆಳವಿಲ್ಲದ ಒಂದ ಜಾಗದಲ್ಲಿ ಅಂಗಾತ ಮಲಗಿದ ಒಬ್ಬ ಹುಡುಗ ನೋಡಿದರೆ ಬುದ್ಧಿಮಾಂದ್ಯನಂತಿದ್ದಾನೆ. ಗಾಡಿಯತ್ತ ಕೈಬೀಸಿ, ಸಾಲದ್ದಕ್ಕೆ ಬಲಗೈಯನ್ನು ತುಟಿಗೆ ಮುಟ್ಟಿಸಿ ಒಮದು ಚುಂಬನವನ್ನೆಸೆದ.

ರೈಲಿನೊಳಗೆ ಕಿಟಕಿ ಬದಿಯಲ್ಲಿ ಕುಳಿತು ಸ್ಮಿತಾ ಎಣಿಸಿದಳು. ತೃಪ್ತಿಯಾಯಿತು. ಒಂದು ಚುಂಬನ ಸಿಕ್ಕಿದೆ ಎನ್ನು ನಾನು ಮನೆಯತನಕ ಧೈರ್ಯದಿಂದ ಹೋಗಬಹುದು.

ತಕ್ಷಣ ಆಕೆಗೆ ಸಂದೇಹವಾಯಿತು. ಅಲ್ಲ, ಆ ಚುಂಬನ ಅವಳ ಕಿಟಕಿಯ ನೇರಕ್ಕೇನೇ ಹಾರಿ ಬಂತೆ ? ಛಿ ! ಛಿ ! ಅದು ಯಾಕೆ ವಿಶೇಷವಾಗಿ ತನ್ನೆಡೆಗೆ ಬರಬೇಕು ? ಈ ಗಾಡಿಯಲ್ಲಿ ಬೇರೆ ಹೆಣ್ಣು ಮಕ್ಕಳ್ಯಾರೂ ಇಲ್ಲವೆ ? ಅಥವಾ ತಾನು ಆ ಜಾತಿಗೆ ಸೇರಿದ ಒಬ್ಬ ಹೆಣ್ಣೆಂದು ಆ ಹುಡುಗ ಯೋಚಿಸಿರಬಹುದೆ ? ನೋಡಿದ ಕೂಡಲೇ ಇವಳು ಎಂಥವಳೆಂದು ಹೇಳುವ ಲಕ್ಷಣಗಳು ತನ್ನಲ್ಲಿವೆಯೆ ? ಮೈಮೇಲಿನ ಬೆಲೆಬಾಳುವ ಬಟ್ಟೆಗಳಿಗೆ, ಕೂದಲಿಗೆ ಸಿಕ್ಕಿಸಿದ ಕ್ಲಿಪ್ಪುಗಳಿಗೆ, ಅಲಂಕಾರಿಕ ಚಪ್ಪಲಿಗಳಿಗೆ ಮತ್ತು ಶ್ರೀಮಂತಿಕೆಯನ್ನು ಸೂಚಿಸುವ ಬಂಗಾರದ ಮೈಬಣ್ಣಗಳಿಗೆ ಯಾವುದನ್ನೂ ಅಡಗಿಸಲುಬಾರದು.

ನಡುಗಿದಳು.

ಸಾಮಾನ್ಯವಾಗಿ ಕಿಟಕಿಯ ದೃಶ್ಯಗಳನ್ನು ನೋಡುತ್ತ ಆಕೆ

ಪ್ರಯಾಣದ ಬೇಜಾರು, ಒಬ್ಬಂಟಿತನ ನೂಕು ನುಗ್ಗಲು, ಗಲಾಟೆಗಳಿಂದ ದೂರವಿರುತ್ತಿದ್ದಳು. ಆದರೆ ಇವತ್ತು ಮನಸ್ಸಿಗೆ ಇಂತಹ ಒಂದು ಸಂದೇಹವನ್ನು ಮೆಲುಕು ಹಾಕಲು ಕೊಡುವುದರೊಂದಿಗೆ ಪ್ರಕೃತಿ ದೃಶ್ಯಗಳ ಬಗೆಗಿನ ಮೋಹ ಹಿಂದಕ್ಕೆ ಸರಿಯಿತು.

ರೈಲಿನಿಂದಿಳಿದಾಗ ಮಳೆ. ಬೇಕೆನಿಸಿದರೆ ಮಳೆಯಲ್ಲಿ ನಡೆಯಬಹುದು. ಪರವಾಗಿಲ್ಲ. ಆದರೆ, ಈ ಕಾಲುಗಳಿಗೇನು ಮಾಡಬಹುದು ? ಗಾಡಿಯ ಚಕ್ರಗಳು ಉತ್ತ ಹೊಸಕಿದ ಕೆಂಪುಮಣ್ಣಿನ ರಸ್ತೆಯಲ್ಲಿ, ಚಪ್ಪಲಿಗಳು ಕೆಸರಲ್ಲಿ ಹೂತು 'ಪಿಸ್...ಕ್... ಪಿಸ್...ಕ್...ಎಂದು ಶಬ್ದ ಮಾಡುತ್ತವೆ. ಆಗ ಚಪ್ಪಲಿಯೊಳಗೆ ಸೇರಿಕೊಂಡ ಕೆಸರಲ್ಲಿ ಪಾದಗಳೂ ಎಸ್...ಕುತ್ತವೆ.

ಕಷ್ಟ ಅಷ್ಟೇನಾ ? ಸರಿಯಾಗಿ ಅದೆ ಹೊತ್ತಿಗೆ ಮಳೆಗಾಲದಲ್ಲಿ ಚರ್ಮ ಕೊರೆದು ಒಳಗೆ ಪ್ರವೇಶಿಸುವ ಪರ ಭಕ್ಷಕ ಹುಳಗಳ ನೆನಪಾಗುತ್ತದೆ ಸಚಿತ್ರವಾಗಿ.

ಏನಿದ್ದರೂ ದಾರಿಯುದ್ದಕ್ಕೂ ಚಪ್ಪಲಿಯಿಂದ ಪಿಸ್...ಕಿ..., ನೆನಪು ಮಾತ್ರದಿಂದಲೇ ಚಿಗುಪ್ಸೆ ತರಿಸುವ ಪಾಠಗಳನ್ನು ಪಠಿಸುತ್ತ ಮನೆಗೆ ತಲುಪಲು ಸ್ಮಿತಾ ಹತ್ತು ಮಿನಿಟು ತೆಗೆಜುಕೊಂಡಳು.

ಮೊದಲಿಗೆ ಕಾಲು ಚಪ್ಪಲಿಗಲನ್ನು ತಿಳಿನೀರಲ್ಲಿ ತೊಳೆದುಕೊಂಡಳೆ. ಆ ನಂತರ ಹೊರಜಗಲಿಯಲ್ಲಿ ಆಶ್ರಯ ಪಡೆದಿದ್ದ ಕೋಳಿಗಳನ್ನ ಆಡಿಸಿದಳು.

ಥೂ... ನೋಡಿಲ್ಲಿ ! ಜಗಲಿಯಲ್ಲೆಲ್ಲ ಹಿಕ್ಕೆಮಾಆಡಿ ಗಲೀಜು ಮಾಡಿಹಾಕಿವೆ ! ಕೊಕ್ಕಿನ ಕೆಳಗೆ, ಗಾಳಿಯೂದಿ ಕೆಂಪಾದ ಬೆಲೂನುಗಳ ಹಾಗೆ ನೇತಾಡುವ ಜುಟ್ಟನ್ನು ಆಡಿಸುತ್ತ ಹುಂಜ ಕೊಕ್ಕೊಕ್ಕೋ ಎಂದು ಅವಳನ್ನು ಕರೆಯಿತು.

ಸದ್ದು ಕೇಳಿ ಬೈಯುತ್ತ ಗೊಳಗುತ್ತ ಅಮ್ಮ ಬಾಗಿಲು ತೆರೆದಳು.

"ಯಾಕೆ ಇಷ್ಟು ತಡ ?"

ಓಹೋ ! ಎಲ್ಲಾ ಕಡೆಗೂ ಸಮಯಕ್ಕೆ ಸರಿಯಾಗಿ ಹೋಗಿಬರಲು ಅಮ್ಮ ನನಗೊಂದು ಪುಟ್ಟ ವಿಮಾನ ತೆಗೆಸಿಕೊಟ್ಟಿದ್ದಾಳಲ್ಲ ? ಮಾತನಾಡದೆ ಮುಖ ಗಂಟುಹಾಕಿ ಅವಳು ಬಡಗು ಕೋಣೇಗೆ ಹೋದಳು. ಆಕೆಗೆ ಬಹಳ ಪ್ರಿಯವಾದ ಜಾಗವದು. ವಸ್ತುಗಳನ್ನೆಲ್ಲ ಚಲ್ಲಾಪಿಲ್ಲಿ ಕೂಡಿಹಾಕಿ ತುಂಬಿಸಲ್ಪಡದ ಒಂದು ಜಾಗ. (ಬಿಸ್ಕಿಟ್‌ನಷ್ಟು ದಪ್ಪವಿರುವ ಎರಡು ಹತ್ತಿಯ ಹಾಸಿಗೆಗಳೂ, ಹಗಲು ಹೊತ್ತು ಸುತ್ತಿಟ್ಟುಕೊಂಡಿರುವ ಕಾವಿಬಣ್ಣದ. ಆನೆಕಾಲುಗಳ ಮಂಚ, ವಾರ್ನಿಷ್ ಮಾಡದ ಒಂದು ಹಳೆಯ ಮೂರಡಿ ಎತ್ತರದ ಅಲಮಾರಿ ಟಿ.ವಿ.ಯನ್ನು ಅದರ ಮೇಲೆ ಪ್ರತಿಷ್ಠಾಪಿಸಲಾಗಿತ್ತು. ಬಟ್ಟೆ ಹಾಕಲೆಂದು ಅಡ್ಡಕಟ್ಟಿದ ಬಿದಿರಕೋಲು ಒಳಗಿದ್ದ ಸಾಮಾನುಗಳು ಅಷ್ಟೆ. ಆದರೂ ಅಲ್ಲಿ ಕುಳಿತು ಕಳೆಯುವ ಕ್ಷಣಗಳಲ್ಲಿ ಆಕೆ ಅತ್ಯಂತ ಹೆಚ್ಚು ಸ್ವಸ್ಥ ಮನಸ್ಕಳಾಗಿರುತ್ತಾಳೆ.

ಟಿ.ವಿ.ಯ ವಯರನ್ನು ಗೋಡೆಯ ಮೇಲಿನ ಪ್ಲಗ್ಗಿಗೆ ಊರಿ ಒತ್ತಲೆಂದು ಕೈ ಹೋಗುವಾಗ ಆಕೆಯ ಕಂಕುಳಿಂದ ಬೆವರಿನ ವಾಸನೆ ಮೂಗಿಗೆ ಹೊಡೆಯಿತು. ಸ್ನಾನ ಮಾಡಬೇಕು. ಹ್ಞುಂ, ಸ್ವಲ್ಪ ಹೊತ್ತು ಕಳೆಯಲಿ.

ಟಿ.ವಿ.ಯಲ್ಲಿ ಚಿತ್ರಗಳು ಬರಲಾರಂಭಿಸಿದ ಕೂಡಲೇ ಒಂದು ಲೋಟ ಚಹ ತೆಗೆದುಕೊಮಡು ಬಂದ ಅಮ್ಮ ಬೈದಳು. "ಏನೇ, ರಾತ್ರಿಯಾಗುತ್ತಿದೆ, ಗೊತ್ತಾಗಲ್ವೆ ?" ಟಿ.ವಿ. ನಿಲ್ಲಿಸಿ ಮೈತೊಳೆದುಕೊಳ್ಳಲು ಹೋಗು, ಎಂಬುದು ರಾತ್ರಿಯಾಗುತ್ತದೆ ಎಂಬುದರ ಅರ್ಥ.

"ಈ ಚಹ ಒಂದು ಕುಡಿದು ಮುಗಿಸುತ್ತೇನೆ." ಹಾಗೆ ಹೇಳಿದರೂ ಅವಳು ಯಾವಾಗಲೂ ಕುಡಿಯುವ ಹಾಗೆ ನಿಧಾನವಾಗಿಯೇ ಚಹ ಕುಡಿದಳು. ಟಿ.ವಿ. ನೋಡುತ್ತಲೇ ಇವತ್ತು ಸಂಜೆ, ಎಪ್ಪತ್ತರ ಬ್ಲಾಕ ಅಂಡ್ವೈಟ್ ಮಲಯಾಳ ಸಿನಿಮಾ ನಾಯಕಿಯರ ಹಾಗೆ ಡ್ರೆಸ್ ಮಾಡಿಕೊಂಡು ಅಚ್ಚುಕಟ್ಟಾಗಿ ಕಾಣಿಸಿಕೊಳ್ಳಬೇಕೆಂದು ಆಕೆ ಯೋಜನೆ ಹಾಕುತ್ತಿದ್ದಳು.

ಆದರೆ, ಬದಲಾಯಿಸಿ ಉಟ್ಟುಕೊಳ್ಳಲು ಅಮ್ಮ ಒಮ್ಮೆ ದೇವಸ್ಥಾನಕ್ಕೊಮ್ಮೆ ಉಟ್ಟು ತಿರುಗಿ ಮಾಡಚಿಟ್ಟಿದ್ದ ಕಪ್ಪು ಕಂಬಿಯ ವೇಷ್ಟಿ ತೆಗೆದುಕೊಂಡದ್ದೇ ಗಲಾಟೆ ಶುರುವಾಯಿತು.

"ಓ, ಇನ್ನು ಅದನ್ನುಟ್ಟು ಮೆರೀಬೇಕೂಂತಲಾ ?"

"ಯಾಕಮ್ಮಾ ಹಾಗಂತೀ ?"

"ನೆಲಗುಡಿಸುವ ಹಾಗೆ ಉಟ್ಟು ಅದನ್ನು ದಾರಿಯಲ್ಲಿ ಹೇಲು-ಸಗಣಿಗಳ ಮೇಲೆ ಎಳೆದು ಹಾಳು ಮಾಡೋದಂತಲಾ ? ಅದನ್ನಲ್ಲಿ ಇಡು"

ಸಿಟ್ಟಿನಿಂದ ಆ ಸೀರೆಯನ್ನು ಸೊಂಟದಿಂದ ಎಳೆದು ತೆಗೆದು ಬಟ್ಟೆಹಾಕುವ ಕೋಲಿನ ಮೇಲೆ ಹಾಕಿದ ಸ್ಮಿತಾ ಗೊಣಗಿದಳು : "ಈಗ ಎಲ್ಲರ ಮನೆಗಳಲ್ಲೂ ಪಾಯಖಾನೆ ಎಲ್ಲ ಇದೆ. ಪಂಚಾಯತ್‌ನಿಂದ ಧನಸಹಾಯವೂ ಸಿಗುತ್ತದೆ. ಆರೂ ದಾರಿಯಲ್ಲೇನೂ ಗಲೀಜು ಮಾಡುವುದಿಲ್ಲ."

ಅಮ್ಮನಿಗೆ ನಗು ಬಂತು. ಅದು ಅಮ್ಮನ ಒಂದು ಗುಣ. ಸಿಟ್ಟು ಬಂದಾಗಲೂ ನಗುತ್ತಾಳೆ.

ಮಳೆ ನಿಂತಿತ್ತು. ಆದರೆ ಕೆರೆಯ ಮೆಟ್ಟಲುಗಳು ಒದ್ದೆಯಾಗಿದ್ದವು. ಬದಲಾಯಿಸಲಿಕ್ಕೆ ತೆಗೆದುಕೊಂಡು ಹೋದ ಬಟ್ಟೆಗಳನ್ನು ಒಗೆಯುವ ಕಲ್ಲಿನ ಮೇಲೆ ಇಡಲು ಉದಾಸೀನ ಮಾಡಿ ಸ್ಮಿತಾ ಅದನ್ನು ಎದೆಗೊತ್ತಿಕೊಂಡು ಮೇಲಿನ ಮೆಟ್ಟಲಲ್ಲಿ ನಿಂತಳು.

ಮಳೆಯೆಂದೂ ಹೇಳಲಾಗದು. ಬಿಸಿಲೆಂದೂ ಹೇಲಲಾಗದು. ಒಬ್ಬಾಕೆ ಒಂದು ಕಾಲನ್ನು ನೀರಲ್ಲಿಯೂ ಇನ್ನೊಂದು ಶಾಲನ್ನು ಒಂದನೇ ಮೆಟ್ಟಲಲ್ಲಿಯೂ ಇಟ್ಟು ನಿಮತು ಬಟ್ಟೆಗಳನ್ನು ನೀರಲ್ಲಿ ಬಡಿದು ಹಿಂಡುತ್ತಿದ್ದಳು. ಕಲ್ಯಾಣಿ ದೊಡ್ಡಮ್ಮ.

"ಹ್ಞೂಂ, ಇಳಿ" ಹಿಂದಿನಿಂದಲೇ ಮೆಟ್ಟಲುಗಳನ್ನಿಳಿಯುತ್ತ ಅಮ್ಮ ಹೇಳಿದಳು.

"ಅದರದ್ದು ಸ್ನಾನ ಮುಗಿಯಲಿ" ಬೇರೆಯವರ ಮುಂದೆ ಬಟ್ಟೆ ಕಳಚಿ ಬದಲಾಯಿಸಲು ಅವಳಿಗೆ ಸಂಕೋಚವಾಗುತ್ತದೆ. ಒಂದೆರಡು ಮಕ್ಕಳನ್ನು ಹೆತ್ತ ಹೆಂಗಸರ ಮುಂದೆ ಒಂಥರಾ ನುಂಗುವ ನೋಟ ಅವರದು" ಗುಟ್ಟಾಗಿ ಮನಸ್ಸಿನಲ್ಲೇ ಶರೀರ ಭಾಗಗಳ ಹೋಲಿಕೆ ನಡೆಯುತ್ತದೆ. ಹೆರಿಗೆ-ಹಾಲೂಡಿಸುವಿಕೆಗಳ ನಂತರ ತನ್ನ ದೇಹದಲ್ಲಾದ ಮಾರ್ಪಾಟುಗಳನ್ನು ಆಕೆ ಕನ್ಯೆಯರ ದೇಹದೊಂದಿಗೆ ಇಟ್ಟು ನೋಡುತ್ತಾಳೆ.

"ಇಳಿ. ರಾತ್ರಿಯಾಗುತ್ತ ಬಂತು" ಅಮ್ಮ ಪುನಃ ಹೇಳುತ್ತಾಳೆ.

ಮಳೆಗಾಲದ ಜಲಾಶಯಗಳು. ಅವಕ್ಕೆ ಕಣ್ಣು ಕುಕ್ಕುವ, ನನ್ನ ಬಳಿಗೆ ಇಳಿದು ಬಾ, ಬಾ, ಎಂದು ಆಸೆ ಬರಿಸುವ ಒಂದು ಬಣ್ಣವಿದೆ. ಸೀದಾ ಹಾರಿ ಮುಳುಗಿದರೆ ಹೇಗೆ ? ಹಿತವಾದ ಒಂದು ನಡುಕವು ದೇಹದಾದ್ಯಂತ ಅವಳನ್ನು ಆವರಿಸಿಕೊಂಡು ಹೊಡೆದೆಬ್ಬಿಸುತ್ತದೆ. ಹೆಂಗಸರ ಜತೆಗೆ ಕೊಳವು ತುಂಟಾಟವಾಡುತ್ತದೆ. ಕೈಯೆತ್ತಿ ಕರೆಯುತ್ತದೆ. ಅದರ ಆಸೆಯಿಮದ ಅವಸರವಸರವಾಗಿ ದಾವಣಿಯನ್ನು ಎದೆಯತನಕ ಬಿಗಿದು ಕಚ್ಚೆಕಟ್ಟಿ ಸ್ಮಿತಾ ನೀರಿಗಿಳಿದಳು. ಎರಡೂ ಕೈಗಳನ್ನು ಜೋರಾಗಿ ಬೀಸಿ ಒಗೆದು ನೀರಿನ ಮೇಲೆ ತಾಳ ಬಡಿಯುತ್ತ ತಲೆಯನ್ನು ಎರಡೂ ಬದಿಗಳಿಗೆ ವಾಲಿಸಿಕೊಂಡು ಈಜಾಡತೊಡಗಿದಳು.

ಒಂದು ಕೈಯಿಂದ ತಾಳ ಬಡಿಯುವಾಗ ಧಾನು ತರಿಂ ತಕ.

ಇನ್ನೊಂದು ಕೈಯಿಂದ ಬಡಿಯುವಾಗ ಧಿತ್ತ ಧನುಂ ತಿರಿ.

ಹಾಗೆ.

ಆಚೆ ದಡದಲ್ಲಿ ಹೂಗಳಿಂದ ತುಂಬಿಕೊಂಡಿದ್ದ ತೆಚ್ಚಿ ಪೊದರುಗಳ ತನಕ ಒಂದು ಜಲಕ್ರೀಡೆ. ಯಾವಾಗ ಬೇಕಾದರೂ ಕಿತ್ತು ಬೀಳಬಹುದಾದ ಸ್ಥಿತಿಯಲ್ಲಿದ್ದ ಕಲ್ಲುಗಳನ್ನು ಹಿಡಿದು ತಿರುಗಿನೋಡುವಾಗ, ಸರಿಯಾಗಿ, ದೊಡ್ಡಮ್ಮ ಆಚೆ ದಡದಲ್ಲಿ ಮೂರನೇ ಮೆಟ್ಟಲಿನ ಎಡ ಅಂಚಿನಲ್ಲಿ ಕುಕ್ಕರಗಾಲಿನಲ್ಲಿ ಬಗ್ಗಿ ಕುಳಿತು ಉಚ್ಚೆ ಹೊಯ್ಯುತ್ತಿದ್ದಾಳೆ. ಒಂದೋ ಅದರ ಉಚ್ಚೆ. ಇಲ್ಲದಿದ್ದರೆ ನೀರೊಳಗೆ ನಿಂತು ಅಂಡು ತೊಳೆಯುವುದು. ಎರಡರಲ್ಲಿ ಒಂದನ್ನು ನೋಡದೆ ಹುಟ್ಟಿದ ನಂತರ ಸ್ನಾನಮಾಡಿ ಬರಲು ಸಾಧ್ಯವಾಗಿಲ್ಲ. ದರಿದ್ರ ಪೀಡೆ ! ಸ್ನಾನ ಮಾಡುವ ನೀರಿಗೆ ಉಚ್ಚೆ ಹೊಯ್ಯುತ್ತಾಳೆ. ಅಮ್ಮನ ಹತ್ತಿರ ಆಕ್ಷೇಪ ವ್ಯಕ್ತಪಡಿಸಿದರೆ ಹೇಳುತ್ತಾಳಲ್ಲ : 'ಹ್ಞೂಂ, ಹತ್ತರುವತ್ತು ವರ್ಷ ವಯಸ್ಸಾಯಿತು. ಇನ್ನು ಈಗ ಅದಕ್ಕೆ ಒಳ್ಳೆಯ ಸ್ವಭಾವ ಹೇಳಿಕೊಟ್ಟರೆ ಕಲಿಯುತ್ತಾ...?'

ಈಜಿ ಹಿಂದಿರುಗಿ ಬರುವಷ್ಟರಲ್ಲಿ ದೊಡ್ಡಮ್ಮ ಅಮ್ಮನ ಹತ್ತಿರ ತನ್ನ ಸೊಸೆಯ ಆಭರಣಗಳ ಹಿರಿಮೆಯನ್ನು ಹೇಳಿಕೊಳ್ಳುತ್ತಿದ್ದಳು.

"ಎರಡು ಪವನ ಮಾತ್ರ ಇರೋದು. ಆದರೆ, ರಾಮ ರಾಮಾ, ಅದರ ಆ ಹೊಳಪು ಏನಂತಿ ! ಅಬ್ಬಬ್ಬ ! ಪಳಪಳಾಂತ...ವ್ಹಾ !

"ಏನು ಅದರ ಹೆಸರು ದೊಡ್ಡಮ್ಮ ?"

ಸಂಭ್ರಮದಿಂದ ಅವರು ಪಾದಗಳಿಗೆ ಸೋಪುಹಚ್ಚಿ ಕಲ್ಲಿಗೆ ಹಾಕಿ ತಿಕ್ಕುವುದನ್ನು ನಿಲ್ಲಿಸಿ ಉತ್ತರಿಸಿದರು :

"ಧ್ರುವ"

ದೊಡ್ಡಮ್ಮನದ್ದು ಮಹಾಪ್ರಾಣ ಅಕ್ಷರಗಳಿಲ್ಲದ ಭಾಷೆ. ಧ್ವನಿ ಚಂದ. ಆದ್ದರಿಂದ ಅವರು

ಧ್ರುವದ ಮೂಳೆಯನ್ನು ಮುರಿದು ಬಿಸಾಕಿದರೂ ನಾವು ಖುಷಿಯಿಂದ ಕೇಳುತ್ತ ಕುಳಿತುಕೊಳ್ಳುತ್ತೇವೆ.

"ಸ್ಮಿತಾ, ನಿನ್ನೆ ತ್ರಿಶ್ಶೂರಿನಲ್ಲಿ ಒಂದು ಮೆರವಣಿಗೆ ಏನಾದರೂ ಇತ್ತಾ ?" ಒಂಥರಾ ಅಸ್ವಸ್ಥ ನಗುವಿನೊಂದಿಗೆ ಆಕೆ ಕೇಳಿದರು.

ಕೊಳದ ಮಧ್ಯೆ ಇದ್ದ ಕಲ್ಲುಕಂಬವನ್ನು ಬಳಸಿ ಹಿಡಿದು ಸ್ಮಿತಾ ಬಾಯಲ್ಲಿ ತುಂಬಿಸಿಕೊಂಡ ನೀರನ್ನು ಉಗುಳಿ ನೆಟ್ಟಗೆ ನಿಂತಳು. ಅವಳಿಗೆ ಅರ್ಥವಾಗಿಲ್ಲವೇನೋ ಎಂದುಕೊಂಡು ಅವರು ತಮ್ಮ ಪ್ರಶ್ನೆಯನ್ನು ಇನ್ನೂ ಒಂದಷ್ಟು ಬಿಡಿಸಿ ಕೇಳಿದರು : "ಹಾದರಗಿತ್ತಿಗಳ ಮೆರವಣಿಗೆ... ಥತ್ !"

(ಗಮನಿಸಿ. ಪದಲುಬ್ಧವಾದ ಮಲಯಾಳಕ್ಕೆ ಇಗೊಳ್ಳಿ 'ವೇಶ್ಯೆ' ಎಂಬುದಕ್ಕೊಂದು ಪರ್ಯಾಯ ಪದ. ಒಂದು ಗ್ರಾಮ್ಯ ಕೊಡುಗೆ ಹಾದರಗಿತ್ತಿಗಳು !

"ನಮ್ಮನೆ ಗಂಡಸ್ರು ಕೆಲಸ ಮುಗಿಸಿ ಬಂದವರೇ ಹೇಳಿದ್ರು ಈ ದರಿದ್ರಗಳಿಗೆ ನಾಚಿಕೆ ಆಗಲ್ವ ಹೀಗೆ ಸಂಗ ಕಟ್ಟಿ ಮೆರವಣಿಗೆ ಮಾಡಕ್ಕೆ ಜನ ನೋಡಿ ನಗೋದಿಲ್ವ ? ನಾಚಿಕೆಗೇಡು !"

ತಾರುಣ್ಯದಲ್ಲಿ ಬಹಳಷ್ಟು ಆಕಷರಣೀಯವಾಗಿದ್ದಿರಬಹುದಾದ ಅವರ ಕಣ್ಣುಗಳು ಬಹುಶಃ ಅವರಿಗೆ ಸೌಂದಯರದ ಕೊಡುಗೆಯ ಒಂದೇ ಒಂದು ಅಂಗ ಮುಪ್ಪಿನ ನಿತ್ರಾಣದಲ್ಲೂ ತಿರಸ್ಕಾರದಿಂದ ಹೊಳೆದವು.

ಅದು... ಮಕ್ಕಳು ಹಸಿದು ಕಂಗಾಲಾಗಿ ಮಲಗಿದಾಗ ಆ ಹೆಂಗಸರು ಪಾಪ ಏನು ಮಾಡಬೇಕು ? ಮೇಲಿಂದ ಮೇಲೆ ಸಮಸ್ಯೆಗಳು ಎರಗಿದಾಗ... ಒಂದು ವೇಳೆ ನಾವೇ ಆದರೂ...

"ಓಹೋ, ನಿನ್ನಪ್ಪ ಹತ್ತು ವರ್ಷ ಹಿಂದೆ ಪೆಟ್ಟುತಿಂದು ಓಡಿಹೋದ್ರಲ್ಲ.ಹಾಗೇಂತ ನಿನ್ನಮ್ಮ ನಿನ್ನನ್ನು ಬೆಳೆಸಿದ್ದು ಹಾಗೇನೂ ಅಲ್ಲವಲ್ಲ ?"

"ಎಲ್ಲೂ ಸೇರಿ ಕಚಕಚಾಂತ ಮಾತೋ ಮಾತು. ಅದನ್ನು ಕೇಳ್ತಾ ಬಾಯಿಬಿಟ್ಟು ನಿಲ್ಲಕ್ಕೆ ಇವಳು. ಏಯ್ ಸ್ಮಿತಾ, ಸ್ನಾನ ಮುಗಿಸಿ ಬಾರೆ ಮೇಲೆ."

ಅವಳು ಆಮೇಲೆ ಏನೂ ಹೇಳಲಿಲ್ಲ. ಮೀನಿನಂತೆ ಸ್ವಲ್ಪವೂ ಸದ್ದು ಮಾಡದೆ ನೀರಿನಲ್ಲಿ ಈಜಾಡಿದಳು.

ಸ್ನಾನ ಮುಗಿಸಿ ಕೈಯಲ್ಲಿ ಒದ್ದೆ ಬಟ್ಟೆ ನೇತಾಡಿಸಿಕೊಂಡು ಅವರು ತಿರುಗಿ ಬರುವಾಗ ಎದುರಿನಿಂದ ಇಬ್ಬರು ಯುವ ದಂಪತಿಗಳು. ನೀಟಾಗಿ ಮುಖಕ್ಷೌರ ಮಾಡಿಕೊಂಡ ಯುವಕ ನೋಡಿದರೆ ಶಾರೂಕ್ಖಾನ್‌ನ ಹಾಗೆ. ಆದರೆ ಹೆಂಡತಿ ಸಾಲದು, ದಪ್ಪ, ಸ್ವಲ್ಪವೂ ಲಕ್ಷಣವಿಲ್ಲದ ಬೊಜ್ಜು ಹೇರಿಕೊಂಡ ಮುಖ, ಮೈಕೈ ತುಂಬಿಕೊಂಡಿದ್ದರೂ ಯಾವುದೇ ಆಕರ್ಷಣೆಯಿಲ್ಲ.

ಅವರನ್ನು ಮೊದಲಬಾರಿ ನೋಡುತ್ತಿರುವುದು. ಆದರೂ ಒಂಥರಾ ಅಸೂಯೆ ಯಾಕೆ ಎಂಬುದು ದೇವರಿಗೇ ಗೊತ್ತು ಸ್ಮಿತಾ ಆ ಯುವಕ ಒಬ್ಬ ಸ್ತ್ರೀಲಂಪಟನೆಂದು ನಿರ್ಧರಿಸಿದಳು.

ಏ ಲಂಪಟ ! (ಆಕೆಯ ಸಂಬೋಧನೆಗೆ ಗಂಟಲಿಂದ ಧ್ವನಿ ಹೊರಡಲಿಲ್ಲ) ಬೇಕಾದಷ್ಟು ಸ್ತ್ರೀಯರನ್ನು ಮುಟ್ಟಿಗೆ ಹಾಕಿಕೋ. ಯಾವುದೇ ರೀತಿಯ ನಿನ್ನ ಚಾರಿತ್ರ್ಯಹನನ ಆಗಲಾರದು. ನಾನು ಅಭಯ ನೀಡಿ ಆಶೀರ್ವದಿಸುತ್ತೇನೆ (ಈ ಆಶೀರ್ವಾದಕ್ಕೂ ಶಬ್ದ ಬರುತ್ತಿಲ್ಲ)

ತನ್ನ ಆಶೀರ್ವಾದದ ಹಿಂದಿನ ವ್ಯಂಗ್ಯವನ್ನೆಣಿಸಿ ಒಳಗೊಳಗೆ ಆನಂದಿಸುತ್ತ ಆಕೆ ಮಂದಹಾಸಪೂರ್ವಕ ಅವರನ್ನೊಮ್ಮೆ ತಿರುಗಿ ನೋಡಿದಳು.

"ಯಾಕೆ, ಅವರನ್ನು ನಿನಗೆ ಗೊತ್ತೇ ?"

"ಹೌದು. ನನ್ನ ಕ್ಲಾಸಿನ ರಮ್ಯನ ಅಣ್ಣ. ಆದರ ನನ್ನ ಗುರುತು ಸಿಗಲಿಲ್ಲ." ಒಳಗಿನ ತಿರಸ್ಕಾರವನ್ನು ಸ್ವಲ್ಪವೂ ತೋರಿಸಿಕೊಳ್ಳದೆ ಅವಳು ಸುಳ್ಳು ಹೇಳಿದಳು.

ಆದರೆ ಕ್ಲಾಸಿನ ಬಗ್ಗೆ ಹೇಳಿದ್ದು ತಪ್ಪಾಯಿತು. ಅದರಿಂದ ಅವಳ ಕಾಲೇಜು, ಓದು, ಯಾರೂ ದಿಕ್ಕಿಲ್ಲದ ಅವಳನ್ನು ಓದಿಸಲು ತಾವಾಗಿ ಮುಂದೆ ಬಂದು ಸಹಾಯ ಮಾಡುತ್ತಿದ್ದ ಮಧು ಅಣ್ಣ ಎಲ್ಲರ ಬಗ್ಗೆಯೂ ಅಮ್ಮ ಮತ್ತು ದೊಡ್ಡಮ್ಮರ ಮನಸ್ಸಿನಲ್ಲಿ ಪೂರ್ವಗ್ರಹ ಹುಟ್ಟಿಕೊಳ್ಳಬಹುದೆಂದು ಭಯವಾಯಿತು. ಆದ್ದರಿಂದ ಇನ್ನಷ್ಟು ಪ್ರಶ್ನೆಗಳು ಬರುವುದಕ್ಕೆ ಮೊದಲು ಸ್ಮಿತಾ ಆಚೆ ನಡೆದುಬಿಟ್ಟಳು.

"ದೊಡ್ಡಮ್ಮ, ನಿಮಗೆ ಗೊತ್ತಾ ? ನಮ್ಮ ವಿಯ್ಯೂರು ಜೈಲಿನಲ್ಲಿ ಮಧು ಅಣ್ಣನ ಬಾಬ್ತು ಮರಗೆಣಸು, ಬಾಳೆ ಎಲ್ಲಾ ಬೆಳೇಸಕ್ಕೆ ಹೊರಟಿದ್ದಾರೆ."

ಮಧು ಅಣ್ಣ ಅವಳ ಗಾಡ್‌ಫಾದರ್ ಮಾತ್ರವಲ್ಲ. ನೇಕಾರರ ಸಹಕಾರಿ ಸಂಘದ ಸೆಕ್ರೆಟರಿಯೂ ಹೌದು. ಇಪ್ಪತ್ತೈದು ಕೋಟಿ ರೂಪಾಯಿಯ ತಪ್ಪು ಲೆಖ್ಖ ತೋರಿಸಿದ ಕಾರಣಕ್ಕಾಗಿ ಈಗ ವಿಜಿಲೆನ್ಸ್ ಕೇಸಿನಲ್ಲೂ ಇದ್ದಾರೆ.

ಆದರೆ, ಅದೇನಿದ್ದರೂ ಅಂತಹ ಒಬ್ಬ ಬಂಧೂ ಇಲ್ಲದಿದ್ದರೆ ಸ್ಮಿತಾ ಹತ್ತನೇ ಕ್ಲಾಸಿನಲ್ಲಿ ನಾನ್ನೂರ ಎಂಬತ್ತು ಮಾರ್ಕು ಪಡೆದು ಮನೆಯಲ್ಲೇ ಕುಳಿತಿರಬೇಕಿತ್ತು. ಓದು ಇಲ್ಲ. ಓದಿಲ್ಲದಿದ್ದರರೆ ಕಂಪ್ಯೂಟರಿಲ್ಲ. ಆ ಉಪಕಾರ ಸ್ಮರಣೆ ಅಮ್ಮನನ್ನು ಹೊಡೆದೆಬ್ಬಿಸಿತು.

"ಕೃತಜ್ಞತೆ ಅನ್ನೇದು ಬೇಕು ಕಣೇ... ಹಲ್ಲು ಕರಿಯುತ್ತೀ ಯಾಕೆ ?"

"ಇನ್ನೇನು ಮಾಡಲಿ ? ಆ ಕೋತಿ ಮುಸುಡಿನವನ ಬಗ್ಗೆ ಕೃತಜ್ಞತೆಯೆ ?"

"ಆದರೂ ಮಗಳೇ, ಎಷ್ಟು ಸಾವಿರ ರೂಪಾಯಿಗಳನ್ನು ಅವನು ನಿನ್ನ ಓದಿಗೆ ಅಂತ ಸುರಿದ ಹೇಳು ?" ಕೃತಜ್ಞತೆಯ ವಿಚಾರದಲ್ಲಿ ಹಿಂದೆ ನಿಲ್ಲಲು ದೊಡ್ಡಮ್ಮನೂ ತಯಾರಿಲ್ಲ.

"ಸುಮ್ಮನೆ ಏನೂ ಮಾಡಿಲ್ಲ. ಅದಕ್ಕೆ ಬೇಕಾಗಿ ನಾನೂ ದೈಹಿಕವಾಗಿ ಬೇಕಾದಷ್ಟು ಕಷ್ಟಪಟ್ಟು ದುಡಿದಿದ್ದೇನೆ."

"ಸರಿ ಹಾಗಾದರೆ" ದೂರ ಎಲ್ಲೋ ನೋಡುತ್ತ ಅಮ್ಮ ಹೇಳಿದಳು. "ಓದಕ್ಕೆ ಸಮಯವಾದರೂ ಎಲ್ಲಿತ್ತು ನನ್ನ ಮಗೂಗೆ ? ಯಾವಾಗಲೂ ಅವರ ಅಡುಗೆ ಮನೆಯಲ್ಲಿ ಬೇಯಿಸೋದೂ ಬಡಿಸೋದೂ."

"ಆದರೂ ಅವನು ತುಂಬಾ ಒಳ್ಳೆಯೋನು."

"ಒ...ಳ್ಳೆ...ಯೋ...ನು..." ಬಹಳ ಕಷ್ಟಪಟ್ಟು ಹೇಳಿದಳು ಸ್ಮಿತಾ. "ಅವನ ಒಳ್ಳೇತನಕ್ಕಿಷ್ಟು ಬೆಂಕಿ ಹಾಕ ! ಪ್ರತಿಯೊಂದರಲ್ಲೂ ಅವನಿಗೊಂದು ದುಷ್ಟತನವಿದೆ."

'ಏನೋಪ್ಪ ' ನಮಗೆ ಅದೆಲ್ಲ ಅರ್ಥ ಆಗುವುದಿಲ್ಲ ' ಎನ್ನುತ್ತ ಅವರಿಬ್ಬರೂ ಸುಮ್ಮನಾದರು. ನನಗೆ ಅಗತ್ಯಕ್ಕಿಂತ ಹೆಚ್ಚು ಅರ್ಥವಾಗತ್ತೆ ಅಂದುಕೊಳ್ಳುತ್ತ ಸ್ಮಿತಾ ಕೂಡಾ ಸುಮ್ಮನಾದಳು.

ದೊಡ್ಡಮ್ಮ ಹೋದಳು. ಒಳಗೆ ಬಂದವಳೇ ಸ್ಮಿತಾ ಟಿ.ವಿ. ಆನ್ ಮಾಡಿ ಒಳಕೋಣೇಗೆ ಒದ್ದೆಬಟ್ಟೆಯನ್ನು ಹರವಲೆಂದು ಹೋದಳು. ಓರ್ವ ಸ್ತ್ರೀ ಮೂಗಿನಿಂದ ವಾರ್ತೆಗಳನ್ನು ಓದುತ್ತಿರುವ ಶಬ್ದ. ನೋಡುವುದೇ ಬೇಡ. ಚೆನ್ನಾಗಿ ಪರಿಚಯವಿರುವ ಧ್ವನಿ. ಹೇಮಲತ.

ಬಟ್ಟೆ ಹವರಿ ಬರುವಷ್ಟರಲ್ಲಿ ಅಮ್ಮ ಟಿ.ವಿ.ಯ ಮುಂದೆ ಕುಳಿತು ತೂಕಡಿಸುತ್ತಿದ್ದಾಳೆ. ಟಿ.ವಿ.ಯ ಮುಂದೆ ಕುಳಿತು ಅಮ್ಮ ಮೂರು ಕೆಲಸಗಳನ್ನು ಮಾಡುತ್ತಾಳೆಂದು ಸ್ಮಿತಾಳಿಗೆ ಗೊತ್ತು. ಟಿ.ವಿ. ನೋಡಲಿಕ್ಕೇನೂ ಅಲ್ಲ, ನಾಮ ಜಪ ಹೇಳಲು ಕುಳಿತುಕೊಳ್ಳುವುದೆಂಬುದಾಗಿ ನಟಿಸುತ್ತಾಳೆ. ಹಣೆಯ ಮೇಲೆ ವಿಭೂತಿ ಹಚ್ಚಿ, ಜಪ ಮಾಡುತ್ತ ಬೆರಳು ಮಡಚುತ್ತಾಳೆ. ಗುಟಿಗಳು ಅಲುಗಾಡುತ್ತವೆ. ಆದರೆ ಕಣ್ಣು ಮಾತ್ರ ಸ್ಕ್ರೀನ್‌ನ ಮೇಲೆ. ಸ್ವಲ್ಪ ಹೊತ್ತು ಸ್ಕ್ರೀನಿನ ಬೆಳಕು ಕಣ್ಣಿಗೆ ಹೊಡೆದರೆ ಸಾಕು, ಕಣ್ಣು ಮಂಜಾಗಿ ನಿದ್ದೆಯೂ ಬಂದುಬಿಡುತ್ತದೆ.

ಸ್ಮಿತಾ ಒಳಗೆ ಬಂದ ಕೂಡಲೇ ಅಮ್ಮ ಕಣ್ಣು ತೆರೆದಳು. ತಪ್ಪು ಮಾಡಿದವಳಂತೆ ಬಿಟ್ಟ ನಾಮ ಜಪವನ್ನು ಮತ್ತೆ ಪ್ರಾಂಭಿಸಿದಳು.

"ಶ್ವಾ...ಯ, ಶ್ವಾ...ಯ, ಶ್ವಾ...ಯ"

"ಸಾಕು ನಿನ್ನದೊಂದು ಶ್ವಾ...ಯ. ಇದನ್ನು ಕಟ್ಟಿಕೊಂಡೇನೂ ಅಪ್ಪ ತಿರುಗಿಬರುವ ಹಾಗಾಗುವುದಿಲ್ಲ." ಸ್ಮಿತಾ ಚುಚ್ಚಿ ನುಡಿದಳು.

ಅಮ್ಮನ ಹಾಗಲ್ಲ. ಅಪ್ಪ ನೋಡಲು ಸುಂದರನಾಗಿದ್ದ.

(ಎಷ್ಟು ಚೆನ್ನಾಗಿದ್ದರೇನು. ಪ್ರೀತಿಯೆಂದರೇನೆಂದು ಗೊತ್ತಿಲ್ಲದವನು) ಅಲ್ಲದಿದ್ದರೆ ಹತ್ತು ಹನ್ನೆರಡು ವರ್ಷದ ಮಗಳನ್ನೂ ಹೆಂಡತಿಯನ್ನೂ ಬಿಟ್ಟು ಎಲ್ಲೋ ಹೋಗಿಬಿಡುತ್ತಾನೆಯೆ ?

ಬದುಕಿದ್ದಾನೆಯೇ, ಅಲಾ...?

ಟಿ.ವಿ. ನೋಡುತ್ತ ಕುಳಿತು, ಅಲ್ಲೇ ರಾತ್ರಿಯ ಊಟವೂ ಮುಗಿಸಿ ಎದ್ದಾಗ ಗಂಟೆ ಒಂಬತ್ತೂವರೆ. ಪಾತ್ರೆಗಳನ್ನೆಲ್ಲ ತೊಳೆದು ಕವುಚಿಟ್ಟು, ಮನೆಯಲ್ಲಿರುವ ದಿನಗಳಲ್ಲಿ ಅದು ಸ್ಮಿತಾಳ ಜವಾಬ್ದಾರಿ ಮನೆಯಲ್ಲಿರುವ ದಿನಗಳಲ್ಲಿ ಅದು ಸ್ಮಿತಾಳ ಜವಾಬ್ದಾರಿ ಮಲಗಲು

ಹೋಗುವಾಗ ಅಮ್ಮ ಅವಳ ಚಾಪೆಯನ್ನು ನೆಲದ ಮೇಲೆ ಬಿಡಿಸಿಟ್ಟಿದ್ದಾಳೆ. ಮಂಚದ ಮೇಲೆ ಕಾಲು ನೀಡಿ ಕುಳಿತು ಹುಳುಕು ಹಿಡಿದ ಬೆರಳುಗಳ ಎಡೆಗೆ ತೆಂಗಿನೆಣ್ಣೆ ಹಚ್ಚಿಕೊಳ್ಳುತ್ತಿದ್ದಾಳೆ. ಗೆಣಸಿನಗಡ್ಡೆಯಂತಹ ಬೆರಳುಗಳು.

ಹಳೆಯ ಕಾಲದ ಚೀನೀಯನಿಗೆ ಹೆಣ್ಣಿನ ಪಾದವೆನ್ನುವುದು ಕಾಮಸ್ಥಾನವಾಗಿತ್ತೆಂದು (ಮೂರಿಂಚಿನ ಬಂಗಾರದಸ ಲಿಲ್ಲಿಗಳು) ಆಕೆ ಕೇಳಿದ್ದಳು. ಎರಡೂ ಆಪದಗಲಣ್ನು ತಾವರೆ ಹೂಗಳನ್ನಾಗಿಸಲು ಹೆಣ್ಣು ಮಕ್ಕಳ ಹೆಬ್ಬೆರಳುಗಳ ಹೊರತಾಗಿ ನಾಲ್ಕೂ ಬೆರಳುಗಳನ್ನು ಒಳಗೆ ಮಡಚಿ ಒಳಗೊಂದು ಕಲ್ಲನ್ನೂ ಒತ್ತಿ ಇಟ್ಟು ಮಡಚಿ ಕಟ್ಟುತ್ತಿದ್ದರು. ಸಾಯುವತನಕವೂ ರಾತ್ರಿ ಹೊತ್ತು ಮಾತ್ರ ಕಟ್ಟುಗಳನ್ನು ಬಿಚ್ಚಿಡುವುದು. ಇದ್ದಷ್ಟು ಕಾವೂ ಬರೇ ನೋವು ತ್ತು ಗಾಯವಾಗಿ ಮಾಂಸವೆದ್ದ ಜಾಗದಲ್ಲಿ ಕೊಳಕು ವಾಸನೆಯಿಂದ ನಾರುತ್ತಿದ್ದ ಪಾದಗಳ ಬಗ್ಗೆ ಒಬ್ಬ ಚೀನೀಯಳು ಬರೆದಿದ್ದಾಳೆ. ಆಕಾರದಲ್ಲಿ ಅಲ್ಲದದ್ದರೂ ನಾತದಲ್ಲಾದರೂ ಚೀನೀಯಳ ಮೂರಿಂಚಿನ ಬಂಗಾರದ ಕಮಲಗಳ ಹಾಗೇ ಇದ್ದವು ಅಮ್ಮನದ್ದೂ.

ಮಂಚದ ಬದಿಯಲ್ಲಿ ಮೂಡು ದಿಕ್ಕಿನ ಗೋಡೆಯ ಮೇಲೆ ನಟರಾಜನಾದ ಶಿವನ ಚಿತ್ರವಿತ್ತು. ಬೆಳಿಗ್ಗೆ ಏಳುತ್ತಲೇ ಶುಭಶಕುನದಲ್ಲಿ ಎದ್ದು ಪ್ರಾರ್ಥಿಸಲೆಂದು ಅಮ್ಮ ಇಟ್ಟದ್ದು. ಅದರಡಿಯಲ್ಲಿ ಅಮ್ಮ ಏನನ್ನು ಅಡಗಿಸಿಟ್ಟಿದ್ದಾಳೆಂಬುದು ಸ್ಮಿತಾಗೆ ಗೊತ್ತು. ಹೇಳದೇ ಇದ್ದರೂ ಎಚ್ಚರಿಕೆಯಿಂದ ಗಮನಿಸಿದರೆ ಅದು ಪೆನ್ಸಿಲಿನಲ್ಲಿ ಬರೆದ ಒಂದು ಗಣಿತದ ಪ್ರಮೇಯ ಮತ್ತು ಅದರ ಡೇಟಾ ಕನ್‌ಕ್ಲೂಷನ್ ಎಂದು ಗೊತ್ತಾಗುತ್ತದೆ. ತೋಟದಲ್ಲಿ ಬಿದ್ದುಹೋದ ಎಳೆಯ ಗಿಡಗಳ ಲೆಕ್ಕ. ಅಣ್ಣ ಮಾಡಿಟ್ಟದ್ದು. ಅಣ್ಣ ಹೆಚ್ಚೇನೂ ಲೆಕ್ಕಗಳನ್ನು ಮಾಡಿಲ್ಲ. ಒಂಬತ್ತನೇ ತರಗತಿಯಲ್ಲಿದ್ದಾಗ ತೀರಿಕೊಂಡದ್ದರಿಂದ.

ಸ್ಮಿತಾ ಆ ಶಿವನ ಚಿತ್ರವನ್ನೊಮ್ಮೆ ದಿಟ್ಟಿಸಿ ನೋಡಿದಳು. ಸೌಂದರ್ಯ ಮತ್ತು ಶಕ್ತಿಗಳನ್ನು

ಸ್ಫುರಿಸುವ ನೀಳವಾದ ಕೈಕಾಲುಗಳೂ. ಬೊಜ್ಜಿಲ್ಲದ ಹದವಾದ ಶರೀರ. ಹಾವಿನ ಸೊಂಟಪಟ್ಟಿ. ನರ್ತನ ಮಾಡುವ ಶಿವನ ಹಾಗಿರುವ ಒಬ್ಬ ಪರಿಪೂರ್ಣ ಪುರುಷನನ್ನು ಇದುವರೆಗೆ ನೋಡಿಲ್ಲ.

ನೋಡಿದವರೆಲ್ಲರೂ ಎಂಥವರು ? ಮೇಜಿನ ಆಚೆಬದಿಯಲ್ಲಿ ಕುಳಿತಿರುವಾಗ ಸಭ್ಯರಂತೆ ಕಾಣುತ್ತಾರೆ. ಎದ್ದುನಿಂತರೆ ? ಕುಳ್ಳ ಶರೀರದ ಕುರೂಪವನ್ನು ಇನ್ನಷ್ಟು ಹೆಚ್ಚಿಸುವ ಮಡಕೆಯಂತಹ ಹೊಟ್ಟೆಯವರು. ಕೆಲವರು ತೀರಾ ಸಣಕಲು ದೇಹದವರು. ಪಂಚೆಯನ್ನು ಎತ್ತಿಕಟ್ಟಿದಾಗ ಕಾಣಿಸುವ ಸೌದೆಕೊಳ್ಳಿಯಂತಹ ಕಾಲುಗಳನ್ನು ಕಂಡರೆ ಮರುಕ ಉಕ್ಕಿಬರುತ್ತದೆ.

“ಎಲ್ಲಿ ನನ್ನ ಅಪ್ಪು ?” ಅದನ್ನು ಕೇಳಿ ಅಮ್ಮ ನಗುತ್ತ ಮಂಚದಿಂದ ದಿಂಬನ್ನು ತೆಗೆದುಕೊಟ್ಟಳು. ಡೊಳ್ಳುಹೊಟ್ಟೆಯ ಪೆಕರನಂತೆ ಉಬ್ಬಿಕೊಂಡಿದ್ದ ಅದಕ್ಕೆ ಕಳೆದವಾರ ಒಂದು ಕವರ್ ಹೊಲಿದಿದ್ದಳು. ಪಿಂಕ್ ಹೂಗಳಿರುವ ಹಳೆಯ ನೈಟಿಯ ಕೈ ಮತ್ತು ಕತ್ತನ್ನು ಹರಿದು ತೆಗೆದು ಮಾಡಿದ ಕವರು. ಈಗ ಗಾಢವಾಗಿ ಪ್ರೀತಿಸುವ ಪ್ರಿಯತಮನನ್ನು ಅಪ್ಪಿಕೊಳ್ಳುವ ಹಾಗೆ

ಎರಡೂ ಕೈಗಳಿಂದ ಗಟ್ಟಿಯಾಗಿ ಅದನ್ನು ಅಪ್ಪಿಕೊಂಡು ಮಲಗಿದಳು.

ಹೊರಜಗಲಿಯಲ್ಲಿ ಚಾಪೆ ಬಿಡಿಸುವ ಸದ್ದು ಕೇಳಿಸಿತು. ಕಾವಲು ಮಲಗಲೆಂದು ಬರುವ ಚಾಕ್ತಪ್ಪು ಬಂದಿದ್ದಾನೆ. ಕೋಣೆಯ ಬೆಳಕು ನಂದಿಸಿ ಅವಳು ಬಂದು ಮಲಗಿದಾಗ ಅಮ್ಮ ಅವಳೆಡೆಗೆ ಮಗ್ಗುಲು ಬದಲಾಯಿಸಿ ಅವಳನ್ನು ಮುಟ್ಟಿ ಕೇಳಿದಳು.

"ನೀನು ಮಧೂನ ಬಗ್ಗೆ ದೊಡ್ಡಮ್ಮನ ಹತ್ತಿರ ಅಥವಾ ಯಾರ ಹತ್ರಾನೂ ಏನೂ ಹೇಳಬೇಡ.. ಆಮೇಲೆ ಹೋಗಿ ಏನಾದರೂ ಚುಚ್ಚಿಕೊಟ್ಟರೆ ಕಷ್ಟ."

"ಚುಚ್ಚಿಕೊಡಲಿ. ಅವನೊಬ್ಬ ಸೈತಾನ" ಮತ್ತೆ ಅನುಮಾನಿಸುತ್ತ ಹೇಳಲೋ ಬೇಡವೋ ಅಂದುಕೊಳ್ಳುತ್ತ ಹೇಳಿದಳು. "ಈಗ ಅದೇ ಕೇಸಿನಿಂದ ಬಿಡುಗಡೆ ಹೊಂದಲಿಕ್ಕೆ ಅಂತ ನಿಶಕ್ಕನನ್ನು ಕಟ್ಟಿಕೊಂಡು ತಿರುಗುತ್ತಿದ್ದಾನೆ. ಎರಡು ಹೆತ್ತ, ಮೊಲೆಗಳೂ ಜೋತುಬಿದ್ದ ಸ್ವಂತ ಹೆಂಡತಿಯನ್ನೇ ಕಂಡವರಿಗೆ ಒಪ್ಪಿಸಲು ಹೊರಟ... ಬೇವಾರ್ಸಿ."

"ಏನುಬೇಕಾದರೂ ಮಾಡಿಕೊಳ್ಳಲಿ" ಅಮ್ಮ ದೀರ್ಘವಾಗಿ ನಿಟ್ಟುಸಿರುಬಿಟ್ಟು ಹೇಳಿದಳು : "ನೀನು ಈ ವಿಷಯಾನ ಯಾರ ಹತ್ರಾನೂ ಬಾಯಿಬಿಡ್ಬೇಡ."

ಬಾಯಿಬಿಡುವುದಿಲ್ಲ. ಅಮ್ಮನ ಹತ್ತಿರವೂ ಹೇಳಬಾರದು. ಅಥವಾ ನಾನು ಅದರ ಬಗ್ಗೆ ಹೇಳುವುದಾದರೂ, ಇಗೋ ಹೀಗೆ.

1999 ಆಗಸ್ಟ್ 28 ಭಾನುವಾರ, ತಿರುವನಂತರಪುರ.

(ಸರಿಯಾಗಿ, ಡೈರಿಯಲ್ಲಿ ದಾಖಲಿಸಿದ ಹಾಗೆ).

ಕಡಲತೀರದಲ್ಲಿನ ಸಂಜೆಯ ಣ್ಣ ಕೆಂಪಾಗಿತ್ತು. ಆದರೆ ಸಾಮಾನುಗಳಿಂ ತುಂಬಿಕೊಂಡಿದ್ದ ಆ ಹೋಟೆಲ್ ಕೋಣೇ ಕಂದುಬಣ್ಣದ ದಪ್ಪ ಪರದೆಗಳು ಮತ್ತು ಕೃತಕ ಬೆಳಕುಗಳಿಂದಾಗಿ ಮಂಜಾಗಿ, ಅಸ್ಪಷ್ಟವಾಗಿ ಕಾಣಿಸುತ್ತಿತ್ತು.

ಭೇಟಿಯಾಗಲು ಬಂದವರನ್ನು ಕಳುಹಿಸಿಕೊಡಲೆಂದು ಮಧು ಅಣ್ಣ ಹೊರಗೆಹೋದಾಗ ಸ್ಮಿತಾ ಕಿಟಕಿ ತೆರೆದಳು. ಉಪ್ಪುನೀರಿನ ಗಾಳಿ ತಾಗಿ ಕಿಟಕಿಯ ಕದಗಳು ತೇವಗೊಂಡಿದ್ದವು. ಅಂಚಿನಲ್ಲಿ ಕಷ್ಟಪಟ್ಟು ತಳವೂರಿ ಕುಳಿತ ಸ್ಮಿತಾ ಕುರ್ಚಿಯ ಕೈಗಳಿಗೂ ಉಪ್ಪು ನೀರಪಸೆ ತಾಗಿದ್ದನ್ನು ಕಂಡಳು. ಮುತ್ತು ಚಿಪ್ಪಿನ ಬಣ್ಣದ ಪಾಲಿಷ್ ಹಚ್ಚಿದ ಉಗುರುಗಳಿಂದ ಅವಳು ಅದರ ಮೇಲೆ ಗೀರಿದಳು.

ಕಡಲಿಗೆ ಇಷ್ಟು ತೀರಾ ಸಮೀಪದ ಒಂದು ಕೋಣೆಯಲ್ಲಿ ಕುಳಿತುಕೊಂಡಿದ್ದು ಇದೇ ಮೊದಲಬಾರಿಯಾಗಿತ್ತು. ಉಪ್ಪು ಗಾಳಿ, ತೇವ ಮತ್ತು ಕಡಲಿನ ಮೊರೆತ–ಏಕಾಂತ ವ್ಯಸನಿಗಳು ಒಟ್ಟಾಗಿ ಆಕೆಯನ್ನು ಸ್ಪರ್ಶಿಸಿದರು.

ಬಂಡೆಗಳ ಮೇಲೆ ಅಪ್ಪಳಿಸಿದ ಒಂದು ತೆರೆ ತಿರುಗಿಹೋಯಿತು. ಮೇಲ್ದುಟಿಗಳಿಗೆ ಅಂಟಿಕೊಂಡ ಬಿಯರ್‌ನ ನೊರೆಯ ಗುಳ್ಳೆಗಳು ಒಂದೊಂದಾಗಿ ಒಡೆಯುವಂತೆ

ಬಂಡೆಗಳಲ್ಲಿ ಉಳಿದ ನೊರೆಗಳು ಒಡೆಯತೊಡಗಿದವು. ಹಗಲು ಹೊತ್ತು ಇಡೀ ಕಡಲಿನ ಸಮೀಪವೇ ಇರುತ್ತಿದ್ದರೂ ಇಷ್ಟು ಹೊತ್ತಿನ ತನಕ ಕಡಲನ್ನು ನೋಡಿಲ್ಲ. ನೋಡಲು ಸಾಧ್ಯವಾಗಿಲ್ಲ.

ನಿಶಕ್ಕನ ಕಣ್ಣಿಗೆ ಮಣ್ಣೆರಚಿ ಕಂಪ್ಯೂಟರ್ ಕ್ಲಾಸಿಗೆಂದು ಅವಳನ್ನು ಒಂದು ಅರ್ಧ, ಅಲ್ಲದಿದ್ದರೆ ಒಂದು ಗಂಟೆಯ ಕಾಲ ತ್ರಿಶ್ಶೂರಿನ ಹೋಟೆಲ್ ಕೋಣೆಗಳಿಗೆ ಹೋಗುವಾಗ ಸಾಮಾನ್ಯವಾಗಿ ಹೇಳುತ್ತಿದ್ದ ಪ್ರೀತಿಯ ಮಾತುಗಳೊಂದನ್ನೂ ಮಧು ಅಣ್ಣ ಆಡಲಿಲ್ಲ. ಹೇಳಿದ್ದು ಬೇರೆಯೇ ಮಾತುಗಳು 'ನೀನು ಅವನಿಗೆ ಸಂತೋಷ ನೀಡಬೇಕು.' ಈ ಮೊದಲೇ ಪರಿಚಯಿಸಿದ ಇನ್ನು ಮೂವರ ವಿಚಾರದಲ್ಲೂ ಆತ ಹೇಳಿದ್ದು ಇವೇ ಮಾತುಗಳನ್ನು. ವಿಜಿಲೆನ್ಸ್‌ನ ಆ ಮೇಲಧಿಕಾರಿಗಳನ್ನು ತೃಪ್ತಿಪಡಿಸಿದರೆ ನೇಕಾರರ ಕಂಪೆನಿಯ ಹೆಸರಲ್ಲಿ ನಡೆದ ಕಾಲು ಕೋಟಿ ರೂಪಾಯಿ ವಂಚನೆಯ ಕೇಸನ್ನು ತೆಗೆದುಹಾಕತ್ತಾರೆಂಬುದು ಮಧು ಅಣ್ಣನ ಪ್ರಾಮಾಣಿಕವಾದ ಅನ್ನಿಸಿಕೆ.

ನಾಲ್ಕನೆಯವನಬ್ಬ ಸೌಮ್ಯಸ್ವಭಾವದ ಅಸಾಮಿ. ಅವಳನ್ನು ಯಾವಾಗಲೂ ಅಕ್ಕರೆಯಿಂದ ಮುದ್ದುಗರೆಯುವ ಧಾಟಿಯಲ್ಲಿ 'ಮಗೂ ಮಗೂ' ಎಂದು ಕರೆದಿದ್ದ. ಕೈಯಲ್ಲಿದ್ದ ಮೂರು–ನಾಲ್ಕು ಬಿಳಿಯ ರೋಮಗಳನ್ನು ತೋರಿಸಿ ಕೈಗೂ ಡೈ ಮಾಡಿಸುವ ದಿನಗಳು ಬಂದಿವೆ ಎಂದು ಯುವಕರನ್ನು ನಗಿಸುತ್ತಾನೆ.

ನಾಲ್ಕನೇಯವನನ್ನು ಕಳುಹಿಸಿ ಮಧು ಅಣ್ಣ ಬಂದಾಗ ಸ್ಮಿತಾ ತಿರುಗಿ ಹೋಗಲೆಂದು ಡ್ರೆಸ್ ಬದಲಾಯಿಸುತ್ತಿದ್ದಳು. ಅವಳ ಅರೆ ನಗ್ನ ಭಂಗಿ ಈಗ ಅವನನ್ನು ಸ್ವಲ್ಪವೂ ವಿಚಲಿತ ನನ್ನಾಗಿಸಲಿಲ್ಲ. ನಿಶಕ್ಕನಿಗೆ ಗೊತ್ತಾಗದ ಹಾಗೆ ಬಹಳ ಎಚ್ಚರಿಕೆಯಿಂದ ಪ್ರಣಯಕ್ಕೆ ಮೊದಲು ಮಾಡುತ್ತಿದ್ದ ಲಜ್ಜೆಗೇಡಿ ಕಾಮಲೀಲೆಗಳು. ಈಗ ಎಲ್ಲಿ ಹೋದವು ? ಓಹ್... ಲವ್ವಾ ? ಬೆಂಕಿ ಹಾಕು ನಿನ್ನ ಲವ್ವಿಗೆ...' ಎಂದು ನಿನ್ನೆ ಒದರಿದ ಇವನ ಪಾಲಿಗೆ ಪ್ರೇಮದೊಂದಿಗೆ ಕಾಮವೂ ಸುಟ್ಟುಹೋಯಿತೆ ?

ಪೆಟ್ಟಿಕೋಟು ಹಾಕಿಕೊಳ್ಳಲೆಂದು ಕೈಯಲ್ಲೆತ್ತಿಕೊಂಡು ಒಂದು ಕ್ಷಣ ಅದನ್ನು ಕೆಳಗಿಟ್ಟು ಸ್ಮಿತಾ ಮಧುವಿನತ್ತ ಬೆನ್ನುಹಾಕಿ ತೋರಿಸಿದಳು. ಅಲ್ಲಿ ಮೇಲಿಂದ ಕೆಳಗಿನ ತನಕ ನೀಳವಾಗಿ ಒಂದು ನೀಲಿಗೆರೆ.

"ಏನದು ?"

"ಮೊನ್ನೆ ಬಬಸ್ಸು ಸಡನ್ನಾಗಿ ಬ್ರೇಕ್ ಹಾಕಿದಾಗ ಹಿಂದೆ ಇದ್ದ ರಾಡಿಗೆ ಗುದ್ದಿಬಿಟ್ಟದ್ದು."

"ಅಯ್ಯೋ, ವಿಪರೀತ ನೀಲಿಯಾಗಿಬಿಟ್ಟಿದೆ."

ಇದೇ ಧಾಟಿಯಲ್ಲಿ ಸ್ಮಿತಾ ಅದನ್ನು ನಾಲ್ಕನೆಯವನಿಗೆ ಆ ಗಾಯವನ್ನು ತೋರಿಸಿದ್ದಳು. ಹೆಚ್ಚುಕಡಿಮೆ ಅಳುವ ಧಾಟಿಯಲ್ಲಿ.

"ನೋಡಿ ಸಾರ್, ಹೀಗೆಲ್ಲ ಇಲ್ಲಿಗೆ ಬರಲಿಕ್ಕೆ ಸಾಧ್ಯವಿಲ್ಲ ಅಂತ ಹಠಹಿಡಿದಾಗ ಬೆಲ್ಟ್ ತೆಗೆದು ಜೋರಾಗಿ ಹೊಡೆದ. ಸೈತಾನ"

ಸ್ವಲ್ಪ ನಾಟಕೀಯವಾಗಿ ಅಭಿನಯಿಸಿದ ಕ್ಷಣಗಳು ಆ ಉದ್ಯೋಗಸ್ಥನ ಮೇಲೆ ಪರಿಣಾಮ ಬೀರಿದವೆಂದು ಅನ್ನಿಸಿದಾಗ ಸ್ಮಿತಾಗೆ ಒಳಗೊಳಗೇ ಮಜಾ ಅನ್ನಿಸಿತ್ತು. ಜೊತೆಗೆ ಒಂದು ಕ್ಷಣ ಅವಳ ಅಭಿನಯದ ಮೂಡು ಮತ್ತು ಎಳೆತಪ್ಪಿಹೋಯಿತು. ಆದರೆ ಕಷ್ಟದಿಂದ ಹೇಗೋ ಸಾವರಿಸಿಕೊಂಡು ಮುಂದುವರೆಸಿದಳು.

"ನನಗೆ ಅಪ್ಪ ಇಲ್ಲಾ ಸಾರ್. ನನ್ನ ಅಣ್ಣನೂ ಸತ್ತುಹೋದ."

(ಖಂಡಿತ ಹೇಳುತ್ತೇನೆ. ಆಗ ಹಿಂದಿನಿಂದ ಅವಳನ್ನು ಅಪ್ಪಿಕೊಂಡ ಕೈಗಳಲ್ಲಿ ಪ್ರೀತಿ-ಕರುಣೆಗಳು ಉಕ್ಕಿದ್ದವು)

ತಾನು ಹೇಳಿದ ಎರಡು ಕಥೆಗಳ ವೈರುಧ್ಯವನ್ನೆಣಿಸಿ ಸ್ಮಿತಾ ನಕ್ಕಳು. ನಾನೀಗ ಒಬ್ಬ ಅಳುಮುಂಜಿಯಾಗುತ್ತ ಬರುತ್ತಿದ್ದೇನೆ.

ಹಾಗೆ ಕಡಲತೀರದಲ್ಲಿ ಮೂರನೇ ಜನ್ಮಕ್ಕೆ ನಾಂದಿಹಾಕಿ ಸ್ಮಿತಾ ಹಿಂತಿರುಗಿಹೋದಳು. ಹೋಗುವಾಗ ತಿರುವನಂತಪುರದಲ್ಲಿ ಅಂಗಡಿಗಳ ಬಾಗಿಲು ಮುಚ್ಚಿದ ಭಾನುವಾರ. ತೆರೆದುಕೊಂಡಿದ್ದ ಒಂದು ಬಟ್ಟೆ ಅಂಗಡಿಯಿಂದ ಮಧು ಅಣ್ಣ ಒಂದು ಚೂಡಿದಾರ್ ತೆಗೆಸಿಕೊಟ್ಟ.

ಅಚ್ಚ ಕೆಂಪುಕಲ್ಲಿನ ಬಣ್ಣ. ಅದೇ ಬಣ್ಣದ ರೇಷ್ಮೆ ನೂಲಿನಿಂದ ಮಾಡಿದ ಕಸೂತಿ. ತುಂಬಾ ಸುಂದರವಾಗಿತ್ತು. ಇಷ್ಟವೂ ಆಯಿತು. ಆದರೆ ಯಾಕೋ ಅದನ್ನು ಹಾಕಿಕೊಳ್ಳಲು ಮನಸ್ಸು ಒಪ್ಪುವುದಿಲ್ಲ.

ಆ ಬಣ್ಣ ತನಗೆ ಚೆನ್ನಾಗಿ ಒಪ್ಪುತ್ತದೆಂದು ಸ್ಮಿತಾಗೆ ಗೊತ್ತು. ಅದನ್ನು ತೆಗೆದುಕೊಳ್ಳಲು ಸುಮಾರು 25 ವರ್ಷ ವಯಸ್ಸಿನ ಸೇಲ್ಸ್‌ಮ್ಯಾನ್ ಯಾವಾಗಲೂ ಉಸಿರು ಬಿಗಿಹಿಡಿದು ನಿಮತವನಂತೆ ಮೂಗಿನ ಹೊಳ್ಳೆಗಳನ್ನು ಅರಳಿಸುತ್ತ ನಿಲ್ಲುವ ಯುವಕ ಅವಳನ್ನು ಒತ್ತಾಯಿಸಿದ.

"ಇದು ತಗೊಳ್ಳಿ. ನಿಮ್ಮ ಬಣ್ಣಕ್ಕೆ ಚೆನ್ನಾಗಿ ಒಪ್ಪುತ್ತೆ."

ತನ್ನ ಮುಂದೆ ಒಬ್ಬ ಶ್ರೀಮಂತಳಂತೆ ವೇಷ ಹಾಕಿ ನಿಂತಿರುವವಳು ಒಬ್ಬ ಮೈಮಾರುವ ಹೆಣ್ಣೆಂಬ ಸತ್ಯ ಅವನಿಗೆ ಗೊತ್ತಿಲ್ಲ. ಅದು ನೆನಪಾದಾಗ ಮೊದಲು ಅವಳ ಕಣ್ಣಲ್ಲಿ ನೀರು ಚಿಮ್ಮಿತು. ಆ ನಂತರ ಆ ಅರಿವು ಆಕೆಯಲ್ಲಿ ಧೈರ್ಯವನ್ನು ತಂದಿತು.

❖

ಸಂದರ್ಶನ

ಪ್ರಶ್ನೆ : ಸ್ವಯಂ ಅಭಿವ್ಯಕ್ತಿ ಮಾತ್ರ ನಿಮ್ಮ ಬರವಣಿಗೆಯ ಉದ್ದೇಶ ಆಗಿದೆಯೇ ಎಂಬುದರ ಬಗ್ಗೆ ಸಂದೇಹವೆನಿಸುತ್ತದೆ. ನೀವು ಯಾಕೆ ಬರೆಯುತ್ತೀರಿ ಮತ್ತು ಏನನನ್ನು ಬರೆಯುತ್ತೀರಿ ಎಂಬುದರ ಬಗ್ಗೆ ವಿವರಣೆ ನೀಡುವಿರಾ ?

ಗೀತಾ : ಸ್ವಯಂ ಅಭಿವ್ಯಕ್ತಿ ಮಾತ್ರವೇ ನನ್ನ ಬರವಣಿಗೆಯ ಉದ್ದೇಶ. ನನ್ನನ್ನೇ ಬರೆಯುವುದು ಅದು ಯಾಕೆ ಅಂದರೆ ನಮಗೆ ಎಲ್ಲಕ್ಕಿಂತ ಚೆನ್ನಾಗಿ ಗೊತ್ತಿರುವುದೂ ಬಹಳ ಕಡಿಮೆ ಗೊತ್ತಿರುವುದೂ ನಮ್ಮನ್ನೇ ಅಲ್ಲವೆ? ಆದರೂ ನನಗೆ ಬರೆಯ ಬೇಕೆಂಬ ಆಸೆಯಿರುವುದು 'ಗೊತ್ತಿರುವ ನನಗಿಂತಲೂ ಹೆಚ್ಚು 'ಗೊತ್ತಿಲ್ಲದ ನನ್ನ' ಕುರಿತಾಗಿ. ಒಂದರ್ಥದಲ್ಲಿ ಅವಳನ್ನು ಗುರುತಿಸಿ ಹಿಡಿಯಲು ನಡೆಸುವ ಪರಕಾಯ ಪ್ರವೇಶಗಳೂ, ಔದ್ಮವೇಷಗಳೂ ಗಿರುತ್ತವೆ ನನ್ನ ಎಲ್ಲಾ ಬರಹಗಳೂ. ಬರವಣಿಗೆ ನನ್ನ ಪಾಲಿಗೆ ಸ್ವಯಂ ನನ್ನನ್ನೇ ನಾನು ಓದಿಕೊಳ್ಳುವ ಒಂದು ಪ್ರಕ್ರಿಯೆ. ಆದ್ದರಿಂದ ಆ ಪ್ರಕ್ರಿಯೆಯು ಸೌಜನ್ಯರಹಿತ ನಿಷ್ಕಪಟ ಮತ್ತು ವಿನಯರಹಿತವಾಗಿರ ಬೇಕೆಂಬುದು ನನ್ನ ಇಚ್ಛೆ. ಅಂದರೆ, ಒಂದು ಥರ ಸರ್ವಶಕ್ತನ ಜ್ಞಾನವಿದ್ದ ಹಾಗೆ : ಸರ್ವಶಕ್ತ ಸುಳ್ಳು ಹೇಳುತ್ತಾನೆಯೆ? ನನ್ನ ಕಥೆಗಳೂ ಸುಳ್ಳು ಹೇಳಬಾರದು.

ಪ್ರಶ್ನೆ : ಇವತ್ತಿನ ಮಲಯಾಳ ಸಾಹಿತ್ಯವನ್ನು ತೆಗೆದು ನೋಡಿದರೆ ಬರೆಯುತ್ತಿರುವ ಹಲವರು ಕಾಲೇಜು ಪ್ರಾಧ್ಯಾಪಕರೂ- ಪ್ರಾಧ್ಯಾಪಕಿಯರೂ ಆಗಿದ್ದಾರೆ. ಉದಾಹರಣೆಗೆ ಡಾ॥ ಅಯ್ಯಪ್ಪ ಪಣಿಕ್ಕರ್, ಡಾ॥ ಚಂದ್ರಿಕಾ ಬಾಲನ್ (ಚಂದ್ರಮಿತ), ಗ್ರೇಸಿ, ಸಾರಾ ಜೋಸೆಫ್, ಡಾ॥ ವಿ. ರಾಜಕೃಷ್ಣನ್, ಡಾ॥ ನರೇಂದ್ರ ಪ್ರಸಾದ್, ಜಿ. ಎನ. ಪಣಿಕ್ಕರ್, ವಿಷ್ಣು ನಾರಾಯಣನ್ ನಂಬೂದಿರಿ, ಗುಪ್ತನ್ ನಾಯರ್ ಹೀಗೆ ಹಲವರು. ನೀವು ಕೂಡಾ ಹಾಗೇ ಅಧ್ಯಾಪಕ ವೃತ್ತಿ ಬರವಣಿಗೆಗೆ ಯಾವ ರೀತಿಯಲ್ಲಾದರೂ ಪ್ರೇರಣೆ ನೀಡುತ್ತಿದೆಯೆಮದು ನಿಮಗೆ ಅನ್ನಿಸುತ್ತಿದೆಯೆ ?

ಗೀತಾ : ಅಯ್ಯಯ್ಯೋ ! ಅದು ಯಾರು ಯಾರ ಜತೆಗೆ ನನ್ನ ಹೆಸರನ್ನು ಸೇರಿಸುತ್ತಿದ್ದೀರಿ ನಿವು ? ಉಹುಂ ! ಅದೆಲ್ಲ ಬೇಡ ಆಯ್ತಾ ? ಅವರೆಲ್ಲರಿಗಿಂತ ಎಷ್ಟೋ ಕೆಳಗಿನ ಸಾಲಿನಲ್ಲಿ ನಾನಿದ್ದೇನೆ. ಅವರೆಲ್ಲ ನನ್ನ ಗುರುಸ್ಥಾನದಲ್ಲಿರುವವರು. ಆ ಮೇಲೆ, ಅಧ್ಯಾಪಕ ವೃತ್ತಿ ನನ್ನ ಬರವಣಿಗೆಗೆ ಸಹಕಾರವಾಗಲೀ ಪ್ರೇರಣೆಯಾಗಲೀ ನೀಡಿದ್ದಿಲ್ಲ. ನಾನೊಬ್ಬ ಅಧ್ಯಾಪಕಿಯೇ ಅಲ್ಲ. ಕ್ಲಾಸ್‌ರೂಂಗಳಲ್ಲಿ ನಡೆಯವುದು ನನ್ನ ಅಸಾಮರ್ಥ್ಯದ ಪ್ರಕಟಣೆ ಅಷ್ಟೆ. ಅದಕ್ಕೆ ಇರಬಹುದೇನೋ, ಕಳೆದ ವರ್ಷವಲ್ಲ, ಅದಕ್ಕೆ ಹಿಂದಿನ ವರ್ಷ, ಕ್ಲಾಸಿನಲ್ಲೊಬ್ಬ ಪಂಡಿತ ನನ್ನನ್ನು ಕೇಳಿಯೇ ಬಿಟ್ಟ 'ಯಾಕೆ ಮೇಡಂ ನೀವು ಈ ಕೆಲಸಕ್ಕೆ ಸೇರಿದಿರಿ ?' ಅಂತ. ನಾನು ಹೇಳಿದೆ 'ಬದುಕಬೇಕಲ್ಲ, ದಿನಾಲೂ ಏನಾದರೂ ತಿನ್ನಬೇಕಲ್ಲ ?' ಆಗ ಅವನು ಪುನಃ ಕೇಳಿದ: 'ಅದಕ್ಕೆ ಇದೇ ಉದ್ಯೋಗ ಬೇಕೆಮದಿದೆಯೆ ? ಮೀನು ಮಾರುವ ಹೆಂಗಸರು ಈ ಊರಿನಲ್ಲಿ ಬದುಕುತ್ತಿಲ್ಲವೆ ?'

ನನಗೆ ನಿಜವಾಗಿಯೂ ಅಳು ಬಂದುಬಿಟ್ಟಿತು.

"ಹೌದು. ಮೀನು ಮಾರುವ ಹೆಂಗಸರೂ ಬದುಕುತ್ತಿದ್ದಾರೆ. ಆದರೆ ಮೀನು ಮಾರುವ ಹೆಂಗಸರ ಬದುಕು ಬೇಡ. ಏನು ಮಾಡಲಿ ಸಾರ್, ನಾನು ಸ್ವಲ್ಪ ಸುಖಜೀವಿಯಾಗಿಬಿಟ್ಟೆ" ಎಂದು ಉತ್ತರಿಸಿದೆ. ಆ ಮೇಲೆ ಮನಸ್ಸಿನಲ್ಲೇ ಅವನ ಮೇಲೆ ಕೋಪಿಸಿಕೊಂಡೆ. 'ನೀನು ಹೋಗಿ ಆ ಮೀನು ಮಾರುವ ಹೆಂಗಸರ ಹತ್ತಿರ ಕೇಳೋ ಅವರು ಆ ಜೀವನದಲ್ಲಿ ಪರಮಸುಖಿ ಗಳಾಗಿದ್ದಾರೆಯೇ ಅಂತ ! ಗಟ್ಟಿಯಾಗಿ ಹೇಳಲಾರೆ. ಹುಡುಗ ನನ್ನನ್ನು ಹರಿದು ತಿನ್ನಲಿಕ್ಕಿಲ್ಲವೆ ? ಆದರೂ ಅವನು ಕೇಳಿದ್ದರಲ್ಲಿ ಸತ್ಯವಿದೆ. ವಾಸ್ತವತೆಯಿದೆ. ಒಂದಲ್ಲ, ಹಲವು ರೀತಿಯಲ್ಲಿ ಅದು ವಾಸ್ತವ ನನಗಿಂತ ಹೆಚ್ಚು ಅರ್ಹತೆಯುಳ್ಳ, ಎಷ್ಟೋ ಮಂದಿ ಬುದ್ಧಿವಂತರು ಹೊರಗೆ ನಿಂತಿರುವಾಗ ಮಲಬಾರ್ ಕ್ರಿಶ್ಚಿಯನ್ ಕಾಲೇಜಿನಲ್ಲಿ ಪ್ರಥಮ ರ್‍ಯಾಂಕ್ ಮತ್ತು ಪಿ.ಎಸ್.ಸಿ.ನಲ್ಲಿ ದ್ವಿತೀಯ ರ್‍ಯಾಂಕ್ ಪಡೆದ ನನಗೆ ಕೆಲಸ ಸಿಕ್ಕಿತು. ಪಿ.ಎಸ್.ಸಿ.ನಲ್ಲಿ ಎಷ್ಟೋ ಬಾರಿ ಹೆಚ್ಚು ಕಡಿಮೆಯಾಗುವುದಿದೆ ! ನನ್ನ ತಮ್ಮ ಆಗ ಹೇಳಿದ್ದ.

ಪ್ರಶ್ನೆ : ನಿಮಗೆ ಕತೆಗಳು ಹೆಚ್ಚು ಪ್ರಿಯವೋ ಅಥವಾ ಕವಿತೆಗಳೋ ?

ಗೀತಾ : ಬೇರೆಯವರು ಬರೆದ ಕವಿತೆಗಳು ಇಷ್ಟ. ಕಥೆಗಳೂ ಇಷ್ಟ. ಅಂದರೆ ಒಳ್ಳೆಯ ಕಥೆಗಳು, ಇಷ್ಟ ಮಾತ್ರವಲ್ಲ. ತುಂಬಾ ಅಸೂಯೆ ಕೂಡಾ. ಅಸೂಯೆಗೆ ಎಲ್ಲಾದರೂ ಔಷಧಿ ಕಂಡುಹಿಡಿದರೆ ಖಂಡಿತವಾಗಿಯೂ ಡಾಕ್ಟರುಗಳು ಮೊದಲು ಟೆಸ್ಟ್ ಮಾಡಬೇಕಾದ್ದು ನನ್ನನ್ನೇ ಅನ್ನುವುದರಲ್ಲಿ ಸಂಶಯವಿಲ್ಲ.

ಪ್ರಶ್ನೆ : ಕಥೆಗಳಿಗೂ ಕವನಗಳಿಗೂ ವಸ್ತುಗಳನ್ನು ಆಯ್ದುಕೊಳ್ಳುವುದು ಹೇಗೆ ? ಮನಸ್ಸನ್ನು ತಟ್ಟಿದ ವಿಷಯಗಳನ್ನು ಕಥೆ-ಕವಿತೆಗಳಾಗಿ ಹೇಗೆ ಪರಿವತಿರಸುತ್ತೀರಿ ?

ಗೀತಾ : ಗೊತ್ತಿಲ್ಲ. ಎಲೆಗಳಲ್ಲಿ ಹರಿತ್ತು ಇದ್ದರೆ ನೀರು-ಬೆಳಕು ಸಿಕ್ಕಿದಾಗ ಗಿಡ ಮಣ್ಣು ತಿಂದು ಹಣ್ಣು ಕೊಡುವುದಿಲ್ಲವೆ ? ಹಾಗೆಯೇ, ಜಗತ್ತನ್ನು ಕಥೆ-ಕವನಗಳಾಗಿ ಪರಿವರ್ತಿಸಲು

ಬೇಕಾಗುವ ಕ್ಲೋರೋಫಿಲ್‌ನ ಅಸ್ಪಷ್ಟವಾದ ಒಂದು ಅಂಶ, ಬಹಳ, ಬಹಳ ಚಿಕ್ಕದಾದ ಒಂದು ಹಸುರನ್ನು ದೇವರು ನನ್ನ ಬುದ್ಧಿಯಲ್ಲಿಟ್ಟಿರಬೇಕು. ಆದರೆ ಅದು ಜಗತ್ತನ್ನು ಹೇಗೆ ಕತೆಯಾಗಿ ಪರಿವರ್ತಿಸುತ್ತದೆ ಎಂಬುದು ನನಗೆ ಗೊತ್ತಿಲ್ಲ.

ಪ್ರಶ್ನೆ : ಕಥೆ–ಕವಿತೆಗಳೆರಡನ್ನೂ ಒಂದೇ ರೀತಿ ಚೆನ್ನಾಗಿ ಬರೆಯುವವರು ತುಂಬಾ ಕಡಿಮೆ. ಆದರೆ ನೀವು ಅಂಥವರಲ್ಲೊಬ್ಬರು. ಈ ಭಾಷಾ ಸಾಮರ್ಥ್ಯದ ಗುಟ್ಟೇನು ?

ಗೀತಾ : ಹೌದಾ ಶ್ರೀದೇವಿ ? ನಿಜವಾಗ್ಲೂ ? ನನಗೆ ತುಂಬಾ ಖುಷಿಯಾಗುತ್ತಿದೆ... ನಿಜವಾಗ್ಲೂ ನೀವೀಗ ಹೇಳಿದ್ದು ಸತ್ಯ ತಾನೆ ? (ಇನ್ನೊಮ್ಮೆ ಹೇಳುತ್ತೀರಾ ? ನನಗೆ ಯಾರಾದರೂ ನನ್ನನ್ನು ಹೊಗಳಿದರೆ ಅದನ್ನು ಕೇಳಿದಷ್ಟೂ ತೃಪ್ತಿಯಿಲ್ಲ !)

ಪ್ರಶ್ನೆ : ನಿಮ್ಮ ಕಥೆ ಮತ್ತು ಕವಿತೆಗಳ ನಡುವೆ ತುಂಬಾ ಅಂತರವಿದೆ. ಕಥೆಗಳಲ್ಲಿ ಚಿತ್ರಿಸುವುದು ಸುತ್ತುಮುತ್ತ ಕಾಣುವ ಮನುಷ್ಯರನ್ನಾದರೆ ಕವಿತೆಗಳಲ್ಲಿ ಕಾಣುವುದು ನಿಮ್ಮದೇ ವೈಯುಕ್ತಿಕವಾದ ದುಃಖ–ಬಿಕ್ಕಳಿಕೆಗಳಲ್ಲವೆ ?

ಗೀತಾ : ಆಗಿರಬಹುದು. ನನಗೆ ಗೊತ್ತಿಲ್ಲ. ಮಾಂತ್ರಿಕನ ದಂಡವಿದೆಯಲ್ಲ ? ಕೆಲವೊಮ್ಮೆ ಆತ ದಂಡ ಬೀಸಿದಾಗ ಟೊಪ್ಪಿಯೊಳಗಿಂದ ಮೊಲ ! ಕೆಲವೊಮ್ಮೆ ಹೂವು ! ಹಾಗೆಯೇ ನನ್ನ ಮನಸ್ಸು ಕೂಡಾ. ಕೆಲವೊಮ್ಮೆ ಬರೆಯಲು ಕುಳಿತಾಗ ಅದರೊಳಗಿಂದ ಕಥೆ. ಕೆಲವೊಮ್ಮೆ ಕವಿತೆ ಅಷ್ಟೆ.

ಪ್ರಶ್ನೆ : ನಿಮ್ಮ ಕತೆಗಳಿಗಿಂತ ಸಂಖ್ಯೆಲ್ಲಿ ಕವಿತೆಗಳು ಕಡಿಮೆ. ಸ್ವಂತ ವ್ಯಕ್ತಿತ್ವ ಬಯಲಾಗಿ ಹೋಗುವುದೆಂಬ ಭಯ ನಿಮ್ಮ ಕವಿತೆಗಳು ಕಡಿಮೆಯಾಗುವುದಕ್ಕೆ ಕಾರಣವೆ ?

ಗೀತಾ : ಛೆ ! ಛೆ ! ಸ್ವಂತ ವ್ಯಕ್ತಿತ್ವವನ್ನು ಪ್ರಕಟಿಸಿಕೊಳ್ಳಲು ಭಯವೇನೂ ಇಲ್ಲಪ್ಪ ಹಾಗೆ ಪ್ರಕಟವಾದರೆ ತೊಂದರೆಯಾದರೂ ಏನು ? ನನ್ನ ಮನಸ್ಸು ನನ್ನ ಬದುಕು ಪ್ರಕಟಣೆಗೆ ಯೋಗ್ಯವಲ್ಲದಷ್ಟು ಕೆಟ್ಟದೆಂದೇ ಹಾಗಾದರೆ ? ಅದಲ್ಲ ಕವಿತೆಗಳು ಸಂಖ್ಯೆಯಲ್ಲಿ ಕಡಿಮೆ ಯಾಗಲು ಕಾರಣ. ಅವು ಸಂಖ್ಯೆಯಲ್ಲಿ ಕಡಿಮೆಯಲ್ಲ. ಪ್ರಕಟಣೆಗೆ ಕಳುಹಿಸುವುದಿಲ್ಲ ಅಂತ ಮಾತ್ರ. ಹತ್ತೋ ಹನ್ನೆರಡೋ ಸಾಲಿನ ಕವಿತೆ ಬರೆಯುವುದಕ್ಕಿಂತ ದೊಡ್ಡ ಮತ್ತು ಮಹತ್ವದ ಘೋಷಣೆಯನ್ನು ಕಥೆ ನನ್ನಿಂದ ಮಾಡಿಸುತ್ತದೆ. ಕಥೆಯಲ್ಲಿ ಎಷ್ಟೆಲ್ಲ ವಿಚಾರಗಳನ್ನು ಹೆಣೆಯಲು ಸಾಧ್ಯವಾಗುತ್ತದೆ ! ವಾತಾವರಣ, ಪಾತ್ರಚಿತ್ರಣ, ಪ್ರತಿಯೊಂದು ಪಾತ್ರಕ್ಕೆ ಬೇಕಾದ ಮುಖಭಾವ, ಪ್ರವೃತ್ತಿ, ಮಾತು, ಸ್ವಭಾವ, ಸಂಭಾಷಣಾ ವೈಖರಿ, ಕೆಲವೊಮ್ಮೆ ಬಂದು ಸೇರಿಕೊಳ್ಳುವ ರಾಜಕೀಯ, ಸಾಮಾಜಿಕ ಸಮಸ್ಯೆಗಳು : ಇವು ಎಲ್ಲವೂ ಓದುಗನ ಮೇಲೆ ಗಾಢವಾದ ಪ್ರಭಾವಬೀರಿ ಆತನನ್ನು ಹಿಡಿದಿರಿಸುವ ಸಂಗತಿಗಳು. ಅಲ್ಲದೆ, ಇವೆಲ್ಲವನ್ನು ಬರೆಯುವುದು ಸಾಮಾನ್ಯ ಓದುಗನೊಬ್ಬನ ಆಡುಭಾಷೆಯಲ್ಲಿ ಗದ್ಯದಲ್ಲಿ ಓದುವ ಯಾರಿಗಾದರೂ 'ಹ್ಞಾಂ, ನಾನೊಂದು ಕಥೆ ಬರೆದಿಟ್ಟಿದ್ದೆ. 'ಈ ನಾನು 'ಕೂಡಾ ಇದಕ್ಕಿಂತ ಚೆನ್ನಾಗಿ ಬರೆಯಬಲ್ಲೆನಲ್ಲ ಎಂದು ಅಂದುಕೊಳ್ಳುವಂತಹ ಆ ಸಂಭಾಷಣೆ ಸಾಮಾನ್ಯ

ಭಾಷೆಯಲ್ಲಿ 'ಹರಟೆ'. ಆದ್ದರಿಂದಲೇ ಎಲ್ಲರೂ ಉಪಯೋಗಿಸುವ ಅದೇ ಭಾಷೆಯನ್ನುಪಯೋಗಿಸಿ ಯಶಸ್ಸು ಪಡೆಯುವುದು ಒಂದು ಕಥೆಗೆ ಅಷ್ಟು ಸುಲಭವಲ್ಲ. ನಾನು ಹೇಳಿದುದರ ಅರ್ಥ ನಾನು ಯಶಸ್ವಿಯಾಗಿದ್ದೇನೆ ಅಂತ ಅಲ್ಲ. ದಯವಿಟ್ಟು ಹಾಗೆ ತಿಳಿದುಕೊಳ್ಳಬೇಡಿ. ಬದಲಾಗಿ, ಓರ್ವ ಅಶಕ್ತಳಾದ ನಾನು ಮತ್ತು ನನ್ನ ಕಥೆಗಳ ನಡುವೆ ಅಂತಹ ಒಂದು ಆಟ ನಡೆಯುತ್ತಿದೆ ಅಂತ ಮಾತ್ರ.

'ಹ್ಞುಂ. ಹಾಗಾದರೆ ನೀನು ಒಮ್ಮೆ ಗೆದ್ದು ತೋರಿಸು' ಎಂದು ಕಥೆ. 'ಓ ದೇವತೆಗಳೆ, ಈ ಕಥೆಯಲ್ಲಿ ನನ್ನನ್ನು ಸೋಲಿಸಿ ಟೊಪ್ಪಿ ಹಾಕದಿರಿ.' ಎಂದು ನಾನು. ಸೋತ ಅನೇಕ ಟೊಪ್ಪಿಗಳು ಇವತ್ತು ನನ್ನ ತಲೆಯ ಮೇಲಿವೆ. ಆದರೆ ನಾನು ಮತ್ತೆಯೂ ಆಟಕ್ಕಿಳಿಯುತ್ತೇನೆ. ಅದರಲ್ಲೇನೋ ಒಂಥರಾ ಖುಷಿ ನನಗೆ ಕಥೆಗಳು ಹೆಚ್ಚಾಗಲು ಕಾರಣ ಅದು.

ಪ್ರಶ್ನೆ : 'ಈಶ್ವರಂಡೆ ದ್ವೀಪ್' (ದೇವರ ದ್ವೀಪ') ಎಂಬ ಕಥೆಯಲ್ಲಿ ತುಂಬಾ ಆತ್ಮಕಥಾಂಶ ಇದೆಯಲ್ಲವೆ ?

ಗೀತಾ : 'ಈಶರಂಡೆ ದೀಪ್' ಆ ಕಾಲದ ಹೆಡುತನದಿಂದ ನಾನು ಬರೆದುಬಿಟ್ಟದ್ದು. ನಾನು ಅದರಲ್ಲಿ ಹಿಂದಿನ ಕಾಲವನ್ನು ನೆನಪಿಸಿಕೊಂಡು ದುಃಖಪಡುತ್ತೇನೆ. ಅಯ್ಯೋ ! ಒಂಟಿಯಾಗಿ ಹೀಗೆ ಬದುಕುವುದೆಂದರೆ ಮಹಾಬೋರು. ಈಗ ಅಂಥ ಒಂದು ಸ್ಥಿತಿಯನ್ನು ಊಹಿಸಲಿಕ್ಕೂ ಸಾಧ್ಯವಿಲ್ಲ. ಮನೆ ತುಂಬಾ ಮಂದಿಯೂ, ಟಿ.ವಿ., ಮ್ಯೂಸಿಕ್ ಸೆಟ್ಟೂ, ಹಾಡು–ರಾಗಗಳೂ, ಮಕ್ಕಲು–ಗಂಡ, ಸಿಕ್ಕಿದರೆ ಪ್ರೀತಿಸಲಿಕ್ಕೆ ಇನ್ನೊಬ್ಬನೂ ಹೀಗೆ ಸರ್ವಸಂಪನ್ನವಾದ ಒಂದು ಬದುಕಿನ ಬಗ್ಗೆ ನನಗೀಗ ಆಸೆ ! ಅದು ಸಾಧ್ಯವಾಗಬಹುದು ಅಂತ ಕಾಣುತ್ತದೆ. ಅಲ್ಲವೆ ?

ಪ್ರಶ್ನೆ : ಬದುಕಿನ ಪರಾವಲಂಬನೆಗಳನ್ನೂ ಪರಿಮಿತಿಗಳನ್ನೂ ಹಾಸ್ಯದ ಕನ್ನಡಕದ ಮೂಲಕ ನೋಡುವುದು ದುಃಖಗಳನ್ನು ಭಾರವನ್ನು ಇಳಿಸುವ ಉದ್ದೇಶದಿಂದಲೇ ?

ಗೀತಾ : ಬೇಡ. ಹಾಸ್ಯದ ಕನ್ನಡಕವನ್ನು ಬದಲಾಯಿಸಿ ಗಾಂಭೀರ್ಯದ ಕನ್ನಡಕ ಹಾಕಿಕೊಂಡು ಈ ಬದುಕನ್ನು ನಾನು ನೋಡಿದೆವು ಅಂತ ಇಟ್ಟುಕೊಳ್ಳೋಣ. ಆಗ ಬದುಕಿನ ಈ ಪರಾವಲಂಬನೆ–ಪರಿಮಿತಿಗಳು ಬದಲಾಗಲು ಸಾಧ್ಯವೆ ? ಇಲ್ಲ ಎಂದಾದರೆ ಮತ್ತೆ ನಗುತ್ತ ವಿನೋದವಾಗಿ ಕಾಲ ಕಳೆಯುವುದಲ್ಲವೆ ಒಳ್ಳೆಯದು ? ಜೀವಿಗಳಲ್ಲಿ ಮನುಷ್ಯರಿಗೆ ಮಾತ್ರವಲ್ಲವೇ ಕೆಲವೊಮ್ಮೆ ನಾಯಿಯೂ ಮಂಗಪ್ಪಾಜಿ ಕೂಡಾ ಹಲ್ಲುಕಿರಿಯುತ್ತವೆಯಾದರೂ ಈ ನಗುವ ವಿದ್ಯೆ ಗೊತ್ತಿರುವುದು ? ಹಾಗಿದ್ದ ಮೇಲೆ ಅದನ್ನು ಉಪಯೋಗಿಸದಿರುವುದು ಯಾಕೆ ?

ಪ್ರಶ್ನೆ : ಬಿಡುವಿಲ್ಲದ ಕೆಲಸಗಳಿಂದಾಗಿ ನೀವು ಅಡುಗೆ ಮನೆಯ ಶಾಶ್ವತವೈರಿ ಯಾಗಿದ್ದೆಂದು ಬರೆದಿದ್ದೀರಲ್ಲ ? ಕೆಲಸಗಳಿಂದ ಒಮ್ಮೆಯೂ ಬಿಡುಗಡೆ ಸಿಗುವುದಿಲ್ಲ ವೆಂಬುದೇ ನೀವು ಅಡಿಗೆ ಮನೆಯ ಕೆಲಸಗಳ ಬಗ್ಗೆ ಸಿಟ್ಟು ಮಾಡಿಕೊಳ್ಳಲು ಕಾರಣವೆ ?

ಗೀತಾ : ನನಗೆ ಅಡಿಗೆ ಮನೆಯೆಂದರೆ ಯಾವಾಗಲೂ ಇಷ್ಟಪಡುವ ಜಾಗವಲ್ಲ. ಸ್ವಲ್ಪ

ಹೊತ್ತಿನ ಮಟ್ಟಿಗೆ ಪರವಾಗಿಲ್ಲ ಅಲ್ಲಿ ಸುತ್ತಿ –ಸುಳಿದು ಕಳೆಯುತ್ತೇನೆ. ಸದಾಕಾಲವೂ ಅಲ್ಲೇ ಇರಲು ನನ್ನಿಂದಾಗದು. ಮತ್ತೆ, ಅದು ಕೇವಲ ಹೆಂಗಸರದ್ದು ಮಾತ್ರ ಕೆಲಸ ಎಂಬ ರೀತಿಯಲ್ಲಿ ಗಂಡಸರು ವರ್ತಿಸಿದರೆ ನನಗೆ ಸಿಟ್ಟು ಬರುತ್ತದೆ. ಮೊದಲಿನ ಕಾಲದಲ್ಲಾದರೆ ಗಂಡಸರು ಹೊರಗೆ ಹೋಗಿ ದುಡಿದು ಮನೆಯಲ್ಲಿರುವವಳಿಗೂ ತಂದುಕೊಡುತ್ತಿದ್ದಾಗ ಹೆಂಗಸರು ಅದನ್ನು ಬೇಯಿಸಿಹಾಕುವ ಕೆಲಸವನ್ನಾದರೂ ಮಾಡುವುದು ಬೇಡವೆ ? ಅದು ಅವರ ದಮರವಾಗಿತ್ತು. ಮನಸ್ಸಾಕ್ಷಿಯಿದ್ದವರು ಮಾಡುವ ಕೆಲಸವಾಗಿತ್ತು ಅದು. ಆದರೆ ಇವತ್ತಿನ ಸ್ಥಿತಿ ಹಾಗಲ್ಲವಲ್ಲ ? ಹೆಂಗಸರೂ ಅವರ ಹಾಗೆಯೇ ದುಡಿಯುತ್ತಾರೆ. ಕುಟುಂಬದ ಶ್ರೇಯಸ್ಸಿಗಾಗಿ ಆರ್ಥಿಕವಾದ ಬೆಂಬಲ ನೀಡುತ್ತಾರೆ. ಸಂಜೆ ಹೊತ್ತಿಗೆ ಮನೆಗೆ ಬಂದನಂತರವೂ ಹೆಂಗಸರು ಕೆಲಸ ಮಾಡಬೇಕಾಗುತ್ತದೆ. ಹಾಗಿರುವಾಗ ಅವರಿಗೆ ಮನೆಗೆಲಸಗಳಲ್ಲಿ ಸಹಾಯಮಾಡ ಬೇಕಾದುದು ಪುರುಷನ ಧರ್ಮವೂ ನ್ಯಾಯವೂ ಆಗಿರುತ್ತದೆ.

ಪ್ರಶ್ನೆ : ಇಷ್ಟು ಕಾಲದವರೆಗಿನ ಬದುಕಿನಲ್ಲಿ ನೀವು ಅತ್ಯಂತ ಚೆನ್ನಾಗಿ ಕಲಿತ ಪಾಠವೇನು?

ಗೀತಾ : ಯಾವ ಪಾಠವನ್ನೂ ಚೆನ್ನಾಗಿ ಕಲಿತು ಏನೂ ಪ್ರಯೋಜನವಿಲ್ಲ ಅನ್ನುವುದು.

ಪ್ರಶ್ನೆ : ತರಗತಿಯಲ್ಲಿ ಕಲಿತ ಮಲಯಾಳ ನಿಮ್ಮ ಬರವಣಿಗೆಯಲ್ಲಿ ಸಹಾಯ ಮಾಡಿದೆಯೆ ?

ಗೀತಾ : ಗ್ರಾಜುಯೆಷನ್ ಮಾಡಿದ್ದು ಸಯನ್ಸ್‌ನಲ್ಲಿ. ಎಂ.ಎ.ನಲ್ಲಿ ಎರಡು ವರ್ಷ ಮಾತ್ರ ನಾನು ಮಲಯಾಳವನ್ನು ಗಂಭೀರವಾಗಿ ಕಲಿಸುವ ಕ್ಲಾಸಿನಲ್ಲಿ ಕುಳಿತಿದ್ದು. ಅಷ್ಟರತನಕ ಕೆಲವು ಉಪಪಠ್ಯಪುಸ್ತಕಗಳಲ್ಲಿ ಮತ್ತು ಮಾಸಪತ್ರಿಕೆಗಳಲ್ಲಿ ಮಾತ್ರವೇ. ಓದಿದ್ದು –ಅದೂ ಕಥೆ–ಕವನಗಳನ್ನು ಮಾತ್ರ. ಅದೂ ಬಹಳಷ್ಟು ಏನಿಲ್ಲ. ಓದುವುದಕ್ಕಿಂತಲೂ ನನಗೆ ಚಿತ್ರಗೀತೆಗಳನ್ನು ಕೇಳುವುದೆಂದರೆ ಇಷ್ಟವಿತ್ತು. ಆ ಕಾಲದ ಚಿತ್ರಗೀತೆಗಳೇ ನನ್ನನ್ನು ಬರವಣಿಗೆಯತ್ತ ಕೊಂಡೊಯ್ದವು ಎಂದು ನಾನು ಖಂಡಿತವಾಗಿ ಹೇಳಬಲ್ಲೆ. ಆದ್ದರಿಂದ ಎಂ.ಎ. ತರಗತಿಯಲ್ಲಿ ಬಂದು ಕುಳಿತವಳೇ ನಾನು ಹೆದರಿಹೋದೆ. 'ತರತಲಂತಾನಳಂತಾ ಪಿಳುಂತಾ...' ಎಂದೆಲ್ಲ ಹಳೆಯ ಮಲಯಾಳ ಭಾಷೆ ಕೇಳಿದಾಗ 'ಅಯ್ಯೋ ದೇವರೆ, ಇದು ಮಲಯಾಳ ಹೌದೇ ಅಲ್ಲವೇ ಎಂದು ನನ್ನನ್ನೇ ಕೇಳಿಕೊಂಡೆ. ಕ್ಲಾಸು ಮುಗಿದ ತಕ್ಷಣ ನಾನು ಪ್ರೊಸರರ ಬಳಿ ಹೋಗಿ ಟಿ.ಸಿ. ಕೇಳಿದೆ. ಒಂದು ಸಲವಲ್ಲ. ನಾಲ್ಕು ಸಲ. ಮನೆಗೂ ಛೇಂಬರಿಗೂ ಹೋಗಿ ಅವರನ್ನು ಪೀಡಿಸಿದೆ. ನಾನು ಎಂ.ಎ.ನಲ್ಲಿ ಫೇಲಾಗುತ್ತೇನೆಂದು ನನಗೆ ಖಚಿತವಾಗಿತ್ತು. ಪ್ರೊಸರ್ ನನಗೆ ಟಿ.ಸಿ. ಕೊಡಲಿಲ್ಲ. ಇದೆಲ್ಲ ನಿನ್ನ ಭ್ರಮೆ' ಎಂದು ಹೇಳಿ ನನ್ನನ್ನು ಹಿಂದೆ ಕಳುಹಿಸಿದರು. ವಿಧಿಯಿಲ್ಲದೆ ನಾನು ತರಗತಿಯಲ್ಲಿ ಹೆಚ್ಚು ಗಮನವಿಟ್ಟು ಪಾಠ ಕೇಳತೊಡಗಿದೆ. ಮದ್ಯದ ರುಚಿನೋಡಿ ನೋಡಿ ಒಬ್ಬ ಮಹಾಕುಡುಕನಾದ ಹಾಗೆ ನಾನು ಮಲಯಾಳ ಪಾಠ ಕೇಳಿ ಕೇಳಿ ಅದನ್ನು ಮೆಲ್ಲನೆ ಸವಿಯತೊಡಗಿದೆ. ಆದ್ದರಿಂದಲೇ ಅಲ್ಲವೇ ಇವತ್ತು ಮನೆಗೆ ಬಂದು ಹಾಸ್ಯ ಚಟಾಕಿ ಹಾರಿಸುತ್ತ ಮಾತನಾಡುವ ಓರ್ವ ಸ್ನೇಹಿತ

ತಾನು ಕೋಟಕ್ಕಲ್ ಶಿವರಾಮನನ್ನು ಕಂಡಿದ್ದೆ ಎಂತಲೂ ಮಾತಿನ ಮಧ್ಯೆ ತನಗೆ ಸಿಟ್ಟು ಬಂತು ಅನ್ನುವುದಕ್ಕೆ ಬದಲಾಗಿ ಶಿವರಾಮನ ಮೇಲೆ 'ಕೋಪಾವಿಷ್ಟನಾಗಿ ನಾನು ಅಟ್ಟಹಾಸಂಗೈಯಲು' ಎಂದು ಹೇಳಿದಾಗ ಭಾವಣಿ ಹಾರಿಹೋಗುವ ಹಾಗೆ ನಗಲು ನನಗೆ ಸಾಧ್ಯವಾಗುವುದು ? ಅವತ್ತು ತರಗತಿಯಲ್ಲಿ ಪಟ್ಟುಹಿಡಿದು ಕಲಿತ ಆ ಮಲಯಾಳದಿಂದ ಅಲ್ಲವೆ ? ನನ್ನ ಪ್ರೊಫೆಸರ್‌ಗೆ ಮತ್ತು ನನಗೆ ಕಲಿಸಿದ ಎಲ್ಲಾ ಗುರುಗಳಿಗೂ ನಾನು ಅರ್ಪಿಸುವ ಪ್ರೀತಿಯ ಉಡುಗೊರೆ ಈ ನನ್ನ ಬರವಣಿಗೆ ಭಾಷೆಯನ್ನು ಪ್ರೀತಿಸಲು ನನಗೆ ಕಲಿಸಿದ್ದೇ ಅವರು.

ಪ್ರಶ್ನೆ : ಪಿತ್ರಾಜಿತವಾಗಿ ಸಿಕ್ಕಿದ್ದೇ ಈ ಸಾಹಿತ್ಯದ ಬಗೆಗಿನ ಒಲವು ?

ಗೀತಾ : ಸಾಹಿತ್ಯದ ಒಲವು ಹಿರಿಯರಿಂದ ಬಂದ ಬಳುವಳಿ ಎಂದು ಯಾರಾದರೂ ಹೇಳಿದರೆ ಸ್ವಲ್ಪ ಎಚ್ಚರವಹಿಸಬೇಕು. ಪಿತ್ರಾರ್ಜಿತ ಬಳುವಳಿಯಾಗಿ ಕಂಚಿನದ್ದೋ ಹಿತ್ತಾಳೆಯದ್ದೋ ಪಾತ್ರೆ ಪಗಡೆಗಳು ಸಿಗಬಹುದು. ಕಲೆ ಎನ್ನುವುದು ಯಾವಾಗಲೂ ತಾನಾಗಿ ಸಿಗುವುದಿಲ್ಲ. ಹಾಗೆ ಕಲೆಗಳು ಪಿತ್ರಾರ್ಜಿತ ಸೊತ್ತುಗಳಾಗಿದ್ದ ಪಕ್ಷದಲ್ಲಿಕ ಈಗ ಎಷ್ಟು ಹೆಸರಾಂತ ಬ್ರಾಂಡುಗಳು, ಸಾಹಿತ್ಯ ಕುಟುಂಬಗಳು ಮೇಲೆ ಬರಬೇಕಿತ್ತು. ಷೇಕ್ಸ್‌ಪಿಯರ್ ಕುಟುಂಬ, ಕಾಳಿದಾಸ ಕುಟುಂಬ, ವಲ್ಲತ್ತೋಳ್ ಮನೆತನ, ಆಶಾನ್ ಮನೆತನ ಅಂತ. ಹಾಗಿಲ್ಲವಲ್ಲ ? ಬರವಣಿಗೆಯ ಬಗ್ಗೆ ಹೇಳಲಿಕ್ಕಿರುವುದು ಒಂದೇ ಸಂಗೀತದ ಬಗ್ಗೆ ಹೇಳುವ ಹಾಗೆ ಅದು ಇರುವವನಿಗೆ ಇದೆ. ಇಲ್ಲದವನಿಗೆ ಇಲ್ಲ. ಅಲ್ಲಿ ಸಮತೋಲನ ತರಲಿಕ್ಕಾಗುವುದಿಲ್ಲ.

ನನ್ನ ಪರಿಸ್ತಿತಿ ಬರವಣಿಗೆಗೆ ಏನೇನೂ ಅನುಕೂಲವಾಗಿಲ್ಲ. ನೀರು ಬೇರೆಯವರಲ್ಲಿ ಭಯ ಹುಟ್ಟಿಸುತ್ತದೆ. ಅಡ್ಡಿ ಒಡ್ಡುತ್ತದೆ. ಆದರೆ ಈಜಲು ಆಸೆಪಡುವವನನನ್ನು ಹಿಮ್ಮೆಟ್ಟಿಸಲು ಅದಕ್ಕೆ ಸಾದ್ಯವೆ ? ಅದೇ ರೀತಿ ಪ್ರತಿಕೂಲ ಪರಿಸ್ಥಿತಿಯಲ್ಲೇ ನನ್ನ ಅಧ್ಯಯನ ನಡೆಯುತ್ತದೆ.

ಪ್ರಶ್ನೆ : ಲಲಿತಾಂಬಿಕ ಅಂತರ್ಜನಂ ಅವರ ಮೊಮ್ಮಗಳು ಎಂಬ ಹೆಮ್ಮೆ ಇಲ್ಲವೆ ? ಆ ಸಂಬಂಧದ ಬಗ್ಗೆ ಒಮ್ಮೆಯೂ ನೀವು ಮಾತನಾಡುವುದನ್ನು ನಾನು ಕೇಳಿಲ್ಲವಲ್ಲ ?

ಗೀತಾ : ಲಲಿತಾಂಬಿಕಾ ಅಂತರ್ಜನಂ ಅವರ ಮೊಮ್ಮಗಳು ಅನ್ನುವುದರ ಬಗ್ಗೆ ನನಗೆ ಸಂತೋಷವಿಲ್ಲದಿರಲು ಸಾಧ್ಯವೆ ? ಆದರೆ ಯೋಚಿಸಿ ನೋಡಿ. ಹಾಗೆ ಹುಟ್ಟಿದ್ದರಲ್ಲಿ ನನ್ನ ಬುದ್ಧಿವಂತಿಕೆ ಏನಿದೆ ? ಅದು ಬರೇ ಆಕಸ್ಮಿಕ ಅಷ್ಟೆ. ನಾವು ಎಲ್ಲಿ ಹುಟ್ಟುತ್ತೇವೆ, ಯಾರ ಮಗಳಾಗಿರುತ್ತೇವೆ ಎಂಬೆಲ್ಲ ವಿಚಾರಗಳಲ್ಲಿ ದೇವರ ಕೈವಾಡ ಮಾತ್ರ ಇರುತ್ತದೆ. ಜನಮ್ಮವನ್ನು ನಾವು ಎಲ್ಲೂ ಹೇಗೂ ಎತ್ತಬಹುದು. ಈಗ ನಾನೇ, ನನ್ನ ಈಗಿನ ಈ ಮನೆಗಿಂತ ಒಂದುಫರ್ಲಾಂಗ್ ಆಚೆ ಹುಟ್ಟಿಬಿಟ್ಟಿದ್ದರೆ ಕಥೆ ಬದಲಾಗುತ್ತಿರಲಿಲ್ಲವೆ ? ಪ್ಯಾರಿಸ್‌ನಲ್ಲೋ, ನೇಪಾಳದಲ್ಲೋ, ಭೂಮಿಯ ಅಡಿಯಲ್ಲೋ, ಹೂವಿನ ತುದಿಯಲ್ಲೋ ಎಲ್ಲಿ ಬೇಕಾದರೂ ಇರಬಹುದಿತ್ತು ಹುಟ್ಟುವ ಸಾಧ್ಯತೆ. ಯಾರಾಗಿ ಹುಟ್ಟುತ್ತೇವೆ ಅನ್ನುವುದರಲ್ಲೂ ನಮ್ಮ ಪಾಲೇನಿಲ್ಲ. ಹೆಮ್ಮೆ ಅಥವಾ ಅಹಂಕಾರಪಡಲಿಕ್ಕೂ ಇಲ್ಲ.

ಯಾರಾಗಿಬಿಡುತ್ತೇವೆ ಅನ್ನುವುದರಲ್ಲಿ ಮಾತ್ರ ನಾನು ಸ್ವಲ್ಪವಾದರೂ ನಮ್ಮ ಬುದ್ಧಿವಂತಿಕೆಯ ಬಗ್ಗೆ ಹೆಮ್ಮೆಪಡಬಹುದು.

ಬರವಣಿಗೆಯಲ್ಲಿ ನಾನು ಅಂತರ್ಜನಂ ಅವರ ವಿಳಾಸವನ್ನು ಉಪಯೋಗಿಸಿಕೊಂಡಿಲ್ಲ. ಉಪಯೋಗಿಸಿಕೊಳ್ಳುವುದೂ ಇಲ್ಲ. ಅದಕ್ಕೆ ಕಾರಣವಿದೆ. ಬರವಣಿಗೆಗೆ ಇರುವ ವಿಳಾಸವೊಂದೇ ನಿಮ್ಮಲ್ಲಿ ನಿಜವಾಗಿಯೂ 'ಬರವಣಿಗೆಯ ಶಕ್ತಿ' ಇದೆಯೇ ಅನ್ನುವುದು ಅದು ಇಲ್ಲದಿದ್ದರೆ ಮತ್ತೆ ನೀವು ಯಾರ ಮಗಳು, ಯಾರ ಹೆಂಡತಿ ಎಂಬುದೊಂದನ್ನು ಗಣನೆಗೆ ತೆಗೆದುಕೊಳ್ಳದೆ ಓದುಗರು ನಮ್ಮನ್ನು ಬಿಟ್ಟುಬಿಡುತ್ತಾರೆ. ಆ ವಿಳಾಸಕ್ಕಾಗಿ ನಾನು ಪ್ರಯತ್ನಿಸುತ್ತಿದ್ದೇನೆ. ಸಿಕ್ಕಿದೆ ಎಂದು ನನಗೆ ಅನ್ನಿಸುವುದಿಲ್ಲ. ಸಿಕ್ಕುತ್ತದೆ ಅಂತಲೂ.

ಅಂದಿನ ಪರಿಮಿತ ಸೌಲಭ್ಯಗಳು ಮತ್ತು ಪ್ರತಿಕೂಲತೆಗಳನ್ನು ಎಣಿಸುವಾಗ ಅಷ್ಟು ಬರೆದರಲ್ಲ ಎಂದು ನನಗೆ ಅಂತರ್ಜನಂ ಅವರ ಬಗ್ಗೆ ಆಶ್ಚರ್ಯಮೆಚ್ಚುಗೆಗಳಿವೆ. ಆ ಕಾಲದ ಇತರ ಬರಹಗಾರ್ತಿಯರ ಬಗೆಗೂ.

ಪ್ರಶ್ನೆ : ಜನಪ್ರಿಯತೆ ಪಡೆಯಲು ಅತ್ಯಂತ ಕಡಿಮೆ ಖರ್ಚಿನ ದಾರಿ ಎಂದರೆ ಬರವಣಿಗೆ ಅಂತಾರಲ್ಲ, ಸರಿಯೆ ?

ಗೀತಾ : ಹೌದಲ್ಲವೆ ? ಬರಹಗಾರರು ಅವರಿಗೆ ಗುರುತು-ಪರಿಚಯವಿಲ್ಲದ, ಕಂಡು ಕೇಳರಿಯದ ಯಾರು ಯಾರ ಬಳಿಗೋ ಹೋಗುವುದಿಲ್ಲವೆ ? ನಾವೀಗ ಮಾರ್ಕ್ಸ್‌ನನ್ನೋ ಅರುಂಧತಿರಾಯ್ ಅವರನ್ನೋ ಪ್ರೀತಿಸುವುದು ಅವರ ಜತೆ ನೇರ ಸಂಪರ್ಕವಿದ್ದುಕೊಂಡೇ? ಬರಹಗಾರರೊಂದಿಗೆ ಅವರ ಕೃತಿಗಳ ಮೂಲಕ ನನಗೆ ಹೃದಯ ಸಂಪರ್ಕ ಇದೆ. ಅವರನ್ನು ನಾನು ಇಷ್ಟಪಡುತ್ತೇನೆ. ಈ ಪ್ರೀತಿ ಸಿಗಬೇಕಿದ್ದರೆ ಬರಹಗಾರರು ಖರ್ಚುಮಾಡುವುದೇನು ? ಸ್ವಲ್ಪ ಮಸಿ, ಒಂದಷ್ಟು ಕಾಗದಗಳು ಅಷ್ಟೆ. ಬೇರೇನಿದೆ ಬರವಣಿಗೆಗೆ ಖರ್ಚು ?

ಪ್ರಶ್ನೆ : 'ಕೆಲವು ರಚನಾ ತಂತ್ರಗಳು (ಶಿಲ್ಪಾಗಾರಗಳಲ್ಲಿ ಸಿಗದಂಥವು)' ಎಂಬ ಕಥೆಯ ಸುನಂದಾಳನ್ನು ಆಕೆಯ ಸ್ನೇಹಿತನಾದ ಕಥೆಗಾರ 'ಮುಟ್ಟಿದರೆ ಮುನಿ' 'ಪೆದ್ದಿ' ಎಂದೆಲ್ಲ ಕರೆದು ಬೆನ್ನುತಟ್ಟಿ ಸಮಾಧಾನ ಪಡಿಸುತ್ತಾನೆ. ತಪ್ಪುಗಳಿಗೆ ಬೆನ್ನು ತಟ್ಟುವುದರಿಂದಲ್ಲವೇ ಅವುಗಳನ್ನು ಸರಿಪಡಿಸಿಕೊಳ್ಳಲು ಸ್ತ್ರೀಯರು ಪ್ರಯತ್ನಿಸದಿರುವುದು ?

ಗೀತಾ : ಆ ಕಥೆಯಲ್ಲಿ ಆತ ಆಕೆಯನ್ನು ಯಾಕೆ ಹಾಗೆ ಕರೆದ ಅನ್ನುವುದು ನನಗೀಗ ನೆನಪಿಲ್ಲ. ಪುನಃ ಅದನ್ನು ತೆಗೆದು ಓದುವುದಕ್ಕೆ ನನ್ನಿಂದಾಗದು ಬೇಜಾರು. ಬಿಟ್ಟುಹೋದ ಮನೆಗೆ ಮತ್ತೆ ಬರುವ ಹಳೆಯ ಮಾಲೀಕನ ಹಾಗೆ ನನಗೆ ನನ್ನದೇ ಕಥೆಗಳನ್ನು ಪುನಃ ಓದುವಾಗ ಒಂಥರಾ ಬೇಜಾರು. ಅದನ್ನು ಪುನಃ ಎದುರಿಸಲಾರೆನೆಂಬ ಭಾವನೆ. ಆದರೂ ಈಗ ನನ್ನ ಒಂದು ಯೋಚನೆಯನ್ನು ಹೇಳುತ್ತೇನೆ. ಎಲ್ಲಾ ಹೆಣ್ಣು ಮಕ್ಕಳಿಗೂ ಈ ಗಂಡಸರು ತಮ್ಮ ಬೆನ್ನು ನೇವರಿಸಿ ಮುದ್ದು ಮಾಡುವುದೋ ಸಮಾಧಾನಪಡಿಸುವುದೋ ಬಹಳ ಇಷ್ಟ. ಅದು ಸಿಕ್ಕದೇ ಇದ್ದರೆ ಸ್ತ್ರೀಯರಿಗೆ ದುಃಖವೆನಿಸುವುದೂ ಹೌದು.

ಪ್ರಶ್ನೆ : ಕಥೆಗಳಲ್ಲಿ ನೀವು ಗಾದೆ ಮಾತುಗಳನ್ನು ಬದಲಾಯಿಸಿ ಬರೆಯುತ್ತೀರಿ. 'ಮೌನವು ಯಾವಾಗಲೂ ಸಮ್ಮತಿ ಲಕ್ಷಣವಲ್ಲ' ಜ್ಞ (ಒಂದೇ ಭಾವಚಿತ್ರದಲ್ಲಿ ಕೊಡಲು ಸಾಧ್ಯವಿಲ್ಲ ಒಂದು ಜನ್ಮಸತ್ಯಜ್ಞ), ಸ್ತ್ರೀಲಿಂಗವಿಲ್ಲದ ಶಬ್ದಗಳಿಗೆ ಸ್ತ್ರೀಲಿಂಗವನ್ನು ಸೃಷ್ಟಿಸುತ್ತೀರಿ ಕೋಮಾಳಿನಿ (ಕೋಡಂಗಿನಿ) 'ಸಮುದ್ರ ಪ್ರತಿಧ್ವನಿಸದ ಮಾತು' ಎಂಬ ಕಥೆಯಲ್ಲಿ ಅಸ್ತಿತ್ವದಲ್ಲಿರುವ ಭಾಷೆಯನ್ನು ಬದಲಾಯಿಸುವ ಪ್ರಯತ್ನವೇ ಇದು ?

ಗೀತಾ : ಬರವಣಿಗೆಯ ಭಾಷೆಯನ್ನು ಕಂಡುಹಿಡಿದದ್ದು ಬರೆದವರೂ, ಬರೆಯಲು ಇಚ್ಛಿಸುವವರೂ ಮತ್ತು ಅವನ್ನು ಓದುವವರೂ ಒಟ್ಟು ಸೇರಿಕೊಂಡು ಬರವಣಿಗೆಯ ಭಾಷೆ ಒಬ್ಬ ವ್ಯಕ್ತಿ, ಒಂದು ವರ್ಗ, ಒಂದು ಜಾತಿ, ಒಂದು ದೇಶ, ಒಂದು ಕಾಲ ಇವುಗಳಲ್ಲಿ ಯಾವುದೂ ಏಕಾಂಗಿಯಾಗಿ ಮಾಡಿದ ಸಾಧನೆಯಲ್ಲ. ಅದು ದೇಶ, ಕಾಲ, ಜನಾಂಗಗಳಲ್ಲಿ ಬೆಳೆದು, ಹಬ್ಬಿ, ಬೇರು ಬಿಟ್ಟು, ಸತ್ತು, ಒಡೆದು ಮತ್ತೆ ಹೂಬಿಟ್ಟು, ಚಪ್ಪರವಾಗಿ ಹಬ್ಬಿ ಬೆಳೆದು ಹೊಸತನದಿಂದ ಕೂಡಿ ಮುಂದೆ ಸಾಗುತ್ತಿರುತ್ತದೆ.

ಪ್ರಶ್ನೆ : ಸಾಮಾನ್ಯ ಸಂದರ್ಭಗಳಲ್ಲಿ ವ್ಯಕ್ತಿಯನ್ನುದ್ದೇಶಿಸಿ ಮಾತನಾಡುವಾಗ ಸ್ತ್ರೀಲಿಂಗವನ್ನು ಉಪಯೋಗಿಸುವುದಿಲ್ಲ (ಉದಾ : 'ಅವನು' ಎಂದು ಹೇಳುತ್ತಾರಷ್ಟೇ ಹೊರತು 'ಅವಳು' ಅನ್ನುವುದಿಲ್ಲವೆಂಬ ವಾದಗಳಿವೆ. ಸ್ತ್ರೀಯರ ಬರಹಗಳಿಗೆ ಈಗ ಇರುವ ಭಾಷೆ ಸಾಲದು ಅನ್ನುತ್ತೀರಾ). ಮಹಿಳಾ ಸಾಹಿತ್ಯಕ್ಕೆ ಬೇರೆಯೇ ಒಂದು ಭಾಷೆ ಬೇಕೆ ?

ಗೀತಾ : ಆ ಕಥೆಯಲ್ಲಿ ನಾನು 'ಕೋಮಾಳಿನಿ (ಕೋಡಂಗಿನಿ)' ಎಂದು ಉಪಯೋಗಿದಿಂದ ಆಕಸ್ಮಿಕವಾಗಿ ಅಷ್ಟೆ. ಗಂಭೀರವಾಗಿ ಅಲ್ಲ. ಎಲ್ಲಾ ಶಬ್ದಗಳಿಗೂ ಅವುಗಳ ಸ್ತ್ರೀಲಿಂಗ ಉಪಯೋಗಿಸಬೇಕೆಂಬ ಹಠ ನನಗಂತೂ ಇಲ್ಲ. ಪುರುಷರು ಉಪಯೋಗಿಸುವ ಶಬ್ದಸಂಪತ್ತನ್ನು ನಾನು ಧಾರಾಳವಾಗಿ ತೆಗೆದುಕೊಂಡು ಖರ್ಚುಮಾಡುತ್ತೇನೆ. ಪುರುಷರು ಕಂಡುಹಿಡಿದ ಒಂದು ಶಬ್ದವನ್ನೂ ಕೂಡಾ ಸ್ತ್ರೀಯರು ತಮ್ಮ ಸಾಹಿತ್ಯದಲ್ಲಿ ಉಪಯೋಗಿಸ ಬಾರದು ಎಂದು ಸರಕಾರ ಕಾನೂನು ಹೊರಡಿಸಿದರೂ ನನಗೆ ಅದು ಸಾಧ್ಯವಿಲ್ಲ.

ಮಹಿಳಾ ಸಾಹಿತ್ಯಕ್ಕೆ ಮಹಿಳೆಯರದ್ದೇ ಆದ ಭಾಷೆ ಬೇಕೋ ಬೇಡವೋ ಎಂಬುದೊಂದೂ ನನಗೆ ಗೊತ್ತಿಲ್ಲ. ಒಂದು ಗೊತ್ತಿದೆ. ನಾನು ಬರೆಯುವುದು ನನ್ನ ಭಾಷೆಯಲ್ಲಿ ಇರಬೇಕೆಮಬುದು. ಆದ್ದರಿಂದ ಬರೆದದ್ದರ ಒಂದು ತುಣುಕು ಹೆಸರಿಲ್ಲದ ಒಂದು ತುಣುಕು ಯಾರ ಕೈಗಾದರೂ ಸಿಕ್ಕಿದರೆ 'ನೋಡೋಣ ನಮ್ಮ ಗೀತಾ ಏನು ಬರೆದಿದ್ದಾಳೆ' ಅಂತ ನನ್ನ ಗೆಳತಿಯರಿಗೆ ಗೊತ್ತಾಗುವ ಶೈಲಿಯಲ್ಲಿ ನನ್ನ ವೈಶಿಷ್ಟ್ಯವಿರುತ್ತದೆ.

ಪ್ರಶ್ನೆ : ನಿಮ್ಮ ಕಥೆಯಲ್ಲಿ ಒಬ್ಬ ನಾಯಕಿ ಹೇಳುತ್ತಾಳೆ. 'ಕಣ್ಣೀರು ಮತ್ತು ನಯವಾದ ಮಾತುಗಳನ್ನು ಸಮಪಾಕ ಮಾಡಿ ಕಲೆಸಿ ಪ್ರಯೋಗಿಸಿದರೆ ಯಾವುದಕ್ಕೇ ಆದರೂ ಗಂಡನ ಒಪ್ಪಿಗೆ ಪಡೆಯುವುದು ಸಮಸ್ಯೆಯಾಗುವುದಿಲ್ಲ' ಅಂತ. ತಮಗಿಷ್ಟ ಬಂದದ್ದನ್ನು ಮಾಡುವ ಸ್ವಾತಂತ್ರ್ಯವನ್ನು ಈ ರೀತಿ ಪಡೆಯುವುದು ಸಾಧ್ಯವಾಗುವುದರಿಂದಲೇ ಆಗಿರಬಹುದೇ ಇಲ್ಲಿನ ಹೆಚ್ಚಿನ ಮಂದಿ ಸ್ತ್ರೀಯರು ಸ್ತ್ರೀ ಸ್ವಾತಂತ್ರ್ಯ ಚಳುವಳಿಯಿಂದ ದೂರ ನಿಲ್ಲುವುದು ?

ಗೀತಾ : ಬಹಳ ಬುದ್ಧಿವಂತೆಯಾದ ಒಬ್ಬಳು ಹುಡುಗಿ ನನಗೆ ಹೇಳಿಕೊಟ್ಟ ವಿದ್ಯೆ ಅದು. ಅವಳು ನನಗಿಂತ ಹತ್ತು ವರ್ಷ ಕಿರಿಯಳು. ಯಾವುದೋ ವಿಷಯಕ್ಕೆ ನನ್ನ ಗಮಡ ಒಪ್ಪಲಾರರು ಎಂದು ನಾನು ಹೇಳಿದಾಗ ಮಹರಾಯ್ತಿ ಹೇಳಿದಳು 'ಎಲ್ಲ ಒಪ್ತಾರೆ ಬಿಡಿ ಅಕ್ಕ. ನೀವು ಒಮ್ಮೆ ಅತ್ತು ನೋಡಿ. ನಾನು ಹಾಗೇ. ಸ್ವಲ್ಪ ಅತ್ತು ಬಿಟ್ಟು ಬೇಸರವಾಗಿದೆ ಅಂತ ತೋರಿಸಿಬಿಡ್ತೀನಿ. ಅಷ್ಟೇ. ವಾದ–ಜಗಳಗಳಿಗಿಳಿಯುವುದಿಲ್ಲ. ಅತ್ತರೆ ಸಾಕು. ಖಂಡಿತ ಅಣ್ಣ ಒಪ್ತಾರೆ' ಅಂತ. ಆಗ ನಾನು ನಿರ್ಧರಿಸಿದೆ. ನನಗಿನ್ನು ಬೇರೆ ಯಾರೂ ಬೇಡ. ಇವಳೇ ನನ್ನ ಗುರು ಅಂತ.

ಅತ್ತರೇನು, ಜಗಳವಾಡಿದರೇನು, ನಮಗೆ ನಮ್ಮ ಕೆಲಸ ಗಟ್ಟಿಯಾಗಬೇಕು. ಇದು ಮತ್ತು ಸ್ತ್ರೀ ಸ್ವಾತಂತ್ರ್ಯ ಚಳುವಳಿಯ ಮಧ್ಯೆ ಏನಾದರೂ ಸಂಬಂಧವಿದೆಯೋ ಏನೋ ?

ಪ್ರಶ್ನೆ : ನಿಮ್ಮ ಕೆಲವು ಕಥೆಗಳಲ್ಲಿ ಬಲವಾದ ಸ್ತ್ರೀವಾದವಿದೆ. ಕೆಲವು ಕಥೆಗಳಲ್ಲಿ ಅದು ಇಲ್ಲವೇ ಇಲ್ಲ. ನೀವು ಓರ್ವ ಸ್ತ್ರೀವಾದಿ ಹೌದೇ ಅಲ್ಲವೆ ?

ಗೀತಾ : ನಾನು ಮನುಷ್ಯಪ್ರಾಣಿಗಳ ಜೊತೆಗೆ ಹುಟ್ಟಿದ ಹೆಣ್ಣು ಜಾತಿಯವಳು. ಸ್ತ್ರೀ ಎಂದು ಕರೆಯಲ್ಪಡುತ್ತೇನೆ. ಆತ ಪುರುಷನೆಂದು ಕರೆಯಲ್ಪಡುವ ಹಾಗೆಯೇ ಪುರುಷನ ಸ್ವಭಾವದ ಎಲ್ಲಾ ಗುಣಲಕ್ಷಣಗಳು ನನ್ನಲ್ಲೂ ಇವೆ. ಸಿಟ್ಟು, ನೋವು, ಇಷ್ಟ –ಅನಿಷ್ಟ, ಸೇಡು, ನಿಂದೆ, ಪರಿಹಾಸ್ಯಮಾಡುವ ಬುದ್ಧಿ ಎಲ್ಲವೂ. ಒಂದೇ ರೀತಿಯ ಭಾವನೆ ಅಥವಾ ಸ್ವಭಾವ ಯಾವಾಗಲೂ ಆಗಿರುವುದಿಲ್ಲ. ಹಲವು ರೀತಿಗಳು ಹಲವು ದೃಷ್ಟಿಕೋನಗಳು ಅವರು ನಮ್ಮ ಹತ್ತಿರ ಹೇಗೆ ವರ್ತಿಸುತ್ತಾರೋ ಅದಕ್ಕೆ ತಕ್ಕ ನನ್ನ ಪ್ರತಿಕ್ರಿಯೆ ಇರುತ್ತದೆ. ನನ್ನನ್ನು ಬಸ್ಸಿನಲ್ಲಿಯೋ ಪ್ರಯಾಣದಲ್ಲಿಯೋ ದಾರಿಯಲ್ಲೋ ಕಂಡಾಗ ಯಾವುದೇ ರೀತಿಯ ವ್ಯಕ್ತಿ ಗೌರವ ತೋರಿಸದೆ ನಾನು ಬರೇ ಹೆಣ್ಣು, ಕಾಮಪಿಪಾಸೆಯನ್ನು ತೀರಿಸಿಕೊಳ್ಳಲಿಕ್ಕಿರುವ ಒಂದು ಸಾಧನ ಎಂಬ ಧಾಟಿಯಲ್ಲಿ ಪುರುಷಲೋಕ ನನ್ನನ್ನು ಕಂಡರೆ ನಾನು ಖಂಡಿತವಾಗಿಯೂ ಸ್ತ್ರೀ ಸ್ವಾತಂತ್ರ್ಯವಾದಿ ಆಗುತ್ತೇನೆ. ಗಂಡ ಹಿಂದಿನದಿವಸ ಕುಡಿದು ಬಂದು ಆಸೆಯ ಕಣ್ಣುಗಳಿಂದ ನನ್ನ ಗೆಳತಿ ಬರುವುದನ್ನು ಆಗಲೂ ನಾನು ಸ್ತ್ರೀವಾದಿ.

ಆದರೆ ಉಡಲು ಬಟ್ಟೆಯಿಲ್ಲದೆ ಅಸ್ಥಿಪಂಜರಗಳಾಗಿ ಆಸ್ಪತ್ರೆ ಹೊರಜಗಲಿಯಲ್ಲಿ ಮಲಗುವ ಮುದುಕನ ಫೋಟೋ ನೋಡುವಾಗ, ಅಪಘಾತದಲ್ಲಿ ನನಗೆ ಗುರುತು–ಪರಿಚಯವಿಲ್ಲದ ವಿಕ್ಟರ್ ಎಂಬ ಫೋಟೋಗ್ರಾಫರ್ ಸತ್ತುಹೋದ ಎಂದು ಕೇಳುವಾಗ, ಸ್ತ್ರೀಪುರುಷರಿಗೆ ಸಾಮಾನ್ಯವಾದ ಒಂದು ವಿಪತ್ತು ಎಲ್ಲರ ಮೇಲೂ ಎರಗಿದಾಗ ನಾನು ಮಾನವತಾವಾದಿ.

ನನ್ನದು ಸಂದರ್ಭವನ್ನು ಹೊಂದಿಕೊಂಡು ಬದಲಾಗುವ ಸ್ವಭಾವ. ಅಷ್ಟೆ ನಾನು ಆದರೆ ಅಚ್ಚು ಆಗಿದ್ದೇನೆ.

ಪ್ರಶ್ನೆ : ಸ್ತ್ರೀಯ ಕಣ್ಣುಗಳಿಂದ ಜಗತ್ತನ್ನು ನೋಡುವವುಗಳು ನಿಮ್ಮ ಸಂಕಲನದಲ್ಲಿರುವ

ಎಲ್ಲಾ ಕಥೆಗಳು ಎಲ್ಲಾ ಕಥೆಗಳ ಕೇಂದ್ರಬಿಂದು ಸ್ತ್ರೀ ಮತ್ತು ಆಕೆಯ ಅನುಭವಗಳು. ಪುರುಷನನ್ನು ಕೇಂದ್ರವಾಗಿಟ್ಟುಕೊಂಡು ಕಥೆ ಬರೆಯದಿರಲು ಕಾರಣವೇನು? ಅಥವಾ ಪ್ರಯತ್ನಿಸಿ ಸೋತುಹೋದಿರಾ ?

ಗೀತಾ : ಪುರುಷ ದೃಷ್ಟಿಕೋನದಿಂದ ಕಥೆ ಬರೆಯಲು ನನಗೆ ಸಾಧ್ಯವಿದೆ. ಬರೆಯದೆ ಏನು ? ಆದರೆ ಅದು ಕಥಕ್ಕಳಿಯ ಬೃಹನ್ನಳೆಯ ವೇಷದ ಹಾಗಿರಬಹುದು. ನೀವು ನೋಡಿದ್ದೀರಾ ಆವೇಷ ? 'ಅವ್ವೈ ಷಣ್ಮುಖಿ'ಯ ಕಮಲಹಾಸನ್‌ನ 'ಅಮ್ಮಾರು' ವೇಷದ ಹಾಗೇನೂ ಅಲ್ಲ. ಅದು ಗಂಭೀರವಾದ ಕಚ್ಚೆ ಮುಖಕ್ಕೆ ಹಸುರು ಬಣ್ಣ ಕೆಂಪು ಬಣ್ಣದ್ದೇ ಅಂಗಿ. ನೋಡಿದರೆ ಥೇಟ್ ಗಂಡಸೇ. ಧೀರ–ಶೂರ. ಎದ್ದು ಕಾಣುವ ಮೊಲೆಗಳು. ನನ್ನ ಪುರುಷ ಕಥಾಪಾತ್ರಗಳು ಅದರ ಹಾಗೆಯೇ ಇರಬಹುದು. ವೇಷ ಅರ್ಜುನನದ್ದು. ಚಿಂತನಾಕ್ರಮಗಳಲ್ಲಿ, ಸ್ವಭಾವ, ನಡೆನುಡಿಗಳಲ್ಲಿ ಪೂರ್ತಿ ಹೆಣ್ಣು ಮನಸ್ಸು ಮೊಳಗುತ್ತದೆ. ಯಾಕೆ ಬೇಕು ಅದು ? ಅದೂ, ದೊಡ್ಡ ರೌಡಿಗಳನ್ನೂ, ಕಳ್ಳ ಕಾಮುಕರನ್ನೂ, ಕುಡುಕರನ್ನೂ ಎಲ್ಲರನ್ನೂ ನಮ್ಮ ಪರುಷ ಕಥಾಪಾತ್ರಗಳು ಬಹಳ ಚೆನ್ನಾಗಿ ಚಿತ್ರಿಸುವಾಗ ?

ಪ್ರಶ್ನೆ : 'ಮಹಿಳಾ ಸಾಹಿತ್ಯ' ಎಂಬ ಪದಪ್ರಯೋಗದ ಬಗ್ಗೆ ?

ಗೀತಾ : ಒಳ್ಳೆಯ ಪ್ರಯೋಗ. ಅದನ್ನು ಮಲಯಾಳಕ್ಕೆ ನೀಡಿದ ಕವಿಗೆ ಧನ್ಯವಾದಗಳು.

ಪ್ರಶ್ನೆ : 'ಉಣ್ಣಿಕ್ಕುಟ್ಟಂಡೆ/ಅಮ್ಮಯುಡೆ ದಿವಸಂ (ಮುದ್ದಿನ ಮಗನ/ಅಮ್ಮನ ದಿನ) ಎಂಬ ಕಥೆಯನ್ನು ಸ್ವಲ್ಪ ತಮಾಷೆಯಾಗಿ 'ಪೋಸ್ಟ್ ಮಾಡರ್ನ್' ಎಂದು ವಿಶೇಷಿಸಿದ್ದೀರಿ. 'ಪೋಸ್ಟ್ ಮಾಡರ್ನಿಸಂ'ನಂತಹ ಆಧುನಿಕ ರಚನಾತಂತ್ರಗಳ ಬಗ್ಗೆ ನಿಮ್ಮ ಅಭಿಪ್ರಾಯವೇನು ?

ಗೀತಾ : ನನಗೆ ಆಧುನಿಕೋತ್ತರ/ಪೋಸ್ಟ್ ಮಾಡರ್ನ್ ಅಂತೆಲ್ಲ ಹೇಳಿದರೆ ಏನೆಂದು ಗೊತ್ತಿಲ್ಲ ಆ ಥರದ ಸಾಹಿತ್ಯ ವಿಷಯಗಳಲ್ಲಿ ನಾನು ದಡ್ಡಿ.

ಪ್ರಶ್ನೆ : 'ಇರುಟ್ಟಿಂಡೆ ಚಿರಗಡಿಯೊಚ್ಚಗಳ್' (ಕತ್ತಲ ರೆಕ್ಕೆಬಡಿತದ ಸದ್ದುಗಳು) ಸಂಪೂರ್ಣವಾಗಿ ಆತ್ಮಕಥೆಯಲ್ಲವೆ ?

ಗೀತಾ : ಹೌದು.

ಪ್ರಶ್ನೆ : ಎಲ್ಲಾ ಸಂದರ್ಭಗಳಲ್ಲಿಯೂ ಪ್ರೀತಿಯನ್ನು ಆರಾಧನೆಯಾಗಿ ಮಾಡಿಬಿಡುವ ಮೂರ್ಖ ವರ್ಗವೇ ಸ್ತ್ರೀಯರೆಂದರೆ ?

ಗೀತಾ : ನನ್ನ ಒಂದು ಕಥಾಪಾತ್ರ ಹಾಗೆ ಹೇಳುತ್ತದೆ. ನಾನು ಅದನ್ನು ಒಪ್ಪುವುದಿಲ್ಲ. ಎಲ್ಲದರಲ್ಲೂ ಪ್ರೀತಿಯನ್ನು ಆರಾಧನಾ ಮನೋಭಾವದಿಂದ ಕಾಣುವುದು ಅತ್ಯಂತ ದೊಡ್ಡ ಮೂರ್ಖತನ ಎಂಬುದು ನನ್ನ ಅಭಿಪ್ರಾಯ ಅಷ್ಟೆ.

ಪ್ರಶ್ನೆ : ನಿಮ್ಮ ಕಥೆಗಳಲ್ಲಿ ಆತ್ಮಕಥೆಯ ಅಂಶ ಎಷ್ಟರಮಟ್ಟಿಗೆ ಇದೆ ?

ಗೀತಾ : ನಾನು ಬರೆಯುತ್ತಿರುವುದೆಲ್ಲವೂ 'ನನ್ನ ಕಥೆಗಳೇ. ಆತ್ಮಕಥೆಗಳು. ಅದು

ಪೂರ್ತಿಯಾಗಿ ನಾನು ಕಾಣುವ ಜಗತ್ತು. ಸ್ವತಃ ನನ್ನನ್ನು ಒಳಗೊಂಡಿರದ ಒಂದು ಪ್ರಪಂಚವನ್ನು ಕಲ್ಪಿಸಿಕೊಳ್ಳುವುದು ನನ್ನಿಂದ ಸಾಧ್ಯವಿಲ್ಲ.

ನಾನು ಕೇಳಿದ ಕಥೆಯಿದು. ನಿಜವಾದ್ದೋ, ಅಲ್ಲವೋ ಗೊತ್ತಿಲ್ಲ. ಒಮ್ಮೆ ಬಹಳ ಹಿಂದೆ ಪುತ್ತೋಳಿನಲ್ಲಿ ರಾಮನ್ ಮೆನೋನ ಎಂಬುವರು ಆತ್ಮಕಥೆ ಬರೆದರೂ ಮುದ್ರಿಸಲೆಮದು ಪ್ರೆಸ್ಸಿಗೆ ಕೊಟ್ಟರು. ಮೊದಲಿನ ಕಾಲದ ಪ್ರೆಸ್‌ತಾನೆ ? ಅಕ್ಷರಗಳನ್ನು ಹೆಕ್ಕಿ ಜೋಡಿಸಬೇಕು. ಆತ್ಮಕಥೆಯ ಮೊದಲ ಪ್ಯಾರಾವನ್ನು ಜೋಡಿಸಿ ಮುಗಿಸುವುದಕ್ಕೆ ಮೊದಲೇ ಪ್ರೆಸ್ಸಿನ ಹುಡುಗ ಓಡಿಬಂದು ಹೇಳಿದನಂತೆ : "ಸಾರ್, ಆ 'ಇ' ಅಕ್ಷರ ಮುಗಿಯಿತು. ಇನ್ನೇನು ಮಾಡಲಿ ?" ಮೊದಲ ಪ್ಯಾರಾದಲ್ಲಿ 'ಇಔನ್' ಎನ್ನುವ ಶಬ್ದ ಅಷ್ಟು ಸಂಖ್ಯೆಯಲ್ಲಿತ್ತು !

ನನ್ನ ಅಕ್ಷರವೂ 'ಇ'ವೇ. ನನ್ನ ಮುದ್ರಣಾಲಯದಲ್ಲಿ ಆ 'ಇ' ಅಕ್ಷರ ಯಾವಾಗ ಇಲ್ಲದಾಗುತ್ತದೋ ಅಂದು ನನ್ನ ಬರವಣಿಗೆ ಸ್ಥಗಿತಗೊಳ್ಳುತ್ತದೆ.

ಪ್ರಶ್ನೆ : ನಿಮ್ಮ ಕಥಾಸಂಕಲನದ ಹಿಂಬದಿಯಲ್ಲಿ ಒಂದುಫೋಟೋ ಇದೆಯಲ್ಲ ಅಗಲವಾಗಿ, ಬಾಯ್ತುಂಬ ನಗುತ್ತ ಜಗತ್ತನ್ನು ನೋಡುವ ಗೀತಾರವರಫೋಟೋ. ಜಗತ್ತಿನ ಅರ್ಥಹೀನತೆಗಳನ್ನೂ, ಔಪಚಾರಿಕತೆಗಳನ್ನೂ, ಕೃತಕತೆ–ನಾಟಕೀಯತೆಗಳನ್ನೂ ಎಗ್ಗಿಲ್ಲದೆ ಕೊಡವಿಬಿಸಾಕು ನಗುವಿನ ಪ್ರತಿಧ್ವನಿ ನಿಮ್ಮ ಎಲ್ಲಾ ಕಥೆಗಳಲ್ಲೂ ಇದೆ. 'ಮಗುವನ್ನು ನೋಡಿಕೊಳ್ಳುವುದನ್ನು ಬಿಟ್ಟು ಕತೆ ಬರೆಯಲು ಕುಳಿತುಕೊಂಡಿದ್ದೀಯಾ ?' ಎಂದು ಕೇಳಿದಾಗ ಮುಖಕ್ಕೆ ಹೊಡೆದ ಹಾಗೆ 'ಹಾಗಾದರೆ ಮಗುವನ್ನೊಮ್ಮೆ ನೀವೇ ನೋಡಿಕೊಳ್ಳಿ' ಎನ್ನುವಾಗ ಮಹಿಳಾ ಹಕ್ಕಿನ ಬಿಲ್ಲು ಪಾಲಿರಮೆಂಟಿನಲ್ಲಿ ಅಲ್ಲದಿದ್ದರೆ ಟೌನ್‌ಹಾಲಿನಲ್ಲಾದರೂ ಪಾಸುಮಾಡಿ ಎಂದು ಹೇಳುವಾಗ, ಮೃಗಾಲಯದ ಪ್ರಾಣಿಗಳ ವಿವರವಿರುವ ಪಟ್ಟಿಯನ್ನು ಡ್ರೈವರ್ ಗಟ್ಟಿಯಾಗಿ ಓದಿ ಹೇಳುವಾಗ 'ಇದನ್ನೆಲ್ಲ ಓದದಿದ್ದರೆ ಗಾಡಿ ಓಡಿಸಬಾರದೆಂದಿದೆಯೇ ? ಎಂದು ಕೇಳುವಾಗ ಎಲ್ಲಾ ಕಡೆಯೂ ಈ ನಗು ಇದೆ. ಗೀತಾ ಹಿರಣ್ಯನ್ ಕಥೆಗಳ ಮುಖವಾಣಿಯಾದ ಈ ನಗು ಕಥೆಗಾರ್ತಿಯ ವ್ಯಕ್ತಿತ್ವದ ಒಂದು ಭಾಗವಲ್ಲ ಎಂದು ಅನಿಸಿಬಿಡುತ್ತದೆ ಪುಸ್ತಕದ ಹಿಂಬದಿಯಫೋಟೋ ನೋಡಿದಾಗ ಈ ವಿಶ್ಲೇಷಣೆ ಸರಿಯೆ ?

ಗೀತಾ : ಬರವಣಿಗೆಯ ವಿಚಾರದಲ್ಲಿ ನನಗೆ ಯಾರ ರಕ್ಷಣೆಯೂ ಇಲ್ಲ. ನಾನು ಪೂರ್ತಿ ಅನಾಥೆ. ಭಿಕ್ಷುಕಿ. ಆದ್ದರಿಂದಲೇ ಬೇಡಿಕೊಂಡು ತಿರುಗುವವರ ನಿರ್ಲಕ್ಷ್ಯ, ಧೋರಣೆ. ಒಂದು ರೀತಿಯ 'ಯಾರಲೋ ನೀನು ಹೋಗೆಲೋ' ಎಂಬ ಭಾವವನ್ನು ನೀವು ನನ್ನ ಬರವಣಿಗೆಯಲ್ಲಿ ಓದುತ್ತೀರಿ. ಅದೇ ಕಾರಣವಿರಬಹುದು ಹಿಂಬದಿಯಫೋಟೋದಲ್ಲಿ ನನ್ನ ನಗುವಿನಲ್ಲೂ ಜಗತ್ತಿನ ಅರ್ಥಶೂನ್ಯತೆ ನಾಟಕೀಯತೆಗಳನ್ನು ಕೊಡವಿಬಿಸಾಕುವ ಭಾವವಿದೆ ಎಂದು ನಿಮಗೆ ತೋರಿದ್ದು.

ಪ್ರಶ್ನೆ : ಸಾಹಿತ್ಯದ ಮೂಲಕ ಜನರಿಗೆ ಏನಾದರೂ ಸಂದೇಶ ನೀಡುವ ಇಚ್ಛೆ ಇದೆಯೆ ?

ಗೀತಾ : ಯಾವ ಸಂದೇಶವೂ ಇಲ್ಲ. ಆವುದೇ ಆಶಯವಾಗಲೀ ಸಂದೇಶವಾಗಲಿ

ಜಗತ್ತಿಗೆ ನೀಡಲು ನನ್ನಲ್ಲಿಲ್ಲ. ನಾನು ಬಡವೆ. ನನಗಿಂತ ಹೆಚ್ಚು ಪ್ರತಿಭಾಸಂಪನ್ನರೂ, ಹೃದಯವಂತರೂ, ಬುದ್ಧಿವಂತರೂ ಜಗತ್ತಿಗೆ ಮುಟ್ಟಿಸಿಬಿಟ್ಟಿದ್ದಾರೆ.

ಪ್ರಶ್ನೆ : ನಿಮ್ಮ ಸಾಹಿತ್ಯಕ್ಕೆ ಸಿಗುತ್ತಿರುವ ಪ್ರತಿಕ್ರಿಯೆ ಮನೆಯ ಒಳಗೆ ಮತ್ತು ಹೊರಗೆ?

ಗೀತಾ : ಮನೆಯ ಒಳಗೆ ನನ್ನ ಸಾಹಿತ್ಯ ರಚನೆಗಳ ಕುರಿತು ಯಾವುದೇ ಪ್ರತಿಕ್ರಿಯೆ ತೋರಿಸುವ ಕ್ರಮವಿಲ್ಲ. ನಾನು ಬರೆಯುತ್ತೇನೆ ಎಂಬ ವಿಷಯವೇ ಇಲ್ಲಿ ಯಾರಿಗೂ ಗೊತ್ತಿದ್ದ ಹಾಗೆ ಇಲ್ಲ. ಮನೆಯ ಹೊರಗೆ ಮಾತ್ರ ಅದು ನನಗೆ ಮಿತ್ರರನ್ನು-ಶತ್ರುಗಳನ್ನು ಸಂಪಾದಿಸಿಕೊಟ್ಟು ಗೌರವಿಸುವುದಿದೆ.

❖

ಪ್ರಿಯಾ ಎ. ಎಸ್.

ಆಲಪ್ಪುಳದ ಎರಮಲ್ಲೂರಿನಲ್ಲಿ ಹುಟ್ಟಿದರು. ಎರ್ನಾಕುಳಂನ ಮಹಾರಾಜಾಸ್ ಕಾಲೇಜಿನಲ್ಲಿ ಮತ್ತು ನಿವೃತ್ತ ಪ್ರೊಫೆಸರ್ ಮಧುಕರರಾವ್ ಇವರ ಬಳಿ ವಿದ್ಯಾಭ್ಯಾಸ ಸ್ವಲ್ಪಕಾಲ ಎರ್ನಾಕುಳದ ಜಲಿಟ್, ಇನ್ನೊವೇಶನ್ಸ್ ಎಂಬೀ ಜಾಹಿರಾತು ಎಜೆನ್ಸಿಗಳ ಕಾಪಿರೈಟರ್ ಆಗಿದ್ದರು. ಈಗ ಮಹಾತ್ಮಾಗಾಂಧಿ ಯೂನಿವರ್ಸಿಟಿಯಲ್ಲಿ ಉದ್ಯೋಗಸ್ಥೆ. 1986ರಿಂದ ಕಥೆಗಳನ್ನು ಬರೆಯುತ್ತಿದ್ದಾರೆ. 1990ರಲ್ಲಿ 'ಗೃಹಲಕ್ಷ್ಮಿ'ಯ ಸಣ್ಣಕಥಾ ಸ್ಪರ್ಧೆಯಲ್ಲಿ 'ಜೀವಿತತ್ತಿಂಡೆ ಇಲಗಳ್ (ಬದುಕಿನ ಎಲೆಗಳು)ಗೆ ಪ್ರೋತ್ಸಾಹಕ ಬಹುಮಾನ ಪಡೆದರು. 1991ರಲ್ಲಿ 'ತಾಳುಗಳ್‌ಕಿಡಯಿಲೊರು ಮಯಿಲ್ ಪೀಲಿ (ಹಾಳೆಗಳ ಮಧ್ಯೆ ಒಂದು ನವಿಲುಗರಿ)ಗೆ ಗೃಹಲಕ್ಷ್ಮಿ ಪ್ರಶಸ್ತಿ. 1993ರಲ್ಲಿ 'ಮಂಜಲ್' (ಮಂಚಿಲ್, ಎಂಬ ಕಥೆಗೆ ಕಾರ್ಯಾಟ್ಟು ವಿಶೇಷ ಪುರಸ್ಕಾರ. ಪ್ರಯಾರುವೈಕ್ಕಂ ಬರೆದ ಮಹಮ್ಮದ್ ಬಶೀರರ 'ಪಾತುಮ್ಮಾಯುಡೆ ಆಡು', ಎನ್. ಎಸ್. ಮಾಧವರ 'ಕಾಣಿ' (ಆಗಂತುಕ) ಕೆ. ಆರ್. ಮಲ್ಲಿಕರ 'ಸಮಾಂತರಂ' ಇವುಗಳ ನಾಟಕರೂಪಗಳು ಆಕಾಶವಾಣಿಯಲ್ಲಿ ಪ್ರಸಾರವಾಗಿವೆ. 'ಓರೋರೋತಿರಿವುಗಳ್' (ಒಂದೊಂದು ತಿರುವುಗಳು) ಇವರ ಕಥಾಸಂಕಲನ. ಜಯಶ್ರೀ ಮಿಶ್ರಾರ "Ancient Promises' ಎಂಬ ಕಾದಂಬರಿಯನ್ನು ಮಲಯಾಳಕ್ಕೆ ಅನುವಾದಿಸಿದ್ದಾರೆ.

ಪ್ರಾಸ್ತಾವಿಕ

ಕಥೆಗಾರ್ತಿಯೂ ಅನುವಾದಕಿಯೂ ಆಗಿರುವ ಪ್ರಿಯಾರ ಕಥೆಗಳಲ್ಲಿ ಮನಸೆಳೆಯುವ ಸೌಂದರ್ಯವಿದೆ. ಬಾಲ್ಯದ ತುಂಟಾಟಗಳೂ ಹಠಮಾರಿತನಗಳೂ ವಿಶಿಷ್ಟವಾಗಿರುವದರಿಂದ ಆಗಿರಬಹುದು. ಪ್ರಿಯಾರ ಕಥೆಗಳಿಗೆ ಭಾವನೆಗಳ ಕಣ್ಣುಕುಕ್ಕುವ ನಕ್ಷತ್ರಗಳ ಹೊಳಪು. ಆಸ್ಪತ್ರೆಮಂಚದಲ್ಲಿ ಮಲಗಿ ಅರೆತೆರೆದ ಕಿಟಕಿಯ ಕದಗಳ ಮೂಲಕ ನೋಡಿ ರೂಢಿಯಾಗಿಬಿಟ್ಟ, 'ಕತ್ತಲದೃಶ್ಯಗಳನ್ನು ಅವುಗಳ ಮೇಲೆ ಕಲ್ಪನೆಯ ವರ್ಣರಾಜಿಗಳನ್ನು ಬಾಚಿ ಬಾಚಿ ಚೆಲ್ಲುವುದರ ಮೂಲಕ ಪ್ರಿಯಾ ರಸವತ್ತಾಗಿಸಿದರು. ಆ ಸುಂದರ ದೃಶ್ಯಗಳು ಮನಸ್ಸಿಗೆ ಕಚಗುಳಿಯಿಟ್ಟಾಗ ಪ್ರಿಯಾ ತಾನು ಬರವಣಿಗೆಯ ರೆಕ್ಕೆಗಳನ್ನು ಬಿಚ್ಚಿ ಹಾರುತ್ತಿರುವುದಾಗಿ ಕನಸುಕಂಡರು. "ಲೇಖಕಿಯಾಗುವುದು ನನ್ನ ಅತ್ಯಂತ ದೊಡ್ಡ ಆಸೆಯಾಗಿತ್ತು. ಕನಸುಗಳು ಮನಸ್ಸಿಗೆ ನೀಡುವ ಒಂದು ವಿದ್ಯುಚ್ಛಕ್ತಿಯಿದೆ. ಅದು ಇಲ್ಲದಿದ್ದರೆ ಬಹುಶಃ ನಾನು ಇವತ್ತು ಹೀಗೇನೂ ಇರುತ್ತಿರಲಿಲ್ಲ. ಬರೇ ಒಂದು ಕಾಯಿಲೆಯ ಗೂಡಾಗಿ ಎಲ್ಲಾದರೂ ಮುದುರಿ ಕುಳಿತಿರುತ್ತಿದ್ದೆ..." ಪ್ರಿಯಾ ಹೇಳುತ್ತಾರೆ. ಮಾಡಲಿಕ್ಕೆ ಏನೂ ಇಲ್ಲದೆ ಆಸ್ಪತ್ರೆಯಲ್ಲಿ ಮಲಗಿ ಕಳೆಯಗಳನ್ನು ಸೂಕ್ಷ್ಮವಾಗಿ ನಿರೀಕ್ಷಿಸುತ್ತ ಆ ಭಾವನೆಗಳನ್ನು ಗಂಭೀರವಾದ, ಘನವಾದ ವಾಕ್ಯಗಳಲ್ಲಿ ಪ್ರಸ್ತುತಪಡಿಸಲು ಕಲಿತಿರಬೇಕು. ಮಲಯಾಳಕ್ಕೆ ಪ್ರಿಯಾಳ ಆ ಪ್ರತಿಭೆಯನ್ನು ಪ್ರಧಾನ ಮಾಡಿದ್ದು ಮನಸ್ಸನ್ನು ಆಳವಾಗಿ ಸ್ಪರ್ಶಿಸುವ ಒಂದಷ್ಟು ಒಳ್ಳೆಯ ಕಥೆಗಳು. ಪ್ರಿಯಾರ ಕಥೆಗಳು ನಮಗೆ ಪ್ರಿಯವಾಗುವುದು ಸಹಾನುಭೂತಿಯಿಂದಲ್ಲ ; ಬದಲಾಗಿ ಅವುಗಳಲ್ಲಿ ತುಂಬಿರುವ ಮೌಲ್ಯಗಳು, ಕಲ್ಪನಾ ಸೌಂದರ್ಯ ಮತ್ತು ತತ್ವಗಳ ಹೊಸತನ ಮತ್ತು ವಾಕ್ಯಗಳ ಅದ್ಭುತ ಆಕರ್ಷಕ ಶಕ್ತಿಗಳು.

ಕಥೆ

ಸ್ವಪ್ನದ ಎಳೆಗಳು

ನಗರದಿಂದ ಹಳ್ಳಿಯ ಮಡಿಲಿಗೆ ಬಂದು ಸೇರಿದವಳು ಊರ್ಮಿಳಾ. ನಗರದ ಹಾಗೆಯೇ ಹಳ್ಳಿಯೂ ನಿಂತಿರುವುದು ಮುಖ ತಿರುಗಿಸಿಯೇ ಎಂಬ ಸತ್ಯದ ಅರಿವು ಆಕೆಗೆ ಪ್ರಾರಂಭದಲ್ಲೇ ಆಗಿತ್ತು. ಕನಸುಗಳನ್ನು ಕೊಯ್ದು ಆ ಹೊನ್ನ ಬಣ್ಣದ ಮುತ್ತಿನ ಮಣಿಗಳಿಂದ ಉಗ್ರಾಣವನ್ನು ತುಂಬಿಸಿಕೊಳ್ಳುವ ಮಹದಿಚ್ಛೆಯೇನೂ ಇಲ್ಲದಿದ್ದುದರಿಂದಲೋ ಏನೋ ಆಕೆಗೆ ನಿರಾಸೆಯೇನೂ ಆಗಿರಲಿಲ್ಲ.

ಕಳೆದು ಹೋದ ಘಟನೆಗಳನ್ನು ಮತ್ತು ಸತ್ತುಹೋದ ಮುಖಗಳೊಂದನ್ನೂ ನೆನಪಿಗೆ ತಂದುಕೊಳ್ಳದಿರಲು ಆಕೆ ಸದಾ ಎಚ್ಚರ ವಹಿಸಿದ್ದಳು. ಕಳೆದ ಕಾಲದ ಒಣಗಿ ಮುರುಟಿದ ರೆಂಬೆಗಳು ತನ್ನ ಮೇಲೆ ಅಂಟಿಕೊಳ್ಳದಿರಲೆಂದೇ ನಗರವು ತನ್ನ ಬಗ್ಗೆ ಅಸಡ್ಡೆ ತೋರಿಸಿತೇನೋ ಎಂಬ ಸಂದೇಹ ಮನಸ್ಸಿನಲ್ಲಿ ಎದ್ದಾಗಲೆಲ್ಲ ಅವಳು ಅದನ್ನು ಅನಗತ್ಯವಾದ ಯೋಚನೆಯೆಂಬಂತೆ ತಳ್ಳಿಹಾಕಿದ್ದಳು.

ದಟ್ಟವಾಗಿ ಬೆಳೆದ ಗಿಡಮರಗಳ ನೆರಳು ಸೃಷ್ಟಿಸಿದ ಕತ್ತಲು ತುಂಬಿದ ಕಾಂಪೌಂಡಿನೊಳಗೆ ದೊಡ್ಡ ಬಂಗಲೆಯ ಉಪ್ಪರಿಗೆ ಕೋಣೆಯಲ್ಲಿ ಅವಳ ವಾಸ. ಭೂಮಿಯೊಳಗಿಂದ ನೇರವಾಗಿ ಎದ್ದು ಬಂದಂತೆ ಕಾಣುವ ಆ ಮನೆ ಒಂದು ಸುಂದರ ಸ್ವಪ್ನದ ಹಾಗಿದ್ದ ಊರ್ಮಿಳೆಗೆ ಚೆನ್ನಾಗಿ ಒಪ್ಪುತ್ತದೆ.

ಬಾಡಿಗೆ ವಸೂಲಿಗೆ ಬಂದಾಗಲೆಲ್ಲ ಮನೆಯ ಮಾಲೀಕನು, ಮನೆಯ ಹಾಳಾದ ಭಾಗಗಳನ್ನು ಮುಟ್ಟಿ, ಒತ್ತಿ ನೋಡಿ, ಏನೇನೋ ಗೊಣಗುತ್ತ, ಸುಣ್ಣ ಬಳಿದು 'ಇವಳನ್ನು ನಾನು ಬಹಳ ಚೆನ್ನಾಗಿ

ವಂಚಿಸುತ್ತಿದ್ದೇನಲ್ಲ' ಎಂದು ಒಳಗೊಳಗೆ ಖುಷಿಪಡುತ್ತ, ಸಂಕೋಚ ಪ್ರದರ್ಶಿಸುತ್ತ ಅಲ್ಲಿಂದ ಹೋಗುತ್ತಿದ್ದ. ಆಗೆಲ್ಲ ಊರ್ಮಿಳಾ ಉಕ್ಕಿಬಂದ ನಗುವನ್ನು ಅಡಗಿಸಿಕೊಳ್ಳಲು ಕಷ್ಟಪಟ್ಟಳು.

ಕೆಲವೊಮ್ಮೆ ಅವಳು ತನ್ನಷ್ಟಕ್ಕೆ ತಾನೇ ನಗುತ್ತ ಹೊಲಿಗೆಯಂತ್ರದ ಮುಂದೆ ಕುಳಿತಿರುತ್ತಾಳೇ. ರಸ್ತೆಗೆದುರಾಗಿ ಕಾಣುವ ಕೋಣೆಯಲ್ಲಿ ಕುಳಿತು ಹಳ್ಳಿಯ ಹೆಣ್ಣು ಮಕ್ಕಳಿಗಾಗಿ ನಗರದ ಉಡುಪುಗಳನ್ನು ಹೊಲಿದುಕೊಡುತ್ತಾಳೆ.

ಹೆಣ್ಣು ಮಕ್ಕಳ ಕಾಲೇಜು ಮತ್ತು ಅದರ ಪಕ್ಕದಲ್ಲಿ ಸಿಸ್ಟರ್‌ಗಳು ನಡೆಸುವ ಹಾಸ್ಟೆಲು ಆ ಹಳ್ಳಿಯಲ್ಲಿ ಪ್ರಾರಂಭವಾಗಿದ್ದು ಊರ್ಮಿಳಾ ಬರುವುದಕ್ಕೆ ಕೆಲವೇ ದಿನಗಳ ಹಿಂದೆ.

ದೂರದ ಪಟ್ಟಣಗಳಿಂದ ಓದಲೆಂದು ಬಂದ ಹೆಣ್ಣು ಮಕ್ಕಲು, ಹಾಸ್ಟೆಲುವಾಸಿಗಳಾಗಿಬಿಟ್ಟು, ಬಣ್ಣಗಳಲ್ಲಿ ಅದ್ದಿದ ಚಿಟ್ಟೆಗಳ ಹಾಗೆ ಹಾರುತ್ತ ಜಿಗಿಯುತ್ತ ನಡೆಯುತ್ತಿದ್ದಂತೆ, ಉದ್ದ ಲಂಗಗಳನ್ನು ಹಾಕಿಕೊಳ್ಳುತ್ತಿದ್ದ ಹಳ್ಳಿಯ ಹೆಣ್ಣು ಮಕ್ಕಳಿಗೆ ಪಾಠದ ಬಗೆಗಿನ ಶ್ರದ್ಧೆ ಕಡಿಮೆಯಾಗುತ್ತ ಬಂತು. ಆಶ್ಚರ್ಯ–ಅಸೂಯೆಗಳು ಮೇಲಾಟವಾಡುತ್ತಿದ್ದ ಮನಸ್ಸುಗಳಿಂದ ಬಾಟನಿ, ಕೆಮಿಸ್ಟ್ರಿ, ಹಿಸ್ಟರಿಗಳೆಲ್ಲ ನೋಡನೋಡುತ್ತಿದ್ದಂತೆ ಮರೆಯಾಗತೊಡಗಿದ್ದವು.

ಆ ಸಂದರ್ಭದಲ್ಲಾಗಿತ್ತು ಊರ್ಮಿಳಾ ಅಲ್ಲಿಗೆ ಕಾಲಿರಿಸಿದ್ದು.

ಅಸೂಯೆಯ ಮೊಡವೆ ಮೂಡಿದ ಮುಖಗಳಿಗೆ ಆಕೆಯ ಹೊಲಿಗೆಯ ನೈಪುಣ್ಯವು ಔಷಧಿಯಾಗಿ ಪರಿಣಮಿಸಿತು.

ಪಟ್ಟಣದ ಥಳುಕು ಬಳುಕಿನ ವೇಷಭೂಷಣಗಳನ್ನು ಧರಿಸಿಕೊಳ್ಳುವುದೇ ಒಂದು ದೊಡ್ಡ ಸಾಧನೆಯೆಂಬ ಅಭಿಪ್ರಾಯದತ್ತ, ಮುಗ್ಧ ಜನತೆಯಿಂದ ತುಂಬಿದ ಒಂದು ಹಳ್ಳಿ ಹೇಗೆ ಪೂರ್ತಿಯಾಗಿ ವಾಲಿತು ಎಂಬುದು ಆಕೆಗೆ ಎಷ್ಟು ಯೋಚಿಸಿದರೂ ಅರ್ಥವಾಗಲಿಲ್ಲ.

ಕಾಲದ ಪ್ರತಿಯೊಂದು ಘಟ್ಟದಲ್ಲೂ, ಪ್ರತಿಯೊಂದು ತಿರುವಿನಲ್ಲೂ ಎಷ್ಟೆಷ್ಟೋ ಅಚ್ಚರಿಗಳು ನಮಗಾಗಿ ಕಾಯುತ್ತವೆ ಎಂದು ನಂಬಿ ಆಕೆ ತನ್ನ ಹೊಲಿಗೆಯನ್ನು ಮುಂದುವರಿಸಿದಳು.

ಪ್ರೀತಿಯ ಸೌಂದರ್ಯವಡಗಿದ ಉಡುಪುಗಳನ್ನು ಆಕೆ ಹೊಲಿದಳು. ಆದರೆ ಆಕೆಗೆ ಪ್ರೀತಿಯ ಕಚಗುಳಿಯಿಡುವವರಾರೂ ಬರಲಿಲ್ಲ. ಯಾರೂ ಬರಲಿಲ್ಲ.

ಕತ್ತಲಾವರಿಸಿಕೊಂಡಿದ್ದ ಏಣಿಯ ಮೆಟ್ಟಲುಗಳನ್ನೇರಿ ಬಂದವರು ಯಾರೂ ಹಗಲುಗನಸಿನ ಮುಗ್ಧತೆಯನ್ನು ಹೊತ್ತ ಆ ಮುಖವನ್ನು ನೋಡಲೇ ಇಲ್ಲ.

ಹಳ್ಳಿಯ ಹೆಣ್ಣುಮಕ್ಕಳಲ್ಲಿ ಪಟ್ಟಣದ ಆಕರ್ಷಣೆ ಮೂಡುವಂತೆ ಮಾಡುವವಳು ಊರ್ಮಿಳಾ ಎಂದೆಣಿಸಿ ಅವರು ಯಾವಾಗಲೂ ಅವಳನ್ನು ಕೇಳಿಕೊಂಡು ಬರುತ್ತಿದ್ದರು. ಅವಳ ಕೋಣೆಯಲ್ಲಿ ಬಣ್ಣಗಳ ಒಂದು ಕಟ್ಟನ್ನು ತಂದಿಟ್ಟು ಹೋಗುತ್ತಿದ್ದರು.

ಅವರು ತಂದಿಡುವ ಬಟ್ಟೆಗಳ ಬಣ್ಣ–ಗುಣಗಳೊಂದನ್ನೂ ಗಮನಿಸದೆ ಯಾವುದೇ ಬಟ್ಟೆಯನ್ನಾದರೂ ಆಕೆ ಅದ್ಭುತವಾಗಿ ಹೊಲಿದುಕೊಡುತ್ತಿದ್ದಳು. ಆಕೆಯ ಕೈಚಳಕದಿಂದ

ಸೃಷ್ಟಿಯಾದ ಉಡುಪುಗಳಲ್ಲಿ ತಮ್ಮನ್ನು ಪ್ರದರ್ಶಿಸಿಕೊಂಡು ತಿರುಗಿದ ಹೆಣ್ಣುಮಕ್ಕಳು ಯಾರೂ ಆಕೆಯ ನೈಪುಣ್ಯ-ಹಿರಿಮೆಗಳನ್ನು ಕೊಂಡಾಡುವುದಾಗಲಿ, ಆಕೆಯತ್ತ ನೋಡಿ ಮೆಚ್ಚುಗೆಯ ನಗುವಿನ ಉಡುಗೊರೆ ನೀಡುವುದಾಗಲಿ ಮಾಡಲಿಲ್ಲ. ಅರ್ಧ ಹೊಲಿದ ಮತ್ತು ಪೂರ್ತಿಹೊಲಿದ ಉಡುಪುಗಳ ಕಣ್ಣು ಕುಕ್ಕುವ ಬಣ್ಣಗಳ ಮಧ್ಯೆ ಆಕೆಯ ದಿನಗಳು ರಾಗತಾಳಗಳಿಲ್ಲದೆ ಉರುಳಿದವು.

ಹಳ್ಳಿಗೆ ಬರುವಾಗಲೂ ಅವಳ ಮನಸ್ಸು ಕಾಮನಬಿಲ್ಲಿನ ಬಣ್ಣಗಳನ್ನು ಬಾಚಿ ಮುಡಿದುಕೊಂಡ ಕನಸುಗಳಿಂದ ಕಟ್ಟಿದ ಏಳು ಅಂತಸ್ತುಗಳ ಅರಮನೆಯಾಗಿತ್ತು. ಹೆಣ್ಣುಮಕ್ಕಳ ಕಣ್ಣುಗಳಲ್ಲಿ ಸದಾ ತುಂಬಿ ತುಳುಕುತ್ತಿರುವ ಆಸೆಯ ಬಣ್ಣಗಳು ಮತ್ತು ಅಂತ್ಯವಿಲ್ಲದ ಕನಸುಗಳನ್ನು ಕಂಡಾಗ, ಏಳಂತಸ್ತಿನ ಅರಮನೆಯಿಂದ ಯಾವಯಾವದೋ ಬಣ್ಣಗಳು ಹರಿದು ಹೋದವು.

ಯಾವ ಯಾವ ಬಣ್ಣಗಳು ಕಳೆದು ಹೋದವೆಂಬುದನ್ನು ಅವಳು ಒಮ್ಮೆಯೂ ಎಣಿಸಿ ನೋಡಲಿಲ್ಲ. ಕನಸುಗಳ ಬಳೆಗಳ ಕಿಣಿಕಿಣಿ ಸದ್ದುಗಳೇ ಅರಮನೆಯ ಚೈತನ್ಯವೆಂಬುದನ್ನು ಯಾವುದೋ ಮೆಟ್ಟಿಲುಗಳಲ್ಲಿ ಕುಳಿತು ಉರುಹಾಕಿ ಕಲಿತದ್ದು ಅವಳಿಗೆ ಸದಾ ದಾರಿದೀಪವಾಯಿತು.

ಹೆಣ್ಣುಮಕ್ಕಳ ಹತ್ತಿರ ಅವರು ಪಟ್ಟಣದವರಾಗಿರಲಿ ಹಳ್ಳಿಯವರಾಗಿರಲಿ ಊರ್ಮಿಳಾ ವಿಶೇಷವಾಗಿ ಏನೂ ಮಾತನಾಡಿಲ್ಲ. ಅವರ ಬಳಿ ಏನಾದರೂ ಮಾತನಾಡಲು ಸಾಧ್ಯವಿದ್ದಿದ್ದರೆ ಎಂದು ಯೋಚಿಸುತ್ತಿದ್ದಂತೆ ಅವರಿಗೆ ಇಷ್ಟವಾಗುವಂಥ ಯಾವ ವಿಷಯ ತನ್ನ ಬಳಿ ಇರುವುದೆಂದು ತಿಳಿಯದೆ ಆಕೆ ತುಸು ನೊಂದುಕೊಂಡಳು ಕೂಡಾ. ಮಾತನಾಡಲು ಯೋಗ್ಯವೆಂದು ನಂಬಿ ಕೆಲವು ವಿಷಯಗಳನ್ನು ಹೊಂದಿಸಿಕೊಳ್ಳುವಷ್ಟರಲ್ಲಿ ಅವರು ಕೋಣೆಬಿಟ್ಟು ಹೋಗಿಯಾಗುತ್ತಿತ್ತು.

ಸ್ವಪ್ನಪುಷ್ಪದ ದಳಗಳಲ್ಲಿ ಜಗತ್ತಿನ ಸೌಮ್ಯವೂ ಕಾಂತಿಯುಕ್ತವೂ ಆದ ಎಲ್ಲಾ ಭಾವಗಳು ಅರಳಿ ನಿಲ್ಲುವಾಗ, ಭೂಮಿಯ ಮೇಲಿನ ಈ ರೀತಿಯ ಚಿಕ್ಕ ಚಿಕ್ಕ ನೋವಿನ ಸಂಗತಿಗಳು ಊರ್ಮಿಳೆಗೆ ವಿರಾಮಕಾಲದಲ್ಲಿ ಕಲ್ಲಾಟವಾಡಲು ಸಿಕ್ಕಿದ ಸಣ್ಣ ಕಲ್ಲುಗಳಾದವು.

ಹೆಣ್ಣುಮಕ್ಕಳು ಹೇಳಿದಂತೆಯೇ ಕೆಲವೊಮ್ಮೆ ಅವರು ಹೇಳಿದ್ದಕ್ಕಿಂತಲೂ ಸುಂದರವಾಗಿ ಉಡುಪುಗಳನ್ನು ಆಕೆ ಹೊಲಿದುಕೊಟ್ಟಳು. ಹಣ ತೆಗೆದುಕೊಳ್ಳುವಾಗ ಮಾತ್ರ ಕಣ್ಣುಗಳನ್ನೆತ್ತಿ, ಅವರ ಕಪ್ಪುಕಾಡಿಗೆ ಹಚ್ಚಿದ ಕಣ್ಣುಗಳನ್ನೊಮ್ಮೆ ನೋಡಬೇಕಾಗುತ್ತಿತ್ತು. ಮರೆತು ಹೋಯಿತೆಂದು ನಟಿಸಿ ಹೋಗಲು ಹೊರಟವರನ್ನು ಮತ್ತು ಹುಳ್ಳಗೆ ನಗುತ್ತ ಅಲ್ಲಿಂದ ಜಾರಿಕೊಳ್ಳಲೆತ್ನಿಸಿದವರನ್ನು ಅವಳು ತನ್ನ ತೀಕ್ಷ್ಣ ನೋಟದಿಂದ ತಡೆದು ನಿಲ್ಲಿಸಿದಳು. ಯಾರಿಗೂ ಯಾವುದೇ ತೊಂದರೆ ಕೊಡದೆ ತಮ್ಮಷ್ಟಕ್ಕೆ ಒಂದು ಬದಿಗೆ ಸರಿದು ನಿಲ್ಲುವವರಿಗೆ 'ಪಾಪ' ಎಂಬ ಹಣೆಪಟ್ಟಿ ಹಚ್ಚಿ ಕಿರುಬೆರಳಲ್ಲಿ ಕುಣಿಸಲು ಎಲ್ಲರೂ ಹೊಂಚುಹಾಕುತ್ತಾರೆಂಬುದನ್ನು ಊರ್ಮಿಳಾ ಮಧ್ಯೆ ತಿಳಿದುಕೊಂಡಿದ್ದಳು. ಅದರಿಂದಾಗಿ

ಇರಬಹುದು ಅವರು ಅವಳ ಮೇಲೆ ವಿನಾಕಾರಣ ಆರೋಪ ಹೊರಿಸಿ ಗೇಲಿಮಾಡಿ ನಕ್ಕದ್ದು. ಇದ್ಯಾವುದನ್ನೂ ಲೆಕ್ಕಿಸದೆ ಮೆಷಿನ್ನಿನ ಗರಗರಸದ್ದಿನೊಂದಿಗೆ ಲೀನವಾಗಿ ಅದರಲ್ಲಿ ಆಕೆ ಅತ್ಯಂತ ಶ್ರೇಷ್ಠವಾದ ಗಾನಮಾಧುರ್ಯವನ್ನು ಅನುಭವಿಸಿದಳು.

ಕಾಂಪೌಂಡಿನ ಪಕ್ಕದಲ್ಲಿ ಹಾದುಹೋಗುವ ರಸ್ತೆಯಿಂದ ಸಿಳ್ಳೆಯ ಸದ್ದುಗಳು ಮೇಲೇರುವುದು ಅವಳ ಗಮನಕ್ಕೆ ಬೀಳದಿರಲಿಲ್ಲ. ಕ್ರಮೇಣ ಸಿಳ್ಳೆಗಳು ಕಡಿಮೆಯಾದವು. ಆ ನಂತರ ಅವಳ ಕಿವಿಗೆ ಬೀಳಲೇ ಇಲ್ಲ.

ಹಳ್ಳಿಯ ಬುದ್ಧಿಜೀವಿಗಳು ಊರ್ಮಿಳಾಳನ್ನು ಬಲೆನೇಯುವ ಜೇಡನೆಂದು ಕರೆದರು.

ವಯಸ್ಸಾದ ಹಳೆಯ ತಲೆಮಾರಿನವರಂತೂ ಅವಳು ಹಳ್ಳಿಗೆ ಸೇರಿದವರೆಂಬ ಸತ್ಯವನ್ನು ಒಪ್ಪಿಕೊಳ್ಳಲೇ ಇಲ್ಲ. ಅವಳ ಬಗ್ಗೆ ಮಾತನಾಡುವಾಗ ಅವಳ ಹೆಸರು ತಿಳಿದಿದ್ದರೂ ಕೂಡಾ 'ದರ್ಜಿ ಹೆಂಗಸು' ಎಂದು ತಿರಸ್ಕಾರದಿಂದ ಕರೆದರು.

ನೀಲಾಕಾಶದಿಂದ ಕತ್ತರಿಸಿ ತೆಗೆದ ಸೀರೆ-ಬ್ಲೌಸುಗಳನ್ನು ಧರಿಸಿ ಹಗಲು ಉದಯಿಸುವ ಪುಟ್ಟ ನಕ್ಷತ್ರದಂತೆ ಅವಳು ಮಿನುಗಿದಳು.

ಮಧ್ಯಾಹ್ನಗಳಲ್ಲಿ ಊಟವಾದ ನಂತರ ನೆಟ್ಟಗಿನ ಕಿಟಕಿಯ ಸರಳುಗಳನ್ನು ಹಿಡಿದುಕೊಂಡು, ಹೊರಗಿನ ಸುಡುಬಿಸಿಲು ಮತ್ತು ಉದ್ದಕ್ಕೆ ಮಲಗಿದ ಕೆಂಪುಮಣ್ಣಿನ ರಸ್ತೆಯನ್ನು ನೋಡುತ್ತ ಆಕೆ ನಿಂತಳು. ಮಾರ್ಕೆಟ್ಟಿನ ಬದಿಯಿಂದ ಕೆಳಗಿಳಿದು ಮರೆಯಾಗುವ ಅಗಲವಾದ ಆ ರಸ್ತೆಯ ತುದಿಯಲ್ಲೇನಿರಬಹುದೆಂದು ತಿಳಿಯಲು ಅವಳು ದಿನಾ ಆಶಿಸಿದಳು.

ಅವಳು ಬಂದು ಎಷ್ಟೋ ಕಾಲದ ನಂತರವಾಗಿತ್ತು. ಆ ರಸ್ತೆ ಅಲ್ಲಿ ಕಣ್ಣು ತೆರೆದುಕೊಂಡದ್ದು. ಅದರೊಂದಿಗೆ ಒಬ್ಬರಿಗೆ ನೆಟ್ಟಗೆ ತಿರುಗಲು ಎಡೆಯಿಲ್ಲದ ಅಸ್ತವ್ಯಸ್ತವಾಗಿ ಹಬ್ಬಿಕೊಂಡಿದ್ದ ಚಿಕ್ಕ ಚಿಕ್ಕ ದಾರಿಗಳು ಮುಚ್ಚಿಹೋಗಿದ್ದವು.

ಎಲ್ಲಿ ನಿಂತರೆ ಆ ರಸ್ತೆಯ ತುದಿಯನ್ನು ಕಾಣಲು ಸಾಧ್ಯ ಎಂಬುದನ್ನು ತಿಳಿಯಲು ಮಧ್ಯಾಹ್ನಗಳಲ್ಲಿ ಮಾತ್ರ ಊರ್ಮಿಳಾ ಧೂಳಿನಲ್ಲಿ ಮುಳುಗಿದ್ದ ಇತರ ಕೋಣೆಗಳನ್ನು ತೆರೆದಳು. ಕೆಳಗಿನ ಕೋಣೆಗಳಲ್ಲಿ ನಿಂತರೆ ಹಾಲಿನ ಹೆಂಗಸು ಮೇರಿಯ ಮನೆಯ ತನಕವೂ ಕಾಣುವುದು ಸಾಧ್ಯವಿಲ್ಲವೆಂದು ಗೊತ್ತಿದ್ದರಿಂದ ಆಕೆ ಒಮ್ಮೆಯೂ ಆ ಕೋಣೆಗಳನ್ನು ತೆರೆಯಲಿಲ್ಲ. ಮಾರ್ಕೆಟ್ಟಿನ ಆಚೆಗೆ ಹೋಗಿ ನೋಡಬೇಕೆಂದು ಯೋಚಿಸಿದಾಗ ಯಾವುದೋ ಅವ್ಯಕ್ತವಾದ ಒಂದು ಭಯ ಆಕೆಯನ್ನು ಆವರಿಸಿಕೊಂಡಿತು.

ಹಾಗೆ ಅವಳ ಕನಸುಗಳಲ್ಲಿ ಆ ರಸ್ತೆಯ ತುದಿಯೂ ಸ್ಥಾನ ಪಡೆದುಕೊಂಡಿತು.

ಎಂದಿನಂತೆ ನಡುನಡುವೆ ನಗುತ್ತ ಅವಳು ಮೆಷಿನ್ ನಡೆಸಿದಳು. ಒಮ್ಮೆ ಬಂದಾನೆಂದು ತಾನು ನಂಬಿದ, ಹಿಂದೊಮ್ಮೆ ಕನಸಿನಲ್ಲಿ ಕಂಡ ಆ ವ್ಯಕ್ತಿಯ ಬಗ್ಗೆ ನೆನಪಿಸುವಾಗ ಅವಳಿಗೆ ಒಮ್ಮೊಮ್ಮೆ ನಗು ಬಂದುಬಿಡುತ್ತಿತ್ತು.

ಆತ ಒಂದು ದಿನ ಹಳ್ಳಿಗೆ ಬಂದುಬಿಟ್ಟರೆ ತನಗೆ ಆತನನ್ನು ಗುರುತುಹಿಡಿಯಲು ಸಾಧ್ಯವೇ

ಎಂದು ಆಕೆ ಯೋಚಿಸುವುದಿದೆ. ಆತನ ವಯಸ್ಸಾಗಲೀ ವೇಷವಾಗಲೀ ಊರ್ಮಿಳೆಗೆ ಗೊತ್ತಿಲ್ಲ. ಖಂಡಿತವಾಗಿಯೂ ಆತ ಒಬ್ಬ ಒಳ್ಳೆಯ ವ್ಯಕ್ತಿಯಾಗಿರಬಹುದು, ಆತನ ನಗುವಿನಲ್ಲಿ ಮಕ್ಕಳಂತೆ ಕಚಗುಳಿಯಿಡುವ ಮುಗ್ಧತೆಯಿರಬಹುದು ಅಷ್ಟೇ ಅವಳಿಗೆ ತಿಳಿದಿರುವುದು. ಆದರೂ ಹಳ್ಳಿ–ಪಟ್ಟಣಗಳಲ್ಲಿ ಬಹಳ ದೂರ ಸಂಚರಿಸಿ ಕೊನೆಗೆ ಆತ ತನ್ನ ಬಳಿಗೆ ಬಂದು ಬಿಡುತ್ತಾನೆಂಬುದನ್ನು ಎಣಿಸಿದಾಗ ಅವಳಲ್ಲಿ ಅನುಭೂತಿಯ ಕಡಲು ಏಳುತ್ತಿತ್ತು.

ಉಳಿದದ್ದೆಲ್ಲವನ್ನೂ ಆಕೆ ತನ್ನ ಸ್ವಪ್ನಲೋಕದಲ್ಲಿ ಚಿತ್ರಿಸಿಕೊಂಡಳು.

ಆತ ಆ ರಸ್ತೆಯ ತುದಿಯಿಂದ ಅವಳು ಇದುವರೆಗೆ ನೋಡಿರದ ರಸ್ತೆಯ ತುದಿಯಿಂದ ನಡೆದು ಬರುತ್ತಾನೆ. ಸುಡು ಬಿಸಿಲಲ್ಲಿ ಮಲಗಿದ ರಸ್ತೆಯಲ್ಲಿ ನಡೆದು, ಬೆವರಲ್ಲಿ ಮಿಂದು ಬಿಸಿಲನ್ನು ತಡೆದು ನಿಲ್ಲಿಸುವೆನೆಂಬಂತೆ ತಲೆಯ ಮೇಲೆ ಕೈಯಿಟ್ಟುಕೊಂಡು ಸಮೀಪಿಸುತ್ತಾನೆ. ಸುತ್ತಮುತ್ತ ಎಲ್ಲೂ ನೋಡದೆ ಬೇಗ ಬೇಗ ನಡೆದು ಕಾಂಪೌಂಡು ಬಳಿ ಬಂದು ಒಂದು ನಿಮಿಷ ನಿಲ್ಲುತ್ತಾನೆ. ಆ ಮೇಲೆ ಪರಿಚಿತನಂತೆ ಗೇಟ್ ತೆರೆದ ಹೆಣ್ಣುಮಕ್ಕಳು ನಡೆದು ಸವೆದ ಅಂಗಳದ ಮೂಲಕ ಹಾದು ಮೇಲೆ ಬರುತ್ತಾನೆ. ಎಷ್ಟು ಪ್ರಯತ್ನಿಸಿದರೂ ಮುಂದಿನದ್ದನ್ನು ಕಲ್ಪಿಸಿಕೊಳ್ಳಲು ಅವಳಿಗೆ ಸಾಧ್ಯವಾಗುವುದಿಲ್ಲ. ತನ್ನಂತೆ ನಡುನಡುವೆ ನಕ್ಕರೆ ಆತ ಚಂದ ಕಾಣಿಸಬಹುದೆಂದು ಆಕೆಗೆ ಅನ್ನಿಸುವುದಿದೆ.

ಕನಸು ಕಾಣುವ ಸಾಮರ್ಥ್ಯ ಮತ್ತು ನಗುವ ಶಕ್ತಿ ಯಾರ ಕೃಪೆಯಿಂದ ಬರುತ್ತದೆ ಎಂದು ಊರ್ಮಿಳಾ ತನ್ನನ್ನೇ ಕೇಳುತ್ತ ತಕ್ಷಣವೇ ಪ್ರಕೃತಿಯ ಕೃಪೆ ಎಂದು ಉತ್ತರವನ್ನು ಹುಡುಕಿ ಹಿಡಿದಳು ಕೂಡಾ. ಆಕಾಶದ ವಿಸ್ತಾರದತ್ತ, ಭೂಮಿಯ ಯಾರೂ ನೋಡದ ಮೂಲೆಗಳತ್ತ, ಮಳೆಹನಿಗಳ ಕಥಗಳತ್ತ, ಅರ್ಧರಾತ್ರಿಯ ಹಕ್ಕಿಗಳ ಹಾಡಿನತ್ತ, ತಾವರೆ ದಳಗಳತ್ತ ಮೆಟ್ಟಲುಗಳನ್ನು ಕಟ್ಟಿಕೊಡುವುದು ಅದೃಷ್ಟ ಜಗತ್ತಿನೊಳಗೆ ವಾಸಿಸುವವರ ಕೃಪೆಯಿಂದ ಮಾತ್ರ ಆಗಿರಲು ಸಾಧ್ಯವೆಂಬುದು ಊರ್ಮಿಳಾಗೆಂದೋ ಖಚಿತವಾಗಿ ತಿಳಿದಿತ್ತು.

ಒಂದಷ್ಟು ಹುಡುಗಿಯರ ಗುಂಪು ಮರದ ಏಣಿ ಹತ್ತಿ ಶಬ್ದ ಮಾಡಿ ಊರ್ಮಿಳಾಳ ಬೆಳಕು ತುಂಬಿದ ಕೋಣೆಯನ್ನು ಪ್ರವೇಶಿಸಿದಾಗ ಯಾವಾಗಲೂ ಆಕೆಯ ಯೋಚನೆಗಳಿಗೆ ಭಂಗವುಂಟಾಗುತ್ತದೆ. ಅಳತೆ ತೆಗೆದುಕೊಳ್ಳುವಾಗ, ಸೂಚನೆಗಳನ್ನು ಬರೆದು ತೆಗೆದುಕೊಳ್ಳುವಾಗ ಅವರೆಲ್ಲರೂ ಪರಸ್ಪರ ವಿಶೇಷ ಸುದ್ದಿಗಳನ್ನು ವಿನಿಮಯಿಸಿಕೊಂಡು ಗಟ್ಟಿಯಾಗಿ ನಕ್ಕರು.

ನಡುವೆ ಮುಖಗಳು ಬದಲಾಗುತ್ತವೆಯಷ್ಟೆ ಹೊರತು ರೀತಿಗಳು ಬದಲಾಗುವುದಿಲ್ಲ. ಅವಳನ್ನು ತಾತ್ಸಾರದಿಂದ ಕಡೆಗಣಿಸಿ ಧ್ವನಿಯನ್ನು ತಗ್ಗಿಸಿ ಏರಿಸಿ, ಅದುಮಿ ಹಿಡಿದುಕೊಳ್ಳುತ್ತ ಪಾದ್ರಿಗಳು ಬಿಳಿಯುಡುಪು ಧರಿಸಿ ಬೊಂಬೆಗಳಂತೆ ಓಣಿಯಲ್ಲಿ ಪ್ರತ್ಯಕ್ಷರಾದರು. ಆ ಮೇಲೆ ಅವರು ಬೂದು ಬಣ್ಣದ ಬ್ಯಾಗು ಹಿಡಿದುಕೊಂಡು ಒಬ್ಬರು ಆಟೋರಿಕ್ಷಾದಲ್ಲಿ ಬಂದಿಳಿದ ಬಗ್ಗೆ ಹೇಳಬೇಕಾಗುತ್ತದೆ.

ಒಂದು ವಾರದ ಮಟ್ಟಿಗೆ ಉಳಿದುಕೊಳ್ಳಲು ಆತ ಬಂದದ್ದೆಂದು ಹೆಣ್ಣುಮಕ್ಕಳು ತಮ್ಮಲ್ಲಿ ಪರಸ್ಪರ ಮಾತನಾಡಿಕೊಳ್ಳುತ್ತಿರುವಾಗಲೇ ಅವಳಿಗೆ ಗೊತ್ತಾಗಿದ್ದು.

ಇಲ್ಲಿದ್ದಾಗ ಒಂದು ದಿನ ಆತ ಆಕೆಯಿದ್ದ ಉಪ್ಪರಿಗೆ ಕೋಣೆಗೆ ಹತ್ತಿಬಂದ. ಹೆಣ್ಣುಮಕ್ಕಳ ಉಡುಪುಗಳನ್ನು ಮಾತ್ರ ತಾನು ಹೊಲಿಯುವುದೆಂದು ಹೇಳಲು ಬಾಯಿ ತೆರೆದಿದ್ದಳಷ್ಟೆ ಊರ್ಮಿಳಾ. ಆದರೆ, ಕೈಯಲ್ಲೊಂದು ಕ್ಯಾಮರಾ ಹಿಡಿದುಫೋಟೋ ತೆಗೆಯಲು ತಕ್ಕುದಾದ ದೃಶ್ಯಗಳನ್ನು ಹುಡುಕುತ್ತ ಬಂದಿದ್ದಾಗಿತ್ತು ಆತ.

ಆತ ಆ ತೋಟದಲ್ಲಿಡೀ ಸುತ್ತಾಡಿದಾಗ ಊರ್ಮಿಳಾ ಜೊತೆಗೆ ಹೋದಳು.

ಮದರಂಗಿ ಗಿಡಗಳ ಹಿಂದೆ ಮುದುರಿ ಕುಳಿತ ಬೆಕ್ಕು ಮೊದಲು ಅವಳನ್ನು ಕಂಡು ಅಪರಿಚಿತಳೆಂದು ತಿಳಿದು ಓಡಲು ಹೊರಟಿತ್ತು. ಆತನನ್ನು ನೋಡಿದಾಗ ಅದು ತಲೆ ವಾರೆ ಮಾಡಿ ಪೋಸು ಕೊಟ್ಟಿತ್ತು. ಹಿಂಡಿಹಿಂಡಾಗಿ ಬೆಳೆದ ಬಿಳಿಯ ತಗ್ಗಿ ಗಿಡಗಳ ಮಧ್ಯೆ ಕುಳಿತು ತಾತ್ಸಾರದಿಂದ ತಲೆಯೆತ್ತಿ ನೋಡುತ್ತಿದ್ದ ಒಂದು ಓತಿ, ಗುಬ್ಬಚ್ಚಿಗಳಿಲ್ಲದೆ ಹಾಳಾದ ಒಂದು ಗುಬ್ಬಿಗೂಡು, ಬಕುಲವೃಕ್ಷದ ಕೆಳಗಿನ ಕೊಂಬೆಗೆ ಹಾರುವಾಗ ಕೆಳಗೆ ಬಿದ್ದ ಒಂದು ಅಳಿಲ ಮರಿ ಎಲ್ಲವನ್ನು ಆತ ಕ್ಯಾಮರಾದಲ್ಲಿ ಸೆರೆಹಿಸಿದದ್ದು ನೋಡಿ ಊರ್ಮಿಳಾಗೆ ಖುಷಿಯಾಯಿತು.

ಕಾರಣವಿಲ್ಲದೆ ನಕ್ಕು ಅನ್ಯಮನಸ್ಕಳಾಗಿ ನಿಂತಿದ್ದಾಗ ಆತ ಅವಳ ಫೋಟೋ ತೆಗೆದದ್ದು ತೀರಾ ಅನಿರೀಕ್ಷಿತವಾಗಿ ಆಗಿತ್ತು. ಪಟ್ಟಣಕ್ಕೆ ಹೋದನಂತರ ಫೋಟೋ ಕಳುಹಿಸಿ ಕೊಡುತ್ತೇನೆಂದು ಹೇಳಿ ಊರ್ಮಿಳಾ ಅನ್ನುವ ಹೆಸರು ಇಷ್ಟವಾಗಿಲ್ಲ ಎಂದು ಸೇರಿಸಿ ಆತ ಹೊರಟು ಹೋಗಿದ್ದ.

ಆತ ಹೇಳಿದ ಹಾಗೆ ಮಾಡುತ್ತಾನೆ ಎಂದು ಊರ್ಮಿಳಾಗೆ ಸ್ವಲ್ಪವೂ ನಂಬಿಕೆಯಿರಲಿಲ್ಲ. ಬಹುಶಃ ಒಂದು ವೇಳೆ ಮಾಡಿದರೆ, ತನ್ನಷ್ಟಕ್ಕೆ ಯಾರೂ ಕೇಳದೆಯೇ ಎಲ್ಲರ ಹತ್ತಿರವೂ ಸುದ್ದಿಗಳನ್ನು ಊದುವ ಪೋಸ್ಟ್‌ಮ್ಯಾನ್ ಊರವರೆಲ್ಲರ ಹತ್ತಿರವೂ ತಿರಸ್ಕಾರ ತುಂಬಿದ ಧ್ವನಿಯಲ್ಲಿ ಹೇಳಬಹುದು, 'ದರ್ಜಿ ಹೆಂಗಸಿಗೊಂದು ಕವರ್ ಬಂದಿದೆ.'

ರಾತ್ರಿಯಾಗುತ್ತಲೇ ಊರ್ಮಿಳಾ ಕಿಟಕಿ ಬಾಗಿಲು ಹಾಕಿದಳು. ಮಲಗ ಹೊರಟಾಗ ಹಿಂದೊಮ್ಮೆ ಕನಸಿನಲ್ಲಿ ಅಸ್ಪಷ್ಟವಾಗಿ ಕಂಡ ತುಂಬು ನಗುಮುಖದ ಆ ಮನುಷ್ಯನನ್ನು ಪುನಃ ಕನಸಿನಲ್ಲಿ ಕಾಣುವ ಹಾಗಿದ್ದರೆ ಎಂದು ಹಾರೈಸಿದಳು. ಆದರೆ ಅವಳಿಗೆ ಆ ಕನಸು ಹೋಗಲಿ, ನಿದ್ದೆಯಲ್ಲಿ ಯಾವ ಕನಸೂ ಬೀಳಲಿಲ್ಲ.

ಆದರೆ, ಎಂದಿಗಿಂತ ಭಿನ್ನವಾಗಿ ಕೆಲವು ದಿನಗಳ ಹಿಂದೆ ಒಂದು ರಾತ್ರಿ ಶೀತಗಾಳಿ ರೊಯ್ಯೆಂದು ಬೀಸುತ್ತಿರುವಾಗ ಆಕೆ ಒಂದು ಕನಸು ಕಂಡಳು. ಪ್ರವಾಹದಲ್ಲಿ ತೇಲಿಬಂದ ಇನ್ನೊಂದು ಎಲೆ.

ಅರುಣೋದಯದ ಹೊತ್ತು. ಊರ್ಮಿಳಾ ತನ್ನಷ್ಟಕ್ಕೆ ತಾನು ನಗುತ್ತ ಹೊಲಿಯಲು ಆರಂಭಿಸಿದ್ದಳು. ಆಗ ಬಿಳಿಯಫ್ರಾಕ್ ಧರಿಸಿದ ಒಬ್ಬಳು ಪುಟ್ಟ ಹುಡುಗಿ ಆ ಕೋಣೆಯ ಬಾಗಿಲ ಬಳಿ ಬಂದು ನಿಂತಳು. ಆಕಸ್ಮಿಕವಾಗಿ ಊರ್ಮಿಳಾ ತಲೆಯೆತ್ತಿ ನೋಡಿದಾಗ ಹುಡುಗಿ ಆಕೆಯ ಕಣ್ಣಿಗೆ ಬಿದ್ದಳು. ಅವಳ ಹಣೆಯ ಮೇಲೆ ಇಳಿಬಿದ್ದ ಮುಂಗುರುಳು ಮತ್ತು ಅವಳ

ಕೆಂಪಾದ ತುಟಿಗಳನ್ನು ಮತ್ತೆ ಮತ್ತೆ ನೋಡುತ್ತ ಆಕೆ ಆಶ್ಚರ್ಯ ಪಡುತ್ತಿದ್ದಂತೆ ಹುಡುಗಿ ಹತ್ತಿರ ಬಂದಳು.ಫ್ರಾಕ್‌ನ ಫ್ರಿಲ್‌ಗಳು ಗಾಳಿಗೆ ನರ್ತಿಸುತ್ತಿದ್ದವು. ಫಕ್ಕನೆ ಊರ್ಮಿಳಾಳ ಸೆರಗಿನ ತುದಿ ಹಿಡಿದು ಚಿರಪರಿಚಿತಳ ಹಾಗೆ ಮೃದುವಾದ ಸ್ವರದಲ್ಲಿ ಪುಟ್ಟ ಹುಡುಗಿ ಕೇಳಿದಳು : "ನನಗೆ ಇದೇ ಥರದ ಒಂದು ನೀಲಿಫ್ರಾಕ್ ಹೊಲಿದು ಕೊಡುತ್ತೀರಾ ? ನಾಳೆ ಬೇಕು."

ಊರ್ಮಿಳಾ ಏನೋ ಹೇಳಲೆಂದು ಬಾಯಿತೆರೆಯುವುದಕ್ಕೆ ಮೊದಲೇ ಕೈಯಲ್ಲಿದ್ದ ಕೆಂಪು ಸೇಬು ಹಣ್ಣನ್ನು ಮಡಿಲಲ್ಲಿಟ್ಟು, ಅವಳ ಕೆನ್ನೆಗೊಂದು ಮುತ್ತು ಕೊಟ್ಟು ಪುಟ್ಟ ಕಣ್ಣುಗಳ ತುಂಬ ತುಂಟತನ ಚಿಮ್ಮಿಸಿ ಮಗು ಓಣಿಯಾಚೆ ಓಡಿಹೋಯಿತು.

ಮಾರನೇ ದಿನ ರಸ್ತೆಯಲ್ಲಿ ನಡೆದು ಹೋಗುತ್ತಿದ್ದ ಬೆಲೂನ್ ಮಾರುವವನನ್ನು ನೋಡಿದಾಗ ಊರ್ಮಿಳಾಗೆ ಕನಸಿನ ನೆನಪಾಯಿತು. ಆ ಹುಡುಗಿಯ 'ನಾಳೆ' ಯಾವಾಗ ಎಂದು ನಿಶ್ಚಿತವಿಲ್ಲದಿದ್ದರೂ ನೀಲಿಫ್ರಾಕನ್ನು ಅತ್ಯಂತ ಶೀಘ್ರದಲ್ಲಿ ಅತ್ಯಂತ ಸುಂದರವಾಗಿ ಹೊಲಿದಿಟ್ಟು ಅವಳು ಕಿಟಕಿಯ ಬಳಿ ಹೋಗಿ ನಿಂತು ನೋಡಿದಳು.

ಎಷ್ಟಾದರೂ ಕನಸುಗಳೆಂದರೆ ಯಾವಾಗಲೂ ದೇಶಾಟನೆ ಮಾಡುವ ಹಕ್ಕಿಗಳಂತೆ ಎಂದು ಊರ್ಮಿಳಾಗೆ ಗೊತ್ತಿದೆ. ಪುರುಸೊತ್ತಿರುವಾಗ ಅತಿಥಿಗಳಾಗಿ ಬರುವವರು ಶಾಶ್ವತವಾಸಕ್ಕೆಂದು ಒಂದು ಗೂಡು ಕಟ್ಟುವುದಿಲ್ಲ. ಒಮ್ಮೆ ಬಂದು ಹೋದರೆ ಪುನಃ ಬರಬೇಕೆಂದೇನೂ ಇಲ್ಲವೆಂದು ಅವಳಿಗೆ ಖಚಿತವಿದೆ.

ಆದರೂ ಕನಸು ಕಾಣುವ ಬುದ್ಧಿಯನ್ನು ಊರ್ಮಿಳಾ ಎಲ್ಲೂ ಬಿಡುವುದಿಲ್ಲ. ಒಂದೊಂದು ಋತುವಿನಲ್ಲಿ ಒಂದೊಂದು ರೀತಿಯ ಕನಸುಗಳು.

ಚಿಗುರಿದ ಕನಸಿನ ನಾಲ್ಕೈದು ಎಲೆಗಳೆಡೆಯಿಂದ ಬೇಕೋಬೇಡವೋ ಎಂಬಂತೆ ಒಂದು ಮೊಗ್ಗು ಕಣ್ಣು ತೆರೆದರೆ ಅದರ ಬಣ್ಣವೇನಿರಬಹುದು ? ವಾಸನೆ ಹೇಗಿರಬಹುದು, ಎಷ್ಟು ಎಸಳುಗಳಿರಬಹುದು ಎಂದು ಕುತೂಹಲದೊಂದಿಗೆ ಊರ್ಮಿಳಾಳ ದಿನಗಳು ಸೂಜಿಯ ಕಣ್ಣುಗಳ ಮೂಲಕ ವೇಗವಾಗಿ ಉರುಳುತ್ತಿವೆ.

ಈಗ ಊರ್ಮಿಳಾ ಮುಗುಳು ನಗುತ್ತಿರುವ ಆ ಮನುಷ್ಯನನ್ನು ನೆನಪಿಸಿಕೊಳ್ಳುವುದೇ ಇಲ್ಲ.

ಬೆಲೂನುಗಳು ಹಾರುತ್ತಿರುವ ಆಕಾಶ ಮತ್ತು ಕೆಳಗೆ ಚಪ್ಪಾಳೆ ಹಾಕುತ್ತ ನಗುತ್ತಿರುವ ಒಬ್ಬಳು ಸುಂದರ ಹೆಣ್ಣುಮಗುವಿಗಾಗಿ ಈಗ ಅವಳು ಕಾದು ನಿಂತಿರುತ್ತಾಳೆ. ರಸಭರಿತ ಪ್ರೀತಿಯ ಮಾಧುರ್ಯವುಳ್ಳ ಸೇಬುಹಣ್ಣು ಮತ್ತು ಪ್ರೀತಿಯ ಕಚಗುಳಿಯಿಡಿಸುವ ಒಂದು ಮುತ್ತಿನೊಂದಿಗೆ ಆ ಹುಡುಗಿ ಇನ್ನೂ ಒಮ್ಮೆ ರಾತ್ರಿಯ ಕನಸಿನಲ್ಲಿ ಬರಲಿ ಎಂದು ಆಕೆ ತೀವ್ರವಾಗಿ ಆಶಿಸುತ್ತಾಳೆ.

ಹೂ ಬಿಡದಿದ್ದರೂ, ಅಲ್ಪಾಯುಷಿಯಾದರೂ ಕಾಣುತ್ತ ಕುಳಿತುಕೊಳ್ಳಲು ಒಂದು ಸುಂದರ ಕನಸು ಸಿಕ್ಕಿದ ಧನ್ಯಭಾವದಲ್ಲಿ ಊರ್ಮಿಳಾಳ ದಿವಸಗಳು ನಯನ ಮನೋಹರ ಉಡುಪುಗಳಾಗಿ ಜನ್ಮ ತಾಳುತ್ತವೆ ಎಂದೆಂದೂ, ಯಾವಾಗಲೂ. ❖

ಸಂದರ್ಶನ

ಪ್ರಶ್ನೆ : ನಿಮಗೆ ಬರೆಯುವ ಪ್ರತಿಭೆಯನ್ನು ಕರುಣಿಸಿದ್ದು ಯಾವ ನಕ್ಷತ್ರ ಪ್ರಿಯಾರವರೆ?

ಪ್ರಿಯಾ : ನನ್ನ ಗುರುಗಳಾದ ಮಧುಸೂದನ್‌ರು ಕವಿತೆ ವಾಚಿಸುವುದನ್ನು ನೋಡಿದಾಗ ನನ್ನ ಮನಸ್ಸಿಗೆ ಹೊಳೆದ ವಿಚಾರವದು. ಆ ಕವನಕ್ಕೆ ತುಂಬಾ ಅರ್ಥಸಾಧ್ಯತೆಗಳಿವೆಯೆಂದು ಅನ್ನಿಸಿತು. ನಿಜ ಹೇಳಬೇಕೆಂದರೆ, ಬರವಣಿಗೆಯ ಶಕ್ತಿಯನ್ನು ನೀಡುವುದು ಯಾವುದೋ ನಕ್ಷತ್ರ ಹೌದು. ಬರೆಯಬೇಕು, ಬರೆದು ಹಗುರಾಗಬೇಕು ಎಂದೆಲ್ಲ ನಮಗೆ ಕೆಲವು ಆಸೆಗಳಿರಬಹುದು, ಓದಿನದ್ದೇ ಶ್ರೀಮಂತ ಹಿನ್ನೆಲೆ ಇರಬಹುದು. ಸಾಮಾನ್ಯವಾದ ಒಳ್ಳೆಯ ಭಾವನೆಗಳಿರಬಹುದು. ಆದರೆ ಇವೆಲ್ಲವೂ ಸೇರಿಯೂ ಬರವಣಿಗೆ ಕೈಗೂಡುತ್ತದೆಂಬುದು ಖಚಿತವಲ್ಲ. ಹಾಗಿದ್ದ ಮೇಲೆ ಅದು ಯಾವುದೋ ಒಂದು ಅಜ್ಞಾತ ಶಕ್ತಿಯ ಅನುಗ್ರಹವಿರಬೇಕು.

ಪ್ರಶ್ನೆ : ಕಥೆ ಪ್ರಭೆಯನ್ನು ಬೀರುವುದು ಕಥೆಗಾರ್ತಿಯ ಒಳಗೋ ಅಥವಾ ಓದುಗರ ಮನಸ್ಸಿನೊಳಗೋ ?

ಪ್ರಿಯಾ : ಎರಡೂ ಹೌದು. ಓದುಗರು ಬರೆದು ಕೇಳುವುದಿದೆ. ಅವರ ಮನಸ್ಸಿಗೆದುರಾಗಿ ಅವರಿಗೂ ಗೊತ್ತಾಗದಂತೆ ಕನ್ನಡಿ ಹಿಡಿದು ಅವರನ್ನು ಪ್ರತಿಬಿಂಬಿಸುವುದು ಹೇಗೆ ಅಂತ. ಯಾವುದೇ ಕಥೆಗಾರನ ಕಥೆ ಮಹತ್ವ ಪಡೆಯುವುದು ಓದುಗನು ಹೆಚ್ಚು ಬೆಳಕಿನಲ್ಲಿ ತನ್ನನ್ನು ತಾನು ಕಾಣುವಂತೆ ಆತನಿಗೆ ಸಹಾಯ ಮಾಡುವಾಗ ನನ್ನ ಸ್ವಂತ ವಿಚಾರ ಹೇಳಬೇಕಿದ್ದರೆ ಒಂದೊಂದು ಕಥೆ ಬರೆದು ಮುಗಿಸುವಾಗಲೂ ಈ ಜಗತ್ತಿನಲ್ಲಿ ಅತ್ಯಂತ ಎತ್ತರದ ಶಿಖರದಲ್ಲಿ ನಾನಿದ್ದೇನೆ ಎಂಬ ಭಾವನೆ ಬರುತ್ತದೆ. ನಿಜ ಹೇಳಬೇಕೆಂದರೆ 'ಖಾಮೋಶಿ'ಯ ಹಾಡಿನ ಹಾಗೆ 'ಆಸ್‌ಮಾನ್ ನೀಚೇ' ಎಂಬ ಭಾವನೆ ಉಳಿಯುತ್ತದೆ ಸ್ವಲ್ಪ ಹೊತ್ತಿನಮಟ್ಟಿಗೆ. ನಂತರ ಆ ಸಂತೋಷದ ರಸಭರಿತ ಸ್ಥಿತಿ ತಗ್ಗುತ್ತ ಬರುತ್ತದೆ. ಆಗ ನಾನು ಎಂದಿನಂತೆ ಸಾಮಾನ್ಯ ಹೆಣ್ಣಾಗಿಯೂ ಬಿಡುತ್ತೇನೆ.

ಪ್ರಶ್ನೆ : ನಿಮ್ಮ ತಂದೆ ನಿಮ್ಮ 'ಅಚ್ಚನ್' (ಅಪ್ಪ) ಕಥೆಯಲ್ಲಿಯೂ 'ನನಯಾತ್ತಮಳ' (ನೆನೆಯದ ಮಳೆ)ಯಲ್ಲೂ ಇದ್ದಾರೆ. ಅಮ್ಮ ಎಲ್ಲಿದ್ದಾರೆ ?

ಪ್ರಿಯಾ : ಅಮ್ಮನ ಕನಸುಗಳ ಮುಂದುವರಿಕೆಯೇ ನಾನು. ಅಮ್ಮನ ಪೂರೈಸಲಾಗದ ಆಸೆಗಳ ಪೂರೈಕೆಯೇ ನಾನೆಂದು ಬೇಕಿದ್ದರೆ ಹೇಳಬಹುದು. ಹಾಗಿರುವಾಗ ಅಮ್ಮ ನನ್ನ ಎಲ್ಲಾ ಕಥೆಗಳಲ್ಲೂ ಇದ್ದಾರೆ ಅಂತಲೇ ಹೇಳಬೇಕು. ನನಗೆ ಕಥೆಯ ಜಗತ್ತಿನ ಬಾಗಿಲು ತೆರೆದುಕೊಟ್ಟದ್ದೇ ನನ್ನ ಅಮ್ಮ. 'ಹೂವು' ಎನ್ನುವ ಶಬ್ದದ ಜೊತೆಗೆ ನನ್ನ ಅಪ್ಪುಗಿಳಿಯ 'ಪೂಗ್ಗ್'ನ್ನು ಕೂಡಾ ಸೇರಿಸಿ ಅಮ್ಮ ನನಗೆ ಹೇಳಿಕೊಟ್ಟಿದ್ದರು. ಖಸಾಕಿನ ವಿಚಾರವನ್ನೆಲ್ಲ ಆ ಮೇಲೆ ಎಷ್ಟೋ ಕಾಲ ಕಳೆದ ನಂತರ ಒಳಗೆ ತುಂಬಿಕೊಂಡದ್ದು. ಮಗುವಾಗಿದ್ದಾಗ ನೋಡಿದ್ದ ಒಬ್ಬರನ್ನು ತುಂಬಾ ಕಾಲದ ನಂತರ ಕಂಡಹಾಗೆ ಚಿರಪರಿಚಿತವಾದ ಒಂದು ಸಂತೋಷ ನನಗೆ ಅದನ್ನು ಪುನಃ ಓದುವಾಗ ಸಿಕ್ಕಿದ್ದು. ಪ್ರಿಯಾ ಎಂದು ನನಗೆ ಹೆಸರಿಟ್ಟದ್ದು ಕೂಡಾ 'ಮಾತೃಭೂಮಿಯಲ್ಲಿ ಆಗ ಬಂದಿದ್ದ ಒಂದು ಸಣ್ಣಕಥೆಯನ್ನು ಓದಿ ಎಂದು ಅಮ್ಮ ಹೇಳುವುದಿದೆ. ಅದರ ನಾಯಕನ ಹೆಸರು ಜಯಮೋಹನ್ ಎಂದಾಗಿತ್ತು ಎಂದು ನೆನಪಿದ್ದರೂ ಅದನ್ನು ಬರೆದವರು ಯಾರೆಂದು ಅಮ್ಮನಿಗೆ ಮರೆತುಹೋಗಿದೆ. ಅಪ್ಪ ಕುಟ್ಟಿ ಕೃಷ್ಣಮಾರಾರ್ ಸಮರ್ಥರಾದ ಒಬ್ಬರು ಟಿಪಿಕಲ್ ಮಲಯಾಳಂ ಮೇಷ್ಟ್ರಾಗಿದ್ದರು ನಾನು ಕಥೆ ಬರೆಯಲು ಪ್ರಾರಂಭಿಸುವ ತನಕ. ನಾನು ಕಥೆಯುಕ್ತ ಪ್ರವೇಶಿಸುವುದರ ಜತೆಗೆ ಅಪ್ಪ ಲೇಖನಗಳ ಜತೆಗೆ ಕಥೆಗಳಲ್ಲೂ ಮುಳುಗತೊಡಗಿದರು. ಈಗ ಸಣ್ಣಕಥೆಯನ್ನು ಅಮ್ಮನಿಗಿಂತಲೂ ಹೆಚ್ಚು ಚೆನ್ನಾಗಿ ಅರ್ಥಮಾಡಿಕೊಳ್ಳುವುದು ಅಪ್ಪ. ಆದರೆ ಅಪ್ಪನದ್ದು ಮಗಳ ಬಗೆಗೆ ಇರುವಂತಹ ಆಸಕ್ತಿ. ಅಮ್ಮನದ್ದು ಮಗಳ ಬಗ್ಗೆ ಮತ್ತು ಕಥೆಗಳ ಮೇಲೂ ಇರುವ ಪ್ರೀತಿ ವ್ಯತ್ಯಾಸವಿಷ್ಟೆ.

ಪ್ರಶ್ನೆ : ಛಾವಣಿಯ ಮೇಲಿನ ತೊಲೆಗಳನ್ನು ಆಧರಿಸಿ ನಿಲ್ಲುವ ಹಲ್ಲಿಗೆ ಆ ಆಧಾರವಿಲ್ಲದಿದ್ದರೆ ಬದುಕೇ ಇಲ್ಲವೆಂದು ಭಾವಿಸುವ ಹಾಗೆ ಲೇಖಕರೆಲ್ಲರೂ ತಮ್ಮ ಮೇಲೆ ಅವಲಂಬಿತರಾಗಿದ್ದಾರೆ ಎಂದು ತಿಳಿದುಕೊಂಡಿರುವ ಕೆಲವು ವಿಮರ್ಶಕರಿದ್ದಾರೆ. ವಿಮರ್ಶೆಗಳನ್ನು ನೀವು ಓದುತ್ತೀರಾ ? ಅವುಗಳ ಬಗ್ಗೆ ನಿಮಗೆ ಏನನ್ನಿಸುತ್ತದೆ ?

ಪ್ರಿಯಾ : ವಿಮರ್ಶೆಗಳಲ್ಲಿರುವ ಬುದ್ಧಿವಂತಿಗೆಯನ್ನು ಅವಲಂಬಿಸಿ ನಿಲ್ಲಲು ಬೇಕಾದ ಬುದ್ಧಿಯಿಲ್ಲದ ಒಬ್ಬ ಸಾಹಿತಿ ನಾನು. ಒಂದು ಕೃತಿ ಚೆನ್ನಾಗಿದೆ ಅಥವಾ ಕೆಟ್ಟದಾಗಿದೆ ಎಂದು ನಿರ್ದಿಷ್ಟವಾಗಿ ಏನು ಹೇಳಲು ಉದ್ದೇಶಿಸುತ್ತಾರೆಂಬುದು ಅರ್ಥವಾಗದ ರೀತಿಯಲ್ಲಿ ಸಂಕೀರ್ಣವಾಗಿ ಮಾಡುವ ವಿಮರ್ಶಾ ವೈಖರಿಯನ್ನು ನೋಡಿದರೆ ಅದರ ಮೇಲೆ ಅವಲಂಬಿಸುವ ಪ್ರಶ್ನೆಯೇ ಇಲ್ಲ. ಸಾಮಾನ್ಯ ಓದುಗನ ಮನಸ್ಸಿನಲ್ಲಿ ಇಲ್ಲದೇ ಇರುವಂಥ ಬೇರೆಯೇ ಒಂದು ಶೈಲಿಯ ಮಲಯಾಳವನ್ನು ಬೆಳೆಸಿಕೊಂಡು ಬರುವ ಇಂತಹ ಗುಂಪುಗಳು ಸಾಮಾನ್ಯರನ್ನು ಮತ್ತು ಮಕ್ಕಳನ್ನು ಮಲಯಾಳದಿಂದ ಪ್ರತ್ಯೇಕವಾಗಿ ದೂರ ಒಯ್ಯುತ್ತವೆ. ನಾನು ಹೆಚ್ಚು ಕಡಿಮೆ ಇದೇ ವಿಚಾರದ ಬಗ್ಗೆ ಒಂದು ಕಥೆ ಬರೆದಿದ್ದೇನೆ. 'ರಾಜ್ಯತ್ತಿಂಡೆ ಅಪನಿರ್ಮಾಣತ್ತಿಲ್ ಒರು ಪತ್ತಾಂಕ್ಲಾಸ್ ವಿದ್ಯಾರ್ಥಿಯುಡೆ ಪಂಕ' (ದೇಶದ

ಅಪನಿರ್ಮಾಣದಲ್ಲಿ ಹತ್ತನೇ ತರಗತಿಯ ವಿದ್ಯಾರ್ಥಿಯೊಬ್ಬನ ಪಾತ್ರ) ಎಂದು ಆ ಕಥೆಯ ಹೆಸರು.

ಪ್ರಶ್ನೆ : 'ಸಹಾನುಭೂತಿಯರಂಗದೊಳಕ್ಕೆ ದೋಣಿ ಇಳಿಸಲಾರೆ' ಎಂದು ನೀವು 'ನನಯಾತ್ತಮಳ'ದಲ್ಲಿ ಹೇಳಿದ್ದೀರಾದರೂ ಹಲವು ಕಥೆಗಳಲ್ಲಿ ಆಸ್ಪತ್ರೆ, ಔಷಧಿ ಮತ್ತು ನೋವುಗಳ ಬಣ್ಣನೆ ತುಂಬಾ ಮಾಡಿದ್ದೀರಲ್ಲ ?

ಪ್ರಿಯಾ : ಅಂತಹ ಕಥೆಗಳ ಮುಕ್ಕಾಲು ಪಾಲನ್ನೂ ನಾನು ಬರೆದದ್ದು 'ನನಯಾತ್ತಮಳ' ಬರೆಯುವುದಕ್ಕೆ ಮೊದಲೇ. ಇಪ್ಪತ್ತು ವರ್ಷ ವಯಸ್ಸಿನವರೆಗೂ ನನ್ನ ಬದುಕಿನಲ್ಲಿ ತುಂಬಿಕೊಂಡು ನಿಂತದ್ದು ಆಸ್ಪತ್ರೆಗಳೇ ಆಗಿದ್ದವು. ಅವುಗಳ ಬಗ್ಗೆ ಮತ್ತೆ ಮತ್ತೆ ಬರೆದು ನನ್ನೊಳಗಿನ ನೋವು–ನಿರಾಶೆಗಳನ್ನು ಬೇರುಸಹಿತ ಕಿತ್ತೊಗೆಯಲು ನಾನು ಪ್ರಯತ್ನಿಸುತ್ತಿದ್ದೆ ಅಂತ ಈಗ ತಿರುಗಿ ನೋಡುವಾಗ ಅನ್ನಿಸುತ್ತದೆ. ನೋಡಿ, ನಾನೊಬ್ಬ ಆಸ್ಪತ್ರೆ ಹುಡುಗಿಯೆಂದು ಹೇಳಿ ಒಬ್ಬ ಯುವಕಥೆಗಾರ್ತಿ ಅಳುತ್ತಲೇ ಕುಳಿತಿದ್ದಾಳೆ; ಹಾಗೆ ಗಮನ ಸೆಳೆಲಯಲು ಪ್ರಯತ್ನಿಸುತ್ತಿದ್ದಾಳೆ ಎಂದೆಲ್ಲ ಹೇಳಿ ನನ್ನನ್ನು ವಿ. ಆರ್. ಸುಧೀಶ್ ಮುಂತಾದವರು ಟೀಕಿಸಿದ್ದಾರೆ. ಬೇರೆಯವರನ್ನು ತೃಪ್ತಿ ಪಡಿಸುವುದಕ್ಕೋಸ್ಕರ ನಾನು ನನ್ನ ಬಾಲ್ಯವನ್ನು ಬದಲಾಯಿಸಲು ಸಾಧ್ಯವೆ ? ಬಾಲ್ಯದ ಬಗ್ಗೆ ಕೇಳಿದರೆ ಎಂ. ಟಿ. ವಾಸುದೇವನ್‌ನಾಯರ್ ಬಡತನದ ಬಗ್ಗೆ ಹೇಳುತ್ತಾರೆ. ಮಾಧವಿಕುಟ್ಟಿ ಅಜ್ಜಿಯ ಬಗ್ಗೆ ಹೇಳುತ್ತಾರೆ. ಮುಕುಂದನ್ ಅಸೌಖ್ಯತೆಯ ಕಾಲದ ಬಗ್ಗೆ ಹೇಳುತ್ತಾರೆ. ಶಿಹಾಬುದ್ಧೀನ್ ದಾರಿದ್ರ್ಯದ ಬಗ್ಗೆ ಮಾತನಾಡುತ್ತಾರೆ. ಯಾವಾಗಲೂ ಹೇಳಿದ್ದನ್ನೇ ಹೇಳಿದ್ದರಲ್ಲವೇ ಜನರಿಗೂ ಬೇಜಾರಾಗುವುದು ? ಹೇಳಲುದ್ದೇಶಿಸುವುದು ಏನು ಅಂತ ಅವರು ಮೊದಲೇ ಊಹಿಸಬಹುದು. ಅದು ಚೆನ್ನಾಗಿರುವುದಿಲ್ಲವಲ್ಲ ? ಇನ್ನು ಒಂದಷ್ಟು ಬದಲಾಯಿಸಿ ಹೇಳೋಣವೆಂದು ಇವರು ಯಾರಾದರೂ ಬಾಲ್ಯದ ಕಥೆಗಳನ್ನು ಬದಲಾಯಿಸುವುದೋ ಅಥವಾ ಹೊಸತೇನನ್ನಾದರೂ ಸೇರಿಸುವುದೋ ಏನೂ ಮಾಡುವುದಿಲ್ಲವಲ್ಲ ? ಹಾಗೆ ಮಾಡಿದರೆ ಅವರು ಬೇರೆ ಯಾರೋ ಆಗಿಬಿಡುವುದಿಲ್ಲವೆ ? ನನ್ನ ಬಾಲ್ಯಕಾಲವನ್ನು ರೈಲ್ವೆಯ ಅಥವಾ ನೀರ್‌ಮಾದಳ ಹೂವಿನ ಅಥವಾ 'ಮಯ್ಯಳಿಪುಳ'ದ ಹಿನ್ನೆಲೆಯಲ್ಲಿ ಪ್ರತಿಷ್ಠಾಪಿಸಿದರೂ ಹಾಗೆಯೆ ತಾನೇ ಆಗುವುದು ?

ಬಾಲ್ಯಕಾಲದ ಬಗ್ಗೆ ಹೇಳಬೇಕಾಗಿ ಬಂದಾಗ ನಾನು ಆಸ್ಪತ್ರೆಗಳ ಬಗ್ಗೆ ಉದ್ದೇಶಪೂರ್ವಕವಾಗಿ ಹೇಳುವುದಲ್ಲ. ಅದಲ್ಲದೆ ಬೇರೇನೂ ಹೇಳಲಿಕ್ಕೆ ಇಲ್ಲದ್ದರಿಂದ ಸಹಾನುಭೂತಿಯಿಂದ ಯಾರಾದರೂ ನನ್ನ ಎಲ್ಲಾ ಕಥೆಗಳನ್ನು ಎದೆಯೊಳಗಿರಿಸಿಕೊಂಡು ತಿರುಗುತ್ತಾರೆ ಅನ್ನುವ ಭ್ರಮೆ ನನಗಿಲ್ಲ. ಓದುಗರು ವಿ. ಆರ್. ಸುಧೀಶ್ ಎಣಿಸುವ ಹಾಗೆ ದಡ್ಡರಲ್ಲ.

ಪ್ರಶ್ನೆ : ನಿಮ್ಮ ಬಾಲ್ಯಕಾಲಕ್ಕೆ ಶಬ್ದಕೋಶದಲ್ಲಿಲ್ಲದ ಮೂರು ಪರ್ಯಾಯಗಳು (ಕಾಯಿಲೆ, ಆಸ್ಪತ್ರೆ, ನೋವು) ಇರುವುದರಿಂದ ಕೂಡಾ ಅಲ್ಲವೇ ನೀವೊಬ್ಬ ಕಥೆಗಾರ್ತಿಯಾದದ್ದು ?

ಆಸ್ಪತ್ರೆಯ ಮಂಚದಲ್ಲಿ ಮಲಗಿಕೊಂಡಲ್ಲವೇ ನೀವು ಬಿಳಿಯ ಮೋಡಗಳನ್ನು, ನೀಲಿ ಕಡಲನ್ನು ಮತ್ತು ಕ್ಷಿತಿಜದ ಅಗಾಧತೆಯನ್ನು ನೋಡಿ ತಿಳಿದುಕೊಳ್ಳಲು ಸಾಧ್ಯವಾಗಿದ್ದು ? ಆ ದೃಶ್ಯ ಚಿತ್ರಗಳಲ್ಲವೇ ನಿಮ್ಮ ಕಥೆಗಳಲ್ಲಿ ಅಡಗಿದ ನಕ್ಷತ್ರದ ಹೊಳಪು ?

ಪ್ರಿಯಾ : ಹೌದು. ನನ್ನ ಬದುಕಿಗೂ ಕಥೆಗಳಿಗೂ ಒಟ್ಟಾಗಿ ನಾನು ಆಸ್ಪತ್ರೆಗಳಿಗೆ ತುಂಬಾ ಋಣಿಯಾಗಿದ್ದೇನೆ. ನೋವು-ನಿರಾಶೆಗಳಿಂದ ಕೂಡಿದ್ದ ಅಂತಹ ಒಂದು ಬಾಲ್ಯವಿಲ್ಲದಿರುತ್ತಿದ್ದರೆ ಸುಮ್ಮನೆ ಜಗತ್ತನ್ನು ನೋಡುತ್ತ, ಸೋಮಾರಿಯೂ ತಿರುಗುವ ಒಬ್ಬ ಸಾಮಾನ್ಯ ವ್ಯಕ್ತಿಯಾಗಿ ನಾನೂ ಇರುತ್ತಿದ್ದೆ. ಆಸ್ಪತ್ರೆಗಳ ಕತ್ತಲೆಯಿಂದ ಹೊರಬಂದು ಈಗಲೂ ನಂದಿಸದೆ ಜೋಪಾನವಾಗಿ ನಾನು ಇಟ್ಟುಕೊಂಡಿರುವ ಈ ದೀಪಕ್ಕೆ ತುಂಬಾ ಬೆಳಕಿದೆ. ಆಸ್ಪತ್ರೆ ಹುಡುಗಿಯೆಂಬ ಲೇಬಲಿನಿಂದ ಬಿಡುಗಡೆಹೊಂದಿ ನನ್ನದಾದ ಒಂದು ನೆಲೆ ಕಂಡುಕೊಂಡು ಸ್ವಂತಕಾಲುಗಳ ಮೇಲೆ ತಲೆಯೆತ್ತಿ ನಿಲ್ಲಬೇಕೆಂದು ನಾನು ಬಹಳವಾಗಿ ಆಸೆಪಟ್ಟಿದ್ದೆ. ಅಂದು ಕನಸುಗಳನ್ನು ಹೆಣೆಯಲು ಉಪಯೋಗಿಸಿದ ಭಾವನೆಗಳು ನಂತರ ಕಥೆಗಳನ್ನು ಬರೆಯಲು ಮೂಲವಾಗಿರಬಹುದು. ಸ್ವತಃ ಅನುಭವಿಸಿದ ನೋವುಗಳು ಇತರರ ನೋವುಗಳತ್ತ ಕಣ್ಣು ಹರಿಸಲು ಪ್ರೇರಣೆಯಾಗಿರಬಹುದು.

ಪ್ರಶ್ನೆ : ಆಸ್ಪತ್ರೆಯಲ್ಲಿ ನಡೆದ ಏನಾದರೂ ವಿಶೇಷ ಘಟನೆಗಳಾಗಲಿ, ಅನ್ನಿಸಿಕೆಗಳಾಗಲೀ ಕಥೆಯಾಗಿ ಜನ್ಮತಾಳಿವೆಯೆ ?

ಪ್ರಿಯಾ : ಭಾಷಾ ಪೋಷಿಣಿಯಲ್ಲಿ 'ಮಲಯಾಳಂ' ಎಂಬ ಒಂದು ಕಥೆ ಬರೆದಿದ್ದೆ ನಾನು. ಅದರಲ್ಲಿ ಒಬ್ಬ ವ್ಯಕ್ತಿಯ ಮನಸ್ಸಿಗೆ ಸುಮ್ಮನೆ ಕೆಲವು ಮಾತುಗಳು ಹೊಕ್ಕುಲ ಕುಳಿತು ಆ ನಂತರ ಹೊರಗೆ ಹೋಗದೆ ಅಲ್ಲೇ ಉಳಿದುಬಿಡುತ್ತವೆ. ಒಂದು ರೀತಿಯ ಹುಚ್ಚಿನ ಅವಸ್ಥೆ. ಎಷ್ಟೋ ಬಾರಿ ಆಸ್ಪತ್ರೆಗಳಲ್ಲಿರುವಾಗ ನನಗಾಗಿದ್ದ ಒಂದು ಅನುಭವವಿದು. ಕೆಲವೊಮ್ಮೆ ಬೆಳಿಗ್ಗೆ ಏಳುವಾಗಲೇ ಮನಸ್ಸಿನಲ್ಲಿ ಒಂದು ವಾಕ್ಯ ಅಥವಾ ಒಂದು ಸಾಲು ಹಾಡು ಗಟ್ಟಿಯಾಗಿ ಕುಳಿತುಕೊಂಡುಬಿಡುತ್ತದೆ. ಹಠಮಾರಿಯಂತೆ ಅಂಟಿಕೊಂಡುಬಿಡುತ್ತದೆ. ಸುತ್ತು ಬಳಸಿ ನಮ್ಮನ್ನು ಎಡ ಬಲಗಳಿಗೆ ತಿರುಗಲು ಬಿಡದೆ ಹಾಗೆ ನಿಂತಿರುವಾಗ ಅದರಿಂದ ರಕ್ಷಿಸಿಕೊಳ್ಳುವುದು ಹೇಗಪ್ಪ ಎಂಬುದೇ ಚಡಪಡಿಕೆಯಾಗಿರುತ್ತದೆ. ಮುಖಮುಚ್ಚುವಂತೆ ಕಾಲಿಂದ ತಲೆಯತನಕ ಹೊದಿಕೆ ಹೊದ್ದುಕೊಂಡರೂ, ಕವುಚಿ ಮಲಗಿಕೊಂಡರೂ ರಕ್ಷಣೆಯಿಲ್ಲ. ಆಸ್ಪತ್ರೆಯದ್ದೇ ಹೆಸರಿನಲ್ಲಿ ಈಗ ಕಥೆ ಬರೆಯುವುದಿಲ್ಲವಾದರೂ ನನ್ನ ಎಲ್ಲಾ ಕಥೆಗಳ ಅಂತರಾಳದಲ್ಲಿ ಕಾಣಬಹುದು ಆಸ್ಪತ್ರೆಯ ವಾಸನೆಯಿಂದ ಕೂಡಿದ ಒಂದು ವೇದನೆ.

ಪ್ರಶ್ನೆ : ಇಂತಹ ಒಬ್ಬ ಆಸ್ಪತ್ರೆ ಹುಡುಗಿಯನ್ನು ಮಲಯಾಳದ ಪ್ರಸಿದ್ಧ ಕಥೆಗಾರ್ತಿಯಾಗಿ ಪರಿವರ್ತಿಸುವಲ್ಲಿ ತಂದೆಯ ಪಾತ್ರವೇನು ?

ಪ್ರಿಯಾ : ನನ್ನ ಕಥಾ ಸೃಷ್ಟಿಯೆಂಬುದು ಇವತ್ತು ನನ್ನ ತಂದೆಯ ಪಾಲಿಗೆ ಬದುಕೇ ಆಗಿ ಬದಲಾಗಿಬಿಟ್ಟಿದೆ ಅಂತ ಹೇಳಬಹುದು. ನನಗೆ ಬರೆಯಲು ಸಾಧ್ಯವೇ ಎಂಬ

ಪರೀಕ್ಷೆಯನ್ನು ನಾನು ಬಹಳ ಗುಟ್ಟಾಗಿ ನಡೆಸುತ್ತಿದ್ದೆ. ಕಥೆಗಳನ್ನು ಕಳುಹಿಸಿದಷ್ಟೇ ಬೇಗ ಅವು ತಿರುಗಿ ಬಂದಾಗಲೇ ಮನೆಯವರಿಗೆ ಗೊತ್ತಾಗುತ್ತಿದ್ದುದು. ಆದರೆ ಮಾತೃಭೂಮಿಯ ಬಾಲ ವಿಭಾಗದಲ್ಲಿ ಮೊದಲ ಕಥೆ ಬೆಳಕು ಕಾಣುತ್ತಿದ್ದಂತೆ ನನ್ನ ತಂದೆ ನನ್ನ ಪ್ರೈವೇಟ್ ಸೆಕ್ರೆಟರಿಯ ಹಾಗಾಗಿ ಬಿಟ್ಟಿದ್ದರು. ಮುಂಬಯಿಯಲ್ಲಿ ಚಿಕಿತ್ಸೆ ನಡೆಯುತ್ತಿದ್ದ ಕಾಲದಲ್ಲಿ, ನನ್ನನ್ನು ಅವತ್ತು ಬೆಳಿಗ್ಗೆ ಕೂಡಾ ನೋಡಿದ್ದ ನನಗೆ ತುಂಬಾ ಪ್ರಿಯರಾಗಿದ್ದ ಒಬ್ಬರು ಬೈಕ್ ಆ್ಯಕ್ಸಿಡೆಂಟ್‌ನಲ್ಲಿ ತೀರಿಕೊಂಡರು. ನಿರಾಶೆ ಮತ್ತು ಸಾವುಗಳಿಂದ ತುಂಬಿಕೊಂಡ ಒಂದು ಪತ್ರವನ್ನು ಆ ಮಧ್ಯೆ ನಾನು ಮನೆಗೆ ಬರೆದೆ. ಅದನ್ನು ಅಪ್ಪ ಬೇರೊಂದು ಕಾಗದಕ್ಕೆ ವರ್ಗಾಯಿಸಿ ಬರೆದು ಒಂದು ಪತ್ರವಿಟ್ಟು ಕುಂಜುಣ್ಣಿ ಮೇಷ್ಟ್ರಿಗೆ ಕಳುಹಿಸಿಕೊಟ್ಟರು. ಪ್ರಕಟಗೊಂಡಾಗ ನಾನು ಅಚ್ಚರಿಗೊಂಡೆ. ಆಗಲೇ ಅಪ್ಪ ಅದರ ಗುಟ್ಟನ್ನು ಬಿಟ್ಟುಕೊಟ್ಟರು. ದೊಡ್ಡವರ ಬರಹಗಳು ಪ್ರಕಟವಾಗುವ ಪುಟಕ್ಕೆ ನನಗೆ ಭಡ್ತಿ ನೀಡಿದ್ದು ದೇಶಾಭಿಮಾನಿ ವಾರಪತ್ರಿಕೆ. ಬರೆದುಮುಗಿಸಿದ ಕಥೆಯನ್ನು ಹುಡುಕಿ ತೆಗೆದು ದೇಶಾಭಿಮಾನಿ ಪತ್ರಿಕೆಗೆ ಕಳುಹಿಸುವ ಜವಾಬ್ದಾರಿಯನ್ನು ಆ ನಂತರ ಸದಾಕಾಲಕ್ಕೂ ಅಪ್ಪ ವಹಿಸಿಕೊಂಡರು. ಪುಸ್ತಕ ಪ್ರಕಟಣೆಯ ಕಾಲದಲ್ಲಿ ಪ್ರೂಫ್ ನೋಡುವ ಕೆಲಸವನ್ನು ಸ್ವಯಂಸ್ಫೂರ್ತಿಯಿಂದ ತೆಗೆದುಕೊಳ್ಳುತ್ತಿದ್ದರು. ನಾನು ಈ ನಡುವೆ ಜಯಶ್ರೀ ಮಿಶ್ರಾರ Ancient Promises ಅನುವಾದ ಮಾಡಿದಾಗ ನನ್ನ ಸ್ವತಂತ್ರ ಬರವಣಿಗೆ ಕಡಿಮೆ ಯಾಗಬಹುದೆಂಬ ಭಯ ಅಪ್ಪನನ್ನು ಕಾಡಿತ್ತು. ಅಪ್ಪನ ಕಾಲದ ನಂತರ ಕಥಾರಚನೆಯಲ್ಲಿ ನನಗಿರುವ ಆಸಕ್ತಿ ಕಡಿಮೆಯಾಗಬಹುದೋ ಎಂಬ ಸಂದೇಹ ನನ್ನನ್ನು ಕಾಡುತ್ತದೆ.

ಪ್ರಶ್ನೆ : ನಿಮಗೆ ತುಂಬಾ ಪ್ರಿಯರಾದ ಲೇಖಕ ಅಥವಾ ಲೇಖಕಿ ಯಾರು ?

ಪ್ರಿಯಾ : ಚಿಕ್ಕವಳಿರುವಾಗ ಅಮ್ಮನ ಇಷ್ಟಗಳ ಹಿಂದೆಯೇ ಹೆಜ್ಜೆ ಹಾಕುವುದು ಅಭ್ಯಾಸವಾಗಿತ್ತು. ಆದ್ದರಿಂದಲೇ ಅಮ್ಮ ಓದುತ್ತಿದ್ದ ಎಂ.ಟಿ. ವಾಸುದೇವನ್ ನಾಯರ್, ಪುನತ್ತಿಲ್ ಕುಂಞಬ್ದುಲ್ಲ, ಸಿ. ರಾಧಾಕೃಷ್ಣನ್‌ರನ್ನು ನಾನೂ ಇಷ್ಟಪಟ್ಟು ಓದುತ್ತಿದ್ದೆ. ಈಗ ಒಂದೊಂದು ಸಲ ಓದುವಾಗಲೂ ಆಶ್ಚರ್ಯ ಪ್ರೀತಿಗಳನ್ನು ಇಮ್ಮಡಿಸುವುದು ಬಶೀರ್‌ರ ಕಥೆಗಳು. ಆ ಕಥೆಗಳೆಷ್ಟು ಸುಮಧುರವಾಗಿರುತ್ತವೆ ! ಆದರೆ, ಬಹಳ ಸೂಕ್ಷ್ಮವಾಗಿ ಅವಲೋಕಿಸಿದಾಗ ಅವುಗಳ ಆಳದಲ್ಲಿ ಅಡಗಿರುವ, ಅದುಮಿ ಹಿಡಿದ ವಿಷಾದವೇನೆಂಬುದು ಅರ್ಥವಾಗುತ್ತದೆ. ಮಾತ್ರವಲ್ಲ, ಅತ್ಯಂತ ಚಿಕ್ಕವಿಚಾರಗಳಲ್ಲಿ ಬದುಕಿನ ನಿಜವಾದ ಪ್ರೀತಿಯಿರುತ್ತದೆ ಎಂಬ ಒಂದು ತತ್ವದರ್ಶನ ಕೂಡಾ ಅವರ ಕಥೆಗಳಲ್ಲಿದೆ. ಅರುಂಧತಿರಾಯ್ 'God of small Things' ಎಂದು ಪ್ರಯೋಗಿಸಿದರೂ ಬಹಳ ಹಿಂದೆಯೇ ಬಶೀರ್ ಹೇಳಿರುವ ಪದಗಳವು. ಮತ್ತೆ ಯಾರನ್ನು ಬೇಕಾದರೂ ಪ್ರಯತ್ನಪಟ್ಟರೆ ಅನುಕರಿಸಬಹುದು. ಆದರೆ ಬಶೀರರನ್ನು ಸಾಧ್ಯವಿಲ್ಲ.

ಆದರೆ ಈಗ ನನ್ನನ್ನು ಆಕರ್ಷಿಸುವುದು ಅಷಿತಾ. ಅಷಿತಾರ ಕಥೆಯಿಂದಲೂ ಹಾಗೆಯೇ, ಒಂದು ವಾಕ್ಯವನ್ನು ಬದಲಾಯಿಸಲು ಸಾಧ್ಯವಿಲ್ಲ. ಸೇರಿಸಲಿಕ್ಕೂ ಸಾಧ್ಯವಿಲ್ಲ. ಬಹಳ ವಿಶೇಷಗುಣಗಳುಳ್ಳ ಕಥೆಗಳು ಅವರದ್ದು. ಅವರು ಹೇಳುವುದೆಲ್ಲವೂ ಯಾರಿಗೆ ಬೇಕಾದರೂ

ಅರ್ಥವಾಗುತ್ತದೆ. ಆದರೆ ಪ್ರತಿಬಾರಿ ಓದಿದಾಗಲೂ ಹೊಸದಾಗಿ ಕಂಡುಕೊಳ್ಳಲು ಏನಾದರೂ ಇದ್ದೇ ಇರುತ್ತದೆ. ಎಷ್ಟೆಷ್ಟೋ trendಗಳು ಬಂದು ಹೋಗುತ್ತವೆ. ಆದರೆ ಅಷಿತಾ ಅವು ಯಾವುದರಲ್ಲೂ ಇಲ್ಲ. ಬರೆಯಲು ಪ್ರಾರಂಭಿಸಿದ ಅದೇ ಶೈಲಿಯಲ್ಲಿ ಸೌಮ್ಯವಾಗಿ, ಯಾವುದೇ ಬೊಬ್ಬೆ–ಘೋಷಣೆಗಳಿಲ್ಲದೆ ಬರೆಯುತ್ತಾರೆ. ಆದರೂ ಓದುಗರು ಅವರ ಕಥೆಗಳಿಗಾಗಿ ಓದುಗರು ಕತ್ತೆತ್ತಿ ನೋಡುತ್ತ ಕಾಯುತ್ತಾರೆ. ನನಗೆ ಅಷಿತರ ಬಗ್ಗೆ ಅಸೂಯೆ ಇದೆ. ತುಂಬು ಆರಾಧನಾಭಾವವೂ ಇದೆ.

ಪ್ರಶ್ನೆ : ಕಥೆ ಎದ್ದು ಬರುವುದು ಎಲ್ಲಿಂದ ನಿಮ್ಮ ಅನುಭವದ ಪ್ರಕಾರ ?

ಪ್ರಿಯಾ : ಕಥೆ ಬರೆಯುವ ವಿಚಾರದಲ್ಲಿ ಹೇಳತಕ್ಕಂತಹ ಒಂದು ವೈಶಿಷ್ಟ್ಯ ನನ್ನಲ್ಲಿಲ್ಲ. ಕೆಲವು ಎಲ್ಲಿಂದಲೋ ಮನಸ್ಸಿನೊಳಗೆ ಬಂದು ಬೀಳುತ್ತವೆ. ಗಾಳಿಗೂ ಜಡಿಮಳೆಗೂ ಅವು ಹಾರಿ ಹೋಗಲೂಬಹುದು. ಕೆಲವೊಮ್ಮೆ ಹೊದೆದುಕೊಂಡು ಮಲಗಲೂಬಹುದು. ಯಾವುದೋ ಮಳೆಗೆ ನನಗೇ ಗೊತ್ತಾದರೆ ಅದಕ್ಕೆ ಸಿಡಿಲು ಬಡಿಯುತ್ತದೆ. ಪ್ರತಿಯೊಂದು ಕಥಾರಚನೆಯ ಅಂಚಿನಲ್ಲೂ ಒಬ್ಬ ಆರಂಭಗಾರ್ತಿಯ ಹಾಗೆ 'ಹೇಗೆ ಹೇಳಲಿ ಈ ಕಥೆ' ಎಂಬುದರ ವಿಚಾರವಾಗಿ ನನ್ನನ್ನು ಸಂದೇಹಗಳು ಮುತ್ತಿಕೊಳ್ಳುತ್ತವೆ. ಅವುಗಳಿಂದ ಬಿಡುಗಡೆ ಹೊಂದುವುದು ಬಹಳ ಕಷ್ಟ. ನನ್ನದ್ದೇ ಇನ್ನೊಂದು ಕಥೆಯ ಬಂಧುವಾಗಬಾರದು. ಹೊಸ ಕಥೆ ಎಂದು ನನಗೆ ಹಠವಿದೆ. ನನ್ನ ಕಥಾರಚನೆ ಮತ್ತು ತಿದ್ದುಪಡಿಗಳಿಗೆ ತಿಂಗಳುಗಟ್ಟಲೆ ಸಮಯ ಬೇಕಾಗುತ್ತದೆ. ಸ್ವಲ್ಪವೇ ಬರೆಯುವುದು ನನ್ನ ಅಭ್ಯಾಸ. ನನಗೆ ಸಾಧ್ಯವಾಗುವುದೇ ಅಷ್ಟು.

ಪ್ರಶ್ನೆ : ಭಾಷಾ ಶೈಲಿ ಮತ್ತು ಕಲ್ಪನಾಶಕ್ತಿಗಳಿದ್ದರೆ ಕಥೆ ಬರೆಯಲು ಸಾಧ್ಯವೆ ?

ಪ್ರಿಯಾ : ಈ ಎಲ್ಲಾ ಸಾಮರ್ಥ್ಯಗಳನ್ನು ಮೀರಿದ ಏನೋ ಒಂದು ಪ್ರಕ್ರಿಯೆ ಕಥಾ ಸೃಷ್ಟಿಯ ಸಂದರ್ಭದಲ್ಲಿ ನಡೆಯುತ್ತದೆ. ನಾನು ಬರೆದದ್ದನ್ನೇನಾದರೂ ಆ ನಂತರ ತುಂಬಾ ದಿನಗಳ ಮೇಲೆ ಪುಟತಿರುವಿ ಹಾಕಿ ನೋಡಿದಾಗ ಇದೇನಾಶ್ಚರ್ಯ ಇದನ್ನು ನಾನೇ ಬರೆದೆನೇ ಎಂದು ಅನ್ನಿಸಿದ್ದಿದೆ. ಇಂಥ ಒಂದು ವಾಕ್ಯ, ಇಂಥ ಒಂದು ವಿಚಾರ ಇವೆಲ್ಲ ಈ ನನ್ನ ಒಳಗೆಯೇ ನಡೆದವೇ ಎಂದು ನನ್ನ ಬಗ್ಗೆಯೇ ಒಂದು ಸ್ಥಿತಿ ಜೊತೆಗೆ, ಇನ್ನು ಹೀಗೆ ಈ ಜನ್ಮದಲ್ಲಿ ಇನ್ನೊಂದು ಸಲವಾದರೂ ಬರೆಯಲು ಸಾಧ್ಯವೇ ನನಗೆ ಎಂದು ಸಂದೇಹವೂ ಮೂಡುತ್ತದೆ.

ಪ್ರಶ್ನೆ : ಜಗತ್ತಿನ ಕಾಣದ ಮೂಲೆಗಳಿಗೆ, ಮಳೆ ಹನಿ ಮುತ್ತುಗಳ ರಥದತ್ತ, ಅರ್ಧರಾತ್ರಿಯ ಹಕ್ಕಿಗಳ ಹಾಡಿನತ್ತ, ತಾವರೆ ದಳಗಳತ್ತ ಮೆಟ್ಟಿಲುಗಳನ್ನು ಕಟ್ಟಿಕೊಡುವುದು ಅದೃಶ್ಯ ಲೋಕದ ಸ್ವಪ್ನ ಜೀವಿಗಳ ಕೃಪೆಯೆನ್ನುತ್ತದೆ. 'ಸ್ವಪ್ನನೂಲುಗಳ್' ಅನ್ನುವ ನಿಮ್ಮ ಕಥೆ. ಆದರೆ 'ಸ್ವಪ್ನಜೀವಿ' ಅಂತ ಹೇಳುವುದು 'ಯಾವುದಕ್ಕೂ ಬಾರದವನು' ಎಂಬ ಅರ್ಥದಲ್ಲಿ. ವಾಸ್ತವದ ಬದುಕಿನಲ್ಲಿ ಆತ ಏನು ಮಾಡಲಿಕ್ಕೂ ನಾಲಾಯಖ್ಖು ಅಂತ. ನಿಮ್ಮ ಅಭಿಪ್ರಾಯದಲ್ಲಿ ಕನಸು ಕಾಣುವುದು ಒಂದು ಸಾಮರ್ಥ್ಯವೆ ?

ಪ್ರಿಯಾ : ನನ್ನ ಮಟ್ಟಿಗೆ ಕನಸುಗಳು ನಮ್ಮನ್ನು ಜೀವನ್ಮುಖಿಗಳನ್ನಾಗಿಸುವ ಏಣಿಯ ಮೆಟ್ಟಲುಗಳು. ಅವು ಇಲ್ಲದಿರುತ್ತಿದ್ದರೆ ಒಂದು ಆಸ್ಪತ್ರೆಯ ಮಂಚದಲ್ಲಿ ನಾನು ಈಗಲೂ ಹೊದ್ದುಕೊಂಡು ಮಲಗಿರುತ್ತಿದ್ದೆ. ನಾನು ಇವತ್ತೇನಾದರೂ ಆಗಿದ್ದರೆ ಅದಕ್ಕೆ ಕಾರಣ ಕನಸುಗಳು ನನಗೆ ಕೊಟ್ಟಿರುವ 'ಎನರ್ಜಿ'ಯೇ ಹೊರತು ಬೇರೇನಲ್ಲ. ನಮ್ಮನ್ನು ಗಾಢವಾಗಿ, ತೀವ್ರವಾಗಿ ಕಾಡುವ ಕನಸುಗಳು ನನಸಾಗದಿರಲಾರವು ಎಂದು ಮಾಧವಿಕುಟ್ಟಿ ಹೇಳುತಾರೆ. ಆ ಹೇಳಿಕೆ ಬರೇ ಭ್ರಮಣೆಯಲ್ಲ. ಕನಸು ಕಾಣಲಿಕ್ಕೂ ಒಂದು ದೃಢ ಮನಸ್ಸು ಬೇಕು ಎಂದಲ್ಲವೇ ಅರ್ಥ ? ಆದರೆ ಕನಸುಗಳು ನನಸಾಗದಿದ್ದಾಗ ಅದನ್ನು ಸ್ವೀಕರಿಸುವ ಮನೋಭಾವವೂ ಇರಬೇಕು. ಬದುಕಿನ ಅನಂತ ಸಾಧ್ಯತೆಗಳ ಕುರಿತು ಯಾವಾಗಲೂ ಪ್ರಜ್ಞೆ ಇರಬೇಕು. ಆಗಲೇ ಒಳ್ಳೆಯ ಒಬ್ಬ ಸ್ವಪ್ನ ಜೀವಿಯಾಗಲು ಸಾಧ್ಯ.

ಪ್ರಶ್ನೆ : ಡಾ. ಅಯ್ಯಪ್ಪ ಪಣಿಕ್ಕರ್ ಹೇಳುತ್ತಾರೆ: 'ಬರವಣಿಗೆಯೆನ್ನುವುದು ಹಲವು ಉದ್ದೇಶಗಳನ್ನ ಹೊಂದಿರಬಹುದು' ಅಂತ ಸಾಮಾಜಿಕ ಪರಿವರ್ತನೆಗೋಸ್ಕರ, ಆತ್ಮಾವಿಷ್ಕಾರಕ್ಕೋಸ್ಕರ, ಹಣ–ಪ್ರಶಸ್ತಿಗಳಿಗೋಸ್ಕರ ಬರೆಯಬಹುದು ಅಂತ. ಇವುಗಳಲ್ಲಿ ನಿಮ್ಮ ಉದ್ದೇಶ ಯಾವುದು ಪ್ರಿಯಾರವರೆ ?

ಪ್ರಿಯಾ : ನನಗೆ ಹೇಳಲು ತುಂಬಾ ವಿಷಯಗಳಿವೆ. ಆದರೆ ಅವೆಲ್ಲವನ್ನು ಸುಂದರವಾದ ರೀತಿಯಲ್ಲಿ ಹೇಳಿ ಪ್ರಭಾವ ಬೀರಲು ಸಾಧ್ಯವಾಗುವುದಿಲ್ಲ. ಬೇರೆಯವರ ಧ್ವನಿಯನ್ನು ಹಿಂದೆಹಾಕಿಬಿಡಲು ನನ್ನ ಕ್ಷೀಣಧ್ವನಿಗೆ ಸಾಧ್ಯವಾಗುತ್ತಿಲ್ಲ. ಈ ಅಸಹಾಯಕ ಸ್ಥಿತಿಯೇ ಆಗಿರಬಹುದು. ನನಗೆ ಅಕ್ಷರಗಳ ಜತೆ ಜನ್ಮತಃ ಇದ್ದ ಅನುಬಂಧವನ್ನು ಬೆಳೆಸಿದ್ದು. ಮೊದಲು ನನ್ನ ಮನಸ್ಸಿನೊಳಗೆ ಇದ್ದದ್ದನ್ನು ಹೊರಗೆಡಹಲು ನಾನು ಅಕ್ಷರಗಳನ್ನು ಉಪಯೋಗಿಸುತ್ತಿದ್ದೆ. ಆ ಮೇಲೆ ಅದನ್ನು ನಾಲ್ಕು ಮಂದಿ ನೋಡಿದರು. ಅವರಲ್ಲಿ ಒಬ್ಬರಾದರೂ ನನ್ನನ್ನು ನೆನಪಿಟ್ಟುಕೊಳ್ಳಲಿ ಎಂದಾಗಿತ್ತು ನನ್ನ ಆಸೆ. ಆ ಮೇಲೆ ಜನಸಮೂಹದ ಸ್ವೀಕೃತಿ ಪತ್ರಿಕೆಗಳಲ್ಲಿ ಪುಮುಖ ಸಾಹಿತಿಗಳ ಜತೆಗೆಫೋಟೋ, ಓಣಂ ಸಂಚಿಕೆಯಲ್ಲಿ ಕಥೆ ಬರಬೇಕು, ವಿಶೇಷಾಂಕಗಳಲ್ಲಿ ಕಥೆಗಾಗಿ ಬೇಡಿಕೆ ಬರಬೇಕು ಎಂದೆಲ್ಲ ಆಸೆಗಳು. 'ಜನ್ಮಭೂಮಿ'ಯ ಓಣಂ ಸಂಚಿಕೆಯಲ್ಲಿ ಮೊತ್ತ ಮೊದಲಿಗೆ ನನ್ನ ಕಥೆ ಬಂದಾಗ ಅದನ್ನು ಅತ್ಯಂತ ಹೆಚ್ಚು ಸಲ ಓದಿದವಳು. ನಾನೇ ಆಗಿರಬಹುದು. ಆ ನಂತರ ಆ ಹಂತವೂ ಮುಗಿದುಹೋಯಿತು. ವಿಶೇಷಾಂಕಗಳು ಕಥೆಬೇಕೆಂದು ಕೇಳಿ ಬರೆಯುವ ಕಾಲ ಈಗ ನನಗೂ ಬಂದಿದೆ. ಪೂರ್ತಿಯಾದ ಒಂದು ಕಥೆಗೆ ಆಕಾರ ಕೊಡಬೇಕಾದ ದೃಢ ಮನಸ್ಸು ಅಥವಾ ಪ್ರತಿಭೆ ಇಲ್ಲದ್ದರಿಂದ ಎಷ್ಟೋ ಬಾರಿ ಮೌನದ ಮೂಲಕವೇ ಅವಕ್ಕೆಲ್ಲ ಉತ್ತರಿಸುತ್ತೇನೆ. ಓಣಂ ಸಂಚಿಕೆ ಕಥೆ ಕೇಳುವ ಕಾಲವನ್ನೇ ಕಾದು ಕಾದು ನಿಲ್ಲುತ್ತಿದ್ದ ಹಳೆಯ ದಿನಗಳನ್ನು ಮರೆತು ಬಿಟ್ಟದ್ದರಿಂದಲ್ಲವೇ ಅಂತಹ ಒಂದು ಪ್ರತಿಕ್ರಿಯೆ ? ಒಂದು ವಿಶೇಷಾಂಕಕ್ಕೆ ಒಂದು ಅತ್ಯಂತ ಸಾಮಾನ್ಯ ಕಥೆ ಕೈಯಲ್ಲಿಲ್ಲದಾಗಫಕ್ಕನೆ ಒಂದು ಕಥೆ ಹೆಣೆಯಲು ಸಾಧ್ಯವಾಗಬೇಕು ಎಂದಲ್ಲ. ಒಂದು ಸಾಮಾನ್ಯ ಸಂಚಿಕೆಯಲ್ಲಿ ಒಂದು ಸಾಮಾನ್ಯ ಕಥೆಯನ್ನಾದರೂ ಬರೆಯಲು ಸಾಧ್ಯವಾಗಲಿ ಎಂದೇ ಈಗಿನ ನನ್ನ ಹಂಬಲ. ಈ

ಮಧ್ಯೆ ಒಂದು ಅನುವಾದ ಮಾಡಿದೆ 'ಜನ್ಮಾಂತರದ ವಾಗ್ದಾನಗಳು'. ಮೊದಲಿನಿಂದಲೂ ಅನುವಾದ ಮಾಡುವುದೆಂದರೆ ನನಗೆ ಅತೀವ ಆಸಕ್ತಿ. ಪ್ರೀ ಡಿಗ್ರಿ ಓದುವ ಕಾಲದಲ್ಲಿ Solitary Reaperನ್ನು ಅನುವಾದ ಮಾಡಿದ್ದು ಈಗಲೂ ನನ್ನ ಕೈಯಲ್ಲಿದೆ. ಎಂ. ಎ. (ಇಂಗ್ಲಿಷ್) ಪದವಿಗೆ ಪ್ರೈವೇಟಾಗಿ ಪ್ರೊಫೆಸರ್ ಮಧುಕರ ರಾವ್‌ರವರ ಕೈಯಲ್ಲಿ ಪಾಠ ಹೇಳಿಸಿಕೊಂಡು ಪಾಸಾದೆ. ಆ ಬ್ಯಾಚಿನಲ್ಲಿ ನನ್ನ ಜೊತೆಗೆ ಇದದರು ಜಯಶ್ರೀ ಮಿಶ್ರಾ. ಆ ಕಾದಂಬರಿ ಒಂದು ಮಟ್ಟದ ತನಕ ಆತ್ಮಕಥೆಯ ಹಾಗಿದೆ ಎಂಬ ಕಾರಣದಿಂದಲೇ ಆ ಕಥೆಯನ್ನು ಪೂರ್ತಿಯಾಗಿ ನನ್ನದಾಗಿಸಿಕೊಳ್ಳಲು ಜಯಶ್ರೀಯನ್ನು ಹತ್ತಿರದಿಂದ ಬಲ್ಲವಳಾಗಿದ್ದರಿಂದ ಸಾಧ್ಯವಾಯಿತು. ಮೊದಲ ಬಾರಿ ಓದಿದಾಗಲೇ ಅದರ ಅನುವಾದ ಸಾಧ್ಯತೆಗಳ ಬಗ್ಗೆ ನಾನು ಯೋಚಿಸಲು ಪ್ರಾರಂಭಿಸಿದ್ದೆ. ಕಂಪ್ಯೂಟರಿನ ಲೋನನ್ನು ನನ್ನ ಬರಹಗಳಿಂದ ಸಂಪಾದಿಸುವ ಹಣದಿಂದ ತೀರಿಸಬೇಕೆಂದಿತ್ತು ಅದು ಅನುವಾದದ ಇನ್ನೊಂದು ಉದ್ದೇಶ. ಹೀಗೆ ಹಲವು ಉದ್ದೇಶಗಳಿಗಾಗಿ ನನ್ನ ಬರವಣಿಗೆ.

ಪ್ರಶ್ನೆ : ನೀವು ಬರಹಗಾರ್ತಿಯೂ ಅನುವಾದಕಿಯೂ ಆಗಿದ್ದೀರಲ್ಲ. ಸಾಹಿತ್ಯಸೃಷ್ಟಿ ಮತ್ತು ಅನುವಾದಗಳ ಮಧ್ಯೆ ಸಾಮ್ಯವಿದೆಯೆ ?

ಪ್ರಿಯಾ : ಅನುವಾದಕ್ಕೆ ಹೆಚ್ಚು ಏಕಾಗ್ರತೆ ಬೇಕಾಗುತ್ತದೆ ಎಂಬುದನ್ನು ನನ್ನ ಅನುಭವ. ಆಶಯ ಸೋರಿಹೋಗಬಾರದು ಎಂಬ ವಿಚಾರಕ್ಕೆ ನಾನು ಹೆಚ್ಚು ಗಮನ ಕೊಡುತ್ತೇನೆ. ಕೃತಿಯ ಆಳಕ್ಕಿಳಿದು ಅದರ ಸತ್ವವನ್ನು ತನ್ನದಾಗಿಸಿಕೊಳ್ಳುವ ಜವಾಬ್ದಾರಿ ಇದೆ ಅನುವಾದಕಿಗೆ ಮೂಲಕೃತಿಯ ಆಶಯಕ್ಕೆ ತನ್ನಿಂದಾಗಿ ಯಾವುದೇ ಧಕ್ಕೆಯುಂಟಾಗಬಾರದು ಎಂಬ ಪ್ರಜ್ಞೆಯು ಆಕೆಯಲ್ಲಿ ಸದಾ ಜಾಗೃತವಾಗಿರಬೇಕಾಗುತ್ತದೆ. ಆದ್ದರಿಂದಲೇ ನನಗೆ ನನ್ನ ಸ್ವಂತ ಸಾಹಿತ್ಯ ರಚನೆಯ ಕ್ಷಣಗಳಲ್ಲಿ ಕಾಣಿಸುವುದಕ್ಕಿಂತ ಅನುವಾದ ಮಾಡುವಾಗ ಹೆಚ್ಚು ಸ್ಟ್ರೈಯಿನ್ ಆಗುತ್ತದೆ ಅಂತ ಅನ್ನಿಸುತ್ತದೆ. ಅನುವಾದ ಮಾಡುವ ವ್ಯಕ್ತಿ ಸೃಜನಶೀಲ ಸಾಹಿತಿಯೂ ಆಗಿದ್ದಲ್ಲಿ ಅನುವಾದ ಇನ್ನಷ್ಟು ಸುಂದರವಾಗಿ ಬರುತ್ತದೆ.

ಪ್ರಶ್ನೆ : ಮಲಯಾಳದಲ್ಲಿ ಬರೆಯುವ ಎಷ್ಟೋ ಮಂದಿ ಸಾಹಿತಿಗಳು ಇಂಗ್ಲಿಷಿನಲ್ಲಿ ಪದವಿಗಳ ಮೇಲೆ ಪದವಿಗಳನ್ನು ಪಡೆದವರು ಡಾ. ಅಯ್ಯಪ್ಪ ಪಣಿಕ್ಕರ್, ಡಾ. ವಿ. ರಾಜಕೃಷ್ಣನ್, ಜಿ. ಎನ್. ಪಣಿಕ್ಕರ್, ವಿಷ್ಣುನಾರಾಯಣನ್ ನಂಬೂದಿರಿ, ಡಾ. ನರೇಂದ್ರಪ್ರಸಾದ್, ಡಾ. ಚಂದ್ರಿಕಾ (ಚಂದ್ರಮತಿ), ಅಷಿತ, ಸಿತಾರ ಹೀಗೆ ಹಲವರು. ನೀವು ಕೂಡಾ. ಮಲಯಾಳದ ಮೇಲೆ ಇಷ್ಟೆಲ್ಲ ಪ್ರೀತಿಯಿದ್ದುಕೊಂಡು ಬಿರುದಿಗಾಗಿ ಮಲಯಾಳ ಕಲಿಯದೇ ಇದ್ದದ್ದಕ್ಕೆ ಏನು ಕಾರಣ ?

ಪ್ರಿಯಾ : ಹತ್ತನೆಯ ತರಗತಿಯ ತನಕ ಮಲಯಾಳಂ ನನಗೆ ಬಹಳ ಇಷ್ಟವಾದ ಒಂದು ಪಠ್ಯವಿಷಯವಾಗಿತ್ತು. ಮಲಯಾಳಂ ಐಚ್ಛಿಕವಾಗಿ ತೆಗೆದುಕೊಂಡು ಕಾಲೇಜಿನಲ್ಲಿ ಓದಬೇಕು ಎಂದು ಕೂಡಾ ನಿರ್ಧಾರ ಮಾಡಿದ್ದೆ. ಆದರೆ ಪ್ರೀ ಡಿಗ್ರಿಯಲ್ಲಿ ಮಲಯಾಳಂ ದ್ವಿತೀಯ ಭಾಷೆಯಾಗಿ ತೆಗೆದುಕೊಂಡ ನಂತರ ಮಲಯಾಳಂ ಕಲಿಯಬೇಕೆನ್ನುವ ಆಸೆ ಬತ್ತಿ

ಮತ್ತು ಕಥೆಗಾರನ ಕಥೆಗಳನ್ನು ಎರಡು ವಿಭಿನ್ನ ದೃಷ್ಟಿಗಳಿಂದ ನೋಡುವುದು ? ಎನ್. ಎಸ್. ಮಾಧವನ್, ಸಾರಾ ಜೋಸೆಫ್, ಸಕ್ಕರಿಯ ಅಂತ ಎಲ್ಲರನ್ನೂ ಜೊತೆಗೆ ಸೇರಿಸಿ ಯಾಕೆ ಹೇಳುವುದಿಲ್ಲ ?

ಪ್ರಶ್ನೆ : ಸಾಹಿತ್ಯದೊಳಗಿನ ಲಿಂಗಭೇದದ ಬಗ್ಗೆ ನಿಮ್ಮ ಹಲವು ಕಥೆಗಳಲ್ಲಿ ವಿಶ್ಲೇಷಣೆಯಿದೆ. ಮಲಯಾಳ ಸಾಹಿತ್ಯಕ್ಕಿರುವ ಆ್ಟರ್ ಷೇವ್ ಲೋಷನ್ನಿನ ಪರಿಮಳದ ಬಗ್ಗೆ ಹೇಳಿದ್ದೀರಿ. ಮಲ್ಲಿಗೆ ಹೂವಿನ ಪರಿಮಳವೂ ಮಲಯಾಳ ಸಾಹಿತ್ಯಕ್ಕಿಲ್ಲವೆ ? ನಾನು ಅದರಲ್ಲಿ ಗಾಜಿನ ಬಳೆಗಳ ಕಿಣಿಕಿಣಿಸದ್ದು ಕೂಡಾ ಕೇಳಿದ ಹಾಗಿದೆ ?

ಪ್ರಿಯಾ : ಹೌದು, ಒಪ್ಪಿದೆ. ಆದರೆ ಎರಡನ್ನೂ ಎರಡು ಬೇರೆ ಬೇರೆ ಸಾಲುಗಳಲ್ಲಿಟ್ಟು ಎಲ್ಲರೂ ನೋಡುತ್ತಾರೆ ಎಂದು ಮಾತ್ರ ನಾನು ಹೇಳಿದೆ. ವತ್ಸಲಾರವರಿಗೆ ಮಾತ್ರವೇ ಕಥೆಗಾರ್ತಿಯರ ಮಧ್ಯೆ ಸಾಹಿತ್ಯ ಎಂಬ ಪುರುಷ ಸಮಾನ ಬಿರುದು ಸಿಕ್ಕಿದ್ದು ಅನ್ನಿಸುತ್ತದೆ. ಎಲ್ಲರೂ ಕಥೆಗಾರ್ತಿಯರ ಹೆಸರುಗಳನ್ನು ಪ್ರತ್ಯೇಕವಾಗಿ ಬೇರೆಯೇ ಒಂದು ಸಾಲಿನಲ್ಲಿ ನಮೂದಿಸುವುದೇ ಹೆಚ್ಚು.

ಪ್ರಶ್ನೆ : 'ಮಹಿಳಾ ಸಾಹಿತ್ಯ' ಎಂಬ ಪದಪ್ರಯೋಗದ ಬಗ್ಗೆ ನಿಮ್ಮ ಅಭಿಪ್ರಾಯವೇನು ?

ಪ್ರಿಯಾ : ನನ್ನ ಚಿಕ್ಕ ಮೆದುಳಿಗೆ ಅದರ ಉದ್ದೇಶವನ್ನು ಅರ್ಥಮಾಡಿಕೊಳ್ಳಲು ಸಾಧ್ಯವಾಗುತ್ತಿಲ್ಲ.

ಪ್ರಶ್ನೆ : 'ಸ್ವಪ್ನಂ ಪೋಲ' (ಕನಸಿನ ಹಾಗೆ) ಎಂಬ ನಿಮ್ಮ ಕಥೆಯಲ್ಲಿ ಕಳ್ಳ ಬಹಳ ಮುಗ್ಧ ಹೃದಯದ ತಿಳಿಹಾಸ್ಯಪ್ರಜ್ಞೆಯ ವ್ಯಕ್ತಿ. ಈ ರೀತಿಯ ಯೋಚನಾಗತಿ ಚಂದ್ರಮತಿ, ಗ್ರೇಸಿ ಇವರೆಲ್ಲರ ಕಥೆಗಳಲ್ಲೂ ಇವೆ. ಕಳ್ಳನನ್ನೇಕೆ 'ಸಭ್ಯ'ನನ್ನಾಗಿ ಚಿತ್ರಿಸುತ್ತೀರಿ ?

ಪ್ರಿಯಾ : ಒಮ್ಮೆ ನನ್ನ ಅಮ್ಮ 'ನೀನು ಯಾಕೆ ಕಳ್ಳನ ಬಗ್ಗೆ ಕಥೆ ಬರೆದಿಲ್ಲ, ಹೆಚ್ಚಿನೆಲ್ಲ ಲೇಖಕರು ಕಳ್ಳರ ಬಗ್ಗೆ ಬರೆದಿದ್ದಾರಲ್ಲ ?' ಅಂತ ಕೇಳಿದಳು. ಆ ನಡುವೆ ಎಂ. ಪಿ. ನಾರಾಯಣ ಪಿಳ್ಳೆಯವರ 'ಪಾಪದ ಕಳ್ಳ' ಎಂಬ ಕಥೆಯನ್ನು [illegible]
ಸಿಕ್ಕಿತು. ಒಳ್ಳೆಯವರೆಂದು ಸಾಮಾನ್ಯ [illegible]
'ಮಹಾನ ಕಳ್ಳರಾಗಿಬಿಡುವ [illegible]
ಒಳ್ಳೆಯವರಿರಬಹು [illegible]

ಪ್ರಶ್ನೆ [illegible]

ಪ್ರಿಯಾ : ಸಣ್ಣದೊಂದು ಹಿರಿಯ ಮಗಳ ಕಥೆ ಬರೆಯಬೇಕೆಂದು ನಾನು ಆಲೋಚಿಸುತ್ತಿದ್ದಾಗ ನನಗೆ ಒ. ವಿ. ಉಷಾರವರ ಪರಿಚಯವಾಯ್ತು. ಮನೆಗೆ ಬಂದ ಒಬ್ಬ ಹುಡುಗಿಯ ವಿಚಾರವನ್ನು ಉಷಕ್ಕ ಆಕಸ್ಮಿಕವಾಗಿ ನನ್ನ ಹತ್ತಿರ ಹೇಳಿದರು. ನಾಲ್ಕು ವರ್ಷವಯಸ್ಸಿನ ಹುಡುಗಿ–ಕುಞ್ಞನ್ನ. ಅವಳ ಮನೆಗೆ ಹೋದ ಓವರ ಅತಿಥಿಯನ್ನು ಬದಿಗೆ ಕರೆದು ಅವಳು ಒಂದು ದೊಡ್ಡವರು ಕೇಳುವ ಪ್ರಶ್ನೆ ಕೇಳಿದಳು ಮಕ್ಕಳೆಷ್ಟು ? ಅತಿಥಿಗೆ ದಂಗುಬಡಿದುಹೋದರು. ದೊಡ್ಡವರು ಕೇಳುವ ಕುಶಲ ಪ್ರಶ್ನೆಯನ್ನು ಹುಡುಗಿ ಅದೇ ರೀತಿ ಅನುಕರಿಸಿದ್ದಳು. ನನ್ನ ಕಥೆಯ ಚಿಕ್ಕ ದೊಡ್ಡ ಹುಡುಗಿಗೆ ಕುಞ್ಞನ್ನ ಅನ್ನುವ ಹೆಸರು ಸಾಕೆಂದು ನನ್ನ ಒಳಧ್ವನಿ ಕೂಗಿ ಹೇಳಿತು. ಅದಕ್ಕೆ ಮೊದಲು ಅನ್ನಾ ಎಂಬ ಹೆಸರಿನ ಅನೇಕ ಉಪನಾಮಗಳನ್ನು ನಾನು ಉಪಯೋಗಿಸುತ್ತಿದ್ದೆ. ಹೆಚ್ಚು ಕ್ರಿಶ್ಚಿಯನ ಹೆಸರುಗಳು ಗೊತ್ತಿಲ್ಲ. 'ಅನ್ನ'ದ ಸುತ್ತ ಗಿರಕಿ ಹೊಡೆಯುವುದಕ್ಕೆ ಅದೂ ಒಂದು ಕಾರಣವಾಗಿರಬಹುದು.

ಪ್ರಶ್ನೆ : ನೀವು ಕವಿತೆಗಳನ್ನು ಬರೆದಿದ್ದೀರಾ ? ನಿಮ್ಮ ಹಲವು ಕಥೆಗಳಲ್ಲಿ ಕವಿತೆಗಳ ಬಗ್ಗೆ ನಿಮಗಿರುವ ಆರ್ದ್ರ ಭಾವವನ್ನು ಪ್ರಕಟಪಡಿಸುತ್ತೀರಲ್ಲ ?

ಪ್ರಿಯಾ : ಪ್ರಯತ್ನಿಸಿದ್ದೇನೆ. ಸೋತೂ ಇದ್ದೇನೆ. ನನಗೆ ಹೇಳಬೇಕೆಂದು ಅನ್ನಿಸುವ ವಿಚಾರಗಳನ್ನೆಲ್ಲ ವಿ. ಎಂ. ಗಿರಿಜಾ, ಅನಿತಾ ತಂಬಿ, ಸಾವಿತ್ರಿ ರಾಜೀವನ್, ರಾಮನ, ವೀರಾನ್ ಕುಟ್ಟಿ ಹೀಗೆ ಅನೇಕರು ಬರೆಯುತ್ತಿರುವಾಗ ನಾನು ಕವಿತೆಗಳನ್ನು ಬರೆಯದಿದ್ದರೂ ಏನೂ ತೊಂದರೆಯಿಲ್ಲ. ಅವರ ಸಾಲುಗಳೆಲ್ಲ ನನ್ನದೇ ಅನ್ನುವ ಹಾಗೆ ಅವಕಾಶ ಸಿಕ್ಕಾಗಲ್ಲೆ ಗಟ್ಟಿಯಾಗಿ ಹೇಳಿಕೊಳ್ಳುತ್ತೇನೆ.

ಪ್ರಶ್ನೆ : ಬಿಸಿಲಿನೆದುರಿಗೆ ಒರಗಿಬೀಳುವ ರಬ್ಬರ್ ಮರಗಳ ಹಾಗೆ ಪ್ರಶಸ್ತಿ ಸಮಿತಿಗಳತ್ತ ಗುರಿಯಿಟ್ಟು ಕಥೆಗಳನ್ನು ಹೊಡೆದುಬಿಡುವ ಪ್ರವೃತ್ತಿ ಮಲಯಾಳದಲ್ಲಿದೆಯೆ ?

ಪ್ರಿಯಾ : ಹಿಂದೆ ನನಗೆ 'ಗೃಹಲಕ್ಷ್ಮಿ' ಪ್ರಶಸ್ತಿ ಸಿಕ್ಕಿದಾಗ ಅದು ಯಾರಿಗೂ ಗೊತ್ತಿಲ್ಲದ [illegible] ಹುಡುಗಿಯನ್ನು ಯಾರೋ ಕೈಹಿಡಿದೆತ್ತಿದ್ದಾಗಿತ್ತು. ಆದರೆ ಈಗ ನನಗೆ ಪ್ರಶಸ್ತಿಗಳಲ್ಲಿ [illegible] ಸಿಕುವ ಪ್ರಶಸ್ತಿಗಳಲ್ಲಿ ಪರಿಶುದ್ಧತೆ ಉಳಿಯಬೇಕೆಂದಿಲ್ಲ.

[illegible] ವೈದ್ಯಕೀಯ ರಂಗದಲ್ಲಿ ಇಷ್ಟೆಲ್ಲ [illegible] ಕಾಯಿಲೆ

[illegible] with

ಪ್ರಿಯಾ : ಉಣ್ಣಿಗೆ ನಾನು ಕಥೆ ಬರೆಯುವದೆಂದರೆ ಇಷ್ಟ. ಒಂದು–ಕಲಕತ್ತೆಯ ಹಿನ್ನೆಲೆ ಇರುವ ಕಾರಣದಿಂದ ಅವರಿಗೆ ಮಲಯಾಳ ಬಹಳ ಕಷ್ಟದಲ್ಲಿ ಓದಲು ಬರುವುದಾದರೂ ಈಗ ತುಂಬಾ ಇಂಪ್ರೂವ್ ಆಗಿದ್ದಾರೆ. ಕಥೆ ಪ್ರಕಟಿಸುವ ಮಟ್ಟಕ್ಕೆ ತಲುಪಿತೋ ಇಲ್ಲವೋ ಎಂದು ಈ ನಡುವೆ ಸೂಚನೆಕೊಡುವುದು ಉಣ್ಣಿಯೇ. ಒಳ್ಳೆ ಎಡಿಟಿಂಗ್ ಸೂಚನೆಗಳನ್ನು ಕೊಡುತ್ತಾರೆ.

❖

ಸಾರಾ ಜೋಸೆಫ್

ತ್ರಿಶ್ಶೂರ್ ಜಿಲ್ಲೆಯ ಕುರಿಯಚ್ಚಿರದಲ್ಲಿ 1946 ಫೆಬ್ರವರಿ ಹತ್ತರಂದು ಸಾರಾ ಜೋಸೆಫ್ ಜನಿಸಿದರು. ಒಂದು ದಶಕದವರೆಗೂ ಶಾಲಾ ಅಧ್ಯಾಪಕಿಯಾಗಿ ಕೆಲಸ ಮಾಡಿದರು. ಆನಂತರ ಸರಕಾರಿ ಕಾಲೇಜಿನಲ್ಲಿ ಅಧ್ಯಾಪಿಕೆಯಾಗಿ ಸೇರಿದರು. ತ್ರಿಶ್ಶೂರ್ ಸರಕಾರಿ ಕಾಲೇಜಿನಿಂದ ಮಲಯಾಳಂ ಪ್ರೊಫೆಸರ್ ಆಗಿ ನಿವೃತ್ತರಾದರು. ಸ್ತ್ರೀವಾದಿ ಚಳುವಳಿಯ ಪ್ರಮುಖ ನೇತಾರರು. ಇವರ ಪ್ರಧಾನ ಕೃತಿಗಳು : ಪಾಪತ್ತರ (ಪಾಪಭೂಮಿ), ಆಲಾಹಯುಡೆ ಪೆಣ್‌ಮಕ್ಕಳ್ (ಆಲಾಹಳ ಹೆಣ್ಣುಮಕ್ಕಳು, ಕಾದಂಬರಿ) ಮನಸ್ಸಿಲೆ ತೀಮಾತ್ರಂ (ಮನಸ್ಸಿನ ಬೆಂಕಿ ಮಾತ್ರ) ಕಾಡಂಡೆ ಸಂಗೀತಂ (ಕಾಡಿನ ಸಂಗೀತ), ನನ್ಮತಿನ್ಮಗಳುಡೆ ವೃಕ್ಷಂ (ಪಾಪ ಪುಣ್ಯಗಳ ವೃಕ್ಷ). 2003ರಲ್ಲಿ 'ಆಲಾಹಯುಡೆ ಪೆಣ್‌ಮಕ್ಕಳ್'ಗೆ ಕೇರಳ ಸಾಹಿತ್ಯ ಅಕಾಡೆಮಿ ಪ್ರಶಸ್ತಿ ಲಭಿಸಿತು.

ಪ್ರಸ್ತಾವಿಕ

ಹೆಣ್ಣಾಗಿ ಹುಟ್ಟಿದರೆ ಮಣ್ಣಾಗಿ ಹೋಗುವ ತನಕವೂ ಕಣ್ಣೀರು ಕುಡಿಯಬೇಕು, ಹೆಣ್ಣು ಹೊನ್ನಲ್ಲ, ಸ್ತ್ರೀ ಸೈನ್ಯ ಸೈನ್ಯವಲ್ಲ – ಎಂಬಿತ್ಯಾದಿ ತಾತ್ಸಾರದ ಮಾತುಗಳು ಗಟ್ಟಿಯಾಗಿ ಮೊಳಗುತ್ತಿರುವ ಮಲಯಾಳ ತೀರದಿಂದ ಪೂರ್ತಿ ಭಿನ್ನವಾದ ಒಂದು ಧ್ವನಿ ನಾನು ಹೆಣ್ಣಾಗಿ ಹುಟ್ಟಿದುದರ ಬಗ್ಗೆ ಹೆಮ್ಮೆ ಪಡುತ್ತೇನೆ ಎಂದು ಆತ್ಮವಿಶ್ವಾಸದಿಂದ ಘೋಷಿಸಿದವರು ಸಾರಾ ಜೋಸೆಫ್. ಹೆಣ್ಣಿನ ಆತ್ಮವು ನೋಡಬೇಕಾದ ಪ್ರಯತ್ನಗಳಲ್ಲಿ ಎತ್ತಿಹೇಳಬೇಕಾದಂಥವು ಸಾರಾ ಜೋಸೆಫ್‌ರ ಕಥೆಗಳು. ತನ್ನ ಹೆಣ್ಣು ಮಕ್ಕಳನ್ನು ಒಬ್ಬೊಬ್ಬರನ್ನಾಗಿ ಕೊಂದು ಮುಗಿಸುವುದನ್ನು ತಿಳಿದು ಎದೆ ಬಿರಿಯುವಂತೆ ಗೋಳಿಡುವ ಕುಂಜುಲಕ್ಷ್ಮಿ, ಬರೆಯಲು ಒಂದು ಜಾಗಕ್ಕಾಗಿ ಮೇಬಲ್‌ಮಾಮಿಯನ್ನು ಹುಡುಕುತ್ತ ನಡೆಯುವ ಬರಹಗಾರ್ತಿ, ಕನ್ಯೆಯ ಪುಲ್ಲಿಂಗವೇನು ಎಂದು ಹುಡುಕುವ ಮಗಳು, ತಾನುಓದಿದ ಕಥೆಯ ಕಥಾಪಾತ್ರದ ಹಾಗೆ ಬಲಾತ್ಕಾರಕ್ಕೊಳ ಗಾಗುವ ರಾಧಾಮಣಿ ಮುಂತಾದವರೆಲ್ಲ ಸಾರಾಜೋಸೆಫ್‌ರ ಕಥೆಗಳಿಂದ ಎದ್ದು ಬಂದು ಮಲಯಾಳಿಯ ಮನಸ್ಸಾಕ್ಷಿಯನ್ನು ಹೊಡೆದೆಬ್ಬಿಸುತ್ತವೆ. ಸ್ತ್ರೀವಾದವು ಸ್ತ್ರೀ ಸ್ವಾತಂತ್ರ್ಯವನ್ನು ಪ್ರತಿಪಾದಿಸುವ ಒಂದು ಅಧ್ಯಯನ ಶಾಸವೆಂದೂ, ತಾನು ಅದರಲ್ಲಿ ದೃಢವಿಶ್ವಾಸವಿಟ್ಟು ಕೊಂಡವಳೆಂದೂ, ಆದ್ದರಿಂದ ತನಗೆ ಸ್ತ್ರೀವಿರುದ್ಧವಾದ ಕೃತಿಗಳ ರಚನೆ ಸಾಧ್ಯವಿಲ್ಲವೆಂದೂ ಸಾರಾ ಜೋಸೆಫ್ ಒಪ್ಪುತ್ತಾರೆ. ಬರವಣಿಗೆಯಲ್ಲಿ ನಿಷ್ಪಕ್ಷಪಾತವೆಂಬುದು ಒಂದು ಮಿಥ್ಯೆಯೆಂದೂ. ಅದುವೇ ಒಂದು ಪಕ್ಷಪಾತವೆಂದೂ ಅವರು ಖಚಿತವಾಗಿ ಹೇಳುತ್ತಾರೆ.

ಆಶಯದ ದೃಷ್ಟಿಯಿಂದಲೂ ಅಧ್ಯಯನ ಶಾಸ್ತ್ರ, ಸಾಮಾಜಿಕ ಮತ್ತು ಲಿಂಗದ ದೃಷ್ಟಿಯಿಂದಲೂ ಪ್ರಜ್ಞೆ ಮತ್ತು ಬದ್ಧತೆಗಳಿರುವ ಸಾಹಿತಿ ಸಾರಾಜೋಸೆಫ್. ಸಮಾಜವು ಹಿಂದೆಂದೋ ಹೇಳಿ ವಿಧಿಸಿದ, ಅಥವಾ ಬರೆದಿಟ್ಟಿರುವ ಕಟ್ಟುಪಾಡುಗಳನ್ನು ಅನುಸರಿಸುವ ಸ್ತ್ರೀಯರು ಇವತ್ತು ಕೂಡಾ ಇರಬಹುದು. ಆದರೆ ಸಾರಾಜೋಸೆಫ್ ಅಂಥವರಲ್ಲಿ ಒಬ್ಬರಲ್ಲ. ನಮ್ಮ ಲೇಖಕಿಯರ ಮಾತ್ರವಲ್ಲ, ಲೇಖಕ ವರ್ಗದಲ್ಲೂಕೂಡಾ ಸಾರಾಜೋಸೆಫ್‌ರ ಹಾಗೆ ಉತ್ಸಾಹ, ಧೈರ್ಯ, ಛಲ ಮತ್ತು ಎದೆಗಾರಿಕೆಯಿರುವವರು ಕಡಿಮೆ.

ಕಥೆ

ಪ್ರಕಾಶಿನಿಯ ಮಕ್ಕಳು

ಸುತ್ತಲೂ ಬೆಳೆದಿದ್ದ ಬಾಳೆಗಿಡಗಳ ನಡುವೆ ಇದ್ದ ವರ್ತುಲಾಕಾರದ ಸಣ್ಣ ಕೊಳದ ಹಸಿರು ಬಣ್ಣದ ಹಾವಸೆ ತುಂಬಿದ ನೀರಿನಲ್ಲಿ ಮುಳುಗಿ ಎದ್ದಳು ಪ್ರಕಾಶಿನಿ. ಕಣ್ಣಿಗಂಟಿಕೊಂಡ ಲೋಳೆಯನ್ನೊಮ್ಮೆ ಉಜ್ಜಿಕೊಂಡು ಪುನಃ ಮುಳುಗಿದಳು. ಒಂದು, ಎರಡು, ಮೂರು... ಏಳು ಬಾರಿ ಮುಳುಗಿ ಎದ್ದು ಕಲ್ಲುಚಪ್ಪಡಿಯ ಮೇಲೆ ಹತ್ತಿ ನಿಂತಳು. ಹಾವಸೆಯ ತೆಳುವಾದ ಹಸಿರು ಪೊರೆ ಆಕೆಯನ್ನು ಪೂರ್ತಿಯಾಗಿ ಮುಸುಕಿತ್ತು. ಕೂದಲ ಸಿಕ್ಕುಗಳೆಡೆಯಲ್ಲಿ ಬಾಳೆಹೂಗಳು ಸೇರಿಕೊಂಡಿದ್ದವು. ಹೊಕ್ಕುಳ ಗುಳಿಯೊಳಗೆ ಚಿಕ್ಕ ಮೀನುಗಳು...

ಬಿದಿರ ಹಿಂಡಲುಗಳೆಡೆಯಿಂದ ಗಿಳಿಗಳು ಬುರ್‍ರನೆ ಹಾರಿಬಂದು ಪ್ರಕಾಶಿನಿಯ ತೋಳುಗಳ ಮೇಲೆ ಕುಳಿತುಕೊಂಡವು. ನೊಣಗಳು ಮತ್ತು ಮಿಡಿತೆಗಳು ಅವಳ ಕಾಲ ಬೆರಳುಗಳ ಮೇಲೆ ಕುಣಿದಾಡಿದವು.

ಪ್ರಕಾಶಿನಿ ಸೂರ್ಯನಿಗೆ ನಮಸ್ಕಾರ ಮಾಡಿದಳು. ಮಣ್ಣಿಗೆ ಬಾಗಿ ಮುತ್ತಿಟ್ಟಳು. ನೀರು, ಗಾಳಿ, ಆಕಾಶಗಳಿಗೆ ವಂದಿಸಿದಳು. ಆ ನಂತರ ಎರಡೂ ಕೈಗಳನ್ನೆತ್ತಿ ಸರ್ವಾಂಗಗಳಿಗೂ ಪಂಚಭೂತಗಳ ಸ್ಪರ್ಶ ಮಾಡಿಸುತ್ತ ಮುಕುಳಿತಪಾಣಿಯಾಗಿ ನಿಂತಳು.

ಹಲ್ಲುಜ್ಜಿ ಮುಖ ತೊಳೆಯಲೆಂದು ಕೊಳಕ್ಕೆ ಇಳಿಯುತ್ತಿದ್ದ ಅಪ್ಪ, ನಗ್ನಳಾಗಿ ನಿಂತ ಕಪ್ಪುಶಿಲೆಯಲ್ಲಿ ಕಡೆದಂತಿದ್ದ ತುಂಬುಯೌವನದ ಹೆಣ್ಣನ್ನು ನೋಡಿ ಬೆಚ್ಚಿ ಹಿಮ್ಮೆಟ್ಟಿದ ! ನಂತರ ಪುನಃ ಒಮ್ಮೆ ಯೋಚಿಸಿ ಹೆಣ್ಣಿನ ಹೊಟ್ಟೆಯೇಕೆ ಹೀಗೆ ಉಬ್ಬಿ ನಿಂತಿದೆಯಲ್ಲ ಎಂದು ನಡುಗಿ

ಎದೆಯ ಮೇಲೆ ಕೈಯಿಟ್ಟು ಅಮ್ಮನನ್ನು ಜೋರಾಗಿ ಘರ್ಜಿಸಿ ಕರೆದ !

ಅಡಿಗೆಮನೆಯಲ್ಲಿ ಮೊಸರು ಕಡೆದು ಮುಗಿಸಿ ಬೆಣ್ಣೆ ತೆಗೆಯುತ್ತಿದ್ದ ಅಮ್ಮನಿಗೆ ಅಪ್ಪನ ಕರೆ ಕೇಳಿಸಿತು. ಗಾಬರಿಯಿಂದ ಗಡಬಡಿಸಿ ಎದ್ದು ಅವಳು ಕೊಳದತ್ತ ಓಡಿದಳು. ಏದುಸಿರು ಬಿಡುತ್ತ 'ಏನು ?' ಅಂತ ಕೇಳಿದಳು. ಅಮ್ಮನ ಹಿಂದಿನಿಂದ ಅಜ್ಜಿ, ಕೆಲಸದಾಳುಗಳೂ ಬಂದರು. ದನಕರು–ನಾಯಿಬೆಕ್ಕುಗಳೂ ಓಡಿ ಬಂದವು.

ಅಪ್ಪ ಕೈಯಲ್ಲಿ ಹಿಡಿದುಕೊಂಡಿದ್ದ ಕತ್ತಿಯಿಂದ ಕೊಳದತ್ತ ಬೊಟ್ಟು ಮಾಡಿ ತೋರಿಸಿದ.

ಸ್ನಾನ ಮುಗಿಸಿ, ಗಂಧ ಚಂದನ ಹಚ್ಚಿಕೊಂಡು ಕಪ್ಪು ಶಿಲೆಯಲ್ಲಿ ಕಡೆದ ಹೆಣ್ಣು ತುಂಬಿಕೊಂಡು ನಿಂತಿದ್ದನ್ನು ಅಮ್ಮ ನೋಡಿದಳು ! ಸೊಂಪಾಗಿ ಬೆಳೆದ ಕೂದಲ ರಾಶಿಯಿಂದ ಮರೆಸಲಾಗದೆ ಹಿಗ್ಗಿದ ನಿತಂಬವನ್ನು ಕಂಡು ಅಮ್ಮ ನಡುಗಿದಳು. ದುಂಡಗೆ ನಿಂತ ಎದೆಯ ಮೇಲೆ ಉರುಟಾಗಿ ಹಬ್ಬಿಕೊಂಡ ದಟ್ಟ ಕಪ್ಪು ಕೇಶರಾಶಿಯನ್ನು ನೋಡಿ ಅಜ್ಜಿ ಕೆಲಸದಾಳುಗಳು ಮೂಗಿನ ಮೇಲೆ ಬೆರಳಿಟ್ಟರು. ಸಾಕು ಪ್ರಾಣಿಗಳು ಪಿಳಿಪಿಳಿ ನೋಡಿದವು.

"ಲೇ ಪ್ರಕಾಶಿನಿ !" ಅಮ್ಮ ಕಣ್ಣುಕೆಂಪು ಮಾಡಿಕೊಂಡು ಸಹನೆ ಮೀರಿ ಪ್ರಕಾಶಿನಿಯತ್ತ ನೆಗೆದು ಅವಳ ಕಿಬ್ಬೊಟ್ಟೆಯನ್ನು ಜೋರಾಗಿ ಒತ್ತಿದಳು. ಅವಳನ್ನು ಅಡಿಮುಡಿ ಹಿಡಿದು ಜೋರಾಗಿ ಎಳೆದಳು. ನಿಧಾನವಾಗಿ ಪಕಳೆಗಳನ್ನು ಬಿಡಿಸಿ ಅರಳುವ ಹೂವಿನಂತೆ ಪ್ರಕಾಶಿನಿ ಕಣ್ಣು ತೆರೆದಳು. ಆ ನಂತರ ಕಲ್ಲುಚಪ್ಪಡಿಯಿಂದ ಕೆಳಗಿಳಿದು ಮೊಣಕಾಲುಗಳ ತನಕ, ಸೊಂಟದ ತನಕ, ಮೊಲೆಗಳ ತನಕ, ಕುತ್ತಿಗೆಯ ತನಕ ಕೊಳದಲ್ಲಿ ಮುಳುಗಿ ತಲೆಯ ಮೇಲೆ ಎರಡೂ ಕೈಗಳನ್ನು ಜೋಡಿಸಿ ತಾವರೆ ಹೂವಾಗಿಸಿ ಮುಖವೆತ್ತಿ ನಿಂತಳು.

"ಅಯ್ಯೋ ! ಇವಳಿಗೆ ಹುಚ್ಚು ಹಿಡಿದಿದೆಯಲ್ಲಪ್ಪೋ !"

ಅಜ್ಜಿ ತಲೆಯ ಮೇಲೆ ಕೈಯಿಟ್ಟು ಗಟ್ಟಿಯಾಗಿ ಬೊಬ್ಬಿರಿದಳು.

"ಅದುಕ್ಕೆ ಯಂತದ್ದೋ ರ್‍ವಾಗ ಬಡದೈತೆ. ಯಂತದನ್ನೋ ಕಂಡು ಎದರ್‍ಕೊಂಡೈತೆ !"

ಕೆಲಸದ ಹೆಂಗಸರು ಮೂಗಿನ ಮೇಲಿಂದ ಬೆರಳು ತೆಗೆಯದೆ ಗೊಣಗುಟ್ಟಿದರು. ಸಾಕುಪ್ರಾಣಿಗಳು ಗುಟುರು ಹಾಕಿ ನಡೆದವು. ಕಣ್ಣಿಂದಲೇ ಸುಟ್ಟು ಬಿಡುವ ನೋಟದಿಂದ ಅಮ್ಮ ಕೆಲಸದಾಳುಗಳು ಮತ್ತು ಸಾಕುಪ್ರಾಣಿಗಳನ್ನು ಕೊಳದ ಬದಿಯಿಂದ ಓಡಿಸಿದಳು.

"ಮಗಳೇ, ಪ್ರಕಾಶಿನಿ..." ಅಮ್ಮ ಮೃದುವಾಗಿ ಕರೆದಳು.

"ಇಲ್ಲಿ ಬಾ ಮಗಾ" ಅಜ್ಜಿ ಬೇಡಿಕೊಂಡಳು.

"ಬೆನ್ನಿಗೆ ನಾಲ್ಕು ಬೀಳಬೇಕು. ಮೆತ್ತಗೆ ಕೇಳಿದರೆ ಏನೂ ಪ್ರಯೋಜನವಿಲ್ಲ. ಮಾಡೋದೆಲ್ಲ ಮಾಡಿ ಮಾನ ಕಳೆದು ಈಗ ನಾಟಕ ಆಡ್ತೀಯಾ ?"

ಅಮ್ಮನ ರೌದ್ರವತಾರ.

"ಬಾರೇ ಇಲ್ಲಿ" ಅಮ್ಮ ಸಿಟ್ಟಿನಿಂದ ಥರಥರನೆ ಕಂಪಿಸುತ್ತ ಮೆಟ್ಟಲುಗಳನ್ನಿಳಿದಳು. ಪ್ರಕಾಶಿನಿಯ ಜುಟ್ಟು ಹಿಡಿದೆಳೆದಳ. ಬಿದಿರ ಹಿಂಡಲುಗಳಲ್ಲಿ ಕುಳಿತುಕೊಂಡಿದ್ದ ಗಿಳಿಗಳು ಹೆದರಿ ಹೊರಗೆ ಹಾರಿದವು; ಸರ್ಪಗಳ ಅರಮನೆಗಳಿಂದ ಚೀತ್ಕಾರಗಳೆದ್ದವು. ತಾವರೆ ಹೂವೊಂದು ತೊಟ್ಟು ಕಳಚಿಕೊಂಡು ಬೀಳುವ ಹಾಗೆ ಪ್ರಕಾಶಿನಿ ಬೀಳುತ್ತಿದ್ದಾಳೆ.

"ಹೆಣ್ಣೇ, ಅವಳ ಹೊಟ್ಟೆ ನೋಡೇ" ಅಜ್ಜಿ ಕಂಪಿಸುತ್ತ ಅಮ್ಮನನ್ನು ತಡೆದಳು. ಅಮ್ಮನ ಭೂತದರ್ಶನ ಈಗ ನಿಂತಿತ್ತು. ಕಲ್ಲುಚಪ್ಪಡಿಯ ಮೂಲಕ, ಬಿದಿರಹಿಂಡಲುಗಳ ಮೂಲಕ, ತೋಟದ ದಾರಿಯುದ್ದಕ್ಕೂ ಪ್ರಕಾಶಿನಿಯನ್ನು ದರದರನೆ ಎಳೆದೊಯ್ದು ಗಾಳಿ ಬೆಳಕುಗಳಿಲ್ಲದ ನೆಲಮಾಳಿಗೆಯಲ್ಲಿ ಕೊಂಡುಹೋಗಿ ಕೂಡಿಟ್ಟು ಬಾಗಿಲು ಹಾಕಿದಳು ಅಮ್ಮ ! ನೆಲಮಾಳಿಗೆಯ ಹೊರಗೆ ಉಸ್ಸೆಂದು ಕುಳಿತು ಕಾವಲಾದರು ಅಪ್ಪ !

ಮಂಜಿನಂತೆ ತಣ್ಣಗಾದ ಬೆರಳುಗಳಿಂದ ಪ್ರಕಾಶಿನಿಯ ಮುಖವನ್ನು ಹಿಡಿದೆತ್ತಿ ಮೇಲೆ ಟಪ್ಪೆಂದು ಬಿತ್ತು. ಬಿಳಿಚಿ ಕಂಪಿಸುವ ಬೆರಳುಗಳಿಂದ ಪ್ರಕಾಶಿನಿಯ ತುಟಿಯನ್ನೊರಸಿ ಆತ ಗಟ್ಟಿಯಾಗಿ ಅತ್ತ.

"ಬೇಡ ಪ್ರಕಾಶಿನಿ, ಬೇಡ. ನಾವು ಇಲ್ಲಿ ಪುನರ್ಜನ್ಮ ತಾಳುವುದು ಬೇಡ."

ಗುಡ್ಡದ ಇಳಿಜಾರಿನಲ್ಲಿ ಎಲ್ಲೋ ಬೀಸಿದ ಗಾಳಿಯಲ್ಲಿ ಹುಲ್ಲಿನ ಕಣಗಳು ಎದ್ದು ಹಾರಿದವು. ಅವರ ಮುಖ ಕೂದಲು-ಮೈಗಳೆಲ್ಲ ಹುಲ್ಲಿನ ಧೂಳಿನಲ್ಲಿ ಮುಳುಗಿಹೋದವು. ಚಿತೆಯಲ್ಲಿ ಮಲಗಿದ ಹಾಗೆ ಆತ ಹುಲ್ಲಿನ ಕಣಗಳಡಿ ಮುಳುಗಿಬಿಟ್ಟದ್ದನ್ನು ನೋಡಿ ಪ್ರಕಾಶಿನಿ ಬೊಬ್ಬಿರಿದಳು. ನಿಷ್ಕಳಂಕ ಹುಲ್ಲಿನ ಕಣಗಳು ಮತ್ತು ಅವುಗಳನ್ನು ನೆನೆಸುವ ಚೇತೋಹಾರಿಯಾದ ಮಳೆ ಪುನರ್ಜನ್ಮ ತಾಳುವುದಿಲ್ಲವೆಂದೆ ?

"ನಾನು ಸಿದ್ಧಾರ್ಥ-ಶ್ಯಾಮಲೆಯರಿಗೆ ಜನ್ಮ ನೀಡಬೇಕು."

ಅವಳು ಅತ್ತು ಸುಸ್ತಾದಳು. ಆತ ಅವಳನ್ನು ತೋಳುಗಳಲ್ಲಿ ತುಂಬಿ ಎದೆಗೊರಗಿಸಿಕೊಂಡ. ತಮ್ಮ ಪ್ರೀತಿಯ ಮೂಲಕ ಸಿದ್ಧಾರ್ಥ ಮತ್ತು ಶ್ಯಾಮಲೆಯರಿಗೆ ಜನ್ಮ ನೀಡಲು ಒಂದು ಸ್ಥಳವನ್ನು ಹುಡುಕುತ್ತ ಅವರು ಗುಡ್ಡದ ಇಳಿಜಾರಿನ ಸುತ್ತ ಅಲೆದಾಡಿದರು. ಕಣಿವೆಯಲ್ಲಿ ಹರಕು ಚಿಂದಿಯಿಂದ ಮುಖಮುಚ್ಚಿಕೊಂಡು ಅಮ್ಮಂದಿರು ಖಾಲಿತವರದ ಪಾತ್ರೆಗಳನ್ನು ಹಿಡಿದುಕೊಂಡು ಸರದಿಯಲ್ಲಿ ಕಾಯುತ್ತ ನಿಂತಿದ್ದ ದಾರಿಯ ಕೊನೆಗೆ ಹೋಗಿ ಅವರು ನಿಂತರು. ಆಯಾಸವಾದಾಗ ಮಲಗಲೆಂದು ಅವರು ಒಂದು ಹುಲ್ಲು ಚಾಪೆಯಾಗಿ ಯಾಚಿಸಿದರು. ಹಸಿವಿನಿಂದ ಅಳುತ್ತಿದ್ದ ಮಕ್ಕಳನ್ನು ಕೂಡಿ ಹಾಕಿದ್ದ ಹುಲ್ಲಿನ ಮನೆಯನ್ನು ಅಮ್ಮಂದಿರು ಬೊಟ್ಟು ಮಾಡಿ ತೋರಿಸಿದರು. ಮಕ್ಕಳ ಮಲ, ಮೂತ್ರ, ಸಾವುಗಳಿಂದ ತುಂಬಿಕೊಂಡಿದ್ದ ಹುಲ್ಲಿನ ಮನೆಯಲ್ಲಿ ದೊಡ್ಡವರಿಗೆ ಜಾಗ ಸಾಲುತ್ತಿರಲಿಲ್ಲ. ಮಕ್ಕಳನ್ನು ಒತ್ತೊತ್ತಾಗಿ ಮಲಗಿಸಿದ ನಂತರ ಉಳಿದ ಒಂದಷ್ಟು ಜಾಗದಲ್ಲಿ ಅವರಿಬ್ಬರು ಮಲಗಿದರು. ಹೊರಗೆ ಬೆಂಕಿಯ ಅಣಬೆಗಳ ಜಾತ್ರೆ ನೆರೆದಿತ್ತು. ಕೇಕೆ-ಅಟ್ಟಹಾಸಗಳು, ಬೊಬ್ಬೆ-ಕೂಗಾಟಗಳು ಕೇಳಿ ಬರುತ್ತಿದ್ದವು. ರಕ್ತ ಮಳೆಯಂತೆ ಸುರಿದಿತ್ತು ! ಹಸಿವಿನ ನಾಯಿಗಳು

ಹುಲ್ಲಿನ ಮನೆಯಿಂದ ಮಕ್ಕಳನ್ನು ಕಚ್ಚಿಕೊಂಡು ಹೋದವು. ಅವರಿಗೆ ಒತ್ತಿಕೊಂಡು ಮಲಗಿದ ಒಂದು ಮಗು ಸತ್ತಿತ್ತು. ಅದೊಂದು ಕರಾಳರಾತ್ರಿಯಾಗಿತ್ತು. ಭಯದಿಂದ ಕಂಪಿಸುತ್ತ ಅವರು ಒಂದಾಗಿದ್ದರು.

ಬೆಳಗಾಗಿ ಅವಳು ಎದ್ದಾಗ ಆತ ಇರಲಿಲ್ಲ ! ಕಿಬ್ಬೊಟ್ಟೆಯಲ್ಲಿ ಶ್ಯಾಮಲ–ಸಿದ್ಧಾರ್ಥರು ಕೈಕಾಲು ಬಡಿಯುತ್ತಿದ್ದರು. ಆತ ಎಲ್ಲಿಗೆ ಹೋಗಿರಬಹುದೆಂದು ಅವಳು ಅಚ್ಚರಿಪಟ್ಟಳು. ಸತ್ತ ಮಗುವನ್ನು ದಾಟಿ ಆಗಲೂ ಕಾಯುತ್ತ ನಿಂತಿದ್ದ ಅಮ್ಮಂದಿರ ದೀರ್ಘವಾದ ಸಾಲನ್ನು ಸೀಳಿ ದಾಟಿ ಅವಳು ಆತನನ್ನು ಹುಡುಕಲೆಂದು ಹೊರಟಳು. ಅವಳಿಗೆ ಆತನನ್ನು ಪ್ರೀತಿಸಬೇಕಾಗಿತ್ತು. ಆತನ ಮೇಲಿನ ಪ್ರೀತಿ ಸೂರ್ಯನಂತೆ ತನ್ನೊಳಗೆ ಪ್ರಜ್ವಲಿಸುತ್ತಿದೆ ಎಂದು ಅವಳಿಗನ್ನಿಸಿತು. ಅವಳು ಗುಡ್ಡದ ಇಳಿಜಾರಿಗೆ ಓಡಿದಳು.

ನಿನ್ನೆ ಅವರು ಪ್ರೇಮಿಸುತ್ತ ಮಲಗಿದ ಗುಡ್ಡವು ಸುಟ್ಟು ಕರಕಲಾಗಿ ಬೂದಿಯ ಚಿಕ್ಕ ಚಿಕ್ಕ ರಾಶಿಗಳಾಗಿ ಮಲಗಿದೆ. ಬೂದಿರಾಶಿಗಳಿಂದ ಧೂಳೆಬ್ಬಿಸಿದ ಗಾಳಿ ಅವಳ ದೃಷ್ಟಿಯನ್ನು ಮರೆಸಿತು. ಆಕಾಶವನ್ನು ಸೀಳಿ ಹಾರುವ ಹಕ್ಕಿಯಂತೆ ಧೂಳಿನ ಗಾಳಿಯಲ್ಲಿ ಅವಳ ಪ್ರಕಾಶಿನಿ ಬಿಡುಗಡೆಯ ನಿಟ್ಟುಸಿರುನೊಂದಿಗೆ ಕಿಬ್ಬೊಟ್ಟೆಯನ್ನು ನೇವರಿಸಿಕೊಂಡಳು.

ಒಂದು ಚಿಪ್ಪಿನ ಧರ್ಮವೇನು ಸಿದ್ಧಾರ್ಥ ? ಶ್ಯಾಮಲೆ, ಒಂದು ಚಿಪ್ಪಿನ ಧರ್ಮವೇನು ? ಸಿದ್ಧಾರ್ಥ ಮತ್ತು ಶ್ಯಾಮಲೆ ಮುಲುಕಾಡಿದರು.

ಮಂಜಿನಂತೆ ತಣ್ಣಗಾದ ಬೆರಳುಗಳಿಂದ ಪ್ರಕಾಶಿನಿಯ ಮುಖವನ್ನು ನೇವರಿಸುತ್ತ ಅಜ್ಜಿ ಹೇಳಿದಳು.

"ಮಗಾ, ಯಾರು ನಿನಗೆ ಮೋಸ ಮಾಡಿದ್ದು ? ಯಾಕೆ ನೀನು ಮಾತನಾಡುವುದೇ ಇಲ್ಲ ? ಯಾರು ಅಂತ ಹೇಳು ಮಗಾ. ಅವನನ್ನು ಇಲ್ಲಿಗೆ ಕರೆಸೋಣ."

ಯಾರೆಂದು ಹೇಳಬೇಕು ಅವಳು ? ಅಜ್ಜಿಯ ತಣ್ಣಗಿನ ಕೈಗಳಿಗೆ ಕೆನ್ನೆಯೊತ್ತಿ ಮಲಗಿ ಅವಳು ಯೋಚಿಸಿದಳು.

"ಪ್ರಕಾಶಿನಿ, ಅವನು ನನ್ನ ಉತ್ತರಾಧಿಕಾರಿಯಾಗುತ್ತಾನೆ. ನನ್ನ ಅಪಾರ ಸಂಪತ್ತನ್ನು ನಾನು ಅವನಿಗೆ ಕೊಡುತ್ತೇನೆ. ನನ್ನ ಬಯಲುಗಳು, ಅರಮನೆಗಳು, ಕಲಾಕೃತಿಗಳ ಭಂಡಾರ, ಸೇವಕರು, ಕುದುರೆಗಳು, ಪರಿವೀಕ್ಷಣಾಗಾರಗಳು, ಆಯುಧ ಶಾಲೆಗಳು ಎಲ್ಲವನ್ನೂ ಕೊಡುತ್ತೇನೆ... ಅವೆಲ್ಲವನ್ನು ಜತನದಿಂದ ಕಾಪಾಡಿಕೊಂಡು ಬರಲು ನಾನು ಅವನಿಗೆ ಈಗಲೇ ಕಲಿಸಿಕೊಡುತ್ತೇನೆ."

ಪ್ರಕಾಶಿನಿಯ ಕಿಬ್ಬೊಟ್ಟೆ ಒಂದು ಆಲದ ಎಲೆಗಿಂತ ಸ್ವಲ್ಪ ಹೆಚ್ಚು ದೊಡ್ಡದಾದಾಗ ಆತ ಅವಳ ಹೊಟ್ಟೆಯ ಮೇಲೆ ಕಿವಿಯಿಟ್ಟು ಹೇಳಿದ್ದ.

ಪ್ರಕಾಶಿನಿ ಆತನನ್ನು ಪ್ರೀತಿಸಿದ್ದಳು. ಅಂಕೆ ತಪ್ಪಿದ ಬಿರುಗಾಳಿಯ ಹಾಗೆ ಆತನನ್ನು

ಬಿಗಿದಪ್ಪಿ ಆತನ ಎದೆಗೊರಗಲು ಅವಳ ಸರ್ವಾಂಗಗಳೂ ಕಂಪಿಸಿದವು. ಆದರೆ ಅವರಿಗೆ ಮಲಗಲು ಗುಡ್ಡದ ಇಳಿಜಾರು ಇರಲಿಲ್ಲ.

ಅವರ ಪ್ರೇಮಕ್ಕೆ ಸಾಕ್ಷಿಯಾಗಿ ಹುಲ್ಲು ಹಾಸಿಗೆಗೆ ಬದಲಾಗಿ ಎಲ್ಲೆಡೆಯೂ ಸುಟ್ಟ ಅಣಬೆಗಳ ಬೂದಿ ತುಂಬಿಕೊಂಡಿತ್ತು. ಅದರ ಮೇಲೆ ಎರಡು ನಾಯಿಗಳಂತೆ ಉರುಳಾಡಿ ಪ್ರೇಮಿಸಲು ಅವರಿಗೆ ಭಯವಾಯಿತು. ಪ್ರಣಯಕ್ಕೆ ಜಾಗವಿಲ್ಲದೆ, ಸಿಡಿಯುವ ತೊಡೆಗಳ ನಡುಕವನ್ನು ಸಹಿಸಲಾಗದೆ ಪ್ರಕಾಶಿನಿ ಬೊಬ್ಬಿಟ್ಟಳು.

"ನನಗೆ ಮಲಗಲಿಕ್ಕೊಂದು ಜಾಗ ಕೊಡಿ ! ಹಸುರು ಹುಲ್ಲು ಹಾಸಿದ ಒಂದು ಸ್ವಲ್ಪ ಜಾಗ. ನೀಲಾಕಾಶದ ಒಂದು ಮೇಲು ಹೊದಿಕೆ. ನೀರು ಹರಿಯುವ ಒಂದು ಕಾಲುವೆ."

"ಪ್ರಕಾಶಿನಿ, ನನ್ನ ಹವಾನಿಯಂತ್ರಿತ ಕೋಣೆಯಲ್ಲಿ ಇವೆಲ್ಲವೂ ಇವೆ. ಹಸುರು, ತಂಪು, ತಂಗಾಳಿ ಎಲ್ಲವೂ ಅಲ್ಲಿ ನಾವು ಮೈ ಮರೆತು ಪ್ರೇಮಿಸೋಣ."

ಹವಾನಿಯಂತ್ರಿತ ಕೋಣೆಯಲ್ಲಿ ಮೆತ್ತನೆಯ ಹಾಸಿಗೆಯಲ್ಲಿ ಆತ ಅವಳನ್ನು ಮಲಗಿಸಿದ. ಒಣಯಂತ್ರಗಳಿಂದ ತಂಪಾದ ಗಾಳಿಯೂ ಜಲಪಾತದ ಸಂಗೀತವೂ ಹರಿದು ಬಂತು...

"ಎಲ್ಲಿ ನನ್ನ ಮಗ ? ನನ್ನ ಉತ್ತರಾಧಿಕಾರಿ ?"

ಕಿಬ್ಬೊಟ್ಟೆಗೆ ಕಿವಿಗೊಟ್ಟು ಆತ ಸಿದ್ಧಾರ್ಥನನ್ನು ನೇವರಿಸುತ್ತಿರುವಾಗ ಆತನಿಗೆ ಹವಾನಿಯಂತ್ರಿತ ಕೊಠಡಿಗಳು ಎಲ್ಲಿಂದ ಸಿಕ್ಕಿದವೆಂದು ಪ್ರಕಾಶಿನಿ ಕೇಳಿದಳು. ಆತ ನಿರ್ಗತಿಕನಾಗಿದ್ದನಲ್ಲ ? ಆತ ಅದಕ್ಕೆ ಉತ್ತರ ಹೇಳಲಿಲ್ಲ.

"ಪ್ರಕಾಶಿನಿ, ನಮಗಿಂದು ಹವಾನಿಯಂತ್ರಿತ ಕೊಠಡಿಗಳಿವೆ. ಹಾಗಿದ್ದೂ ಗುಡ್ಡದ ಇಳಿಜಾರುಗಳನ್ನರಸಿ ಹೋಗುವುದೇಕೆ ? ಹುಲ್ಲು ಹಾಸುಗಳೇಕೆ ? ಕಾಡುಮೇಡುಗಳೇಕೆ ?" ಆತ ಕೇಳಿದ.

ಪ್ರಕಾಶಿನಿಯ ಪ್ರೀತಿ ತುಂಬಿ ಮೊರೆಯಿತು. ಅವಳ ತೊಡೆಗಳು ಸೌದೆ ತುಂಡುಗಳಂತೆ ಮರಗಟ್ಟಿದವು. ತಾನು ಸಿದ್ಧಾರ್ಥ-ಶ್ಯಾಮಲೆಯರಿಗೆ ಜನ್ಮನೀಡುತ್ತಿರುವುದು ಆತನ ಹವಾನಿಯಂತ್ರಿತ ಕೋಣೆಗಳಿಗೆ ಒಡತಿಯಾಗ ಬಯಸಿ ಅಲ್ಲ. ಅವರ ದೌತ್ಯ ಬೇರೆಯೇ ಆಗಿದೆ.

ಪ್ರಕಾಶಿನಿಯ ನಿರ್ಲಿಪ್ತಮುಖವನ್ನು ನೇವರಿಸಿ ಅವಳನ್ನು ತೋಳುಗಳಲ್ಲಿ ತುಂಬಿಕೊಂಡು ಆತ ಹೊರಗೆ ಕರೆದುಕೊಂಡು ಹೋದ ಪ್ರಣಯಕ್ಕೆ ಈಗಲೂ ಆಕೆಗೆ ಗುಡ್ಡದ ಇಳಿಜಾರು ಮತ್ತು ಹುಲ್ಲುಹಾಸುಗಳೇ ಹೆಚ್ಚು ಇಷ್ಟ ಎಂಬುದನ್ನು ತಿಳಿದಾಗ ಆತನಿಗೆ ಬೇಸರವೆನಿಸಿತು. ಹೊಗೆಯೇಳುತ್ತಿದ್ದ ಬೂದಿರಾಶಿಗಳ ಮಧ್ಯೆ ಅವರು ನಿಶ್ಯಬ್ದರಾಗಿ ನಡೆದರು. ಆಗಲೂ ಆತ ನಿದ್ಧಾರ್ಥನನ್ನು ಮೃದುವಾಗಿ ನೇವರಿಸುತ್ತಲೇ ಇದ್ದ.

"ಪ್ರಕಾಶಿನೀ... ನನ್ನ ಮಕ್ಕಳ ಬಗ್ಗೆ ಮಾತನಾಡು." ಆತ ಆರ್ತವಾಗಿ ಬೇಡಿಕೊಂಡ.

"ಅವರು ಸೂರ್ಯನ ಮಕ್ಕಳು." ನಿಶ್ಚಿಂತೆಯಿಂದ ಆತನ ತೋಳುಗಳಲ್ಲಿ ಮಲಗಿ ಅವಳೆಂದಳು. ಎರಡು ಸೂರ್ಯಕಿರಣಗಳನ್ನು ತನ್ನೊಳಗೆ ತುಂಬಿಸಿಕೊಳ್ಳಲು ಆಕೆ ಪ್ರಯತ್ನಿಸಿದಳು. ಆತ ತಲೆ ಬಾಗಿದ.

"ಅವರು ಈ ಪರ್ವತದ ಮಕ್ಕಳು. ಮಾಮರಗಳ ಮಕ್ಕಳು. ಆಕಾಶದ ಮಕ್ಕಳು ಹೊಳೆಯ, ಕಡಲಿನ, ತಾರೆಗಳ..."

ಪ್ರಕಾಶಿನಿ ಯಾವುದೇ ಕಾರಣಕ್ಕೂ ಸುಳ್ಳು ಹೇಳುವುದಿಲ್ಲವೆಂದು ತಿಳಿದಿದ್ದ ಆತ ಅವಳ ಮುಂದೆ ಮರಗಟ್ಟಿ ನಿಂತ.ಫಕ್ಕನೆ ಅವಳನ್ನು ತನ್ನೆದೆಗೆ ಜೋರಾಗಿ ಒತ್ತಿ ಹಿಡಿದು ಕಟುವಾಗಿ ಆತನೆಂದ :

"ಅದನ್ನು ಸಾಬೀತುಪಡಿಸಲು ನಿನ್ನಿಂದ ಸಾಧ್ಯವಿಲ್ಲ."

ಪ್ರಕಾಶಿನಿ ಘೊಳ್ಳೆಂದು ನಕ್ಕಳು.

"ನನ್ನಿಂದ ಮಾತ್ರವೇ ಅದನ್ನು ಸಾಬೀತುಪಡಿಸಲು ಸಾಧ್ಯ."

ಆತ ಅವಳ ಮುಂದೆ ಮೊಣಕಾಲೂರಿದ. "ಪ್ರಕಾಶಿನೀ, ನನ್ನ ಮೇರೆಯಿಲ್ಲದ ಐಶ್ವರ್ಯ, ನನ್ನ ಹೊಲಗದ್ದೆಗಳು, ಪರಿವೀಕ್ಷಣಾಗಾರಗಳು, ಆಯುಧ ಶಾಲೆಗಳು, ಆಳುಗಳು ಯಾವುದಕ್ಕೂ ಉತ್ತರಾಧಿಕಾರಿಗಳು ಬೇಡವೆಂದು ಹೇಳುತ್ತೀಯಾ ?... ಮುಂದುವರಿಯುವುದು ಬೇಡವೆಂದು ಹೇಳುತ್ತೀಯಾ ?" ಆತ ಸಿದ್ಧಾರ್ಥನನ್ನು ಬಲವಾಗಿ ಎದೆಗೊತ್ತಿಕೊಂಡ ! ತಕ್ಷಣ ಅವಳಿಗೆ ತಾನು ಆತನ ಶತ್ರುಗಳಿಗೆ ಜನ್ಮಕೊಡಬೇಕಾಗಿದೆ ಅನ್ನಿಸಿತು. ಅವಳು ಆತನನ್ನು ಧಿಕ್ಕರಿಸಿ ಅಲ್ಲಿಂದ ಹೊರಟು ಹೋದಳು.

ಖಾಲಿಯಾದ ತವರದ ಪಾತ್ರೆಗಳನ್ನು ಹಿಡಿದುಕೊಂಡು ಸರದಿಯಲ್ಲಿ ಕಾದು ನಿಂತ ಅಮ್ಮಂದಿರ ಸುದೀರ್ಘಸಾಲಿನಲ್ಲಿ ಅತ್ಯಂತ ಕೊನೆಯವಳಾಗಿ ಅವಳು ಹೋಗಿ ನಿಂತಳು. ಮಕ್ಕಳಿಗೆ ಜನ್ಮವೀಯಲು ತನಗೊಂದು ಜಾಗಕೊಡಿ ಎಂದು ಬೇಡಿದಳು.

"ಇಲ್ಲಿ ಹೇಗಮ್ಮ ಪ್ರಕಾಶಿನಿ ನೀನು ನಿನ್ನ ಮಕ್ಕಳನ್ನು ಹೆರುವುದು ? ಎಲ್ಲಿ ನಾವೊಂದು ಬಾಣಂತಿ ಕೋಣೆ ಕಟ್ಟುವುದು ? ನಿನಗೆ ಗೊತ್ತಲ್ಲ. ನಮ್ಮ ಕಷ್ಟ ? ಮಣ್ಣಲ್ಲಿ ಹುಲ್ಲು ಹುಟ್ಟುವುದಿಲ್ಲ. ಕುಡಿಯಲು ಒಂದು ಹನಿ ನೀರಿಲ್ಲ. ಹೆತ್ತ ಕೂಡಲೇ ಕೊಡಲು ಕಾಳು ಜೀರಿಗೆ ಕಾಳು ಮೆಣಸೂ ಇಲ್ಲ."

ಪ್ರಕಾಶಿನಿ, ಹಸಿದು ಅಳುವ ಮಕ್ಕಳನ್ನು ಮಲಗಿಸಿದ ಸೆಗಣಿ ಸಾರಿಸಿದ ಕೋಣೆ ನೀನು ನೋಡಿದೆಯಲ್ಲ ? ಅಲ್ಲಿನ್ನೂ ಇಬ್ಬರಿಗೆ ಕೂಡಾ ಮಲಗಲು ಜಾಗವಿಲ್ಲ ಅಂತ ನಿನಗೆ ಗೊತ್ತಲ್ಲ !

ಅಮ್ಮಂದಿರು ಖಾಲಿ ಮಾಡಿದ ತವರದ ಪಾತ್ರೆಗಳನ್ನು ಕವುಚಿ ತೋರಿಸಿದರು. ಊದಿಕೊಂಡು ಊದಿಕೊಂಡು ದೊಡ್ಡದಾಗುವ ಮಕ್ಕಳತ್ತ ಬೊಟ್ಟು ಮಾಡಿ ತೋರಿಸಿದರು. ಹರಕು ಬಟ್ಟೆಯಿಂದ ಮುಖವನ್ನು ಮುಚ್ಚಿಕೊಂಡು ತೀಕ್ಷ್ಣ ಧ್ವನಿಯಲ್ಲಿ ಹೇಳಿಯೇ ಬಿಟ್ಟಳು.

"ಇಲ್ಲಿಗೆ ನೀನು ಅವರನ್ನು ಕರಕೊಂಡು ಬರುವುದು ಪಾಪ ಪ್ರಕಾಶಿನೀ."

ಪ್ರಕಾಶಿನಿ ಅತ್ತಳು. ಶಬ್ದ ಮಾಡದೆ ಅತ್ತಳು. ಅವಳ ಕಣ್ಣೀರು ಬಿದ್ದು ಅಜ್ಜಿಯ ಶೀತಲ ಬೆರಳುಗಳು ಸುಟ್ಟವು. ಮನಸ್ಸು ಸುಟ್ಟು ಗುಳ್ಳೆಯೆದ್ದಿತು.

"ನನ್ನ ಮಗಳೆ ! ಹಾಳಾಗಿ ಹೆತ್ತಳು ಅಂತ ಊರವರು ಹೇಳ್ತಾರಲ್ಲ ಮಗಳೇ. ಪ್ರಕಾಶಿನಿ ಎದ್ದು ಕುಳಿತಳು."

"ಅಜ್ಜಿ, ಉತ್ತು ಹದಮಾಡಿದ ಸ್ವಲ್ಪ ಭೂಮಿ ಬೇಕು. ನಾನು ಅವರನ್ನು ಹೆರಲಿಕ್ಕಾಗಿ."

ಅಜ್ಜಿ ಬೆಚ್ಚಿಬಿದ್ದು ಹೊರಗೋಡಿದಳು. ಪ್ರಕಾಶಿನಿಯ ಕಣ್ಣುಗಳು ನಕ್ಷತ್ರಗಳಂತೆ ಬೆಳಗಿದವು. ಸಿದ್ಧಾರ್ಥ-ಶ್ಯಾಮಲೆಯರು ಬಾರದಿರಲಿಕ್ಕಿಲ್ಲ. ಬರಲೇಬೇಕು. ಉತ್ತ ಜಾಗದಲ್ಲಿ ಪ್ರಕಾಶಿನಿ ಅವರಿಗೆ ಜನ್ಮ ನೀಡುತ್ತಾಳೆ. ಒಂದೇ ಸಮನೆ ಜಡಿಗುಟ್ಟಿ ಹೊಯ್ಯುವ ಆಷಾಢದ ಮಳೆಯಲ್ಲಿ.

ನಡುನಡುವೆ ಮಾಮರಗಳಿರುವ ಗುಡ್ಡದ ಇಳಿಜಾರಿನಲ್ಲಿ ಭೂಮಿಯನ್ನು ಉತ್ತು ಹದ ಮಾಡಲು ಪ್ರಕಾಶನಿನಿಗೆ ಒಂದು ಹಾರೆ ಬೇಕು. ಹೆತ್ತು ಬೀಳುವಾಗ ಆಷಾಢದ ಮಳೆಬೇಕು ಅವರನ್ನು ಸ್ನಾನಮಾಡಿಸಲು. ಒದ್ದೆಯಾದ ಮಣ್ಣಿನ ಮತ್ತು ಒದ್ದೆಯಾದ ಎಲೆಗಳ ವಾಸನೆಯನ್ನು ಅವರು ಮೊದಲು ಉಸಿರಾಡುವುದು. ಗುಡುಗು ಸಿಡಿಲುಗಳ ತಾಳವನ್ನು ಕೇಳಿ ಅವರ ಹೃದಯ ಸ್ಪಂದಿಸಬೇಕು. ಗಾಳಿ ಮತ್ತು ಮಳೆಗಳ ಸಂಗೀತವನ್ನು ಅವರು ಮೊದಲು ಕೇಳಬೇಕು. ಅವರು ಮೊದಲು ನೋಡಬೇಕಾದುದು ಆಕಾಶದ ಬಣ್ಣ. ಅವರು ಮೊದಲು ರುಚಿ ನೋಡಬೇಕಾದ್ದು ಕಡಲಿನ ಉಪ್ಪಿನದ್ದು... ಯಾಕೆಂದರೆ,

ಅವರು ಪ್ರಕಾಶಿನಿಯ ಮಕ್ಕಳು ತಾನೆ ?

❖

ಸಂದರ್ಶನ

ಪ್ರಶ್ನೆ : ಸ್ವತಃ 'ನಾನೊಬ್ಬ ಸ್ತ್ರೀವಾದಿ' ಎಂದು ಹೇಳಿಕೊಳ್ಳುತ್ತೀರಲ್ಲಾ, ಯಾಕೆ ?

ಸಾರಾ : ಸ್ತ್ರೀವಾದವೆನ್ನುವುದು ಒಂದು ಅಧ್ಯಯನ ಶಾಸ. ಆ ಶಾಸದಲ್ಲಿ ನನಗೆ ನಂಬಿಕೆ ಇದೆ. ಮತ್ತೆ ನಾನು ಸ್ತ್ರೀವಾದಿ ಎಂದು ಹೇಳಿಕೊಳ್ಳಲು ನನಗೆ ಭಯವಾಗಲಿ, ಹಿಂಜರಿಕೆಯಾಗಲಿ ಇಲ್ಲ.

ಪ್ರಶ್ನೆ : ಪಾಶ್ಚಾತ್ಯ ಸ್ತ್ರೀವಾದದಿಂದ ಹುಟ್ಟಿಕೊಂಡದ್ದಲ್ಲವೇ ನಮ್ಮ ಸ್ತ್ರೀವಾದ ? ಕೇರಳದ್ದೇ ಸ್ವಂತದ್ದಾದ ವೈಶಿಷ್ಟ್ಯ ಈ ಚಳವಳಿಗಿದೆಯೇ?

ಸಾರಾ : ವಿಮೋಚನೆಯ ಯಾವುದೇ ನೇರ ಅರ್ಥವನ್ನು ಪಾಶ್ಚಾತ್ಯ ದೇಶಗಳಿಂದ ಸ್ವೀಕರಿಸಿರುವುದು ಹೌದು. ಮಾರ್ಕ್ಸ್‌ನ ತತ್ವಗಳನ್ನೆಲ್ಲ ನಾವು ತೆಗೆದುಕೊಂಡಿರುವುದು ಪಾಶ್ಚಾತ್ಯ ದೇಶಗಳಿಂದಲೇ ತಾನೆ ? ಆದರೆ ನಮ್ಮ ದೇಶಕ್ಕೆ ಅವುಗಳನ್ನು ತಂದಾಗ ನಮ್ಮ ಸಂಸ್ಕೃತಿಗೂ, ಅದೇ ರೀತಿ, ಅದರ ಅದುವರೆಗಿದ್ದ ಚರಿತ್ರೆಗೂ ಹೊಂದಾಣಿಕೆಯಿದ್ದರೆ ಮಾತ್ರ ಸ್ವೀಕರಿಸಲು ಸಾಧ್ಯವಾಗುತ್ತದೆ. ಉದಾಹರಣೆಗೆ, ಅಮೆರಿಕಾದ ಸ್ತ್ರೀಯರು 'ಬ್ರಾ-ಬರ್ನಿಂಗ್' ನಡೆಸಿದಾಗ ನಮ್ಮ ಊರಿನ ಹಿಂದುಳಿದ ವರ್ಗದ ಸ್ತ್ರೀಯರು ಎದೆ ಮುಚ್ಚಿಕೊಳ್ಳುವ ಅವಕಾಶಕ್ಕಾಗಿ ಹೋರಾಡಿದರು. ಇದು ಎರಡು ದೇಶಗಳ ಸಾಂಸ್ಕೃತಿಕ ವೈರುಧ್ಯಗಳನ್ನು ತೋರಿಸುತ್ತದೆ. ಈ ವ್ಯತ್ಯಾಸಗಳನ್ನು ನಾವು ದೃಷ್ಟಿಯಲ್ಲಿಟ್ಟುಕೊಳ್ಳಬೇಕು. ದೇಶಗಳ ಆರ್ಥಿಕ ಸ್ಥಿತಿಗತಿಗಳನ್ನೂ ಗಮನಿಸಬೇಕು. ಅದೇ ರೀತಿ ಎರಡು ದೆಶಗಳ ವಿಶ್ವಾಸ-ನಂಬಿಕೆಗಳ ನಡುವಿನ ವ್ಯತ್ಯಾಸ. ಇಂತಹ ಕಾರಣಗಳಿಂದಾಗಿ ಪೂರ್ತಿಯಾಗಿ ಕೇರಳದ್ದೇ ಆದ ಒಂದು ಸ್ತ್ರೀವಾದ, ಅಧ್ಯಯನಶಾಸವಾಗಿ ರೂಪುಗೊಂಡಿಲ್ಲದೇ ಇರಬಹುದು.

ಪ್ರಶ್ನೆ : ಯಾಕೆ ?

ಸಾರಾ : ಅದಕ್ಕೆ ಬೇಕಾದ ಯಾವುದೇ ಪ್ರಯತ್ನವನ್ನು ಇದುವರೆಗೆ ಮಾಡಿಲ್ಲವೆಂದೇ ಹೇಳಬೇಕಷ್ಟೆ. ಆ ರೀತಿಯ ಒಬ್ಬ theoretician ಇದುವರೆಗೆ ಬಂದಿಲ್ಲ. ಆ ಕಾರಣದಿಂದ

ಸ್ತ್ರೀಯರ ಒಂದು ಸಂಘಟನೆ ನಿರ್ಮಾಣವಾದದ್ದಿಲ್ಲ. ಆದ್ದರಿಂದ ಕೇರಳದ ಸ್ತ್ರೀವಾದ ಈಗಲೂ ಒಂದು ಪ್ರಾಥಮಿಕ ಹಂತದಲ್ಲೇ ಇದೆ ಅಂತ ನನ್ನ ಅಭಿಪ್ರಾಯ.

ಪ್ರಶ್ನೆ : ಕೇರಳದ ಮಾತ್ರವಲ್ಲ, ಇಡೀ ಭಾರತದ ಒಟ್ಟು ಚರಿತ್ರೆಯನ್ನು ನೋಡುವಾಗಲೂ ಇಲ್ಲಿಯ ಸ್ತ್ರೀಯರ ಸ್ಥಿತಿಯಲ್ಲಿ ಸುಧಾರಣೆಗಳನ್ನು ತರಲು ಮೊದಲು ಕೈಹಾಕಿದವರು ಪುರುಷರೇ ಆಗಿದ್ದರು ಎಂದು ಹೇಳಲಾಗುತ್ತಿದೆ. ಗಾಂಧೀಜಿ, ರಾಜಾರಾಂ ಮೋಹನ್‌ರಾಯ್, ವಿವೇಕಾನಂದರು ಮುಂತಾದವರ ಹೆಸರುಗಳನ್ನು ಎತ್ತಿಕೊಳ್ಳುತ್ತಾರೆ. ಇದರ ಬಗ್ಗೆ ನೀವೇನು ಹೇಳುತ್ತೀರಿ ?

ಸಾರಾ : ಇವರುಗಳೆಲ್ಲ ಸ್ತ್ರೀಯರ ಉದ್ಧಾರಕ್ಕಾಗಿ ಶ್ರಮಿಸಿದ್ದು ನಿಜವೇ ಹೌದು. ಆದರೆ ಇವರು ದುಡಿದದ್ದು ಸ್ತ್ರೀವಿಮೋಚನೆಯ ಆಶಯವನ್ನಿಟ್ಟುಕೊಂಡು ಮಾತ್ರ ಅಲ್ಲ, ಸ್ತ್ರೀಯರನ್ನು ಮುಂದೆ ತರಬೇಕು, ಅವರನ್ನು ಸುಸಂಸ್ಕೃತರನ್ನಾಗಿ, ಸುಶಿಕ್ಷಿತರನ್ನಾಗಿ ಮಾಡಬೇಕು. ಅವರು ತುಳಿತಕ್ಕೊಳಗಾದವರು; ಅದನ್ನು ಬದಲಾಯಿಸಿ ಅವರನ್ನು ಸಾಮಾನ್ಯ ವಾಹಿನಿಗೆ ತಂದು ನಿಲ್ಲಿಸಬೇಕು ಎಂಬುದು ಮಾತ್ರ ಅವರ ಉದ್ದೇಶವಾಗಿತ್ತು. ಇವಾವುದೂ ಸ್ತ್ರೀಯರ ಅವಕಾಶದೊಂದಿಗೆ ಸಂಬಂಧಿಸಿಬಂದದ್ದಾಗಿರಲಿಲ್ಲ. ಅನುಭವಪೂರ್ಣವಾದ ಒಂದು ಪರಿಗಣನೆ ಮಾತ್ರವೇ ಅವರ ಉದ್ದೇಶವಾಗಿತ್ತು.

ಪ್ರಶ್ನೆ : ಹಾಗಾದರೆ ಅದು ಮಾನವತಾವಾದದ ಒಂದು ಭಾಗವಾಗಿ ಬಂತು ಅನ್ನುತ್ತೀರಿ ಅನ್ನುತ್ತೀರಿ, ಅಲ್ಲವೇ ?

ಸಾರಾ : ಹೌದು, ಅಷ್ಟೇ. ಸ್ತ್ರೀಯರನ್ನು ಸ್ವತಂತ್ರಗೊಳಿಸಬೇಕು ಎಂಬ ಆಶಯವು ಇವರ್‍ಯಾರಲ್ಲೂ ಕಾಣಿಸಲಿಲ್ಲ. ನವೋದಯ ಚಳುವಳಿಯ ಕಾಲದಲ್ಲಿ ಅದು ಸ್ವಲ್ಪವಾದರೂ ಕಾಣಿಸತೊಡಗಿತು. ಬ್ರಾಹ್ಮಣ ಸ್ತ್ರೀಯರ ಸಮಸ್ಯೆಗೆ ಸಂಬಂಧಿಸಿದಂತೆ ವಿ. ಟಿ.ಭಟ್ಟತ್ತಿರಿಪ್ಪಾಡ್ ಮುಂತಾದವರು ಮುಂದಿಟ್ಟ ಒಂದು ಅಭಿಪ್ರಾಯ. ಉದಾಹರಣೆಗೆ, 'ಋತುಮತಿ' ಎಂಬ ನಾಟಕದಲ್ಲಿ ಒಂದು ಹೇಳಿಕೆಯಿದೆ. 'ಗಿಳಿಗೆ ಅದರ ಪಂಜರವನ್ನು ಯಾರೂ ತೆರೆದು ಕೊಡುವುದಿಲ್ಲ. ಗಿಳಿಯೇ ತನ್ನ ರೆಕ್ಕೆಗಳನ್ನು ಬಡಿದು ಅದನ್ನು ತೆರೆದುಕೊಳ್ಳುತ್ತದೆ' ಅಂತ. ಇಲ್ಲಿ ಸ್ತ್ರೀ ತನ್ನ ವಿಮೋಚನೆಗಾಗಿ ಸ್ವತಃ ತಾನೇ ಹೋರಾಡಬೇಕಾದ ಒಂದು ಆವಶ್ಯಕತೆಯ ಸೂಚನೆಯಿದೆ. ಹೀಗೆ ಸ್ವಾತಂತ್ರ್ಯದ ಆವಶ್ಯಕತೆಯನ್ನು ಅರ್ಥಮಾಡಿಕೊಂಡ ಸ್ತ್ರೀಯರೂ ಪುರುಷ ಪಾಂಡಿತ್ಯದ ಕೆಳಗೆ ನಿಲ್ಲಬೇಕು ಎಂದಲ್ಲದೆ ಪುರುಷನೊಂದಿಗೆ ಸಮಾನತೆ ಎಂದು ಹೇಳಿಕೊಂಡು ಮತ್ತು ಸ್ವಾತಂತ್ರ್ಯದ ಗುರಿಯಿಟ್ಟುಕೊಂಡು ಒಂದು ಹೋರಾಟದ ರೂಪದಲ್ಲಿ ಸಕ್ರಿಯವಾಗಿ ಕೆಲಸ ಮಾಡಲಿಕ್ಕೆ ಶುರು ಮಾಡಿದ್ದೂ ಇತ್ತೀಚೆಗೆ ಮಾತ್ರ.

ಪ್ರಶ್ನೆ : ಕಾನೂನುಗಳಿಂದ ಸ್ತ್ರೀಯರಿಗೆ ಸಮಾನತೆ ಸ್ಥಾಪಿಸಿಕೊಳ್ಳಲು ಸಾಧ್ಯವೆಂದು ಅನ್ನಿಸುತ್ತದೆಯೇ ?

ಸಾರಾ : ಆ ನಂಬಿಕೆ ನನಗೆ ಸ್ವಲ್ಪವೂ ಇಲ್ಲ. ಕಾನೂನುಗಳಿಗೆಲ್ಲ ಪಲಾಯನಗಳೂ ಇವೆ. ಮುಖ್ಯವಾಗಿ ಸ್ತ್ರೀಯರ ವಿಚಾರದಲ್ಲಿ. ಸಾರ್ವಜನಿಕ ಕಾನೂನು ಮತ್ತು ವೈಯಕ್ತಿಕ

ನಿಯಮಗಳ ನಡುವೆ ವೈರುಧ್ಯಗಳಿವೆ. ವ್ಯಕ್ತಿಯ ನಿಯಮಗಳಿಂದ ಸಾರ್ವಜನಿಕ ಕಾನೂನುಗಳನ್ನು ಎದುರಿಸಲು ಸಾಧ್ಯವಿದೆ. ವ್ಯಕ್ತಿ ನಿಯಮಗಳಲ್ಲಿ ಹಲವು ಕುಟುಂಬಕ್ಕೆ ಸಂಬಂಧಿಸಿದ್ದು ತಾನೆ ? ಅವರವರ ಮತಧರ್ಮಗಳ ಒಳಗೆ ಬರುವ ಸ್ತ್ರೀಯರನ್ನು ಹೇಗಾದರೂ ಮೆಟ್ಟಿತ್ತಳ್ಳಿ ಅವರ ಮೇಲೆ ಅಧಿಕಾರ ಸ್ಥಾಪಿಸುವ ಅವಕಾಶಗಳನ್ನು ಕೊಡುವ ವೈಯಕ್ತಿಕ ಕಾನೂನುಗಳಿವೆ. ಆದ್ದರಿಂದ ಕಾನೂನುಗಳಿಂದ, ಮುಖ್ಯವಾಗಿ ಇವತ್ತಿನ ಎಲ್ಲಾ ಕಾನೂನುಗಳೂ ಹೀಗೆಯೇ ಇರುವುದಾದರೆ, ಸ್ತ್ರೀಯರ ಸ್ಥಿತಿಗತಿಗಳಲ್ಲಿ ದೊಡ್ಡ ಬದಲಾವಣೆಗಳನ್ನು ನಿರೀಕ್ಷಿಸಲು ಸಾಧ್ಯವಿಲ್ಲ.

ಪ್ರಶ್ನೆ : ಕಾನೂನಿನೊಳಗೆ ನಿಂತುಕೊಂಡು ಸ್ತ್ರೀಯರ ತೇಜೋವಧೆ ಯಾವ ರೀತಿ ಮಾಡಬಹುದೆಂದು ನಿಮ್ಮ ಹಲವು ಕಥೆಗಳು ಹೇಳುತ್ತವೆ. ಉದಾಹರಣೆಗೆ, "ಈ ಒಡಲು ನನ್ನನ್ನು ಸುತ್ತಿಕೊಂಡಾಗ" ಎಂಬ ಕಥೆಯಲ್ಲಿ ಬಲಾತ್ಕಾರಕ್ಕೊಳಗಾದ ಹೆಣ್ಣನ್ನು ಪುನಃ ಕೋರ್ಟಿನಲ್ಲಿ ಬಾಯಿಯಿಂದ ಬಲಾತ್ಕಾರ ಮಾಡುವ ವಕೀಲನ ಚಿತ್ರವಿದೆ. ಹಾಗೆ ಕಾನೂನಿನಿಂದ ಸ್ತ್ರೀಯರನ್ನು ರಕ್ಷಿಸಲು ಸಾಧ್ಯವಿಲ್ಲದಿದ್ದರೆ ಸ್ತ್ರೀಯರ ವಿಮೋಚನೆ ಹೇಗೆ ಸಾಧ್ಯ?

ಸಾರಾ : ಕಾನೂನುಗಳನ್ನು ಮಾತ್ರ ಬದಲಾಯಿಸಿದರೆ ಆಗುವುದಿಲ್ಲ. ಒಬ್ಬ ಗಂಡ ಮತ್ತು ಹೆಂಡತಿ ಜಗಳಮಾಡಿ ಹೆಂಡತಿ ಕೋರ್ಟಿಗೆ ಹೋದರೆ, ಆಕೆಗೆ ಆ ನಂತರದ ಬದುಕು ದುಸ್ತರವಾಗಬಹುದು. ಅದಕ್ಕೆ ಬದಲು, ಅಂತಹ ಒಂದು ಘಟನೆ ನಡೆದರೆ ಹೆಂಡತಿ ಕೋರ್ಟಿಗೆ ಹೋಗತಕ್ಕದ್ದೆಂದೂ, ತನ್ನ ಗಂಡ ದಾಂಪತ್ಯ ಎಂಬ ಒಂದು ಭಾವನಾತ್ಮಕ ಸಂಬಂಧದ ಅತಿಕ್ರಮಣ ಮಾಡುತ್ತಿದ್ದಾನೆಂದೇ ಆ ಹೆಂಡತಿ ಕೋರ್ಟಿನಲ್ಲಿ ಕೇಸು ಫೈಲ್ ಮಾಡತಕ್ಕದ್ದೆಂದೂ, ಅದರಿಂದ ಅವಳಿಗೆ ನ್ಯಾಯ ಸಿಗಬೇಕೆಂಬ ವಿಚಾರಕ್ಕೆ ಸಾರ್ವತ್ರಿಕವಾದ ಅಂಗೀಕಾರ ಸಿಗಬೇಕು. ಡೈವೋರ್ಸಿನ ವಿಚಾರದಲ್ಲಿ ಹಾಗಲ್ಲ. ಬಲಾತಕಾರದ ವಿಷಯದಲ್ಲೂ ಹಾಗಲ್ಲ. ಇಂತಹ ಎಲ್ಲಾ ಅನ್ಯಾಯಗಳಿಗೆ ಬಲಿಯಾಗುವವಳು ಹೆಣ್ಣು. ಬಲಿಯಾಗುವವಳೇ ಶಿಕ್ಷೆಗೂ ಗುರಿಯಾಗುತ್ತಾಳೆ ಎಂಬುದೇ ಈ ಅನ್ಯಾಯಗಳ ವೈಶಿಷ್ಟ್ಯ.

ಪ್ರಶ್ನೆ : ಈ ರೀತಿ ಬಲಿಯಾದವಳನ್ನೇ ಶಿಕ್ಷೆಗೆ ಗುರಿ ಮಾಡುವುದರ ಭಾಗವಾಗಿ ಇರಬಹುದೇ ಇಂತಹ ಅನ್ಯಾಯಗಳಿಗೆ ಬಲಿಯಾಗುವ ಸ್ತ್ರೀಯರ ಹೆಸರು ಮತ್ತು ಸ್ಥಳಗಳನ್ನು ಉಪಯೋಗಿಸಿ ಈ ಕೇಸುಗಳ ತನಿಖೆ ನಡೆಸುವುದು ?

ಸಾರಾ : ಖಂಡಿತವಾಗಿಯೂ, ನಮ್ಮಲ್ಲಿ 'ವೇಶ್ಯೆಯರು, ತಾನೇ ಇರುವುದು, ವೇಶ್ಯರು' ಇಲ್ಲವಲ್ಲ ?

ಪ್ರಶ್ನೆ : 'ವಿಟ' ಎಂಬ ಶಬ್ದ ?

ಸಾರಾ : ಅದು ಸಾಲದು. ಒಬ್ಬ 'ವುಮನೈಸರ್' ಎಂಬ ಅರ್ಥವಷ್ಟೇ ಅದಕ್ಕಿರುವುದು. ಆದರೆ, 'ವೇಶ್ಯೆ' ಎಂಬ ಪದ ಒಂದು ವೃತ್ತಿ ಸಂಬಂಧ ಪದ. ಅಧರಲ್ಲಿ ಹಣದ ವ್ಯವಹಾರವಿದೆ. ಆದರೆ ಹಣ ತೆಗೆದುಕೊಳ್ಳುವವರಿಗೆ ಮಾತ್ರ ಹೆಸರಿರುವುದು, ಕೊಡುವವನಿಗೆ ಇಲ್ಲ. ಇಲ್ಲಿರುವ ಸಮಸ್ಯೆಯೆಂದರೆ ಅದು.

ಪ್ರಶ್ನೆ : ಸ್ತ್ರೀವಾದದ ಬಗ್ಗೆ ಭಾಷಣ ಮಾಡುವವರೂ ಇಂತಹ ಪ್ರಶ್ನೆಗಳನ್ನು ಎದುರಿಸಲು ಸಿದ್ಧರಿರುವುದಿಲ್ಲ ಎಂಬುದು ಸತ್ಯವೇ ? ಸ್ತ್ರೀವಾದದ ಪ್ರತಿಪಾದಕರು ಮಾಮೂಲು ವಾದಗಳಿಗೆ ಅಂಟಿಕೊಳ್ಳುವವರೆಂದು ಹಾಗೂ ಸ್ವಂತದ ಬದುಕಿನಲ್ಲಿ ಅವುಗಳನ್ನು ಪಾಲಿಸಲು ಸಾಧ್ಯವಾಗದ ವಿಚಾರಗಳ ಬಗ್ಗೆ ಭಾಷಣ ಮಾಡುತ್ತ ತಿರುಗುತ್ತಾರೆಂದೂ ಅವರ ಮೇಲೆ ಆರೋಪವಿದೆಯಲ್ಲ !

ಸಾರಾ : ಹಾಗೆ ಹೇಳುವುದರಲ್ಲಿ ಏನೂ ಅರ್ಥವಿಲ್ಲ. ತಮ್ಮ ವೈಯುಕ್ತಿಕ ಬದುಕಿನಲ್ಲಿ ಅವರು ಸಾಧ್ಯವಾದಷ್ಟು ಪಾಲಿಸಲು ಪ್ರಯತ್ನಿಸುತ್ತಾರೆ. ಸ್ತ್ರೀವಾದವನ್ನು ಸಂಪೂರ್ಣವಾಗಿ ವೈಯಕ್ತಿಕ ಬದುಕಿನಲ್ಲಿ ಪ್ರಾಯೋಗಿಕವಾಗಿ ಅಳವಡಿಸಿಕೊಳ್ಳುವುದು ಬಹಳ ವರ್ಷಗಳು ಕಳೆದ ಮೇಲಷ್ಟೇ ಸಾಧ್ಯ. ಇವತ್ತಿನ ಸಾಮಾಜಿಕ ಪರಿಸ್ಥಿತಿಯಲ್ಲಿ ಎಷ್ಟು ದೂರದ ತನಕ ಹೋಗಲು ಸಾಧ್ಯವೋ ಅಷ್ಟು ಮಾತ್ರ ಇವತ್ತಿನ ಸ್ತ್ರೀಯರಿಗೆ ಸಾಧ್ಯ. ಒಂದು ವಿಚಾರವನ್ನು ಹೊಡೆದು ಬೀಳಿಸುವುದು ಸುಲಭ. ಸಾಧ್ಯವೂ ಆಗಬಹುದು. ಆದರೆ ಆ ಜಾಗದಲ್ಲಿ ಅದಕ್ಕಿಂತ ಉತ್ತಮ ವಾದುದೇನನ್ನಾದರೂ ಹೊಸದಾಗಿ ಸ್ಥಾಪಿಸಲು ನಮಗೆ ಸಾಧ್ಯವಾಗುವ ತನಕ ಮೊದಲೇ ಇರುವ ಒಂದನ್ನು ನಾಶಪಡಿಸದಿರುವುದು ಒಳ್ಳೆಯದು. ಉದಾಹರಣೆಗೆ, ನಮಗೆ ಗೊತ್ತು. ಕುಟುಂಬವೆನ್ನುವುದು ಅತ್ಯಂತ ಹೆಚ್ಚು ವಿನಾಶಕಾರಿಯಾದ ಒಂದು ಮಾರಕಾಯುಧವೆಂದು ಸ್ತ್ರೀ ಪುರುಷರಿಬ್ಬರಿಗೂ. ಆದರೆ, ಕುಟುಂಬ ಬೇಡವೆಂದು ಹೇಳಲು ಸಾಧ್ಯವೇ ?

ಪ್ರಶ್ನೆ : ಕುಟುಂಬಕ್ಕೆ ಅದರದ್ದೇ ಆದ ಒಂದು ಸೌಂದರ್ಯವೂ ಇದೆಯಲ್ಲ ?

ಸಾರಾ : ಹೌದು. ಹಾಗಿರುವಾಗ ಅದನ್ನು ಹೊಡೆದುರುಳಿಸುವವರು ಅದರಲ್ಲಿರುವ ಕಷ್ಟ ಗಳಿಂದ ಮುಕ್ತರಾಗಿ, ಅದಕಿಂತಲೂ ಹೆಚ್ಚು ಸುಖ-ಸಂತೋಷಗಳೆಲ್ಲವನ್ನೂ ನೀಡಬಲ್ಲ ಒಂದು ಕೇಂದ್ರವನ್ನು ಸ್ಥಾಪಿಸಿಕೊಳ್ಳಲು ಶಕ್ತರಾಗಬೇಕು. ಅದು ಹೊಡೆದುರುಳಿಸುವವರ ಜವಾಬ್ದಾರಿ ಕೂಡಾ. ಆದ್ದರಿಂದಲೇ ನೀವು ಹೇಳುವ ಮಾತುಗಳನ್ನು ನೀವೇ ಅನುಸರಿಸುತ್ತೀರಾ ಎಂದು ಕೇಳಿದರೆ ಕೆಲವೊಮ್ಮೆ ಅಲ್ಲವೆಂದು ಹೇಳಬೇಕಾಗುತ್ತದೆ. ಆದರೆ, ಸ್ತ್ರೀವಾದದ ಪರವಾಗಿ ನಮ್ಮ ನಿಲುವು ಏನೆಂದರೆ ಅದನ್ನು ಸ್ಪಷ್ಟವಾಗಿ ವ್ಯಕ್ತಪಡಿಸುತ್ತ ಹೋಗಲು ಸಾಧ್ಯವಿದ್ದಷ್ಟು ದೂರ ಹೋಗುವುದು ಎಂದು ನನ್ನ ಅಭಿಪ್ರಾಯ.

ಪ್ರಶ್ನೆ : ಇಷ್ಟೆಲ್ಲ ಪರಿಮಿತಿಗಳಿದ್ದುಕೊಂಡೂ ಸರಸ್ವತಿ ಅಮ್ಮ ಮತ್ತುಲಲಿತಾಂಬಿಕಾ ಅಂತರ್ಜನ ಮುಂತಾದವರ ಸ್ತ್ರೀವಾದಕ್ಕಿಂತ ಇವತ್ತಿನ ಸ್ತ್ರೀವಾದ ತುಂಬಾ ಮುಂದಕ್ಕೆ ಸಾಗಿಬಂದಿದೆ. ಆದರೆ ನಿಮ್ಮ ಕಥೆಗಳನ್ನು ಓದುವಾಗ ನೀವೊಬ್ಬ ಸ್ತ್ರೀವಾದಿ ಮಾತ್ರವಲ್ಲ, ಒಟ್ಟು ತುಳಿಯಲ್ಪಟ್ಟ ವರ್ಗದವರ ಪರವಾಗಿ ವಾದಿಸುವ ನೇತಾರಳಾಗಿ ಕಾಣುತ್ತೀರಿ. ನಿಮ್ಮ ಮೊದಲ ಆದ್ಯತೆ ಸ್ತ್ರೀವಾದವೇ ಅಥವಾ ಮಾರ್ಕ್ಸಿಸಂ ಆಗಿದೆಯೇ ?

ಸಾರಾ : ನಾನೊಬ್ಬ ಮಾರ್ಕ್ಸಿಸ್ಟ್ ಸ್ತ್ರೀವಾದಿ. ಮಾರ್ಕ್ಸಿಸಂ ಕೂಡಾ ಒಂದು ಸಿದ್ಧಾಂತ ತಾನೆ ? ಮಾರ್ಕ್ಸಿಸ್ಟ್ ಆಗಿ ಯೋಚನೆ ಮಾಡಿಕೊಂಡೇ ನನಗೆ ಸ್ತ್ರೀವಾದಿಯಾಗಲು ಸಾಧ್ಯ. ಬರೇ ಸ್ತ್ರೀವಾದಿಯಾಗುವುದು ನನ್ನಿಂದ ಸಾಧ್ಯವಿಲ್ಲ.

ಪ್ರಶ್ನೆ : ಮಾರ್ಕ್ಸಿಸಂ ತುಳಿಯಲ್ಪಟ್ಟ ವರ್ಗದವರ ಉದ್ಧಾರಕ್ಕಾಗಿ ತಾನೆ ಪ್ರಯತ್ನಿಸುವುದು?

ಆದರೆ ಸ್ತ್ರೀವಾದ ಎದುರಿಸಬೇಕಾದ ಪ್ರಶ್ನೆ ಅಂಥವರ ಬಗ್ಗೆ ಅಲ್ಲವಲ್ಲ ? ಸಮಾಜದಲ್ಲಿ ಮೇಲು ವರ್ಗದ ಸಿಯರೂ ಕೂಡ ಸ್ವತಂತ್ರರಲ್ಲ.

ಸಾರಾ : ಹೌದು. ಆದರೆ ಸ್ಕಾಚ್ ಕುಡಿದು ಹೆಂಡತಿಯನ್ನು ಹೊಡೆಯುವುದು ಮತ್ತು ಹುಳಿ ಸಾರಾಯಿ ಕುಡಿದು ಬಂದು ಹೆಂಡತಿಯನ್ನು ಹೊಡೆಯುವುದು ಎರಡೂ ಒಂದೇ. ವರ್ಗ ಸಮಸ್ಯೆಯ ಒಂದು ಭಾಗವಾಗಿ ಮಾತ್ರವೇ ಲಿಂಗ ಸಮಸ್ಯೆಯನ್ನು ನನಗೆ ಕಾಣಲು ಸಾಧ್ಯ. ನನ್ನ ಮಟ್ಟಿಗೆ ಹೇಳುವುದಾದರೆ ಸ್ತ್ರೀವಾದವು ಏಕಕಾಲದಲ್ಲಿ ವರ್ಗ ಸಮಸ್ಯೆ ಮತ್ತು ಲಿಂಗ ಸಮಸ್ಯೆಗಳ ವಿರುದ್ಧ ಹೋರಾಡುತ್ತದೆ. ಆ ಕಾರಣದಿಂದಲೇ ಸ್ತ್ರೀವಾದವು ಸಂಪೂರ್ಣವಾಗಿ ಕಾರ್ಯರೂಪಕ್ಕಿಳಿಯಿತೆಂದಾದರೆ ಜಗತ್ತಿನಲ್ಲಿ ಅಡಿಯಿಂದ ಮುಡಿಯವರೆಗೆ ಬದಲಾವಣೆ ಕಾಣಿಸಬಹುದು ಎಂದು ಹೇಳುವುದು. ಇದು ವರ್ಗ ಸಮಸ್ಯೆಯನ್ನೂ ಕೂಡ ಗಣನೆಗೆ ತೆಗೆದು ಕೊಳ್ಳುವ ಸ್ತ್ರೀವಾದಕ್ಕೆ ಮಾತ್ರವೇ ಸಾಧ್ಯ. ಹಸಿವು ಎನ್ನುವುದು ಜಗತ್ತಿನ ಎಲ್ಲೆಡೆ ಎಲ್ಲರನ್ನೂ ಬಾಧಿಸುವ ಒಂದು ಸಮಸ್ಯೆ. ಇದರ ಜೊತೆ ಜೊತೆಗೆ ಪರಿಹರಿಸಬೇಕಾದ ಇತರ ಸಾಂಸ್ಕೃತಿಕ ನೆಲೆಯ ಸಮಸ್ಯೆಗಳು ಇಲ್ಲಿರುವುದರಿಂದ ಇದುವೇ ಸ್ತ್ರೀವಾದದ ಒಂದು ವೈಶಿಷ್ಟ್ಯ ಕೂಡಾ ಆಗಿದೆ. ಇದು ನನ್ನ ದೃಷ್ಟಿಕೋನ. ಬೇರೆ ದೃಷ್ಟಿಕೋನಗಳೂ ಇರಬಹುದೆಂಬುದನ್ನು ನಾನು ಒಪ್ಪುತ್ತೇನೆ.

ಪ್ರಶ್ನೆ : ಕೇರಳದಲ್ಲಿ ಸ್ತ್ರೀವಾದವು ಬಹಳಷ್ಟು ಟೀಕೆಗೊಳಗಾಗುತ್ತಲೂ ವಿರೋಧಿಸಲ್ಪಡುತ್ತಲೂ ಇದೆ. ಸ್ತ್ರೀವಾದವು ಅಪಾಯಕಾರಿಯಾದ ಒಂದು ಕಳಂಕವೆಂಬ ಜನರ ಧೋರಣೆಗೆ ಕಾರಣ ಈ ಚಳುವಳಿ ಪುರುಷರ ವಿರುದ್ಧವಾದದ್ದೆಂಬ ಒಂದು ಅನಿಸಿಕೆ. ಕೇರಳದಲ್ಲಿ ಇವತ್ತು ಹೆಸರಾಂತ ಸ್ತ್ರೀವಾದಿಗಳು ನೀವು ಮತ್ತು ಮಾಧವಿಕುಟ್ಟಿ. ನಿಮ್ಮ ಒಂದು ಲೇಖನದಲ್ಲಿ ಕೇರಳದಲ್ಲಿ ಸ್ತ್ರೀವಾದವು ಎಂದೂ ಪುರುಷನ ವಿರುದ್ಧವಾದ ಒಂದು ಯುದ್ಧವಾಗಿರಲಿಲ್ಲ ಎಂದು ಬರೆದಿದ್ದನ್ನು ನೋಡಿದೆ. ಹಾಗೆಯೇ ಪಿ. ಪಿ. ರವೀಂದ್ರರು ಮಾಡಿದ ಒಂದು ಸಂದರ್ಶನದಲ್ಲಿ ಗಂಡನನ್ನು ಪ್ರೀತಿಸಿದ ಒಬ್ಬಳು ಹೆಂಡತಿಯಾಗಿ ಮತ್ತು ಮೂವರು ಮಕ್ಕಳ ತಾಯಿಯಾಗಿ ಸ್ತ್ರೀವಾದವು ಪುರುಷನ ವಿರುದ್ಧವೆಂದು ಹೇಳಲು ನನ್ನಿಂದ ಸಾಧ್ಯವಿಲ್ಲ ಎಂದು ಹೇಳಿದ್ದೀರಿ. ಮತ್ತೆ ಯಾಕಿರಬಹುದು ಸ್ತ್ರೀವಾದದ ವಿರುದ್ಧ ಇಂತಹ ಆರೋಪ ನಿಂದೆಗಳೂ ಕೇಳಿಬರುತ್ತಿವೆ ?

ಸಾರಾ : ಸ್ತ್ರೀವಾದವು ಪುರುಷರ ವಿರುದ್ಧ ಖಂಡಿತವಾಗಿಯೂ ಅಲ್ಲ. ಮತ್ತೆ ಇಲ್ಲಿ ಕೇಳಿ ಬರುತ್ತಿರುವ ಆರೋಪ–ವಿರೋಧಗಳು, ಯಾರೂ ಯಾವುದನ್ನೂ ಓದಿ ತಿಳಿದು ಹೇಳುವ ವಿಚಾರಗಳಲ್ಲ. ಸ್ತ್ರೀವಾದದ ಹಿಂದಿರುವ ತತ್ವಗಳೇನೆಂದು ತಿಳಿದು, ಅದು ಎತ್ತಿಕೊಳ್ಳುವ ಸಮಸ್ಯೆಗಳು ಯಾವುವೆಂದು ಅರ್ಥಮಾಡಿಕೊಂಡು ಮತ್ತು ಅವುಗಳ ಕುರಿತು ಚರ್ಚೆ–ಸಂವಾದಗಳನ್ನು ನಡೆಸಿಯಲ್ಲ. ಅವರು ತಮ್ಮ ಅಭಿಪ್ರಾಯಗಳನ್ನು ಪ್ರಕಟಿಸುವುದು. ಅರ್ಥಪೂರ್ಣವಾದ ಸಂವಾದಗಳು ನಡೆದರೇನೇ ಆಶಯಗಳು ಎಲ್ಲರಿಗೂ ಗೊತ್ತಾಗುತ್ತದೆ. ಹಾಗೆ ಮಾಡುವುದಕ್ಕೆ ಬದಲಾಗಿ ಏನಾದರೂ ಕೇಳಿದ ಕೂಡಲೇ ಅದನ್ನು ಹೇಳಿದ್ದು ಒಬ್ಬ ಸ್ತ್ರೀವಾದಿ ಅಥವಾ 'ಮಹಿಳಾ ಸಾಹಿತಿ' ಎಂದು ಹೇಳಿ ತಿರಸ್ಕಾರದಿಂದ ನೋಡುವ ಪ್ರವೃತ್ತಿ ಮಾತ್ರ ಇಲ್ಲಿ ಕಾಣುತ್ತಿರುವುದು. ಇಂತಹ ಪರಿಸ್ಥಿತಿಯಲ್ಲಿ ಸಂವಾದಕ್ಕೆ ಎಡೆಯೆಲ್ಲಿದೆ ? ಆದರೆ

ಈ ತಲೆಮಾರು ಅಲ್ಲದಿದ್ದರೆ ಮುಂದಿನ ತಲೆಮಾರಿನವರು ಓದುವಾಗ ಆ ಆಶಯಗಳಿಗೆ ಅಂಗೀಕಾರ ಸಿಗಬಹುದು. ಪಾಪ, ಸರಸ್ವತಿಯಮ್ಮ ಬದುಕಿದ್ದ ಕಾಲದಲ್ಲಿ ಅವರಿಗೆ ಸಿಕ್ಕಿದ್ದು ವಿರೋಧಗಳು ಮಾತ್ರ. ಆದರೂ ಇವತ್ತು ಅವರ ಕಥೆಗಳನ್ನು ಪುನಃ ಓದತೊಡಗಿದ್ದಾರೆ. ಅದೇ ರೀತಿ ಮಾಧವಿ ಕುಟ್ಟಿಯ ವಿಚಾರದಲ್ಲೂ. ಅವರ 'ಎಂಡೆ ಕಥ' ಅವತ್ತು ಉಂಟು ಮಾಡಿದ ನಡುಕ ಎಷ್ಟೊಂದು ಭೀಕರವಾಗಿತ್ತು ! ಅವರು, ಅದನ್ನು ಇವತ್ತು ಬರೆದಿದ್ದರೆ, ಕೆಲವರಾದರೂ ಅವರ ಪರವಾಗಿ ಖಂಡಿತವಾಗಿಯೂ ಇರುತ್ತಿದ್ದರು. ಅಲ್ಲವೇ ? ಆದರೆ ಅವತ್ತು ಅವರನ್ನು ಓದುಗರು ಸಮಾಜದಿಂದ ಬಹಿಷ್ಕರಿಸಿಬಿಟ್ಟರು. ಸ್ತ್ರೀಯರ ಮುಖಗಳನ್ನು ತೆರೆದು ತೋರಿಸುವಾಗ, ಮುಖ್ಯವಾಗಿ ಸೆಕ್ಸಿನ ಬಗ್ಗೆ ಸ್ತ್ರೀಯರು ಮಾತನಾಡಬಾರದು ಅನ್ನುವುದು ಅವರ ಆಕ್ಷೇಪ. ಕೇರಳದ ಸದಾಚಾರದಲ್ಲಿ ಬಹಳ ಮಟ್ಟಿನ ಕಾಪಟ್ಯವಿದೆ ಅಂತ ನನಗನ್ನಿಸುತ್ತಿದೆ. ಪುರುಷರು ಹೆಚ್ಚು ಬುದ್ಧಿವಂತರು, ಕೆಲವೊಂದು ವಿಚಾರಗಳನ್ನು ಹೇಳುವ ಅವಕಾಶ ಪುರುಷರಿಗೆ ಮಾತ್ರ ಇರುವುದು ಎಂಬ ಅಭಿಪ್ರಾಯ ನಮ್ಮ ಸಮಾಜದಲ್ಲಿದೆ.

ಪ್ರಶ್ನೆ : ಪುರುಷ ಸಾಹಿತ್ಯದಲ್ಲಿ ಸ್ತ್ರೀಯರ ಚಿತ್ರಣಗಳ ಬಗ್ಗೆ ನಿಮ್ಮ ಅಭಿಪ್ರಾಯವೇನು ?

ಸಾರಾ : ನಮ್ಮ ಒಂದು ದೌರ್ಬಲ್ಯವೆಂದರೆ ಸ್ತ್ರೀನ್ನು ಕೇವಲ ಒಂದು ಶರೀರವಾಗಿ ಮಾತ್ರ ನಾವುನೋಡುತ್ತೇವೆ. 'ಮಣಿ ಪ್ರವಾಳ'ದಲ್ಲೆಲ್ಲ ಸಿಯರನ್ನು ಅವರ ದೇಹದ ಅಂಗಗಳ ಹೆಸರಿನಿಂದ ಕರೆಯುತ್ತಿದ್ದರು. ಉದಾಹರಣೆಗೆ, 'ಪೀನಸ್ತನಿ', 'ಕರಭೋರು' (ಆನೆಯ ಸೊಂಡಿಲಿನಂತಹ ತೊಡೆಯುಳ್ಳವಳು) ಎಂದೆಲ್ಲ ಸಂಬೋಧಿಸುತ್ತಿದ್ದರು. ಇದರಿಂದಲೇ ಗೊತ್ತಾಗುತ್ತದಲ್ಲ ಸ್ತ್ರೀ ಎಷ್ಟರಮಟ್ಟಿಗೆ ಒಂದು ಶರೀರ ಮಾತ್ರವಾಗಿದ್ದಳು ಅಂತ. ಆ ನಂತರ ರಚಿಸಲ್ಪಟ್ಟ ಕಥೆಗಳು, ಕವನಗಳು ಮಾತ್ರವಲ್ಲ, ಹೆಚ್ಚಿನೆಲ್ಲ ಗ್ರಂಥಗಳೂ ಆಸಕ್ತಿ ತೋರಿಸಿದ್ದು ಸ್ತ್ರೀಯರ ಶರೀರ ವರ್ಣನೆಯಲ್ಲೇ. ಶರೀರದಾಚೆಗಿನ ಬುದ್ಧಿಯೇನೂ ಸ್ತ್ರೀಯರಿಗೆ ಅಗತ್ಯವಿಲ್ಲ ಎಂಬ ಅಭಿಪ್ರಾಯ ಸಾಮಾನ್ಯವಾಗಿತ್ತು. ಯಾರಾದರೂ ಹಾಗಿದ್ದರೆ ಸಾಕು, ಅವರನ್ನೆಲ್ಲ ಅಲ್ಲಲ್ಲೇ ಕೆಳಗೆ ತಳ್ಳಿಬಿಡುತ್ತಿದ್ದರು. ಮುಚ್ಚಿಲೋಟ್ಟು ಭಗವತಿಯ ಚರಿತ್ರೆ ನಮಗೆ ಗೊತ್ತಿದ್ದದ್ದೇ ತಾನೆ ? ಪುರುಷನ ಕೈಕೆಳಗೆ ಮುದುರಿ ತಲೆಬಗ್ಗಿಸಿ ನಿಲ್ಲುವುದು ಮಾತ್ರವಾಗಿತ್ತು ಸ್ತ್ರೀಯ ಕರ್ತವ್ಯ. ಅದರಾಚೆ ಏನೂ ಸಾಧ್ಯವಿಲ್ಲ ಎಂಬುದಾಗಿತ್ತು ಯಾವಾಗಲೂ ಪುರುಷನ ನಿಲುವು. ಈ ವ್ಯವಸ್ಥೆಯೊಳಗಿನ ಸ್ತ್ರೀಯರ ವಿರುದ್ಧ ನಡೆದ ಅನ್ಯಾಯಕ್ಕೆದುರಾಗಿ ಸ್ವಲ್ಪಮಟ್ಟಿಗಾದರೂ ಕಣ್ಣು ತೆರೆಯಲು ಕೆಲವರು ಪ್ರಯತ್ನಿಸಿದ್ದಾರೆ ಅಷ್ಟೆ.

ಪ್ರಶ್ನೆ : ಒಬ್ಬ ಆದರ್ಶನಾರಿಯ ಕಲ್ಪನೆ 'ಕಾರ್ಯೇಷು ದಾಸಿ ಕರಣೇಷು ಮಂತ್ರಿ, ರೂಪೇಶು ಲಕ್ಷ್ಮಿ, ಕ್ಷಮಯಾಧರಿತ್ರಿ, ಭೋಜ್ಯೇಷು ಮಾತಾ, ಶಯನೇಷು ವೇಶ್ಯಾ' ಎಂದಾಗಿತ್ತಲ್ಲ ? ಪುರುಷ ನಿರ್ಮಿತವಾದ ಈ ಕಲ್ಪನೆಗಿಂತ ತೀರಾ ಭಿನ್ನವಾಗಿರಬೇಕು ಒಬ್ಬ ಸ್ತ್ರೀಯ ಆದರ್ಶನಾರಿಯ ಚಿತ್ರ. ಆ ಥರದ ಒಬ್ಬ ನಾರಿಯನ್ನು ನೀವು ಚಿತ್ರಿಸಿದರೆ ಹೇಗಿರಬೇಕು?

ಸಾರಾ : ನನ್ನ ಚಿತ್ರದಲ್ಲಿ ಅವಳು ಸ್ವತಂತ್ರವಾಗಿ ಯೋಚನೆ ಮಾಡಲು, ನಿರ್ಧಾರಗಳನ್ನು ತೆಗೆದುಕೊಳ್ಳಲು ಮತ್ತು ಸ್ವಂತ ಕಾಲುಗಳಮೇಲೆ ನಿಲ್ಲಲು ಶಕ್ತಳಾಗಿರುತ್ತಾಳೆ. ಜೀವನದಲ್ಲಿ

ಸ್ತ್ರೀ–ಪುರುಷರ ಮಧ್ಯೆ ಸಮಾನತೆ ಇದೆ ಎನ್ನುವುದನ್ನು ಅರ್ಥಮಾಡಿಕೊಂಡು ಪುರುಷರನ್ನು ಸ್ನೇಹಿತನಂತೆ ಕಾಣುವವಳಾಗಿರುತ್ತಾಳೆ.

ಪ್ರಶ್ನೆ : ನೀವು ಬರೆಯುವಾಗ ಅಂತಹ ಒಂದು ಚಿತ್ರವನ್ನು ನಿಮ್ಮ ಕೃತಿಗಳಲ್ಲಿ ಆವಿಷ್ಕರಿಸಲು ಪ್ರಯತ್ನಿಸುತ್ತೀರಾ ?

ಸಾರಾ : ಕ್ರಿಯೇಟಿವ್ ರೈಟಿಂಗ್‌ನಲ್ಲಿ ಹಾಗೆ ಯಾವುದನ್ನು ಬಲವಂತದಿಂದ ಸೃಷ್ಟಿಸಲು ಸಾಧ್ಯವಿಲ್ಲ. ಕಥಾ ಪಾತ್ರ ಎಲ್ಲಿಗೆ ಕರೆದುಕೊಂಡು ಹೋಗುತ್ತದೋ ಅಲ್ಲಿಗೆ ಮಾತ್ರ ಹೋಗಲು ಸಾಧ್ಯ.

ಪ್ರಶ್ನೆ : ಹಾಗಾದರೆ ಬರೆಯುವಾಗ ತತ್ವಶಾಸವನ್ನು ಉದ್ದೇಶಪೂರ್ವಕವಾಗಿ ಉಪಯೋಗಿಸಲು ಪ್ರಯತ್ನಿಸುವುದಿಲ್ಲವೆ ?

ಸಾರಾ : ಇಲ್ಲ. ಆದರೆ ತತ್ವಗಳನ್ನು ಮನಸ್ಸಿನಲ್ಲಿ ರೂಪಿಸಿಕೊಟ್ಟ ಕೆಲವು ನಿಲುವುಗಳಿವೆ. ಸೃಷ್ಟಿಸುವ ಕಥಾಪಾತ್ರ ಅಸಹಾಯಕತೆಯಿಂದ ಕಷ್ಟಪಡುತ್ತಿದ್ದರೆ ಅವನ/ಅವಳ ಪರವಾಗಿ ನಿಲ್ಲುವುದು. ಕಥೆಗಾರ/ಕಥೆಗಾರ್ತಿಯ ಮೂಲಧರ್ಮ. ಆ ಧರ್ಮದ ಬಗ್ಗೆ ಇರುವ ನೀತಿ ಒಂದೇ. ಅಲ್ಲದೆ ತತ್ವಶಾಸವನ್ನು ತುರುಕುವುದಕ್ಕೋಸ್ಕರ ಯಾರೂ ಬರೆಯುವುದಿಲ್ಲ. ಈಗ ನಾನು ಕುಂಜುಲಕ್ಷ್ಮಿಯ ಕಥೆಯನ್ನು ಬರೆಯಬೇಕಾಗಿದೆ ಎಂದಿಟ್ಟುಕೊಳ್ಳಿ. ತನ್ನ ಹೆಣ್ಣು ಮಕ್ಕಳನ್ನೆಲ್ಲ ಕೊಂದುಬಿಟ್ಟದ್ದು ಗೊತ್ತಾದ ಕೂಡಲೇ ಗಟ್ಟಿಯಾಗಿ ಅಳುವ ಕುಂಜುಲಕ್ಷ್ಮಿಯ ಕಥೆ. ಆಗ ಕುಂಜುಲಕ್ಷ್ಮಿಯ ಜತೆಗೆ ನಾನು ನಿಲ್ಲುತ್ತೇನೆ. ಕುಂಜುಲಕ್ಷ್ಮಿಯ ಸಮಸ್ಯೆಯ ಬಗ್ಗೆ ಮಾತ್ರ ನಾನು ಯೋಚಿಸುತ್ತೇನೆ ಹೊರತು ಕುಂಜುಲಕ್ಷ್ಮಿಯ ಮೂಲಕ ಸ್ತ್ರೀವಾದದ ತತ್ವಗಳನ್ನು ಹೇಳಿಸಲು ಹೋಗುವುದಿಲ್ಲ.

ಪ್ರಶ್ನೆ : ಆದರೂ ಸ್ತ್ರೀವಾದದ ತತ್ವಗಳು ನಿಮ್ಮ ಮನಸ್ಸಿನಲ್ಲಿ ರೂಪಿಸಿರುವ ಆಶಯಗಳು ಮತ್ತು ನಿಲುವುಗಳು ಕುಂಜುಲಕ್ಷ್ಮಿಯ ಯೋಚನೆಗಳಲ್ಲಿ ಅಥವಾ ಕಥೆಗಾರ್ತಿ ಆ ಬಗ್ಗೆ ನೀಡುವ ವಿವರಣೆಗಳಲ್ಲಿ ಕಾಣಿಸಿಕೊಳ್ಳಲು ಸಾಧ್ಯವಿಲ್ಲ, ಅಲ್ಲವೆ ?

ಸಾರಾ : ಕಾಣಿಸಿಕೊಳ್ಳಬಹುದು.

ಪ್ರಶ್ನೆ : ಆಶಯಪರವಾದ, ತತ್ವದ ಪರವಾದ ಒಂದು ಬದ್ಧತೆಯು ನಿಮ್ಮ ಬರವಣಿಗೆಗೆ ಏನಾದರೂ ವೈಶಿಷ್ಟ್ಯ ನೀಡಿದೆಯೇ ?

ಸಾರಾ : ಹೌದು. ಅಂಥ ಒಂದು ಪ್ರಜ್ಞೆ ಇಲ್ಲದಿರುವ ಓರ್ವ ಲೇಖಕಿ ಪ್ರಾಯಶಃ ಸ್ತ್ರೀ ವಿರುದ್ಧವಾದ ಭಾಷೆ ಕೂಡಾ ಅವರ ಬರಹಗಳಲ್ಲಿ ಕಾಣಿಸಿಕೊಳ್ಳಬಹುದು. ನನಗೆ ವೇಶ್ಯೆ ಎಂಬ ಪದವನ್ನುಪಯೋಗಿಸಲು ಕಷ್ಟವೆನಿಸುತ್ತದೆ. ಭಾಷಾವಿಶಿಷ್ಟವಾಗಿರುವ ಪದವೇ ಆದರೂ ಅದು ಅನ್ಯಾಯವೆಂಬುದು ನನಗೆ ಗೊತ್ತು. ಇದು ಒಂದು ಪ್ರಜ್ಞೆ, ವೇಶ್ಯೆ ಎಂದು ಕರೆಯಲ್ಪಡುವವಳು ಹಸಿವು ಹಿಂಗಿಸಿಕೊಳ್ಳಲು ಸುಖವನ್ನು ಹಣ ಕೊಟ್ಟು ಕೊಂಡುಕೊಳ್ಳುವವನ ವಿರುದ್ಧ ಕಾನೂನು ಇಲ್ಲ. ಇದು ತೀರಾ ಅನ್ಯಾಯ. ಆದ್ದರಿಂದ ಈ ರೀತಿಯ

ಪದಗಳನ್ನುಪಯೋಗಿಸಲು ನನ್ನಿಂದ ಸಾಧ್ಯವಿಲ್ಲ. ಅವುಗಳನ್ನು ಉಪಯೋಗಿಸಿದರೆ ನನ್ನದು ಕೂಡಾ ಸ್ತ್ರೀವಿರುದ್ಧ ನಿಲುವು ಆಗಿಬಿಡುತ್ತದೆ.

ಪ್ರಶ್ನೆ : ಸಮಾಜದ ಧೋರಣೆಗಳ ಮೇಲೆ ಪ್ರಭಾವಬೀರಿ ಅವುಗಳನ್ನು ಬದಲಾಯಿಸಲು ಸಾಹಿತ್ಯಕ್ಕೆ ಸಾಧ್ಯವಿದೆ ಎಂದು ನಿಮಗೆ ಅನ್ನಿಸುತ್ತದೆಯೇ ? ಎಷ್ಟೋ ಮಂದಿ ಲೇಖಕರ ಮನಸ್ಸಿನಲ್ಲಿ ಹುಟ್ಟಿಕೊಳ್ಳುವ ಪ್ರಶ್ನೆಯಿದು. ಸಾಹಿತ್ಯದಿಂದ ಏನು ಪ್ರಯೋಜನ ಅಂತ?

ಸಾರಾ : ಸಾಹಿತ್ಯದಿಂದ ಪ್ರಯೋಜನವಿದೆ ಎಂದೇ ನನ್ನ ಅಭಿಪ್ರಾಯ. ಒಂದು ಪುಸ್ತಕವನ್ನು ಓದುವುದಕ್ಕೆ ಮೊದಲಿನ ನಾವಾಗಿರಲಾರೆವು. ಪುಸ್ತಕವನ್ನು ಓದಿ ಮುಗಿಸಿದ ನಂತರ. ನಾವು ಬದಲಾಗಿಬಿಡುತ್ತೇವೆ. ಹಾಗಿದ್ದ ಮೇಲೆ ಸಾಹಿತ್ಯದಿಂದ ಪ್ರಯೋಜನವಿಲ್ಲ ಎಂದು ಹೇಳಲಾಗುತ್ತದೆಯೇ ?

ಪ್ರಶ್ನೆ : ಯಾವುದೇ ವಾದಗಳನ್ನು ಅವಲಂಬಿಸದೆ ಸ್ವತಂತ್ರವಾಗಿ ನಿಲ್ಲುವ ಸಾಹಿತ್ಯ ವಲ್ಲವೇ ಹೆಚ್ಚಿನ ಮಂದಿಯ ಮೇಲೆ ಪ್ರಭಾವ ಬೀರುವುದು ?

ಸಾರಾ : ಸಾಹಿತಿಗಳು ಯಾವುದಕ್ಕೂ ಬದ್ಧರಾಗದೆ ಸಂಪೂರ್ಣವಾಗಿ ಸ್ವತಂತ್ರರಾಗಿರು ತ್ತಾರೆಂಬುದರಲ್ಲಿ ನನಗೆ ನಂಬಿಕೆಯಿಲ್ಲ. ಸ್ವತಂತ್ರರಾಗಿ ಬರೆಯುತ್ತಾರೆಂದು ಹೇಳುವಾಗಲೂ ಒಂದು ಪಕ್ಷದತ್ತ ವಾಲದೆ ಅದು ಸಾಧ್ಯವಿಲ್ಲ. ಆ ಪಕ್ಷ ಯಾರದ್ದೆಂಬುದು ಲೇಖಕರ ಮುಂದಿರುವ ಪ್ರಶ್ನೆ. ಇವತ್ತು ತೀವ್ರವಾಗಿ ಕಾಡುತ್ತಿರುವ ಈ ವರ್ಗ ಸಂಘರ್ಷದ ನಡುವೆ ನಾನು ಯಾರ ಪಕ್ಷದಲ್ಲಿ ನಿಂತು ಬರೆಯಲಿ ? ಬ್ರಾಹ್ಮಣ ಪಕ್ಷವನ್ನು ಸೇರುವುದು ನನ್ನಿಂದಾಗದು. ಮುಸ್ಲಿಂ ಮೂಲಭೂತವಾದಿಗಳ ಪಕ್ಷದಿಂದ ನಾನು ಬರೆಯಲಾರೆ. ಕ್ರಿಶ್ಚಿಯನ್ ಮೂಲಭೂತವಾದಿಗಳ ಪಕ್ಷ ನಿಂತು ಬರೆಯಲಾರೆ. ತುಳಿಯಲ್ಪಟ್ಟವರನ್ನು, ದಲಿತರನ್ನು ಕತ್ತಲೆಗೆ ತಳ್ಳಲ್ಪಟ್ಟವರನ್ನೂ, ಮೂಲಭೂತವಾದಿಗಳಲ್ಲದವರನ್ನೂ, ಬೆಂಬಲಿಸಿ ಮಾತ್ರವೇ ಬರೆಯಲು ಸಾಧ್ಯ. ಅದು ಕೂಡಾ ಹಾಗಾದರೆ ಒಂದು ಪಕ್ಷಕ್ಕೆ ಸೇರಿದ ಹಾಗಾಗುವುದಿಲ್ಲವೇ ? ಮತ್ತೆ ಅದರಲ್ಲಿ ನಿಷ್ಪಕ್ಷಪಾತತನವೆಲ್ಲಿ ಬಂತು ? ಆದ್ದರಿಂದ ನಿಷ್ಪಕ್ಷಪಾತತನವೆಂಬುದು ಸುಳ್ಳು. ಮಾನವೀಯತೆಯ ನೆಲೆಯಿಂದ ಬರೆಯುತ್ತೀರಾದರೆ ಅದು ತುಳಿತಕ್ಕೊಳಗಾದವರ ಪಕ್ಷದಿಂದ ಬರೆಯುವುದೇ ಆಗುತ್ತದೆ. ಬರವಣಿಗೆಯಲ್ಲಿ ಮಾನವೀಯತೆ ಹುಟ್ಟಿಕೊಳ್ಳುವುದೇ ಹಾಗೆ. ಬರೆಹದಲ್ಲಿ ಮಾನವೀಯತೆ ಯಿದ್ದರೆ ಅದು ಸಮಾಜದ ಮೇಲೆ ಪ್ರಭಾವ ಬೀರುತ್ತದೆ. ಸಮಾಜದ ಮನಸ್ಸನ್ನು ಅದು ಪರಿವರ್ತಿಸುತ್ತದೆ. ಆ ರೀತಿಯಲ್ಲಿ ಬರೆದ ಸಾಹಿತ್ಯ ಎಂದೂ ಹಾಳಾಗಿಹೋಗುವುದಿಲ್ಲ.

ಪ್ರಶ್ನೆ : ಹಾಗಾದರೆ ಸಾಹಿತ್ಯದ ಮೂಲಕ ಸಮಾಜಕ್ಕೋಸ್ಕರ ಎಷ್ಟೆಷ್ಟೋ ಕೆಲಸಗಳನ್ನು ಮಾಡಲು ಸಾಧ್ಯವೆಂದು ನೀವು ನಂಬುತ್ತೀರಿ ಅಲ್ಲವೇ ?

ಸಾರಾ : ಖಂಡಿತವಾಗಿಯೂ ಹೌದು.

ಪ್ರಶ್ನೆ : ಹಾಗಿದ್ದರೆ ಓದುಗರನ್ನು ಅಥವಾ ಸಮಾಜವನ್ನು ಮುಂದಿರಿಸಿಕೊಂಡೇ ಬರೆಯುತ್ತೀರಿ ಎಂದು ತಿಳಿಯಬಹುದೆ ?

ಸಾರಾ : ಅದು ಮಾತ್ರ ಸರಿಯಲ್ಲ. ಬರೆಯುವಾಗ ನಾನು ಮತ್ತು ನನ್ನ ಕಥಾಪಾತ್ರಗಳು ಮಾತ್ರ ಇರುವುದು. ಕಥೆಯ ಮೂಲಕ ನಾನು ಮುಂದೆ ಸಾಗುತ್ತೇನೆ. ಅಲ್ಲಿ ನನಗೆ ಓದುಗರತ್ತ ಗಮನಕೊಡುವುದು ಸಾಧ್ಯವಿಲ್ಲ.

ಪ್ರಶ್ನೆ : ನಿಮ್ಮ ಹೊಸ ಸಂಕಲನ 'ಒಡುವಿಲತ್ತೆ ಸೂರ್ಯಕಾಂತಿ' ('ಕೊನೆಯ ಸೂರ್ಯಕಾಂತಿ')ಯ ಹಲವು ಕಥೆಗಳು (ಉದಾ. ಗ್ರಾಂಪೂ, (ಲವಂಗ, ನಾಲಾಂನಿಲಯಿಲೆ ಜಾಲಕಂ (ನಾಲ್ಕನೇ ಅಂತಸ್ತಿನ ಕಿಟಕಿ), ಒಡುವಿಲತ್ತೆ ಸೂರ್ಯಕಾಂತಿ (ಕೊನೆಯ ಸೂರ್ಯಕಾಂತಿ) ಮನುಷ್ಯ ಮನಸ್ಸಿನ ಅಸಾಮಾನ್ಯ ಪ್ರವಾಸಗಳು ಮತ್ತು ನಿಗೂಢತೆಗಳ ಕುರಿತಾಗಿ ತಾನೆ ? ಹೊರಗಿನ ಲೋಕವನ್ನು ದೂರಮಾಡಿ ಉದ್ದೇಶಪೂರ್ವಕವಾಗಿ ಒಳಗೆ ನುಸುಳಿಕೊಳ್ಳುವ ಪ್ರಜ್ಞಾಪೂರ್ವಕವಾದ ಒಂದು ಪ್ರಯತ್ನದಫಲವೇ ಈ ಕಥೆಗಳು ?

ಸಾರಾ : ನನ್ನ ಕಥೆಗಳೆಲ್ಲವೂ ಬರೆಯುವ ಕಾಲವನ್ನು ಅವಲಂಬಿಸಿರುತ್ತವೆ. 'ಪಾಪತ್ತರ'ದ ಮೌಲ್ಯವನ್ನು ನಾನು ನಿರ್ಧರಿಸುವುದು ಅಂದಿನ ಕಾಲದ ಐತಿಹಾಸಕವಾದ ಒಂದು ಅವಶ್ಯಕತೆ ಯಾಗಿ ಅದರಲ್ಲಿ ನಾನು ಎಷ್ಟೆಷ್ಟೋ ವಿಷಯಗಳನ್ನು ಪ್ರಸ್ತಾಪಿಸಿದ್ದೇನೆ. 'ಪ್ರತಿಯೋರ್ವ ಲೇಖಕಿಯ ಒಳಗೂ' ಎಂಬ ಕಥೆಯಲ್ಲಿ ಸಮಾಜದ ಕಣ್ಣಿನಲ್ಲಿ ಸ್ತ್ರೀ ಪುರುಷರ ನಡುವೆ ಕಂಡು ಬರುವಂತಹ ಗಾಢವಾದ ಒಂದು ಸಂಬಂಧವನ್ನು ಧಿಕ್ಕರಿಸಿ ಹೋಗುವ ಒಬ್ಬ ಹೆಣ್ಣನ್ನು ನಾನು ಆವಿಷ್ಕರಿಸಿದ್ದೇನೆ. ಇವರಿಬ್ಬರೂ ವಂಚನೆಯಲ್ಲಿ ತೊಡಗಿಕೊಂಡವರು. ಅವನ ಮೋಸ ಅವನಿಗೆ ಅರ್ಥವಾಗುವ ತನಕ ಅವನು ನನ್ನನ್ನು ವಂಚಿಸುತ್ತಲೇ ಇರುತ್ತಾನೆ. 'ಅವನ ಮೋಸ ಅವನಿಗೆ ಅರ್ಥವಾಗಲಿ ಎಂಬ ಉದ್ದೇಶದಿಂದ ನಾನು ಅವನನ್ನು ಈಗ ಬಿಟ್ಟು ಬಂದಿದ್ದೇನೆ. ಆದರೆ ಅವನೆಡೆಗೆ ತಿರುಗಿ ಬಾರದೆ ನನಗೆ ಬೇರೆ ವಿಧಿಯಿಲ್ಲ.' 'ಕೊನೆಯ ಸೂರ್ಯಕಾಂತಿ' ಮತ್ತು 'ಪ್ರಣಯ'ದಲ್ಲೂ ಈ ಪ್ರಶ್ನೆ ಇದೆ. ಆ ಕಾರಣದಿಂದಾಗಿ ಯಾಕೆ ಇಷ್ಟೆಲ್ಲ ಮಹತ್ವ ಕೊಡಬೇಕು ಎಂಬ ಪ್ರಶ್ನೆ ನನ್ನ ಹಲವು ಕಥೆಗಳಲ್ಲಿದೆ. ಈ ಸ್ಥಿತಿ ಬದಲಾಗಿಬಿಟ್ಟರೆ ಹುಟ್ಟಿಕೊಳ್ಳುವ ಲೋಕ ಹೊಸತು. ಅಲ್ಲಿ ನಾನು ಮತ್ತು ಅವನು ಸಮಾನರು. 'ಕೊನೆಯ ಸೂರ್ಯಕಾಂತಿ' ಮತ್ತು 'ಪ್ರಣಯ'ಗಳಲ್ಲಿರುವುದು ಪುರುಷ ಅಥವಾ ಸ್ತ್ರೀ ಅಲ್ಲ 'ಪ್ರಣಯಿ.' ಅದು ಪುರುಷನೂ ಆಗಬಹುದು, ಸ್ತ್ರೀಯೂ ಆಗಬಹುದು. ಅಲ್ಲಿ ಉಚ್ಚ-ನೀಚಗಳ ಪ್ರಶ್ನೆಯಿಲ್ಲ. ಸ್ತ್ರೀ ಪುರುಷ ಪ್ರಣಯದಲ್ಲಿ ಯಾವಾಗಲೂ ಪರಸ್ಪರ ಅವಲಂಬನೆ ಮತ್ತು ಪರಸ್ಪರ ವಿಧೇಯತೆ ಇರುತ್ತದೆ. ಪ್ರೇಮದಲ್ಲಿ ತೊಡಗಿರುವ ಎಷ್ಟೋ ಮಂದಿ ಪುರುಷರು ಸ್ತ್ರೀಯರಿಗೆ ವಿಧೇಯರಾದವರಿದ್ದಾರೆ !

ಪ್ರಶ್ನೆ : ಹಾಗೆ ನೇರವಾಗಿ ಒಪ್ಪಿಕೊಳ್ಳುವವರಿರಬಹುದೆ ?

ಸಾರಾ : ಇಲ್ಲ, ಒಪ್ಪಿಕೊಳ್ಳುವುದಿಲ್ಲ. ಆದರೆ ಒಪ್ಪಿಕೊಳ್ಳದಿರುವುದು ಸಮಾಜದ ಮುಂದೆ ಮಾತ್ರ. ಪ್ರಣಯದಲ್ಲಿ ತೊಡಗಿರುವಾಗ ಆರಾಧಕರಾಗಿಯೇ ಗುಲಾಮರಾಗಿಯೋ ಏನು ಬೇಕಾದರೂ ಆಗಲು ಅವರು ಸಿದ್ಧರಿರುತ್ತಾರೆ.

ಪ್ರಶ್ನೆ : ಕಾಡಿನಲ್ಲಿ ಕುಂತಲ ವೃಕ್ಷದ ಕೊಂಬೆಯ ಮೇಲೆ ಕಾಲುಗಳನ್ನು ಇಳಿಬಿಟ್ಟ ರಾಧೆಯ ಪಾದಗಳನ್ನು ಚುಂಬಿಸುವ ಕೃಷ್ಣನಲ್ಲವೇ ಕವಿತೆಗಳಲ್ಲಿ ಇರುವುದು ?

ಸಾರಾ : ಹೌದು. ಆದರೆ ಕಾಮವನ್ನು ವಿರೋಧಿಸಿ ಒಂದು ಸ್ತ್ರೀವಾದವಾಗಲಿ ಪುರುಷವಾದವಾಗಲಿ ಇರಲು ಸಾಧ್ಯವಿಲ್ಲ.

ಪ್ರಶ್ನೆ : ಭಾರತದಲ್ಲಿ ಬಹಳ ಹಿಂದಿನಿಂದಲೂ ಸ್ಥಾಪಿತವಾದ ಕಾಮದ ಪರಿಕಲ್ಪನೆಗಳಿವೆಯಲ್ಲ !

ಸಾರಾ : ಆ ಥರದ ಆಧ್ಯಾತ್ಮಿಕ ಪರಿಕಲ್ಪನೆಗಳ ಕುರಿತಾಗಿ ನಾನು ಹೇಳುತ್ತಿಲ್ಲ. ನಾನು ಹೇಳುತ್ತಿರುವುದು ಲೈಂಗಿಕ ಕಾಮದ ಬಗ್ಗೆ. ಅದರಲ್ಲಿ ಯಾವುದೇ ರೀತಿಯ ಆದರ್ಶದ ಕಲ್ಪನೆಗಳಿರುವುದಿಲ್ಲ. ಸ್ತ್ರೀ ಮತ್ತು ಪುರುಷನ ಮಧ್ಯೆ ಅನುರಾಗವೆನ್ನುವುದು ಮಾಂಸನಿಬದ್ಧವಲ್ಲ ಎಂದು ಎಂದಿಗೂ ಹೇಳಲು ಸಾಧ್ಯವಿಲ್ಲ. ಅದೊಂದು ಅನಿವಾರ್ಯತೆ ವಾಸ್ತವದ ಜೀವನದಲ್ಲಿ ಇರುವುದು ಲೈಂಗಿಕ ಕಾಮವೇ ಹೊರತು ಬೇರೇನಲ್ಲ. ಇದರಲ್ಲಿ ದೈಹಿಕವಾದ ಆಕರ್ಷಣೆ, ಮಾನಸಿಕವಾದ ಸೆಳೆತ, ಪರಸ್ಪರ ಅವಲಂಬನೆ, ಪರಸ್ಪರರಲ್ಲಿ ನಿಷ್ಠೆ ಎಲ್ಲವೂ ಇವೆ. ಇವುಗಳಲ್ಲಿ ಒಂದನ್ನು ತಿರಸ್ಕರಿಸಿ ಮತ್ತೊಂದನ್ನು ಮಾತ್ರ ಸ್ವೀಕರಿಸೋಣ ಎಂದರೆ ಆಗುವುದಿಲ್ಲ. ಕಾಮವೂ ತಾಜಾ ಆಗಿ ಇರುವಾಗಲಲ್ಲವೇ ಅದರಲ್ಲಿ ಸುಖವಿರುವುದು ?

ಪ್ರಶ್ನೆ : 'ಕಥೆಯಲ್ಲದವರ' ಕುರಿತು ನೀವು ಕಥೆ ಬರೆಯುತ್ತೀರಲ್ಲ ? ಸೀತಾಳದ್ದು (ಅಶೋಕ) ಶಂಬೂಕನದ್ದು (ಕಥೆಯಲ್ಲಿಲ್ಲದ್ದು) ಮಾತ್ರವಲ್ಲ ಶೂರ್ಪನಖಿಯದ್ದೂ (ತಾಯ್‌ಕುಲ) ಮಂಥರೆಯ (ಕರುತ್ತ ತುಳಗಳ್ ಕಪ್ಪು ರಂಧ್ರಗಳು) ವಿಚಾರಗಳು ಕೂಡಾ ನಿಮ್ಮ ಕಥೆಗಳ ಪ್ರಧಾನ ಭೂಮಿಕೆಯಲ್ಲಿ ಬರುತ್ತಾರೆ. ಇದರ ಹಿಂದಿನ ಉದ್ದೇಶವೇನು ?

ಸಾರಾ : ರಾಮಾಯಣ–ಬೈಬಲುಗಳನ್ನು ನಾನು ಪುನಃ ಪುನಃ ಓದುವ ಅಭ್ಯಾಸ ಇಟ್ಟು ಕೊಂಡಿದ್ದೇನೆ. ರಾಮಾಯಣದಲ್ಲಿ ತುಂಬಾ ಅನ್ಯಾಯಗಳು ಕಾಣುತ್ತವೆ. ಈ ಅನ್ಯಾಯಕ್ಕೊಳಗಾದವರ ಪರವಾಗಿ ನಿಂತು ಯೋಚಿಸುವಾಗ ಹೊಳೆದ ಕಥೆಗಳು 'ಅಶೋಕ', 'ತಾಯ್‌ಕುಲ', 'ಕಪ್ಪು ರಂಧ್ರಗಳು' ಮುಂತಾದವು.

ಪ್ರಶ್ನೆ : ಕೆಲವು ಕಥಾ ಪಾತ್ರಗಳನ್ನು ಪುನರ್ ವಿಶ್ಲೇಷಣೆಗೊಳಪಡಿಸುವಾಗ ಬೇರೆಯೇ ಆದ ಒಂದು ಭಾಷೆಯನ್ನು ಉಪಯೋಗಿಸುತ್ತೀರಲ್ಲ ? ಉದಾಹರಣೆಗೆ 'ತಾಯ್‌ಕುಲ'ದ ಶೂರ್ಪನಖಿ ಮಾತನಾಡುವ ಭಾಷೆ ಬಹಳ ವಿಶಿಷ್ಟವಾದದ್ದು. ಭಾಷೆಯ ವಿರಚನೆಯ ಪ್ರಯತ್ನವೇ ಇದು ?

ಸಾರಾ : ಅಷ್ಟೇ ಅಲ್ಲ, ಅಲ್ಲಿ ಗೋತ್ರದ ಪ್ರಶ್ನೆ ಕೂಡಾ ಬರುತ್ತದೆ. ರಾಮನ ಭಾಷೆಯನ್ನೇ ರಾಮನು ಆರೋಪಿಸುವ ಶೂರ್ಪನಖಿ ಕೂಡಾ ಮಾತನಾಡುವುದು ಸರಿಯಾಗುವುದಿಲ್ಲ. ಮತ್ತೆ ಯಾವ ಭಾಷೆ ಆಗಬಹುದು ಎಂದು ನಾನು ಯೋಚಿಸಿದೆ. ಅದು ಒಂದು ಕೆಳವರ್ಗದ ಭಾಷೆಯೇ ಇರಲಿ ಎಂದೆಣಿಸಿದೆ.

ಪ್ರಶ್ನೆ : 'ಈ ಒಡಲು ನನ್ನನ್ನು ಸುತ್ತಿಕೊಂಡಾಗ' ಎಂಬ ಕಥೆ ಬಲಾತ್ಕಾರಕ್ಕೊಳಗಾಗುವ ಒಬ್ಬ ಹೆಣ್ಣಿನ ದಯನೀಯ ಸ್ಥಿತಿಯ ಕುರಿತು ಹೇಳುತ್ತದೆ. ಬಲಾತ್ಕಾರದ ಕೊನೆಯ

ಕ್ಷಣದಲ್ಲಾದರೂ ಏಕಪಕ್ಷೀಯವಲ್ಲದ ಒಂದು ಸುಖವಿದೆ ಎಂದು ತನ್ನ ಕಥೆ ('ಒಡಲೊಂದು ಸುಳಿ')ಯಲ್ಲಿ ಸಮರ್ಥಿಸಿಕೊಂಡ ಒಬ್ಬ ಲೇಖಕನ ಕಥೆಯಿಂದ ಈ ಹೆಸರು ಕೂಡಾ ತೆಗೆದುಕೊಂಡಿದ್ದೀರಿ. ಈ ಕಥೆಗೆ ಸಿಕ್ಕಿದ ಪ್ರತಿಕ್ರಿಯೆ ಹೇಗಿತ್ತು ?

ಸಾರಾ : ಈ ಕಥೆಯನ್ನು ಬರೆದ ಶ್ರೀ ಮೇದಿಲ್‌ರವರೇ ಮಾತೃಭೂಮಿ ವಾರಪತ್ರಿಕೆಗೆ ನೀಡಿದ ಸಂದರ್ಶನವೊಂದರಲ್ಲಿ ಸ್ತ್ರೀಯರಿಗೆ ನೋವಾಗಿದ್ದರೆ ತಾನು ಅದಕ್ಕಾಗಿ ವಿಷಾದಿಸುತ್ತೇನೆಂದೂ ಹೇಳಿದ್ದರು. ನನ್ನ ಹತ್ತಿರ ಖಾಸಗಿ ಮಾತುಕತೆಯಾಡಿದ ಸಂದರ್ಭದಲ್ಲಿ ಶ್ರೀ ಮೇದಿಲ್ ಹೀಗೆ ಹೇಳಿದ್ದರು.

ಪ್ರಶ್ನೆ : ಇದು ಒಂದು ಒಳ್ಳೆಯ ಪ್ರತಿಕ್ರಿಯೆ ತಾನೆ ? ಬರಹಗಾರ್ತಿಯಾಗಿ ಮನಸ್ಸಿಗೆ ದುಃಖವುಂಟುಮಾಡುವಂತಹ ಪ್ರತಿಕ್ರಿಯೆ ಏನಾದರೂ ಬಂದಿತ್ತೆ ?

ಸಾರಾ : ಲೇಖಕಿಯರಿಗೆ ಪತ್ರ ಬರೆದು ಅಥವಾಫೋನ್ ಮಾಡಿ ಅಪಹಾಸ್ಯ ಮಾಡಿದ ಎಷ್ಟೋ ಕಥೆಗಳನ್ನು ನಾನು ಕೇಳಿದ್ದೇನೆ. ಆದರೆ ಯಾಕೋ ನನಗೆ ಅಂಥ ಅನುಭವಗಳಾಗಿದ್ದು ತುಂಬಾ ತುಂಬಾ ಕಡಿಮೆ. ಇಲ್ಲವೆಂದೇ ಹೇಳಬೇಕು. ನನ್ನ ನಿಲುವುಗಳನ್ನು ಟೀಕಿಸಿ ಬೇಕಾದಷ್ಟು ಪತ್ರಗಳು ಬರುತ್ತವೆ. ಆದರೆ ಓರ್ವ ಸ್ತ್ರೀ ಎಂಬ ಕಾರಣಕ್ಕೆ ನಾನು ಇದುವರೆಗೆ ಅಪಹಾಸ್ಯಕ್ಕೆ ಗುರಿಯಾದದ್ದಿಲ್ಲ.

ಪ್ರಶ್ನೆ : ಓರ್ವ ಬರಹಗಾರ್ತಿಯಾಗಿ ನೀವು ಅವಗಣನೆಗೆ ಗುರಿಯಾಗಿದ್ದೀರಾ ? ಕೇರಳದಲ್ಲಿ ಅತ್ಯಂತ ಹೆಚ್ಚು ಪ್ರಸಿದ್ಧರೂ ಆರಾಧಿಸಲ್ಪಡುವವರೂ ಆದ ಓರ್ವ ಲೇಖಕಿ ನೀವು. ಹೀಗಿದ್ದೂ ಇಷ್ಟೆಲ್ಲ ಪ್ರಶಸ್ತಿಗಳನ್ನು ನೀಡುವ ಕೇರಳ ನಿಮಗೊಂದು ಪ್ರಶಸ್ತಿಯನ್ನು ಕೊಟ್ಟಿಲ್ಲ. ಆ ಬಗ್ಗೆ ನೀವು ಏನು ಹೇಳುತ್ತೀರಿ ?

ಸಾರಾ : ಕೇರಳದ ಓದುಗರಿಗೆ ನನ್ನ ಕಥೆಗಳು ಇಷ್ಟ ಎಂಬ ವಿಚಾರದಲ್ಲಿ ನನಗೆ ತುಂಬಾ ಸಂತೋಷವಿದೆ. ನನ್ನ ಕಥೆಗಳ ಬಗ್ಗೆ ಅನೇಕ ಬಾರಿ ಸಾಕಷ್ಟು ಚರ್ಚೆ–ಸಂವಾದಗಳು ನಡೆದಿವೆ. ವಿವಾದಗಳೂ ನಡೆದಿವೆ. ಹಾಗಿದ್ದ ಮೇಲೆ ನನ್ನ ಕಥೆಗಳ ಬಗ್ಗೆ ಅವಗಣನೆಯ ಮಾತೇ ಇಲ್ಲವಲ್ಲ ?

ಪ್ರಶ್ನೆ : ನಿಮ್ಮ ಹಲವು ಕಥೆಗಳಲ್ಲಿ ಕ್ರೈಸ್ತ ಮತವನ್ನು ತುಂಬಾ ಟೀಕಿಸುತ್ತೀರಿ. ಕ್ರೈಸ್ತಧರ್ಮದ ಅತ್ಯಂತ ದೊಡ್ಡ ಕೊರತೆಯೂ ನಿಮಗೆ ಕಾಣಿಸುವುದೇನು ?

ಸಾರಾ : ಕ್ರೈಸ್ತಧರ್ಮವು ಇಂದು ಕ್ರಿಸ್ತನ ದಾರಿಯಲ್ಲಿ ಹೋಗುತ್ತಾ ಇಲ್ಲ ಎಂಬುದೇ ನಾನು ಕಾಣುವ ಕೊರತೆ. ಕ್ರಿಸ್ತ ಬೇರೆ, ಧರ್ಮ ಬೇರೆ. ಅದನ್ನು ಸ್ವೀಕರಿಸಲು ನನಗೆ ಕಷ್ಟವಾಗುತ್ತದೆ. ಕ್ರಿಸ್ತನಿಗೇಕೆ ಬಂಗಾರದ ಶಿಲುಬೆ, ಆಡುಗಳು, ತಿಜೆ ೞರಿಗಳೆಲ್ಲ ? ನಮಗೆ ಗೊತ್ತು ಆತ ಒಂದು ಹುಲ್ಲಿನ ಗುಡಿಸಲಲ್ಲಿ ಹುಟ್ಟಿ ಮರದ ಶಿಲುಬೆಯ ಮೇಲೆ ಮರಣವನ್ನಪ್ಪಿದ. ಅವೆರಡರ ನಡುವಿನ ಜೀವನ ಸುಂಕದವರು, ಪಾಪಿಗಳು ಮತ್ತು ವೇಶ್ಯೆಯರ ಜತೆಗೆ ಆಗಿತ್ತು. ಅಂತಹ ಸಹೃದಯಿ ವ್ಯಕ್ತಿಯ ಹೆಸರಿನಲ್ಲಿ ಹುಟ್ಟಿಸಿದ ಮತವೀರ ಆತನ ದಾರಿಯಲ್ಲಿ ಹೋಗುತ್ತಿಲ್ಲ. ಇದುವೇ ನನಗೆ ಕ್ರೈಸ್ತಮತದ ಬಗೆಗಿರುವ ಅಸಮಾಧಾನ.

ಪ್ರಶ್ನೆ : ಮಾತೃತ್ವವನ್ನು ಆದರ್ಶದ ಶಿಖರಕ್ಕೇರಿಸಿ ಉದಾತ್ತೀಕರಿಸುತ್ತಾರೆ. ಆದರೆ, ನಿಮ್ಮ ಹಲವು ಕಥೆಗಳಲ್ಲಿ ನೀವು ಪ್ರತಿಪಾದಿಸುವುದು ಬಲಿಪಶುವಾಗುವ ಮಾತೃತ್ವ ಅಂದರೆ ಮಾತೃತ್ವದ ಬಿಕ್ಕಳಿಕೆಗಳು. ಉದಾಹರಣೆಗೆ 'ಪಾತಾಳಪ್ಪಡಿಗಳ್' (ಪಾತಾಳದ ಮೆಟ್ಟಲುಗಳು) ಎಂಬ ಕಥೆಯನ್ನೇ ತೆಗೆದುಕೊಳ್ಳಬಹುದು. ಮಾತೃತ್ವದ ಮಹತ್ವದ ಬಗ್ಗೆ ಹೀಗೆ ಮುಖ ತಿರುಗಿಸಲು ಕಾರಣವೇನು ?

ಸಾರಾ : ಮಾತೃತ್ವವೆನ್ನುವುದು ಒಂದು ಜೈವಿಕ ವಿಚಾರ. ಅದನ್ನು ಒಂದು ಬದಿಯಿಂದ ಉದಾತ್ತೀಕರಿಸಿ, ಇನ್ನೊಂದು ಬದಿಯಿಂದ ಮರ್ದನೋಪಕರಣವಾಗಿ ಉಪಯೋಗಿಸುವ ದ್ವಂದ್ವ ನೀತಿಯಿದೆಯಲ್ಲಾ, ಅದನ್ನು ಖಂಡಿತವಾಗಿಯೂ ವಿರೋಧಿಸಬೇಕು. ಯಾವುದೇ ರೀತಿಯ ಅತ್ಯುನ್ನತ ಸ್ಥಾನ ತಾಯಿಗೆ ಅಗತ್ಯವಿಲ್ಲ. ಅಥವಾ ಹಾಗಿದ್ದರೆ ತಂದೆಗೂ ಅಷ್ಟೇ ಮಹತ್ವದ ಸ್ಥಾನ ಸಿಗಬೇಕು. ಮಾತಾಪಿತರು, ತಾಯಿತಂದೆಯರು ಎಂದೆಲ್ಲ ಇಬ್ಬರ ಹೆಸರುಗಳನ್ನು ಜೊತೆಗೇ ತಾನೇ ಹೇಳುವುದು ?

ಪ್ರಶ್ನೆ : 'ಲೆಸ್ಬಿಯನ್ ಬರಹ'ಗಳ ಕುರಿತಾಗಿ ಏನಾದರೂ ಹೇಳಲಿಕ್ಕಿದೆಯೆ ? ಇತ್ತೀಚೆಗೆ ಒಂದು 'Lesbian Collection' ಇಂಡಿಯಾದಲ್ಲೇ ಪ್ರಕಟವಾಯಿತಲ್ಲ ?

ಸಾರಾ : ನನಗೆ ಅದರ ಬಗ್ಗೆ ಗೊತ್ತಿಲ್ಲ ಶ್ರೀದೇವಿ. ಸಲಿಂಗರತಿಯಲ್ಲಿ ತೊಡಗುವವರ ಬಗ್ಗೆ ನನಗೆ ವಿರೋಧವೇನೂ ಇಲ್ಲ. ಆದರೆ ಲೈಂಗಿಕತೆ ಎಂದು ಹೇಳುವಾಗ ನನ್ನ ಉದ್ದೇಶ ಸ್ತ್ರೀ ಪುರುಷರ ನಡುವಿನ ಲೈಂಗಿಕತೆ ಮಾತ್ರ.

ಪ್ರಶ್ನೆ : ಲಿಂಗಪರಿವರ್ತನೆಯಂಥ ವಿವಾದಾಸ್ಪದ ವಿಷಯಗಳನ್ನು ನೀವು ನಿಮ್ಮ ಕಥೆಗೆ ವಸ್ತುವಾಗಿ ಎತ್ತಿಕೊಂಡಿದ್ದೀರಿ (ಉದಾ. ಅವನ್) ಬರೆಯಬೇಕು ಅನ್ನಿಸಿದ್ದನ್ನೆಲ್ಲ ಬರೆದುಬಿಡುತ್ತೀರಾ ? ಅಥವಾ ಸ್ತ್ರೀಯಾದ್ದರಿಂದ ಕೆಲವು ವಿಚಾರಗಳ ಕುರಿತು ಬರೆಯುವುದು ಬೇಡ ಎಂದು ನಿರ್ಧರಿಸುತ್ತೀರಾ ?

ಸಾರಾ : ಖಂಡಿತ ಇಲ್ಲ. ಬರೆಯಬೇಕೆಂದು ಅನ್ನಿಸಿದರೆ ಬರೆಯುತ್ತೇನೆ. ನಾನು ಏನೆಲ್ಲ ಬರೆದಿದ್ದೇನೆ ?

ಪ್ರಶ್ನೆ : 'ಮಹಿಳಾ ಸಾಹಿತ್ಯ' ಎಂಬ ಪ್ರಯೋಗದ ಬಗ್ಗೆ ನಿಮ್ಮ ಅಭಿಪ್ರಾಯವೇನು ?

ಸಾರಾ : ನನಗದು ತುಂಬಾ ಇಷ್ಟ. 'ಪೆಣ್ಣ್' ಎನ್ನುವುದು ಅಚ್ಚ ಮಲಯಾಳ ಪದ. ಸ್ತ್ರೀ ಅಂದರೆ ಸಂಸ್ಕೃತ ಪದ. 'ಪೆಣ್ಣ್' ಎಂಬ ಶಬ್ದದ ಜೊತೆಗೆ 'ಎಳುತ್ತು' (ಬರಹ) ಎಂಬ ಶಬ್ದ ಸೇರಿಸಿದರೆ 'ಪೆಣ್ಣೆಳುತ್ತ್' ಆಯಿತು. 'ಸಚ್ಚಿದಾನಂದ' ಅಂದ ಹಾಗೆ ಬರಹಕ್ಕೆ ತಂದೆಯರು ಮಾತ್ರ ಅಲ್ಲ ತಾಯಂದಿರೂ ಇದ್ದಾರಲ್ಲ.

ಪ್ರಶ್ನೆ : ಕೊನೆಯದಾಗಿ ಇನ್ನೊಂದು ಪ್ರಶ್ನೆ ಸಾರಾ ಅವರೆ, ದಾಂಪತ್ಯ-ಕುಟುಂಬಗಳನ್ನೆಲ್ಲ ಮರ್ದನೋಪಕರಣಗಳಾಗಿ ಸ್ತ್ರೀಯರ ಮೇಲೆ ಪ್ರಯೋಗಿಸುತ್ತಾರೆಂದು ಹೇಳಿದಿರಲ್ಲ ? ಮದುವೆಯಾಗುತ್ತಲೇ ಹೆಣ್ಣಿನ ಕತ್ತಿಗೆ ಅರಿಶಿನದಾರ ಬೀಳುತ್ತದೆ. ನೆತ್ತಿಯ ಮೇಲೆ ಸಿಂಧೂರ,

ಕುತ್ತಿಗೆಗೆ ತಾಳಿ ಮತ್ತು ಬೆರಳಿಗೆ ಉಂಗುರ ಇತ್ಯಾದಿಯಾಗಿ ವಿವಾಹಿತೆಯೆಂದು ಸಾರಲು ಹಲವು ಗುರುತುಗಳಿರುತ್ತವೆ. ಇಂತಹ ಸಂಪ್ರದಾಯಗಳ ಮೂಲಕವಲ್ಲವೇ ನಂಬಿಕೆಗಳು ಇನ್ನಷ್ಟು ದೃಢವಾಗುವುದು ? ಪ್ರತಿಯೊಂದು ಸಮುದಾಯವನ್ನು ಉದ್ಧರಿಸಲು ಪ್ರಯತ್ನಿಸಿದ ಸಮುದಾಯದ ಗುರುಹಿರಿಯರುಗಳು ತಮ್ಮ ತಮ್ಮ ಸಮುದಾಯದಲ್ಲಿ ಕಂಡುಬಂದ ಅನ್ಯಾಯ-ಅಸಮತೋಲನಗಳನ್ನು ವಿರೋಧಿಸಿದ್ದಾರಲ್ಲ? ಹಾಗಿರುವಾಗ ಇಡಿಯ ಸಮಾಜದ ಉದ್ಧಾರಕ್ಕಾಗಿ ಶ್ರಮಿಸುವ ಸ್ತ್ರೀವಾದವು ಮೂಲಭೂತವಾದ ಬದಲಾವಣೆಗಳಾಗಿ ಪ್ರಯತ್ನಪಡದೇ ಇರಲು ಕಾರಣವೇನು? ಇಂತಹ ದ್ವಂದ್ವ ನೀತಿ, ಅಸಮತೋಲನ ಮತ್ತು ಭೇದಭಾವ ತೋರಿಸುವ ಸಂಪ್ರದಾಯ-ವಿಧಿಗಳು ಕೊನೆಗೊಂಡರೆ ತಾನೇ ಸ್ತ್ರೀಯರ ವಿಮೋಚನೆ ಸಾಧ್ಯವಾಗುವುದು ?

ಸಾರಾ : ಹೌದು. ಆದರೆ ಆ ನಿಟ್ಟಿನಲ್ಲಿ ಕೆಲಸ ಮಾಡಲು ಸಂಘಟನಾಶಕ್ತಿ ಅಗತ್ಯ. ವೈಯಕ್ತಿಕ ನೆಲೆಯಲ್ಲಿ ಕೆಲವರಿಗೆ ಮಾತ್ರ ಆ ರೀತಿ ಮಾಡಲು ಸಾಧ್ಯವೇ ಹೊರತು ಸಾಮಾಜಿಕ ನೆಲೆಯಲ್ಲಿ ಸಂಪ್ರದಾಯಗಳನ್ನು ವಿರೋಧಿಸಲು ಇವತ್ತಿನ ಸ್ಥಿತಿಯಲ್ಲಿ ಕಷ್ಟ. ಅದನ್ನು ಮುಷ್ಕರಗಳ ಮೂಲಕವೇ ರೂಪಿಸಿಕೊಳ್ಳಬೇಕಾಗುವುದು. ಅನೇಕ ಮಂದಿಯ ಸಂಖ್ಯಾಬಲವೂ ಬೇಕಾಗಬಹುದು. ಇವತ್ತು ಪ್ರಜ್ಞೆಯನ್ನು ಹೊಡೆದೆಬ್ಬಿಸುವ ನೆಲೆಯಲ್ಲಿ ಮಾತ್ರ ಸ್ತ್ರೀವಾದ ಕೆಲಸ ಮಾಡಲು ಸಾಧ್ಯ. ನಾಳೆ ಇನ್ನಷ್ಟು ಪ್ರೋತ್ಸಾಹಜನಕವಾಗಬಹುದೆಂದು ನಿರೀಕ್ಷಿಸಬಹುದು.

ಪ್ರಶ್ನೆ : ಸಾರಾ 'ಜೋಸೆಫ್' ಎಂಬ ಹೆಸರು ?

ಸಾರಾ : ಆ ಹೆಸರು ಸ್ವೀಕರಿಸುವ ಕಾಲದಲ್ಲಿ ನಾನು ಆ ಬಗ್ಗೆ ಅಷ್ಟು ಪ್ರಜ್ಞಾವಂತಳಾಗಿ ಯೋಚಿಸಿರಲಿಲ್ಲ. ಆ ನಂತರ, ಹೆಸರು ಬದಲಾಯಿಸಿಕೊಳ್ಳುವುದು ಬೇಡವೆಂದು ಬಿಟ್ಟುಬಿಟ್ಟೆ.

❖

ಸಿತಾರಾ ಎಸ್

ಕಾಸರಗೋಡು ಜಿಲ್ಲೆಯ ಕಾರಡ್ಕದಲ್ಲಿ 1976 ಮೇ 8ರಂದು ಜನಿಸಿದರು. ವಿಮರ್ಶಕರಾದ ಎನ್. ಶಶಿಧರ್‌ರವರ ಮಗಳು. ಸರಕಾರಿ ಕಾಲೇಜು ಬ್ರಣ್ಣನ್, ಸ್ಟೆಂಟ್ ಜೋಸೆಫ್ಸ್ ಕಾಲೇಜು, ದೇವಗಿರಿ, ಕೇರಳ ಪ್ರೆಸ್ ಅಕಾಡೆಮಿ ಎಂಬೀ ಸ್ಥಳಗಳಲ್ಲಿ ವಿದ್ಯಾಭ್ಯಾಸ. ಇಂಗ್ಲಿಷ್ ಭಾಷೆ ಮತ್ತು ಸಾಹಿತ್ಯಗಳಲ್ಲಿ ಪದವಿಯ ಮೇಲೆ ಪದವಿ, ಮತ್ತು ಜರ್ನಲಿಸಂನಲ್ಲಿ ಡಿಪ್ಲೊಮಾ. ಕಥೆ-ಕವಿತೆಗಳನ್ನು ಬರೆಯುತ್ತಾರೆ. ಮೊದಲ ಕೃತಿ 'ಅಗ್ನಿ ಮತ್ತು ಕಥೆಗಳು.' ಒಟ್ಟು ಮಲಯಾಳ ಕಥೆಗಳಿಗಾಗಿ ಕೊಡುವ ದೆಹಲಿಯ ಕಥಾಪ್ರಶಸ್ತಿ (2000) 'ಸಲ್ವೊದಾರ್ ದಾಲಿ' ಎಂಬ ಕಥೆಗೆ ಸಿಕ್ಕಿದೆ.

ಪ್ರಾಸ್ತಾವಿಕ

ಈ ಸಂದರ್ಶನಕ್ಕೊಂದು ವೈಶಿಷ್ಟ್ಯವಿದೆ ನೇರವಾಗಿ ಭೇಟಿಯಾಗದೆ ಮಾಡಿದ ಸಂದರ್ಶನವಿದು. ಪ್ರವಾಹಕ್ಕೆದುರಾಗಿ ಸಾಗುವ ಈ ಯುವ ಕಥೆಗಾರ್ತಿಯನ್ನು ಬಿಟ್ಟುಬಿಡುವುದು ಸರಿಯಲ್ಲವೆಂದು ಅನ್ನಿಸಿದ್ದರಿಂದ ಸಿತಾರಾರನ್ನು ಬಿಡದೇ ಇದ್ದದ್ದು. ಪ್ರಶ್ನೋತ್ತರಗಳನ್ನು ವಿನಿಮಯ ಮಾಡಿಕೊಂಡದ್ದು ಅಂಚೆ ಮತ್ತುಫ್ಯಾಕ್ಸ್‌ನ ಮೂಲಕವಾಗಿದ್ದರೂ ಒಂದು ಮಾತ್ರ ಸ್ಪಷ್ಟವಾಯಿತು ಕಥೆಗಳ ವೈಶಿಷ್ಟ್ಯ ಕಥೆಗಾರ್ತಿಯಲ್ಲೂ ಇದೆ. ಇತರ ಕಥೆಗಾರ್ತಿಯರ ಹತ್ತಿರ ಪ್ರಶ್ನೆಗಳನ್ನು ಕೇಳಿದ ಅದೇ ಕ್ರಮದಲ್ಲಿ ಆಗಿತ್ತು ಸಿತಾರಾರ ಬಳಿಯೂ ನಾನು ಕೇಳಿದ ಪ್ರಶ್ನೆಗಳು. ಆದ್ದರಿಂದ ನೀವು ಸ್ತ್ರೀವಾದಿಯೇ ಎಂಬ ಪ್ರಶ್ನೆಗೆ 'ಹೌದು' ಎಂದು ಉತ್ತರ ನೀಡಿದವರಿಗೆ ಆ ಚಳುವಳಿಗೆ ಪರಿಮಿತಿಗಳಿಲ್ಲವೇ ಎಂದೂ, 'ಅಲ್ಲ' ಎಂದು ಉತ್ತರ ನೀಡಿದವರಲ್ಲಿ ಅದು ಪ್ರಸ್ತುತವಾದ ಒಂದು ವಾದವಲ್ಲವೇ ಎಂದೂ ಬದಲಾಯಿಸಿ ಬದಲಾಯಿಸಿ ಕೇಳುತ್ತಿದ್ದ ನನ್ನನ್ನು ಈ ಸಂಕಲನದ ಉಳಿದ ಒಂಬತ್ತು ಲೇಖಕಿಯರು ಬಹಳ ತಾಳ್ಮೆಯಿಂದ ಎದುರಿಸಿದ್ದರು. ಆದರೆ ಸಿತಾರಾಳಿಂದ ನನಗೆ ಸಿಕ್ಕಿದ್ದು ನಿರ್ಭಿಡೆಯ ಉತ್ತರಗಳು, ತರ್ಕ–ವಾದಗಳು ಅಥವಾ ಸಿಟ್ಟು ತುಂಬಿದ ಮೌನಗಳಾಗಿದ್ದವು. ನನ್ನ ಕೆಲವು ಪ್ರಶ್ನೆಗಳ ವಾದ–ವೈಖರಿ ತೀರಾ ಅಸಂಬದ್ಧವಾದುದೆಂದೂ, ಇನ್ನು ಕೆಲವು ಕಥೆಗಳ ಸಿದ್ಧಾಂತ ನಾನು ಹೇಳಿದಂತೆ ಅಲ್ಲವೇ ಅಲ್ಲವೆಂದೂ, ಸಮಾಜಕ್ಕೆ ಸಾಮಾನ್ಯವಾಗಿ ಒಂದು ಸೌಜನ್ಯದ ಪರಿಕಲ್ಪನೆಯೇ ಇಲ್ಲವೆಂದೂ ಸಿಟ್ಟಿನಿಂದ ಸಿತಾರಾ ಬರೆದು ಕಳುಹಿಸಿದಾಗ ವಿನಾಕಾರಣ ಕಾಲುಕೆರೆದು ಜಗಳವಾಡುವ ಪುಟ್ಟ ತಂಗಿಯ ಬಗ್ಗೆ ಮುಗುಳು ನಗುವ ಅಕ್ಕನಂತಾಗಿದ್ದೆ ನಾನು. ಆದರೂ ನನಗೆ ಅನ್ನಿಸುತ್ತದೆ ಈ ಪ್ರತ್ಯೇಕವಾಗಿ ನಿಲ್ಲುವ ಧ್ವನಿಯೂ, ಯಾರನ್ನೂ ಲೆಕ್ಕಿಸದ ವ್ಯವಸ್ಥೆಯನ್ನು ಧಿಕ್ಕರಿಸಿ ನಡೆಯುವ ಮನೋಭಾವವೂ ಮಲಯಾಳದ ಎಳೆಯ ಸ್ತ್ರೀಧ್ವನಿಗಳಿಗೆ ಹೊಸತಲ್ಲ. ಈ ಅಸಹನೆಯ ಧ್ವನಿ ಕೊನೆಗೊಂಡು ಬದಲಾವಣೆಗಳಿಗಾಗಿ ಕಿವಿಗೊಟ್ಟು ಕಾದು ನಿಲ್ಲೋಣ.

ಕಥೆ

ಅಗ್ನಿ

ಸೈಕಲ್ ಸವಾರಿಯನ್ನು ಪ್ರಿಯಾ ಅಷ್ಟೇನೂ ಇಷ್ಟಪಡುವುದಿಲ್ಲ. ಆದರೆ ಕೆಲವೊಮ್ಮೆ ಆಫೀನಿಸ ಕಾಗದ ಪತ್ರಗಳನ್ನು ಟೈಪ್ ಮಾಡಿ ಮುಗಿಸುವಾಗ ಮುಸ್ಸಂಜೆಯಾಗಿ ಬಿಡುವುದಿದೆ. ಅಂತಹ ದಿನಗಳಲ್ಲಿ ಬೇಗನೆ ಮನೆ ಸೇರಲು ಒಂದು ಸೈಕಲ್ ಇರುವುದು ಒಳ್ಳೆಯದು. ಮುಸ್ಸಂಜೆಯ ಹೊತ್ತು ಆಫೀಸಿನ ಪಕ್ಕದಿಂದಲೇ ಹಾದು ಹೋಗುವ ಟಿ. ಪಿ. ನಾಯರ್ ರಸ್ತೆಯಲ್ಲಿ ಸೈಕಲ್ ತುಳಿಯುತ್ತಿದ್ದಂತೆ ಪ್ರಿಯಾ ಈ ವಿಚಾರವನ್ನು ಇನ್ನೊಮ್ಮೆ ಖಚಿತಪಡಿಸಿಕೊಂಡಳು.

ಸದಾ ಜನರ ಗಲಾಟೆ–ಗಿಜಿಗಿಜಿಗಳಿಂದ ತುಂಬಿರುವ ರಸ್ತೆಯದು. ಪ್ರಿಯಾಗೆ ಅಂತಹ ವಾತಾವರಣ ತುಂಬಾ ಇಷ್ಟ. ಆದರೆ ಇಲ್ಲಿಂದ ಮನೆಯತ್ತ ಹೋಗುವ ರಸ್ತೆಯನ್ನು ಸೇರಲು ಇಕ್ಕೆಲಗಳಲ್ಲಿ ಗಿಡಗಂಟೆಗಳಿಂದ ತುಂಬಿರುವ ಒಂದು ಚಿಕ್ಕ ರಸ್ತೆಯಲ್ಲಿ ಹತ್ತು ನಿಮಿಷಗಳಷ್ಟು ದೂರ ಸೈಕಲ್ ತುಳಿಯಬೇಕು. ಸಮಸ್ಯೆಯಿರುವುದು ಇಲ್ಲಿ. ನಿರ್ಜನವಾದ ಆ ರಸ್ತೆಯಲ್ಲಿ ಬೆಳಿಗ್ಗೆ ಬರುವಾಗಲೂ ಪ್ರಿಯಾಗೆ ಸಣ್ಣದಾಗಿ ಭಯವಾಗುತ್ತದೆ. ಎದುರಿನಿಂದ ಅಪರೂಪಕ್ಕೆ ಸಿಗುವ ಮನುಷ್ಯರನ್ನು ಅವಳು ಸಂದೇಹದಿಂದ ಸೂಕ್ಷ್ಮವಾಗಿ ನೋಡುತ್ತಾಳೆ. ಕಣ್ಣುಗಳಲ್ಲಿ ಆಸೆ ತುಂಬಿಕೊಂಡು ನಡೆಯುವ ಕಾಮುಕನೆನ್ನುವ ಲೇಬಲ್ ಆತನಿಗೆ ಅಂಟಿಸಬಹುದೋ ಎಂಬಂತೆ.

ಏನೂ ಆಗಲಾರದು ಎಂಬ ಧೈರ್ಯ–ವಿಶ್ವಾಸಗಳನ್ನು ಮನದಲ್ಲಿ ತುಂಬಿಕೊಂಡು ಪ್ರಿಯಾ ಆ ಚಿಕ್ಕರಸ್ತೆಯನ್ನು ಹಿಡಿದಳು. ಸುತ್ತಲೂ ದಟ್ಟವಾಗಿ ಬೆಳೆದ ಕುರುಚಲು ಗಿಡಗಳು ಮತ್ತು ಕೆಸರು ಮಿಶ್ರಿತ ಮರಳು. ನಡುನಡುವೆ ಕತ್ತಲನ್ನು ಗಾಢವಾಗಿಸುವ ಮರಗಳು. ಸ್ವಲ್ಪ

ದೂರಕ್ರಮಿಸಿ ಒಂದು ತಿರುವು ದಾಟಿದ ನಂತರ ಪ್ರಿಯಾ ಬೆಚ್ಚಿ ಬಿದ್ದು ಸೈಕಲನ್ನುಫಕ್ಕನೆ ನಿಲ್ಲಿಸಿದಳು. ದಾರಿಗಡ್ಡವಾಗಿ ಮೂರು ಮಂದಿ ನಿಂತಿದ್ದಾರೆ. ಕತ್ತಲಾಗಿದ್ದರೂ ಅವರ ಮುಖ ಸ್ಪಷ್ಟವಾಗಿ ಕಾಣುತ್ತಿದೆ. ಅವರಲ್ಲೊಬ್ಬ ಅವಳ ಆಫೀಸಿನ ಪಕ್ಕದಲ್ಲಿ ಟೆಲ್ಫೋನ್ ಬೂತ್ ನಡೆಸುವ ಸಂಜೀವ ಎಂಬ ಠೊಣಪನೆಂದು ಪ್ರಿಯಾಗೆ ಗೊತ್ತಾಯಿತು. ದಿಗ್ಭ್ರಮೆಗೊಂಡು ಆಕೆ ಇತರರನ್ನು ಗಮನಿಸಿ ನೋಡಿದಾಗ ಅವರಲ್ಲೊಬ್ಬ ಮುಂದೆ ಬಂದು ಅವಳನ್ನು ಸೈಕಲ್ಲಿನಿಂದ ಬಲಾತ್ಕಾರವಾಗಿ ಕೆಳಗೆ ಕೆಡವಿದ.

ಹತ್ತಿರದ ಕುರುಚಲು ಕಾಡಿನ ಒರಟು ನೆಲದ ಮೇಲೆ ಅವರು ಅವಳನ್ನು ಎಳೆದೊಯ್ದು ಮಲಗಿಸಿದರು. ಅವರ ಪ್ರತಿಯೊಂದು ಚಲನವಲನಗಳೂ ನಿರ್ದಿಷ್ಟವೂ, ಪೂರ್ವಯೋಜಿತವೂ ಆಗಿದ್ದಂತೆ ಕಂಡವು. ಒಬ್ಬ ಪ್ರಿಯಾಳ ಕೊಸರಾಡುತ್ತಿದ್ದ ಶರೀರವನ್ನು ಬಿಗಿಯಾಗಿ ಹಿಡಿದುಕೊಂಡರೆ ಇನ್ನೊಬ್ಬ ಅವಳ ಬಾಯನ್ನು ಒತ್ತಿ ಹಿಡಿದುಕೊಂಡ. ಮೂರನೆಯವನು ಬೇಗಬೇಗನೆ ಅವಳ ಬಟ್ಟೆಗಳನ್ನೆಳೆದು ಕಳಚತೊಡಗಿದ. ಯಂತ್ರದಂತಿರುವ ಕೈಗಳು 'ದಯವಿಟ್ಟು ಬಿಟ್ಟುಬಿಡಿ' ಗಟ್ಟಿಯಾಗಿ ಚೀರಿಕೊಳ್ಳಬೇಕೆನಿಸಿತು ಪ್ರಿಯಾಗೆ. ಮೌನವಾಗಿ ರೋದಿಸುತ್ತಿದ್ದ ಶರೀರದಿಂದ ಒಳಉಡುಪನ್ನು ಹಿಡಿದೆಳೆದ ಕೈಗಳು ಅದರೊಳಗೆ ಒಂದು ಸ್ಯಾನಿಟರಿ ಪ್ಯಾಡನ್ನು ಕಂಡಾಗ ಒಮ್ಮೆಲೆ ನಡುಗಿದವು. ಮರುಕ್ಷಣವೇ ಪ್ರಿಯಾ ಅದನ್ನು ಕೂಡಾ ಕಳೆದುಕೊಂಡಳು.

ಸಂಜೀವನ ಧಡೂತಿ ದೇಹವು ತನ್ನ ಮೇಲೆ ಬಿದ್ದು ಅಮರಿಕೊಂಡಾಗ ಪ್ರಿಯಾಗೆ ತಾನು ಜಗತ್ತಿನಲ್ಲಿ ಅತ್ಯಂತ ಲಜ್ಜಾಹೀನಳಾದ ಹೆಣ್ಣಾಗಿಬಿಟ್ಟೆನೆಂದು ಅನ್ನಿಸಿತು. ಆತನ ಮುಖ ಅವಳಿಗೆ ಕಾಣಿಸುತ್ತಿರಲಿಲ್ಲ. ಆದರೆ ಆತನ ಅತಿ ಸಣ್ಣ ಚಲನೆಯಲ್ಲೂ ಅವನಲ್ಲಿ ಅಡಿಯಿಂದ ಮುಡಿವರೆಗೆ ಅಹಂಕಾರವಿದೆಯೆಂದು ಅವಳಿಗೆ ವೇದ್ಯವಾಯಿತು.

ಸಂಜೀವ ತನ್ನ ಕಣ್ಣುಗಳಿಗೆ ಅಡ್ಡಬಾರದೇ ಇದ್ದ ಒಂದು ಕ್ಷಣದಲ್ಲಿ ಹತ್ತಿರವೇ ನೆಟ್ಟಗೆ ಕುಳಿತಿದ್ದ ಇಬ್ಬರನ್ನೂ ಪ್ರಿಯಾ ಸ್ಪಷ್ಟವಾಗಿ ನೋಡಿದಳು. ಒಬ್ಬ ಇನ್ನೂ ಮೀಸೆ ಮೂಡಿರದ ಹುಡುಗ. ಇನ್ನೊಬ್ಬ ಪ್ರಿಯಾಗೆ ಚೆನ್ನಾಗಿ ಗೊತ್ತಿರುವ ಮನುಷ್ಯ. ಹಿಂದೊಮ್ಮೆ ಬಸ್ಸಿನಲ್ಲಿ ಪ್ರಯಾಣಿಸುತ್ತಿದ್ದಾಗ ಕಿರುಕುಳ ಕೊಟ್ಟಿದ್ದಕ್ಕೆ ಪ್ರಿಯಾ ಅವನ ಕೈಗಂಟಿಗೆ ಜೋರಾಗಿ ಬಾರಿಸಿದ್ದಳು. ಆ ಮೇಲೆ ಹೇಗೋ ಅವನ ಹೆಸರು ರವಿ ಎಂದು ಗೊತ್ತಾಯಿತು ; ಒಬ್ಬ ಷೋಕಿಲಾಲಾನೆಂದೂ ಗೊತ್ತಾಯಿತು. ಆ ನಂತರವೂ ಅನೇಕ ಬಾರಿ ಅಸ್ಪಷ್ಟ ಛಾಯೆಯಂತೆ ಆತ ಪ್ರಿಯಾಗೆ ಕಾಣಸಿಕ್ಕಿದ್ದಾನೆ. ನೆರಳಿನಂತೆ ಅವಳ ಕಣ್ಣಮುಂದಿನಿಂದ ಮಿಂಚಿ ಜಾರಿ ಹೋಗಿದ್ದಾನೆ.

ಪ್ರಿಯಾಳ ಯೋಚನೆ ಸಾಗುತ್ತಿದ್ದಂತೆ ಸಂಜೀವ ಒಂದು ರೀತಿಯ ತಾತ್ಸಾರ ನಟಿಸಿ ಆಕೆಯಿಂದ ತನ್ನನ್ನು ಮೇಲೆಳೆದುಕೊಂಡ. ಮೈಯೆಲ್ಲ ನೋವು, ಅದರೆಡೆಯಲ್ಲೂ ಅನಗತ್ಯ ಯೋಚನೆಗಳು. ಈ ರೀತಿ ಅಪಮಾನಕ್ಕೊಳಗಾದರೂ ಅಪಮಾನದ ಪ್ರಜ್ಞೆಯೆಂಬುದು ಎಲ್ಲಾ ಸಂದರ್ಭಗಳಲ್ಲೂ ಒಳಗಿರುವುದಿಲ್ಲವಲ್ಲ ಎಂದೆಣಿಸಿ ಪ್ರಿಯಾಳನ್ನು ಅಪರಾಧಿ ಪ್ರಜ್ಞೆ ಕಾಡಿತು.

ಮುಂದಿನ ಸರದಿ ರವಿಯದ್ದು. ಅಲುಗಾಡಲಿಕ್ಕೂ ಆಗದೆ ಪ್ರಿಯಾ ಮಲಗಿರಲು ಆತ ಅವಳ ಕೆನ್ನೆಗೆ ಜೋರಾಗಿ ಹೊಡೆದ. 'ಲೌಡಿ, ಬಿಚ್, ಥೂ !...' ಆತ ಹಲ್ಲುಕಡಿದ. "ಗಂಡಸರೊಂದಿಗೆ ಆಟವಾಡಿದರೆ ಏನಾಗತ್ತೆ ಅಂತ ನಿನಗಿನ್ನೂ ಗೊತ್ತಿಲ್ಲ..." ಆತ ಪ್ರಿಯಾಳ ಮುಖವನ್ನು ತಿರಸ್ಕಾರದಿಂದ ಒಂದು ಬದಿಗೆ ಬಲವಾಗಿ ತಿರುಗಿಸಿ ಅವಳ ಮೇಲೆ ಹತ್ತಿ ಜಗ್ಗಾಡಿದ.

ರವಿಯ ದೇಹವು ತನ್ನ ಮೇಲಿಂದ ಏದುಸಿರು ಬಿಡುತ್ತ ಎದ್ದಾಗ ಮೊಳೆಗಳು ಕಳಚಿ ಹೋದ ಒಂದು ಮರದ ವಸ್ತುವಿನಂತೆ ತನ್ನ ದೇಹದ ಭಾಗಗಳೂ ಕಿತ್ತುಹೋಗುತ್ತಿರುವಂತೆ ಪ್ರಿಯಾಗೆ ಅನ್ನಿಸಿತು. ಜಗತ್ತಿನಲ್ಲಿ ಅತ್ಯಂತ ಭೀಕರವಾಗಿ ಅನ್ಯರವಶಳಾದ ಹೆಣ್ಣು ಆಕೆಗೆ ಅನ್ನಿಸಿತು. ಇದುವರೆಗೆ ತನ್ನದು ಮಾತ್ರವಾಗಿದ್ದ ತನ್ನ ಋತುಚಕ್ರದ ರಕ್ತದ ಮೇಲೂ ಇನ್ನು ಯಾರೋ ಅಧಿಕಾರ ಸ್ಥಾಪಿಸಿಬಿಟ್ಟಿದ್ದಾರೆ.

ಹಿಂಸೆ-ಯಾತನೆಗಳನ್ನು ಒಳಗೆ ಅದುಮಿಟ್ಟುಕೊಂಡು ಪ್ರಿಯಾ ಮಲಗಿರಲು ರವಿಯೂ ಎದ್ದು ನಿಂತ. ಇನ್ನುಳಿದದ್ದು ಸಣಕಲು ಮುಖದ ಆ ಮೂರನೆಯವನು. ಆತ ತುಸು ಭಯಪಡುತ್ತಲೇ ತನ್ನ ದೇಹವನ್ನು ಸ್ಪರ್ಶಿಸಿದಾಗ ತುಟಿಗಳ ಮೇಲೆ ಬಿದ್ದ ಕಣ್ಣೀರಿನ ಉಪ್ಪನ್ನು ನೆಕ್ಕಿಕೊಳ್ಳುತ್ತ ಪ್ರಿಯಾ ಕಣ್ಣುಗಳನ್ನು ಮುಚ್ಚಿಕೊಂಡಳು.

ಅಪೂರ್ಣಗೊಂಡ ಒಂದು ಗೆಲುವು ಸ್ಥಾಪಿಸಿದ ನಂತರ ಮೂರನೆಯವನು ಎದ್ದು ನಿಂತಾಗ ಪ್ರಿಯಾ ಒಂದು ರೀತಿಯ ಅರೆ ಪ್ರಜ್ಞಾವಸ್ಥೆಗೆ ಹೊರಳಿದಳು. ಆದರೂ ಆ ಮೂರು ಮಂದಿ ಬೇಗಬೇಗನೆ ನಡೆದು ರಸ್ತೆ ಬದಿಯಲ್ಲಿ ನಿಲ್ಲಿಸ್ಟಿದ್ದ ಬೈಕ್ ಹತ್ತಿ ಓಡಿ ಹೋದದ್ದು ಒಂದು ಕೆಟ್ಟ ಕನಸಿನ ಹಾಗೆ ಅವಳ ಅರಿವಿಗೆ ಬಂದಿತ್ತು.

ಅರೆ ನಿದ್ರೆಯಿಂದ ಎದ್ದಾಗ ತನ್ನ ದೇಹವೊಂದು ಚಿಕ್ಕನಾಲೆಯಾಗಿಬಿಟ್ಟಂತೆ ಪ್ರಿಯಾಗೆ ಅನ್ನಿಸಿತು. ಬೆವರು, ಕಣ್ಣೀರು ಮತ್ತು ಇನ್ನೂ ಏನೇನೋ ಕೊಳಕುಗಳು ಮೈಗಂಟಿಕೊಂಡಿವೆ. ಬಲಾತ್ಕಾರಕ್ಕೊಳಗಾಗುವ ಹೆಣ್ಣುಮಕ್ಕಳಿಗಾಗಿರುವ ಒಂದು ದೂರದರ್ಶನ ಜಾಹೀರಾತು ಪ್ರಿಯಾಗೆಫಕ್ಕನೆ ನೆನಪಾಯಿತು. ಕೊಳೆ ಅಂಟಿಕೊಂಡಿದ್ದರೆ ಅದನ್ನು ತೆಗೆದು ಬಿಸಾಕಬಾರದು; ಹುಳಹಿಡಿದು ಬಿದ್ದ ಕನ್ನಡಿಯಂತಿರುವುದೊಂದನ್ನು ಸ್ಕ್ರೀನ್‌ನಲ್ಲಿ ತೋರಿಸಿ ಅವರು ಹೇಳುವುದಿದೆ. ಕೊಳೆಯನ್ನು ತೆಗೆದೆಸೆದರೆ ನೀವು ಪುರಾವೆಗಳನ್ನು ನಾಶಮಾಡುತ್ತೀರಿ. ಸಂಗತಿ ನಿಜವೇ. ಇಂತಹ ಜಾಹಿರಾತುಗಳು ಬೇಕಾದಂಥವೇ. ಆದರೆ ಎಂತಹ ಕೊಳೆಯನ್ನು ತೊಳೆದು ಹಾಳುಮಾಡಬಾರದು ಎಂಬುದನ್ನು ಅವರು ಹೇಳುವುದಿಲ್ಲ.

ಪ್ರಿಯಾ ಸುಸ್ತಾಗಿ ಎದ್ದಳು. ಉಡುಪುಗಳು ಎಲ್ಲೆಲ್ಲೋ ಚದುರಿಬಿದ್ದಿವೆ. ಮೈಮೇಲೆಲ್ಲ ಹಲವು ರೀತಿಯ ನೋವುಗಳು. ಕಣ್ಣೀರನ್ನೊರಸಿಕೊಂಡು, ಕೂದಲನ್ನು ಬಿಗಿಯಾಗಿ ಕಟ್ಟಿ ಪ್ರಿಯಾ ತನ್ನ ಉಡುಪುಗಳನ್ನು ಪರದಾಡಿ ತೆಗೆದು ಧರಿಸಿಕೊಂಡಳು. ನಂತರ ರಸ್ತೆ ಬದಿಯಲ್ಲಿ ಸೈಕಲಿದ್ದ ಜಾಗಕ್ಕೆ ಬಂದಳು.

ನೆಲದ ಮೇಲೆ ಅಡ್ಡ ಬಿದ್ದಿದ್ದ ಸೈಕಲ್ ಎತ್ತಿ ಸರಿಯಾಗಿ ನಿಲ್ಲಿಸಿ ಅದನ್ನು ದೂಡುತ್ತ ಪ್ರಿಯಾ

ಸ್ವಲ್ಪ ಹೊತ್ತು ರಸ್ತೆಯುದ್ದಕ್ಕೆ ನಡೆದಳು. ನಂತರ ನೋವನ್ನು ಸಹಿಸಿಕೊಳ್ಳುತ್ತಲೇ ಸೈಕಲ್ ಹತ್ತಿ ಕುಳಿತು ತುಳಿಯಲಾರಂಭಿಸಿದಳು.

ಮನೆ ತಲುಪಿದಾಗ ಅವಳು ಸಾಮಾನ್ಯವಾಗಿ ಬರುವ ಹೊತ್ತಿಗಿಂತ ಹೆಚ್ಚು ತಡವಾಗಿರಲಿಲ್ಲ. ಅಮ್ಮ ಅಡುಗೆ ಮನೆಯಲ್ಲೂ ತಂಗಿ ಟಿ. ವಿ. ಯ ಮುಂದೆಯೂ ಇದ್ದರು. ಅವರ ಕಣ್ಣುಗಳಲ್ಲಿ ಕುತೂಹಲವಿತ್ತೆ ? ಅವಳಿಗೆ ಸಂದೇಹ ತೋರಿತು. ಪುನಃ ಎಲ್ಲವನ್ನೂ ನೆನಪಿಸಿಕೊಂಡಾಗ ಅವಳಿಗೆ ಅಳುವೂ ಬಂತು. ಅಳಬಾರದು, ಅತ್ತು ಏನು ಪ್ರಯೋಜನ ಅವಳು ತುಟಿ ಕಚ್ಚಿ ಅಮುಕಿ ಹಿಡಿದುಕೊಂಡಳು. ಆದರೆ, ಅಳದೆದ ಕುಳಿತರೂ ಅಂತಹ ಪ್ರಯೋಜನವೇನೂ ಇಲ್ಲವಲ್ಲ ? ಅದನ್ನೇ ಯೋಚಿಸುತ್ತಾ ಮಲಗಿದ ಪ್ರಿಯಾ ನಿದ್ದೆ ಹೋದಳು.

ಮಾರನೇ ದಿನ ಪ್ರಿಯಾ ಎಂದಿನಂತೆ ಆಫೀಸಿಗೆ ಹೋದಳು. ಆಫೀಸಿನ ಮೆಟ್ಟಿಲ ಮುಂದೆ ಸಂಜೀವ ಮತ್ತು ರವಿ ಅವಳನ್ನೇ ಕಾದು ನಿಂತಿದ್ದವರಂತೆ ನಿಂತಿದ್ದರು. ಮೂರನೆಯವನು ಮಾತ್ರ ಇಲ್ಲ. ಪ್ರಿಯಾ ಸೈಕಲ್‌ನಿಂದ ಇಳಿಯುತ್ತಲೇ ಅವರು ಹತ್ತಿರ ಬಂದರು.

“ಬಾಯಿ ಬಿಟ್ಟರೆ ನೋಡು” ಪ್ರಿಯಾಳ ಕಣ್ಣುಗಳತ್ತ ದುರುಗುಟ್ಟಿ ನೋಡುತ್ತ ರವಿ ಹೇಳಿದ: “ಯಾರ ಹತ್ತಿರನಾದ್ರೂ ಹೇಳಿದರೆ ನಿನ್ನನ್ನು ಸಿಗಿದುಬಿಡ್ತೀವಿ. ನಿನ್ನನ್ನು ಮಾತ್ರವಲ್ಲ, ನಿನ್ನ ಮನೆಯವರನ್ನೂ ಮುಗಿಸಿಬಿಡ್ತೀವಿ. ಅರ್ಥ ಆಯ್ತಾ ?”

“ಅರ್ಥ ಆಯ್ತು” ಪ್ರಿಯಾ ಹೇಳಿದಳು. ಅಷ್ಟೂ ಹೊತ್ತು ಅವಳನ್ನೇ ನೋಡುತ್ತ ನಿಂತಿದ್ದ ಸಂಜೀವ “ನಿನ್ನೆ ಹೇಗಿತ್ತು ?” ಆತಫಕ್ಕನೆ ಒಂದು ಹುಳಿನಗೆಯೊಂದಿಗೆ ಕೇಳಿದ.

ಮೂರು–ನಾಲ್ಕು ಸೆಕೆಂಡುಗಳ ಕಾಲ ಆತನ ಕಣ್ಣುಗಳತ್ತಲೇ ನೆಟ್ಟನೋಟದಿಂದ ನೋಡಿದ ಪ್ರಿಯಾ ವಿಶೇಷವೇನೂ ಇಲ್ಲವೆಂಬಂತೆ ಮುಗುಳು ನಕ್ಕಳು. “ನೀವು ಏನೇನೂ ಸಾಲದು.” ಆತನ ಮುಖದ ಮೇಲಿನ ನಗು ಮಾಯವಾಗಿ ಅದು ಕಪ್ಪಾಗುವುದನ್ನು ಗಮನಿಸುತ್ತ ಆಕೆ ಮುಂದುವರಿಸಿದಳು: “ನಿಮಗೆ ಸಾಮರ್ಥ್ಯ ಸಾಲದು. ಒಬ್ಬ ಹೆಣ್ಣನ್ನು ಪೂರ್ತಿಯಾಗಿ ತೃಪ್ತಿಪಡಿಸಲು ನಿಮ್ಮಿಂದ ಸಾಧ್ಯವಿಲ್ಲ ಅನ್ನಿಸುತ್ತದೆ ನನಗೆ” ಅವಳು ನಂತರ ರವಿಯತ್ತ ತಿರುಗಿದಳು. “ಆದರೆ ನಿನ್ನನ್ನು ನಾನು ತುಂಬಾ ಇಷ್ಟಪಟ್ಟೆ. ನಿಜವಾದ ಗಂಡಸು ಅಂದರೆ ನೀನೇ.” ಅವನ ಕೆನ್ನೆಯನ್ನೊಮ್ಮೆ ತಟ್ಟಿ, ಆಶ್ಚರ್ಯ–ಸಂದೇಹಗಳಿಂದ ತುಂಬಿದ ಅವರ ಮುಖಗಳನ್ನೇ ಮತ್ತೆ ಮತ್ತೆ ಬದಲಾಯಿಸಿ ನೋಡುತ್ತ ಅವಳು ಮೆಟ್ಟಲು ಹತ್ತಿ ಹೊರಟು ಹೋದಳು.

ಸಂಜೆ ಕೆಲಸ ಮುಗಿಸಿ ಹಿಂತಿರುಗಿ ಹೋಗುವಾಗ ಪ್ರಿಯಾಫೋನ್‌ಬೂತ್‌ನ ಮುಂದೆ ಒಮ್ಮೆ ತನ್ನ ಸೈಕಲ್ಲನ್ನು ನಿಲ್ಲಿಸಿದಳು. ರವಿ ಮತ್ತು ಸಂಜೀವರು ಅವಳು ಬರುವುದನ್ನೇ ಗಮನವಿಟ್ಟು ನೋಡುತ್ತಿದ್ದರು. ಸಂಜೀವನನ್ನು ಕ್ರೂರವಾಗಿ ಅವಗಣಿಸಿ ಅವಳು ರವಿಯತ್ತ ನೋಡಿ ನೋವು ತುಂಬಿದ ಒಂದು ನಗೆ ಬೀರಿ ಸೈಕಲನ್ನು ಮುಂದೆ ತೆಗೆದುಕೊಂಡು ಹೋದಳು.

ಅವತ್ತು ಚಿಕ್ಕ ರಸ್ತೆಯಲ್ಲಿ ಹೋಗುವಾಗ ಯಾಕೋ ಪ್ರಿಯಾಗೆ ಭಯವಾಗಲೇ ಇಲ್ಲ. ತಿರುವು ಮತ್ತು ಕುರುಚಲು ಕಾಡನ್ನು ದಾಟುವಾಗ ಒಂದು ನಿಟ್ಟುಸಿರು ಬಿಟ್ಟು ಅವಳು ಮನೆಯತ್ತ ಸೈಕಲ್ ಓಡಿಸಿದಳು.

ಮನೆಗೆ ತಲುಪಿದಾಗ ಹೊರಜಗಲಿಯಲ್ಲಿ ಯಾರೋ ಒಬ್ಬರುನ ಪ್ರಿಯಾಳ ದಾರಿ ಕಾಯುತ್ತ ನಿಂತಿದ್ದರು. ಮೂರನೆಯ ಹುಡುಗ. ಪ್ರಿಯಾ ಏನೂ ಹೇಳದೆ ಅವನ ಜತೆಗೆ ಹೋಗಿ ಕುರ್ಚಿಯಲ್ಲಿ ಕುಳಿತಳು.

"ನಾನು..." ಹುಡುಗ ತಡವರಿಸುತ್ತ ಪ್ರಾರಂಭಿಸಿದ : "ನಾನು ತಿಳಿಯದೆ..."

ಅವನ ಕಣ್ಣುಗಳು ತುಂಬಿಕೊಳ್ಳಲಾರಂಭಿಸಿದವು : "ನನ್ನನ್ನು ಕ್ಷಮಿಸಬೇಕು. ನಾನು ಅದು ಹೇಗೋ ನನಗೇ ತಿಳಿಯದಂತೆ ಅವರ ಜತೆಗೆ ಸೇರಿಬಿಟ್ಟೆ..." ಅವನು ಒಮ್ಮೆ ನಡುಗಿದ : "ನಿನ್ನೆ ನಿಮ್ಮನ್ನು ಸ್ಪರ್ಶಿಸಿದಾಗ ನನಗೆ ಏನನ್ನೋ ಕಳೆದುಕೊಂಡ ಅನುಭವವಾಯಿತು. ನನ್ನ..." ಹೇಳುತ್ತಿದ್ದುದನ್ನು ಪೂರ್ತಿ ಮಾಡಲಾಗದೆ ಅವನು ಅಲ್ಲಿ ಕುಳಿತು ಅತ್ತುಬಿಟ್ಟ. ಪ್ರಿಯಾ ಸ್ವಲ್ಪ ಹೊತ್ತು ಮೌನವಾಗಿ ಕುಳಿತಳು. ನಂತರ ಎದ್ದು ನಿಂತು ಅವನ ಕೂದಲು ಸವರಿ ಹೇಳಿದಳು : "ಹೋಗು, ಹೋಗು..." ಕಣ್ಣೀರು ಸುರಿಸುತ್ತಲೇ ಆತ ಹೋಗುವುದನ್ನು ಸ್ವಲ್ಪ ಹೊತ್ತು ನೋಡುತ್ತ ನಿಂತ ಅವಳು ಕೂದಲಿಗೆ ಚುಚ್ಚಿದ ಪಿನ್ನುಗಳನ್ನು ಕಳಚಿ ತೆಗೆದಿಡಲಾರಂಭಿಸಿದಳು.

ನಂತರದ ವಾರ ಪ್ರತಿದಿನವೂ ಪ್ರಿಯಾ ಸಂಜೀವನ ಬೂತ್‌ಗೆಫೋನ್ ಮಾಡಲೆಂದು ಹೋದಳು. ತನ್ನನ್ನು ಕಂಡಾಗಲೆಲ್ಲ ಆತನ ಮುಖದಲ್ಲಿ ಒಂದು ರೀತಿಯ ವಿಕರ್ಷಣಾಪ್ರಜ್ಞೆ ಹರಡಿಕೊಳ್ಳುವುದನ್ನು ಆಕೆ ಒಂದು ಪ್ರತೀಕಾರದ ಸುಖದೊಂದಿಗೆ ಅರ್ಥಮಾಡಿಕೊಂಡು ಅವಳು ತನಗೆ ನಂಬರ್ ಗೊತ್ತಿರುವ ಎಲ್ಲಾ ಸ್ನೇಹಿತರನ್ನು ಕರೆದು ಮಾತನಾಡಿದಳು. ಚಿಕ್ಕ ಚಿಕ್ಕ ಗೆಲವುಗಳಷ್ಟು ಸಂತೃಪ್ತಿ ಕೊಡುವಂಥದ್ದು ಬೇರೊಂದಿಲ್ಲ ಎಂಬುದನ್ನು ಆಗೆಲ್ಲ ಆಕೆ ನೆನಪಿಸಿಕೊಂಡಳು.

ಆಫೀಸು ಪರಿಸರಗಳಲ್ಲೂ ರಸ್ತೆಯಲ್ಲೂ ಇತ್ಯಾದಿಯಾಗಿ ಆಕೆಗೆ ರವಿ ಆಗಾಗ ಕಾಣಸಿಗುವುದಿತ್ತು. ಕಂಡಾಗಲೆಲ್ಲ ಅವಳು ಅವನನ್ನು ನೋಡಿ ಮುಗುಳ್ನಕ್ಕಳು. ಅದನ್ನು ನೋಡಿದಾಗಲೆಲ್ಲ ಆತ ಅಸ್ವಸ್ಥನಾದ.

ಸೈಕಲ್ ತಾರದ ಒಂದು ದಿನ ಸಂಜೆ ಬಸ್‌ಸ್ಟಾಂಡಿಗೆ ನಡೆಯುತ್ತಿದ್ದಂತೆ ರವಿ ಪ್ರಿಯಾಳ ಜತೆಗೆ ಬಂದ. "ಒಂದು ನಿಮಿಷ, ಒಂದು ವಿಷಯ ಕೇಳಲೆ ?" ಪ್ರಿಯಾ ತಿರುಗಿ ಅವನತ್ತ ನೋಡಿದಳು : "ನೀನು ಯಾಕೆ ಹೀಗೆ ಯಾವಾಗಲೂ ನನ್ನನ್ನು ನೋಡಿದಾಗ ನಗುವುದು ?"

ಪ್ರಿಯಾ ನಗುತ್ತ ಒಂದು ಕ್ಷಣ ಯೋಚಿಸಿದಳು : "ನಿನ್ನನ್ನು ಇಷ್ಟವಾದ್ದರಿಂದ ರವಿ ಮುಖ ಸಿಂಡರಿಸಿದ : "ಇಷ್ಟವೇ ?"

ಪ್ರಿಯಾ ಇನ್ನೊಂದಷ್ಟು ಹೊತ್ತು ಯೋಚಿಸಿದಳು. ಮತ್ತೆ ನಗುವನ್ನು ಮರೆಸದೆ ಹೇಳತೊಡಗಿದಳು.

"ಹೌದು. ನನ್ನ ಕನಸುಗಳಲ್ಲಿ ಸದಾ, ಕಣ್ಣುಗಳಲ್ಲಿ ಆಸೆ ತುಂಬಿಕೊಂಡು ಓಡಾಡುತ್ತಿದ್ದ ಅಪರಿಚಿತನಾದ ನೀನು ಯಾವಾಗಲೂ ಅಲೆದಾಡುತ್ತಿದ್ದೆ. ಆ ವ್ಯಕ್ತಿ ನೀನೇ ಎಂದು ನನಗೆ ಗೊತ್ತಾಗಿದ್ದು ಮಾತ್ರ ಆ ಮೇಲೆ. ಅಂದು ನೀನು ನನ್ನನ್ನು ಕೆಡವಿ ಮೈಮೇಲೆ ಹತ್ತಿದಾಗ

ಮೊದಲು ನನಗೆ ಅಪಮಾನವೆನಿಸಿತು. ಆದರೆ ಆ ನಂತರ ನಿನ್ನನ್ನು ನನಗೆ ಇಷ್ಟವಾಯಿತು. ಆ ಇಷ್ಟದಿಂದಾಗಿ ನಿನಗೇ ಗೊತ್ತಾಗದ ಹಾಗೆ ನಾನು ನಿನ್ನನ್ನು ಸೋಲಿಸಿದೆ ಎಂದೂ ನನಗೆ ತೋರಿತು. ಉಳಿದ ಇಬ್ಬರನ್ನು ಸೋಲಿಸಿದ್ದು ನಿನ್ನನ್ನು ಅಳೆಯಲು ಬೇಕಾದ ಒಂದು ಅಳತೆಗೋಲಾಯಿತು ನನಗೆ. ನಿಜವಾಗಿ ಎಲ್ಲಾ ಅರ್ಥದಲ್ಲೂ ನೀನೇ ನನ್ನ ಮೊದಲ ಪುರುಷ. ನನಗೆ ನಿನ್ನ ಬಗ್ಗೆ ಈಗ ಇರುವುದು ಪ್ರೇಮವೋ ಎಂಬುದು ನನಗೆ ಗೊತ್ತಿಲ್ಲ. ಆದರೆ, ಒಂದು ಮಾತ್ರ ಖಚಿತವಾಗಿ ಗೊತ್ತಿದೆ ನಿನ್ನಿಂದ ಎಷ್ಟು ದೂರ ಹೋದರೂ ನನ್ನ ರಕ್ತ ಮತ್ತು ಕಣ್ಣೀರು ನಿನಗೋಸ್ಕರ ದಾಹಪಡುತ್ತಿರಬಹುದು. ಯಾಕೆಂದರೆ ನನ್ನ ಸೆರೆಮನೆ ನೀನು ಎಂದೂ ಕಳೆದುಹೋಗಲು ಸಾಧ್ಯವಿಲ್ಲದ ಒಂದು ಸೆರೆಮನೆ..."

ಪ್ರಿಯಾ ಹೇಳಿ ಮುಗಿಸುವ ತನಕ ರವಿ ಬೆಕ್ಕಸ ಬೆರಗಾಗಿ ಬಾಯಿ ಬಿಟ್ಟು ನಿಂತ. ಅವನ ಮುಖದಲ್ಲಿ ಏನೇನೋ ಅರ್ಥವಾಯಿತು, ಏನೂ ಅರ್ಥವಾಗಲಿಲ್ಲ ಎಂಬಂತಹ ಒಂದು ಭಾವ ತುಂಬಿತ್ತು. ಅವನ ಕೈಯನ್ನು ಮೆಲ್ಲನೆ ಮುಟ್ಟಿ "ಹೋಗಲೇ ?" ಎಂದು ವಿಷಾದ ತುಂಬಿದ ಧ್ವನಿಯಲ್ಲಿ ಹೇಳಿ ಪ್ರಿಯ ಆಗಷ್ಟೇ ಬಂದ ಒಂದು ಬಸ್ಸಿನ ಬಳಿಗೆ ತಿರುಗಿ ನೋಡದೆ ನಡೆದಳು.

ಮುಂದಿನ ಎರಡು ದಿನ ಪ್ರಿಯಾ ಆಫೀಸಿಗೆ ಹೋಗಲಿಲ್ಲ. ಮೊದಲ ದಿನ ಒಂದು ಕಾದಂಬರಿ ಓದುವುದರಲ್ಲಿ ತಲ್ಲೀನಳಾಗಿ ಸುಖಿಸುತ್ತ ಕಳೆದುಹೋಯಿತು. ಎರಡನೇ ದಿನ ಅಪ್ಪ ಕೆಲಸಕ್ಕೂ ತಂಗಿ ಕಾಲೇಜಿಗೂ ಅಮ್ಮ ಮಾರ್ಕೆಟ್ಟಿಗೂ ಹೋದ ನಂತರ ಒಬ್ಬಳೇ ಆದಾಗ ಪ್ರಿಯಾಗೆ ತನ್ನ ಬಗ್ಗೆ ಜಿಗುಪ್ಸೆಯೆನ್ನಿಸಿತು. ಅವಳು ಹುಚ್ಚು ಹಿಡಿದವಳಂತೆ ಮನೆಯೊಳಗೆ ಆಚೆ-ಈಚೆ ಸುಮ್ಮನೆ ಶತಪಥ ಹಾಕಿದಳು. ನಂತರ ಬಾಗಿಲು ತೆರೆದು ಹೊರ ಜಗಲಿಯಲ್ಲಿ ಬಂದು ಕುಳಿತಳು.

ಗೇಟಿನ ಹೊರಗೆ ಒಂದು ಬೈಕು ಬಂದು ನಿಂತ ಶಬ್ದ, ರವಿಯದ್ದಾಗಿತ್ತು. ಗೇಟಿನ ಬಳಿ ಬಂದು ನಿಂತು ಅನುಮಾನಿಸುತ್ತ ಹಿಂಜರಿದ ರವಿಯನ್ನು ಪ್ರಿಯಾ ಕುತೂಹಲದಿಂದ ನೋಡಿದಳು. ನಂತರ ಬರಬಹುದೆಂದು ಸನ್ನೆ ಮಾಡಿದಳು.

ಹಿಂಜರಿಯುತ್ತ ಸಂಕೋಚಪಡುತ್ತ ರವಿ ಮೆಲ್ಲನೆ ಹೊರಜಗಲಿ ಹತ್ತಿ ಬಂದ.

"ಏನು ?" ಪ್ರಿಯಾ ಕೇಳಿದಳು. ರವಿ ಏನೂ ಹೇಳಲಿಲ್ಲ.

"ನನ್ನ ಮೇಲೆ ಪ್ರೀತಿ ಮೂಡಿತೇ ?"

ಪ್ರಿಯಾಳ ಅನಿರೀಕ್ಷಿತ ಪ್ರಶ್ನೆಗೆ ರವಿ ಒಮ್ಮೆ ಕಂಪಿಸಿದ. ನಂತರ ತುಸು ಧೈರ್ಯಮಾಡಿ ಅವಳ ಹತ್ತಿರ ಸಮೀಪಿಸಿ ನೆಲದ ಮೇಲೆ ಕುಳಿತ.

"ಹೌದು, ನಾನು ನಿನ್ನನ್ನು ಪ್ರೀತಿಸುತ್ತೇನೆಂಬುದು ನನಗೆ ಅರ್ಥವಾಯಿತು" ಅವನು ಕಂಪಿಸುತ್ತ ತಲೆ ತಗ್ಗಿಸಿದ.

"ಅವತ್ತು ನನ್ನ ಪೆಟ್ಟು ಬಿದ್ದ ನಂತರ ಶುರುವಾದದ್ದೇ ಈ ಪ್ರೀತಿ ?"

ರವಿ ವಿವಶನಾಗಿ ತಲೆಯೆತ್ತಿದ. ಪ್ರಿಯಾಳ ತೀಕ್ಷ್ಣವಾದ ನೋಟದಿಂದ ಅವನು ಅಸ್ವಸ್ಥನಾದಂತೆ ಕಂಡಿತು. "ನೀನು ನನ್ನ ಮೇಲೆ ಸೇಡು ತೀರಿಸಿಕೊಳ್ಳುತ್ತಿದ್ದೀಯಾ ? ನನ್ನನ್ನು ಬಿಟ್ಟು ಹೋಗಲು ಪ್ರಯತ್ನಿಸುತ್ತಿದ್ದೀಯಾ ? ಏನೇ ಆದರೂ ನಾನು ನಿನ್ನನ್ನು ಪ್ರೀತಿಸುತ್ತಲೇ ಇರುತ್ತೇನೆ. ಅದರಿಂದ ಯಾತನೆಯನ್ನು ಅನುಭವಿಸುತ್ತಲೂ ಇರುತ್ತೇನೆ."

ರವಿಯ ಕಣ್ಣಂಚುಗಳು ನೆನೆಯುವುದನ್ನು ಪ್ರಿಯಾ ಕಂಡಳು. ಅವನು ನಗುವನ್ನೇ ಸ್ವಲ್ಪಹೊತ್ತು ನೋಡುತ್ತ ನಿಂತ. ನಂತರ ತನ್ನ ಎರಡೂ ಕೈಗಳಿಂದ ಮುಖ ಮುಚ್ಚಿಕೊಂಡು ಮಗುವಿನಂತೆ ಅಳಲಾರಂಭಿಸಿದ.

ಪ್ರಿಯಾ ಕೆಲವು ದಿನಗಳ ಹಿಂದಿನ ಆ ಸಂಜೆಯನ್ನು ನೆನಪಿಸಿಕೊಂಡಳು. ಮೈಮನಸ್ಸುಗಳಿಗೆ ಅಂಟಿಕೊಂಡಿದ್ದ ಕೊಳೆಯ ಕುರಿತು ಕೂಡಾ ನೆನಪಿಸಿಕೊಂಡಳು. ಅವಳು ಅಳತೊಡಗಿದಳು : "ಹೌದು, ನಾನು ನಿನ್ನ ಮೇಲೆ ಸೇಡು ತೀರಿಸಿಕೊಳ್ಳುತ್ತಿದ್ದೇನೆ", ಬಿಕ್ಕಳಿಕೆಗಳ ಮಧ್ಯೆ ಅವಳೆಂದಳು "ನಿನ್ನ ಈ ಪ್ರೀತಿಯೇ ನನ್ನ ಪ್ರತೀಕಾರ."

ರವಿ ತಲೆಯೆತ್ತಿ ಆರ್ದ್ರ ನೋಟದಿಂದ ಆಕೆಯತ್ತ ನೋಡಿದ. ನಂತರ ಕೈ ನೀಡಿ ಆಕೆಯ ಕಣ್ಣೀರು ಹರಿಯುತ್ತಿದ್ದ ಕೆನ್ನೆಯನ್ನು ಅವಳನ್ನು ಸಮಾಧಾನಿಸಲೆನ್ನುವಂತೆ ಒಮ್ಮೆ ಸ್ಪರ್ಶಿಸಿದ.

ತನ್ನ ಮೈಯ ಸ್ಪರ್ಶದಲ್ಲಿ ರವಿಯ ಕೈಗಳು ಬೆಂಕಿಯನ್ನು ಮುಟ್ಟಿ ಸುಟ್ಟುಕೊಂಡಂತೆ ನಡುಗಿದ್ದು ಪ್ರಿಯಾಗೆ ತನ್ನ ದೇಹದ ಮೂಲಕ ಅನುಭವವಾಯಿತು.

❖

ಸಂದರ್ಶನ

ಪ್ರಶ್ನೆ : ಲೇಖಕಿಯಾಗಿ ನೀವು ಏನು ಬರೆಯುತ್ತೀರಿ ? ಯಾಕೆ ಬರೆಯುತ್ತಿದ್ದೀರಿ ?

ಸಿತಾರಾ : ಓರ್ವ ಲೇಖಕಿಯಾಗಿ ನಾನು ನನ್ನ ಮನಸ್ಸಿಗೆ ತೋಚಿದ್ದನ್ನು ಬರೆಯುತ್ತೇನೆ. ಯಾಕೆ ಬರೆಯುತ್ತೀರಿ ಎಂದು ಕೇಳಿದರೆ ಅದರ ಉತ್ತರ ನನಗೆ ಸ್ಪಷ್ಟವಾಗಿ ಗೊತ್ತಿಲ್ಲ. ಕೆಲವೊಮ್ಮೆ ಬಾಹ್ಯ ಒತ್ತಡಗಳಿಗೆ ಸಿಕ್ಕಿ ಬರೆಯುತ್ತೇನೆ. ಅಪರೂಪವಾಗಿ ಕೆಲವೊಮ್ಮೆ ಮನಸ್ಸಿನೊಳಗಿರುವುದನ್ನು ಹೊರತರುವ ಉದ್ದೇಶದಿಂದಲೂ ಕೂಡಾ.

ಪ್ರಶ್ನೆ : ನಿಮ್ಮ ಕಥೆಗಳ ಸೃಷ್ಟಿ ಹೇಗಾಗುತ್ತದೆಂದು ವಿವರಿಸಲು ಸಾಧ್ಯವೆ ? ಏನಾದರೂ ಆಶಯ ಅಥವಾ ಸಿದ್ಧಾಂತಗಳನ್ನಿಟ್ಟು ಕೊಂಡು ಬರೆಯುವುದಿದೆಯೆ ?

ಸಿತಾರಾ : ಆಶಯ–ಸಿದ್ಧಾಂತಗಳನ್ನು ಕಥೆಗಳಲ್ಲಿ ತರಲು ಉದೇಶಪೂರ್ವಕವಾಗಿ ನಾನು ಪ್ರಯತ್ನಿಸುವುದಿಲ್ಲ. ಆದರೆ ಕಥೆಯ ಏನಾದರೊಂದು ಅತಿ ಚಿಕ್ಕ ತುಣುಕು ಕೈಗೆ ಸಿಕ್ಕಿದರೆ ಅದನ್ನು ಮನಸ್ಸಲ್ಲಿಟ್ಟುಕೊಂಡು ತುಂಬಾ ಹೊತ್ತು ತಿರುಗಿಸಿ–ಮುರುಗಿಸಿ ನೋಡಿ ಯೋಚಿಸುತ್ತೇನೆ. ಮನಸ್ಸಿನಲ್ಲೇ ಆರಂಭ–ಅಂತ್ಯಗಳನ್ನು ಕಾಣುತ್ತೇನೆ. ಆ ನಂತರ ಅದನ್ನು ಕಾಗದಕ್ಕಿಳಿಸುತ್ತೇನೆ. ಎಲ್ಲಾ ಸೇರಿ ಒಟ್ಟು ಒಂದೆರಡು ದಿವಸಗಳೊಳಗೆ ಅದು ಮುಗಿದು ಬಿಡುತ್ತದೆ. ಒಮ್ಮೆ ಬರೆದು ಬಿಟ್ಟರೆ ಪುನಃ ಅದನ್ನು ತಿದ್ದಿ ಚೆನ್ನಾಗಿ ಬರೆದು ಇನ್ನೊಂದು ಪ್ರತಿ ಸಿದ್ಧಮಾಡುವುದೇ ನನಗೆ ತುಂಬಾ ಬೇಜಾರಿನ ಕೆಲಸ.

ಪ್ರಶ್ನೆ : 'ಮಹಿಳಾ ಸಾಹಿತ್ಯ' ಎಂಬ ಪ್ರಯೋಗದ ಬಗ್ಗೆ ನಿಮ್ಮ ಅಭಿಪ್ರಾಯವೇನು ?

ಸಿತಾರಾ : ಅತ್ಯಂತ ಹೆಚ್ಚು ತಪ್ಪಾಗಿ ತಿಳಿಯಲ್ಪಟ್ಟಿರುವ ಒಂದು ಪ್ರಯೋಗವದು. ಮಹಿಳೆಯರ ಬರಹದ ಬಗ್ಗೆ ಅನೇಕರಿಗೆ ತಾತ್ಸಾರದ ಧೋರಣೆಯಿದೆ. ನನ್ನ ದೃಷ್ಟಿಯಲ್ಲಿ ಮಹಿಳಾ ಸಾಹಿತ್ಯವೆಂದರೆ ಸ್ತ್ರೀಪರಕಾಳಜಿಯಿಟ್ಟುಕೊಂಡು ಸ್ತ್ರೀಯರಿಗೆ ಸಂಬಂಧಪಟ್ಟ ಕೃತಿಗಳನ್ನು ರಚಿಸುವುದು. ಆದರೂ ಯಾರು ಬರೆದರೂ ಏನು ಬರೆದರೂ ಹೇಗೆ ಬರೆದರೂ ಬರಹವೆನ್ನುವುದು ಬರಹವೇ.

ಪ್ರಶ್ನೆ : ಗೊತ್ತಿದ್ದುಕೊಂಡೇ ಅಥವಾ ಗೊತ್ತಿಲ್ಲದೆಯೋ ನಿಮ್ಮ ಬರಹಗಳಲ್ಲಿ ಯಾರದ್ದಾದರೂ ಪ್ರಭಾವವಿದೆಯೆ ?

ಸಿತಾರಾ : ಇರಲೂಬಹುದು. ಆ ಬಗ್ಗೆ ಇದುವರೆಗೆ ಯೋಚಿಸಿ ನೋಡಿಲ್ಲ.

ಪ್ರಶ್ನೆ : ಬರವಣಿಗೆಯನ್ನು ಪ್ರೇರಿಸಿದ ಅಂಶಗಳು ಯಾವುವು ?

ಸಿತಾರಾ : ಯಾವುದೇ ಪ್ರೇರಣೆಯಿಂದಲ್ಲ ನಾನು ಬರೆಯಲು ಪ್ರಾರಂಭಿಸಿದ್ದು. ಅದು ತನ್ನಷ್ಟಕ್ಕೆ ಪ್ರಾರಂಭವಾಗಿದ್ದು.

ಪ್ರಶ್ನೆ : ಬರವಣಿಗೆಗೆ ಬೇಕಾದ ವಿಷಯಗಳನ್ನು ಆಯ್ದುಕೊಳ್ಳುವುದು ಹೇಗೆ ?

ಸಿತಾರಾ : ನನ್ನ ಹೆಚ್ಚಿನ ಕಥೆಗಳ ವಿಷಯಗಳೂಫಕ್ಕನೆ ಮನಸ್ಸಿಗೆ ಹೊಳೆದ ವಿಚಾರಗಳು. ಕೆಲವೊಮ್ಮೆ ಅದು ಪತ್ರಿಕೆ ಓದುತ್ತಾ ಇರುವಾಗ ಆಗಿರಬಹುದು, ಟಿ. ವಿ. ನೋಡುತ್ತಿರುವಾಗ ಆಗಿರಬಹುದು, ಏನಾದರೂ ಪುಸ್ತಕ ಓದುತ್ತಿರುವಾಗ ಆಗಿರಬಹುದು, ಅಥವಾ ಸುಮ್ಮನೆ ಕುಳಿತಿರುವಾಗಲೂ ಆಗಿರಬಹುದು.

ಪ್ರಶ್ನೆ : ಸಿತಾರಾರವರೆ, ನಿಮ್ಮ ಕಥಾಪಾತ್ರಗಳಿಗೆ ಯಾರ ಛಾಯೆಯಿದೆ ? ಮಲಯಾಳದಲ್ಲಿ ಸಾಮಾನ್ಯವಾಗಿ ಕಾಣಸಿಗುವ ಹೆಣ್ಣುಮಕ್ಕಳಿಗಿಂತ ತೀರಾ ಭಿನ್ನವಾಗಿ ನಿಲ್ಲುವವರು ನಿಮ್ಮ ನಾಯಕಿಯರು. ವಾಸ್ತವದ ಬದುಕಿನಲ್ಲಿ ಈ ಥರದ ಹೆಣ್ಣುಮಕ್ಕಳಿದ್ದರೂ ಇತರ ಲೇಖಕಿಯರು ಇವರನ್ನು ನೋಡಿಲ್ಲವೆಂಬಂತೆ ನಟಿಸುತ್ತಾರೆಯೇ ಅಥವಾ ನೀವು ಇವರನ್ನು ನಿಮ್ಮ ಕಲ್ಪನೆಯಿಂದಲೇ ಚಿತ್ರಿಸಿ ಪ್ರಸ್ತುತಪಡಿಸುತ್ತೀರಾ ?

ಸಿತಾರಾ : ನನ್ನ ಪಾತ್ರಗಳಿಗೆ ಯಾರದ್ದಾದರೂ ಛಾಯೆ ಇರಬೇಕೆಂದು ನಿರ್ಧರಿಸಿ ನಾನು ಕಥೆ ಬರೆಯುವುದಿಲ್ಲ. ಆದರೆ, ಅವರು ತುಂಬಾ ರಿಯಲಿಸ್ಟಿಕ್ ಆಗಿರುತ್ತಾರೆ. ನನ್ನ ಸುತ್ತಮುತ್ತ ಇರುವ ಹೆಣ್ಣುಮಕ್ಕಳ ಹಾಗೆ ಬದುಕಿನ ಬಣ್ಣಗಳಿಂದ ಮೈಕೈ ತುಂಬಿಕೊಂಡಿರುವವರು. ಬಿಸಿಯನ್ನು ಅನುಭವಿಸುವವರು ಹೆಣ್ಣುಮಕ್ಕಳ ಈ ವಿಶಿಷ್ಟ ವ್ಯಕ್ತಿತ್ವವನ್ನು ಯಾರಾದರೂ ನೋಡಿಲ್ಲವೆಂಬಂತೆ ನಟಿಸಿದರೆ ಅದು ಅವರ ಕೊರತೆ ಅಷ್ಟೆ.

ಪ್ರಶ್ನೆ : ಆಸ್ಬಿಯನಿಸಂ, ಹೋಮೋಸೆಕ್ಸುವಾಲಿಟಿ ಹೀಗೆ ಇತರರು ಹೆಚ್ಚಾಗಿ ಕೈ ಹಾಕಲು ಧೈರ್ಯ ಮಾಡದ ವಿಚಾರಗಳನ್ನು ನೀವು ಯಥೇಚ್ಛವಾಗಿ ನಿಮ್ಮ ಕಥೆಗಳಲ್ಲಿ ಬಳಸಿಕೊಳ್ಳುತ್ತಿದ್ದೀರಿ. ಇಂತಹ ವಿಷಯಗಳ ಕುರಿತು ಬರೆಯುವಾಗ ಜನರು ಹೇಗೆ ಸ್ವೀಕರಿಸಬಹುದು ಎಂಬ ಆತಂಕ–ಸಂದೇಹಗಳು ಕಾಡುವುದಿಲ್ಲವೆ ?

ಸಿತಾರಾ : ನಾನು ಮಾತ್ರ ಅಲ್ಲ. ಇಂತಹ ವಿಚಾರಗಳನ್ನು ಎತ್ತಿಕೊಳ್ಳುವವರು ಹಲವರಿದ್ದಾರೆ. ಓರ್ವ ಮಹಿಳೆಯಾಗಿರುವ ಕಾರಣಕ್ಕೆ ನಾನು ಈ ವಿಚಾರಗಳ ಬಗ್ಗೆ ಬರೆಯುವಾಗ ನನ್ನನ್ನು bold ಎಂದು ತಿಳಿದುಕೊಳ್ಳುವುದರಲ್ಲಿ ಅರ್ಥವಿಲ್ಲ. ಕಥೆಗೆ ಆಯ್ದುಕೊಳ್ಳುವ ವಿಷಯ ಏನೇ ಆಗಿದ್ದರೂ ಒಂದು ಕಥೆ ಬರೆಯುವಾಗ ಅದನ್ನು ಜನರು ಹೇಗೆ ಸ್ವೀಕರಿಸಬಹುದು ಎಂಬುದರ ಬಗ್ಗೆ ನಾನು ಎಂದೂ ಯೋಚನೆ ಮಾಡುವುದೇ ಇಲ್ಲ.

ಪ್ರಶ್ನೆ : ಸಾಮಾನ್ಯವಾಗಿ ನಿಮ್ಮ ಎಲ್ಲ ಇತರ ಕಥೆಗಳಿಗೂ ಸಿಗುವ ಪ್ರತಿಕ್ರಿಯೆ ಯಾವ ರೀತಿಯದ್ದಾಗಿರುತ್ತದೆ ? ನಿಮ್ಮ ಮನಸ್ಸನ್ನು ನೋಯಿಸುವ ಪ್ರತಿಕ್ರಿಯೆ ಬಂದದ್ದಿದೆಯೆ ?

ಸಿತಾರಾ : ಬರವಣಿಗೆ ತೊಡಗಿದಂದಿನಿಂದ ಒಳ್ಳೆಯ-ಕೆಟ್ಟದಾದ, ಎಲ್ಲಾ ಥರದ ಪ್ರತಿಕ್ರಿಯೆಗಳೂ ನನ್ನ ಕಥೆಗಳಿಗೆ ಬಂದಿವೆ. ಬೆದರಿಕೆ ಪತ್ರಗಳೂ ಬಂದಿವೆ. ಆದರೂ ಸ್ಪಂದಿಸುವ ಪ್ರಕ್ರಿಯೆ ಅನ್ನುವುದು ಇದೆ ಎಂಬುದೇ ಮುಖ್ಯ. ಅವು ಒಳ್ಳೆಯವೆಂದೋ, ಕೆಟ್ಟವೆಂದೋ, ನೋಯಿಸುವಂಥಾದ್ದೆಂಬುದೋ ನನ್ನನ್ನು ಚಿಂತೆಗೀಡುಮಾಡುವುದಿಲ್ಲ.

ಪ್ರಶ್ನೆ : ಕೇರಳದ ಸಮಾಜದಲ್ಲಿ ಸ್ತ್ರೀಯರಿಗಿರುವ ಸ್ಥಾನಮಾನಗಳ ಕುರಿತು ನಿಮ್ಮ ಅಭಿಪ್ರಾಯವೇನು ?

ಸಿತಾರಾ : ಸ್ತ್ರೀಯನ್ನು ಕೇವಲ ಒಂದು ವಸ್ತು ಮಾತ್ರವಾಗಿ ಕಾಣುವ ಪ್ರವೃತ್ತಿ ಕೇರಳದಲ್ಲಿ ಹೆಚ್ಚಾಗುತ್ತಾ ಇದೆ. ಓರ್ವ ವ್ಯಕ್ತಿಯಾಗಿ ಆಕೆ ಗುರುತಿಸಲ್ಪಡುವುದು ಬಹಳ ಕಡಿಮೆ. ಓರ್ವ ಸ್ತ್ರೀಯಾಗಿ ಸ್ವತಃ ನನಗೆ ಅನೇಕ ಬಾರಿ ಇಂತಹ ಅನುಭವಗಳಾಗಿವೆ.

ಪ್ರಶ್ನೆ : ಕೇರಳದ ಮನಸೂರೆಗೊಂಡ ನಾಯಕಿಯರು ಹಣೆಯ ಮೇಲೆ ಗಂಧದ ತಿಲಕವಿಟ್ಟುಕೊಂಡು ಕೂದಲ ತುದಿಗೆ ತುಳಸಿಕದಿರು ಸಿಕ್ಕಿಸಿಕೊಂಡು ಪರಿಶುದ್ಧ ಗರತಿಯರಾಗಿ ಕಾಣಿಸಿಕೊಳ್ಳುತ್ತಿರುವಾಗ ನಿಮ್ಮ ಹೆಣ್ಣುಮಕ್ಕಳು ಸಿಳ್ಳೆ ಹೊಡೆಯುತ್ತ ಸ್ಯಾನಿಟರಿ ನ್ಯಾಪ್‌ಕಿನ್ನುಗಳನ್ನು ಕೈಯಲ್ಲಿ ಹಿಡಿದುಕೊಂಡು ಯಾರನ್ನೂ ಲೆಕ್ಕಿಸದೆ ಧೈರ್ಯದಿಂದ ಎದ್ದು ಬರುತ್ತಿದ್ದಾರೆ. ಮಾರ್ದವತೆಯ ಕೊನೆಯ ಎಳೆಯೂ ಸ್ತ್ರೀಯ ಚರಿತ್ರೆ ಚಿತ್ರಣದಿಂದ ಮಾಯ ವಾಗುತ್ತಿದೆ ಎಂದು ನಿಮ್ಮ ಕಥೆಗಳನ್ನೋದಿದಾಗ ಕೆಲವೊಮ್ಮೆಯಾದರೂ ಅನ್ನಿಸಿಬಿಡುತ್ತದೆ.

ಸಿತಾರಾ : ನನಗನ್ನಿಸುತ್ತಿದೆ ನನ್ನ ಕಥೆಗಳು ನನ್ನ ಕಾಲದ ಪ್ರತಿಬಿಂಬವಾಗಿರಬಹುದೆಂದು. ಟಿ. ವಿ. ಯ ಡೈಲಿ ಸೋಪುಗಳಲ್ಲಿ ಮಾತ್ರ ಬಿಟ್ಟರೆ ಗಂಧದ ತಿಲಕ ಮತ್ತು ಕೂದಲ ತುದಿಗೆ ತುಳಸಿಕದಿರುಗಳನ್ನು ಸಿಕ್ಕಿಸಿಕೊಂಡ ಸ್ತ್ರೀಯರನ್ನು ನಾವು ಇವತ್ತು ಎಲ್ಲಾದರೂ ನೋಡುತ್ತೇವೆಯೆ? ಸ್ವಲ್ಪವಾದರೂ ಸ್ಮಾರ್ಟ್ ಆಗಿಲ್ಲದ ಹೆಣ್ಣುಮಕ್ಕಳು ಇವತ್ತು ಬಹಳ ಕಡಿಮೆ ಅಲ್ಲವೆ ? ಮತ್ತೆ, ಸ್ಯಾನಿಟರಿ ಸ್ಯಾಪ್‌ಕಿನ್ ಎಂಬುದು ಸ್ತ್ರೀತ್ವಕ್ಕೆ ಅತಿ ಹತ್ತಿರದಿಂದ ಸಂಬಂಧಪಟ್ಟ ಒಂದು ಬಹಳ ಮಹತ್ವದ ವಸ್ತು ತಾನೆ ? ನಿತ್ಯೋಪಯೋಗಿ ವಸ್ತುಗಳ ಹಾಗೆ ಹೆಣ್ಣು ದೂರವಿಟ್ಟುಕೊಳ್ಳಲಾಗದ ಒಂದು ವಸ್ತು. ಅಂಗಡಿಗೆ ಹೋಗಿ ಅದನ್ನು ಖರೀದಿಸಿ ತಾರದ ಒಬ್ಬ ಹೆಣ್ಣು ಇರಬಹುದೆ ? ಸ್ಯಾನಿಟರಿ ನ್ಯಾಪ್‌ಕಿನ್‌ಗಳ ಕುರಿತು ನಾನು ನನ್ನ ಕಥೆಯಲ್ಲಿ ಬರೆದರೆ ತಕ್ಷಣ ಸ್ತ್ರೀಯ ಸೋಕಾಲ್ಡ್ ಪರಿಶುದ್ಧತೆ-ಮಾರ್ದವತೆಗಳು ನಾಶವಾಗಿ ಹೋಗುತ್ತದೆ ಎಂಬುದು ಅಸಂಬದ್ಧ.

ಪ್ರಶ್ನೆ : "ತಾಯಂದಿರುಗಳಷ್ಟು ಅರಸಿಕರು ಜಗತ್ತಿನಲ್ಲಿ ಬೇರಾರೂ ಇಲ್ಲ" ಎಂದು 'ಏಕಾಂತ ಸಂಚಾರ' ನಡೆಸುವ ಷರ್ಬ ಹೇಳುತ್ತಾಳೆ. ಮಾತೃತ್ವದ ವೈಭವೀಕರಣಕ್ಕೆ ಪ್ರತಿ ಔಷಧಿಯಾಗಿ ಇಂತಹ ಪ್ರಯೋಗಗಳನ್ನು ಮಾಡುತ್ತೀರಾ ?

ಸಿತಾರಾ : 'ತಾಯಂದಿರಷ್ಟು ಅರಸಿಕರು ಜಗತ್ತಿನಲ್ಲಿ ಬೇರಾರೂ ಇಲ್ಲ' ಅನ್ನುವುದು

"ಏಕಾಂತಸಂಚಾರಜ್ಞಳ್" ಎಂಬ ಕಥೆಯ ಷರ್ಬಳ ಅಭಿಪ್ರಾಯ. ನನ್ನದಲ್ಲ. ಆ ಕಥೆಯಲ್ಲಿ ಇಂತಹ ಅಭಿಪ್ರಾಯವನ್ನು ಷರ್ಬ ತಂದೆಯಂದಿರ ಬಗ್ಗೆಯೂ ಹೇಳುತ್ತಾಳೆ. ಮತ್ತೆ, ತಾಯಂದಿರ ಅರಸಿಕತೆಗೂ ಅವರ ವೈಭವೀಕರಣಕ್ಕೂ ಯಾವುದೇ ಸಂಬಂಧವೂ ಇಲ್ಲ.

ಪ್ರಶ್ನೆ : ಸ್ವೀಕೃತ ಕೇಂದ್ರಗಳನ್ನು ಹೊಡೆದುರುಳಿಸುವ ಒಂದು ಪ್ರವೃತ್ತಿ ಒಂದಲ್ಲ ಒಂದು ರೀತಿಯಲ್ಲಿ ನಿಮ್ಮ ಎಲ್ಲಾ ಕಥೆಗಳಲ್ಲೂ ಕಾಣಿಸುತ್ತದೆ. ಉದಾಹರಣೆಗೆ ಕನ್ಯಾಸೀ(num)ಗೆ ಪಾದ್ರಿಯ ಬಗೆಗೆ ಮೂಡುವ ಮೃದುತ್ವ, ಸ್ತ್ರೀಯರ ಬಗ್ಗೆ ಪಾದ್ರಿಯಲ್ಲಿ ಮೂಡುವ ಆಸಕ್ತಿ 'ಚದುಪ್ಪು' (ತೇವ) ಎಂಬ ಕಥೆಯಲ್ಲಿದೆ. ಪಾತ್ರೆ ತಿಕ್ಕಲು ಬರುವ ಲೀಲಮ್ಮನನ್ನು ಅವಳ ಪ್ರಿಯಕರ ಮತ್ತು ಆತನ ಜತೆಗಾರರು ಸೇರಿ ಸಾಮೂಹಿಕವಾಗಿ ಅತ್ಯಾಚಾರ ಮಾಡುವುದೂ ಕೂಡಾ. ಭಾವನಾತ್ಮಕವಾಗಿ ಅಂಕೆ ತಪ್ಪುವ ಪಾದ್ರಿಯ ಚಿತ್ರಣದ ಉದ್ದೇಶ ಸಮಾಜದಲ್ಲಿರುವ ನೈತಿಕತೆಯ ಪರಿಕಲ್ಪನೆಯನ್ನು ಪುಡಿಗೈಯುದಲ್ಲವೆ ?

ಸಿತಾರಾ : ಸಮಾಜದಲ್ಲಿ ಎಲ್ಲರಿಗೂ ಅನ್ವಯಿಸುವ ಸಾಮಾನ್ಯವಾದ ಒಂದು ನೈತಿಕ ಪರಿಕಲ್ಪನೆಯಿಲ್ಲ. ಅದು ವ್ಯಕ್ತಿಗಳನ್ನು ಅವಲಂಬಿಸಿರುತ್ತದೆ. ನೈತಿಕತೆ ಅಂದರೇನು ಎಂಬ ಪ್ರಶ್ನೆಗೆ ನಿಮ್ಮ ಉತ್ತರ ನನ್ನದಕ್ಕಿಂತ ಭಿನ್ನವಾಗಿರಬಹುದು. 'ಚದುಪ್ಪು' (ತೇವ) ಎಂಬ ಕಥೆಯ ಪಾದ್ರಿ ಒಂದು ವಿಶಿಷ್ಟವಾದ ಕಥಾಪಾತ್ರ. ಆ ಕಥಾಪಾತ್ರದ ಬೆಳವಣಿಗೆಗೆ ಅಗತ್ಯವೆನಿಸಿದ ಮನೋ ವ್ಯಾಪಾರಗಳು ಮತ್ತು ವಾತಾವರಣಗಳನ್ನು ಆ ಕಥೆಯೊಳಗೆ ಸೇರಿಸಿಕೊಳ್ಳದೆ ಬೇರೆ ದಾರಿಯಿಲ್ಲ.

ಪ್ರಶ್ನೆ : 'ಮಣ್ಣು' ಕೆಳವರ್ಗಕ್ಕೆ ಸೇರಿದ ಸಾಹಿತ್ಯವೇ ?

ಸಿತಾರಾ : 'ಮಣ್ಣು' ನಾನು ಬರೆದ ಒಂದು ಕಥೆಯಾಗಿ ಪರಿಗಣಿಸಲ್ಪಡುವುದೇ ನನಗಿಷ್ಟ. ಅದನ್ನು ಯಾವುದಾದರೂ ಒಂದು ವರ್ಗಕ್ಕೆ ಸೇರಿಸುವ ಉದ್ದೇಶ ನನಗಿಲ್ಲ.

ಪ್ರಶ್ನೆ : ಯಾವೆಲ್ಲ ಸಿದ್ಧಾಂತಗಳಲ್ಲಿ ನೀವು ನಂಬಿಕೆ ಇಟ್ಟಿದ್ದೀರಿ ?

ಸಿತಾರಾ : ನನಗೆ ಸರಿಯೆಂದು ಕಾಣಿಸುವ ಎಲ್ಲಾ ಸಿದ್ಧಾಂತಗಳಲ್ಲೂ.

ಪ್ರಶ್ನೆ : ಸ್ತ್ರೀವಾದದ ಬಗ್ಗೆ ನಿಮ್ಮ ಅಭಿಪ್ರಾಯವೇನು ? ಕೇರಳದಲ್ಲಿ ಅದು ಪ್ರಸ್ತುತವೆ ?

ಸಿತಾರಾ : ಸ್ತ್ರೀವಾದ ಒಂದು ಚಿಂತನಾಕ್ರಮ. ಪ್ರತಿಯೊಬ್ಬ ಸ್ತ್ರೀಯ ಒಳಗಿರುವಂಥ ಸ್ವಾತಂತ್ರ್ಯಪ್ರಜ್ಞೆ ಮತ್ತು ವ್ಯಕ್ತಿತ್ವದ ಅರಿವು ಇತ್ಯಾದಿಗಳ ಒಂದು ಸಂಯುಕ್ತ. ಕೇರಳದಲ್ಲಿ ಮಾತ್ರವಲ್ಲ ಈ ಚಿಂತನಾಕ್ರಮ ಎಲ್ಲೆಡೆಯೂ ಪ್ರಸ್ತುತವೇ ಆಗಿದೆ.

ಪ್ರಶ್ನೆ : ಪ್ರಸ್ತುತವೆಂದಾದರೆ ಸ್ತ್ರೀವಾದಿ ಚಳುವಳಿಗಳು ಕೇರಳದಲ್ಲಿ ಸಾಕಷ್ಟು ಪ್ರಗತಿ ಸಾಧಿಸದಿರಲು ಕಾರಣವೇನು ?

ಸಿತಾರಾ : ಬೆಳವಣಿಗೆಯನ್ನು ಸಾಧಿಸಲು ಸಾಧ್ಯವಾಗಿದೆಯೆ ಇಲ್ಲವೆ ಎಂಬುದು ಈಗಲೂ ಚರ್ಚಾಸ್ಪದ ವಿಷಯ ತಾನೆ ? ಆದರೂ ಸಮಾಜದ ಪ್ರತಿಭಟನೆ ಮನೋಭಾವದ ಮೇಲೆ ಈ ಥರದ ಚಳುವಳಿಗಳು ಪ್ರಭಾವ ಬೀರುತ್ತವೆ ಎಂಬುದು ಮಾತ್ರ ಸತ್ಯ.

ಪ್ರಶ್ನೆ : ನಿಮ್ಮ ಪ್ರತಿಯೊಂದು ಕಥೆಗೂ ತನ್ನದೇ ಆದ ಒಂದು ವೈಶಿಷ್ಟ್ಯವಿದೆಯಾದರೂ 'ಅಗ್ನಿ'ಯ ಪ್ರಿಯಾಳ ಚಿತ್ರಣ ಬಹಳ ಶಕ್ತಿಶಾಲಿಯಾಗಿದೆ. ಇಂತಹ ಒಂದು ಅದ್ಭುತ ಕಥಾಪಾತ್ರಕ್ಕೆ ಸಿಕ್ಕಿದ ಪ್ರೇರಣೆ ಯಾವುದು ?

ಸಿತಾರಾ : ಸ್ತ್ರೀಯರ ಮೇಲಿನ ಆಕ್ರಮಣಗಳು ಹೆಚ್ಚುತ್ತಾ ಬರುತ್ತಿವೆ. ಯಾವಾಗಲೋ ಒಮ್ಮೆ ಇದೇ ವಿಚಾರದ ಕುರಿತಾಗಿ ಯೋಚಿಸುತ್ತ ಒಳಗೊಳಗೆ ಕುದಿಯುತ್ತಿದ್ದ ಸಂದರ್ಭದಲ್ಲಿ ಒಬ್ಬ ಹೆಣ್ಣು ಮಗಳ ಚಿತ್ರ ಕಣ್ಣಮುಂದೆ ಬಂದು ನಿಂತಿತು. ತನ್ನ ಮೇಲೆ ನಡೆದ ಅತ್ಯಾಚಾರದ ವಿರುದ್ಧ ತನ್ನದೇ ಆದ ರೀತಿಯಲ್ಲಿ ಪ್ರತಿಭಟನೆ ತೋರುವ ಒಬ್ಬ ಹೆಣ್ಣುಮಗಳು. 'ಅಗ್ನಿ' ಹುಟ್ಟಿಕೊಂಡದ್ದು ಹಾಗೆ. ಆದರೆ ನಾನು ಉದ್ದೇಶಿಸಿದ್ದರ ಅರ್ಧದಷ್ಟು ಶಕ್ತಿಯೂ ಆ ಕಥೆಗೆ ದಕ್ಕಿಲ್ಲ ಎಂಬುದು ಕಥೆ ಬರೆದಾದ ನಂತರ ನನ್ನ ಅನಿಸಿಕೆಯಾಗಿತ್ತು.

ಪ್ರಶ್ನೆ : ಸುಮ್ಮನೆ ಬರೆದು ಬಿಡುವುದೇ ಅಥವಾ ಕಥೆಗಳ ಮೂಲಕ ಸಮಾಜಕ್ಕೆ ಏನಾದರೂ ಸಂದೇಶ ನೀಡಲು ಪ್ರಯತ್ನಿಸುವುದಿದೆಯೆ ?

ಸಿತಾರಾ : ನಾನು ಬರೆಯುವುದು ನೀತಿಬೋಧನೆಯ ಕಥೆಗಳಲ್ಲ. ಕೆಲವು ಅಭಿಪ್ರಾಯಗಳನ್ನು ಹಂಚಿಕೊಳ್ಳುವುದು ಮಾತ್ರವೇ ಲೇಖಕಿ ಮತ್ತು ಓದುಗರ ನಡುವಣ ಬಂಧದಲ್ಲಿ ನನ್ನ ಉದ್ದೇಶವಾಗಿರುತ್ತದೆ.

ಪ್ರಶ್ನೆ : ಕುಟುಂಬವು ಸ್ತ್ರೀಗೆ ಹೊರೆಯಾಗಿದೆಯೆ ? 'ಡ್ರಿಬ್‌ಲಿಂಗ್' ಎಂಬ ಕಥೆಯಲ್ಲಿ ಕೌಟುಂಬಿಕ ಜವಾಬ್ದಾರಿ ಮತ್ತು ರಾಜಕೀಯ ರಂಗದ ಚಟುವಟಿಕೆಗಳನ್ನು ಜೊತೆಜೊತೆಗೆ ನಿರ್ವಹಿಸಲು ಪ್ರಯತ್ನಿಸುತ್ತಾ ಒದ್ದಾಡುವ ಓರ್ವ ಸ್ತ್ರೀಯ ಚಿತ್ರವಿದೆ.

ಸಿತಾರಾ : ಸ್ತ್ರೀಗೆ ಮಾತ್ರವಲ್ಲ, ಪುರುಷನಿಗೂ ಕುಟುಂಬ ಒಂದು ಹೊರೆಯೇ ಆಗಿದೆ. ಕೆಲವರು ಈ ಹೊರೆಯ ಭಾರಕ್ಕೆ ಶರಣಾಗುತ್ತಾರೆ. ಕೆಲವರಿಗೆ ಇದು ಒಂದು ಹೊರೆ ಎನ್ನಿಸುವುದಿಲ್ಲ. 'ಡ್ರಿಬ್‌ಲಿಂಗ್' ಎಂಬ ಕಥೆಯಲ್ಲಿ ಕುಟುಂಬ ಮತ್ತು ರಾಜಕೀಯ ಚಟುವಟಿಕೆಗಳೆರಡನ್ನು ಜತೆಜತೆಗೆ ನಿರ್ವಹಿಸಲು ಒದ್ದಾಡುವುದು ಕಥಾವಸ್ತುವಲ್ಲ. ಒಬ್ಬ ಸ್ತ್ರೀಯ ಬದುಕಿನ ವಿಶಿಷ್ಟ ಸಂದರ್ಭಗಳನ್ನು 'ಸರ್ಕಾಸ್ಟಿಕ್' ಆಗಿ ನೋಡುವುದು ನನ್ನ ಉದ್ದೇಶವಾಗಿತ್ತು.

ಪ್ರಶ್ನೆ : ನಿಮ್ಮ ದೃಷ್ಟಿಯಲ್ಲಿ ಆದರ್ಶ ಸ್ತ್ರೀ–ಪುರುಷ ಸಂಬಂಧ ?

ಸಿತಾರಾ : ಎಲ್ಲಾ ಸಾಮಾನ್ಯ ಮಂದಿಯ ಹಾಗೆ ಪರಸ್ಪರ ಅರ್ಥಮಾಡಿಕೊಂಡು ಪ್ರೀತಿಸುವ, ರಹಸ್ಯಗಳನ್ನಿಟ್ಟುಕೊಳ್ಳದ ಆತ್ಮೀಯತೆಯ ಒಂದು ಬಂಧ.

❖

ಬಿ. ಎಂ. ಸುಹರಾ

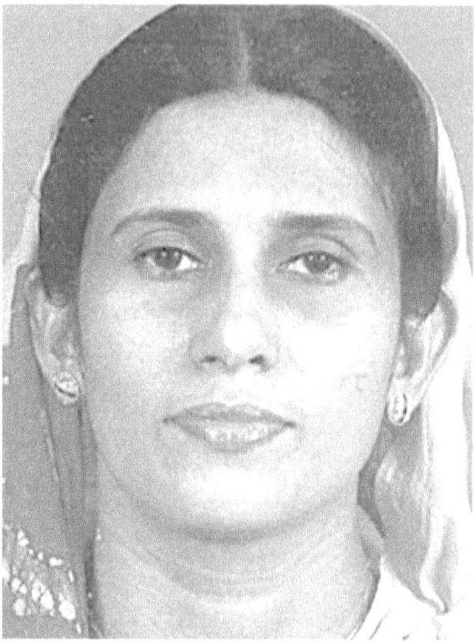

ಇವರು ಕಲ್ಲಿಕೋಟೆಯ ತಿಕ್ಕೋಡಿಯಲ್ಲಿ ಜನಿಸಿದರು. ತಿಕ್ಕೋಡಿಯ ಪ್ರಾಥಮಿಕ ಶಾಲೆ ಮತ್ತು ಕಲ್ಲಿಕೋಟೆಯ ಪ್ರಾವಿಡೆನ್ಸ್ ಕಾಲೇಜುಗಳಲ್ಲಿ ವಿದ್ಯಾಭ್ಯಾಸ ಪಡೆದರು. ಕಿನಾವ್ (ಕನಸು) ಎಂಬ ಇವರ ಕಾದಂಬರಿಗೆ 1992ರಲ್ಲಿ ಉದಯೋನ್ಮುಖ ಸಾಹಿತಿಗಳಿಗೆ ನೀಡಲಾಗುವ ಅಂತರ್ಜನಂ ಪುರಸ್ಕಾರ ಸಿಕ್ಕಿತ್ತು. ಕಿನಾವ್, ಮೊಳಿ (ಸಾರಾ ಅಬೂಬಕರ್ ಅವರು ಇದನ್ನು 'ಬಲೆ' ಎಂಬ ಹೆಸರಿನಲ್ಲಿ ಕನ್ನಡಕ್ಕೆ ಅನುವಾದಿಸಿದ್ದಾರೆ), ಇರುಟ್ಟ್ (ಕತ್ತಲು), ನಿಲಾವ್ (ಬೆಳದಿಂಗಳು), ಮಲಮುಗಳಿಲೆ ಅಪ್ಪುಪ್ಪನ್ (ಮಲೆಯ ಮೇಲಿನ ಅಜ್ಜ), ತಂಗಮೋದಿರಂ (ಚಿನ್ನದ ಉಂಗುರ) ಇವು ಕಾದಂಬರಿಗಳು. 'ಬೋಯಿಚ್ಚಿ' ಎಂಬ ಸಣ್ಣಕಥೆಗಳ ಸಂಗ್ರಹ ಮತ್ತು 'ಕುಟ್ಟಿಗಳುಡೆ ಅರಬಿಕಥಗಳ್'(ಮಕ್ಕಳ ಅರಬಿ ಕಥೆಗಳು) ಮಕ್ಕಳ ಸಾಹಿತ್ಯ. ಮಲಯಾಳ ಸಾಹಿತ್ಯದ ಪ್ರಸಿದ್ಧ ವಿಮರ್ಶಕರಾದ ಡಾ॥ ಎಂ. ಎಂ ಬಶೀರ್ ಇವರ ಪತಿ. ಕಾರ್ಟೂನಿಸ್ಟ್ ಬಿ. ಎಂ. ಗಫೂರ್ ಇವರ ಸಹೋದರ ಮತ್ತು ಲೇಖಕಿ ಉಮ್ಮಿ ಅಬ್ದುಲ್ಲ ಇವರ ಸಹೋದರಿ ಬಿ. ಎಂ. ಸುಹರಾ ಕೆಲವು ಕಾಲ ಕೇರಳ ಗ್ರಂಥಾಲಯ ಸಂಘಟನೆಯ ಎಕ್ಸಿಕ್ಯೂಟಿವ್ ಕಮಿಟಿಯ ಸದಸ್ಯರಾಗಿದ್ದರು.

ವಿಳಾಸ : ಮಾಳಿಯೇಕ್ಕಲ್, ಮಲಾಪ್ಪರಂಬ್, ಅಂಚೆ, ಕಲ್ಲಿಕೋಟೆ-673 009

ಪ್ರಾಸ್ತಾವಿಕ

ಹತ್ತೊಂಬತ್ತನೇ ವಯಸ್ಸಿನಲ್ಲಿ ಮದುವೆ ಮತ್ತು ಆ ಕೂಡಲೇ ಮಾತೃತ್ವದ ಪಟ್ಟವನ್ನು ದೊರಕಿಸಿಕೊಂಡ ಸುಹರಾ ಸಾಹಿತ್ಯ ಜಗತ್ತನ್ನು ಪ್ರವೇಶಿಸಿದ್ದು ಅನಿರೀಕ್ಷಿತವಾಗಿ ಜವಾಬ್ದಾರಿಗಳನ್ನು ನಿರ್ವಹಿಸಿ ಮುಗಿಸಿದ ನಂತರ ಅಲ್ಲಲ್ಲಿ ಸಿಕ್ಕಿದ ವಿರಾಮ ಕಾಲದ ಬೇಸರವನ್ನು ನೀಗಿಕೊಳ್ಳಲೆಂದು ಅಕ್ಷರಗಳ ಸಾಂಗತ್ಯವನ್ನರಸಿ ಹೊರಟಾಗ, ಹಳೆಯ ಕಾಲದ ಮುಸಲ್ಮಾನ ಕುಟುಂಬಗಳ ಗತಸಾಹಸ ಚಿತ್ರಗಳು ತಮ್ಮೊಳಗೆ ಮನಸ್ಸಿನಾಳದಲ್ಲಿ ಅಳಿಯದೆ ಉಳಿದುಕೊಂಡಿಯೆಂಬುದನ್ನು ಸುಹರಾ ಗುರುತಿಸಿಕೊಂಡರು. ಜತೆಗೆ ಆತ್ಮೀಯರ ಸಹಕಾರ–ಪ್ರೋತ್ಸಾಹಗಳೂ ಸೇರಿದಾಗ ಸುಹರಾ ಎಂಬ ಕಥೆಗಾರ್ತಿ ಹುಟ್ಟಿಕೊಂಡರು.

ಕಿನಾವ್, ಮೊಳಿ, ಇರುಟ್ಟ್ ಇನ್ನೂ ಅನೇಕ ಸಣ್ಣಕಥೆಗಳು ಹೀಗೆ ಸಾಗುತ್ತವೆ. ಸುಹರಾರವರ ಸಾಹಿತ್ಯ ಜೀವನದ ಮೈಲಿಗಲ್ಲುಗಳು ಓರ್ವ ಕಥೆಗಾರ್ತಿಯಾಗಿ ಸುಹರಾರವರ ಬೆಳವಣಿಗೆ ಪೂರ್ತಿಯಾಗಿದೆಯೆಂದು ಹೇಳಲು ಸಾಧ್ಯವಿಲ್ಲ. ಆದರೆ ಅವರ ಕಥೆಗಳಲ್ಲಿ ಸೌಂದರ್ಯವೂ, ಭಾಷೆಯಲ್ಲಿ ಶ್ರೀಮಂತಿಕೆಯೂ, ಚಿಂತನೆಯಲ್ಲಿ ಗಾಂಭೀರ್ಯವೂ ಹೆಚ್ಚುತ್ತಾ ಬರುತ್ತಿದೆ ಎಂಬುದು ಮಾತ್ರ ನಿಚ್ಚಳವಾಗಿ ಕಾಣುವ ಸತ್ಯ.

ಸಮಾಜದ ಮತ್ತು ವ್ಯಕ್ತಿಗಳ, ಮಾತ್ರವಲ್ಲ, ಸ್ವಂತ ಜನಾಂಗದ ತಪ್ಪುಗಳನ್ನು ಕೂಡಾ ಒಪ್ಪಿಕೊಳ್ಳಲು ಸುಹರಾ ಸಿದ್ಧ. ಯೋಚನೆಯ ವೈಶಾಲ್ಯ, ದೃಢವಾದ ದೃಷ್ಟಿಕೋನ, ತಪ್ಪೆಂದು ಕಂಡಿದ್ದನ್ನು ನೇರವಾಗಿ ಖಂಡಿಸುವ ಧೈರ್ಯವನ್ನು ಮೈಗೂಡಿಸಿಕೊಳ್ಳಬೇಕಿದ್ದರೆ ಹೆಸರಿನ ಜತೆಗೆ ಡಿಗ್ರಿಗಳ ಸರಮಾಲೆ ಬೇಕಿಲ್ಲವೆಂಬುದು ಸುಹರಾರವರ ಬಳಿ ಮಾತನಾಡುವಾಗ ವಿಶೇಷವಾಗಿ ನೆನಪಾಗುತ್ತದೆ.

ಕಥೆ

ಹುಚ್ಚು

ಅಲಾರಂ ಕೇಳಿ ಎಚ್ಚರಗೊಂಡರೂ ಎಂದಿನಂತೆ ಏಳಬೇಕೆಂದು ಅನ್ನಿಸಲಿಲ್ಲ. ದೇಹದಾದ್ಯಂತ ಬ್ಲೇಡಿನಿಂದ ಗೀರಿದಂತಹ ನೋವು. ತಲೆಗೆ ಬಂಡೆಕಲ್ಲು ಕಟ್ಟಿ ತೂಗು ಹಾಕಿದ ಹಾಗೆ. ತುಂಬಾ ಹೊತ್ತಾಯಿತು ಶುರುವಾಗಿ. ಆದರೂ ಬೆಳಿಗ್ಗೆ ಅಲಾರಂ ಹೊಡೆಯುವಾಗ ತನಗರಿವಿಲ್ಲದಂತೆಯೇ ಗಡಬಡಿಸಿ ಏಳುತ್ತಾಳೆ. ವರ್ಷಗಟ್ಟಲೆಯಿಂದ ನಡೆಸಿಕೊಂಡು ಬಂದ ಅಭ್ಯಾಸ. ಆದರೆ ಇವತ್ತು ಯಾಕೆ ಅಂತ ಗೊತ್ತಿಲ್ಲ ; ಏಳಬೇಕೆಂದು ಅನ್ನಿಸಲಿಲ್ಲ. ಏಳದಿದ್ದರೆ ಏನಾಗುತ್ತದೆ ? ಭೂಮಿ ತನ್ನ ಚಲನೆಯನ್ನು ನಿಲ್ಲಿಸಿಬಿಡುತ್ತದೆಯೆ ? ಅವಳು ತನ್ನ ಹೊದಿಕೆಯನ್ನೆಳೆದು ಹೊದ್ದುಕೊಂಡು ಪುನಃ ಮುರುಟಿಕೊಂಡಳು.

ಅಲಾರಂ ನಿಲ್ಲದೆಯೇ ಹೊಡೆದುಕೊಳ್ಳುತ್ತಿರುವುದನ್ನು ಕೇಳಿ ಇರಬೇಕು ಗಂಡ ನಿದ್ದೆಯಿಂದ ಫಕ್ಕನೆ ಎಚ್ಚೆತ್ತು ಎದ್ದು ಕುಳಿತ. ಆತ ಅಲಾರಂ ನಿಲ್ಲಿಸಿ ಹೆಂಡತಿಯನ್ನು ಅಲುಗಾಡಿಸಿ ಕರೆದ :

"ಏಳು, ಎಷ್ಟು ಹೊತ್ತಾಯಿತು ನೋಡು, ಅಲಾರಂ ಹೊಡೆದುಕೊಳ್ಳುತ್ತಿದೆ ?"

"ನೀವು ಏಳಿ" ಅವಳು ತಿರುಗಿ ಬೆನ್ನುಹಾಕಿ ಮಲಗಿದಳು.

ಗಂಡ ಎದ್ದು ಲೈಟು ಹಾಕಿದ. ಹೆಂಡತಿಯ ಹೊದಿಕೆ ಸರಿಸಿದ.

"ಎದ್ದು ಚಹ ಮಾಡು."

"ಸಾಧ್ಯವಿಲ್ಲ ಅಂದೆನಲ್ಲ ?"

ಅವಳ ಮುಖಭಾವದಲ್ಲಾದ ವ್ಯತ್ಯಾಸವನ್ನು ಗಮನಿಸಿದ ಗಂಡ ತುಸು ದಿಗಿಲುಗೊಂಡ.

"ನಿನ್ನ ಹತ್ತಿರ ಹೇಳಿದ್ದು ಎದ್ದು ಚಹ ಮಾಡು ಅಂತ."

ಗಂಡ ತುಸು ಕಠಿಣ ಧ್ವನಿಯಲ್ಲಿ ಹೇಳಿದ.

"ಆಗಲ್ಲ ಅಂತ ಹೇಳಿದ್ದು ಕೇಳಿಸಲಿಲ್ವ ? ನೀವು ಬೆಳಿಗ್ಗೆ ಹೀಗೆ ನನ್ನನ್ನು ಸಿಟ್ಟಿಗೆಬ್ಬಿಸದೆ ಸುಮ್ಮನೆ ಹೋಗಿ ಚಹ ಮಾಡುತ್ತೀರೋ ಇಲ್ಲವೊ ?"

"ಹೇಳಿದ್ದು ಕೇಳಿಸಲಿಲ್ವೆ ? ಅಡಿಗೆಮನೆಗೆ ಹೋಗು ಅಂತ..."

ಅವಳ ಕಣ್ಣುಗಳನ್ನು ಎದುರಿಸಲಿಕ್ಕಾಗದೆ ಆತ ಅಡಿಗೆಮನೆಗೆ ಹೋದ. ಆಕೆ ಸಂತೋಷವನ್ನು ತಡೆದುಕೊಳ್ಳಲಾರದೆ ಕುಲುಕುಲು ನಕ್ಕಳು.

ಹದಿನೈದು ವರ್ಷಗಳಾದರೂ ಈ ಉಪಾಯವನ್ನೇಕೆ ತಾನು ಪ್ರಯೋಗಿಸಲಿಲ್ಲ ಎಂದೆಣಿಸಿ ಬೇಸರವಾಗದಿರಲಿಲ್ಲ. ಆಕೆ ಪುನಃ ಮುಸುಕೆಳೆದು ಮಲಗಿ ಕನಸು ಕಂಡಳು. ಹಿತವಾದ ಮಂಪರು ಕನಸಿನಲ್ಲಿ ಬಣ್ಣದಲೋಕ. ಬೆಳಗಿನ ಹೊತ್ತು ಚಳಿಯಲ್ಲಿ ಹೀಗೆ ಮಲಗಿ ನಿದ್ದೆಯ ಮಂಪರಿನಲ್ಲಿ ಸುಖಿಸಲು ಭಾಗ್ಯಬೇಕು.

"ಚಹ ?"

"ಅಲ್ಲಿ ಇಡಿ"

ಅರೆನಿದ್ರಾವಸ್ಥೆಯಲ್ಲಿ ಆಕೆ ಆಜ್ಞಾಪಿಸಿದಳು.

ಚಹವನ್ನು ಸ್ಟೂಲಿನ ಮೇಲಿಟ್ಟು ಗಂಡ ಸಿಟ್ಟಿನಿಂದ ಹೊರಗೆ ಹೋದಾಗ ಅವಳು ಬಚ್ಚಲು ಮನೆಗೆ ನಡೆದಳು. ಹಲ್ಲುಜ್ಜಿ, ಮುಖತೊಳೆದು ಬಂದು ನಿಧಾನವಾಗಿ ಚಹ ಹೀರಿದಳು. ಯಾವಾಗಲೂ ಬೆಳಗ್ಗೆ ಆರಾಮವಾಗಿ ಕುಳಿತು ಚಹ ಕುಡಿಯಲಿಕ್ಕೂ ಸಹ ಸಮಯ ಸಿಗುವುದಿಲ್ಲ. ಚಹ ಪರವಾಗಿಲ್ಲ. ಸಿಹಿ ಮಾತ್ರ ಸ್ವಲ್ಪ ಹೆಚ್ಚಾಯಿತೇನೋ ?

ಪರವಾಗಿಲ್ಲ ಬೆಳಿಗ್ಗೆ ಹಾಸಿಗೆಯಲ್ಲಿ ಕುಳಿತು ಚಹ ಕುಡಿದ ಕಾಲ ಎಂದೋ ಮರೆತು ಹೋಗಿದೆ. ಕಾಲೇಜಿನಲ್ಲಿ ಓದುತ್ತಿದ್ದಾಗ ಅಮ್ಮ ಮುಂಜಾನೆ ಹಬೆಯಾಡುವ ಚಹ ಕಪ್ಪಿನೊಂದಿಗೆ ಬಂದು ಕರೆದು ಎಬ್ಬಿಸುತ್ತಿದ್ದಳು. ಚಹ ಕುಡಿದು ಮುಗಿಸಿದ ಕೂಡಲೇ ಎಲ್ಲಿಲ್ಲದ ಉತ್ಸಾಹ ಉಕ್ಕಿ ಬಂತು ಎದ್ದು ಹಜಾರದ ಬಾಗಿಲ ಬಳಿ ಬಂದಳು. ಗಂಡ ಮುಖವುಬ್ಬಿಸಿಕೊಂಡು ಬೆತ್ತದ ಕುರ್ಚಿಯಲ್ಲಿ ಕುಳಿತು ಪೇಪರ್ ಓದುತ್ತಿದ್ದಾನೆ. ನೋಡಿದ ಕೂಡಲೇ ಅವಳ ರೋಷ ಉಕ್ಕೇರಿತು.

"ಇದೊಳ್ಳೇ ಕತೆಯಾಯ್ತಲ್ಲ... ಪೇಪರೋದುತ್ತ ಕುಳಿತಿರಾ ? ಅಡಿಗೆ ಮನೆಗೆ ಇಷ್ಟು ಹೊತ್ತು ಹೋಗಲೇ ಇಲ್ಲವೆ ? ಎಂಟುಗಂಟೆಗೆ ಮಕ್ಕಳ ಸ್ಕೂಲ್‌ಬಸ್ ಬರುತ್ತದೆ ಅಂತ ಗೊತ್ತಿಲ್ಲವೆ ?"

ಆತ ದುರುಗುಟ್ಟಿ ನೋಡಿದ. ಆದರೆ ಅವಳು ಗಣ್ಯಮಾಡಲಿಲ್ಲ. ಆತನ ಕೈಯಿಂದ ಪೇಪರನ್ನು ಹಾರಿಸಿ ಎಳೆದು ತೆಗೆದುಕೊಂಡು ಹೇಳಿದಳು.

"ಪುಟ್ಟಿನ ಹಿಟ್ಟು ಅಲಮಾರಿಯಲ್ಲಿದೆ. ಬಾಳೆಹಣ್ಣು ಕೂಡಾ ಇದೆ. ಹಪ್ಪಳ ಕೂಡಾ ಸುಡಿರಿ."

"ಪುಟ್ಟು ತಯಾರಿಸಲು ನನಗೆ ಗೊತ್ತಿಲ್ಲ."

"ಆಮ್ಲೆಟ್ ಮಾಡಲು ಗೊತ್ತಿದೆಯೆ ?"

"ಹ್ಞೂಂ."

"ಹಾಗಾದರೆ ಇವತ್ತು ಬ್ರೆಡ್ ಮತ್ತು ಆಮ್ಲೆಟ್ ಸಾಕು. ನಾಳೆಯಿಂದ ಬಾಯಿಗಿಡಲು ರುಚಿಕರವೆನ್ನಿಸುವಂತಹ ಏನಾದರೂ ಮಾಡಲು ಕಲಿಯಿರಿ."

ಆತ ಆಗಲೂ ದಿಗಿಲುಗೊಂಡ.

"ಕಣ್ಣು ಬಾಯಿಬಿಟ್ಟು ಹೀಗೆ ನಿಂತರೆ ಹೇಗೆ ? ಬೇಗ ಬಹೋಗಿ ಬ್ರೆಡ್ ತಗೊಂಡು ಬನ್ನಿ. ನೇಂದ್ರಬಾಳೆಹಣ್ಣು ಕೂಡಾ ತನ್ನಿ. ಬಾಳೆಹಣ್ಣು ಸುಟ್ಟು ತಿನ್ನಬಹುದು."

ಆತ ಎದುರು ಹೇಳದೆ ಒಳಗೆ ಹೋಗಿ ಷರಟು ಹಾಕಿಕೊಂಡು ಕೈಚೀಲ ತೆಗೆದುಕೊಂಡು ಅಂಗಡಿಗೆ ಹೋಗುವುದನ್ನು ನೋಡಿ ಆಕೆ ಆನಂದದಿಂದ ಗಟ್ಟಿಯಾಗಿ ನಕ್ಕಳು. ಆತ ಸಂದೇಹದಿಂದ ತಿರುಗಿ ನೋಡುತ್ತಿದ್ದ. ಆತ ಹಿಂತಿರುಗಿ ಬರುವಾಗ ಆಕೆ ಬೆತ್ತದ ಕುರ್ಚಿಯಲ್ಲಿ ಆರಾಮವಾಗಿ ಒರಗಿಕುಳಿತು ಪೇಪರ್ ಓದುತ್ತಿದ್ದಳು.

ಪೇಪರ್ ಓದಿದ ನಂತರ ಆಕೆಗನ್ನಿಸಿತು, ಬೆಳಿಗ್ಗೆ ಒಂದು ಸ್ನಾನವಾಗಬೇಕಿತ್ತು.

ಬೆಳಗಿನ ಸ್ನಾನ ಯಾವಾಗಲೂ ಉಲ್ಲಾಸ ನೀಡುತ್ತದೆ. ಕಾಲೇಜಿಗೆ ಹೋಗುತ್ತಿದ್ದ ಕಾಲದಲ್ಲಿ ಯಾವಾಗಲೂ ಮುಂಜಾನೆ ಎದ್ದು ಸ್ನಾನ ಮಾಡಿ ಮುಗಿಸಿ ಓದಲು ಕುಳಿತುಕೊಳ್ಳುತ್ತಿದ್ದಳು. ಈಗ ಮನೆಕೆಲಸಗಳನ್ನೆಲ್ಲ ಮುಗಿಸಿ ಸ್ನಾನಕ್ಕಿಳಿಯುವಾಗ ಮಟಮಟ ಮಧ್ಯಾಹ್ನವಾಗಿರುತ್ತದೆ. ಅಷ್ಟುಹೊತ್ತಿಗೆ ಟ್ಯಾಂಕಿನ ನೀರು ಕುದಿಯತೊಡಗಿರುತ್ತದೆ. ಆ ನಂತರ ಬರೇ ಸುಸ್ತು. ಹಾಡು ಗುನುಗುತ್ತ ಬಚ್ಚಲು ಮನೆಯೊಳಗೆ ಹೋಗುತ್ತಿದ್ದಂತೆ ಗಂಡಫೋನಿನ ಪಕ್ಕದಲ್ಲಿರುವ ಕುರ್ಚಿಯಲ್ಲಿ ಕುಳಿತು ಡೈರೆಕ್ಟರಿ ಹುಡುಕುತ್ತಿದ್ದಾನೆ. ಈಗಿನ ಡೈರೆಕ್ಟರಿಯಿಂದ ನಂಬರ್ ಹುಡುಕಿ ತೆಗೆಯುವುದೆಂದರೆ ಒಂದು ಯಾಗ ಮಾಡಿದ ಹಾಗೆಯೇ.

"ಇಷ್ಟರತನಕ ಅಡಿಗೆಮನೆಯೊಳಗೆ ಹೋಗಿಯೇ ಇಲ್ಲವೆ ? ಮಕ್ಕಳಿಗೆ ಚಹ ಕೊಟ್ಟಿರಾ? ಫೋನ್ ಕರೆಯೆಲ್ಲ ಸಂಜೆಗಿಟ್ಟುಕೊಳ್ಳಿ. ಇಲ್ಲದಿದ್ದರೆ ಸರಿಯಾದ ಸಮಯಕ್ಕೆ ಆಫೀಸಿಗೆ ಹೋಗಲಿಕ್ಕಾಗುವುದಿಲ್ಲ. ನಾನು ಸ್ನಾನಮಾಡಿ ಬರುತ್ತೇನೆ."

ಆನಂತರ ಅಲುಗಾಡದೆ ನಿಂತ ಗಂಡನನ್ನು ದೂಡಿ ಅಡಿಗೆಮನೆಗೆ ದಬ್ಬಿದಳು ಅವಳು. ಗಂಡ ಕುಳಿತಿದ್ದ ಕುರ್ಚಿಯಲ್ಲಿ ಕುಲಿತು ಯಾರಿಗಾದರೂಫೋನ್ ಮಾಡಿದರೆ ಹೇಗೆ ಎಂದು ಆಲೋಚನೆ ಬಾರದಿರಲಿಲ್ಲ. ಯಾರನ್ನು ಕರೆಯಲಿ ? ಈ ನಗರದಲ್ಲಿ ನನಗೆ ಗೆಳತಿಯರಾರೂ ಇಲ್ಲವಲ್ಲ ? ಅಮ್ಮನಿಗೆ ಮಾಡೋಣವೆಂದರೆ ಈಗ ಆಕೆಗೆ ಕಿವಿ ಕೇಳಿಸುವುದಿಲ್ಲ. ಬಚ್ಚಲು ಮನೆಗೆ ಹೋಗಿ ಗೀಸರ್ ಆನ್ ಮಾಡಿದಳು. ಗಂಡ ಹಚ್ಚಿಕೊಳ್ಳುವ ನೋವಿನೆಣ್ಣೆಯನ್ನು

ಮೈಕೈಗಳಿಗೆ ಹಚ್ಚಿಕೊಂಡಳು. ತಲೆಗೆ ಕಾಯಿಸಿದ ಎಣ್ಣೆಯನ್ನು ಧಾರಾಳವಾಗಿ ಹಚ್ಚಿಕೊಂಡಳು. ನೀರು ಬಿಸಿಯಾಗುವತನಕ ವ್ಯಾಯಾಮ ಮಾಡಿದಳು. ತಲೆಗೆ ತಂಪಾಗುವ ತನಕ ತಣ್ಣೀರು ತೋಡಿ ಹೊಯ್ದುಕೊಂಡಳು.

ಬಿಸಿನೀರಿನಲ್ಲಿ ಮೈಕೈ ಉಜ್ಜಿಕೊಂಡು ಕೊಳೆ ತೆಗೆದಳು. ಸ್ನಾನ ಮುಗಿಸಿದ ನಂತರ ಮೈಕೈಗೆಲ್ಲ ಪೌಡರ್ ಕೊಡವಿಕೊಂಡಳು. ಒಗೆದು ಮಡಿಸಿಟ್ಟು ಸಾರಿ–ಬ್ಲೌಸ್ ಧರಿಸಿ ಕೂದಲು ಹೊಳೆಯುವಂತೆ ಬಾಚಿಕೊಂಡಳು. ಕನ್ನಡಿಯಲ್ಲಿ ನೋಡಿಕೊಂಡರೆ ಹೊಸ ಮನುಷ್ಯಳಾದಂತೆ ಕಂಡಿತು. ಕಣ್ಣಿಗೆ ಕಾಡಿಗೆ ಹಚ್ಚಿ, ಹಣೆಗೆ ತಿಲಕವಿಟ್ಟು ತನ್ನ ಸೌಂದರ್ಯವನ್ನೊಮ್ಮೆ ಕನ್ನಡಿಯಲ್ಲಿ ನೋಡಿ ಆಸ್ವಾದಿಸಿದಳು. ವಯಸ್ಸು ಮೂವತ್ತೈದು ಎಂದು ಯಾರೂ ಹೇಳಲಾರರು. ಹಾಗೆ ನಿಂತಾಗ ಒಂದು ಹಾಡು ಹೇಳೋಣವೆಂಬ ಆಸೆ. ಓದುತ್ತಿದ್ದ ಕಾಲದಲ್ಲಿ ಸುಮಾರು ಚೆನ್ನಾಗಿಯೇ ಹಾಡುತ್ತಿದ್ದಳು. ಈಗಲೂ ಸ್ವರ ಚೆನ್ನಾಗಿದೆ. ಒಂದು ಪ್ರೇಮಗೀತೆಯನ್ನು ಗುನುಗುತ್ತ ಬಾಗಿಲಬಳಿ ಬಂದಾಗ ನೋಡುತ್ತಾಳೆ. ಹೊರಗಿನಿಂದ ಯಾರೋ ಬಾಗಿಲ ಚಿಲಕ ಹಾಕಿಬಿಟ್ಟಿದ್ದಾರೆ.

ಇದು ಯಾರ ಕೆಲಸ ? ಆತ ಯಾಕೆ ತನ್ನನ್ನು ಕೋಣೆಯಲ್ಲಿ ಕೂಡಿಹಾಕಿದ್ದು ? ಆಕೆ ಕದಗಳಿಗೆ ಕಿವಿಯಾನಿಸಿ ನಿಂತು ಕೇಳಿದಳು. ಹೊರಗಿನಿಂದ ಮಾತುಗಳು ಕೇಳಿಸುತ್ತಿವೆ. ಆತ ಯಾರ ಹತ್ತಿರವೋ ಫೋನಿನಲ್ಲಿ ಮಾತನಾಡುತ್ತಿರಬೇಕು.

"ಹಲೋ, ಮೂರ್ತಿ, ನಾನು ರಾಘವನ್. ಕೂಡಲೇ ಒಮ್ಮೆ ಇಲ್ಲಿಗೆ ಬರಲೇಬೇಕು. ಯಾಕೆಂದು ಗೊತ್ತಿಲ್ಲ, ನನ್ನ ಹೆಂಡತಿಗೆ ಬೆಳಗಿನಿಂದ ಒಂದುಥರ ವಿಚಿತ್ರವಾಗಿ ವರ್ತಿಸುತ್ತಾಳೆ. ಸ್ವಲ್ಪ ವಯಲೆಂಟ್ ಕೂಡಾ ಆಗಿದ್ದಳು. ಹದಿನೈದು ವರ್ಷಗಳಾದವು. ಇದುವರೆಗೆ ನನಗೆದುರಾಗಿ ತುಟಿಪಿಟಕ್ಕೆಂದವಳಲ್ಲ. ಇವತ್ತು ಬೆಳಗಾಗುವುದೇ ತಡ, ನೋಡುತ್ತೇನೆ, ಆಕೆ ಪೂರ್ತಿ ಬದಲಾಗಿದ್ದಾಳೆ. ನನ್ನ ಹತ್ತಿರ ಏನೋ ಸೇಡು ತೀರಿಸುವವರ ಹಾಗೆ ವರ್ತಿಸುತ್ತಿದ್ದಾಳೆ. ನನಗೆ ಭಯವಾಗುತ್ತಿದೆ. ಬಲಪ್ರಯೋಗಿಸಬೇಕಾಗಬಹುದೇನೋ ಅನ್ನಿಸುತ್ತದೆ. ಆಂಬುಲೆನ್ಸ್ ಕಳುಹಿಸು. ಸಹಾಯಕ್ಕೆ ಯಾರಾದರೂ ಇರಲಿ. ಅಡ್ಮಿಟ್ ಮಾಡಬೇಕಾಗಬಹುದು. ತಡ ಮಾಡಬೇಡ...

"ನಾನು ತುಂಬಾ ಹೆದರಿಬಿಟ್ಟಿದ್ದೇನೆ. ಇಲ್ಲ. ಬೀಗ ಹಾಕಿದ್ದೇನೆ. ಆ ಭಯ ಬೇಡ. ಕೂಡಲೇ ಬಂದರೆ ಸಾಕು."

ಆ ನಂತರ ಆಕೆಗೆ ಯಾವ ಮಾತುಗಳನ್ನೂ ಕೇಳಲು ಸಾದ್ಯವಾಗಲಿಲ್ಲ. ಆಕೆ ಬಾಗಿಲಿಗೆ ತಲೆ ಹೊಡೆದುಕೊಂಡು ಗಟ್ಟಿಯಾಗಿ ಚೀರಿದಳು.

"ಬಾಗಿಲು ತೆಗೀರಿ... ನನಗೆ ಏನೂ ಆಗಿಲ್ಲ... ನಾನು ಸುಮ್ಮನೆ... ಪ್ಲೀಸ್ ಬಾಗಿಲು ತೆಗೀರಿ... ನನಗೆ ಏನೂ ಆಗಿಲ್ಲಾರೀ... ಸುಮ್ಮನೆ ತಮಾಷೆಗೆ... ಬಾಗಿಲು ತೆಗೀರಿ... ನನಗೆ ಅಡುಗೆ ಮನೆಯಲ್ಲಿ ಕೆಲಸವಿದೆ... ತೆಗೀರಿ ಪ್ಲೀಸ್....

❖

ಸಂದರ್ಶನ

ಪ್ರಶ್ನೆ : ಮುಸ್ಲಿಂ ಸಮುದಾಯದ ಓರ್ವ ಪ್ರಸಿದ್ಧ ಕಥೆಗಾರ್ತಿಯಾಗಿದ್ದೀರಿ ನೀವು. ನಿಮ್ಮ ಸಮುದಾಯದಲ್ಲಿ ಹೆಚ್ಚು ಮಂದಿ ಸ್ತ್ರೀಯರು ಸಾಹಿತ್ಯರಂಗಕ್ಕೆ ಬಾರದಿರಲು ಕಾರಣವೇನಿರಬಹುದೆಂದು ನಿಮ್ಮ ಅಭಿಪ್ರಾಯ ?

ಸುಹರಾ : ಓದಿನ ಕೊರತೆ ಬಹಳಷ್ಟಿದೆ. ಅದೇ ಕಾರಣ.

ಪ್ರಶ್ನೆ : ಇತರ ಸಮುದಾಯದ ಸ್ತ್ರೀಯರು ಓದುತ್ತಾರಾದರೆ ಇವರಿಗೆ ಮಾತ್ರ ಓದು ಕಡಿಮೆಯಾಗಲು ಏನು ಕಾರಣ ?

ಸುಹರಾ : ಅದು ಬಹಳ ಚಿಕ್ಕಂದಿನಿಂದಲೇ ನಮ್ಮ ಹೆಣ್ಣುಮಕ್ಕಳಲ್ಲಿ ಬೆಳೆದುಕೊಂಡು ಬರುವ ಯೋಚನಾ ವಿಧಾನದ ಒಂದು ಭಾಗ. ಇತರ ಸಮುದಾಯಗಳಲ್ಲಿ ಹೆಣ್ಣುಮಕ್ಕಳನ್ನು ಬೆಳೆಸುವ ಮುಖ್ಯ ಉದ್ದೇಶ ಮದುವೆ ಮಾಡಿಸುವುದು ಅಲ್ಲವಲ್ಲ ? ನಮ್ಮ ಸಮುದಾಯದಲ್ಲಿ ಈಗಲೂ ಹೆಣ್ಣುಮಕ್ಕಳನ್ನು ಹೆಚ್ಚೆಂದರೆ ಡಿಗ್ರಿತನಕ ಓದಿಸಿ ಮದುವೆ ಮಾಡಿಸುವುದು ಎಂಬ ಅಭಿಪ್ರಾಯದವರೇ ಹೆಚ್ಚು.

ಪ್ರಶ್ನೆ : ಸಾಮಾನ್ಯವಾಗಿ ಎಷ್ಟನೇ ವಯಸ್ಸಿನಲ್ಲಿ ಮದುವೆ ಮಾಡುತ್ತಾರೆ ?

ಸುಹರಾ : ಹೆಚ್ಚಾಗಿ ಹೆಣ್ಣುಮಕ್ಕಳಿಗೆ 16ರಿಂದ 18 ವಯಸ್ಸಿನ ಮಧ್ಯೆ ಮದುವೆ ಮಾಡುತ್ತಾರೆ. ಗಂಡುಮಕ್ಕಳಿಗೆ ಇಪ್ಪತ್ತರ ಮೊದಲ ಹಂತದಲ್ಲಿ ಮದುವೆ ಕೆಳವರ್ಗದವರು 18 ವರ್ಷ ವಯಸ್ಸಿನಲ್ಲಿಯೂ ಮದುವೆ ಮಾಡಿಸುವುದಿದೆ. ನಮ್ಮ ಸಮುದಾಯದಲ್ಲೀಗ ಸಾಮಾನ್ಯವಾಗಿ ವಿದ್ಯಾಭ್ಯಾಸರಂಗದಲ್ಲಿ ಹೆಚ್ಚು ಆಸಕ್ತಿ ತೋರಿಸುವುದು ಹೆಣ್ಣುಮಕ್ಕಳೇ.

ಪ್ರಶ್ನೆ : ಗಂಡು ಮಕ್ಕಳಿಗೆ ಮದುವೆಯಾಗುವ ಮೊದಲು ಒಂದು ಉದ್ಯೋಗವಿರಬೇಕೆಂದಲ್ಲವೆ ?

ಸುಹರಾ : ಹಾಗೇನೂ ಇಲ್ಲ. ಏನಾದರೂ ಬಿಸಿನೆಸ್ ಇದ್ದರಾಯ್ತು. ಇಲ್ಲದಿದ್ದರೆ ಆಸ್ತಿಯಿರುತ್ತದೆ. ಸಾಮಾನ್ಯವಾಗಿ ಇರುವುದು ಅಷ್ಟೇ.

ಪ್ರಶ್ನೆ : ನೀವು ಎಷ್ಟು ಓದಿದ್ದೀರಿ ?

ಸುಹರಾ : ಬಿ.ಎ. ಎರಡನೇ ವರ್ಷದಲ್ಲಿ ಓದುತ್ತಿರುವಾಗ ಮದುವೆಯಾಯ್ತು. ಅಷ್ಟಾದರೂ ಕಲಿಯುವ ಅವಕಾಶ ಸಿಕ್ಕಿದ್ದು ನನ್ನ ಭಾಗ್ಯವೆಂದು ನಾನು ತಿಳಿದುಕೊಂಡಿದ್ದೇನೆ.

ಪ್ರಶ್ನೆ : ಯಾವ ವಿಷಯಗಳನ್ನು ಆರಿಸಿಕೊಂಡಿದ್ದು ?

ಸುಹರಾ : ಇಕನಾಮಿಕ್ಸ್ ಪ್ರಾವಿಡೆನ್ಸ್ ಕಾಲೇಜಿನಲ್ಲಿ ಅಂದು ಅದು ಮಾತ್ರ ಇದ್ದದ್ದು. ಸಾಹಿತ್ಯ ಓದಬೇಕೆಂದು ಆಸೆ ಇತ್ತು. ಆದರೆ ಅದಕ್ಕೆ ದೂರ ಹೋಗಿ ಓದಬೇಕು. ಅಷ್ಟೆಲ್ಲ ಕಷ್ಟಪಟ್ಟು ಓದುವ ಅಗತ್ಯವಿಲ್ಲ ಅನ್ನುವುದು ಮನೆಯವರ ಅಭಿಪ್ರಾಯವಾಗಿತ್ತು. ನನಗೆ ಇಕನಾಮಿಕ್ಸ್ ಸ್ವಲ್ಪವೂ ಇಷ್ಟವಿರಲಿಲ್ಲ. ವಿದ್ಯಾವಮತರಾದ ಒಬ್ಬ ವ್ಯಕ್ತಿಯನ್ನು ಮದುವೆಯಾಗಬೇಕಿದ್ದರೆ ಸ್ವಲ್ಪವಾದರೂ ಓದಿರಲೇಬೇಕೆಂದು ನನ್ನ ಅಣ್ಣಂದಿರು ನಿರ್ಬಂಧಿಸಿದ್ದರಿಂದ ಇಷ್ಟಾದರೂ ನಾನು ಓದಲು ಸಾಧ್ಯವಾಯಿತು.

ಪ್ರಶ್ನೆ : ನೀವು ಒಂದು ದೊಡ್ಡ ಜಮೀನ್ದಾರಿ ಕುಟುಂಬದ ಸದಸ್ಯೆಯಾಗಿದ್ದೀರಿ ಅಂತ ನಾನು ತಿಳಿದುಕೊಂಡಿದ್ದೇನೆ. ಅಂತಹ ಒಂದು ಕುಟುಂಬಕ್ಕೆ ವಿದ್ಯಾವಂತರಾದ ಒಬ್ಬರೇ ಸಾಕಿತ್ತೇ ?

ಸುಹರಾ : ಗಂಡುಮಕ್ಕಳು ಕಲಿತು ಉದ್ಯೋಗ ಸಂಪಾದಿಸಬೇಕೆಂಬುದು ನನ್ನ ಉಮ್ಮನ ಬಹುದೊಡ್ಡ ಹಂಬಲವಾಗಿತ್ತು. ಜಮೀನ್ದಾರಿ ಪದ್ಧತಿ ಪೂರ್ತಿಯಾಗಿ ನಶಿಸಿಹೋಗುತ್ತಿದ್ದ ಒಂದು ವಾತಾವರಣದಲ್ಲಿ ನಾನು ಬೆಳೆದೆ. ಆಸ್ತಿಯೆಲ್ಲ ಕಳೆದುಹೋಗಿ ಎಷ್ಟೋ ಮಂದಿ ವಿನಾಶದ ಅಂಚನ್ನು ತಲುಪಿದಾಗ ಅವರಿಗೆಲ್ಲ ಅರ್ಥವಾಗಿದ್ದು ಇವತ್ತು ಆರಾಮವಾಗಿ ಬದುಕಬೇಕಿದ್ದರೆ ಒಳ್ಳೆಯ ಉದ್ಯೋಗಬೇಕೆಂದು. ನಾನು ನನ್ನ ಸ್ವಂತ ಕಾಲುಗಳ ಮೇಲೆ ನಿಲ್ಲಬೇಕೆಂಬುದು ನನ್ನ ಅತಿದೊಡ್ಡ ಆಸೆಯಾಗಿತ್ತು. ಆ ಆಸೆ ಪೂರೈಸುವುದೆಂಬ ನಿರೀಕ್ಷೆ ಸ್ವಲ್ಪವೂ ಇರಲಿಲ್ಲ. ಆದ್ದರಿಂದ ಸುಶಿಕ್ಷಿತರಾದ ಒಬ್ಬರನ್ನು ಮದುವೆಯಾಗಬೇಕು, ಇಲ್ಲದಿದ್ದರೆ ಆಗುವುದಿಲ್ಲ ಎಂದು ಅವರು ಹೇಳಿದರು.

ಪ್ರಶ್ನೆ : ಓರ್ವ ಬರಹಗಾರ್ತಿಯಾಗಿ ಬೆಳೆಯಲು ನಿಮಗೆ ನಿಮ್ಮ ಪತಿ ಡಾ॥ ಎಂ. ಎಂ. ಬಶೀರ್‌ರ ಪ್ರೋತ್ಸಾಹ ಸಿಕ್ಕಿದೆಯೆ ?

ಸುಹರಾ : ಖಂಡಿತವಾಗಿಯೂ. ನಾನು ಓದಲು ಬರೆಯಲು ಅವರು ಸಾಕಷ್ಟು ಪ್ರೋತ್ಸಾಹಿಸಿದ್ದಾರೆ. ನಾನು ಬರೆದದ್ದೆಲ್ಲವನ್ನು ಓದಿ ಅವರು ತಮ್ಮ ಅಭಿಪ್ರಾಯ ತಿಳಿಸುತ್ತಾರೆ. ನಾನು ಮೊದಲ ಬಾರಿ ಬರೆದದ್ದಕ್ಕೆ ಕಾದಂಬರಿಯ ರೂಪವಿದೆಯೆಂದು ಗುರುತಿಸಿದ್ದು ಅವರೇ.

ಪ್ರಶ್ನೆ : 'ಕಿನಾವ್' (ಕನಸು) ಅಲ್ಲವೇ ನಿಮ್ಮ ಮೊದಲ ಕೃತಿ ?

ಸುಹರಾ : ಹೌದು. ನಾನು ಪ್ರಾರಂಭಿಸಿದ್ದು ಕಾದಂಬರಿಯ ಮೂಲಕ. ಸಣ್ಣಕತೆಗಳನ್ನು ಬರೆಯತೊಡಗಿದ್ದು ಆ ನಂತರ.

ಪ್ರಶ್ನೆ : ಸಾಹಿತ್ಯರಂಗವನ್ನು ಪ್ರವೇಶಿಸಿದ್ದು ಹೇಗೆ ಎಂಬುದನ್ನು ವಿವರಿಸುತ್ತೀರಾ ?

ಸುಹರಾ : ನನ್ನ ಮಕ್ಕಳಿಬ್ಬರೂ ಬೆಳೆದು ದೊಡ್ಡವರಾದ ನಂತರ ನಾನು

ಸಾಹಿತ್ಯರಂಗವನ್ನು ಪ್ರವೇಶಿಸಿದೆ. ಮೊದಮೊದಲು ಕೆಲವು ಕಥೆಗಳನ್ನು ಇಂಗ್ಲಿಷಿನಿಂದ ಮಲಯಾಳಕ್ಕೆ ಅನುವಾದಿಸುತ್ತಿದ್ದೆ. ನನ್ನ ಪತಿ ನನಗೆ ಕಥೆಗಳನ್ನು ಆರಿಸಿಕೊಡುತ್ತಿದ್ದರು. ಮಕ್ಕಳು ಬೆಳೆದು ದೊಡ್ಡವರಾದ ನಂತರ ಮನೆಯಲ್ಲಿ ಸುಮ್ಮನೆ ಕುಳಿತರೆ ಬೇಜಾರೆಂದೂ ಏನಾದರೂ ಕೆಲಸಕ್ಕೆ ಸೇರುವುದು ಒಳ್ಳೆಯದೆಂದೂ ನನಗೆ ಬಹಳವಾಗಿ ಅನ್ನಿಸಿತು. ಮನೆಯೊಳಗೆ ಏನೂ ಮಾಡದೆ ಸುಮ್ಮನೆ ಕುಳಿತಾಗ ನನ್ನ ಬಗ್ಗೆಯೇ ಜಿಗುಪ್ಸೆಯೆನ್ನಿಸತೊಡಗಿತು. ನನ್ನ ಹತ್ತಿರ ಏನಾದರೂ ಬರೆಯಬಾರದೇ ಎಂದು ಮೊದಲು ಕೇಳಿದ್ದು ನನ್ನ ಪತಿಯೇ. ನನಗೆ ತುಂಬಾ ಕಥೆಗಳು ಗೊತ್ತಿದ್ದವು. ಜಮೀನ್ದಾರಿಕೆ ಮತ್ತು ಒಕ್ಕಲುತನಗಳ ಬಗೆಗಿನ ಕಥೆಗಳು.

ಪ್ರಶ್ನೆ : ಮೊದಲ ಕೃತಿಗೆ ಸಿಕ್ಕಿದ ಪ್ರತಿಕ್ರಿಯೆ ಹೇಗಿತ್ತು ?

ಸುಹರಾ : ಒಳ್ಳೆಯ ಪ್ರತಿಕ್ರಿಯೆಯೇ ಸಿಕ್ಕಿತ್ತು. ಮನೆಯಿಂದ, ಓದುಗರಿಂದ, ಗೃಹಲಕ್ಷ್ಮಿ ಪತ್ರಿಕೆಯವರಿಂದ.

ಪ್ರಶ್ನೆ : ಈ ವಿಚಾರದಲ್ಲಿ ಯಾರದ್ದೆಲ್ಲ ಸಹಕಾರ ಸಿಕ್ಕಿತ್ತು ?

ಸುಹರಾ : ನಾನು ಬರೆದಿಟ್ಟದ್ದನ್ನು ನನಗೆ ತಿಳಿಯದಂತೆ ನನ್ನ ಪತಿ ಓದಿದರು. ಪರವಾಗಿಲ್ಲ, ಒಂದು ಕಾದಂಬರಿಯ ಹಾಗೆ ಇದೆ ಅಂದರು. ಸಾಹಿತಿಯಾಗಬೇಕೆಂದು ಎಣಿಸಿ ಅಲ್ಲ ನಾನು ಬರೆಯ ತೊಡಗಿದ್ದು. ಸುಮ್ಮನೆ ಬರೆದೆ. ಆ ನಂತರ ನನ್ನ ಪತಿ ಅದನ್ನು ಇನ್ನು ಯಾರಿಗೋ ತೋರಿಸಿದರು. ಅವರು ಕೂಡಾ ಅದು ಪರವಾಗಿಲ್ಲ ಅಂದರು. ನನಗೆ ಸಂತೋಷವಾಯಿತು. ಆತ್ಮವಿಶ್ವಾಸ ತುಂಬಿಕೊಂಡಿತ್ತು. ಮಕ್ಕಳನ್ನೆಲ್ಲ ಬೆಳೆಸಿ ಇನ್ನು ಸುಮಾರಾಗಿ ನನ್ನ ಪಾತ್ರವೆಲ್ಲ ಮುಗಿಯಿತೆಂದು ಎಣಿಸಿ ಬಹಳ depressed ಆಗಿ ಕುಳಿತಿರುವಾಗ ಆಗಿತ್ತು ಇದೆಲ್ಲ ನಡೆದಿದ್ದು. ಮಾಡಲು ಕೆಲಸವೇನೂ ಇಲ್ಲ ಅವಸ್ಥೆ ನನ್ನನ್ನು ಒಂದು ವಿಶಿಷ್ಟ ಮನಸ್ಥಿತಿಯತ್ತ ಒಯ್ದಿತ್ತು. ಯಾವ ಪ್ರಯೋಜಕ್ಕೂ ಬಾರದೆ ಯಾಕಾಗಿ ಬದುಕಬೇಕು ಎಂದು ಕೂಡಾ ನನಗೆ ಅನ್ನಿಸಿತ್ತು.

ಪ್ರಶ್ನೆ : ಇಂತಹ ಮಾನಸಿಕ ಹಿಂಸೆಯನ್ನು ಅನುಭವಿಸುವ ಅನೇಕ ಸ್ತ್ರೀಯರು ನಮ್ಮಲ್ಲಿದ್ದಾರೆ. ವಿದ್ಯೆ-ಸಾಮರ್ಥ್ಯಗಳುಳ್ಳ ಸ್ತ್ರೀಯರಿಗೆ, ಮಾಡಲಿಕ್ಕೆ ಏನೂ ಕೆಲಸವಿಲ್ಲದೆ ಮನೆಯೊಳಗೆ ಮುದುರಿಕೊಂಡು ಕುಳಿತುಕೊಳ್ಳುವಾಗ ತಮ್ಮ ಸ್ವಂತ ವ್ಯಕ್ತಿತ್ವವೇ ಎಲ್ಲಿ ನಾಶವಾಗಿಬಿಡುತ್ತದೋ ಎಂಬ ಆತಂಕವೂ ಉಂಟಾಗಬಹುದು. ಪ್ರತಿಭೆಯಿದ್ದವರಿಗೆ ಈ ಅಸಹಾಯಕತೆ ಹೆಚ್ಚು ಅನುಭವಕ್ಕೆ ಬರುತ್ತದೇನೋ ಅನ್ನಿಸುತ್ತದೆ. ಪ್ರತಿಭೆಯಿಲ್ಲದವರಿಗೆ ಮಾಡಲಿಕ್ಕೇನೂ ಕೆಲಸವಿಲ್ಲದಿರುವುದು ಒಂದು ವರವಾಗಿ ಕಾಣಲೂಬಹುದು.

ಸುಹರಾ : ಹೌದು. ಪ್ರತಿಭೆಯಿದ್ದವರಿಗೆ ಮಾತ್ರ ಈ ಸಮಸ್ಯೆಗಳು ಉದ್ಭವಿಸುವುದು. ಇಲ್ಲದವರಿಗೇನೂ ತೊಂದರೆಯಿಲ್ಲ. ಯಾರಾದರೂ ರಾತ್ರಿಯೆಂದರೆ ರಾತ್ರಿ, ಹಗಲೆಂದರೆ ಹಗಲು. ಎಲ್ಲವನ್ನೂ ಮಾಡಿಕೊಡಲು ಯಾರಾದರೂ ಇದ್ದರೆ, ನಾನು ಯಾಕೆ ಕಷ್ಟಪಡಬೇಕು ಅನ್ನುವ ಮನೋಭಾವ.

ಪ್ರಶ್ನೆ : ಆದರೆ ಬೇರೆಯವರನ್ನು ಸಂಪೂರ್ಣವಾಗಿ ಅವಲಂಬಿಸುತ್ತ ಅವರ ಯಾವುದೇ ಅಭಿಪ್ರಾಯಗಳನ್ನು ಮರುಮಾತಿಲ್ಲದೆ ಒಪ್ಪಿಕೊಳ್ಳಬೇಕಾಗಿ ಬಂದಾಗ ನಮಗೆ ನಮ್ಮ ಬಗೆಗಿರುವ ಜಿಗುಪ್ಸೆ ಹೆಚ್ಚಾಗುವುದಿಲ್ಲವೆ ?

ಸುಹರಾ : ಅದಕ್ಕೆ ನಮಗೆ ನಮ್ಮ ಬಗೆಗೆ ಜಿಗುಪ್ಸೆ ಇದ್ದರಲ್ಲವೆ ಆ ಸಮಸ್ಯೆ ಬರುವುದು ! ಕೆಲವೊಮ್ಮೆ ನಾನು ಯೋಚಿಸುವುದಿದೆ ನಾನು ಈ ರಂಗಕ್ಕೆ ಏನಾದರೂ ಬಂದೆ ಅಂತ ಏನೇನೋ ಬರೆದು ಯಾವಯಾವದೋ ವಿವಾದಗಳಿಗೆ ಎಡೆಮಾಡಿಕೊಟ್ಟು ಏನಾದರೂ ಉಪಯೋಗವಿದೆಯೆ, ಸುಮ್ಮನೆ ನನ್ನಷ್ಟಕ್ಕೆ ಕುಳಿತಿದ್ದರೆ ಆಗುತ್ತಿರಲಿಲ್ಲವೇ ಅಂತ. ಆಗ ನನ್ನ ಪತಿ ಕೇಳುತ್ತಾರೆ. ಏನೂ ಮಾಡದೇ ಕುಳಿತಾಗಲಲ್ಲವೇ ಮನಶ್ಶಾಂತಿ ಪೂರ್ತಿಯಾಗಿ ಕೆಟ್ಟುಹೋಗುವುದು? ಆದ್ದರಿಂದ ಇಂತಹ ಕಾರ್ಯಗಳಲ್ಲಿ ತೊಡಗಿಸಿಕೊಳ್ಳಬೇಕು ಎಂದು. ಹೌದು, ಅದು ನಿಜ. ಪ್ರಾಯಶಃ ಚಿಂತನೆ ಮಾಡುವ ಮನಸ್ಸುಗಳಿಗೆ, ವಿಶೇಷವಾಗಿ ಸೃಜನಶೀಲ ಬರಹಗಾರರಿಗೆ ಈ ಸಮಸ್ಯೆ ಬರಬಹುದು. ಸದಾ ಅವರ ಮನಸ್ಸಿನಲ್ಲಿ ಒಂದು ಸಂಘರ್ಷ ನಡೆಯಬಹುದು. ಆದೊಂದು ಸಿದ್ಧಿಯೆಂದೋ ಬುದ್ಧಿಯೆಂದೋ ತಿಳಿದು ನಾನು ಸಮಾಧಾನಪಟ್ಟುಕೊಳ್ಳುತ್ತೇನೆ.

ಪ್ರಶ್ನೆ : ಇದುವರೆಗೆ ನೀವು ಬರೆದ ನಿಮ್ಮ ಕೊನೆಯ ಕಾದಂಬರಿ ?

ಸುಹರಾ : 'ನಿಳಲ್' (ನೆರಳು) ಅದು ತಿರುವನಂತರಪುರದ ಭಾಷಾ ಶೈಲಿಯಲ್ಲಿ ಬರೆದ ಕಾದಂಬರಿ. ತಿರುವನಂತಪುರದ ಮುಸಲ್ಮಾನ ಸಂಸ್ಕೃತಿಯನ್ನು ಅದರಲ್ಲಿ ಚಿತ್ರಿಸಿದ್ದೇನೆ. ಅಲ್ಲಿ ಕೂಡಾ ನಮ್ಮ ಸಮುದಾಯದವರ್ಯಾರೂ ಬರೆಯುತ್ತಿಲ್ಲವಲ್ಲ ? ಈಗ ನಾನದನ್ನು ಪುನಃ ಒಮ್ಮೆ ಓದಿ ನೋಡುತ್ತಿದ್ದೇನೆ.

ಪ್ರಶ್ನೆ : 'ಕಿನಾವ್' ಓದಿದ ನಂತರ 'ಮೊಳಿ' ಓದುವಾಗ ತುಂಬಾ ಭಿನ್ನವಾಗಿದ್ದಂತೆ ಕಾಣುತ್ತದೆ. 'ಮೊಳಿ' ಮುಗಿಸಿ 'ಇರುಟ್ಟ್' ಓದುವಾಗ ಇನ್ನಷ್ಟು ಬೆಳೆದಂತೆ ಕಾಣುತ್ತದೆ.

ಸುಹರಾ : 'ಮೊಳಿ' ಚೆನ್ನಾಗಿ ಬಂದಿಲ್ಲ ಎಂಬುದು ನನ್ನ ಅಭಿಪ್ರಾಯ. ಒಳ್ಳೆಯ ಒಂದು ವಸ್ತುವನ್ನು ಅನುಭವದ ಕೊರತೆಯಿಂದಾಗಿ ಚೆನ್ನಾಗಿ ನಿರೂಪಿಸಲು ಸಾಧ್ಯವಾಗಲಿಲ್ಲ.

ಪ್ರಶ್ನೆ : 'ಕಿನಾವ್'ನಲ್ಲಿ ತುಂಬಾ ಕಥಾಪಾತ್ರಗಳಿವೆ. ಎಲ್ಲಾ ಪಾತ್ರಗಳ ಹೆಸರುಗಳನ್ನೂ ನೆನಪಿಟ್ಟುಕೊಳ್ಳುವುದು ಕಷ್ಟವಾಗಿ ತೋರುತ್ತದೆ. ಅನೇಕ ಪಾತ್ರಗಳನ್ನು ಆಳವಾಗಿ ವಿಶ್ಲೇಷಿಸಿಲ್ಲ. ಹಲವಾರು ಮಿಂಚಿನಂತೆ ಮುಂದೆ ಬಂದು ನಿಂತು ಮಾಯವಾಗುತ್ತಾರೆ. ಯಾಕೆ ಹೀಗೆ ?

ಸುಹರಾ : 'ಕಿನಾವ್' ಒಂದು ಸಾಮಾನ್ಯವಾದ ಕಾದಂಬರಿಯಲ್ಲ. ದೊಡ್ಡ ಒಂದು ಕ್ಯಾನ್‌ವಾಸಿನಲ್ಲಿ ನಾನದನ್ನು ಬರೆದಿದ್ದೇನೆ. ನಾನು ಆ ಕಥೆಯನ್ನು ಈಗ ಬರೆದಿದ್ದರೆ ಅದು ಹೀಗಾಗುತ್ತಿರಲಿಲ್ಲ. 'ಕಿನಾವ್' ನನ್ನ ಜ್ಞಾನ–ಅನುಭವಗಳ ಕೊರತೆಯಿಂದಾಗಿ ದುರ್ಬಲವಾಗಿಬಿಟ್ಟಿದೆ.

ಪ್ರಶ್ನೆ : ಮುಸ್ಲಿಂ ಕಥೆಗಳನ್ನು ಮಾತ್ರವೇ ಬರೆಯುತ್ತೀರಾ ?

ಸುಹರಾ : ಸಣ್ಣಕಥೆಗಳು ಅಲ್ಲದ ಕಥೆಗಳನ್ನು ಬರೆದಿದ್ದೇನೆ.

ಪ್ರಶ್ನೆ : 'ಭ್ರಾಂತ್' ಒಂದು ಸ್ತ್ರೀವಾದಿ ಕಥೆ ಅನ್ನುತ್ತಾರಲ್ಲ ?

ಸುಹರಾ : ಆ ಕಥೆಯಲ್ಲಿರುವುದು ಓರ್ವ ಸಾಮಾನ್ಯ ಗೃಹಿಣಿ. ಒಂದು ದಿನ ಬೆಳಿಗ್ಗೆ ಏಳುತ್ತಲೇ ಆಕೆಗನ್ನಿಸುತ್ತದೆ ಇವತ್ತು ಚಹಾ ಮಾಡೋದು ಬೇಡ ಅಂತ. ಸಾಮಾನ್ಯವಾಗಿ ಆಕೆ ಮನೆಯ ಎಲ್ಲಾ ಕೆಲಸಗಳನ್ನು ಮಾಡುವವಳೇ ಗಂಡನನ್ನು ಕರೆದು ಎಬ್ಬಿಸುತ್ತಾಳೆ, ಚಹ ಕೊಡುತ್ತಾಳೆ, ಪತ್ರಿಕೆ ತೆಗೆದುಕೊಡುತ್ತಾಳೆ. ಅವತ್ತು ಅಲಾರಂ ಹೊಡೆದಾಗ ಆಕೆ ಹೇಳುತ್ತಾಳೆ. ಇವತ್ತು ನಾನು ಏಳುವುದಿಲ್ಲ, ನೀವು ಏಳಿ ಅಂತ. ಹಾಗೆ ಹೇಳಿ ಆಕೆ ಹೋಗಿ ಪೇಪರೋದುತ್ತಾಳೆ. ಎಣ್ಣೆ ಹಾಕಿಕೊಂಡು ಸ್ನಾನಮಾಡುತ್ತಾಳೆ. ಇದನ್ನು ನೋಡಿ ದಿಗ್ಭ್ರಮೆಗೊಂಡ ಗಂಡ ಆಕೆಗೆ ಹುಚ್ಚು ಎಂದು ನಿರ್ಧರಿಸಿಬಿಡುತ್ತಾನೆ. ಆತ ಹುಚ್ಚಾಸ್ಪತ್ರೆಗೆಫೋನ್‌ಮಾಡಿ ಬೇಗ ಬಂದು ತನ್ನ ಹೆಂಡತಿಯನ್ನು ಕರೆದುಕೊಂಡು ಹೋಗಿ ಎಂದು ಹೇಳುತ್ತಾನೆ. ಯಾವಾಗಲೂ ಮಾಡುವ ಕೆಲಸಗಳನ್ನು ಓರ್ವ ಸ್ತ್ರೀ ಒಂದು ದಿನಸ ಮಾಡದಿದ್ದರೆ ಆಕೆಗೆ ಹುಚ್ಚು ಎಂದು ಜಗತ್ತು ನಿರ್ಧರಿಸುತ್ತದೆ. ಇದು ಸ್ತ್ರೀವಾದದ ತತ್ವವನ್ನು ಗುರಿಯಾಗಿಟ್ಟುಕೊಂಡು ಬರೆದ ಕಥೆಯಲ್ಲ. ಒಂದು ಪ್ರತ್ಯೇಕವಾದ ತತ್ವದ ಪ್ರಚಾರಕ್ಕಾಗಿ ನಾವು ಸಾಹಿತ್ಯ ರಚನೆಮಾಡ ಹೊರಾಟಾಗ ಕಥೆಯ ಸೌಂದರ್ಯ ಹಾಳಾಗಿಬಿಡುತ್ತದೆಂಬುದು ನನ್ನ ಅಭಿಪ್ರಾಯ. ತಮ್ಮ ತಮ್ಮ ನೋವು–ಸಂಕಷ್ಟ, ದುಃಖಗಳನ್ನು ಹೊರಗೆ ಪ್ರಕಟಪಡಿಸಿಕೊಳ್ಳಲಾಗದ ಎಷ್ಟೋ ಮಂದಿ ಸ್ತ್ರೀಯರು ನಮ್ಮಲ್ಲಿದ್ದಾರೆ. ಅವರ ಕಥೆ ಅದು. ಕೆಲವು ಮಂದಿ ಗಂಡಂದಿರು ಹೇಳುವುದನ್ನು ನಾನು ಕೇಳಿದ್ದೇನೆ ತನ್ನ ಹೆಂಡತಿ ಆರೋಗ್ಯ ಸರಿಯಿಲ್ಲವೆಂದು ಹೇಳುತ್ತಿರುತ್ತಾಳೆ, ಆದರೆ ನಿಜವಾಗಿಯೂ ಅವಳಿಗೆ ಯಾವ ಕಾಯಿಲೆಯೂ ಇರುವುದಿಲ್ಲ ಅಂತ.

ಪ್ರಶ್ನೆ : ಸ್ತ್ರೀಯರ ಮೇಲಾಗುವ ಅನ್ಯಾಯಗಳನ್ನು ಪ್ರತಿಭಟಿಸಿ, ಸ್ತ್ರೀಪರ ಕಾಳಜಿ ತೋರಿಸಬೇಕು ಎಂಬುದು ಮಾತ್ರವಾಗಿದೆಯೇ ಇವತ್ತಿನ ಕೇರಳದ ಸ್ತ್ರೀವಾದದ ಉದ್ದೇಶ ?

ಸುಹರಾ : ಸ್ತ್ರೀವಾದವನ್ನು ಶಾಸಬದ್ಧವಾಗಿ ನಿರೂಪಿಸುವುದು ಹೇಗೆಂಬುದು ನನಗೆ ಗೊತ್ತಿಲ್ಲ. ಹಲವರು ಆ ಬಗ್ಗೆ ಏನೇನೋ ಮಾತನಾಡಿಕೊಳ್ಳುವುದು ಕೇಳುವಾಗ ನನಗೆ ಸ್ತ್ರೀವಾದದ ಬಗೆಗೆ ಸಂದೇಹ ತೋರುವುದಿದೆ. ಸ್ತ್ರೀಯ ಮನಸ್ಸಿನ ಆಳದಲ್ಲಿ ಆಕೆಗೆ ಹೇಗೆ ಬದುಕಬೇಕೆಂಬ ಆಸೆಯಿದೆಯೋ ಹಾಗೆ ಬದುಕುವ ಸ್ವಾತಂತ್ರ್ಯಕೊಡಿಸಲು ಸ್ತ್ರೀವಾದಕ್ಕೆ ಸಾಧ್ಯವಿದೆಯೆಂದಾದರೆ ನಾನು ಸ್ತ್ರೀವಾದವನ್ನು ಖಂಡಿತವಾಗಿ ಬೆಂಬಲಿಸುತ್ತೇನೆ.

ಪ್ರಶ್ನೆ : ಬರಹಗಾರ್ತಿಯರಾದ ಮಹಿಳೆಯರಲ್ಲಿ ಹೆಚ್ಚಿನವರು ತಾವು ಸ್ತ್ರೀವಾದಿಗಳೆಂದು ಹೇಳಿದರೆ ಕೆಲವರು ಖಚಿತವಾದ ನಿಲುವು ಇಲ್ಲದಿರಲು ಕಾರಣವೇನು ?

ಸುಹರಾ : ಖಚಿತವಾದ ನಿಲುವು ಇಲ್ಲದಿರುವುದು ನಿಜವೇ. ಆದರೆ ಈ ಸ್ಥಿತಿ ಇರುವುದು ಬರಹಗಾರ್ತಿಯರಲ್ಲಿ ಮಾತ್ರವಲ್ಲ. ಸಮಾಜದಲ್ಲೂ, ಅಷ್ಟೇ ಏಕೆ, ಸ್ತ್ರೀವಾದದ ಪರವಾಗಿ ದುಡಿಯುವವರಲ್ಲೂ ಅದರ ಬಗ್ಗೆ ಖಚಿತವಾದ ಅಭಿಪ್ರಾಯಗಳಿಲ್ಲ ಪರಪುರುಷರ ಜೊತೆಗೆ

ತಿರುಗಾಡುವುದು, ಒಳಬಟ್ಟೆಗಳನ್ನು ಹಾಕುವ ಅಭ್ಯಾಸವನ್ನು ಬಿಟ್ಟುಬಿಡುವುದು, ಸಿಗರೇಟು ಸೇದುವುದು, ಮದ್ಯಪಾನ ಮಾಡುವುದು, ಮನಬಂದಂತೆ ಪ್ರಿಯಕರರನ್ನು ಸ್ವೀಕರಿಸುವುದು ಮತ್ತು ತ್ಯಜಿಸುವುದು ಇಂತಹ ಸ್ವಾತಂತ್ರ್ಯಬೇಕೆನ್ನುವುದು ಸ್ತ್ರೀವಾದವಾದರೆ ನಾನು ಸ್ತ್ರೀವಾದಿ ಅಲ್ಲ. ಕೇರಳದಲ್ಲಿ ಹೆಚ್ಚಿನ ಮಂದಿ ಸ್ತ್ರೀಯರು ತಾವು ಸ್ತ್ರೀವಾದಿಗಳಲ್ಲವೆಂದು ಹೇಳುವಾಗ ಅವರ ಉದ್ದೇಶ ಇದನ್ನು ಹೇಳುವುದೇ ಆಗಿರುತ್ತದೆ. ಆದರೆ ಸ್ತ್ರೀಯನ್ನು ಮನೆಯೊಳಗೆ ಕೂಡಿಟ್ಟು ಬೀಗಹಾಕಬೇಕೆಂದೂ, ಸ್ತ್ರೀಗೆ ಯೋಚಿಸುವ ಹಾಗೂ ಸ್ವತಂತ್ರವಾಗಿ ನಿರ್ಧಾರಗಳನ್ನು ತೆಗೆದುಕೊಳ್ಳುವ ಸ್ವಾತಂತ್ರ್ಯ ಬೇಡವೆಂದೂ, ಯಾರಾದರೂ ಹೇಳಿದರೆ ನಾನು ಒಪ್ಪುವುದಿಲ್ಲ. ಅಂತಹ ಒಂದು ರೀತಿಯ ಸ್ವಾತಂತ್ರ್ಯಕ್ಕಾಗಿ ಮಾಡುವ ಹೋರಾಟ ಸ್ತ್ರೀವಾದವೆಂದಾದರೆ ನಾನು ಸ್ತ್ರೀವಾದಿ ಹೌದು. ಆದರೆ ಇಂತಹ ವಿಚಾರಗಳ ಬಗ್ಗೆ ಮಾತನಾಡುವ ಧೈರ್ಯವುಳ್ಳ ಸ್ತ್ರೀಯರು ಇಲ್ಲಿ ಎಷ್ಟು ಮಂದಿ ಇದ್ದಾರೆ?

ಪ್ರಶ್ನೆ : ಸ್ತ್ರೀಗೆ ಸ್ವಾತಂತ್ರ್ಯ ಬೇಕು ಎಂದು ಹೇಳುವವರು ಸ್ತ್ರೀಯರಲ್ಲೇ ಕಡಿಮೆ ಅಲ್ಲವೆ?

ಸುಹರಾ : ಚಿಕ್ಕವಳಿರುವಾಗಲೇ ಆಕೆಗೆ ಸ್ವಾತಂತ್ರ್ಯ ಬೇಡ ಅನ್ನುವ ಭಾವನೆಯನ್ನು ಸಮಾಜವು ಆಕೆಯ ಮನಸ್ಸಿನೊಳಗೆ ತುರುಕಿಬಿಟ್ಟಿದೆ. ಆ ಕಾರಣದಿಂದಲೇ ಸ್ತ್ರೀಯರಿಗೆ ತಮ್ಮದೇ ಆದ ಬೇಡಿಕೆಗಳೇ ಇರುವುದಿಲ್ಲ. ನಿಮಗಾಗಿ ಪುರುಷರು ದುಡಿಯುತ್ತಾರೆ. ನಿಮಗೇನು ಬೇಕಾದರೂ ತಂದುಕೊಡುತ್ತಾರೆ, ಆ ಬಗ್ಗೆ ನೀವು ಚಿಂತಿಸುವ ಅಗತ್ಯವಿಲ್ಲ ಎಂದು ಸಮಾಜ ಸ್ತ್ರೀಯರಿಗೆ ಮೊದಲಿನಿಂದಲೂ ಹೇಳುತ್ತಲೇ ಬಂದಿದೆ. ಈಗ ಎಷ್ಟೋ ಮಂದಿ ಸ್ತ್ರೀಯರು ಮಾರ್ಕೆಟ್ಟಿಗೆ ಹೋಗುತ್ತಾರೆ, ಬೇಕಾದ ವಸ್ತುಗಳನ್ನು ಖರೀದಿಸುತ್ತಾರೆ, ಹಣ ಖರ್ಚು ಮಾಡುತ್ತಾರೆ. ಇನ್ನೆಂತಹ ಸ್ವಾತಂತ್ರ್ಯ ಬೇಕು ನಿಮಗೆ ? ಎಂಬ ಪ್ರಶ್ನೆ ಏಳಬಹುದು. ಅದು ಪುರುಷರ ಒಂದು ತಂತ್ರ. ಒಂದಷ್ಟು ಹಣವನ್ನು ಸ್ತ್ರೀಯರ ಕೈಗೊಪ್ಪಿಸಿಬಿಟ್ಟರೆ ಮನೆಯ ಯಾವುದೇ ಕೆಲಸಕಾರ್ಯಗಳ ಬಗ್ಗೆ ತಲೆಕೆಡಿಸಿಕೊಳ್ಳುವ ಗೋಜಿಗೆ ಅವರು ಹೋಗುವುದಿಲ್ಲ. ಪಾಪ, ಸ್ತ್ರೀಯರು ತಮಗೆ ಏನೂ ಕಷ್ಟವಿಲ್ಲದೆ ಖರ್ಚುಮಾಡಲು ಹಣ ಸಿಗುತ್ತದಲ್ಲ ಎಂದೆಣಿಸಿ ಸಂತೋಷಪಡುತ್ತಾರೆ. ಆದರೆ ಗಂಭೀರವಾದ ಒಂದು ವಿಚಾರದಲ್ಲಿ, ಅದು ಸ್ತ್ರೀಯರಿಗೆ ನೇರವಾಗಿ ಸಂಬಂಧಿಸಿದ್ದೇ ಆದರೂ, ಆ ಕುರಿತು ಅವರು ಅಭಿಪ್ರಾಯ ಹೇಳಹೊರಟರೆ ಪುರುಷರು ಗದರಿಸಿಬಿಡುತ್ತಾರೆ. 'ನೀನು ಸುಮ್ಮನಿರು' ಅಂತ.

ಪ್ರಶ್ನೆ : ಮುಸ್ಲಿಂ ಸಮುದಾಯದಲ್ಲಿ ಬಹಳಷ್ಟು ಪ್ರಸಿದ್ಧಿ ಪಡೆದ ಬರಹಗಾರ್ತಿ ನೀವು. ನಿಮ್ಮ ಬರಹಗಳಿಗೆ ಸಮುದಾಯದಿಂದ ಪ್ರತಿಭಟನೆ ಬಂದಿದೆಯೆ ?

ಸುಹರಾ : ನಾನೊಂದು ಯಥಾರ್ಥವಾದಿ ಹಿನ್ನೆಲೆಯಲ್ಲಿ ಬೆಳೆದು ಬಂದವಳು. ತಿಳಿದೋ ತಿಳಿಯದೆಯೋ ನನ್ನ mentality ಅದಕ್ಕನುಗುಣವಾಗಿಯೇ ಕೆಲಸಮಾಡುತ್ತದೆ. ಹಲವು ಮಂದಿ ಪತ್ನಿಯರನ್ನಿಟ್ಟುಕೊಳ್ಳುವುದು ಮತ್ತು ಹಲವು ಬಾರಿ ಮದುವೆಯಾಗುವುದು ಇತ್ಯಾದಿ ನನ್ನ ಕಥೆಗಳಲ್ಲಿವೆ. ವಿವಾದವೆಬ್ಬಿಸುವ ಉದ್ದೇಶದಿಂದ ಅಲ್ಲದಿದ್ದರೂ ಮುಸ್ಲಿಂ ಸ್ತ್ರೀಯರಿಗಿರುವ ಸೀಮಿತ ಸ್ವಾತಂತ್ರ್ಯದ ಕುರಿತು ಕೂಡಾ ನಾನು ಕಥೆಗಳಲ್ಲಿ ಬರೆದಿದ್ದೇನೆ.

ಹಾಗಿದ್ದರೂ ಓರ್ವ ಅ–ಮುಸಲ್ಮಾನಳಾಗಿ ನಾನು ಬದುಕುತ್ತಿಲ್ಲ. ಮುಸಲ್ಮಾನಳಾಗಿಯೇ ಬದುಕುತ್ತಿದ್ದೇನೆ. ಆ ಕಾರಣದಿಂದಾಗಿಯೇ ಇರಬಹುದು ಮೂಲಭೂತವಾದಿಗಳು ಕೂಡಾ ನನ್ನನ್ನು ವಿರೋಧಿಸಿಲ್ಲ. ಹೆಚ್ಚೆಂದರೆ ಕೆಲವು ಪತ್ರಗಳು ಮಾತ್ರ ಬಂದಿವೆ. ಆದರೆ ನನ್ನ ಬರಹಗಳ ಬಗ್ಗೆ ಇದುವರೆಗೆ ಯಾವುದೇ ರೀತಿಯ ಸಾರ್ವಜನಿಕ ವಿವಾದವೆದ್ದಿಲ್ಲ. ಧಾರ್ಮಿಕವಾದ ಆಚಾರ–ವಿಚಾರಗಳನ್ನೆಲ್ಲ ನಾನು ಗಂಭೀರವಾಗಿ ಅನುಸರಿಸುತ್ತಿದ್ದೇನೆ, ನಿಯಮಗಳನ್ನು ಚೆನ್ನಾಗಿ ಪಾಲಿಸುತ್ತಿದ್ದೇನೆ.

ಪ್ರಶ್ನೆ : ಧಾರ್ಮಿಕವಾದ ಎಲ್ಲಾ ಆಚಾರಗಳನ್ನು ಅನುಸರಿಸಲು ಸಾಧ್ಯವಾಗುತ್ತದೆಯೆ? ಒಬ್ಬ ಪುರುಷ ನಾಲ್ಕು ಮಂದಿ ಪತ್ನಿಯರನ್ನಿಟ್ಟುಕೊಳ್ಳಬಹುದು ಎಂಬುದರ ಕುರಿತು ನೀವು ಏನು ಹೇಳುತ್ತೀರಿ ?

ಸುಹರಾ : ಖುರಾನ್‌ನಲ್ಲಿ ಹಾಗೆಂದು ಎಲ್ಲೂ ಹೇಳಿಲ್ಲ. 'ಶರಿಯತ್ತು' ಸರಿಯಲ್ಲ ಎಂಬುದು ನನ್ನ ಅಭಿಪ್ರಾಯ. ನಾಲ್ಕು ಮಂದಿ ಹೆಂಡತಿಯರನ್ನಿಟ್ಟುಕೊಳ್ಳಬೇಕಿದ್ದರೆ ತುಂಬಾ ಷರತ್ತುಗಳಿವೆ. ಪರುಷರು ತನ್ನ ಅನುಕೂಲಕ್ಕಾಗಿ ಅವನ್ನೆಲ್ಲ ಬದಲಾಯಿಸಿದರು. ನಾಲ್ಕು ಮಂದಿ ಪತ್ನಿಯರನ್ನಿಟ್ಟುಕೊಳ್ಳಬೇಕಿದ್ದರೆ ಪತ್ನಿಯರ ನಡುವೆ ಯಾವುದೇ ರೀತಿಯ ಭೇದಭಾವ ತೋರಿಸಕೂಡದು ಎಂತಲೂ, ಒಬ್ಬರನ್ನೂ ಕೂಡಾ ಪ್ರತ್ಯೇಕತಾಭಾವದಿಂದ ನೋಡಕೂಡದು ಎಂತಲೂ ಹೇಳಿದ್ದಾರೆ. ಹೀಗೆ ಮಾಡಲು ಯಾರಿಂದ ಸಾಧ್ಯವಾಗುತ್ತದೆ ?

ಪ್ರಶ್ನೆ : ಹಿಂದೆ ಯುದ್ಧಗಳೆಲ್ಲ ನಡೆಯುತ್ತಿದ್ದ ಕಾಲದಲ್ಲಿ ಪುರುಷರ ಸಂಖ್ಯೆ ಕಡಿಮೆಯಾಗಿ ಸ್ತ್ರೀಯರ ಸಂಖ್ಯೆ ಹೆಚ್ಚಾದಾಗ ಜೀವನ ಸಾಗಿಸಲು ಕಷ್ಟವೆಂದು ಕಂಡ ಅವರನ್ನು ಸಾಕುವ ದೃಷ್ಟಿಯಿಂದ ಒಬ್ಬ ಪುರುಷ ನಾಲ್ಕು ಮಂದಿ ಸ್ತ್ರೀಯರ ಜವಾಬ್ದಾರಿ ತೆಗೆದುಕೊಳ್ಳಬಹುದೆಂದು ನಿರ್ಧಾರವಾದದ್ದು ತಾನೆ ? ಹಾಗೆ ಅಂದಿನ ಕಾಲದ ಅಗತ್ಯ ಹಾಗಿತ್ತು. ಇವತ್ತು ಆ ಅಗತ್ಯ ಇಲ್ಲವಾಗಿದೆ. ಹಾಗಿರುವಾಗ ಇವತ್ತು ಸಹ ಅದನ್ನು ಮುಂದುವರಿಸುವುದು ಅರ್ಥಹೀನವಲ್ಲವೆ ?

ಸುಹರಾ : ಇಲ್ಲ. ಮುಹಮ್ಮದ್ ನಬಿ ಜನ್ಮ ತಾಳಿದ್ದೇ ಲೋಕೋದ್ಧಾರಕ್ಕಾಗಿ ಆಗಿತ್ತು. ನಿಯಮಗಳಿಗೆ ಅನಗತ್ಯವಾದ ಅರ್ಥಗಳನ್ನು ಕೊಟ್ಟವರನ್ನು ಮಾತ್ರ ನಾವು ದೂಷಿಸಲು ಸಾಧ್ಯ.

ಪ್ರಶ್ನೆ : ಮೂರು ಬಾರಿ ಜೊತೆಗೆ 'ತಲ್ಲಾಖ್' ಹೇಳಿದರೆ ಗಂಡ–ಹೆಂಡತಿಯರ ಸಂಬಂಧ ಅಲ್ಲಿಗೆ ಮುಗಿದುಬಿಡುತ್ತದೆಯೆ ?

ಸುಹರಾ : ಖಂಡಿತವಾಗಿಯೂ. ಆ ನಂತರ ಹೆಂಡತಿಗೆ ಗಂಡನನ್ನು ನೋಡಲಿಕ್ಕೂ ಸಹ ಹಕ್ಕಿಲ್ಲ. ಇದೆಲ್ಲ ಬೇರೆ ಎಲ್ಲೂ ಇಲ್ಲ. ಅರೇಬಿಯದಲ್ಲಿ ಇದಕ್ಕಿಂತಲೂ ಭಿನ್ನವಾಗಿ ಸಂಗತಿಗಳು ನಡೆಯುತ್ತವೆ. ಖುರಾನ್‌ನಲ್ಲಿ ಹೇಗೆ ಹೇಳಿದೆಯೆಂದರೆ ಜೊತೆಗೆ ಬದುಕುವುದು ಅಸಾಧ್ಯವೆಂದು ಕಂಡರೆ ಅವರು ಸ್ವಲ್ಪ ಕಾಲ ಆ ಮನೆಯಲ್ಲಿ ಜೊತೆಗೇನೇ ಇರಬೇಕು. ಆ ನಡುವೆ ಹಲವರು ಮಧ್ಯೆ ಪ್ರವೇಶಿಸಿ ಮಾತನಾಡಬಹುದು. ಆದರೆ, ಮತ್ತೂ ಸಹ ಒಂದಾಗಬೇಕೆಂದು ಮನಸ್ಸಾಗದಿದ್ದರೆ ಇನ್ನಷ್ಟು ಕಾಲ ಎರಡು ಮನೆಗಳಲ್ಲಿ ಕಳೆಯಬೇಕು.

ಹೀಗೆ 'ತಲ್ಲಾಖ್' ಹೇಳುವುದು ಹಲವು ಹಂತಗಳಲ್ಲಾಗಿರುತ್ತದೆ. ಇಲ್ಲಿ ಈ ಯಾವುದೇ ನೀತಿಯನ್ನು ಅನುಸರಿಸುವುದಿಲ್ಲ. ಎಷ್ಟೋ ಬಾರಿ ಎಷ್ಟೇ ಮಂದಿ ಸ್ತ್ರೀಯರು ತಾವು ಮಾಡದೇ ಇರುವ ತಪ್ಪನ್ನು ತಮ್ಮ ಆರೋಪಿಸಿ 'ತಲ್ಲಾಖ್' ಹೇಳಿಸಿಕೊಳ್ಳುತ್ತಾರೆ. ಗಂಡ ಗಲ್ಫ್‌ನಲ್ಲೋ ಅಥವಾ ಇನ್ನೆಲ್ಲೋ ಇರುತ್ತಾನೆ. ಇಲ್ಲಿಂದ ಯಾರಾದರೂ 'ನಿನ್ನ ಹೆಂಡತಿ ಸರಿಯಿಲ್ಲ' ಎಂದೆಲ್ಲ ಬರೆದುಬಿಡುತ್ತಾರೆ. ಗಂಡ ಅಲ್ಲಿಂದ ಟಪ್ಪಾಲಿನಲ್ಲಿ 'ತಲ್ಲಾಖ್' ಕಳುಹಿಸಿಕೊಡುತ್ತಾನೆ. ಇದು ನಿಜವಾಗಿಯೂ ಕ್ರೂರವಲ್ಲವೆ ?

ಪ್ರಶ್ನೆ : ಆದರೂ ಇಸ್ಲಾಂ ಮತದಲ್ಲಿ ಸ್ತ್ರೀಯರಿಗೆ ರಕ್ಷಣೆ ಮತ್ತು ಸ್ವಾತಂತ್ರ್ಯಗಳು ಧಾರಾಳ ಇವೆ ಎಂದಲ್ಲವೇ ಮಾಧವಿಕುಟ್ಟಿಯಂಥವರೂ ಹೇಳುವುದು ? ಆ ಕಾರಣದಿಂದಲ್ಲವೇ ಅವರು ಇಸ್ಲಾಂಗೆ ಮತಾಂತರ ಮಾಡಿಕೊಂಡದ್ದು ?

ಸುಹರಾ : ಮಾಧವಿಕುಟ್ಟಿಯವರು ಮತಾಂತರ ಮಾಡಿಕೊಂಡದ್ದು ಅವರ ವೈಯಕ್ತಿಕವಾದ ವಿಚಾರ. ಅವರು ಇಸ್ಲಾಂ ಅಥವಾ ಬೌದ್ಧಮತ ಯಾವುದನ್ನು ಬೇಕಾದರೂ ಸ್ವೀಕರಿಸಿಕೊಳ್ಳಲಿ. ಇಸ್ಲಾಂ ಮತದಿಂದ ಆಕರ್ಷಿತರಾಗಿ, ಅದರ ಬಗ್ಗೆ ಓದಿ ತಿಳಿದುಕೊಂಡೇ ಅವರು ಮತಾಂತರ ಮಾಡಿಕೊಂಡದ್ದಾಗಿದ್ದರೆ ನನಗೆ ಆ ಬಗ್ಗೆ ವಿರೋಧವಿಲ್ಲ. ಆದರೆ ಅದು ಹೌದೋ ಅಲ್ಲವೋ ಎಂಬ ಅನುಮಾನ ನನಗಿದೆ. ಅಗ್ಗದ ಪ್ರಚಾರಕ್ಕೋಸ್ಕರ ಅವರು ಮತಾಂತರ ಮಾಡಿಕೊಂಡಿದ್ದಿದ್ದರೆ ನನಗದು ಇಷ್ಟವಿಲ್ಲ.

ಪ್ರಶ್ನೆ : ಹೆಚ್ಚು ಸ್ವಾತಂತ್ರ್ಯಬೇಕೆಂದು ಪ್ರಪಂಚದಾದ್ಯಂತ ಸ್ತ್ರೀಯರು ಕೊಗೆಬ್ಬಿಸಿದರೆ ಸ್ತ್ರೀಯರಿಗೆ ಸ್ವಾತಂತ್ರ್ಯ ಬೇಡ, ರಕ್ಷಣೆ ಸಾಕೆಂಬುದಾಗಿ ಪ್ರಸಿದ್ಧಿ ಜಾಣ್ಮೆಗಳನ್ನು ಹೊಂದಿದ ಮಾಧವಿಕುಟ್ಟಿಯಂಥ ಓರ್ವ ಲೇಖಕಿ ಹೇಳುವುದು ಸ್ತ್ರೀ ಸಮಾಜದ ಮೇಲೆ ಯಾವ ರೀತಿಯ ಪ್ರಭಾವ ಬೀರಬಹುದು ?

ಸುಹರಾ : ಧಾರಾಳ ಸ್ವಾತಂತ್ರ್ಯವನ್ನು ಜೀವನದಲ್ಲಿ ಅನುಭವಿಸಿದ್ದರಿಂದ ಆಗಿರಬಹುದು ಮಾಧವಿಕುಟ್ಟಿಯವರಿಗೆ ಈಗ ಸ್ವಾತಂತ್ರ್ಯ ಬೇಡ ಅಂತ ಅನ್ನಿಸತೊಡಗಿದ್ದು. ಆದರೆ ಅವರಿಗೆ ಅವರ ಬಗ್ಗೆ ಮಾತ್ರ ಆ ರೀತಿ ಮಾತನಾಡಲು ಅಧಿಕಾರವಿರುವುದು. ಸಾರ್ವತ್ರಿಕವಾಗಿ ಎಲ್ಲಾ ಸ್ತ್ರೀಯರಿಗೂ ಬೇಕಾದುದು ಸಂರಕ್ಷಣೆ ಮಾತ್ರ ಎಂದು ಹೇಳಲು ಅವರಿಗೆ ಹಕ್ಕಿಲ್ಲ.

ಪ್ರಶ್ನೆ : ಆದರೆ ಮುಸ್ಲಿಂ ಸಮುದಾಯದಲ್ಲಿ ಸ್ತ್ರೀಯರಿಗೆ ಸಾಕಷ್ಟು ಸ್ವಾತಂತ್ರ್ಯ ಇದೆಯೆಂದು ತಾನೇ ಮಾಧವಿಕುಟ್ಟಿ ಹೇಳುವುದು ?

ಸುಹರಾ : ಮಾಧವಿಕುಟ್ಟಿ ಇಸ್ಲಾಂ ಧರ್ಮವನ್ನು ಪ್ರವೇಶಿಸಿದ್ದು ಈಗಷ್ಟೇ ತಾನೆ ? ಈಗ ಈ ವಯಸ್ಸಿನಲ್ಲಲ್ಲವೇ ಅವರಿಗೆ ಮತ ಬದಲಾಯಿಸಬೇಕೆಂದು ಅವರಿಗೆ ಗೊತ್ತಿಲ್ಲ. ಅಲ್ಲಿರುವ ಸ್ತ್ರೀಯರಿಗೆ ಇರುವುದು ಯಾವ ಸ್ವಾತಂತ್ರ್ಯವೆಂಬುದು ಕೂಡಾ ಅವರಿಗೆ ಗೊತ್ತಿಲ್ಲ. ಅವರು ನೋಡಿದ್ದು ಮುಸ್ಲಿಂ ಸ್ತ್ರೀಯರು ಬಟ್ಟೆ ಆಭರಣಗಳನ್ನು ಧರಿಸಿಕೊಳ್ಳುವುದನ್ನು, ಮದಿರಂಗಿ ಹಾಕಿಕೊಳ್ಳುವುದನ್ನು ಮತ್ತು 'ಒಪ್ಪನ' ನರ್ತಿಸುವುದನ್ನು ಮಾತ್ರ. ಅವರ ನಿಜವಾದ ಸಮಸ್ಯೆಗಳೇನೆಂಬುದನ್ನು ಮಾಧವಿಕುಟ್ಟಿ ನೋಡಿಲ್ಲ. ವರದಕ್ಷಿಣೆ ಕೊಡಲಾಗದೆ

ಮನೆಯೊಳಗೆ ಕೂಡಿ ಹಾಕಲ್ಪಟ್ಟು ನರಳಾಡುವ ಹೆಣ್ಣುಮಕ್ಕಳ ಕಣ್ಣೀರಾಗಲಿ ಅನೇಕ ಮಂದಿ ಪತ್ನಿಯರಲ್ಲಿ ಒಬ್ಬಳಾಗಿ ಬದುಕಬೇಕಾದ ಅನಿವಾರ್ಯತೆಯಿಂದ ಹೆಣ್ಣಿಗೆ ಜೀವನದಲ್ಲಿ ತೋರುವ ಜಿಗುಪ್ಸೆಯಾಗಲಿ ಅವರಿಗೆ ಗೊತ್ತಿಲ್ಲ. ಆದ್ದರಿಂದಲೇ ಮುಸ್ಲಿಂ ಸ್ತ್ರೀಯರ ಪರಿಸ್ಥಿತಿಯ ಬಗ್ಗೆ ಅಧಿಕೃತವಾಗಿ ಏನಾದರೂ ಹೇಳುವ ಹಕ್ಕು ಮಾಧವಿಕುಟ್ಟಿಗಿಲ್ಲ.

ಪ್ರಶ್ನೆ : ಹಿಂದೂ ಧರ್ಮದಲ್ಲಿರುವುದಕ್ಕಿಂತ ಹೆಚ್ಚಿನ ರಕ್ಷಣೆ ಒಬ್ಬ ಸ್ತ್ರೀಗೆ ಇಸ್ಲಾಂ ಧರ್ಮದಲ್ಲಿ ಸಿಗಬಹುದು. ಸ್ತ್ರೀಗೆ ಅತ್ಯಂತ ಹೆಚ್ಚು ಅಗತ್ಯವಿರುವುದು ಅದೇ ಎಂದಲ್ಲವೇ ಮಾಧವಿಕುಟ್ಟಿ ಹೇಳುವುದು ?

ಸುಹರಾ : ಪ್ರೀತಿಸುವ ಪತಿಯಿದ್ದರೆ ಯಾವುದೇ ಸ್ತ್ರೀಗೆ ಒಂದು ಮಿತಿಯತನಕ ಸ್ವಾತಂತ್ರ್ಯ ಸಿಗಬಹುದೇನೋ ? ಈಗ ಮತಾಂತರ ಮಾಡಿಕೊಂಡದ್ದರಿಂದ ಅವರಿಗೆ ಸಂರಕ್ಷಣೆ ಸಿಕ್ಕಿದೆ ಎಂದು ಅವರು ಹೇಳಿದರೆ ಅದು ಹೇಗೆ ಎಂದು ನನಗೆ ಅರ್ಥವಾಗುವುದಿಲ್ಲ. ಮತ್ತೆ ಹೇಳಲಿಕ್ಕಾಗುವುದಿಲ್ಲ. ಈಗ ಮಾಧವಿಕುಟ್ಟಿಯವರಿಗೆ special protection ಮತ್ತು body guardಗಳಿದ್ದಾರಲ್ಲ? ಹಾಗಿದ್ದ ಮೇಲೆ ಸುರಕ್ಷಿತತೆಗೇನೂ ಕಡಿಮೆಯಿಲ್ಲ. ಆದರೆ ಸಾಮಾನ್ಯ ವರ್ಗದ ಬಡಪಾಯಿ ಮುಸ್ಲಿಂ ಸ್ತ್ರೀಯರಿಗೆ ಹಾಗಲ್ಲವಲ್ಲ ? ಮತಾಂತರ ಮಾಡಿಕೊಳ್ಳುವುದರಲ್ಲಿ ಅವರ ಉದ್ದೇಶ ಇದಾಗಿದ್ದರೆ ಆ ಬಗ್ಗೆ ನಾನೇನೂ ಹೇಳಲಿಕ್ಕೆ ಇಷ್ಟಪಡುವುದಿಲ್ಲ.

ಪ್ರಶ್ನೆ : ಮಾಧವಿಕುಟ್ಟಿಯವರು ಮತಾಂತರ ಮಾಡಿಕೊಂಡದ್ದು ಮುಸ್ಲಿಂ ಸ್ತ್ರೀಯರಿಗೆ ಸಂತೋಷವಾಗಿದೆಯೆ ?

ಸುಹರಾ : Fundementalistಗಳಿಗೆ ಸಂತೋಷವಾಗಿದೆ.

ಪ್ರಶ್ನೆ : ನಾನು ಕೇಳಿದ್ದು ಸ್ತ್ರೀಯರ ಬಗ್ಗೆ. ಮಾಧವಿಕುಟ್ಟಿ ಹೇಳಿದ ಅಭಿಪ್ರಾಯಗಳನ್ನು ಅವರು ವಿರೋಧಿಸಿಲ್ಲವೆ ?

ಸುಹರಾ : ಯಾರಾದರೂ ನಮ್ಮ ಧರ್ಮಕ್ಕೆ ಸೇರುವುದನ್ನು ಸಂತೋಷದಿಂದ ಸ್ವಾಗತಿಸಬೇಕೆಂಬುದಾಗಿ ಅವರು ಚಿಕ್ಕಂದಿನಿಂದಲೂ ಕಲಿತಿದ್ದಾರೆ. ದೊಡ್ಡ ದೊಡ್ಡ ಮುಸ್ಲಿಂ ಮಹಿಳಾ ನೇತಾರರು ಅವರನ್ನು ಅಪ್ಪಿ ಹಿಡಿದುಕೊಂಡದ್ದನ್ನು ನಾನು ನೋಡಿದೆ. ವೇದಿಕೆಯಲ್ಲಿ ಎಂತಹ ನೂಕುನುಗ್ಗಲಿತ್ತು ! ಆದರೆ ಈ ಮಹಿಳೆಯರನ್ನು ಗಂಭೀರವಾಗಿ ಪರಿಗಣಿಸುವ ಅಗತ್ಯವೆಂಬುದು ನನ್ನ ಅಭಿಪ್ರಾಯ. ಅವರಿಗಾಗಿ ಚಿಂತಿಸುವವರು ಇನ್ನೂ ಯಾರುಯಾರೋ ಇದ್ದಾರೆ. ಮುಖ್ಯ ಸಮಸ್ಯೆಯೆಂದರೆ ಇದೇ. ಇಲ್ಲಿ ಸ್ವತಂತ್ರವಾಗಿ ಯೋಚಿಸುವವರು rebel ಆಗಿ ಪರಿಗಣಿಸಲ್ಪಡುತ್ತಾರೆ ಸ್ತ್ರೀಯಾದರೂ ಪುರುಷನಾದರೂ ಸ್ತ್ರೀಯರ ಹತ್ತಿರ 'ನೀವು ಯಾಕೆ ಯೋಚಿಸುತ್ತೀರಿ, ನಿಮಗೆ ಬೇಕಾಗಿ ನಾವು ಚಿಂತಿಸುತ್ತೇವೆ' ಎಂದು ಹೇಳುವವರೇ ಇಲ್ಲಿರುವುದು. ಇದ್ಯಾವುದೂ ಅರ್ಥವಾಗುವುದಿಲ್ಲವೆ ?

ಪ್ರಶ್ನೆ : ಯೋಚಿಸಲಿ, ಯೋಚಿಸದಿರಲಿ, ಸ್ತ್ರೀಯರಿಗೆ ಸ್ವಾತಂತ್ರ್ಯ ಬೇಡ ಎಂಬ ಅಭಿಪ್ರಾಯ ಮಾಧವಿಕುಟ್ಟಿಯಂತಿರುವ ಓರ್ವ ಸ್ತ್ರೀ ಹೇಳಿಕೆ ನೀಡಿದ್ದು ಸ್ತ್ರೀಯರ ಮೇಲೆ ಅತ್ಯಂತ ಕೆಟ್ಟ ಪರಿಣಾಮ ಬೀರುವುದಿಲ್ಲವೆ ?

ಸುಹರಾ : ಹಾಗೆ ಆಗಬಹುದೆಂದು ನನಗನ್ನಿಸುವುದಿಲ್ಲ. ಪುರುಷರು ಮಾಡುವ ಅನ್ಯಾಯಗಳನ್ನು ಎತ್ತಿಹಿಡಿದು ಅವರನ್ನು ಅವಗಣಿಸುವ ಅನೇಕ ಕಥೆಗಳನ್ನು ಮಾಧವಿಕುಟ್ಟಿ ಬರೆದಿದ್ದಾರೆ. ಸ್ತ್ರೀಯರು ಪುರುಷರನ್ನು ಪೀಡಿಸುತ್ತಾರೆ ಎಂದು ಕೂಡಾ ಅವರು ಹೇಳಿದ್ದಾರೆ. ಬಹಳ ಪ್ರತಿಭಾವಂತ ಸ್ತ್ರೀ ಆಕೆ. ಅಂಥವರಲ್ಲೇ eccentricity ಹೆಚ್ಚಾಗುವುದಿದೆ. ಆದ್ದರಿಂದಲೇ ಅವರು ಇವತ್ತು ಹೇಳಿದ್ದನ್ನ ನಾಳೆ ಬದಲಾಯಿಸುತ್ತಾರೆ. ನಾಡದು ಪುನಃ ತಿದ್ದುಪಡಿ ಮಾಡುತ್ತಾರೆ. ಪ್ರತಿಭೆಯ ಒಂದು ಮುಖವಾಗಿ ಮಾತ್ರ ಅದನ್ನು ಪರಿಗಣಿಸುವ ಅಗತ್ಯವಿದೆ. ಕೆಲವೊಮ್ಮೆ ಹೀಗೆಲ್ಲ ಹೇಳಿದ್ದು ತಾನು ಅಲ್ಲವೇ ಅಲ್ಲ, ಪತ್ರಿಕೆಗಳು ಸುಮ್ಮನೆ ಏನೇನೋ ಬರೆದದ್ದು ಎಂದು ಕೂಡಾ ಅವರು ಹೇಳಲೂಬಹುದು.

ಪ್ರಶ್ನೆ : ಸ್ತ್ರೀಯರು ಬರಹಗಾರ್ತಿಯರಾಗುವಾಗ ಎದುರಿಸುವ ಒಂದು ಸಮಸ್ಯೆಯಿದೆ ಅವರುನ ಪ್ರಸ್ತುತಪಡಿಸುವ ಕಥೆಗಳಲ್ಲಿ ಅವರ ಸ್ವಂತ ಬದುಕಿನ ಅನುಭವದ ಅಂಶಗಳನ್ನು ಹುಡುಕಿ ಹಿಡಿಯಲು ಓದುಗರು ಮತ್ತು ವಿಮರ್ಶಕರು ಪ್ರಯತ್ನಿಸುತ್ತಾರೆ. ಆದ್ದರಿಂದಲೇ ಅಲ್ಲವೇ ಹಲವು ಮಂದಿ ಬರಹಗಾರ್ತಿಯರಿಗೆ ಸ್ವತಂತ್ರವಾಗಿ ಸೃಷ್ಟಿಸುವ ಕಥಾಪಾತ್ರಗಳಿಗೂ ತಮ್ಮ ಅಭಿಪ್ರಾಯಗಳಿಗೂ ಇಷ್ಟೋ ಬಾರಿ ನ್ಯಾಯ ಸಲ್ಲಿಸಲು ಸಾಧ್ಯವಾಗದೇ ಇರುವುದು ?

ಸುಹರಾ : ಹೌದು. ಸರಿ. ಒಂದು ಕಥೆಯಲ್ಲಿ ನಾನು ಒಬ್ಬ ಗಂಡನ ಕುರಿತು ಬರೆದರೆ ಅದು ನನ್ನ ಗಂಡನ ಕುರಿತು ಬರೆದದ್ದೆಂದು ಜನ ಹೇಳುತ್ತಾರೆ. ಇಲ್ಲಿನ ಬುದ್ಧಿಜೀವಿಗಳೆಂದು ಕರೆಯಲ್ಪಡುವ ಜನರೂ ಕೂಡಾ ಸ್ತ್ರೀಯರ ಬರವಣಿಗೆಯನ್ನು ನೋಡುವುದು ಇದೇ ದೃಷ್ಟಿಕೋನದಿಂದ.

ಪ್ರಶ್ನೆ : ಎಷ್ಟೋ ಮಂದಿ ಬರಹಗಾರ್ತಿಯರು ಬರೆಯುವುದನ್ನು ನಿಲ್ಲಿಸುವುದು ಮತ್ತು ಬರೆಯಲು ಹಿಂಜರಿಯುವುದು ಇದೇ ಕಾರಣದಿಂದಾಗಿ ಅಲ್ಲವೆ ?

ಸುಹರಾ : ಸ್ತ್ರೀಯರು ಬರೆಯುವಾಗ ಮುಚ್ಚಿಡಬೇಕಾದದ್ದನ್ನು ಮುಚ್ಚಿಟ್ಟೇ ಬರೆಯಬೇಕು ಎಂಬ ಒಂದು ಧೋರಣೆಯಿದೆ. ನಾನು ಏನಾದರೂ ಬರೆದರೆ ಅದನ್ನೋದಿ ಕೆಲವರು ಹೇಳಬಹುದು. 'ಅವರು ಹೀಗೆಲ್ಲ ಬರೆದರೆ ? ಅವರನ್ನು ನೋಡಿದರೆ ಹಾಗನ್ನಿಸುವುದಿಲ್ಲ' ಅಂತ. ಹೇಳಲಿಕ್ಕಿರುವುದನ್ನು ಬಿಚ್ಚುಮನಸ್ಸಿನಿಂದ ಬರೆದರೆ ತನ್ನ ಮೇಲೆ ಅನೈತಿಕತೆಯ ಹಣೆಪಟ್ಟಿ ಹಚ್ಚುತ್ತಾರೋ ಎಂಬ ಭಯ ಹೆಚ್ಚಿನ ಬರಹಗಾರ್ತಿಯರಲ್ಲೂ ಇರುತ್ತದೆ.

ಪ್ರಶ್ನೆ : ಮಲಯಾಳ ವಿಮರ್ಶಕರಲ್ಲಿ ಹಲವರು ಹೇಳುವುದು ಇಲ್ಲಿನ ಸ್ತ್ರೀ ಬರವಣಿಗೆಗೆ ಇತರೆಡೆಗಳಿಗೆ ಹೋಲಿಸಿ ನೋಡಿದರೆ ತೂಕ ಕಡಿಮೆ ಅಂತ.

ಸುಹರಾ : ಅದನ್ನು ನಾನು ಒಪ್ಪುವುದಿಲ್ಲ.

ಪ್ರಶ್ನೆ : 'ಮಹಿಳಾಸಾಹಿತ್ಯ'ದ ಹೆಸರಿನಲ್ಲಿ ಇಲ್ಲಿ ಯಾವ ಸ್ತ್ರೀಯೂ ಏನು ಬರೆದರೂ ಪ್ರಸಿದ್ಧಿಗೆ ಬರಲಿಕ್ಕೆ ಸಾಧ್ಯವಾಗುತ್ತದೆ ಎಂದು ಅವರು ಹೇಳುತ್ತಾರೆ. 'ಮಹಿಳಾಸಾಹಿತ್ಯ' ಎಂಬ ಪ್ರಯೋಗದ ಬಗ್ಗೆ ಏನು ಹೇಳುತ್ತೀರಿ ?

ಸುಹರಾ : 'ಮಹಿಳಾ ಸಾಹಿತ್ಯ' ಎಂಬ ಪ್ರಯೋಗ ಪ್ರಾರಂಭಿಸಿದ್ದು ಸ್ತ್ರೀಯರಲ್ಲ.

ಪುರುಷರು ಕಂಡುಹಿಡಿದ ಶಬ್ದಪ್ರಯೋಗವದು. ನನಗೆ ಸ್ವಲ್ಪವೂ ಇಷ್ಟವಾಗದ ಒಂದು ಹೆಸರದು. 'ಮಹಿಳಾ ಸಾಯಿತ್ಯ'ವೆಂದು ಇದ್ದರೆ 'ಪುರುಷ ಸಾಹಿತ್ಯ'ವೆಂದು ಕೂಡಾ ಇರಬೇಕಲ್ಲ? ಯಾಕೆ ಅಂತಹ ಒಂದು ಪ್ರಯೋಗವಿಲ್ಲ ? ಬರೆಯುವುದು ಎಂದರೆ ಸೃಜನಶೀಲತೆ, ಭಾವನೆ, ಸಾಮರ್ಥ್ಯ, ಪ್ರತಿಭೆಗಳೆಲ್ಲ ಒಂದಾಗಿ ನಡೆಯುವ ಕೆಲಸ. ಪುರುಷನಾದರೂ ಸ್ತ್ರೀಯಾದರೂ ಈ ಮೇಲೆ ಹೇಳಿದ ಸಾಮರ್ಥ್ಯಗಳಿದ್ದರೆ ಮಾತ್ರ ಅವರು ಬರೆಯಲು ಸಾಧ್ಯ. ಹೆಣ್ಣು ಬರೆದರೂ ಇಷ್ಟೇತಾನೇ ಎಂಬ ಒಂದು ಧೋರಣೆ ಈ ಶಬ್ದಪ್ರಯೋಗದಲ್ಲಿದೆ. ಸ್ತ್ರೀಯರು ಬರೆಯುವುದನ್ನು ಇಲ್ಲಿನ ಪ್ರಸಿದ್ಧಿ ವಿಮರ್ಶಕರೂ ಕೂಡಾ ಎಷ್ಟೋ ಬಾರಿ ಓದಿ ನೋಡುವ ಶ್ರಮ ತೆಗೆದುಕೊಳ್ಳುವುದಿಲ್ಲ. ಪೂರ್ವಗ್ರಹ ತುಂಬಿದ ಒಂದು ಅಳತೆಗೋಲಿನಿಂದ ಅವರು ಸ್ತ್ರೀಯರ ಬರಹಗಳನ್ನು ವಿಮರ್ಶಿಸುತ್ತಾರೆ.

ಪ್ರಶ್ನೆ : ಬರವಣಿಗೆಬೇಕಾದ ಸಮಯವನ್ನು ಹೇಗೆ ಹೊಂದಿಸಿಕೊಳ್ಳುತ್ತೀರಿ ?

ಸುಹರಾ : ಮನೆಕೆಲಸಗಳನ್ನೆಲ್ಲ ಮುಗಿಸಿ ಉಳಿದು ಸಿಗುವ ಅತ್ಯಲ್ಪ ಸಮಯವನ್ನು ಬರವಣಿಗೆಗಾಗಿ ಉಪಯೋಗಿಸುತ್ತೇನೆ.

ಪ್ರಶ್ನೆ : ಪುರುಷರಾದರೆ ಅವರು ಕೈಗೊಳ್ಳುವ ಕೆಲಸಕ್ಕಾಗಿ ವ್ಯಯಿಸಲು ಅವರಿಗೆ ಬೇಕಾದಷ್ಟು ಸಮಯ-ಸೌಕರ್ಯ-ಪ್ರೋತ್ಸಾಹಗಳು ಸಿಗುತ್ತದೆಯೆಂಬುದಲ್ಲವೇ ಅವರು ಮಾಡುವ ಕೆಲಸವನ್ನು ಚೆನ್ನಾಗಿ ಮಾಡಲು ಸಾಧ್ಯವಾಗಲು ಕಾರಣ ?

ಸುಹರಾ : ಖಂಡಿತವಾಗಿಯೂ ಹೌದು. ಅವರಿಗೆ ಸಮಯದ ಸಮಸ್ಯೆ ಇಲ್ಲವಲ್ಲ ? ನನ್ನನ್ನು disturb ಮಾಡಬೇಡಿ ಎಂದು ಒಂದು order ಮಾಡಿದರಾಯ್ತಲ್ಲ ? ನಮಗೆ ಕೆಲವೊಮ್ಮೆ ಒಳ್ಳೊಳ್ಳೆ ideaಗಳು ಪಕ್ವವಾಗಿ ಬರುವ ಹೊತ್ತಿಗಾಗಿರಬಹುದು guestಗಳು ಬರುವುದು. ಅಷ್ಟುಹೊತ್ತಿಗೆ ಏನಾದರೂ ಹೇಳಿದರೆ ಅವರು ಹೇಳಬಹುದು. 'ಈಗ ಅವಳು ದೊಡ್ಡ ಲೇಖಕಿಯಾಗಿ ಬಿಟ್ಟಿದ್ದಾಳೆ. ಮೊದಲಾಗಿದ್ದರೆ ನಮ್ಮನ್ನು ಎರಡೂ ಕೈ ಚಾಚಿ ಸ್ವಾಗತಿಸುತ್ತಿದ್ದಳು' ಅಂತ.

ಪ್ರಶ್ನೆ : ಓರ್ವ ಲೇಖಕಿಯಾಗಿ ನಿಮ್ಮ ಅರ್ಹತೆಗೆ ತಕ್ಕ ಮನ್ನಣೆ ಸಿಕ್ಕಿದೆಯೆಂದು ನಿಮಗೆ ಅನ್ನಿಸುತ್ತದೆಯೆ ?

ಸುಹರಾ : ಓದುಗರಿಂದ ನನಗೆ ಮನ್ನಣೆ ಸಾಕಷ್ಟು ಸಿಕ್ಕಿದೆ. ಆದರೆ ಬೇರೆ ರೀತಿಯ ಮನ್ನಣೆಗಳಿಗೆ ಹಲವು ರೀತಿಯಲ್ಲಿ ಕಷ್ಟಪಡಬೇಕಾಗಿ ಬರುತ್ತದಲ್ಲ ?

ಪ್ರಶ್ನೆ : ನಿಮ್ಮ ಸಣ್ಣಕಥೆಗಳಿಗೆ ತುಂಬಾ ಮಂದಿ ಓದುಗರಿದ್ದಾರೆ ಅಂತ ಅನ್ನಿಸುತ್ತದೆ. ಸಣ್ಣಕಥೆಗಳ ಸಂಕಲನ ಪ್ರಕಟಿಸುವ ಆಲೋಚನೆಯಿದೆಯೆ ?

ಸುಹರಾ : ಬಹಳ ಹಿಂದೆ ಒಂದು ಹತ್ತು ಕಥೆಗಳ ಸಂಕಲನ ಪ್ರಕಟವಾಗಿತ್ತು. ಇನ್ನೀಗ ಹೊಸದೆಲ್ಲವೂ ಸೇರಿ ನಲುವತ್ತು ಕಥೆಗಳನ್ನು ಸೇರಿಸಿ ಒಂದು ಸಂಕಲನ ಪ್ರಕಟಿಸಬೇಕೆಂದು ಆಲೋಚಿಸುತ್ತಿದ್ದೇನೆ.

❖

www.ingramcontent.com/pod-product-compliance
Lightning Source LLC
Chambersburg PA
CBHW031340230926
51848CB00002B/324
9789381577769